மசானபு ஃபுகோகா

மசானபு ஃபுகோகா பிப்ரவரி 2, 1913 அன்று தெற்கு ஜப்பானில் உள்ள ஷிகோகு தீவில் ஒரு சிறிய விவசாய கிராமத்தில் பிறந்தார். இவரின் தந்தை ஒரு படித்த பணக்கார நில உரிமையாளராகவும், உள்ளூர் தலைவராகவும் பதவி வகித்தவர்.

நுண்ணுயிரியலில் தேர்ச்சி பெற்ற இவர், தாவர நோயியல் ஆய்வாளராக முதலில் பணிபுரிந்தார். யோக்கோகாமாவில் ஒரு சுங்க பரிசோதகர் வேலையில் 1934ல் இனணந்து நான்கு ஆண்டுகள் பணி புரிந்தார். பின் தனது 25-ஆம் வயதில் இக்கால வேளாண் முறைகளின் மேல் ஏற்பட்ட ஐயப்பாட்டின் விளைவாக, தான் விகித்த அறிவியல் ஆராய்ச்சியாளர் பணியினை விட்டுவிட்டு, சிகோகு தீவிலுள்ள தனது சொந்த நிலத்தில் இயற்கை வழி விவசாயம் செய்ய முற்பட்டார். முறையான வேளாண் பணிகளான களையெடுத்தல், பூச்சிக்கொல்லி மருந்திடல், உரமிடல் மற்றும் நிலத்தை உழவு செய்தல் ஆகிய பணிகள் இல்லாத இயற்கை வேளாண்மை முறைகளைக் கண்டறிந்து அவ்வழியே நெல், எலுமிச்சை போன்றவற்றை விளைவிப்பதில் முழுமையாக ஈடுபட்டார்.

இவரது தரிசுநில மேம்பாட்டு முறையும் இயற்கையோடு இயைந்த வேளாண் முறையும் உலக அளவில் புகழ் பெற்றது. உழவு, களைக்கொல்லிகள் இல்லாமல் பழங்குடியினரின் பயிர்வளர்ப்பு முறையை ஒட்டி அமைந்த ஒரு முறையை இவர் வலியுறுத்தினார். இவரது வேளாண்மை முறையை ‘இயல்முறை வேளாண்மை’ என்றும் ‘எதுவும் செய்யாத வேளாண்மை’ என்றும் அழைக்கின்றனர்.

ஃபுகோகாவின் வேளாண்மை முறை ஐரோப்பிய மற்றும் அமெரிக்க நாடுகளில் ஏற்பட்ட இயற்கை வேளாண் முறைகளுக்கு இணையானது. ஃபுகோகா தனது வேளாண்மை முறையை மேற்கத்திய வேளாண் முறைகளிலிருந்து மேம்படுத்தி

மண்வளம் குன்றாமல், தேவைக்கு மிகுதியான உடலுழைப்பு இல்லாமல் நல்ல விளைச்சலைத் தரக்கூடியது என்று நிறுவ முயன்றார்.

ஃபுகோகா தான் பயிலும் உழவு முறையை 'இயற்கை உழவு முறை' என்று அழைக்களானார். அவரது செயல்பாடுகள் பெரும்பாலும் ஜப்பான் நாட்டிற்கு பொருந்துவதாக இருப்பினும், அச்செயல்பாடுகளின் உள்ளார்ந்த கொள்கைகள், உலக நாடுகள் பலவற்றில் செயல்பாட்டிற்கு கொண்டுவரப்பட்டுள்ளன.

ஃபுகோகாவின் முறைகளில் இயற்கைச் சூழல் கூடுமான வரை பேணப்படுகின்றது. சரியான சூழல் அமைத்துக்கொடுக்கப்படும்போது விதைகள் உழவு செய்யாமல் முளைக்க வைக்கப்படுகின்றன.

தானியங்களின் கீழே வெள்ளை கிராம்புச்செடி விளைவிக்கப்படுகின்றது. இந்த வெள்ளை கிராம்புச்செடிகள், தானிய செடிகளுக்கு தேவையான தழைச்சத்தினை தருகின்றன. களைகளைப் பிடுங்காமல் வளரவிட்டு, பின் வெட்டப்பட்டு கதிருக்கு அடியிலேயே இடப்படுகின்றன. இவ்வாறு இடும்போது, அக்களைகளிலுள்ள அத்தனை ஊட்டமும் நேரடியாக மண்ணுக்குச்சென்று கதிர்களால் எடுத்துக்கொள்ளப்படுகின்றது. கதிர் விளைந்த வயலில் வாத்துக்கள் மேய்ச்சலுக்கு விடப்படுகின்றன. மேலும் சில நன்மை செய்யும் பூச்சிகளும் வயலுக்குள் விடப்படுகின்றன.

இம்முறையில் நிலம் எப்போதும் பசுமை போர்த்தியபடி இருக்குமாறு பார்த்துக்கொள்ளப்படுகின்றது. முதல்பட்டத்தில் விதைக்கப்பட்டு, கதிரறுக்கப் பட்ட தாவரங்களின் மிச்சங்கள் மூடாக்காகப் பயன்படுத்தப்படுகிறது. மேலும் இம்முறையில் கதிரறுக்கப்படுவதற்கு முன்னரே அடுத்த பட்டத்திற்கான பயிர் நடவு செய்யப்படுகின்றது. பண்டைக்காலத்தில் மேற்கொள்ளப்பட்ட விதை நேர்த்தி முறையான 'விதையுருண்டை' முறையினை செயல்பாட்டிற்கு கொண்டுவந்தார். இம்முறையில், களிமண், மக்கிய உரம் இவற்றைக் கலந்து சிறிய உருண்டையாய் பிடித்து, அதனுள் ஒவ்வொரு விதை மணியையும் செருகி, நேர்த்தி செய்யப்பட்டு பின் நடவு செய்யப்படுகின்றன. இவ்வாறு விளைவிக்கப்பட்ட கதிர்கள், செழிப் பாகவும், அடர்த்தியாகவும், விளைச்சல் மிகுதியாகக் கொடுக்கும் வகையிலும் அமைந்துள்ளது.

செலவு பிடிக்கும் செயற்கை உரங்கள் இல்லாமல், உழவு இயந்திரத்தின் தேவை இல்லாமல் விளங்கும் ஃபுகோகாவின் முறைகளும், கொள்கைகளும் சிறிய அளவிலான நிலம் வைத்திருக்கும் குறுவிவசாயிகளுக்கு கை கொடுக்கவல்லது.

ஃபுகோகா ஜப்பானிய மொழியில் பல நூல்களையும், ஆய்வுக் கட்டுரைகளையும் எழுதியுள்ளார். தொலைக்காட்சியிலும் பல நேர்காணல்களைத் தந்துள்ளார். பயிர் செய்யும் முறையையும் தாண்டி இயற்கையான உணவுமுறையையும் வாழ் முறையையும் கடைப்பிடிப்பதை இவர் ஊக்குவித்தார்.

ஃபுகோகாவுக்கு 1988 -ஆம் ஆண்டு பிலிப்பைன்சு நாடு அவரது 75வது வயதில் "ரமன் மகசேசே" பரிசு விருதினை வழங்கிக் கௌரவித்தது.

ஃபுகோகா ஆகஸ்ட்16, 2008 ஆம் ஆண்டு இயற்கை எய்தினார்.

இயற்கை வழியில் வேளாண்மை

பசுமைத் தத்துவத்தின் கோட்பாடு மற்றும் செயல்முறை

மசானபு ஃபுகோகா

தமிழில் : கயல்விழி

எதிர் வெளியீடு

இயற்கை வழியில் வேளாண்மை
பசுமைத் தத்துவத்தின் கோட்பாடு மற்றும் செயல்முறை

ஆசிரியர் : மசானபு ஃபுகோகா

தமிழில் : கயல்விழி

முதல் பதிப்பு : செப்டம்பர் 2014
மூன்றாம் பதிப்பு : அக்டோபர் 2017

எதிர் வெளியீடு
96, நியூ ஸ்கீம் ரோடு, பொள்ளாச்சி – 642 002.
தொலைபேசி : 04259 – 226012, 99425 11302.

விலை : ரூ. 650

Iyarkai Vazhiyil Velanmai
Author : Masanobu Fukuoka

Translated by : Kayalvizhi
First Edition : September 2014
Third Edition : October 2017

Published by
Ethir Veliyeedu, 96, New Scheme Road, Pollachi - 2.
email : ethirveliyedu@gmail.com
www.ethirveliyedu.in

Price : Rs. 650

ISBN : 978-93-84646-00-4

Printed at Jothy Enterprises, Chennai.

உள்ளே

முன்னுரை 7

அறிமுகம் 13

நலிவுற்ற காலத்தில் நலிவுற்ற வேளாண்மை 25

இயற்கை அறிவியலின் மாயத் தோற்றங்கள் 61

இயற்கை வேளாண்மையின் தேற்றம் 129

இயற்கை வேளாண்மைப் பயிற்சி முறைகள் 209

மனிதன் பின்பற்ற வேண்டிய பாதை 339

முடிவுரை 405

பின்னிணைப்பு 411

ஜப்பானிய கலைச் சொற்கள் 415

முன்னுரை

இயற்கை வேளாண்மை என்பது மனிதனின் குழப்பம் மற்றும் குறுக்கீடு ஆகியவற்றிலிருந்து இயற்கையாக விடுபட்டு அமைந்திருக்கிறது. மனிதனின் அறிவு மற்றும் செயலால் ஏற்பட்ட அழிவுகளிலிருந்து இயற்கையை மீட்டு அதன் பழைய நிலைக்கு கொண்டு வரவும், கடவுளால் கைவிடப்பட்ட கருணையை உயிர்ப்பிக்கவும் அது போராடுகிறது.

இளைஞனாக இருந்தவேளையில் சில நிகழ்வுகள், இயற்கைக்கான பெருமை யுடைய தனிமைப்பட்ட சாலையில் என்னைச் செல்ல வைத்தது. ஆயினும், ஒரு மனிதனால் தனிமையில் வாழ முடியாது என்பதை நான் வருத்தத்துடன் அறிந்துகொண்டேன். ஒருவன் மக்கள் கூட்டத்துடன் சேர்ந்தோ அல்லது இயற்கையுடன் இணைந்தோ வாழலாம். எனக்கு மேலும் வருத்தம் தரும் விதமாக, மனிதர்களும் உண்மையில் மனிதத் தன்மையுடன் இல்லை; இயற்கை யும் உண்மையில் இயற்கையானதாக இல்லை என்பதையும் நான் கண்டு கொண்டேன். அவற்றுடன் தொடர்புடைய உலகத்தின்மீது எழுந்திருந்த சாலை எனக்கு மிகவும் செங்குத்தானதாக இருந்தது.

இந்தப் புத்தகமானது, ஐம்பது வருடங்களாக இயற்கையைத் தேடி அலைந்த ஒரு விவசாயியின் பதிவாகும். ஒவ்வொரு மாலை பொழுதிலும், இன்னும் கடந்து செல்வதற்கு நீண்ட தூரம் இருந்தபோதும், நான் வெகு தூரம் பயணித்து விட்டேன்.

உண்மையில், ஒரு வகையில் இயற்கை வேளாண்மை ஒருபோதும் பூரணமான தாக இருக்கப் போவதில்லை. பொதுவான பிரயோகத்தை அதன் உண்மையான வடிவத்தில் அது பார்க்கப் போவதில்லை. வெறித்தனமான பலத்த தாக்குதல் நடத்தும் அறிவியல் வேளாண்மையின் வேகம் குறைப்பதற்கான தடையாக மட்டுமே அதனால் செயல்பட முடியும்.

இயற்கையுடன் இணைந்து வேளாண்மை செய்யும் வழியை நான் வெளிப் படுத்த ஆரம்பித்தபோதிருந்து ஐந்து பெரிய கொள்கைகளின் மதிப்பை விளக்கிக் கூற தேடினேன். அவை : பயிரிடுதல் இல்லை, உரம் இல்லை, பூச்சிக் கொல்லிகள் இல்லை, கத்தரித்தல் இல்லை, களை நீக்குதல் இல்லை ஆகியன வாகும். கடந்துபோன பல ஆண்டுகளிலிருந்து இப்போது வரை மனித அறிவை யும் குறுக்கீட்டையும் உதறித்தள்ளிய இயற்கை வழியிலான வேளாண்மையின் சாத்தியங்களை நான் ஒருபோதும் சந்தேகித்தது இல்லை. இயற்கையைப் புரிந்து கொள்ள முடியும், மனித நுண்ணறிவாலும் செயலாலும் அதை உபயோகிக்க முடியும்; இயற்கை வேளாண்மை என்பது ஒரு பிரத்யேகமான முறை; அது எல்லாவற்றிற்கும் தகுதியானது அல்ல என்றெல்லாம் அறிவியலாளர்கள் நம்பினர். இதுவரை, இத்தகைய அடிப்படைக் கொள்கைகளே எல்லா இடங்களிலும் பிரயோகிக்கப்பட்டன.

மரங்களும் புற்களும் விதைகளை வெளியிடுகின்றன. அவை நிலத்தில் விழுகின்றன; அங்கேயே முளைக்கின்றன; புதிய தாவரங்களாக வளர்கின்றன. இயற்கையால் விதைக்கப்பட்ட அந்த விதையானது உழப்பட்ட நிலத்தில் மட்டும்தான் வளரும் என்பதைப்போல பலவீனமாக இருக்காது. தாவரங்கள் எப்போதுமே பயிரிடப்படாமல், நேரடி விதைத்தல் மூலமாகவே வளரும். அந்த நிலங்களில் உள்ள மண்ணானது சிறிய விலங்குகளாலும் வேர்களாலும் உழப் படும்; நிலமானது பசுந்தழை தாவரங்களால் வளமாக்கப்படும்.

கடந்த ஐம்பது ஆண்டுகளாகவோ அல்லது அதற்கு முன்பிலிருந்தோ மட்டும் இரசாயன உரங்கள் அத்தியாவசியமானது என்று கருதப்பட்டது. உண்மையில், உரம் மற்றும் கலப்பு எரு உபயோகித்தல் என்ற பழமையான செயல்முறை, பயிர் வேகமாக வளர உதவியாக இருந்தது. ஆனால் இது கலப்பு உரத்தில் இருந்த உயிருள்ளப் பொருட்களை எடுத்துக்கொண்டு நிலத்தை வடிகட்டியது.

எல்லோரும் வேண்டாத பரபரப்பு செய்த கரிம வேளாண்மைகூட, இப் போது அறிவியல் வேளாண்மையின் மற்றொரு முறையாகிவிட்டது. முதலில், கரிமப் பொருட்களை இங்கேயும் அங்கேயும் என இடம் மாற்றுவதிலும், செய் முறையிலும், நடத்துதல் முறையிலும் அதிக சிரமங்கள் இருந்தன. ஆனால் இத்தகைய எல்லா செயல்களாலும் பெறப்படும் ஏதாவது லாபங்கள் தற்காலிக மானவையாகவும், ஓரிடத்திற்கு மட்டுமே உரியனவாகவும் இருந்தன. அகன்ற நோக்குடன் பரிசோதித்துப் பார்க்கையில், இயற்கை சூழ்நிலை மற்றும் சுற்றுப் புறத்திற்கு ஏற்றவாறு அமையும் உயிரினங்கள் பற்றிய ஆய்வு அறிவைப் பாது காக்க மேற்கொண்ட அதுபோன்ற பல முயற்சிகளும் உண்மையில் உருப்படி இல்லாதவையாகும்.

வயல்வெளிகளிலும் காடுகளிலும் உள்ள தாவரங்களை ஆயிரக்கணக்கான நோய்கள் தாக்குகின்றன. இயற்கை, அவற்றை சமநிலை இழக்கச் செய்கிறது. இருந்தபோதும் பூச்சிக்கொல்லிகள் எதுவும் அவற்றிற்கு ஒருபோதும் தேவைப் படவில்லை. அத்தகைய நோய்கள் பூச்சிகளால் ஏற்பட்ட சேதம் என்பதை மனிதன் உணர்ந்து கொண்டபோது குழப்பமடையத் தொடங்கினான். கடின உழைப்பும் தொழிலாளியும் தேவை என்ற நிலையை அவனாகவே ஏற்படுத்திக் கொண்டான்.

களைகளைக் கட்டுப்படுத்தவும் மனிதன் முயன்றான். ஆனால், ஒரு தாவரத்தை களை என்று அழைக்கவோ அதை அழிக்கவோ இயற்கை தன்னிச்சையாக முயலவில்லை. பழங்கள் காய்க்கும் மரம் எப்போதும் மிகவும் சுறுசுறுப்பாக வளர்வதில்லை; அதை வெட்டி கத்தரிக்கும்போதும் அதிகமான பழங்களைத் தாங்குவதில்லை. ஒரு மரம் அதன் இயற்கையான வழக்கப்படி சிறப்பாக வளர்கிறது. கிளைகள் ஒன்றுடன் ஒன்று சிக்கிக் கொள்வதில்லை. சூரிய ஒளி ஒவ்வோர் இலைமீதும் விழுகிறது. அத்தகைய மரமானது ஒவ்வொரு வருடமும் நிறைய கனிகளைச் சுமக்கிறது; இரண்டு வருடத்திற்கு ஒருமுறை அல்ல.

இன்றைய நாளில், தாவரங்கள் வளர்வது உலகம் முழுவதும் குறைந்து விட்டதாலும், சாகுபடிக்கேற்ற நிலங்கள் வறண்டு விட்டதாலும் மக்களில் பலர்

கவலை கொள்கின்றனர். ஆனால், மனிதன் தனது கர்வத்தால் பயிர் வளர்த்தலில் தவறான முறைகளை மேற்கொண்டதும், அவனது நாகரிகமும்தான் உலகின் இத்தகைய மோசமான நிலைக்குப் பெருமளவு பொறுப்பு என்பதில் எந்தச் சந்தேகமும் இல்லை.

நாடோடி மக்களின் கால்நடை மந்தைகள் நிலத்தை அதிகமான அளவு மேய்வதாலும், வெட்டவெளியாக்குவதாலும் பல்வேறு வகையான தாவரங்கள் வளர்தல் குறைந்துவிட்டது. வேளாண் சமூகமும்கூட, நவீன வேளாண்மை முறைக்கு மாறியதும், நிலம் வேகமாக பலவீனமடைவதை பெட்ரோலியம் சார்ந்த இரசாயனங்கள் எதிர்க்கும் என்பதில் அதிக நம்பிக்கை கொண்டதும் தான் இதற்குக் காரணமாகும்.

மனிதனின் அறிவாலும் செயலாலும் இயற்கை தொந்தரவுக்கு உள்ளாகிறது என்பதை நாம் ஒத்துக்கொண்டு, குழப்பத்தையும் அழிவையும் தரக்கூடிய செயல்களை கைவிட வேண்டும். அப்போது வாழ்க்கைக்குத் தேவையான அனைத்து வடிவத்தையும் வளர்க்கும் தன் திறமையை இயற்கை மீண்டும் பெறும். ஒரு வகையில், இயற்கை வழியிலான வேளாண்மையை நோக்கிய எனது பாதையின் முதல் அடியானது இயற்கையை அதன் பழைய இயல்பான நிலைக்குக் கொண்டு வருவது என்பதேயாகும்.

அந்த இயற்கை வேளாண்மை இன்னும் பரந்த ஒப்புதலைப் பெற வேண்டியுள்ளது. மனிதனின் குறுக்கீட்டால் இயற்கை எந்த அளவு மோசமாக பெருந்துன்பத்திற்கு உள்ளாகியது என்பதையும், மனித சக்தி இயற்கையை சூறையாடிய, நாசமாக்கிய எல்லையையும் அது காட்ட வேண்டியுள்ளது. அனைத்தும் சேர்ந்து இயற்கை வழியிலான வேளாண்மை என்ற குறிக்கோளை மிகவும் சிக்கலானதாக ஆக்குகிறது.

இயற்கை வேளாண்மை பற்றிய அனுபவம் குறைவாக இருந்தாலும், உணவுப் பொருட்கள் வழங்குவதை உறுதிப்படுத்தவும் தாவரங்களை மீண்டும் வளரச் செய்யவும் அது ஏதோ ஒரு வகையில் உதவியாக இருப்பதாக நான் கருதத் தொடங்கினேன். என்னுடைய யோசனை நூதனமானது என எல்லோரும் கூறினாலும், என்னுடைய கருத்தை நான் தெரிவித்தேன். சில குறிப்பிட்ட தாவரங்களின் விதைகளை களிமண் உருண்டைக்குள் வைத்து பாலைவனங்களில் விதைப்பது, கைவிடப்பட்ட அந்த நிலங்களை பசுமையாக ஆக்க உதவும் என்பதுதான் என்னுடைய அந்தக் கருத்தாகும்.

அந்தச் சிறு உருண்டைகளைத் தயாரிக்கும் முறை பின்வருமாறு: இயற்கை உரமிடப்பட்ட மரங்களின் விதைகளை முதலில் ஒன்றாக கலந்து கொள்ள வேண்டும். ஆண்டுக்கு ஐந்து செ.மீ.க்கு குறைவான அளவு மழை பெய்யும் இடங்களில்கூட வளரக்கூடிய க்ளோவர்* விதைகள், அல்ஃபால்பா**, பர் க்ளோவர்** மற்றும் இதர வகையான பசும்தழை, தானியம் மற்றும் காய்கறி

* மூன்று இதழ்களாகப் பிரிந்த இலைகளையும் நறுமணம் கமழும் வெளிர்சிவப்பு அல்லது வெண்ணிறமான சிறு புஷ்பங்களையும் உடைய ஒரு செடி.

** கால்நடைத் தீவனமாகப் பயன்படும் மணப்புல் வகை.

விதைகள் அனைத்தையும் ஒன்றாக கலந்துகொள்ள வேண்டும். இத்தகைய விதைகளின் கலவை மீது முதலில் ஓர் அடுக்கு மண் பூச வேண்டும். அதன்பிறகு, பாக்டீரியாவை கொண்ட களிமண் சிறு உருண்டைகளை உருவாக்குவதற்காக அதன்மீது களிமண்ணைப் பூச வேண்டும். அதன்பிறகு, பாலைவனங்களிலும் சாவன்னாவிலும் இத்தகைய சிறு உருண்டைகளை கைகளால் தூவ வேண்டும்.

மழை பெய்து முளைப்பதற்கு சரியான சூழ்நிலைகள் வரும்வரை, கடினமான களிமண் உருண்டையில் இருக்கும் அந்த விதைகள் முளைக்காது. எலிகளோ அல்லது பறவைகளோ அவற்றைத் தின்றுவிட முடியாது. ஒரு வருடம் கடந்த பிறகு அவற்றில் உயிருடன் இருக்கும் பல்வேறு தாவரங்கள், அந்த நிலத்திற்கும் சூழ்நிலைக்கும் தகுந்தது எது என்ற ஆலோசனையை நமக்குத் தரும். தெற்கில் இருக்கும் குறிப்பிட்ட நாடுகளில் பாறைகளில் வளர்ந்திருக்கும் தாவரங்களும் மரங்களும் நீரைச் சேமித்து வைத்திருக்கின்றன என்ற தகவலை அவர்கள் தருகிறார்கள். பாலைவனங்களில்கூட பசுமை நிரம்பிய புற்களை நாம் விரை வாகப் பெற்றால் எதுவும் செய்ய முடியும். அதனால் அங்கே மழை பெய்யும்.

அமெரிக்கன் பாலைவனத்தில் நான் நின்று கொண்டிருக்கும்போது மழை ஆகாயத்திலிருந்து பெய்யவில்லை என்பதை சட்டென்று கண்டுகொண்டேன்; அதற்கான காரணங்கள் பூமியிலிருந்துதான் வெளித்தோன்றுகின்றன. மழை பெய்யாததால் பாலைவனங்கள் உருவாவதில்லை; இன்னும் சரியாகக் கூறப் போனால், தாவரங்கள் வளர்தல் மறைந்து விட்டதால் மழை பெய்வது நின்று விட்டது. பாலைவனங்களில் அணைக் கட்டுவது என்பது வியாதிக்கான அறிகுறி களுக்கு சிகிச்சையளிக்கும் ஒரு முயற்சியாகும்; ஆனால் அது மழையை அதிகப் படுத்துவதற்கான வழி அல்ல. முதலில் பழங்கால காடுகளை பழைய நிலைக்கு கொண்டு வருவது எப்படி என்பதை நாம் கற்றுக்கொள்ள வேண்டும்.

ஆனால், பாலைவனங்கள் ஏன் ஓர் இடத்தில் பரவி காணப்படுகின்றன என்பதைக் கண்டறிவதற்கான அறிவியல் ஆய்வைத் தொடங்க நமக்கு இப்போது நேரமில்லை. நாம் முயற்சி செய்தாலும், அதற்கான காரணங்களைத் தேடி கடந்த காலத்தில் நாம் எவ்வளவு தூரம் திரும்பிச் சென்றாலும் நாம் எந்தச் செய்தியையும் கண்டறியப் போவதில்லை. இத்தகைய காரணங்களுக்கு வேறு ஏதாவது முந்தைய காரணங்கள் இருக்கும். பிணையப்பட்ட காரணங் களும் நிகழ்ச்சிகளும் முடிவில்லாத சங்கிலியாக தொடரும்; அவை, மனிதனின் புரிந்து கொள்ளும் சக்திக்கு அப்பாற்பட்டவையாக இருக்கும். பாலைவனமாக மாறிய நிலத்தில் எந்தத் தாவரம் முதலில் இறந்து போகும் என்பதை வேண்டு மானால் ஒருவேளை மனிதன் அறிந்துகொள்ள இயலும். பாலைவனத்தில் முதலில் இறந்து போகக்கூடிய தாவரம் எது அல்லது கடைசி வரை உயிருடன் இருக்கக்கூடிய தாவரம் எது என்பதை நம்மால் இன்னும் சரியாக தீர்மானிக்க முடியவில்லை. அதற்கான காரணம் எளிது: அதற்கான காரணமோ, விளைவோ இயற்கையில் இல்லை.

நுண்ணுயிரியின் பெரிய, தற்செயலான உறவைப் புரிந்து கொள்வதற்காக அறிவியல் அரிதாகத்தான் அதைப் பார்க்கிறது. உண்மையில், தாவரங்கள் அழிந்து போவது வறட்சியை ஏற்படுத்தலாம். ஆனால் சில நுண்ணுயிரிகளின்

செயலால் தாவரங்கள் இறந்து போகின்றன. ஆயினும், உயிரியலாளர்களின் சுவாரசியத்திற்கு உரிய துறைக்கு வெளியே நுண்ணுயிரிகள் இருப்பதால், அவர்கள் அதைப் பற்றி கவலைப்படுவதில்லை. பல்வேறு அறிவியலறிஞர் களுடன் நாங்கள் ஒன்றுகூடினோம். ஆனால் தொடங்கும் வழியையும் முடிக்கும் வழியையும் பார்க்கத் தவறிவிட்டோம். அதனால்தான், கைவிடப்பட்ட நிலத்தில் தாவரங்களை மீண்டும் முளைக்கச் செய்வதற்குச் சிறந்த ஒரே வழி எல்லாவற்றையும் அப்படியே இயற்கையாகவே விட்டுவிடுவதுதான் என்று நான் நம்பினேன்.

எனது நிலத்தில் உள்ள 1 கிராம் மண்ணில், கிட்டத்தட்ட 100 மில்லியன் அளவு, நைட்ரஜன் கலந்த பாக்டீரியாவும் மண்ணை வளமாக்கும் கிருமியும் இருந்தன. விதைகளையும் இத்தகைய நுண்ணுயிரிகளையும் உடைய மண்ணானது சிறு அளவாக இருந்தாலும், பாலைவனத்தை பழைய நிலைக்குக் கொண்டுவர அவற்றால் முடியும் என நான் நினைக்கிறேன்.

என்னுடைய நிலத்தில் உள்ள பூச்சிகளுடன் இணைந்து ஒரு புது வகையான அரிசியை நான் உற்பத்தி செய்தேன். அதை “மகிழ்ச்சிக் குன்று'' என்று பெயரிட்டு அழைத்தேன். இது ஓர் அரிய வகையாகும். பாலைவனத்திலுள்ள மாறுபட்ட உருவங்களின் இரத்தம் அதில் உள்ளது. ஆயினும் உலகிலேயே அதிகமாக விளைவிக்கப்படுகிற அரிசி வகைகளில் இதுவும் ஒன்றாகும். உணவுக்குப் பஞ்சம் இருக்கும் கடல் கடந்த நாடொன்றுக்கு மகிழ்ச்சிக் குன்றிலிருந்து ஒரே ஒரு நெல்லை அனுப்பி, அங்கே பத்து சதுர கஜம் நிலத்தில் அதை விதைக்க வேண்டும்; அப்போது அந்த ஒரு நெல்லிலிருந்து ஒரு வருடத்தில் 5,000 நெல்கள் விளையும். அவை, அடுத்த வருடம் அரை ஏக்கர் நிலத்தில் விதைப்பதற்குப் போதுமான விதைகளாக இருக்கும். இவ்வாறாக இரண்டு வருடங்களில் ஐம்பது ஏக்கரும், நான்கு வருடங்களில் 7,000 ஏக்கரும் விதைக்க போதுமான அளவு விதை நெல்கள் இருக்கும். அது நாடு முழுமைக்கும் போது மான அரிசியாக இருக்கும். பசியோடு வாடும் மக்களின் பசியைத் தீர்ப்பதற்கான சாலையைத் திறக்க இந்தக் கையளவு தானியத்தால் முடியும்.

ஆனால் இந்த விதை நெல்லை எவ்வளவு விரைவாக கொடுக்க முடியுமோ அவ்வளவு விரைவாக கொடுத்துவிட வேண்டும். இதைக் கொண்டு ஒரே ஒரு விவசாயிகூட வேளாண்மையைத் தொடங்க முடியும். இயற்கை வேளாண்மை யுடனான என்னுடைய பணிவான அனுபவத்தை உபயோகித்தால் அதைவிட மகிழ்ச்சி எனக்கு வேறெதுவும் இருக்காது.

இன்றைய நாளில் என்னுடைய மிகப் பெரிய பயம் என்னவென்றால், இயற்கை என்பது மனித அறிவின் விளையாட்டுப் பொருளாகிவிட்டது. நமது அறிவாலும் செயலாலும் இயற்கையை ஒரு சுவற்றுக்குள் அடைக்க முயற்சிப் பதை நாம் கைவிட்டால் மட்டுமே இயற்கை அதனுடைய பழைய நிலைக்கு திரும்ப முடியும். ஆனால் அதைக் கவனத்தில் கொள்ளாமல் மனித அறிவைக் கொண்டு இயற்கையைப் பாதுகாக்க மனிதன் முயற்சிப்பது ஆபத்தானதாகும்.

மனித அறிவைக் கைவிடுவதால் எல்லாமே தொடங்கும்.

அநேகமாக, இயற்கையிடமும் கடவுளின் பக்கமும் திரும்பிச் செல்லும் வழியைத் தேடிச் செல்லுதல் என்ற விவசாயியின் வீண் வேலை வெறும் கனவாக இருக்கலாம்; என்றபோதும் நான் விதை விதைப்பவனாகவே ஆக விரும்பு கிறேன். இதேபோன்ற சிந்தனை உடைய மனிதர்களைச் சந்திப்பதைவிட அதிக மான சந்தோஷத்தை வேறு எதுவும் எனக்குத் தராது.

அறிமுகம்

எவரொருவரும் கால் ஏக்கர் நிலத்தின் விவசாயியாக முடியும்

குன்றின் உயரத்தில் உள்ள இந்தப் பழத்தோட்டத்தின் மேலேயிருந்து பார்க்கும்போது மண் சுவரை உடைய பல குடிசைகள் தெரிகின்றன. அங்கே, நகரங்களிலிருந்து வந்த இளம் மனிதர்கள் - வேறு நாடுகளிலிருந்து வந்தவர்கள் சிலர் - பயிர்களை வளர்த்தபடி எளிமையான, செம்மையற்ற வாழ்க்கையை வாழ்கிறார்கள். பழுப்பு அரிசி, காய்கறிகள் உட்கொண்டும் மின்சாரமின்மை அல்லது ஓடும் நீர் இல்லாமை என சுயத் தேவையின் பற்றாக்குறையில் வாழ்கிறார்கள். நகரங்களில் அல்லது மதத்தில் அதிருப்தி கொண்ட இத்தகைய இளம் அகதிகள், இடுப்புத்துணியை மட்டும் உடுத்திக் கொண்டு என்னுடைய நிலங்களின் வழியாக கடந்து செல்கிறார்கள். மகிழ்ச்சிக்கான அவர்களுடைய தேடலானது, எஹிம் பிரிபெக்சரின் அயோ-ஷி-இல் ஒரு மூலையில் உள்ள என்னுடைய பண்ணைக்கு அவர்களைக் கொண்டுவந்தது. கால் ஏக்கர் நிலத்தின் விவசாயி ஆவது எப்படி என்பதை அவர்கள் இங்கேதான் கற்றுக் கொள்கிறார்கள்.

இந்தப் பழத்தோட்டம் முழுவதும் கோழிக்குஞ்சுகள் சுதந்திரமாக திரிகின்றன. மரங்களுக்கு இடையில் உள்ள க்ளோவர் செடிகளில் காட்டுக் காய்கறிகள் வளர்கின்றன.

டோகோ சமவெளிக்கு கீழே பரந்து விரிந்துள்ள நெல் நிலங்களில், பார்லியின் பச்சையையோ, எள் செடியின் மலர்களையோ, தீனிப் புற்களையோ ஒருவரால் பார்க்க முடியாது. அதற்குப் பதிலாக, கைவிடப்பட்ட நிலங்கள் பயிரிடப்படாமல் கிடப்பதையும், சிதைந்துபோன வைக்கோல் கட்டுகளையும், நவீன வேளாண் செய்முறையால் ஏற்பட்ட கலவரங்களையும், விவசாயிகளின் மனதில் உள்ள குழப்பங்களையும் மட்டுமே பார்க்க முடியும்.

என்னுடைய நிலத்தில் மட்டும் குளிர்கால தானியத்தின்* புதிய பசுமை நிரம்பி கிடக்கிறது. முப்பது வருடங்களாக இந்த நிலம் உழப்படவோ அல்லது சுழற்சி செய்யப்படவோ இல்லை. இரசாயன உரமோ அல்லது தயாரிக்கப்பட்ட கலப்பு உரமோ அல்லது பூச்சிக்கொல்லியோ அல்லது மற்ற இரசாயனங்களோ நான் உபயோகிக்கவில்லை. இங்கே நான் செய்தது எல்லாம் “எதுவும் செய்யாதே” என்பதைக் கடைப்பிடித்தது மட்டும்தான். ஆயினும் ஒவ்வொரு வருடமும், கால் ஏக்கருக்கு கிட்டத்தட்ட 22 பஷெல் அளவு (1,300 பௌண்ட்கள்) வரை குளிர்கால தானியமும், 22 பஷெல் அளவு நெல்லும் அறுவடை செய்கிறேன். முடிவாக, கால் ஏக்கருக்கு 33 பஷெல் அளவு வரை அறுவடை செய்ய வேண்டும் என்பதுதான் எனது குறிக்கோளாகும்.

இந்த முறையில் பயிர் வளர்த்தல் மிகவும் எளிதானது, ஒளிவுமறைவு இல்லாதது. பக்குவ நிலை அடைந்த நெல்லை அறுவடை செய்வதற்கு முன்பாக அதன்மேலேயே க்ளோவரையும் குளிர்கால தானியத்தையும் வாரி இறைத்து விடுவேன். பிறகு, குளிர்கால தானியத்தின் இளம் முளைகள்மீது நடந்து சென்று நெல்லை அறுவடை செய்வேன். மூன்று நாட்களுக்கு நெற்கதிர்களைக் காயவிட்ட பிறகு, தானியங்களை அடித்துப் பிரித்தெடுப்பேன். அதன்பிறகு அந்த வைக்கோலை வெட்டாமல் அப்படியே நிலம் முழுவதும் பரப்பி, என்னிடம் கோழிக்குஞ்சுகளின் சாணம் மிச்சமிருந்தால் அந்த வைக்கோல் மீது அவற்றைத் தூவுவேன். அடுத்து, விதை நெல்லை உள்ளே வைத்து களிமண் ணால் ஆன சிறு உருண்டைகளைத் தயார் செய்து, புது வருடத்திற்கு முன்பாக அந்த உருண்டைகளை வைக்கோலின் மீது வீசிவிடுவேன். குளிர்கால தானியம் வளர்வதோடு விதை நெல்லும் விதைக்கப்பட்டிருக்கும். இப்போது குளிர்கால தானியத்தை அறுவடை செய்யும் வரை வேறு எதுவும் செய்ய வேண்டி இருக்காது. கால் ஏக்கர் நிலத்தில் பயிர் செய்வதற்கு ஒன்று அல்லது இரண்டு வேலையாட்களே போதுமானவர்களாவர்.

மே மாதத்தின் இறுதியில், குளிர்கால தானியத்தை அறுவடை செய்யும் போது, என்னுடைய கால்களின் கீழே க்ளோவர் அபரிமிதமாக வளர்ந்திருப்பதை யும், களிமண் உருண்டைகளிலுள்ள விதை நெல் சிறிதாக முளைத்து வெளியே தோன்றுவதையும் நான் கவனிப்பேன். அறுவடை செய்தல், காய வைத்தல், குளிர்காலப் பயிர்களை அடித்துப் பிரித்து எடுத்தல் ஆகியவற்றிற்குப் பிறகு, வைக்கோலை நிலம் முழுவதும் பரப்புவேன். அதன்பிறகு நான்கு அல்லது ஐந்து நாட்களுக்கு க்ளோவர்கள் தளரும்படியாக நிலத்தைத் தண்ணீரில் மூழ்கடித்து, க்ளோவர்களுக்கு இடையே நெல் முளைத்து வருவதற்கான வாய்ப்பை ஏற் படுத்துவேன். ஜூன் மற்றும் ஜூலையில் நீர்ப் பாசனம் செய்ய மாட்டேன். ஆகஸ்ட்டில் வாய்க்கால் வழியாக ஒவ்வொரு வாரமும் அல்லது 10 நாட்களுக்கு ஒரு முறையென நீர்ப் பாய்ச்சுவேன்.

“நேரடியாக விதைத்தல், பயிரிட வேண்டியதில்லை, க்ளோவருக்கு இடையில் குளிர்கால தானியம் அல்லது நெல் விளைச்சல்'' ஆகிய இந்த முறை கள்தான் நான் கூறும் இயற்கை வேளாண்மையில் முக்கியமானவைகளாகும்.

“எதுவும் செய்யாதே'' வேளாண் முறை

என்னுடைய முறையில் வேளாண்மை செய்யும்போது அரிசியும் பார்லியும் அல்லது க்ளோவருடன் கோதுமை என இரு பயிர்கள் ஒன்றுக்கொன்று உதவி உயிர் வாழ்கின்றன என நான் சொல்லலாம் அல்லவா? “அந்த இடம் முழுவதும் நெல் பயிர் வளர்த்தால், அதன்பிறகு விவசாயிகள் அவர்களுடைய நிலங்களில் மிகக் கடுமையாக உழைக்க வேண்டியிருக்காது'' என்ற கண்ட னத்திற்குகூட அனேகமாக நான் உள்ளாகலாம். உண்மையில், இந்த முறையில்,

*பார்லி அல்லது கோதுமை. ஜப்பானில் பார்லி பயிர் செய்வதுதான் முதன்மையானது. ஆனால், இந்தப் புத்தகத்தில் பெரும்பாலும், பார்லிக்கு நான் என்ன சொல்லி இருக்கிறேனோ அது கோதுமைக்கும் பொருந்தும்.

நான் சராசரிக்கும் அதிகமான மகசூலை சீராகப் பெற்றேன். இப்படி இருக்கையில், இதில் சாத்தியமான ஒரே தீர்மானம் இதுதான்: வேளாண் செயல் முறையில் ஏதோ பலத்த தவறு கண்டிப்பாக இருக்கிறது. அதனால்தான் அதிக அளவு வேலையாட்கள் தேவைப்படுகிறார்கள்.

அறிவியலாளர்கள் எப்போதும் "அதை முயற்சித்துப் பார்ப்போம், இதை முயற்சித்துப் பார்ப்போம்'' என்று சொல்லிக் கொண்டிருக்கிறார்கள். சுற்றிலும் உள்ள இத்தகைய அனைத்து அற்ப விஷயங்களிலும் வேளாண்மை வேகமாக அடித்துச் செல்லப்படுகிறது. புதிய முறைகளுக்கு கூடுதலான செலவு தேவைப் படுகிறது; விவசாயிகளின் முயற்சிகளும் தொடர்ந்து அறிமுகப்படுத்தப்படு கின்றன; அவற்றுடன் புதிய பூச்சிக்கொல்லிகளும் உரங்களும்கூட அறிமுகப் படுத்தப்படுகின்றன. நான் இவற்றுக்கெல்லாம் எதிர்த் திசையைத் தேர்ந்தெடுத் தேன். தேவையற்ற பயிற்சிகளையும் செலவுகளையும் தவிர்த்தேன். ஒரு விவசாயி யாக "நான் அதைச் செய்ய தேவையில்லை. நான் இதைச் செய்ய தேவை இல்லை'' என்று என்னிடம் நானே சொல்லிக் கொண்டேன். அதில் 30 வருடங்கள் கடந்த பிறகு, விதை விதைப்பது மற்றும் வைக்கோலை பரப்புவது என என்னுடைய வேலையை குறைத்துக் கொண்டேன். ஏனென்றால், மனிதனின் முயற்சி தேவையற்றது. நெல்லையும் கோதுமையையும் இயற்கைதான் வளர்க்கிறது; மனிதன் வளர்க்கவில்லை.

இதைப் பற்றி யோசிப்பதை நீங்கள் நிறுத்திவிட்டால், "இது உபயோக மானது'', "அது பயனுள்ளது'' அல்லது "ஒருவர் இவை, இவற்றைக் கண்டிப் பாக செய்ய வேண்டும்'' என்றெல்லாம் ஒவ்வொரு நேரமும் யாரோ ஒருவர் சொல்வார்கள். ஏனென்றால், எதுவாயினும் அதனுடைய மதிப்பை அது தரும் என்ற முன் நிபந்தனையை மனிதன் உண்டாக்கிவிட்டான். ஏதாவது ஒன்று ஓர் இடத்தில் நமக்கு ஒருபோதும் தேவைப்படவில்லை என்றால் நாம் தொலைந்து போய் விடுவோம் என்ற சூழ்நிலையை நாமே உருவாக்கிவிடுகிறோம். இத்தகைய முன்நிபந்தனையிலிருந்து நம்மை விடுவித்துக் கொள்ள எவை புதிய கண்டு பிடிப்புகளாக தோன்றுகின்றனவோ அவற்றைச் செய்கிறோம்; அதன்பிறகு அதைச் செயல்முறையாக நாம் பிரகடனம் படுத்துகிறோம்.

நிலத்தில் நீர்ப் பாய்ச்சி, அதைக் கலப்பையால் உழுதால் அந்த நிலம் சிமெண்ட் கலவைப் போல கடினமாகிறது. அந்த மண் இறந்து கடினமாகி விட்டால், மீண்டும் அதை மிருதுவாக மாற்ற ஒவ்வொரு வருடமும் அந்த நிலத்தைக் கண்டிப்பாக உழ வேண்டும். இதில் நாம் எல்லோரும் செய்வது என்னவென்றால் உழுதல் உபயோகமானது என்ற நிபந்தனையை உருவாக்கு கிறோம். அதன்பிறகு நம்முடைய உபகரணத்தை உபயோகிப்பதில் மகிழ்ச்சி யடைகிறோம். உழுத மண்ணில் மட்டும்தான் முளைத்துவரும் எனும் அளவுக்கு பூமியில் எந்தத் தாவரமும் பலவீனமானது இல்லை. மனிதன் நிலத்தை உழவோ சுழற்சி செய்யவோ தேவையில்லை. நுண்ணுயிரிகளும் சிறு விலங்குகளும் இயற்கையின் உழவனாக செயல்படுகின்றன.

உழுவதாலும் இரசாயன உரம் இடுவதாலும் நாம் நிலத்தைப் பாழாக்கு

கிறோம். கோடை காலத்தில் அதிகமாக நீர்ப்பாய்ச்சுவதால் வேர்களை அழுகச் செய்து, பலவீனமான, நோய்த்தன்மை உடைய நெற்பயிரை விவசாயிகள் உற்பத்தி செய்கிறார்கள். அத்தகைய நெற்பயிருக்கு இரசாயன உரம் என்ற போஷாக்கும் பூச்சிக்கொல்லியின் பாதுகாப்பும் தேவைப்படுகிறது. ஆரோக்கிய மான நெற் பயிருக்கு உழுதலோ அல்லது இரசாயனங்களோ தேவையில்லை. விதை நெல்லை விதைப்பதற்கு ஆறு மாதங்களுக்கு முன்பே வைக்கோலை நிலத்தில் பரப்பிவிட்டால் கலப்பு உரம் தயாரிக்க வேண்டிய அவசியம் கிடையாது.

மனிதன் அவனுடைய விரலை உபயோகிக்க வேண்டிய தேவையில்லாமல், மண் தானாகவே ஒவ்வொரு வருடமும் தன்னை வளப்படுத்திக் கொள்கிறது. மற்றொரு வகையில், பூச்சிக்கொல்லிகள் மண்ணை அழிக்கின்றன; மாசு பிரச் சனையை உண்டாக்குகின்றன. ஜப்பானிய கிராமங்களில் உள்ள தேவாலயங்கள் உயரமான மரங்களால் சூழப்பட்டுள்ளன. இத்தகைய மரங்கள் எந்தவித போஷாக்கு அறிவியலின் உதவியுடனும் வளரவில்லை; தாவர அறிவியலால் பாதுகாக்கப்படவில்லை. அவை, கோடாரிகளிடமிருந்து தப்பி தேவாலயத் தெய்வங்களால் பார்க்கப்படுகின்றன; தங்களுடைய சொந்த முயற்சியிலேயே பெரிய மரங்களாக வளர்கின்றன.

சரியாக சொல்ல வேண்டுமென்றால் இயற்கை உயிர் வாழவும் இல்லை, இறக்கவும் இல்லை. அது சிறிதோ அல்லது பெரிதோ, பலவீனமானதோ அல்லது உறுதியானதோ, தளர்ந்ததோ அல்லது செழிப்பானதோ இல்லை. அறிவியலில் மட்டுமே நம்பிக்கை உள்ளவர்களே, ஒரு பூச்சியைத் தொந்தரவு கொடுக்கும் பிராணி அல்லது பிற பிராணிகளைக் கொன்று தின்கிற உயிர் என அழைப்பவர்களே, இயற்கை என்பது வன்முறையான உலகுடன் சம்பந்தப் பட்டிருப்பதாக கருதுகிறார்கள். சரி மற்றும் தவறு, நல்லது மற்றும் கெட்டது என்ற கருத்துகள் இயற்கைக்கு மாறானது. இவையெல்லாம் மனிதனால் கண்டறியப்பட்ட வித்தியாசங்கள் மட்டுமேயாகும். இயற்கை இத்தகைய கருத்துகள் எதுவும் இல்லாமல் சிறந்த இணக்கத்தை அனுசரிக்கிறது. மனிதனின் உதவியின்றி புற்களையும் மரங்களையும் வளர்க்கிறது.

உயிருள்ள மற்றும் முழுமையான அமைப்பான இயற்கையை சேதம் செய்யவோ, பகுதிகளாகப் பிரித்துப் பார்க்கவோ முடியாது. ஒருமுறை உடைக்கப்பட்டு விட்டால் அது இறந்துவிடும். அல்லது இன்னும் சரியாக சொல்ல வேண்டுமென்றால், இயற்கையின் ஒரு துண்டை உடைத்து எடுத்து விட்டால் அந்தத் துண்டு இறந்து போனதாகவே இருக்கும். மனிதன் பரி சோதித்துக் கொண்டிருக்கும் அந்தத் துண்டானது, அவன் என்னவாக நினைக்கிறானோ அதுவாக இருப்பதில்லை. இறந்துபோன, துண்டாக்கப்பட்ட அந்த இயற்கையிலிருந்து சிறிய அளவு உண்மைகளைக் கண்டறிந்து தகவல் களைச் சேகரித்து, இயற்கையை “அறிந்துவிட்டேன்”, “உபயோகப்படுத்தி விட்டேன்” அல்லது “வெற்றி கொண்டுவிட்டேன்” என்று அவன் உரிமை கொண்டாடுகிறான். இதனால் மனிதன் பெரிய தவறு செய்கிறான். ஏனென்றால்

இயற்கையைப் பற்றிய தவறான அபிப்பிராயத்துடன் அவன் தொடங்குகிறான்; அதைப் புரிந்துகொள்ள தவறான அணுகுமுறையை கையாள்கிறான். அவனுடைய சிந்தனை எந்த அளவு நியாயமானது என்பதில் அக்கறையில்லாமல் செயல்படுவதால் எல்லாமும் தவறாக முடிகிறது. அற்பமான இந்த மனித அறிவு மற்றும் செயலைப் பற்றி நாம் கண்டிப்பாக எச்சரிக்கையாக இருக்க வேண்டும்.

இயற்கையின் செயல்முறைகளைப் பின்பற்றுதல்

“உணவு தயாரித்தலைப்'' பற்றி நாம் அடிக்கடி பேசுகிறோம். ஆனால் வாழ்க்கைக்குத் தேவையான உணவை விவசாயிகள் தயார் செய்வதில்லை. ஒன்றும் இல்லாததிலிருந்து ஏதோ ஒன்றைத் தயாரிக்கும் சக்தியை இயற்கை மட்டுமே பெற்றுள்ளது. விவசாயிகள் வெறுமனே இயற்கைக்கு உதவியாளர்களாகவே உள்ளனர்.

நவீன வேளாண்மை என்பது மற்றொரு செய்முறை தொழிற்சாலையாக இருக்கிறது. இயற்கை உணவின் மட்டமான நகலான செயற்கை உணவுப் பொருட்களைத் தயாரிப்பதற்கு, உரங்கள் மற்றும் பூச்சிக்கொல்லிகள் என்ற வடிவில் எண்ணெய் சக்தியையும், இயந்திர சாதனங்களையும் அது உபயோகிக்கிறது. இன்றைய நாளில் விவசாயி, தொழிற்சாலை சமூகத்தின் வாடகைக் கையாக உள்ளான். ஆயிரம் கைகளை உடைய கடவுள் மேரியின் சக்தியைவிட அதிகமான வீரச் செயலாக, செயற்கை இரசாயனங்களைக் கொண்டு வேளாண்மை செய்து பணம் சம்பாதிக்க முயற்சி செய்கிறான். அதில் அவனால் வெற்றி காண முடியவில்லை. அதன்பிறகு அவன் பம்பரத்தைப் போல சுற்றிக் கொண்டு இருக்கிறான் என்பதில் வியப்பேதும் இல்லை.

வேளாண்மையின் உண்மையான வடிவமான இயற்கை வேளாண்மை என்பது முறைகள் ஏதும் இல்லாத இயற்கை முறை; போதிதர்மாவின் அசைக்க முடியாத வழி. நுட்பமானதாகவும், பலவீனமானதாகவும் தோன்றினாலும், போரிடாமலேயே வெற்றியைக் கொண்டு வரக்கூடிய சக்தி வாய்ந்தது. பௌத்தர்களின் இந்த வேளாண் முறையானது முடிவற்றது, இணக்கமானது. மண், தாவரங்கள் மற்றும் பூச்சிகளை அப்படியே விட்டுவிடுதல் என்பதுதான் அந்த வேளாண் முறையாகும்.

நெல் நிலத்தின் வழியாக நான் நடந்து செல்லும்போது, சிலந்திகளும், தவளைகளும் கால்களால் பற்றிச் சுற்றிலும் ஏறுகின்றன. வெட்டுக் கிளிகள் தாவிக் குதிக்கின்றன. தட்டான்பூச்சிக் கூட்டமும் தலைக்கு மேலே அங்குமிங்கும் பறக்கின்றன. வெட்டுக்கிளிகள் அதிகமாக ஏற்படும்போது சிலந்திகளும் தவறாமல் அதிகரிக்கின்றன. இருந்தபோதும் இந்த நிலத்தின் மகசூல் வருடா வருடம் மாறுபடுகிறது; பொதுவாக ஒரு சதுர அடிக்கு 250 தானியங்கள் என மாறுபடுகிறது. தலைக்கு 200 தானியங்கள் என்பதை சராசரி அளவாக கொண்டு, இது ஒவ்வொரு கால் ஏக்கர் நிலத்துக்கும் 33 பஷெல் அளவு அறுவடை தருகிறது. அந்த நிலத்திலிருந்து வலுவான நெற்கதிர்கள் தோன்றுவதைக் காண்பவர்கள், அந்தப் பயிர்களின் வலிமையையும் ஜீவனையும் அவற்றின்

அதிகமான மகசூலையும் பற்றி ஆச்சரியமடைகிறார்கள். பூச்சிகளால் ஏற்படும் தொந்தரவைப் பற்றி இங்கே கவலையில்லை. பயிர்களின் இயற்கையான எதிரிகள் இருக்கும்போதும், இயற்கை சமநிலை அவற்றை உறுதிப்படுத்துகிறது.

இயற்கை வேளாண்மை எல்லா காலத்திற்கும் தகுந்ததாக, நிலையானதாக இருக்கிறது. ஏனென்றால் இயற்கையின் மீதான அடிப்படை பார்வையிலிருந்து வரையறுக்கப்பட்ட கொள்கைகளைக் கொண்டு அது கண்டறியப்பட்டதாகும். பழமையானதாக இருந்தபோதும், இது எப்போதும் புதுமையானது. இவ்வகை யான இயற்கை முறை வேளாண்மையால் அறிவியலின் விமர்சனத்தை வெற்றி கரமாக எதிர்த்து நிற்க முடியும். அறிவியலை விமர்சனம் செய்வதற்கும் மனிதனை இயற்கைக்கான சாலையில் திருப்பிச் செல்ல வழிநடத்தவும், இந்தப் "பசுமைத் தத்துவத்திற்கும்" இயற்கை முறை வேளாண்மைக்கும் சக்தி இருக்கிறதா என்பதுதான் மிகுந்த கவலைக்குரிய கேள்வியாக உள்ளது.

நவீன அறிவியல் வேளாண் முறையைப் பற்றிய மாயத் தோற்றம்

இயற்கை உணவின் புகழ் வளர்ந்து வரும்போது, இயற்கை வேளாண்மையும் கூட இறுதியில் அறிவியலாளர்களால் படிக்கப்படும், அவர்களின் கவனத்தைப் பெறும் என நான் நினைத்திருந்தேன். ஐயோ, நான் தவறாக நினைத்துவிட்டேன்! இயற்கை வேளாண்மையின் மீது சில ஆய்வுகள் நடத்தப்பட்டன என்ற போதும், இன்றைய நாளில் கண்டிப்பாக அறிவியல் வேளாண்மையைத்தான் உபயோகிக்க வேண்டும் என்பதையே அந்த ஆய்வுகள் பெரும்பாலும் தொடர்ந்து கொண்டிருந்தன. இத்தகைய ஆய்வுகள் இயற்கை வேளாண் மையின் அடிப்படைத் திட்டத்தைத்தான் தத்து எடுத்திருந்தன. ஆனால் இரசாயன உரங்களையும் பூச்சிக்கொல்லிகளையும் உபயோகிப்பதை சிறிது கூட குறைத்துக் கொள்ளவில்லை; உபயோகப்படுத்தப்படும் சாதனங்களும் பெரிது பெரிதாக இருந்தன.

இதுபோன்ற நிகழ்வுகள் ஏன் நேரிட்டன? ஏனென்றால், எந்த அளவுக்குத் தெரியுமோ அந்த அளவுக்குத் தொழில்நுட்பத்தை உபயோகிப்பதன் மூலம் மகசூலை அதிகரிக்கலாம் என அறிவியலறிஞர்கள் எண்ணினார்கள். ஏற்கனவே கால் ஏக்கர் நிலத்தில் 22 பஷெல் அளவு நெல் அறுவடை செய்யப்படுகிறது. அறிவியல் வேளாண்மையின் மூலமாக இன்னும் சிறந்த முறையில் பயிரிட்டு, இன்னும் அதிக மகசூல் பெறலாம் என நம்பினார்கள். அதுபோன்ற காரணம் அறிவுப்பூர்வமானதாக தோன்றினாலும், அதன் பயனாக ஏற்படும் முரணான நிலையையும் புறக்கணிக்க முடியாது. இயற்கை வேளாண்மையின் கொள்கை யான "எதுவும் செய்யாதிருத்தல்" என்பதன் அர்த்தம் என்ன என்பதை மக்கள் புரிந்துகொள்ளும் நாள் வரும்வரை அறிவியலின் சக்திமீது கொண்டிருக்கும் நம்பிக்கையை அவர்கள் கைவிட மாட்டார்கள்.

அறிவியல் வேளாண்மை, இயற்கை வேளாண்மை இரண்டையும் வரைபடம் வரைந்து ஒப்பிட்டுப் பார்த்தால், இரண்டு முறைக்கும் உள்ள வித்தியாசங்களை நாம் சரியாகப் புரிந்துகொள்ள முடியும். இயற்கை வேளாண்மையின் கொள்கை

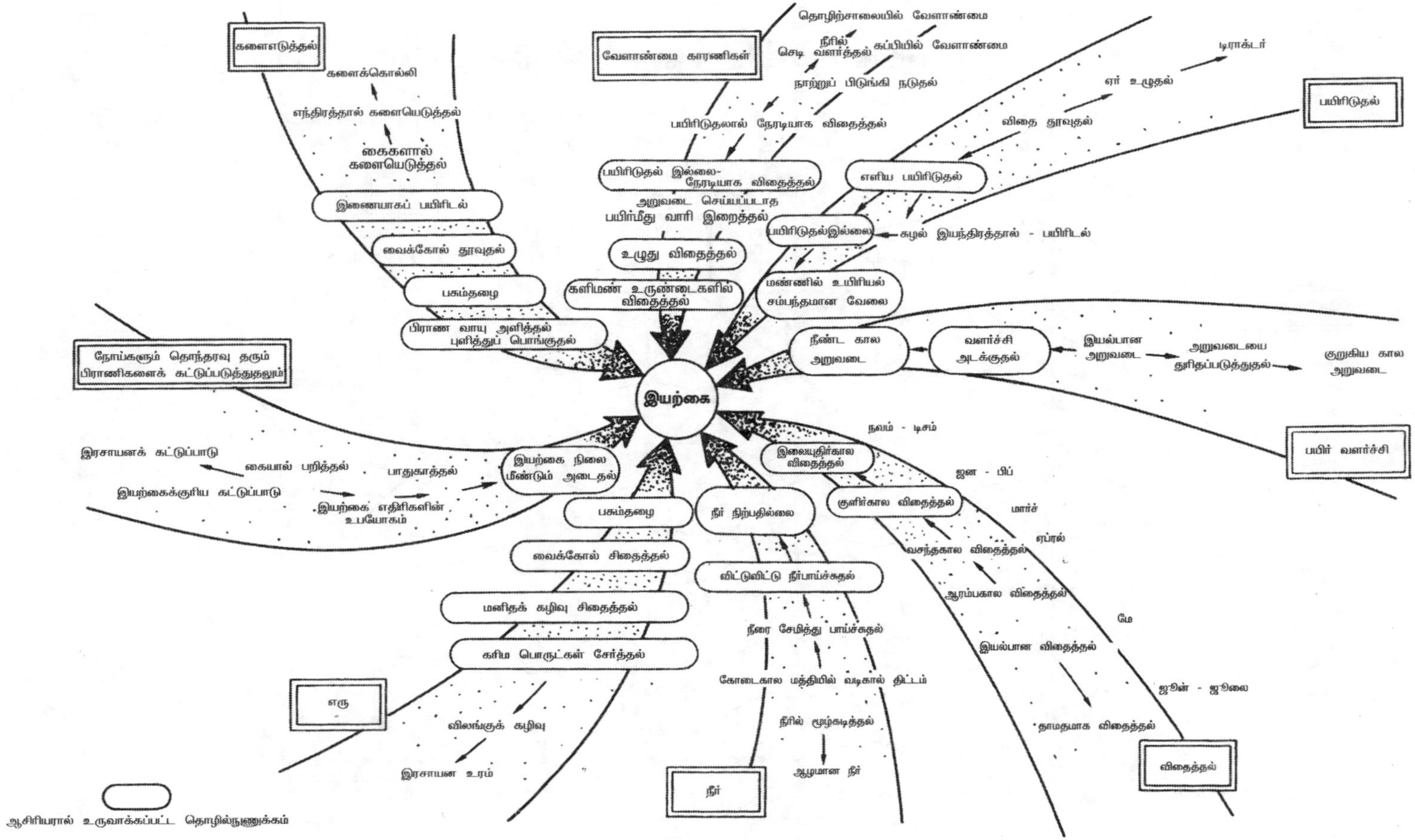

படம் 1 - இயற்கை வேளாண்மையில் அரிசி பயிர் செய்தல்

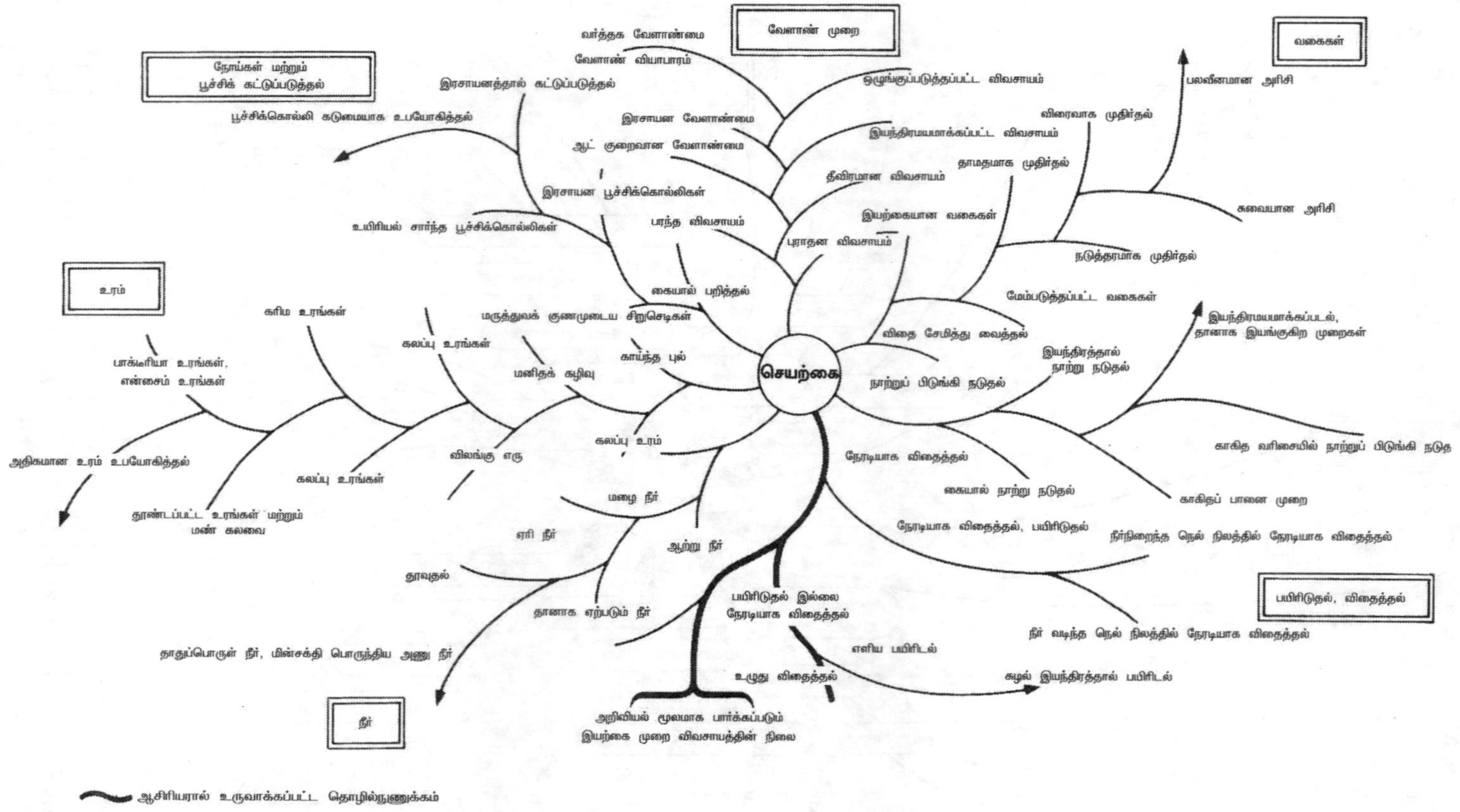

படம் 2 - அறிவியல் வேளாண்மையில் அரிசி பயிர் செய்தல்

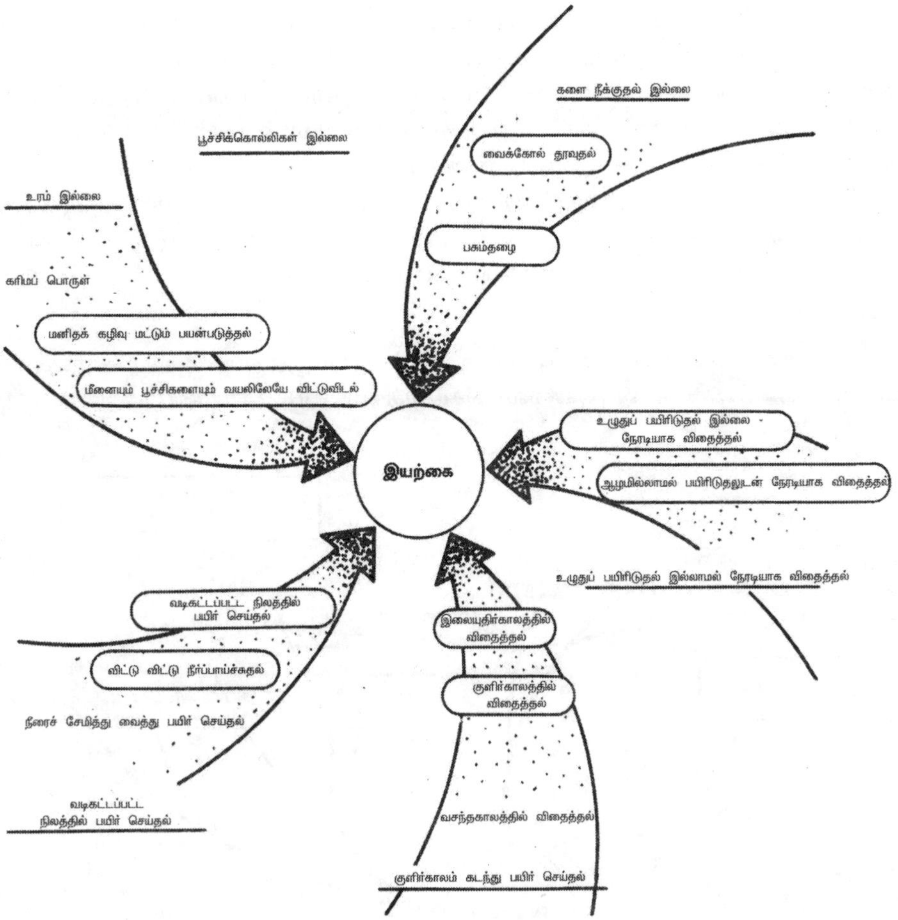

படம் 3 - இயற்கை வழியிலான வேளாண்மையை நோக்கிச் செல்லல்

என்னவென்றால் எந்தச் செயலும் செய்யாமல் இயற்கைக்குத் திரும்புவதுதான்; அது மையத்திலிருந்து தள்ளப்பட்டு, ஓரிடத்தில் ஒடுங்கும். அறிவியல் வேளாண்மை என்பது இயற்கையிலிருந்து பிரிந்து விலகி, மனிதனுடைய தேவைகள் மற்றும் விருப்பங்களின் விவரித்தலாக இருக்கும்; அது மையத்தை நோக்கி வெவ்வேறு வழிகளில் செல்லக்கூடியது. இத்தகைய வெளிப்படையான விவரித்தலை நிறுத்த முடியாது என்ற காரணத்தால் அறிவியல் வேளாண்மை என்பது அழிவை ஏற்படுத்தக்கூடியதாகும். புதிய தொழில்நுட்பங்களை சேர்ப்பது அந்த வேளாண் முறையை மிகவும் சிக்கலானதாக மட்டுமே ஆக்கும்; செலவை அதிகப்படுத்தும்; தொழிலாளிகளை அதிகப்படுத்தும். மாறாக, இயற்கை வேளாண்மை என்பது எளிமையானது மட்டுமல்ல, சிக்கனமானது, அதிக வேலையாட்கள் தேவைப்படாதது.

இயற்கை வேளாண்மையின் பயன்கள் தெளிவானதாகவும், மறுக்க முடியாத தாகவும் இருந்தபோதும்கூட மனிதனால் அறிவியல் வேளாண்மையிலிருந்து விலகி வர முடியாதது ஏன்? ஏனென்றால் "எதுவும் செய்யாதிருத்தல்'' என்பது தோல்வி அடைந்துவிட்டது; அது உற்பத்தியையும், உற்பத்தி செய்யும் திறனை யும் பாதிக்கும் என மக்கள் நினைக்கிறார்கள் என்பதில் சந்தேகமே இல்லை. இயற்கை வேளாண்மை உற்பத்தித் திறனைப் பாதிக்குமா? இல்லை, பாதிக்காது. உண்மையில், உற்பத்தி செய்ய உபயோகிக்கப்படும் சக்தியை நாம் கணக்கிட் டால், இயற்கை வேளாண்மைதான் மிகவும் பலன் தரக்கூடிய முறையாக இருக்கும்.

இயற்கை வேளாண்மையில் எந்தவிதப் பொருளையும் உபயோகிக்காமல் ஒரு மனிதன் ஒரு நாள் வேலை செய்வதால், 130 பௌண்ட் அளவு அரிசி

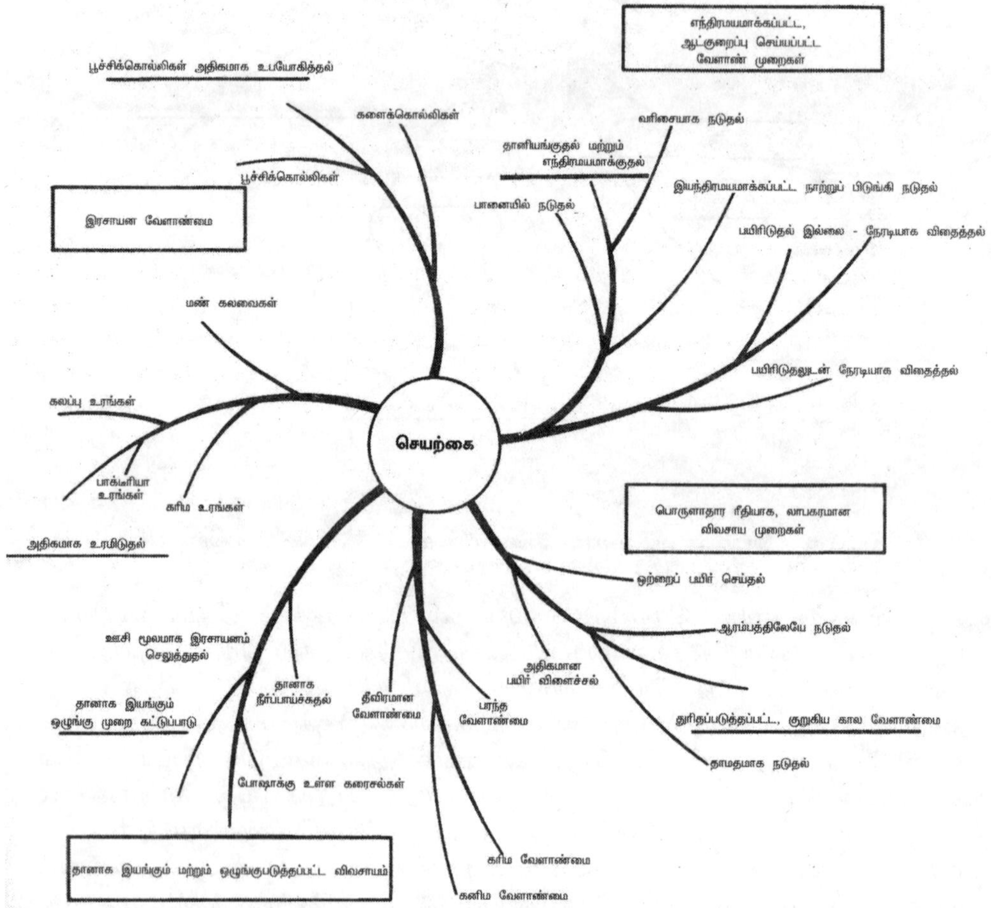

படம் 4 - அறிவியல் வேளாண்மையால் தேர்ந்தெடுக்கப்பட்ட திசைகள்

அல்லது 2,00,000 கிலோ கலோரி சக்தி உற்பத்தியாகிறது. அதாவது, ஒரு விவசாயி தினமும் உட்கொள்ளும் 2,000 கிலோ கலோரியைப் போல 100 மடங்கு உற்பத்தியாகிறது. நிலத்தை உழுவதற்கு குதிரைகளையும் எருதுகளையும் உப யோகிக்கிற வழக்கத்தில் உள்ள வேளாண் முறைக்கு இதைவிட பத்து மடங்கிற்கும் அதிகமான சக்தி செலவாகிறது. மேலும் சிறிய சாதனங்களை உபயோகிக்கும்போது உட்செலுத்தப்படும் சக்தியின் அளவு இன்னும் இரு மடங்காகிறது. அடுத்து பெரிய சாதனங்களை உபயோகப்படுத்தும்போது உட்செலுத்தப்படும் சக்தியின் அளவு அதைவிடவும் இரு மடங்காகிறது. இந்த வரைப்படம் (படம் 1) இன்றைய நாளில் உள்ள சக்தி மிகுந்த வேளாண் முறைகளை நமக்குத் தருகிறது.

வேலை செய்யும் திறனை உபகரணங்கள் அதிகரிக்கும் என்று அடிக்கடி கூறப்படுகிறது. ஆனால் அந்த உபகரணங்களுக்கு செலுத்துவதற்கான பணத்தை, விவசாயிகள் அவர்களுடைய நிலத்தைவிட்டு வெளியே சென்று அதிகமான நேரம் உழைத்து சம்பாதிக்க வேண்டியுள்ளது. அவர்கள் செய்வதெல்லாம் நிலத்தில் வேலை செய்வதற்குப் பதிலாக, ஏதோ ஒரு நிறுவனத்தில் வேலை செய்வதுதான்; திறந்தவெளியில் மகிழ்ச்சியாக வேலை செய்வதற்குப் பதிலாக, கதவுகள் மூடிய தொழிற்சாலையின் உள்ளே துயரத்துடன் வேலை செய்கிறார்கள்.

உற்பத்தி செய்யும் திறனையும் மகசூலையும் நவீன வேளாண்மை அதிகரிக்கும் என மக்கள் நம்புகிறார்கள்; இது ஒரு தவறான கருத்தாகும். உண்மை என்ன வென்றால், இயற்கையின் முழு சக்தியிலிருந்து பெறப்படும் மகசூலைவிட அறிவியல் வேளாண்மையில் குறைவான மகசூலே கிடைக்கிறது. நிலத்தின் இயற்கையான உற்பத்தித் திறனில் கிடைப்பதைவிட, அதிக மகசூலுக்கான செய்முறைகளும் உற்பத்தியை அதிகரிப்பதற்கான அறிவியல் முறைகளும் அதிகமான மகசூலைத் தரும் என நினைத்துக் கொண்டிருக்கிறார்கள். ஆனால் அப்படியில்லை. மனிதன் இயற்கையை கட்டிப் போடுகிறான்; ஆகையால் இயற்கையால் அதன் முழு சக்தியை உபயோகிக்க முடியவில்லை. அதன்பிறகு, இயற்கையின் முழுமையான உற்பத்தித் திறனை மீண்டும் கொண்டு வருவதற்காக, மனிதன் செயற்கையாக வெறுமனே சிரமப்பட்டு முயற்சிக்கிறான்; அனுகூல மற்ற நிலையை உருவாக்குகிறான்; அதன்பிறகு, இயற்கையை "வெற்றி கொண்டதை" எண்ணி மகிழ்கிறான். அதிக மகசூல் தொழில்நுட்பங்கள் என்பன உற்பத்தித் திறன் குறைவதைத் தற்காலிகமாக தவிர்க்கும் மேன்மையான முயற்சிகள் என்பதைத் தவிர வேறொன்றுமில்லை.

தரமான உணவைத் தயாரிப்பதில் இயற்கைக்குப் பொருத்தமானதாக அறிவியல் இல்லை. இயற்கையை உடைக்கவும் சேர்க்கைப் பொருட்களைப் பிரித்துக் கண்டுபிடிக்கவும் முடியும் என்றும், அறிவியல் வேளாண்மையால் செயற்கையான உணவுப் பொருட்களைத் தயாரிக்க முடியும் என்றும் நினைத்து மனிதன் தன்னைத் தானே ஏமாற்றி கொண்டிருக்கிறான். நவீன வேளாண்மை யால் இயற்கையிலிருந்து எதையும் உற்பத்தி செய்ய முடியாது. இயற்கையின் நிச்சயமான தோற்றத்தில் தர அளவிலும் எடை அளவிலும் மாற்றங்கள்

செய்வதால், மிகவும் பிரயாசைப்பட்டு செயற்கையான உணவுப் பொருட்களை உருவாக்கலாம். அத்தகைய உணவுப் பொருட்கள் பக்குவமற்றதாகவும், விலை உயர்வானதாகவுமே இருக்கும். மேலும் அவை மனிதனுக்கும் இயற்கைக்கும் இடையே விரோதத்தையே ஏற்படுத்தும்.

இயற்கையின் அந்தரத்தில் கருணை போய்விட்டது. மனிதன் இயற்கைக்குத் திரும்ப முயற்சி செய்தான் என்றாலும், இயற்கை என்றால் என்ன என்பது தனக்கு ஒருபோதும் தெரியாது என்பதை அவன் கண்டுகொள்வான். மேலும் அவன் திரும்பிப் போக நினைக்கும் இயற்கையை அவனே அழித்துவிட்டான்; தொலைத்துவிட்டான்.

மிகப்பெரிய எண்ணற்ற ஹீட்டர்கள், ஏசிகள், வென்டிலேட்டர்கள் ஆகியவை வருடம் முழுவதும் சௌகரியமாக வாழ்வதற்குரிய வசதியை வழங்கும் என்றும், அத்தகைய நகரங்களை எதிர்காலத்தில் உருவாக்க வேண்டும் என்றும் அறிவியலாளர்கள் ஆசை கொண்டுள்ளனர். நிலத்துக்கு அடியில் நகரங்களை உருவாக்குவதையும், கடல் தளத்துக்கு கீழே காலனிகள் கட்டுவதையும் பற்றி கனவு கண்டு கொண்டிருக்கிறார்கள். ஆனால் நகரத்தில் வாழும் மனிதன் இறந்து கொண்டிருக்கிறான்; சூரியனின் பிரகாசமான கதிர்கள், பசுமையான நிலங்கள், தாவரங்கள், விலங்குகள், மென்மையான தென்றல் காற்று மேனியைத் தொடும் உணர்வு ஆகியவற்றை மறந்து கொண்டிருக்கிறான். இயற்கையுடன் இணைந்து மட்டுமே மனிதனால் உண்மையான வாழ்க்கை வாழமுடியும்.

இயற்கை வேளாண்மை என்பது பௌத்த மதத்தினரின் வேளாண் முறை ஆகும். "மு" (Mu) அல்லது ஒன்றுமில்லை, இயற்கையை "எதுவும் செய்யாதிருத்தல்" என்ற நிலைக்குத் திரும்புதல் எனும் தத்துவத்திலிருந்து அது உருவானது. அறிவியலாலோ விவேகமான விளக்கங்களாலோ தீர்வு காண முடியாத, நம்முடைய உலகில் உள்ள மிகப் பெரிய பிரச்சனை என்றாவது ஒருநாள் தீர்க்கப்படும் என்ற நம்பிக்கையை என்னுடைய தோட்டத்தில் வாழும் இளம் மக்கள் சுமந்து கொண்டிருக்கிறார்கள். ஒருவேளை இவை வெறும் கனவுகளாக இருக்கலாம்; ஆனால் அவை எதிர்காலத்திற்கான சாவியைக் கொண்டுள்ளன.

நலிவுற்ற காலத்தில் நலிவுற்ற வேளாண்மை

1

1. மனிதனால் இயற்கையைத் தெரிந்துகொள்ள முடியாது

புவியிலேயே சிந்திக்கும் திறன் உடைய உயிரினம், தான் மட்டுமே என மனிதன் பெருமிதம் கொள்கிறான். தன்னைப் பற்றியும், இயற்கை உலகைப் பற்றியும் தெரிந்துகொள்ள அவன் உரிமை கொண்டாடுகிறான்; தனக்கு மகிழ்ச்சி அளிக்கும் வகையில் இயற்கையைத் தன்னால் உபயோகிக்க முடியும் என்று நம்புகிறான். மேலும் அறிவே வலிமையானது என்றும், தான் விரும்பும் எதுவும் தன்னால் அடையக்கூடிய எல்லையிலேயே இருக்கிறது என்றும் எண்ணுகிறான்.

இயற்கை அறிவியலில் புதிய முயற்சிகளை செய்வதற்கும், போக பொருட்களே உலகம் எனக் கருதக்கூடிய தனது கலாச்சாரத்தை தலைசுற்றும் அளவுக்கு விஸ்தீரணப்படுத்துவதற்கும் வலுக்கட்டாயமாக முயற்சிக்கிறான். இயற்கையிடமிருந்து பேதப்பட்டு, பிரிந்து வளர்ந்து, தனக்கென ஒரு நாகரிகத்தை உருவாக்கியிருக்கிறான். முரண்டு பிடிக்கும் குழந்தை தன்னுடைய அம்மாவுக்கு எதிராக கலகம் செய்வதைப்போல செயல்படுகிறான்.

ஆனால் அவனுடைய பரந்த நகரங்களும் வெறித்தனமான செயல்களும் அவனுக்குத் தந்ததெல்லாம் ஒன்றுமில்லை. மனிதத் தன்மையற்ற மகிழ்ச்சிகள், மற்றும் இயற்கையை இழிவுபடுத்தும் விதமாக அழிப்பதன் மூலம் அவனுடைய வாழும் சூழ்நிலையை அவனே அழித்துக் கொண்டது ஆகியவற்றை மட்டும்தான் தந்தன.

இயற்கையிலிருந்து விலகித் திரிந்ததற்கும் அதன் வளத்தைக் கொள்ளையடித்ததற்கும் கடுமையான பிரதிபலன் ஆரம்பமாகத் தொடங்கிவிட்டது. இயற்கை வளங்கள் குறைந்து போதல், உணவுப் பற்றாக்குறை, மனிதர்களின் எதிர்காலத்தின் மீது இருண்ட நிழலை வீசுதல் என்ற வடிவங்களில் அது வெளிப்பட்டது. இறுதியில் அந்தச் சூழ்நிலையைப் பற்றி விழிப்புணர்வு ஏற்பட்டு, என்ன செய்ய வேண்டும் என்பதைப் பற்றி ஆழ்ந்து யோசிக்கத் தொடங்கினான். ஆனால் மிகவும் அடிப்படையான விஷயமான, சுய சிந்தனையைப் புரிந்து கொள்ள விரும்புதல் என்பது இல்லாவிடில், குறிப்பிட்ட அழிவுக்கான பாதையிலிருந்து அவனால் விலகி வர இயலாது.

இயற்கையை விரோதம் செய்து கொண்டு மனிதன் உயிர் வாழ்வது என்பது வெறுமையாகிவிடும்; வாழ்வின் ஊற்றும், ஆன்மிக வளர்ச்சியும் முற்றிலும் வறண்டு போய்விடும். மனிதன், அவனுடைய ஆர்வத்திற்குரிய நாகரிகத்தின் மையத்தில் மிக மோசமாகவும் சோர்வாகவும் வளர்ந்து கொண்டிருக்கிறான்; மிகச் சிறிய அளவு நேரம் மற்றும் பரப்பின் மீது போராடிக் கொண்டிருக்கிறான்.

இயற்கையைத் தனியாக விட்டுவிடல்

தனக்கு இயற்கையைத் தெரியும் என்றும், தன்னுடைய நாகரிகத்தை உருவாக்குவதற்கு தான் விரும்புகிறபடி அதை உபயோகித்துக் கொள்ள முடியும் என்றும் மனிதன் எப்போதும் தன்னைத்தானே ஏமாற்றி கொண்டிருக்கிறான். ஆனால் இயற்கையை விவரிக்கவோ விஸ்தீரணப்படுத்தவோ முடியாது. அது மனிதனின் வகைப்படுத்தலுக்கு உட்பட்டது இல்லை. தன்னைப் பிரிப்பதையோ, பகுப்பாய்வதையோ இயற்கை சகித்துக் கொள்வதுமில்லை. ஒருமுறை உடைந்து விட்டால், இயற்கையால் மீண்டும் அதன் உண்மையான நிலைக்கு வரமுடியாது. மீதமிருப்பதெல்லாம் வெறும் எலும்புக்கூடுதான். உயிருள்ள இயற்கையின் உண்மையான சாறுகள் நீக்கப்பட்ட இந்த எலும்புக்கூடு உருவம் மனிதனைக் குழப்பவும், மேலும் அவனை அலைந்து திரிய வைக்கவும் மட்டுமே செய்யும்.

மனிதன் இயற்கையைப் புரிந்து கொள்ளவோ, அதன் படைப்பில் எதையும் சேர்க்கவோ அறிவியல் விளக்கங்கள் உதவியாக இல்லை. மனிதன் தனது பகுத்தறிவைக் கொண்டு இயற்கையைப் பார்த்த பார்வை தவறானது. மனிதனால் ஒருபோதும் ஒரு இலை அளவோ அல்லது ஒரு கையளவோ கூட இயற்கையைத் தெரிந்துகொள்ள முடியாது; தாவரத்தின் வாழ்க்கை மற்றும் மண் ஆகியவற்றை அறிந்துகொள்ள முழுமையாக இயலாது. தன்னுடைய புரிந்துகொள்ளும் அறிவை மட்டும் கொண்டுதான் அவற்றைப் பார்க்கிறான்.

இயற்கையின் அந்தரங்கத்திற்குள் செல்லவோ அல்லது அதைத் தன்னுடைய பயனுக்கு உபயோகிக்கவோ அவன் தேடலாம் என்றபோதும், மனிதன் இயற்கையின் ஒரு மிகச் சிறிய பகுதியை - அதுவும் இறந்த பகுதியை - மட்டுமே தொட்டிருக்கிறான். உயிருள்ள இயற்கையின் பிரதான உடலின்மீது எந்த உறவும் இல்லை. அதன் விளைவாக, அவன் வெறுமனே மாயத்துடன் விளையாடிக் கொண்டிருக்கிறான்.

ஆனால் மனிதன் கர்வம் பிடித்த ஒரு முட்டாள் ஆவான். இயற்கையைப் பற்றிய அனைத்தும் தனக்குத் தெரியும் என்றும், தன்னுடைய சிந்தையில் எதை நினைக்கிறானோ அதை அடைய முடியும் என்றும் அவன் வீணாக நம்புகிறான். இயற்கையில் இயல்பாக அமையப் பெற்ற நியாயத்தையோ ஒழுங்கையோ பார்க்காமல், தன்னுடைய பொருளைப் போல அதை சுயநலத்துடன் எடுத்து தன்னுடைய சொந்த விருப்பப்படி உபயோகித்து அழித்துவிட்டான். இன்றைய நாளில் உலகம் ஒரு சோகமான நிலையில் உள்ளது. ஏனென்றால் தனது அதிகப் படியான செயல்களால் ஏற்படக்கூடிய அபாயங்களை யோசிக்க வேண்டிய கட்டாய நிலையில் தான் உள்ளோம் என்பதை மனிதன் உணரவில்லை.

பூமி என்பது தாவரங்கள், விலங்குகள், நுண்ணுயிரிகள் ஆகியவை ஒன்றிணைந்த கலவையாகும்; மனிதனின் கண்களால் பார்க்கும்போது, பலவீனத்தை அழித்த உறுதியான ஒரு மாதிரியாகவோ அல்லது ஒரே காலத்தில் இருக்கக் கூடிய, பரஸ்பர அனுகூலத்தை உடைய ஒன்றாகவோதான் அது காட்சியளிக்கிறது. உணவுச் சங்கிலிகளும் குறிப்பிட்ட காலத்தில் மீண்டும் மீண்டும் நேரிடக் கூடிய விஷயங்களும் இருக்கிறதாயினும், இறப்பு அல்லது பிறப்பு இல்லாத முடிவற்ற மாறுதல்களை அது கொண்டதாகும். இத்தகைய ஏராளமான விஷயங்கள் இருந்தபோதும், உயிர்க்கோளத்தில் மீண்டும் மீண்டும் நேரிடுகிற விஷயங்களை நேரடியான உள்ளுணர்வு மூலம் மட்டுமே நாம் காண முடியும். அறிவியலின் சக்தி மீது நாம் கொண்டுள்ள அசைக்க முடியாத நம்பிக்கையானது, நம்மை இத்தகைய அபூர்வ தோற்றத்தைப் படிக்கவும் பகுத்தாயவும் செய்ய வைக்கிறது. உலகின் உயிருள்ள பொருட்களின் மீது தொடரும் இந்த அழிவால், இயற்கை ஒழுங்கற்ற நிலையில் தூக்கி எறியப்படுவதை நாம் பார்க்கிறோம்.

ஆப்பிள் மரங்களுக்கும் தாவர வீடுகளில் வளரும் ஸ்ட்ராபெர்ரிகளுக்கும் விஷ பூச்சிக்கொல்லிகள் தெளிப்பதென்பது குறிப்பிட வேண்டிய ஒரு விஷயமாகும். தேனீக்கள், கால்நடை உண்ணிகள் போன்ற மகரந்த சேர்க்கையை நிகழ்த்துகிற பூச்சிகளையும் அவை கொல்கின்றன. அதனால் மகரந்தத் தூளை மனிதனே சேகரித்து, ஒவ்வொரு மலருக்கும் செயற்கையாக மகரந்த சேர்க்கை செய்ய வேண்டியதாகிறது. அனைத்துத் தாவரங்களும் விலங்குகளும் நுண்ணுயிரிகளும் இயற்கையாக செய்யும் கணக்கிலடங்கா எண்ணிக்கையிலான செயல்களை, அவற்றிற்குப் பதிலாக தன்னால் செய்ய இயலும் என மனிதன் நம்பக்கூட முடியாது. மனிதன் தன்னுடைய பாதையிலிருந்து விலகி, அவற்றின் செயல்களைத் தடை செய்கிறான். பிறகு ஒவ்வொரு செயலையும் கவனமாகப் படித்து அதற்கு பிரதியீடு கண்டறிய முயற்சிக்கிறான். இவையெல்லாம் என்ன ஒரு கேலிக்குரிய வீண் முயற்சி!

சுண்டெலிகளைப் பற்றிப் படித்து எலி பாஷாணத்தைத் தயாரிக்கும் அறிவியலாளரை எடுத்துக் கொள்வோம். ஓர் இடத்தில் எலிகள் ஏன் அபரிமிதமாக இருக்கின்றன என்பதைப் புரிந்து கொள்ளாமலே அவர் இதைச் செய்கிறார். இயற்கையின் சமநிலையில் பழுது ஏற்பட்டதன் விளைவாக சுண்டெலிகள் அதிகரிக்கின்றன அல்லது இயற்கையை சமநிலைப்படுத்த அவை உதவும் என்பதை முதலில் தீர்மானிக்காமல், அவற்றைக் கொல்வதுதான் நல்ல யோசனை என்று நினைக்கிறார். எலி பாஷாணம் என்பது தற்காலிகமாக தகுந்த தீர்வு; அது ஒரு குறிப்பிட்ட நேரத்தில், குறிப்பிட்ட இடத்தில் மட்டுமே பயனளிக்கும். அது இயற்கையின் உண்மையான காலச் சக்கரத்தைத் தக்க வைப்பதற்கான பொருத்தமான செயல் கிடையாது. இந்தப் பூமியின்மீது தாவரங்களாலும் விலங்குகளாலும் செய்யப்படும் அனைத்துச் செயல்களையும், அறிவியல் ஆய்வுகளாலும் மனித அறிவாலும் செய்ய முடியாது. இத்தகைய உட்தொடர்புகளை முழுமையாகப் புரிந்துகொள்ள இயலாமல், குறிப்பிட்டவற்றை பூண்டோடு அழித்தல் அல்லது குறிப்பிட்ட இனத்தை அதிகப்படுத்துதல் போன்ற பிரயா

சைகள் இயற்கையின் சமநிலையையும் ஒழுங்கையும் பாதிக்க மட்டுமே செய்யும்.

மலைக் காடுகளை மீண்டும் பயிரிடுதல்கூட உருப்படி இல்லாததுபோல தோன்றுகிறது. பைன், தேவதாரு போன்ற மரங்கள் அவற்றின் மரத்துண்டு களுக்காகவும், பொருளாதார மதிப்புக்காகவும் வெட்டப்படுகின்றன; அதே போல அதிக அளவில் பயிரிடப்படுகின்றன. இதை "காடுகளைப் பாதுகாத்தல்" என்றுகூட நாம் அழைக்கலாம். ஆயினும் மலையில் நிறைந்திருக்கும் மரத்தை மாற்றுவதால் காட்டில் உள்ள மண்ணின் பண்புகளில் மாற்றங்கள் ஏற்படு கின்றன. இதனால் காட்டில் உள்ள தாவரங்களும் விலங்குகளும் பாதிப்புக்கு உள்ளாகின்றன. காட்டில் உள்ள காற்று மற்றும் வெப்பநிலையின் தரத்திலும் மாற்றங்கள் ஏற்படுவதால், இது காட்டின் காலநிலையில் நுண்ணிய மாற்றங்களை உருவாக்குகின்றன.

ஒருவர் எவ்வளவு நெருங்கிப் பார்த்தாலும், நிலையான மாற்றத்தை ஏற்படுத்த இயற்கை வினைபுரிவதற்கான விவரம் மற்றும் சிக்கலான நிலையைப் பற்றி புரிந்துகொள்ள முடியாது. உதாரணமாக, காட்டின் ஒரு பகுதியை அழித்து விட்டு பைன் மரங்களை பயிரிட்டால் சிறிய பறவைகளுக்கு போதுமான அளவு உணவுக்கூட இருக்காது. சிறிய பறவைகள் மறைந்துவிட்டால், வண்டுகள், குளவிகள் அபரிமிதமாக ஏற்படும். உருளைப் புழுக்கள் தொற்று நோயைப் பரவச் செய்யும் சாதனமாக இந்தக் குளவிகள் இருக்கும். அவை சிவப்பு பைன் மரங்களைத் தாக்கி, மரக் கிளைகளில் புல்லுருவி போன்ற *பாட்ரைடிஸ்* (Botrytis) காளான்களை உருவாக்கும். பைன் மரங்கள் இந்தக் காளான்களுக்கு பலியாகி விடும். மரத்தின் வேர்களில் இருந்த *மாட்சுடேக்* (matsutake) என்ற காளான்கள் இதனால் மறைந்து விடுவதால் மரம் பலவீனமடைந்து விடும். இந்த அனுகூல மான காளான்கள் இறந்துவிடுவதன் விளைவாக, துன்பம் தரக் கூடிய *பாட்ரைடிஸ்* (Botrytis) காளான்கள் மண்ணில் அதிகமாகிவிடும். அதன் பலனாக மண்ணில் அமிலத் தன்மை ஏற்படும். மண்ணில் அதிக அளவு அமிலத் தன்மை ஏற்படுவதால் காற்று மண்டலம் மாசுபட்டு அமில மழை பெய்கிறது. இதற்கெல்லாம் உண்மையானக் காரணம் என்னவென்று ஒருவர் வியக்கும் நிலையில் விட்டுவிட்டு, விளைவிலிருந்து முந்தைய காரணம் என பின்னோக்கிச் செல்லும் மந்தமான இந்த நிலை முடிவற்றச் சங்கிலியாகத் தொடர்கிறது.

பைன் மரங்கள் இறந்துவிட்டால், மூங்கில் புற்கள் அடர்த்தியாக வளரத் தொடங்கிவிடும். இந்த அபரிமிதமான மூங்கில் புற்களில் உள்ள பழங்களை உட்கொண்டு சுண்டெலிகள் அதிகரிக்கின்றன. இந்த சுண்டெலிகள் பைன் மரக் கன்றுகளை தாக்குகின்றன. அதனால் மனிதன் எலிபாஷாணம் உபயோகிக் கிறான். ஆனால் எலிகள் மறைந்துவிட்டால், பாம்புகளும் எலியைத் தின்னும் சிறு பிராணிகளும் அழிந்துவிடும். அந்தச் சிறு பிராணிகளை பாதுகாக்க மனிதன் மீண்டும் எலி எண்ணிக்கையை அதிகப்படுத்த தொடங்குவான். இதெல் லாம் பைத்தியக்காரத்தனமான செயல்கள் அடங்கிய மூட்டை அல்லவா?

ஜப்பானிய நெல் நிலங்களில் வருடத்துக்கு 8 முறை விஷ இரசாயனங்கள் உபயோகிக்கப்படுகின்றன. பூச்சிக்கொல்லிகள் உபயோகப்படுத்தப்படாத

நிலங்களில் ஏற்படும் பூச்சி பாதிப்பைவிட இந்த நிலங்களில் அதிக பாதிப்பு ஏற்படுகிறது. இது எதனால் என்று கண்டறிய எந்த ஒரு அறிவியலறிஞரும் கவலைப்படாமல் இருப்பது விந்தையானது இல்லையா? முதல் முறை உபயோகிக்கப்படும் பூச்சிக்கொல்லிகள் வெட்டுக்கிளிகள் கூட்டத்தை அழிப்பதில்லை; ஆனால், நிலத்தின் ஒவ்வொரு சதுர அடியிலும் உள்ள ஆயிரக்கணக்கான இளம் சிலந்திகள் அழிகின்றன. புற்களின்மீது காணப்படும் மின்மினிப் பூச்சிக் கூட்டங்கள் உடனடியாக மறைகின்றன. இரண்டாவது பிரயோகத்தின்போது, தும்பிப் புழுக்கள், தலைப்பிரட்டைகள், நீரில் உள்ள சிறு மீன்கள் ஆகியவற்றைத் தவிர்த்து, இயற்கையின் முக்கியமான பாதுகாவலனான சால்சிட்*களைக் கொல்கின்றன. பூச்சிக்கொல்லிகளைக் கண்மூடித்தனமாக உபயோகிப்பது எவ்வளவு பைத்தியக்காரத்தனமான செயல் என்பதை அறிய இந்தப் படுகொலையை ஒரு முறை பார்த்தாலே போதுமானதாகும்.

மனிதன் எவ்வளவு கடினமாக முயற்சித்தாலும், அவனால் இயற்கையை ஆட்சி செய்ய முடியாது. இயற்கையின் சட்டதிட்டங்களுக்கு உட்பட்டு வாழ்வதன் மூலமாக அதற்குச் சேவை செய்ய மட்டுமே முடியும்.

"எதுவும் செய்யாதிருத்தல்" என்ற செயல்

நம்முடைய கலாச்சாரத்தில் ஆக்கிரமிப்பை விஸ்தீரணப்படுத்துகிற காலம் முடிவுக்கு வந்துவிட்டது. புதிய "எதுவும் செய்யாதிருத்தல்" என்ற ஒன்றிணைத்தல் மற்றும் ஒடுங்கும் தன்மைக்கான காலம் வந்திருக்கிறது. மனிதன் புதிய வாழ்க்கை முறையையும் பரிசுத்த கலாச்சாரத்தையும் இயற்கையுடன் இணைந்து உருவாக்க விரைய வேண்டும். இல்லாவிட்டால், தேவையற்ற முயற்சி மற்றும் குழப்பம் என்ற வெறித்தனத்தைச் சுற்றி ஓடிக் கொண்டிருக்கும்போது அவன் மிகவும் பலவீனமாக வளர்வான்.

அவன் இயற்கைக்குத் திரும்பி வரும்போது, மரத்தின் சாராம்சம் பற்றியோ அல்லது புல் கதிரைப் பற்றியோ கற்றுக்கொள்ள தேடுகிறான். அப்போது அவன் மனித அறிவைப் பெற்றிருக்க வேண்டும் என்ற தேவை இருக்காது. இயற்கையுடன் ஒத்துழைத்து வாழ்தலும் திட்டங்கள், வரைபடங்கள், முயற்சிகள் போன்றவைகளை செய்யாமல் இருத்தலுமே அப்போது போதுமானதாகும். மனிதனின் நுண்ணறிவைக் கொண்டு இயற்கையைத் தவறாகப் பார்ப்பதை நிறுத்தி, விலகி நின்று, இயற்கை அதன் உண்மையான ஆதிக்கத்திற்குத் திரும்புவதற்கு ஆர்வத்துடன் கெஞ்சி கேட்கவேண்டும். இல்லை, கெஞ்சிக் கேட்டல் அல்லது விண்ணப்பித்தல்கூட தேவையில்லை. அக்கறை மற்றும் விருப்பங்கள் காட்டாமல் அதைச் சுதந்திரமாக விட்டுவிட்டால் மட்டுமே போதும்.

இரக்கத்தையும் ஒரு சமூகத்தையும் பெறுவதற்கு மனிதன் எதுவும் செய்யாமலிருத்தலே நல்லது. தான் செய்து முடித்திருக்கிற எல்லாவற்றையும் அவன் கண்டிப்பாக திரும்பிப் பார்க்க வேண்டும். தனக்குள்ளும் தனது சமூகத்திலும்

* சால்சிட் - இரம்பம்போன்ற முட்டையிட்டு வைத்துக் கொள்ளும் உறுப்புடன் கூடிய பூச்சி வகை.

ஊடுருவி உள்ள ஒவ்வொரு தவறான பார்வைகளையும் கருத்துகளையும் கண்டறிந்து அவற்றைத் தன்னிடமிருந்து நீக்க வேண்டும். "எதுவும் செய்யாதிருத்தல்'' என்பது இதுதான்.

இயற்கை வேளாண்மை என்பதை இந்தச் செயலின் ஒரு கிளையாக பார்க்க முடியும். மனித அறிவும் முயற்சியும் விஸ்தீரணப்பட்டு சிக்கலாக வளர்ந்து எல்லையற்ற அளவு வீணாகிறது. இத்தகைய விஸ்தீரணத்தை நாம் நிறுத்த வேண்டிய தேவை உள்ளது. அதைக் குறுகச் செய்து, எளிமையாக்கி, நமது அறிவையும் முயற்சியையும் குறைக்க வேண்டும். இதுதான் இயற்கையின் விதிகளுடன் தொடர்பு வைத்திருத்தல் என்பதாகும். இயற்கை வேளாண்மை என்பது வேளாண்மைத் தொழில் முறையில் வெறும் ஒரு புரட்சி என்பதை விடவும் அதிகமானது. அது மனிதன் வாழும் முறையை மாற்றும் ஒரு புரட்சி; பரிசுத்தமான இயக்கத்தின் செயல்முறை ஆதாரம்.

2. ஜப்பானிய வேளாண்மையின் சீர்குலைவு

கடந்த காலத்தில் வேளாண் கிராமங்களில் வாழ்க்கை

முந்தைய நாட்களில் ஜப்பானிய மக்கள் ஏழைகளாகவும், அதிகாரத்தில் இருந்தவர்களால் எப்போதும் நசுக்கப்பட்டவர்களாகவும் சமுதாய ஏணியின் கடைசிப் படியில் இருந்தனர். அவர்கள் தங்களுடைய ஏழ்மையை தாங்கிக் கொள்வதற்கான சக்தியை எங்கிருந்து பெற்றார்கள்? தாங்கள் வாழ்வதற்கு எதைச் சார்ந்திருந்தார்கள்?

தெற்கத்திய கடற்பகுதியின் தனித்த தீவில் உள்ள உள்நாட்டின் குறுகிய பள்ளத்தாக்குகளில் அல்லது கடுமையான பனியை உடைய, தனித்த, வடக்குப் பிரதேசத்தில் அமைதியாக தனித்து வாழும் விவசாயிகள் தனிமைப்பட்டும் சுய உதவியுடனும் வாழ்கிறார்கள். அவர்கள் பெருமிதமான, மகிழ்ச்சியான, உயர்ந்த வாழ்க்கையை வெளிப்புறத்தில் வாழ்கிறார்கள். தொலைவில் உள்ள இடங்களில் பிறந்து ஏழ்மை நிலையில் வாழும் இம்மக்கள், பெயர் வெளியில் தெரியாமலேயே வாழ்ந்து இறக்கிறார்கள். மீதமுள்ள மனித இனத்திலிருந்து பிரிந்து இந்த உலகத்தில் கவலையோ அல்லது அதிருப்தியோ இல்லாமல் வாழ அவர்களால் இயல்கிறது. ஏனெனில் அவர்கள் தனிமைப்பட்டவர்களாக தெரிந்தாலும், உண்மையில் அவர்கள் தனிமையானவர்கள் இல்லை. அவர்கள் இயற்கையின் படைப்புகள்; கடவுளுக்கு (இயற்கையின் அவதாரத்திற்கு) நெருக்கமானவர்கள். கடவுளின் தோட்டங்களை மேற்பார்வையிடுவதன் மூலம் அவர்கள் தினந்தோறும் மகிழ்ச்சியையும் பெருமிதத்தையும் அடைகிறார்கள். சூரிய உதயத்தின்போது வேலை செய்வதற்காக நிலத்துக்குச் செல்கிறார்கள், சூரிய அஸ்தமனத்தின்போது ஓய்வெடுக்க வீட்டுக்குத் திரும்புகிறார்கள். ஒவ் வொரு நாளும் நன்றாக வாழ்கிறார்கள். அவர்களுக்கு ஒரு நாள் என்பது இந்த உலகத்தைப் போல அகன்றதாகவும் முடிவற்றதாகவும் இருக்கிறது; என்ற போதும் நீடித்திருக்கும் முடிவற்ற போக்கில் ஒரு சிறிய வடிவாகவே இருக்கிறது. அவர்களுடைய வாழ்க்கை வேளாண்மை வழியிலான வாழ்க்கை; அது

இயற்கையின் மையத்தில் அமைக்கப்பட்டிருக்கிறது; அது எந்த எல்லையை யும் மீறாதது, தன்னுடைய எல்லையையும் மீறாது.

கிராமத்தைவிட்டுச் சென்ற புத்திசாலியான ஒருவர், அங்கே திரும்பி வரும்போது "சார், சார்'' என போலியான பணிவுடன் சொல்கிறார்கள். அதேபோன்ற பணிவை விவசாயிகள் சிறிய அளவு எதிர்பார்க்கும்போது அதை மறுக்கிறார்கள். இத்தகைய துன்பத்தை விவசாயிகள் பொறுத்துகொள்ள வேண்டியிருக்கிறது. விவசாயிகளுக்கு வியாபார அட்டைகள் தேவையில்லை என்றபோதும், தேவைப்படும்போது ஒரு ரூபாய் செலவு செய்யக்கூட யோசிக்கும் கஞ்சனாக இருக்கிறார்கள். மற்ற நேரங்களில், நம்ப முடியாத அளவு செல்வங்களில்கூட சிறிதளவும் ஆர்வம் இல்லாத கோடீஸ்வரர்களாக இருக்கிறார்கள். குடி மக்களின் கிராமங்கள் தனிமையானதாக இருக்கின்றன; வழிநெடுகிலும் ஏழ்மை நிலையிலுள்ள விவசாயிகள் குடியிருக்கிறார்கள். எனினும் ஆன்மிக உலகில் வாழும் துறவிகளின் குடில்களும் அங்கே இருக்கின்றன. சிறிய, எளிமையான கிராமங்களில் உள்ளவர்கள், தன்னிச்சையாக சுயத் தேவையுடன் வாழ்வதே சிறந்த வழி என்ற விழிப்புணர்வு இல்லாமல் வாழ்கிறார்கள் என தத்துவஞானி லா-ட்சு (Lao-tzu) கூறுகிறார். எனினும் அவர்கள் இந்த உண்மையை அவர்களுடைய இதயங்களால் அறிந்து கொண்டிருக்கிறார்கள். பழங்கால விவசாயிகள் இத்தகையர்கள்தான்.

இன்னும் விழிப்புணர்வு இல்லாமல் வாழும் இத்தகைய முட்டாள்களைப் பற்றி சிந்திப்பது எவ்வளவு துன்பமானது? "எந்தவொரு முட்டாளும் வேளாண்மை செய்யலாம்'' என்ற கருத்துக்கு, விவசாயி கண்டிப்பாக இப்படி பதில் சொல்வான்: "ஒரு முட்டாளால் உண்மையான விவசாயியாக இருக்க முடியாது.'' வேளாண் கிராமத்தில் தத்துவங்களுக்குத் தேவை இருக்காது. நகர நுண்ணறிவுதான் வாழ்வின் நோக்கத்திற்கான உண்மை மற்றும் கேள்விகளைத் தேடிப் போகும்.

மனிதன் ஏன் இந்தப் புவியில் தோன்றினான், அவன் எப்படி வாழ்கிறான் என்பதைப் பற்றி கேள்வி கேட்டு விவசாயி குஸ்தி சண்டை போட முடியாது. அவனது வாழ்க்கையைப் பற்றி கேள்வி கேட்க அவன் ஏன் ஒருபோதும் கற்றுக் கொள்ளவில்லை? மனித வாழ்க்கையின் நோக்கம் பற்றி ஆழ்ந்து யோசிக்க அவனைக் கொண்டு வரும் அளவுக்கு, வாழ்க்கை ஒருபோதும் வெறுமை யாகவோ காலியாகவோ இருக்காது. தவறான வழியில் அவனை அழைத்துச் செல்லும் நிச்சயமின்மைக்கு தேவை இருக்காது.

வாழ்க்கை மற்றும் இறப்பு பற்றிய அவர்களது உள்ளுணர்வு கொண்ட புரிந்துகொள்ளலுடன், இத்தகைய விவசாயிகள் மனவருத்தமோ துயரமோ இல்லாமல் இருக்கிறார்கள்; அவர்கள் கற்றுக்கொள்ள வேண்டிய தேவை இல்லை. பிறப்பு மற்றும் இறப்பு பற்றிய துன்பங்களை அவர்கள் கேலி செய் கிறார்கள். நகரத்தின் சோம்பேறி இளைஞர்கள் பொழுதுபோக்காக செய்வதைப் போல, கற்பனை சாஸ்திரங்கள் நிறைந்த காட்டில் உண்மையைத் தேடி அலைகிறார்கள். அறிவு அல்லது கற்றுக்கொள்ளுதல் இல்லாமல்

விவசாயிகள் பொதுவான வாழ்க்கையை வாழத் தேர்ந்தெடுக்கிறார்கள். தத்துவங்களுக்கு அங்கே நேரம் இல்லை; அதற்குத் தேவையும் இல்லை. அப்படியானால், வேளாண் கிராமம் தத்துவம் இல்லாமல் இருக்கிறது என்று அர்த்தம் இல்லை. அதற்கு மாறாக, அது மிக முக்கியமான தத்துவத்தைக் கொண்டிருக்கிறது. "தத்துவம் என்பது தேவையில்லை" என்ற கொள்கையுடன் அது சேர்ந்திருக்கிறது. தத்துவத்திற்கான தேவை இல்லாமல் தத்துவ அறிஞர்களின் சமூகத்தைக் கொண்டதாக வேளாண் கிராமம் இருக்கிறது. விவசாயிக்கு முழுமையான சக்தியைத் தருகிற, எல்லாமே தேவையற்றது எனப் போதிக்கும் 'மு' அல்லது ஒன்றுமில்லை என்ற தத்துவமே அது; அதைத் தவிர வேறொன்றும் இல்லை.

கிராமத் தத்துவத்தின் மறைவு

நீண்ட காலங்களுக்கு முன்னர், மரத்தை வெட்டிச் சாய்க்கும்போது மரம் வெட்டுபவர் பாடல் பாடுவதைக் கேட்க முடியும். நாற்று நடும்போது பாடும் குரல்கள் நெல் நிலங்களைக் கடந்து செல்லும். பயிர் அறுவடை செய்த பிறகு மத்தளங்களின் சத்தம் கிராமம் வழியாக அலை அலையாகச் செல்லும். முன்பெல்லாம் பொருட்களைச் சுமந்து செல்வதற்கு மக்கள் விலங்குகளை உபயோகித்தார்கள்.

கடந்த இருபது ஆண்டுகளாகவோ அல்லது அதற்குப் பிறகோ இத்தகைய காட்சிகள் எல்லாம் கொஞ்சம் கொஞ்சமாக மாறிவிட்டன. மலைகளில், கையால் உபயோகிக்கப்படும் அரத்திற்குப் பதிலாக, நாம் இப்போது ரம்பத்தின் கோபமான உறுமலைக் கேட்கிறோம். நிலங்களில் இயந்திரக் கலப்பைகளும் நாற்று நடும் இயந்திரங்களும் உபயோகப்படுத்தப்படுவதைப் பார்க்கிறோம். இன்றைய நாள்களில், தொழிற்சாலைகளைப் போன்ற வரிசையான கொடி வீடுகளில் காய்கறிகள் வளர்கின்றன. இந்த நிலங்களில் உரங்களும், பூச்சிக் கொல்லிகளும் தன்னிச்சையாக தெளிக்கப்படுகின்றன. ஏனென்றால் விவசாயியின் அனைத்து வேலைகளும் இயந்திரமயமாக்கப்பட்டு முறைப் படுத்தப்பட்டுவிட்டன; இந்த வேளாண் கிராமங்கள் மனிதனின் தொடு தலையே இழந்துவிட்டன. பாடும் குரல்களை ஒருபோதும் கேட்க முடிவதில்லை. ஒவ்வொருவரும் தொலைக்காட்சிப் பெட்டியின் முன்பாக அமர்ந்து, பழமை யான நாட்டுப்புறப் பாடல்களைக் கேட்டு, கடந்த காலங்களை நினைத்துப் பார்க்கிறார்கள்.

நாம் வாழ்க்கையின் சரியான பாதையிலிருந்து தவறி தவறான பாதையில் விழுந்துவிட்டோம். மக்கள் நேரத்தை மிச்சப்படுத்தவும், இடத்தை அகலப் படுத்தவும் வெறித்தனமாக விரைகிறார்கள். இவ்வாறு முயற்சிப்பதில் இரண்டையுமே இழந்து விடுகிறார்கள்.

நவீன வளர்ச்சியானது தன்னுடைய வேலையை எளிதாக்கும் என்று ஆரம்பத்தில் மனிதன் நினைத்திருக்கலாம். உண்மைதான். நிலத்தில் வேலை செய்வதிலிருந்து அவனை அது விடுவித்திருக்கிறது. ஆனால் இப்போது அவன் மற்ற வேலைகளில் இன்னும் கடுமையாக உழைக்கிறான், அவனுடைய உடலும்

மனமும் சோர்ந்து போகும்படியாக உழைக்கிறான். மரத்தை வேகமாக வெட்டுவதற்கு உதவும் என்று தீர்மானித்து யாரோ இயந்திர ரம்பத்தை உருவாக்கினார்கள். விவசாயியின் வேலையை எளிதாக்குவதற்குப் பதிலாக, நாற்றுகளை இயந்திரம் மூலமாக நடுதல் என்பது மனிதனை வேறு வேலைகளைத் தேடி ஓட வைத்திருக்கிறது.

வேளாண் வீடுகளில் அடுப்பங்கரை மறைந்து போனதால், வேளாண்மை செய்யும் பழமையான கிராமத்தின் கலாச்சார ஒளியும் அணைந்துவிட்டது. அடுப்பங்கரைப் பகுதி ஆலோசனைகளும் மறைந்துவிட்டன; அதனுடன் கிராமத் தத்துவமும் மறைந்துவிட்டது.

இரண்டாம் உலகப் போருக்குப் பிறகு ஏற்பட்ட நல்ல வளர்ச்சியும் வேளாண்மை செய்யும் மக்களின் எண்ணிக்கையும்

இரண்டாம் உலகப் போருக்குப் பிறகு, ஜப்பான் பெற்ற திடீரென்ற, படிப்படியான உருமாற்றத்தை எந்த நாடும் எதிர்பார்த்திருக்கவில்லை. போரின் அழிவிலிருந்து அந்த நாடு விரைவாக மீண்டெழுந்து, மிகப் பெரிய பொருளாதார சக்தியாக உருப்பெற்றது. இது நடந்து கொண்டிருக்கும்போதே, அந்த நாட்டின் வேளாண் மற்றும் மீன்பிடிக்கும் - ஜப்பானிய மக்களின் நாற்றங்கால்- மக்கள் தொகையானது, போரின் இறுதியில் இருந்த ஐம்பது விழுக்காட்டிலிருந்து இன்றைய நாளில் இருபது விழுக்காட்டிற்கும் குறைவாக மாறிவிட்டது. திறமையான, கடினமாக உழைக்கும் விவசாயிகளின் உதவி இல்லாமல் வானளாவிய கட்டிடங்கள், நெடுஞ்சாலைகள், தலைநகரங்களின் சுரங்கப்பாதைகள் போன்றவை ஒருபோதும் உருவாகியிருக்காது. ஜப்பான் அதன் தற்போதைய வளத்திற்கு, வேளாண் துறையிலிருந்து வந்த சிறந்த உழைப்பாளர்களுக்கும், அவர்களை நகர நாகரிகப் பணிகளில் அமர்த்தியதற்குமே கடன்பட்டுள்ளது.

போருக்குப் பிறகு ஜப்பானின் வேகமான வளர்ச்சிக்கு அதன் நல்விதியும், அறிவார்ந்த தலைமையுமே காரணமாகும். எனினும், விவசாயிகள் மாறுபட்ட அர்த்தத்தை உருவாக்கினர். வேளாண் முறையில் மாற்றங்கள் கொண்டு வருவது என்பது, புதிய வேளாண் முறைகளைத் தத்து எடுப்பதற்கு அழைத்துச் சென்றது. வேளாண்மையானது குறைவான ஆட்களைக் கொண்டு செய்யப்பட்டது என்பதால், நாட்டில் எஞ்சியுள்ள மக்கள் சக்தி அனைத்தும் நகர நாகரிகத்தில் நல்ல வளமையைக் கொண்டு வருவதற்காக நகரங்களிலும் மாநகரங்களிலும் உபயோகப்படுத்தப்பட்டது. ஆனால் இத்தகைய செழுமைகள் நன்மை பயக்கும் விதத்தில் அல்லாமல், விவசாயிகளின் பக்கம் நிகழ்வுகளைக் கடினமாக்கின. அதன் விளைவாக, அவன் தன்னுடைய கழுத்தில் உள்ள சுருக்கைத் தானே இறுக்கிக் கொண்டான். இது எவ்வாறு நிகழ்ந்தது?

முதல் செயல் என்னவென்றால், வேளாண் கிராமத்தில் இயந்திரம் பொருத்தப்பட்ட, நடமாடும் டில்லர்கள் கண்டுபிடிக்கப்பட்டது ஜப்பானிய வேளாண்மையில் முக்கியமான திருப்பு முனையாகும். மூன்று சக்கர வாகனங்கள் மற்றும் சரக்கு ஏற்றிச் செல்லும் வண்டிகளைத் தொடர்ந்து இதுவும் விரைவாக கண்டுபிடிக்கப்பட்டது. சிறிது நாட்களிலேயே ரோப்வே, மோனோ ரயில்,

சாலைகள் போன்றவை கிராமத்தின் தொலைதூர முடுக்குகள் வரை பரந்து விரிந்தன. இவையனைத்தும் விவசாயியின் நேரம் மற்றும் இடைவேளைப் பற்றிய எண்ணத்தை முழுவதுமாக மாற்றின.

வேலையாட்களைச் சார்ந்த வேளாண்மையிலிருந்து மூலதனம் சார்ந்த வேளாண்மை என்ற மாற்றத்தால் குதிரைகளைக் கொண்டு உழுவதிலிருந்து டில்லர்கள் என்றும், பின்னர் டிராக்டர்களைக் கொண்டு உழுதல் என்ற மாற்றமும் ஏற்பட்டன. பூச்சிக்கொல்லிகள் மற்றும் உரங்கள் தூவுதலிலும் பெரிய மாற்றங்கள் ஏற்பட்டன. மோட்டார் பொருத்தப்பட்ட கையால் தூவும் இயந்திரங்களுக்குப் பதிலாக ஹெலிகாப்டர் மூலம் தூவுதல் அறிமுகமானது. வண்டி இழுக்கும் விலங்குகளை வைத்து செய்யப்பட்ட பாரம்பரிய வேளாண் முறை கைவிடப்பட்டு, இரசாயன உரங்களும் பூச்சிக்கொல்லிகளும் அதிகமாக உபயோகப்படுத்தப்பட்ட முறைகள் கையாளப்பட்டன.

வேளாண் முறை வேகமாக இயந்திரமயமாக்கப்பட்டதால், இயந்திரத் தொழிற்சாலைகளில் மறுமலர்ச்சி ஏற்பட்டு அவை வளர்ச்சி கண்டன. பூச்சிக் கொல்லிகளும், இரசாயன உரங்களும், பெட்ரோலியம் சார்ந்த வேளாண் பொருட்களும் வேளாண்மையில் பயன்படுத்தப்பட்டதால் இரசாயன தொழிற்சாலைகளும் நன்கு முன்னேற்றம் அடைந்தன.

பயிர் வளர்க்கும் முறையில் பொதுவான மாற்றங்களைக் கொண்டு வந்து, வேளாண்மையை நவீனமயமாக்குதல் என்பது விவசாயிகளின் விருப்பமாக இருந்தது. போரின்போது ஆயுதத் தொழிற்சாலைகள் மற்றும் இயந்திரத் தொழிற்சாலையினுடைய அடித்தள ஆதாரக் கொள்கைகளின் அழிவைத் தொடர்ந்து, சமூகத்தின் புதிய உருமாற்றத்திற்கான சாலையை அது திறந்தது. உணவு உற்பத்தியை அதிகரிக்கச் செய்து, மிகக் குறுகிய காலத்திற்குள் போது மான அளவு உணவு வழங்க உறுதி அளித்தல் என்ற கொள்கையுடன் அந்த இயக்கம் தொடங்கப்பட்டது. 1950இன் மையப் பகுதியில் நிகழ்வுகள் இவ்வாறாகத்தான் இருந்தன.

அறுபதுகளின் இறுதியிலும் எழுபதுகளின் தொடக்கத்திலும் இந்தச் சூழ் நிலை முற்றிலுமாக மாறியது. அதிகமான பகுதிகள் உணவு உறுதி சமநிலையை அடைந்தது; பொருளாதாரம் சுறுசுறுப்பாக பொங்கி வழிந்தோடியது. இறுதியில் நவீன தொழிற்சாலையின் நிலையைப் பற்றிய தோற்றங்கள் உணரத் தொடங்கப்பட்டன. கிட்டத்தட்ட இந்த நேரத்தில், அதிகமான எண்ணிக்கையி லான விவசாயிகளையும், அவர்களுடைய விளைநிலங்களையும் எப்படிக் கைப் பற்றுவது என்பதைப் பற்றி அரசியல்வாதிகளும் வியாபாரிகளும் யோசிக்கத் தொடங்கினார்கள்.

உணவு அளவுக்கு அதிகமாக உயரத் தொடங்கியபோது, விவசாயிகள் அரசாங்கத்தின் கழுத்தைச் சுற்றிய பளுவாக ஆகத் தொடங்கினர். போதுமான அளவு உணவு வழங்கப்படுகிறதா என்பதை உறுதி செய்வதற்காக உணவுக் கட்டுப்பாட்டு முறையைத் தொடங்குவது என்பது நாட்டின் கடமையாக கருதப் பட்டது. ஜப்பானிய வேளாண்மையால் மேற்கொள்ளப்பட வேண்டிய வழி

முறை மற்றும் செயல்களை நிர்ணயிக்க, 1961ஆம் ஆண்டில் அடிப்படை வேளாண் சட்டம் உருவாக்கப்பட்டது. ஆனால் அது விவசாயிகளுக்கு அடித் தளமாக சேவை செய்வதற்குப் பதிலாக, விவசாயிகள் மீது கட்டுப்பாட்டுகளை உருவாக்கியது; பொருளாதார சமூகத்தில் லகானைப் போன்ற கட்டுப்பாட்டைச் செலுத்தியது.

வேளாண் நிலங்களை உணவுப் பொருட்கள் உற்பத்தி செய்வதற்கு உப யோகிப்பதற்குப் பதிலாக, தொழிற்சாலைகள் மற்றும் வீடுகளுக்காக உபயோகப் படுத்துவது நன்றாக இருக்கும் என்று பொதுமக்கள் நினைக்கத் தொடங்கி னார்கள். நகரத்தில் வாழ்பவர்கள்கூட, தங்களுடைய நிலத்தைப் பிரிந்து செல்லத் தயங்கும் விவசாயிகளை சுயநலம்மிக்க, தனி உரிமை பெற்ற நில உரிமையாளர் களாகப் பார்க்கத் தொடங்கினர். விவசாயிகளை அவர்களுடைய நிலத்திலிருந்து விரட்டி அடிப்பதற்கான முயற்சியில் தொழிலாளிகளும் அலுவலக வேலையாட்களும் இணைந்து கொண்டனர். வீடுகட்டும் நிலங்களுக்கு வசூலிப்பதைப் போன்ற அதிகமான வரியே வேளாண் நிலத்திற்கும் வசூலிக்கப்பட்டது.

உணவு உற்பத்தியை உயர்த்துவதற்காக விவசாயிகள் மேற்கொண்ட முயற்சி கூட அவர்களுக்கு எதிரான விளைவுகளை ஏற்படுத்துவது போலத் தோன்றியது. ஜப்பானின் உணவு சுயத் தேவையின் அளவும் 30 விழுக்காட்டிற்கும் குறைவாக ஆனது. விவசாயிகளால் எதுவும் பேச முடியவில்லை; ஏனென்றால் அரசாங்கத் தால் கொண்டு வரப்பட்ட வேளாண் நிலம் குறைப்பு கொள்கைகூட நுகர் வோரின் விருப்பத்திற்காகவே கொண்டு வரப்பட்டது என்பது போன்ற மாயத் தோற்றத்தின்கீழ் நாட்டு மக்கள் இருந்தனர். வழி நெடுகிலும் எங்கோ ஓர் இடத்தில், விவசாயி தன்னுடைய நிலத்தையும், தான் எந்தப் பயிரை பயிர் செய்ய விரும்புகிறான் என்பதைத் தேர்ந்தெடுக்கும் சுதந்திரத்தையும் இழந்து விட்டான். விவசாயிகள் காலத்தின் போக்குக்கேற்ப வாழ்வதற்கே தள்ளப்பட் டார்கள். இன்றைய நாளில், அவர்களில் அதிகமானோர் வேளாண்மையிலி ருந்து விலகி ஒரு நாகரிகமான வாழ்க்கையை வாழத் தங்களால் முடியவில்லை என்று அழுது புலம்புகிறார்கள்.

வேளாண் சமூகம் ஏன் இத்தகைய நம்பிக்கையற்ற நிலையில் விழுந்தது? கடந்த 30 ஆண்டுகளில் ஜப்பானிய விவசாயிகளின் அனுபவமானது அபூர்வ மானதாக இருந்தது; எதிர்காலத்திற்கான மிகக் கடுமையான பிரச்சனைகளை எழுப்பியது. என்ன நிகழ்ந்தது என்பதை மிகச் சரியாகத் தீர்மானிக்க, ஜப்பானிய வேளாண்மையின் வீழ்ச்சியைப் பற்றி நாம் இப்போது ஒரு நெருக்கமானப் பார்வைப் பார்ப்போம்.

வளம் குன்றச் செய்த தேசிய வேளாண் கொள்கை எழுந்தது எப்படி?

வேளாண்மையின் சமீப வரலாற்றை நான் நெருக்கமாக பார்த்தபோது, தற் போதைய நிலையை எதிர்க்க இயலாமல், தலைமையாளரின் திட்டங்களுக்கு ஏற்ப தங்களை வளைந்து மாற்றிக் கொள்ள வேண்டிய நிலையில் இருக்கும் ஒரு விவசாயியாக என்னால் கடும்கோபம் கொள்ளாமல் இருக்க முடியவில்லை.

உரிமை கொண்டாடுவதற்கும் பின்னால், சிறிய வேளாண் பண்ணைகளை அழித்து வேளாண்மைக்கு வேதனையற்ற மரணம் தருவதற்காக, வேளாண் நிபுணர்கள் மற்றும் மாதிரி விவசாயிகளால் இன்றைய வேளாண் இளைஞர் களுக்கு கவனமாகப் பயிற்சியளிக்கப்படுகிறது. வேளாண்மையை நவீனமய மாக்குதல், உற்பத்தி அளவை அதிகரித்தல் மற்றும் வேளாண் செயல்முறை களை விரிவுபடுத்துவதற்காக அழைப்பு விடுத்தல் என்ற அனைத்துமே விவசாயி களுக்காக செய்யப்பட்ட வெறுக்கத்தக்க வெளிவேடங்களாகும்.

ஒரு விவசாயியால் ஒரு ஏக்கர் நிலத்தில் செய்ய முடிந்த அனைத்தையும், மூன்று அல்லது ஐந்து ஏக்கர் நிலத்திலும்கூட செய்ய முடியும். அரசாங்கத்தில் உள்ள கொள்கைத் தலைவர்கள் பத்து ஏக்கர் என்பதுகூட போதுமான அளவு இல்லை என்று சொல்லிக் கொண்டு, 150 ஏக்கர் அளவிலான நிலத்தை விளக்கிக் காட்ட முயன்று கொண்டிருக்கிறார்கள். அவர்கள் தங்களுடைய எண்ணங் களைச் செயல்படுத்துவதற்கு எந்த அளவு கடுமையாக முயற்சி செய்கிறார்கள் என்பது தெளிவாகத் தெரிகிறது. உடன்பிறந்தவர்களே ஒருவரையொருவர் கொல்வதைப் போல விவசாயிகள் ஒருவருக்கு எதிராக ஒருவர் குழி தோண்டி மூடப்படுகிறார்கள்.

தொழிலாளிகளுக்கான சர்வதேசப் பிரிவுக் கோட்பாட்டை ஆதரித்த பொரு ளாதார நிபுணர்களுக்கு, சாகுபடி நிலம் சார்ந்த விவசாயிகள் ஒரு வற்புறுத் தலைத் தந்தனர். அது என்னவென்றால், அந்த நிபுணர்களின் குறிக்கோளான உணவு உற்பத்தி என்பது வெளிப்படையாக பிடிவாதமானது; பிடிவாதமான வேளாண் மனோபாவத்தை விவசாயிகள் வெறுக்கிறார்கள் என்பதே ஆகும். வர்த்தக நிறுவனங்களைப் பொறுத்தவரையோ உள்நாட்டு மற்றும் அயல்நாட்டு உணவு வர்த்தகத்தை எப்போதும் ஊக்குவிப்பதுதான் வளத்திற்கான அவர்களுடைய அடிப்படைச் சூத்திரமாக இருந்தது.

விலை குறைவான, சுவையான அரிசியை வாங்குவதற்கு தங்களுக்கு எல்லா உரிமையும் உண்டு என்று நுகர்வோர் விவாதம் செய்து ஜெயிக்கலாம். ஆனால் "சுவையான" அரிசி என்பது பலவீனமான அரிசியாகும்; அதிகமான பூச்சிக் கொல்லிகளை உபயோகித்து அரிசி வளர்ப்பு மாசுபடுத்தப்படுகிறது. அத்தகைய செயல்கள் விவசாயியின் நிகழ்வுகளைக் கடினமாக்குகின்றன. இறுதியில், நுகர் வோர் மோசமான - சுவையற்ற அரிசியை உண்ணுதல் என்ற முடிவு ஏற்படுகிறது. இதில் வெற்றி பெறும் ஒரே ஒரு நபர் வணிகர்தான்.

"விலை குறைவான அரிசி"யைப் பற்றி மக்கள் பேசுகிறார்கள். ஆனால் அரிசியின் விலையை நிர்ணயிப்பது விவசாயியோ அல்லது உற்பத்தி செய்த பண்ணையோ அல்ல. உற்பத்திக்கான பணத்தை நிர்ணயிக்க வேண்டியது விவசாயி அல்லவா? இன்றைய நாளில் அரிசியின் விலை என்பது வேளாண்மைக்கு தேவையான சாதனங்களை தயாரிப்பதைத் தாங்குவதற்கான விலையாகவும், வேளாண்மை செய்ய அவசியமானப் புதிய கருவிகளை தயாரிக்க தேவையான விலையாகவும், எரிபொருள் வாங்குவதற்கான விலையாகவும் இருக்கிறது.

1979ஆம் ஆண்டில் அமெரிக்க ஐக்கிய நாட்டிற்கு நான் சென்றபோது, அங்கே அரிசியின் விலையானது எல்லா இடங்களிலும் கிட்டத்தட்ட ஒரு பௌண்டிற்கு 50 சென்ட்கள் - ஜப்பானிய அரிசியின் அதே விலையாகும் - என இருந்தது. அந்த நேரத்தில் ஒரு காலன் (41/2 லிட்டர் கொண்ட ஒரு அளவு) அளவு எரிபொருளின் விலை ஒரு டாலராகும். இதற்கான காரணங்கள் என்ன என்பதை நான் தெரிந்துகொள்ள முடியாமல் இருந்தேன். அதன்பிறகு, உள்ளூர் விலையிலேயே ஒன்றுக்கு கால் பங்கிலிருந்து மூன்றுக்கு ஒரு பங்கு வரை எளிதாக ஜப்பானிலிருந்து இறக்குமதி செய்யப்படுகிறது என்ற தகவல் அறிக்கையில் தெரிந்தது. மேலும் நம்ப முடியாத தகவல்களும் அறிக்கையில் இருந்தன. அதாவது, தேவைக்கு அதிகமாக எஞ்சியிருக்கும் அரிசியானது உணவு கட்டுப்பாட்டு அமைப்பை விட்டு விலகியது அல்லது கோதுமை பற்றாக்குறை அந்த அமைப்பைக் கடன் தீர்க்கும் திறன் உள்ளதாக ஆக்கியது.

இயற்கை வேளாண்மையில் அரிசி உற்பத்தி செய்வதற்காக செலவிடப்படும் தொகையானது, கோதுமை உற்பத்தி செய்வதற்கு தேவைப்படும் அதே தொகையே ஆகும். மேலும் தானியங்களை இறக்குமதி செய்வதைவிட, இந்த முறையில் இரண்டுமே மிகவும் மலிவாக உற்பத்தி செய்யப்படுகின்றன. விவசாயிகள் ஏதேனும் செய்தாலும் அரிசியின் சந்தை விலை செய்த நுட்ப மானது எதையும் நிர்ணயிப்பதில்லை. பண்ணையில் உற்பத்தி செய்யப்படும் பொருள் சில்லறை விலையில் விற்பனையாவது ஜப்பானில் மிக அதிகமாக உள்ளது எனக் கூறப்படுகிறது. ஆனால் இது ஏனென்றால், இங்கே விநியோகம் செய்யப்படும் விலை மிக அதிகமாக உள்ளது. ஜப்பானில் விநியோகத்தின் விலையானது அமெரிக்க ஐக்கிய நாட்டைவிட ஐந்து மடங்கு அதிகமானது, மேற்கு ஜெர்மனியைவிட இரண்டு மடங்கு அதிகமானது. ஜப்பானின் உணவு கொள்கையினுடைய நோக்கமானது அரசாங்கத்தின் கஜானாவை தங்கத்தால் நிரப்புவதற்காக கண்டறியப்பட்ட ஒரு சிறந்த வழி என்று யாரும் சந்தேகிக்காமல் இருக்க முடியாது. ஜப்பானில் ஒரு விவசாயிக்கு அரசு வழங்கும் உதவியைவிட, அமெரிக்க ஐக்கிய நாட்டில் இரண்டு மடங்கும் பிரான்ஸில் மூன்று மடங்கும் அதிகமான உதவி வழங்கப்படுகிறது. ஜப்பானிய விவசாயிகள் அலட்சியமாக நடத்தப்படுகின்றனர்.

இன்றைய நாளில் விவசாயிகள் அனைத்துப் பகுதிகளில் இருந்தும் முற்றுகை இடப்படுகிறார்கள். நகரங்களில் இருந்து பின்வருமாறு கோபமானக் குரல்கள் கேட்கின்றன : “விவசாயிகள் அதிகமாக பாதுகாக்கப்படுகிறார்கள்”, “அவர்களுக்கு அதிகமாக நிதி உதவி அளிக்கப்படுகிறது”, “அவர்கள் அதிகமாக அரிசியை உற்பத்தி செய்கிறார்கள், உணவு கட்டுப்பாட்டு அமைப்பைக் கடனில் தள்ளுகிறார்கள், அதனால் நம்முடைய வரிகள் உயர்கின்றன.”

ஆனால் இவையனைத்தும் மக்களின் வெறும் மேலெழுந்த பார்வை மட்டுமேயாகும். விவசாயிகளின் உண்மையான நிலை என்ன என்பதைப் பற்றி அவர்களுக்கு எந்த யோசனையும் இல்லை. கவனத்தைக் கவர்வதற்காக இவ்வாறான தந்திரங்களைச் செய்யும் பைத்தியகாரத்தனமான சமூகத்தின், இத்தகைய தவறான வதந்திகளைக் கேட்டு நான் கோபம்கூட அடைந்தேன்.

முன்னரெல்லாம், ஆறு பண்ணை வீடுகள் ஒரு அதிகாரியால் ஆதரிக்கப் பட்டன. இன்றைய நாளில், ஒரு வேளாண் அல்லது காட்டு அதிகாரி எல்லா விவசாயிகளையும் ஆதரிக்கிறார். இதன்பிறகு ஜப்பானில் வேளாண் பொருட்கள் பற்றாக்குறை ஏற்படுவதற்கு விவசாயிகளின் தவறுகள்தான் காரணம் என்பது ஓர் ஆச்சரியமான விஷயமாக இருக்கிறது.

ஓர் அமெரிக்க விவசாயி ஒரு நூறு மக்களுக்கு உணவு அளிக்கிறார், ஒரு ஜப்பானிய விவசாயி பத்து மக்களுக்கு மட்டுமே உணவு அளிக்கிறார் என்று புள்ளியியல் சொல்லுகிறது. ஆனால் ஜப்பானிய விவசாயிகள் அமெரிக்க விவசாயிகளை விட அதிகமான அளவு உற்பத்தித் திறனைப் பெற்றிருக்கிறார்கள். இதற்கான காரணம் என்னவென்று இன்னொரு வகையில் பார்த்தால், ஜப்பானிய விவசாயிகளைவிட அமெரிக்க விவசாயிகள் நல்ல தரமான நிலையில் வேளாண் பண்ணைகளைப் பெற்றிருக்கிறார்கள் என்பது போலத் தோன்றும்.

இன்றைய நாளில் ஜப்பானில் உள்ள விவசாயிகள் பணத்தின் மீது மோகம் கொண்டவர்களாக உள்ளனர். இயற்கையின் மீதோ அல்லது அவற்றின் பயிர்கள் மீதோ அவர்களுக்கு எந்தவிதப் பிரியமோ அல்லது நேரமோ ஒரு போதும் இருப்பதில்லை. விநியோகத் தொழிற்சாலையின் கணிப்பொறி களிலிருந்து வரும் கட்டளைகளைத் தொடர்வதற்கும், வேளாண் அதிகாரி களின் திட்டங்களை கண்மூடித்தனமாக பின்தொடர்வதற்கும் மட்டுமே அவர்களுக்கு நேரம் உள்ளது. அவர்கள் நிலத்துடனோ அல்லது பயிர் களுடனோ எதுவும் பேசுவதில்லை; பணப் பயிர்களில் மட்டுமே ஆர்வம் உள்ளவர்களாக இருக்கிறார்கள். நேரத்தையோ அல்லது இடத்தையோ தேர்ந்தெடுக்காமல், அந்த நிலத்திற்கு அல்லது பயிருக்கு எது தகுந்தது என்பதைக்கூட சிந்திக்காமல் பயிர் செய்கிறார்கள்.

வெளிநாட்டில் உற்பத்தியாகும் தானியமும் உள்நாட்டில் உற்பத்தியாகும் தானியமும் ஒரே மதிப்புடையது என்ற பார்வையில் நிர்வாகிகள் பார்க் கிறார்கள். அந்தப் பயிரானது குறுகிய காலப் பயிரா அல்லது நீண்ட காலப் பயிரா என்பதைப் பற்றி அவர்களுக்கு எதுவும் தெரியாது. விவசாயிகளின் கவலைகளுக்கு சிறிய அளவுகூட இடம் கொடுக்காமல், விவசாயிகளிடம் இன்று காய்கறிகள் வளருங்கள், நாளை பழங்கள் வளருங்கள் என்று கூறி அரிசி பயிர் செய்வதை மறந்துவிடுகிறார்கள். ஆயினும், சூழ்நிலைக்கேற்ப வளரும் பயிரை உற்பத்தி செய்வது என்பது எளிதான விஷயமல்ல; அது நிர்வாக சம்பந்தமான துண்டு அறிக்கையில் சரிசெய்யப்பட்டுள்ளது. எனவே உயர் நிலையில் உள்ளவர்களால் திட்டமிடப்படும் அளவுகள் என்பது எப்போதுமே தடை செய்யப்படுவதிலும் தாமதமாவதிலும் வியப்பேதுமில்லை.

தான் உயிர் வாழ்ந்து கொண்டிருப்பதற்கு காரணமான நிலத்தை விவசாயி மறக்கும்போது, அவனுடைய சுய ஆர்வத்திற்குரிய விஷயங்களுக்கு மட்டுமே கவலை கொள்கிறான். உணவு என்பது வாழ்க்கையின் ஊன்றுகோலா அல்லது வெறும் போஷாக்கா என்ற இரண்டிற்கும் இடையில் உள்ள வேறுபாட்டை அறிவதற்கு நுகர்வோரால் இயலாதபோது, நிர்வாகிகள் விவசாயிகளை

அலட்சியமாகப் பார்க்கிறார்கள்; தொழிலதிபர்கள் இயற்கையை அலட்சியமாக பேசுகிறார்கள். அதன்பிறகு இயற்கை இறந்துபோய் அதற்கெல்லாம் பதில் சொல்கிறது. மனிதனின் முட்டாள்தனமான செயல்களுக்கெல்லாம் முன் னெச்சரிக்கை செய்யும் அளவுக்கு இயற்கை மிகவும் இரக்கம் உடையது அல்ல.

நவீன வேளாண்மையை நோக்கி எது அழைத்துச் சென்றது?

1979இல் நான் முதல் முறையாக விமானத்தில் ஏறி அமெரிக்கா சென்றேன். அங்கே பார்த்ததை எண்ணி வியப்படைந்தேன். சொந்த நாட்டு மக்கள் நாட்டை விட்டு ஓடுதலும் காணாமல் போதலும் பழங்கால வரலாற்றின் கதை - மத்தியக் கிழக்கு மற்றும் ஆப்பிரிக்காவில் - என்று மட்டுமே நான் நினைத்திருந்தேன். ஆனால் அதே நிகழ்வு அமெரிக்காவிலும் தொடர்ந்து நிகழ்ந்து கொண்டிருக்கிறது என்பதை அறிந்து கொண்டேன்.

ஏனென்றால் அமெரிக்காவில் இறைச்சிதான் முதன்மையான உணவாகும். வேளாண்மையானது கால்நடை வளர்ப்பு பண்ணைகளால் ஆதிக்கம் செலுத்தப்பட்டது. புற்கள் இயற்கையாக வளரும் சூழ்நிலையை கால்நடைகளின் மேய்ச்சல் அழித்து, அந்த நிலத்தை கைவிடப்பட்ட நிலமாக ஆக்கியது. இத்தகைய நிகழ்வை நான் கண்டபோது என்னுடைய கண்களையே என்னால் நம்ப முடியவில்லை. தன்னுடைய உற்பத்தித் தன்மையை இழந்த நிலமானது இயற்கையின் வலிமையையும் இழந்தது. இது, முற்றிலும் பெட்ரோலியம் சார்ந்த சக்தியின் மீது நம்பிக்கை கொண்ட நவீன வேளாண்மையின் வளர்ச்சிக்கு காரணமாக அமைந்தது.

குறைவான உற்பத்தித் திறனை உடைய நிலமானது விவசாயிகளை அதிக மான விளைச்சலுக்கான செயலை நோக்கி விரட்டியது. அதிகமான விளைச் சலுக்கு பெரிய அளவிலான இயந்திரங்கள் தேவைப்பட்டன. இந்த "பெரிய இரும்பு" மண்ணின் அமைப்பை உடைத்து, எதிர்மறையான சுழற்சியை ஏற்படுத்தியது. இயற்கையின் செயல்களைப் புறக்கணித்து, மனித அறிவு மற்றும் மனித முயற்சியை மட்டும் சார்ந்து செய்யப்படும் வேளாண்மையானது லாப மற்றதாக இருந்தது. இந்தப் பயிர்கள் பெட்ரோலியம் சார்ந்த சக்தியின் உதவி யுடன் பயிர் செய்யப்படுகின்றன. அதனால் இவை அந்த எண்ணெயைப் பாது காப்பதற்கான தந்திரமிக்க வியாபாரப் பொருட்களாக உருமாறுவது தவிர்க்க முடியாததாகும்.

ஜப்பானிய விவசாயிகள் 3 முதல் 5 ஏக்கர் நிலத்தில் வேளாண்மை செய்து பெறும் வருமானத்தைவிட, அமெரிக்க ஐக்கிய நாட்டு விவசாயிகள் 500 முதல் 700 ஏக்கர் நிலத்தில் செய்து குறைந்த அளவே பெறுகிறார்கள். வேளாண்மை என்பது வர்த்தக ரீதியாக பெரிய அளவில் செய்யப்படும்போது எவ்வளவு பலவீனமானது என்பதை இதைக் கொண்டு தெரிந்து கொள்ளலாம்.

எனினும், அறிவியல் வேளாண்மையின் அடிப்படையை ஆதரிக்கும் மேற்கத்திய தத்துவத்தை அடிப்படையாகக் கொண்டே நவீன வேளாண்மை யின் இத்தகைய தவறுகள் வேரூன்றி இருக்கின்றன என்பதை நான் உணர்ந்து

கொண்டேன். இத்தகைய தவறுதலான கற்பனை சாஸ்திரமானது, மனிதனை அவன் எப்படி வாழ வேண்டும் என்பதிலிருந்தும், அவனுடைய முக்கியத் தேவைகளான உணவு, உடை, உறைவிடம் ஆகியவற்றைப் பாதுகாப்பதிலிருந்தும் அவனை விலக்கி அலைய வைக்கிறது என்பதைக் கண்டேன். உணவு மீது ஏற்படும் குழப்பமானது வேளாண்மையின் மீதும் குழப்பத்தை ஏற்படுத்துகிறது; அது இயற்கையை அழிக்கிறது என்பதையும் கவனித்தேன். இயற்கையை அழிப்பதென்பது மனிதனை பலவீனப்படுத்துகிறது; இந்த உலகத்தை ஒழுங்கற்ற நிலையில் தள்ளுகிறது என்பதைப் புரிந்துகொண்டேன்.

இயற்கை வேளாண்மைக்கு எதிர்காலம் இருக்கிறதா?

நவீன வேளாண்மையின் தற்போதைய நிலையைப் பற்றி வெறுமனே தாக்குதல் நடத்தவோ அல்லது கருத்து வெளிப்படுத்தவோ நான் விரும்பவில்லை. ஆனால் மேற்கத்திய சிந்தனையின் தவறுகளை சுட்டிக் காட்டவும், 'மு' என்கிற கிழக்கத்திய தத்துவத்தின் செயல்முறைகளை நினைவுகூரவும் விரும்புகிறேன். சுயத் தேவையைப் பூர்த்தி செய்யும் வேளாண் பயிற்சி முறைகளையும், கடந்த கால இயற்கை உணவுகளையும் நினைவு கூரும்போது எனக்கு ஒரு விருப்பம் தோன்றுகிறது. எதிர்காலத்தில் இயற்கை வேளாண்மையை நடைமுறைப்படுத்துவதும், அதற்குள் மறைந்துள்ளவற்றை வெளிக்கொணர்ந்து, அதை பரவச் செய்து, மற்றவர்களால் அதை ஏற்றுக் கொள்ளச் செய்ய வேண்டும் என்பதுமே அந்த விருப்பமாகும்.

ஆயினும், இயற்கை வேளாண் முறையே எதிர்கால வேளாண் முறையாக இருக்கும் என நான் நினைத்தேன். அது முந்தைய வேளாண் முறைக்கு எதிர்மறையானதாக இருந்தாலும், எல்லோருடைய பொதுவான ஒப்புதலையும் பெற்றிருக்கிறது என்பதே அதற்கான காரணம். இருந்தபோதும் நான் 'மு' தத்துவத்தையும், அதன் மதிப்பையும் இங்கே விரிவாக கூறவில்லை. 'மு' தத்துவத்தின் கோணத்தில், எதிர்கால வேளாண்மை எப்படி இருக்கும் என்பதைப் பற்றி ஒரு குறுகிய பார்வை பார்க்க மட்டுமே விரும்புகிறேன்.

மனிதனுடைய பொருள் ஆசைகளால் உட்கொள்ளப்பட்ட, மையத்திலிருந்து விலகுகிற, தீவிரமான நவீன அறிவியல் சகாப்தமானது விரைவில் கடந்து போகும்; அதற்குப் பதிலாக, மனிதன் தன்னுடைய ஆன்மிக வாழ்க்கையை முன்னேற்றிக்கொள்ள தேடும் ஒடுங்கும் தன்மைக்கான காலத்தால் அந்த இடம் நிரப்பப்படும் என்பதை நான் நாற்பது வருடங்களுக்கு முன்பு சொன்னேன். ஆனால் நான் தவறு செய்துவிட்டேன் என்பதைப் புரிந்துகொண்டேன்.

மாசுபடுதல் பிரச்சனையுடன் வந்த கரிம வேளாண்மைக்கூட ஒரு தற்காலிகமான தீர்வாக இருந்தது. விலங்கை அடிப்படையாகக் கொண்ட பழைய, புராதன வேளாண்மைக்கு மறு உருவம் கொடுப்பதாக காணப்பட்டது. அறிவியல் வேளாண்மையின் ஒரு பகுதியாக தொடங்கப்பட்ட இது, பின்னர் அதனால் விழுங்கப்பட்டு அதனுடன் ஒருமைப்பட்டுவிட்டது.

இயற்கையின் நிலையைத் தட்டிப் பார்க்க முயற்சி செய்யும், பழங்காலத்தின்

சுயத் தேவைக்குப் போதுமான வேளாண்மையும் வேளாண் முறைகளும் ஜப்பானியர்களை இயற்கை வேளாண்மை நிலைக்குத் திரும்பிச் செல்ல வைக்க உதவும் என நான் நம்பினேன். வேளாண்மைக்கான உண்மையான வழி அதுதான். ஆனால் தற்போதைய சூழ்நிலையானது கிட்டத்தட்ட என்னுடைய நம்பிக்கைக்குப் பின்னால் இருக்கிறது.

முடிவற்ற பதற்றத்துடன் அறிவியல் தொடர்கிறது

இன்றைய சமூகத்தில், மனிதன் இயற்கையிலிருந்து பிரித்தெடுக்கப்பட்டு, மனித அறிவு தன்னிச்சையாக செயல்பட்டு வருகிறது. உதாரணமாக சொல்லப் போனால், ஓர் அறிவியலறிஞர் இயற்கையைப் புரிந்துகொள்ள விரும்புவதைப் போன்றதாகும். இலையைப் படிப்பதில் அவர் தொடங்கியிருக்கலாம்; ஆனால் அவருடைய விசாரணை செயல்பாடானது மூலக்கூறுகள், அணுக்கள் மற்றும் அடிப்படைத் துகள்கள் என்ற நிலையில் இறங்கிச் செல்லும்போது, உண்மை யான இலையைப் பார்ப்பதை அவர் தொலைத்துவிடுகிறார்.

இன்றைய நாளில் மிகவும் முன்னேற்றமான, சக்தி வாய்ந்த துறைகளின் இடையே, அணுக்களைச் சிதைத்தல் மற்றும் அணுக்களை இணைத்தல் என்ற ஆய்வு உள்ளது. மரபு சார்ந்த அறிவியலின் வளர்ச்சியைக் கொண்டு மனிதன் தான் விரும்பிய விதத்தில் அந்த இலையை மாற்றி அமைத்துக் கொள்ளக்கூடிய திறமையை இப்போது பெற்றுள்ளான். படைப்பாளரின் பிரதிநிதியாக தன்னைத் தானே நியமித்துக் கொண்டு, மந்திரக்காரரின் பணியாளாக அந்த மந்திரக் கோலை தனது கையில் கொண்டிருக்கிறான்.

வேளாண் துறையில் மனிதன் என்ன முயற்சி செய்ய விரும்புகிறான்? மரபுகளை மாற்றி இணைத்தலின் மூலம் வித்தியாசமான புதிய செடிகளை உருவாக்க ஆர்வம் கொண்டு முயற்சிக்கிறான் என்று அநேகமாக கூறலாம். பிரமாண்டமான வகை உடைய அரிசிகளை உருவாக்குவது என்பது எளிதாக இருக்கலாம். மரங்களும் மூங்கில்களுடன் கலப்பினம் செய்யப்பட்டன, வெள்ளரிக் கொடிகளுக்கிடையே தாவரங்களும் வளர்க்கப்பட்டன. இதனால் தக்காளிகளை மரங்களில் பழுக்க வைப்பது என்பதும் சாத்தியமானது.

தாவரங்களிலிருந்து தக்காளிக்கோ அல்லது அரிசிக்கோ மரபு அணுக்களை மாற்றம் செய்தல் மூலமாக காற்றில் நைட்ரஜனை நிலை நிறுத்தக்கூடிய சக்தி உள்ள தக்காளிகளை அறிவியலறிஞர்கள் உற்பத்தி செய்கிறார்கள். தக்காளி களும் அரிசிகளும் ஒருமுறை உற்பத்தி செய்யப்பட்டுவிட்டால் அதற்கு நைட்ரஜன் உரம் தேவை இல்லை. எனவே விவசாயிகள் அவற்றை வளர்க்க விரைவார்கள் என்பதில் சந்தேகமில்லை.

மரபு அறிவியலானது பூச்சிகளுக்கும் அதிகமாக உபயோகிக்கப்படும் என்பதில் சந்தேகமில்லை. கலப்பின தேனீக்கள் அல்லது வண்ணத்துப் பூச்சிகள் உருவாக்கப்பட்டால், இந்தப் பூச்சிகள் எல்லாம் நன்மையை செய்யக் கூடிய வையா அல்லது தொந்தரவு அளிக்கக்கூடியவையா என்பதை நம்மால் சொல்ல இயலாது. ஆயினும், ராணி தேனீ எதுவும் செய்யாது; ஆனால் பணியாள் தேனீக்கள் மட்டுமே வேலை செய்யும் என்பதைப்போல மனிதன் தனக்கு உதவி

செய்யக்கூடிய பூச்சி அல்லது விலங்கை உருவாக்குவதற்கு மட்டுமே முயற்சி செய்வான்.

இறுதியாக, நிகழ்ச்சிகள் இதேபோல தொடர்ந்து கொண்டிருக்குமானால், நாம் கலப்பின நரிகளையோ அல்லது ஓநாய்களையோ விலங்குகாட்சி சாலை களுக்காக உருவாக்கலாம். விரும்பியபடி காய்கறிளையோ அல்லது பணியாளர் களாக இயந்திர மனிதர்களையோ உருவாக்கலாம். மிகவும் கேலிக்குரிய பொருட்களாக ஆரம்பத்தில் மருந்துகள் போன்றவற்றை உருவாக்கினால் உலக மக்களின் கைதட்டல்களைப் பெற்று, வெற்றி கண்டு, பரவலான ஒப்புதலைப் பெறலாம் என நாம் கூறலாம். அதற்கு ஒரு நல்ல உதாரணமாக சமீபத்திய செய்தி என்னவென்றால் இ-காலி (E.coli) மரபணுவை மாற்றி இணைத்தல் மூலம் இன்சுலின் பெறலாம் என்பதாகும்.

அறிவியல் மற்றும் விவசாயிகளின் மாயத் தோற்றம்

இன்றைய நாளில் நாம் சோதனைக் குழாய் குழந்தைகளைப் பெறுகிறோம், அறிவியலறிஞர்கள் ஒரு நாளின் பொழுதை முன்னதாகவே காண்கின்றனர். இயற்பியலறிஞர்கள் மற்றும் கணிதவியலாளர்களின் ஜீன்களை கலப்பின மாற்றம் செய்து மிகச் சிறந்த மனிதர்களை உருவாக்கும் நாள் வெகு தொலைவில் இல்லை. அநேகமாக புது வகையான மனிதர்களை உருவாக்குவதைப் பற்றி அவர்கள் கனவுகூட கண்டு கொண்டிருக்கலாம். அதன்பிறகு பிரசவம் என்ற கடுமையான சோதனைக்கோ அல்லது குழந்தைகள் பிறப்பது என்ற தேவையோ இருக்காது. ஏனென்றால், முழுவதுமாக இன்குபேட்டர்களிலேயே வைத்து, மருத்துவ உதவியாளர்களைக் கொண்டு செயற்கை முறையில் புரோட்டீன் மற்றும் விட்டமின் உணவுகளைத் தந்து குழந்தைகள் உருவாக்கப்படலாம்.

பெட்ரோ கெமிக்கலில் இருந்து கூட்டுப் பொருளாக உருவாக்கப்படும், பசியைத் தூண்டாத, புரோட்டீன் சத்தைக் கொண்ட இறைச்சி உணவு விரைவில் வந்துவிடக்கூடும். அதற்குப் பதிலாக, பசு அல்லது பன்றியின் மரபணுக் களுடன் சோயாபீன்ஸின் மரபணுக்களை கலப்பினம் செய்து உருவாக்கப்பட்ட சுவையான, விலைகுறைந்த இறைச்சி உணவுப் பொருட்களை நாம் மகிழ்ச்சியாக உண்ணக்கூடும்.

அறிவியலின் அத்தகைய கனவுகள் மிக விரைவில் அடையப் பெறக்கூடும். அவை ஏற்கனவே உண்மையாக நிகழ்ந்துவிட்டதைப் போல நான் பார்க்கிறேன். அத்தகைய நாள் வந்துவிட்டால், அதன்பிறகு விவசாயிகளின் பங்கு என்ன? நிலத்தில் சூரிய ஒளியின் கீழே வேலை செய்வது என்பது கடந்த காலத்தில் இருந்த ஒரு நிகழ்வாக போய்விடும். அநேகமாக நன்றாக இறுக்கி மூடப்பட்ட ஆய்வகத்தில் அறிவியலறிஞருக்கு உதவியாளராக விவசாயி பணிபுரியலாம். ஒருவேளை சாதாரணமான மனிதர்களுடன் வாழ்வதில் உள்ள தொந்தரவுகளை நீக்குவதற்காக உறுதியான, புத்திசாலித்தனமான செயற்கை மனிதர்களை உருவாக்கும் ஆய்வகமாககூட அது இருக்கலாம்.

ஓர் அறிவியலறிஞருக்கு இந்த வகையான துயரம் என்பது தற்காலிகமான

அசௌகரியமாக, தேவையான ஒரு தியாகமாககூடத் தோன்றலாம். அவருடைய திடமான நம்பிக்கையை அசைக்க முடியாமல், இன்னமும் பூரணமாகாத மனித அறிவானது ஒரு நாள் முழுமையானதாகலாம். அந்த அறிவை தவறாக உப யோகிக்காத வரை அந்த அறிவு மதிப்புடையதாக இருக்கும். மனிதன் அநேக மாக வெற்று சாத்தியங்களுக்கான சவாலைக்கூட ஆர்வத்துடன் தொடரக்கூடும்.

ஆனால் அறிவியலறிஞர்களின் இத்தகைய கனவுகள் வெறும் கானல் நீர் மட்டுமேயாகும். அவை கடவுள் புத்தரின் கையில் ஆடும் பொம்மை என்பதைத் தவிர வேறொன்றும் இல்லை. அறிவியலறிஞர்கள் உயிருள்ள மற்றும் உயிரற்ற பொருட்களை அவர்கள் விரும்புகிறபடி மாற்றிக்கொண்டு புதிய வாழ்க்கையை உருவாக்கினால், மனித அறிவின் படைப்புகள் மற்றும் விளைவுகள் ஒருபோதும் மனித நுண்ணறிவின் எல்லையைத் தாண்டாது. இயற்கையின் கண்களுக்கு முன்னால் மனித அறிவால் எழும் எல்லா செயல்களுமே பயனற்றவை.

கற்பனை உலகில் மனிதனின் தவறான காரணங்களால் உருவான அனைத்துமே நியாயமற்ற மாயத் தோற்றங்களே ஆகும். மனிதன் எதையுமே கற்றுக் கொள்ளவோ சாதிக்கவோ இல்லை. தான் இயற்கையைக் கட்டுப்படுத்து கிறோம் என்ற மாயத் தோற்றத்தில் அவன் இயற்கையை அழித்துக் கொண்டி ருக்கிறான். தன்னையே ஒரு விளையாட்டுப் பொருளாக மாசுபடுத்திக் கொள்வ தால், அவன் இந்தப் பூமிக்கு கொண்டு வந்ததெல்லாம் ஆழம் காண முடியாத அளவுக்கு அழிவை ஏற்படுத்தியது மட்டும்தான். அறிவியலறிஞரின் கட்டளையைப் பின்பற்றி அவருக்கு உதவியாக இருப்பவர் ஒரு விவசாயியாக இருக்க முடியாது. நிகழ்வுகள் இவ்வாறாக இருந்தால் நாளைக்கு விவசாயிக்கு என்ன காத்திருக்கும்? ஒவ்வொரு விவசாயியும் அழிந்து கொண்டிருப்பதையும், அதை மற்றவர்கள் வெறுமனே வேடிக்கைப் பார்த்துக் கொண்டு சிரிப்பதும் எவ்வளவு துயரமானது?

3. இயற்கை உணவு மறைந்து போதல்

உணவின் தரத்தில் அழிவு

அதிகமான அளவு பெட்ரோலிய சக்தியைக் கொண்டு வளர்க்கப்படும் பயிர்கள் தரத்தில் குறைந்து போய்விடுகின்றன என்பதில் வியப்பேதுமில்லை. ஒருவர் எண்ணெய் சக்தியை வேளாண்மையில் உபயோகித்தால், "நெல்லில்" அரிசி உற்பத்தி செய்தல் என்று சொல்வதற்குப் பதிலாக "எண்ணெய் நிலத் துண்டில்" அரிசி உற்பத்தி செய்தல் என்றே சொல்லாம்.

திறந்த ஆகாயத்திற்கு கீழே வேளாண்மை செய்வது என்பது தற்போது மறைந்து வருகிறது. இன்றைய நாளில் வேளாண்மை என்பது பெட்ரோலியம் சார்ந்த உணவுப் பொருட்களையே உற்பத்தி செய்கிறது. "போஷாக்குள்ள உணவு" என்ற பெயரில் தவறான உணவுப் பொருட்களை விற்பனை செய்யும் வியாபாரிகளாக விவசாயிகள் ஆகிவிட்டனர்.

எப்போதும் இயற்கையுடன் இணைந்து பணியாற்றிக் கொண்டிருந்த

விவசாயி, சமூகத்தின் வற்புறுத்தலுக்கு நிபந்தனையின் பேரில் சரணடைந்தான். எண்ணெய்த் தொழிற்சாலையின் துணை ஒப்பந்தக்காரனாக ஆகிவிட்டான். அவனுடைய வாழ்க்கைக்குத் தேவையான பொருட்களின் மீதான கட்டுப்பாடு கூட தொழிலதிபர்கள் மற்றும் வியாபாரிகளின் கைகளுக்கு மாறிவிட்டன. இன்றைய நாளில் விவசாயியின் நஷ்டம் அல்லது லாபம், வாழ்க்கை அல்லது இறப்பு ஆகியவற்றின் உரிமைகள் வியாபாரிகளின் கைகளிலேயே இருக்கிறது.

வேளாண்மையின் அழிவு என்பதை நேரடியாகப் பார்க்க முடிகிறது. உதாரணமாக, காய்கறிகளைத் திறந்தவெளியில் வளர்ப்பதிலிருந்து கொடிவீடுகளை உடைய தோட்டக்கலைக்கு விவசாயிகள் மாற்றியதைச் சொல்லலாம். மண்ணில் அல்லது கொடி வீடுகளில் நேர்த்தியான வரிசைகளில், முலாம் பழம் மற்றும் தக்காளிகளை விதைத்து வளர்த்தல் என இது தொடங்கியது. அடுத்த நிலையானது மண்ணிற்குப் பதிலாக, மணல் அல்லது கப்பி ஆகியவற்றை உபயோகித்து செயற்கை முறையில் வளர்த்தல் என்பதாகும். இத்தகைய பொருட்கள் குறைந்த அளவு பாக்டீரியாக்களைக் கொண்டிருக்கும் என்பதால் அவை "சுத்தமாக" இருக்கும். போஷாக்குகளைக் கொடுத்து வளமான மண்ணாக மாற்றுதல் என்ற சிந்தனை மாற்றத்தால் இது நிகழ்ந்தது. இது போஷாக்கு கரைசல்களை உருவாக்கி விநியோகம் செய்வதற்கு காரணமாக அமைந்தது. தாவரத்தைத் தாங்குதல் மட்டும்தான் மணல் மற்றும் கப்பியின் மிக எளிதான ஒரே வேலையாகும். பிளாஸ்டிக் அல்லது பாலிமரில் வலை அமைக்கப்பட்டு, "பயிரிடப்படுவதற்காக" தொட்டிகளும் உருவாக்கப்படுகின்றன. இவை முளைவிட்டு வளர்ந்ததும், அவற்றின் வேர்கள் அனைத்தும் பிளாஸ்டிக் தொட்டிக்குள்ளேயே எல்லா திசைகளிலும் நீள்கின்றன. தண்டுகள் மற்றும் இலைகளும் செயற்கையாக தாங்கப்படுகின்றன. இறுக்கமாக மூடப்பட்ட அறையில் வளரும் தாவரங்கள் அனைத்தும் முற்றிலும் பலனற்றதாகவே இருக்கும்.

நீரில் கரைந்துள்ள போஷாக்கை வேர் உறிஞ்சுதல் என்பது போதுமானதாக இல்லாதபோது, தொடர்ச்சியான முறையில் தாவரம் முழுவதும் போஷாக்கு கரைசல் தெளிக்கப்படுகிறது. அதனால் போஷாக்கானது வேர்களின் வழியாக மட்டும் எடுத்துக் கொள்ளப்படாமல், இலையின் மேற்பரப்பு வழியாகவும் எடுத்துக் கொள்ளப்படுகிறது. அதனால் தாவரத்திற்கு போஷாக்கு வெகு விரைவாக கிடைக்கிறது. அதன் விளைவாக மிக வேகமாக வளர்ச்சியடைகிறது. வெப்பத்தின் அளவு அதிகரிக்கப்பட்டு, விளக்குகளைக் கொண்டு தாவரத்திற்கு செயற்கை முறையில் ஒளியூட்டப்படுகிறது. கார்பன் டை ஆக்ஸைடும் ஆக்ஸிஜனும் தெளிக்கப்படுகின்றன. இவையெல்லாம், நிலத்தில் பயிர் செய்யும் போது வளருவதைவிட இந்த முறையில் பல மடங்கு விரைவாக பயிரை வளரச் செய்கின்றன.

எனினும், இத்தகைய செயற்கையான சூழ்நிலையில் வளர்க்கப்படும் தாவரத்திலிருந்து கிடைக்கும் எந்தப் பொருளும், இயற்கையான சூழ்நிலையில் வளர்க்கப்படும் தாவரத்திலிருந்து கிடைக்கும் பொருளைவிட தரத்தில்

குறைந்ததாகவே இருக்கும். அழகான நிறமுள்ள, அழகான தோலுடைய சுவை மிகுந்த நறுமணம் மிக்க முலாம்பழங்களும், பெரிய சிவப்பு தக்காளிகளும், நல்ல பசுமையான வெள்ளரிகளும் இத்தகைய முறையில் வளர்க்கப்படலாம் என்பது உண்மைதான். ஆனால் இவையெல்லாம் மனிதனுக்கு மிக நல்லவை என்று நினைப்பது தவறானது. மனிதனுக்கு தெரியாத வழிகளில் வளர்ந்திருந்த போதும், செயற்கையான முறையில் வளர்வதால் இத்தகையப் பொருட்கள் தரத்தில் குறைந்தவையாகவே இருக்கும். தொழில்நுட்பத்தால் ஏற்படும் இத்தகைய முரண்பாட்டை, பூச்சிகளால் அதிகமான அளவில் சேதம் என்ற வடிவில் இயற்கை கடுமையாக எதிர்க்கிறது. வேளாண்மை என்பது பூச்சிக் கொல்லிகள் மற்றும் உரங்களைச் சார்ந்தது என்பதை உயர்த்துவதுதான் அதற்கு மனிதன் தரும் பதிலாகும்.

செயற்கை வேளாண்மையானது முடிவாக கூட்டு சேர்க்கையான உணவை உண்டாக்குவதை நோக்கி அழைத்துச் செல்கிறது. முற்றிலும் இரசாயனம் சார்ந்த உணவுப் பொருட்களைத் தயாரிப்பதற்கான தொழிற்சாலைகளை உருவாக்கு வதற்காக, நிலங்களையும் தோட்டங்களையும் தேவையில்லாமல் தகர்ப்பது ஏற்கனவே நடந்து கொண்டிருக்கிறது. இத்தகைய செயலானது வேளாண்மை என்பது இயற்கைக்கு முற்றிலும் தொடர்பு இல்லாதது என ஆக்குகிறது.

மனிதன் அவன் விரும்பும் எத்தகைய கரிமப் பொருளையும் தயாரிக்க யூரியா கூட்டுச்சேர்க்கை ஏதுவாக இருக்கிறது. பல்வேறு பொருட்களிலிருந்து இறைச்சி தயாரிக்க புரோட்டீன் கூட்டுச்சேர்க்கை உதவுகிறது. பெட்ரோலியத்திலிருந்து வெண்ணெய் மற்றும் பாலாடைக்கட்டி தயாரிக்க முடிகிறது. விரைவாகவோ அல்லது பிறகோ, ஒளிச்சேர்க்கை பற்றிய ஆய்வு என்ற அடுத்த வளர்ச்சி ஏற்படலாம். அப்போது ஸ்டார்ச்சைத் தயாரிப்பது எப்படி என்பதை மனிதன் கண்டிப்பாக அறிந்து கொள்வான். மரம் மற்றும் எண்ணெயைக் கொண்டு இதைக் கண்டுபிடிப்பதில் அவன் ஒருநாள் வெற்றியடையலாம்.

நியுக்ளிக் ஆசிட், செல்லுலார் புரோட்டீன், நியுக்ளி ஆகியவற்றை எப்படி சேர்க்க வேண்டும் என்பதை மனிதன் கற்றுக் கொள்வான். அது மரபணுக்கள் மற்றும் குரோமோசோம்களை கூட்டு சேர்த்து ஒன்றிணைப்பதற்கான தொடக்கமேயாகும். வாழ்க்கையைக்கூட தன்னால் கட்டுப்படுத்த முடியும் என்றுகூட அவன் யோசிக்கத் தொடங்கக்கூடும். அதுமட்டுமல்ல; அந்த எண்ணம் நிறைவேறிவிட்டால், உயிருள்ள பொருட்கள் அனைத்தையுமே அவன் விரும்புகிற வழியில் மாற்ற இயலக்கூடும். மனிதன் தன்னை ஒரு படைப்பாளனாக கற்பனை செய்துகொள்ளத் தொடங்குவான். அறிவியலைக் கொண்டு அவன் அனைத்தையும் கற்றுக்கொண்டாலும், அவனால் எல்லா வற்றையும் செய்ய முடிந்தாலும், படைக்க முடிந்தாலும், அவையெல்லாம் வெறும் இயற்கையின் நகல்களேயாகும்.

வேளாண்மை தொழில்நுட்பத்தில் வளர்ச்சி ஏற்படுவதானது உற்பத்தி செலவைக் குறைத்து, உணவைக் குறைந்த விலையில் கிடைக்கச் செய்யும் என்று நம்புவது தவறானதாகும். ஒரு தொழிலதிபர், ஒரு பெரிய நகரத்தின் மையத்தில் ஒரு பெரிய கட்டிடத்தில் அரிசி மற்றும் காய்கறிகள் வளர்க்கத் தீர்மானிக்கிறார் என வைத்துக் கொள்வோம். அந்த முழுக் கட்டிடத்தையும் அவர் மூன்று அளவுகளில் தயார் செய்ய வேண்டும். மையத்தில் வெப்பம், காற்றோட்டம், செயற்கையான வெளிச்சம் இருக்கும்படி செய்ய வேண்டும். கார்பன் டை ஆக்சைடு, போஷாக்கு கரைசல்கள் ஆகியவற்றை தன்னிச்சையாக செலுத்தும் கருவிகள் ஆகியவற்றையும் தயார் செய்ய வேண்டும்.

ஒரே ஒரு தொழிலாளியின் கண் பார்வைக்குக் கீழ் நடக்கும் இத்தகைய திட்டமிடப்பட்ட வேளாண்மை உண்மையிலேயே மக்களுக்கு விலை குறைந்த, போஷாக்கான காய்கறிகளை வழங்குமா? குறிப்பிடத்தக்க அளவு மூலதனமோ அல்லது பொருட்களோ இல்லாமல் இதுபோன்ற காய்கறி தொழிற்சாலையை கட்டவோ, நடத்தவோ முடியாது. ஆகையால் இவ்வாறாக உற்பத்தி செய்யப் படும் காய்கறிகள் விலை உயர்வானதாக இருக்கும் என எதிர்பார்க்கப்படுவது இயற்கையானதே ஆகும். இத்தகைய முறை திறமையானதாகவும் நவீனமான தாகவும் இருந்தாலும், சூரிய ஒளி மற்றும் மண் ஆகியவற்றில் இயற்கையாக வளர்வதைக் காட்டிலும் இதில் குறைந்த செலவில் உற்பத்தி செய்வது சாத்தியமற்றதாகும்.

ஊக்க ஊதியமோ அல்லது விநியோகமோ கேட்காமல் இயற்கை உற்பத்தி செய்கிறது. ஆனால் மனித முயற்சிகள் எப்போதுமே எல்லா செயல்களுக்கும் பணத்தை எதிர்பார்க்கின்றன. உபகரணங்களும் வசதிகளும் மிகவும் அதிகரிக்கும் போது அதற்கான விலையும் அதிகமாக இருக்கிறது. இதை எப்போது நிறுத்துவது என்பது மனிதனுக்குத் தெரியாது. மிகவும் திறமை வாய்ந்த இயந்திர மனிதன் உருவாக்கப்படும்போது மனிதர்கள் கைதட்டுகிறார்கள்; இறுதியில் சிறந்த உற்பத்தி இதுதான் என்று சொல்கிறார்கள். ஆனால் அவர்களுடைய மகிழ்ச்சி சிறிது நேரம்தான் இருக்கிறது. விரைவிலேயே அவர்கள் மீண்டும் அதிருப்தி அடைகிறார்கள். இன்னும் முன்னேற்றமான, திறமையான தொழில் நுட்பம் வேண்டும் எனக் கேட்கிறார்கள். எல்லோருமே உற்பத்தி செலவைக் குறைக்க பார்க்கிறார்கள். ஆயினும் இத்தகைய செலவு ஒருபோதும் குறைவதில்லை.

குளோரெல்லா மற்றும் ஈஸ்ட் போன்ற நுண்ணுயிரிகளைக் கொண்டு உணவை விலை குறைவாகவும் அதிக அளவிலும் தயாரிக்க முடியும் என்று எண்ணுவது தவறான கருத்தாகும். ஒன்றும் இல்லாததிலிருந்து ஏதோவொன்றை அறிவியலால் உற்பத்தி செய்ய முடியாது. மாறாக, உற்பத்தி செலவும் அதிகரித்து உற்பத்தி அளவும் குறைந்து போய்விடும்.

மக்கள் செயற்கையான உணவை உட்கொண்டு இயற்கைக்கு எதிரான

மனிதர்களாக இயற்கையற்ற உடலை உடையவர்களாக உருவாகிறார்கள். அது வியாதிகள் ஏற்படுவதற்கும், இயற்கைக்கு மாறான வழியில் சிந்தனை செய் வதற்கும் காரணமாக இருக்கிறது. வேளாண்மையின் உருமாற்றமானது வெறும் வேளாண்மை என்பதைவிட ஒரு திரிபு என்ற அச்சுறுத்தக்கூடிய சாத்தியம் நீடித்து இருக்கிறது.

உற்பத்தியை அதிகரிப்பது அதிகமான மகசூலைத் தராது

எல்லா இடங்களிலும் உணவு உற்பத்தியை அதிகரிப்பது பற்றி பேச்சு திரும்பியபோது, அறிவியல் நுட்பங்கள் மூலம் உற்பத்தியையும் மகசூலையும் அதிகரிப்பது என்பது மனிதனுக்கு அதிகமான, சிறந்த, பெரிய உணவுப் பயிர்களைத் தருவதற்கு ஏதுவாக இருக்கும் என மக்கள் நம்பினார்கள். ஆயினும், பெரிய அறுவடைகள் அதிகமான லாபத்தை விவசாயிகளுக்கு தரவில்லை. நிறைய இடங்களில் அவை நஷ்டத்தைத்தான் தந்துள்ளன.

அதிக மகசூலைத் தரக்கூடிய பல வேளாண் நுட்பங்கள் இன்றைய நாளில் உபயோகத்தில் உள்ளன. அதிகமான மகசூலைத் தரும் என்று எண்ணி கடுமை யான இரசாயன உரங்களும், பூச்சிக்கொல்லிகளும், மிகப் பெரிய இயந்திரங் களும் அதில் உபயோகிக்கப்பட்டன. ஆனால் அவை பயிர்கள் நஷ்டமாவதை குறைப்பதற்கு வேண்டுமானால் உதவலாம்; உற்பத்தியை அதிகரிப்பதற்கான சிறந்த முறைகளாக இருக்காது. உண்மையில் இத்தகைய செய்முறைகள் உற்பத்தியைப் பாதிக்கின்றன. அவை பின்வருமாறான நிலைகளில் மட்டுமே பயனுள்ளவையாக வேலை செய்கின்றன :

1. மண் இறந்துவிட்டது என்ற நிலையில் மட்டுமே இரசாயன உரங்கள் பயனுள்ளவை.

2. ஆரோக்கியமற்ற தாவரங்களைப் பாதுகாப்பதற்கு மட்டுமே பூச்சிக் கொல்லிகள் பயனுள்ளவை.

3. மிகப் பெரிய அளவு நிலத்தில் பயிர் செய்வதாக இருந்தால் மட்டுமே இயந்திரங்கள் உபயோகமாக இருக்கும்.

மற்றொரு முறையில் சொல்வதென்றால் மண்ணை வளப்படுத்தவோ, ஆரோக்கியமான பயிர்களை வளர்க்கவோ, சிறிய நிலத்திற்கோ இவை பயனற்றவை என்று இதே விஷயத்தை சொல்லலாம். மண் வளமற்றதாக இருக்கும்போதும், கால் ஏக்கர் நிலத்துக்கு 4லிருந்து 5 பஷெல் அளவுதான் மகசூல் கிடைக்கிறது என்ற நிலையிலும் மட்டுமே இந்த இரசாயன உரங்களால் மகசூலை அதிகரிக்க முடியும். இருந்தபோதும், அதிகமான உரங்கள் உப யோகிப்பது 2 பஷெல் அளவுக்கும் அதிகமான மகசூலைத் தராது. மண் தவறாக உபயோகிக்கப்பட்டு வீணாகி இருந்தால்தான் இரசாயன உரங்கள் உண்மையில் பயனுள்ளவையாக இருக்கும்.

கால் ஏக்கருக்கு 7 முதல் 8 பஷெல் அளவு வரை உற்பத்தி செய்யும் நிலத்தில்

தொடர்ச்சியாக இரசாயன உரத்தை உபயோகிப்பது குறைந்த அளவு பயனையே தரும். இன்னும் அதிகமாக 10 பஷெல் பெறுவதற்காக உரத்தைச் சேர்த்தால் அது நிலத்தின் உற்பத்தித் திறனைப் பாதிக்கும். மகசூலில் சரிவு ஏற்படுவதைத் தவிர்ப்பதற்கு மட்டுமே இரசாயன உரம் பயனுள்ளதாக இருக்கும். இயற்கையின் சொந்த உரமான பசும்தழை மற்றும் விலங்குகளின் உரம் போன்றவை விலை மலிவானவை. மகசூலை அதிகரிப்பதற்கு அவற்றை உபயோகிப்பதே பாதுகாப்பான முறையாகும்.

இத்தகைய தகவல்கள் பூச்சிக்கொல்லிகளை உபயோகிப்பதற்கும் பொருத்த மானதாகும். எந்த ஓர் இடமாக இருந்தாலும் வருடத்திற்கு 10 முறை, சக்தி வாய்ந்த பூச்சிக்கொல்லிகளை உபயோகித்து, ஆரோக்கியமற்ற அரிசி பயிர்களை வளர்ப்பதில் என்ன பயன் இருக்கிறது? தீங்கு விளைவிக்கக்கூடிய பூச்சிகளை பூச்சிக்கொல்லிகள் எப்படி கொல்கின்றன, பயிர்கள் நாசமடைவதை எப்படி தடுக்கின்றன என்பதைப் பற்றியெல்லாம் அறிவியலறிஞர்கள் விசாரணை மேற்கொள்கிறார்கள். அதற்கு முன்பாக, இத்தகைய பூச்சிக்கொல்லிகளால் இயற்கையின் சூழ்நிலை அமைப்பு எவ்வாறு அழிந்துபோகிறது, பயிர் ஏன் பலவீனமாகிறது என்பதைப் பற்றி கண்டிப்பாக ஆராய வேண்டும்; இயற்கையின் இணக்கம் பிளவுபட்டு போவதற்கும் பூச்சிகளின் திடீர் எழுச்சிக்கும் காரணங்கள் என்ன என்பதைப் பற்றியும் ஆராய வேண்டும். இவ்வாறாக கண்டுபிடித்ததை அடிப்படையாகக் கொண்டு, உண்மையிலேயே பூச்சிக்கொல்லிகள் தேவையா அல்லது இல்லையா என்பதைத் தீர்மானிக்க வேண்டும்.

நெல் நிலங்களில் நீர் பாய்ச்சி, மண் இணக்கமாக ஆகும் வரை டில்லர்களைக் கொண்டு மண்ணை உடைத்து விடுகிறார்கள். உழுதல் இல்லாமல் பயிர் வளர்ப்பது சாத்தியம் இல்லை என்ற சூழ்நிலையை பணக்கார விவசாயிகள் உருவாக்கிவிட்டார்கள். அத்தகைய செயலில் தவறான நம்பிக்கை கொண்டு அதுதான் சிறந்தது என்றும், வேளாண்மைக்கு அவசியமானது என்றும் நினைக்கிறார்கள். உரங்கள், பூச்சிக்கொல்லிகள், வேளாண் இயந்திரங்கள் எல்லாம் உபயோகமானவையாகவும் உற்பத்தியை அதிகரிக்க உதவுபவையாகவும் தோன்றும். எனினும் பரந்த நோக்குடன் பார்க்கும்போது, இவை மண்ணையும் பயிரையும் கொல்கின்றன; பூமியின் இயற்கையான உற்பத்தித் திறனை அழிக்கின்றன.

நாம் அடிக்கடி சொல்வது என்னவென்றால், "அறிவியல் அதன் நன்மை களைக் கொண்டிருப்பதுடன், தீமைகளையும் கொண்டிருக்கிறது'' என்பதுதான். உண்மையில், அவை இரண்டுமே பிரிக்க முடியாதவை. ஒன்றில்லாமல் ஒன்றை நம்மால் பெற முடியாது. கெடுதல் இல்லாமல் எந்தவொரு நல்லதையும் அறிவிய லால் உற்பத்தி செய்ய முடியாது. இயற்கையின் அழிவின் விலைக்கு மட்டுமே அது பயனுள்ளதாக இருக்கும். ஏனெனில், மனிதன் இயற்கையை உருமாற்றம் செய்து, அதை முடமாக்கிய பிறகுதான், அறிவியல் இத்தகைய சிறந்த பலன் களைத் தருவதுபோலத் தோன்றும். இயற்கைக்கு நாம் ஏற்படுத்திய மிக அதிக மான சேதத்தை அறிவியல் சீர்படுத்த மட்டுமே செய்கிறது.

அறிவியல் வேளாண் முறைகளால் நிலத்தின் உற்பத்தித் திறனை அதிகரிக்க முடிவது எப்போதென்றால், நிலத்தின் இயற்கையான உற்பத்தித் திறன் முற்றிலுமாக அழிந்து போகிறபோதுதானாகும். பயிர் நாசமடைவதன் வேகத்தைத் தடுக்க உபயோகமாக இருப்பதால் அவை அதிக மகசூல் தரும் செய்முறைகள் என போற்றப்படுகின்றன. விஷயத்தை இன்னும் மோசமாக்கும் விதமாக, இயற்கையான நிலைக்கு திரும்பிச் செல்வதற்காக மனிதன் மேற்கொள்ளும் அனைத்து முயற்சிகளும் மிக அதிகமான சேதத்தை ஏற்படுத்தி எப்போதுமே நிறைவடையாமல் இருக்கின்றன. அறிவியல் மற்றும் தொழில்நுட்ப அடிப்படை சக்திக்கான வீண் செலவை இது உண்டாக்குகிறது.

சக்தியை வீணாக்கும் நவீன வேளாண்மை

அட்டவணை 1.1 அரிசி உற்பத்தியில் நேரடியாக செலுத்தப்படும் சக்தி

கால் ஏக்கருக்கு 1,300 பௌண்ட்கள் (22 பஷெல்கள்) அளவு அரிசி உற்பத்தி செய்ய தேவைப்படும் கிலோகலோரிகள் கொடுக்கப்பட்டுள்ளன

	இயற்கை வேளாண்மை	விலங்குகளைக் கொண்டு வேளாண்மை (க.1950)[1]	சிறிய அளவில் இயந்திரங்களைக் கொண்டு வேளாண்மை (க.1960)	நடுத்தர அளவில் இயந்திரங்களைக் கொண்டு வேளாண்மை (க.1970)	பெரிய அளவில் இயந்திரங்களைக் கொண்டு வேளாண்மை (க.1980)[2]	குறிப்பு
மனித உழைப்பு	10-20	25	20	12	--	கிலோ கலோரிகள்
விலங்கு உழைப்பு	0	6	4	0	0	
இயந்திரம்	கைக்கருவிகள்	22	80	350	-	
உரம்	0	40	75	54	-	கிலோகலோரி அரிசியின் சக்தி
பூச்சிக்கொல்லிகள்	0	11	25	72	-	
எரிபொருள்	0	2	10	45	-	
மொத்தம்	10 - 20	96	214	533	1,000	
உட்செலுத்தப்படும் சக்தி*	0.1 - 0.2	1	2	5	10	1,300 எல்.பி.எஸ் அரிசிக்கு 2,00,000 கிலோகலோரி எனத் திட்டமிடல்
வெளிவரும் சக்தி** / உள்செலுத்தும் சக்தி	100 - 200	20	10	4	2	

* விலங்குகளை வைத்து விவசாயம் செய்ய உட்செலுத்தப்படும் சக்தி = 1

** அறுவடை செய்யப்பட்ட அரிசி மற்றும் உட்செலுத்தப்படும் சக்தி இரண்டுக்கும் இடையில் உள்ள சக்தியின் விகிதம்

1) ஜப்பானிய தேதி 2) மதிப்பீடு

அறிவியல் வேளாண்மை அதிக உற்பத்தித் திறனைத் தருகிறது என்று அடிக்கடி சொல்லப்படுகிறது. ஆனால் உற்பத்திக்கு செலவிடப்படும் சக்தியின் திறனை நாம் கணக்கிட்டால், இது இயந்திரங்களைக் கொண்டு குறைந்திருப்பதை நாம் கண்டறியலாம். ஐந்து வகையான வேறுபட்ட வேளாண் முறைகளில் அரிசி உற்பத்திச் செய்வதற்கு செலவிடப்படும் சக்தியின் அளவை நாம் அட்டவணை 1.1இல் ஒப்பிடுவோம். அவை : இயற்கை வேளாண்மை, விலங்குகளின் உதவியைக் கொண்டு செய்யப்படும் வேளாண்மை, சிறிய, நடுத்தரமான, பெரிய இயந்திரங்களின் உதவியுடன் செய்யப்படும் வேளாண்மை ஆகியனவாகும். இயற்கை முறை வேளாண்மையில் கால் ஏக்கர் நிலத்தில் 130 பௌண்ட் அரிசி பெற ஒரு நாளைக்கு ஒரே ஒரு விவசாயியின் உழைப்பு தேவைப்படுகிறது. அல்லது 2,00,000 கிலோ கலோரி அளவு உணவு சக்தி தேவைப்படுகிறது. உட்செலுத்தப்படும் இந்த 2,00,000 கிலோ கலோரி சக்தியை நிலத்திலிருந்து திரும்பப் பெற, ஒரு விவசாயிக்கு ஒரு நாளைக்கு 2,000 கிலோ கலோரி சக்தி தர வேண்டியிருக்கிறது. குதிரைகள் அல்லது எருமைகளைக் கொண்டு பயிர் செய்ய 5லிருந்து 10 மடங்கு வரை அதிக சக்தி தேவைப்படுகிறது. இயந்திர வேளாண்மை முறையில் 10லிருந்து 15 மடங்கு அதிக சக்தி தேவைப் படுகிறது. அரிசி உற்பத்திக்கான திறனானது உட்செலுத்தப்படும் சக்திக்கு தலைகீழான விகிதமாக உள்ளது. இருந்தபோதும் அறிவியல் வேளாண்மையில் ஒரு யூனிட் அளவு உணவு உற்பத்தி செய்வதற்கு தேவைப்படும் சக்தியின் அளவானது இயற்கை வேளாண்மையில் உற்பத்தி செய்யப்படும் 50 யூனிட் அளவாக இருக்கிறது.

ஒரு மனிதனின் தினப்படி குறைந்த அளவு கலோரி தேவை என்பது "துறவியின் உணவைப்" போன்றதாகும்; அதாவது கிட்டத்தட்ட 1,000 கலோரி அளவு பழுப்பு அரிசி, எள்செடி விதைகள் மற்றும் உப்பு என்பதிலிருந்து 1,500 கலோரி பழுப்பு அரிசி மற்றும் காய்கறிகள் என்று என்னுடைய சிட்ரஸ் பழத் தோட்டத்தில் மண் சுவரை உடைய குடிசைகளில் வாழும் இளைஞர்கள் எனக்குக் காட்டுகிறார்கள். இது ஒரு விவசாயி வேலை செய்யப் போதுமான - கிட்டத்தட்ட குதிரையின் சக்தியில் பத்தில் ஒரு பங்கு அளவு - சக்தியாகும்.

ஒரு சமயத்தில், குதிரைகள் மற்றும் எருதுகளை உபயோகித்தல் மனிதனின் வேலையை எளிதாக்கும் என்று மக்கள் நம்பினார்கள். ஆனால் அந்த எதிர் பார்ப்புகளுக்கு மாறாக, இத்தகைய பெரிய விலங்குகளின்மீது நாம் கொண்ட நம்பிக்கை நமக்கு தீமையையே தந்தது. மண்ணை உழுது வளப்படுத்த ஆடுகள் மற்றும் பன்றிகளை உபயோகிப்பது சிறந்ததாக இருக்கும் என விவசாயிகள் நம்பினார்கள். உண்மையில் அவர்கள் செய்ய வேண்டியது என்னவென்றால் கோழிக்குஞ்சுகள், முயல்கள், எலிகள், மூஞ்சூறுகள், மண் புழுக்கள் போன்ற சிறிய விலங்குகள் நிலத்தை உழுவதற்கு விட்டுவிடுவதுதானாகும். வேலையை உடனடியாக செய்து முடிக்க வேண்டும் என்பது போன்ற சமயத்தில் மட்டுமே பெரிய விலங்குகள் பயனுள்ளவை என்பதாகத் தோன்றும். அதற்காக ஒரு குதிரைக்கோ அல்லது மாட்டுக்கோ இரண்டு ஏக்கர் மேய்ச்சல் நிலப் புல்லை அளிக்க வேண்டும் என்பதை நாம் மறந்து விடுகிறோம். இந்த 2 ஏக்கர் அளவு

நிலமானது ஒருவர் இயற்கையின் சக்திகளை முழுமையாக உபயோகித்தால், 50 அல்லது 100 மனிதர்களுக்குக்கூட உணவளிக்கும். வேளாண் பணிகளில் கால்நடைகளை அதிக அளவில் உபயோகித்தால், அவை மனிதனின் கூலியை எடுத்துக்கொள்ளும் என்பது தெளிவானது. இன்றைய நாளில் இந்திய விவசாயிகள் ஏழையாக இருப்பதற்கு காரணம் என்னவென்றால் அவர்கள் பசுக்கள், யானைகள் என பெரிய விலங்குகளைப் பயன்படுத்துகிறார்கள். அவை புற்கள் அனைத்தையும் தின்று, நிலத்தைக் காய்ச் செய்கின்றன. அவற்றின் சாணங்கள் நிலத்தில் எரிக்கப்படுகின்றன. இத்தகைய செய்முறைகள் மண்ணின் வளத்தை வடிகட்டி அதன் உற்பத்தித் திறனைக் குறைக்கின்றன.

இன்றைய நாளில் கால்நடைகளைக் கொண்டு வேளாண்மை செய்வது என்பது யெல்லோடெயில்* மீன் பண்ணையைப் போன்ற முட்டாள்தனமான செயலாகும். சந்தையில் ஒரு யெல்லோடெயில் மீனை விற்பனை செய்வதற்கு, சார்டைன்* மீனின் எடையைப்போல 10 மடங்கு அதிக எடை தேவைப்படும். அதேபோல, சில்வர்பாக்ஸ்** மீன்கள் முயல் இறைச்சியைப் போல 10 மடங்கு அதிக எடையை கொண்டிருக்கின்றன. அப்படியென்றால் சில்வர் பாக்ஸ் மீன்களை உற்பத்தி செய்வதற்கு எவ்வளவு அதிகமான சக்தி தேவைப்படும்! மாட்டிறைச்சியை உட்கொண்டால் மக்கள் 10 மடங்கு கடினமாக வேலை செய்ய வேண்டியிருக்கிறது. பாலும் முட்டையுமாக போஷாக்காக சாப்பிட விரும்பினால் 5 மடங்கு கடினமாக உழைப்பது நல்லதாகும்.

விலங்குகளைக் கொண்டு வேளாண்மை செய்வதன் மூலமாக, மனிதன் தன்னுடைய குறிப்பிட்ட அடங்காத ஆசைகளையும் விருப்பங்களையும் நிறை வேற்றிக் கொள்வது சாத்தியமாகும். ஆனால் அது மனிதனின் உழைப்பை பல மடங்கு அதிகப்படுத்துகிறது. இத்தகைய வேளாண் முறை மனிதனுக்கு பயனளிக்கக் கூடியதாகத் தோன்றினாலும், உண்மையில் இது அவனுடைய கால்நடைகளுக்குப் பணி செய்வதற்கு அவனை ஈடுபடுத்துவதையே செய்கிறது. மாடுகள் அல்லது யானைகளை தங்களுடைய வேளாண் பணியில் ஈடுபடுத்து வதை உயர்த்துவதன் மூலமாக, ஜப்பான் மற்றும் இந்திய மக்கள் தங்களுடைய கால்நடைகளுக்கு தேவையான கலோரிகளைத் தந்து தங்களைத் தாங்களே தரித்திரமாக்கிக் கொள்கிறார்கள்.

இயந்திர வேளாண்மையோ இன்னும் மோசமானதாகும். இயந்திரங்கள் விவசாயியின் வேலையைக் குறைப்பதற்குப் பதிலாக, தங்களுக்கு அவர்களை அடிமைகளாக்கி விடுகின்றன. விவசாயிகளுக்கு இயந்திரங்கள் பெரிய அளவுடைய வீட்டு விலங்குகளாக இருக்கின்றன - அவற்றிற்கு அதிகமான அளவு எண்ணெய் போட வேண்டியிருக்கிறது. அவை மூலதனப் பொருட் களாக இல்லாமல் நுகர்வோர் பொருட்களாக இருக்கின்றன. முதல் பார்வையில், இயந்திர வேளாண்மை உற்பத்தித் திறனை அதிகரித்து வருமானத்தை உயர்த்துவது போலத் தோன்றுகிறது. ஆயினும், அதற்கு

* சிறு கடல் மீன் வகை.

** கடல் மீன் வகை.

முற்றிலும் மாறாக நிலத்தின் உபயோகத் திறன் மற்றும் சக்தி உட்கொள்ளப் படுதல் ஆகியவற்றைப் பார்க்கும்போது, இது மிகவும் ஆபத்தான அழிவுக்கு ஆளாக்கக்கூடிய வேளாண் முறை என்பதைக் காட்டுகிறது.

மனிதன் ஒப்பிட்டுப் பார்த்து விளக்குகிறான். அதனால் நிலத்தை மனிதன் உழுவதைவிட ஒரு குதிரை உழுவது நல்லது என நினைக்கிறான். பத்து குதிரைகளை வைத்திருப்பதைவிட, பத்து குதிரைகள் அளவு சக்தி உடைய டிராக்டர்களை உபயோகிப்பது சௌகரியமாக இருக்கும் என நினைக்கிறான். ஏனென்றால் அதன் விலை குதிரையின் விலையைவிட குறைவாக இருந்தால், ஒரு குதிரையின் சக்தி உடைய மோட்டார் என்பது நல்ல பேரம் அல்லவா! இதுபோன்ற சிந்தனைகள் இயந்திரங்கள் பரவுவதைத் துரிதப்படுத்தின. நம்முடைய பொருளாதார அமைப்புக்கும் பொருத்தமானதாகத் தோன்றின. ஆனால் அதிக அளவில் உற்பத்தி செய்வதை குறிக்கோளாக வைத்து உப யோகிக்கப்பட்ட வேளாண் முறைகளின் விளைவாக நிலத்தின் உற்பத்தித் திறன் குறைந்தது. உட்செலுத்தப்படும் சக்தியின் அளவு அதிகமாக இருந்ததால் பொருளாதாரச் சீரழிவும் ஏற்பட்டது. இயற்கைமீது கொண்ட எதிரிடையான கருத்தால் உண்டான வேற்றுமை உணர்வானது, விவசாயி அவனுடைய நிலத்தைவிட்டு இடம்மாறி செல்வதை வேகப்படுத்துவதற்கான காரணமாகவே இருந்தது. ஆயினும் இதுதான் வளர்ச்சி என்றழைக்கப்பட்டது.

இயந்திரமயமாதல் உற்பத்தித் திறனை அதிகரித்து, விவசாயியின் வேலையை எளிமையாக்குகிறதா? இயந்திரமயமாதலால் நிலத்தை உழுகிற செய்முறையில் ஏற்படும் மாற்றங்களைப் பற்றி பார்ப்போம்.

இரண்டு ஏக்கர் நிலமுள்ள ஒரு விவசாயி, 30 குதிரை அளவு சக்தி உள்ள டிராக்டரை வாங்கி தன் நிலத்தின் மீதான அக்கறையை உயர்த்துவதன் மூலமாக மட்டும், மாயமான முறையில் அவர் 50 ஏக்கர் நிலமுடைய விவசாயியாக ஆகிவிட முடியாது. பயிர் செய்வதற்கான நிலம் குறைவான அளவு இருக்கும் போது, இயந்திரமயமாதல் என்பது வேலையாட்களின் அளவை மட்டுமே குறைக்கிறது. அதனால் மீதமுள்ள மனிதர்களுக்கு அதிக அளவு ஓய்வு நேரத்தைத் தருகிறது. இத்தகைய மீதமுள்ள அதிகமான சக்தியை வேறு வேலையில் செலுத்தும்போது வருமானம் அதிகரிக்கிறது அல்லது அதனால் தான் விவசாயிகள் வேறு வேலைகளுக்குப் போகிறார்கள். எனினும், பிரச்சனை என்னவென்றால் இந்த அதிகப்படியான வருமானமானது நிலத்திலிருந்து வரவில்லை. உண்மையில் தேவைப்படும் சக்தியின் அளவு அதிகமானதாக இருந்தாலும் நிலத்திலிருந்து கிடைக்கும் மகசூல் அநேகமாக குறைவாகவே இருக்கும். முடிவில் விவசாயி அவனுடைய நிலத்திலிருந்து அவனது இயந்திரத் தால் விரட்டியடிக்கப்படுவான். இயந்திரத்தை உபயோகித்து நிலத்தில் வேலை செய்வது எளிதாக இருக்கலாம்; ஆனால் பயிர்த் தொழிலிலிருந்து கிடைக்கும் வருமானம் சுருங்கிவிடும். எனினும் வரிகள் குறையப் போவதில்லை. இயந்திரங் களின் விலைகளும் அதிகரித்துக் கொண்டுதான் இருக்கும்.

அறிவியல் வேளாண் முறையில் வேலையாட்களை குறைப்பதென்பது

நிலத்திலிருந்து விவசாயிகளை விரட்டுவதில் மட்டுமே வெற்றி காண்கிறது. ஒருவேளை இந்த நாடு முழுமைக்குமான வேளாண் பொருட்களை உற்பத்தி செய்வதற்கான வேலைகளை செய்ய, குறைந்த எண்ணிக்கையிலான வேலையாட்களே போதும் என்பது நாட்டின் வளர்ச்சியைக் காட்டுகிறது என அரசியல் வாதியும் நுகர்வோரும் நினைக்கலாம். எனினும் விவசாயிக்கு இது ஒரு துயரம்; இது இயற்கைக்கு விரோதமான தவறு. ஒவ்வொரு டிராக்டர் ஓட்டுநருக்கும் பதிலாக அதிக அளவிலான விவசாயிகள் நிலத்திலிருந்து விரட்டி அடிக்கப்படுவார்கள். அதற்குப் பதிலாக தொழிற்சாலைகளில் வேலை செய்யவும், வேளாண்மைக்கான தேவைப் பொருட்கள் மற்றும் உரங்கள் தயாரிக்கவும் நிர்ப்பந்திக்கப்படுவார்கள். இயற்கை வேளாண்மையை உபயோகித்தால் இவையெல்லாம் ஏற்படாது.

இயந்திரங்கள், இரசாயன உரங்கள், பூச்சிக்கொல்லிகள் போன்றவை விவசாயியை இயற்கையிலிருந்து விலக்கி இழுத்து வந்து விடுகின்றன. மனிதனின் தயாரிப்புகளான இத்தகைய உபயோகமற்றப் பொருட்கள் அவனுடைய நிலத்தின் மகசூலை உயர்த்துவதில்லை. ஏனென்றால் அவையெல்லாம் லாபம் சம்பாதிப்பதற்கும் மகசூலை உயர்த்துவதற்குமான கருவிகளாக மட்டுமே உயர்த்தப்பட்டுள்ளன. இருந்தபோதும் அவையெல்லாம் தனக்கு தேவை என்ற மாயத் தோற்றத்தின் கீழேயே அவன் செயல்படுகிறான். அவற்றின் உபயோகம் இயற்கைக்குப் பேரழிவைத் தருகிறது; அதன் சக்தியை கொள்ளையடிக்கிறது. ஆனால் விவசாயி தனது நிலத்தை தன்னுடைய கைகளாலேயே காப்பாற்றுவதைவிட வேறு வழியில்லை என்ற நிலையில் விட்டு விடுகிறது. பெரிய இயந்திரங்கள், உயர்ரக கலப்பு உரங்கள், சக்தி வாய்ந்த பூச்சிக்கொல்லிகள் ஆகியவற்றை இது இன்றியமையாததாக ஆக்குகிறது. இதேமுறை தொடர்ந்து முடிவில்லாமல் நிகழ்கிறது.

பெரிய பெரிய வேளாண் செய்முறைகள் விவசாயிகளுக்கு அவர்கள் தேடும் உறுதிச் சமநிலையைத் தருவதில்லை. ஜப்பானில் உள்ள 6 முதல் 7 ஏக்கர் வரையிலான பண்ணைகளைவிட, ஐரோப்பாவில் உள்ள பண்ணைகள் பத்து மடங்கு பெரியவையாகும். அமெரிக்க ஐக்கிய நாட்டில் உள்ள பண்ணைகள் 100 மடங்கு பெரியவையாகும். எனினும் ஏதாவது ஒன்று என்றால், ஐரோப்பா மற்றும் அமெரிக்க ஐக்கிய நாட்டில் உள்ள விவசாயிகள் ஜப்பானிய விவசாயிகளைவிட பாதுகாப்பில்லாமல் இருக்கிறார்கள். மேற்கில் உள்ள, பெரிய அளவிலான இயந்திரங்களை உபயோகித்துச் செய்யப்படும் வேளாண்மையைப் பற்றி கேள்வி கேட்கும் விவசாயிகள், அதற்கான மாற்று முறையை கிழக்கத்திய கரிம வேளாண்மை முறையில் தேடுகிறார்கள் என்பது இயற்கையானதேயாகும். ஆயினும், விலங்குகளை வைத்து பாரம்பரிய முறையில் வேளாண்மை செய்வதென்பது சரியானத் தீர்வு இல்லை என்பதை அவர்கள் உணர்ந்து கொண்டால் மட்டுமே, இத்தகைய விவசாயிகள் இயற்கை வேளாண்மையை நோக்கி செல்வதற்கான பாதையை வெறித்தனமாக தேடத் தொடங்குவார்கள்.

நவீன கால்நடை மற்றும் மீன் தொழிற்சாலைகள் அடிப்படையில் குற்றம் குறை உடையனவாகும். ஆகாரத்திற்கான கால்நடைகளையும் மீன் பண்ணை களையும் உயர்த்துவதன் மூலம் நமது அன்றாடத் தேவைக்கான உணவை அதிகப்படுத்தி விடலாம் என்று எல்லோரும் சந்தேகமில்லாமல் நம்புகிறார்கள். ஆனால் இறைச்சியை அதிகரிப்பது நிலத்தையும், மீனை அதிகரிப்பது கடலையும் மாசுபடுத்தும் என்பதைப் பற்றி யாரும் சிறிதும் யோசனை செய்யவில்லை.

ஒருவர் தானியங்கள் மற்றும் காய்கறிகளுக்குப் பதிலாக முட்டைகளும் பாலும் சாப்பிட விரும்பினால், வழக்கத்தைவிட இரு மடங்கு கடுமையாக உழைக்க வேண்டும். இறைச்சி சாப்பிட விரும்பினால், 7 மடங்கு அதிகமாக உழைக்க வேண்டும். ஏனென்றால் அது மிகவும் சக்தி பற்றாக்குறை உள்ளதாகும். நவீன கால்நடை பண்ணைகளை அடிப்படை நோக்கில் "உற்பத்திக்கானதாக'' கருத முடியாது. தற்போது, உண்மையான திறன் என்பது மிகவும் குறைந்து வருகிறது; பெரிய, மரபு ரீதியாக உயர்ந்த கால்நடைகளை அதிகப்படுத்தி கால்நடை உற்பத்தித் திறனை அதிகப்படுத்த முயற்சிக்கும்போது கூட, அத்தகைய அதிகமான உழைப்புக்கும் வேலையாட்களுக்கும் மனிதன் விரட்டியடிக்கப்படுகிறான்.

பாண்டம் என்பது ஜப்பானில் உள்ள ஒரு கோழிக்குஞ்சு இனமாகும். அதை சுதந்திரமாக அலைய விட்டுவிடுவார்கள். அது ஒருநாள் விட்டு ஒருநாள் ஒரு சிறிய முட்டை இடும் - இவை குறைந்த உற்பத்தித் திறன் உடைய இனமாகும். ஆனால் இந்தக் கோழிகள் முட்டை இடுவதில் மிகச் சிறந்தவை இல்லை என்ற போதும், இவை மிகவும் பாதுகாப்பானவையாகும். இந்த பாண்டம் இனத்தில் ஒரு ஜோடியை எடுத்து ஒரு கூண்டில் விட்டுவிட்டால், சீக்கிரமாகவே அவை ஏராளமான குஞ்சுகளைப் பொறித்துவிடும். உங்களுடைய ஒரு ஜோடி கோழியிலிருந்து ஒரு வருடத்திற்குள் 10 அல்லது 20 கோழிகளை உடைய மந்தையாகிவிடும். மிகச் சிறந்த ஒயிட் லெஹார்ன் போலவே, இந்த 10 முதல் 20 வரையிலான கோழிகள் இணைந்து ஒவ்வொரு நாளும் பல முட்டைகளை இடும். இந்தப் பாண்டம் இனக் கோழிகள் தாமாகவே உணவு உட்கொள் கின்றன, தாமாகவே முட்டை இடுகின்றன. ஒன்றும் இல்லாததிலிருந்து ஏதோவொன்றை தாமாகவே உற்பத்தி செய்கின்றன. மேலும் நம்மிடம் கிடைக்கக்கூடிய இடத்திற்குத் தகுந்த அளவு கோழிகளின் எண்ணிக்கையும் இருப்பதால், இந்த முறையில் கோழி எண்ணிக்கை உயர்வது நிலத்திற்குத் தீங்கு ஏற்படுத்தாது.

மரபு ரீதியாக உயர்த்தப்பட்ட ஒயிட் லெஹார்ன் கோழிகள் கூண்டுகளில் வளர்க்கப்படும்போது ஒரு நாளைக்கு ஒரு பெரிய முட்டை இடும். ஏனெனில், அவை அதிகமான முட்டைகளை உற்பத்தி செய்யக் கூடியவையாகும். இவற்றின் எண்ணிக்கையை அதிகரிக்கச் செய்தால் மக்கள் அதிகமாக முட்டை சாப்பிட முடியும் என்றும், அவற்றின் சாணப் பொருள் நிலத்தை வளப்படுத்த

உதவும் என்றும் பொதுவாக நினைக்கலாம். ஆனால் அந்தக் கோழிகள் அதிகமான முட்டைகள் இடுவதற்குப் பதிலாக, முட்டைகள் உற்பத்தி செய்யும் கலோரி அளவைவிட 2 மடங்கு அதிகமாக அவற்றிற்கு தானியம் அளிக்க வேண்டியிருக்கும். இத்தகைய செயற்கையான முறையில் கோழிகளின் எண்ணிக்கையை உயர்த்துவது என்பது அடிப்படையில் எதிர்மாறான செயலாகும். கலோரியை அதிகரிப்பதற்குப் பதிலாக, அவை கலோரியின் அளவை பாதியாக குறைத்து விடுகின்றன. எச்சங்களை நிலத்தில் போடுவது என்பதும் எளிதானது அல்ல. கலோரி நஷ்டத்தைப் பொறுத்து மண்ணின் வளம்கூட வடிகட்டப்பட்டு விடும்.

சொல்லப்பட்ட விஷயங்கள் கோழிகளுக்கு மட்டுமல்ல, பன்றிகள், கன்றுகள் போன்றவற்றிற்கும்தானாகும்; அவற்றின் திறன் இன்னும் மோசமாக இருக்கும். வெளியேறும் மற்றும் உட்செலுத்தும் சக்தியின் விகிதமானது, பிராய்லர் கோழிகளுக்கு 50 சதவிகிதமும், பன்றிக்கு 20 சதவிகிதமும், பாலுக்கு 15 சத விகிதமும், மாட்டுக்கு 8 சதவிகிதமும் ஆகும். கன்றுகளை வளர்ப்பதால், நிலத்திலிருந்து பெறப்படும் சக்தியைவிட 10 மடங்கு உணவு சக்தி கிடைக்கிறது. அரிசி சாப்பிடும் மனிதனைவிட மாட்டிறைச்சி சாப்பிடும் மனிதன் 10 மடங்கு அதிக சக்தி பெறுகிறான். நம்முடைய கால்நடை தொழிற்சாலை எவ்வாறு உள்ளது என்பதைப் பற்றிய விழிப்புணர்ச்சி சிலரிடமே உள்ளது. அமெரிக்க ஐக்கிய நாட்டிலிருந்து தானியத்தை இறக்குமதி செய்து உள்ளூரில் உள்ள கால்நடைகளை வளர்ப்பது அமெரிக்க மண்ணை வடிகட்டுகிறது. இத்தகைய செயல்முறைகள் பொருளாதாரத்தை வீண் விரயம் செய்யக்கூடியவை மட்டுமல்ல; உலக அளவில் தாவரங்களை அழிப்பதிலும் முக்கியமான காரிய மாற்றுகின்றன.

இருந்தபோதும், அதிகமாக முட்டையிடும் கோழி இனங்கள் அல்லது உயர்ரக காட்டுப்பன்றி மற்றும் கன்றுகளை வேலியிடப்பட்ட நிலத்திற்குள்ளே அடைத்து, நன்றாக உணவளித்து அவற்றின் எண்ணிக்கையை உயர்த்துவதுதான் உணவு உற்பத்திக்கான தகுந்த அணுகுமுறை என்று நம்புவதில் மக்கள் பிடிவாத மாக இருக்கிறார்கள். கால்நடை பண்ணைகளுக்கு இதுதான் பொருளாதார சிக்கனமான, புத்திசாலித்தனமான அணுகுமுறை என்றும் நினைக்கிறார்கள். ஆனால் உண்மை என்பது அதற்கு மிகவும் எதிர்மாறானது. செயற்கையான கால்நடை பண்ணை பயிற்சிகளான முட்டைகள், பால் அல்லது இறைச்சி என்ற வகையான உருமாற்றங்கள் உண்மையில் அதிக அளவில் சக்தியை வீணாக்கக் கூடியவையாகும். உண்மையில், மிகவும் உயர்ரக கால்நடைகளின் எண்ணிக்கையை உயர்த்துவதற்காக அதிக அளவு சக்தி தேவைப்படுகிறது. அதற்காக விவசாயி மேற்கொள்ள வேண்டிய முயற்சிகளும் எதிர்கொள்ள வேண்டிய வலிகளும் மிக அதிகமானவையாகும்.

அப்படியென்றால் நாம் கண்டிப்பாக பதில் அளிக்க வேண்டிய கேள்வி இதுதான்: எதை, எங்கே உயர்த்த வேண்டும்? முதலில், மலையில் உள்ள மேய்ச்சல் நிலங்களுக்குச் சென்று புல் மேயக்கூடிய இனங்களை நாம் தேர்வு செய்ய வேண்டும். மரபு ரீதியாக உயர்த்தப்பட்ட ஹொல்ஸ்டைன் இனப்

பசுக்கள் மற்றும் கன்றுகளின் எண்ணிக்கையை உயர்த்துவது என்பது மனிதன் மற்றும் கால்நடை என இருவருக்குமே கடினமான விஷயமாகும். மேலும், மற்ற வகைகளில் விலங்கு வளர்த்தலைவிட இந்த வகையில் அதிக அளவு சக்தி வீணாகும். குறைந்த உற்பத்தித் திறன் உடையவை என கருதப்படும் நாட்டு இனங்கள் மற்றும் ஜெர்ஸி போன்ற வகைகள் உண்மையில் அதிகமாக திறன் அளிக்கக் கூடியவை; நிலத்தை வடிகட்டாதவை. இயற்கை நிலைக்கு அருகில் நின்று பார்த்தால், உயர்ந்த ஒயிட் யோர்க்ஷைர் இனத்தைவிட காட்டுப் பன்றி மற்றும் கருப்பு பெர்க்ஷைர் பன்றி போன்றவை மிகவும் பொருளாதார சிக்கனமானவையாகும். லாபங்கள் ஒருபுறம் இருந்தாலும், பண்ணையில் உள்ள கால்நடைகளை விட சிறிய ஆடுகளை அதிகப்படுத்துவதே நல்லது. ஆடுகளை விட மான், காட்டுப் பன்றி, முயல்கள், கோழிகள், காட்டுப் பறவை, கொறித்துத் தின்னும் பிராணி போன்றவற்றை அதிகப்படுத்துவது பொருளாதார சிக்கனமானது மட்டுமல்லாமல் இயற்கைக்கும் பாதுகாப்பானதாகும்.

ஜப்பானைப் போன்ற சிறிய நாடுகளில், வெறும் மண்ணை மட்டும் வளப் படுத்தும் பெரிய கால்நடை பண்ணைகளை அதிகப்படுத்துவதைவிட, ஒவ்வொரு குடும்பமும் ஓர் ஆடு வைத்திருப்பது புத்திசாலித்தனமானதாகும். நன்றாக பால் தரக்கூடிய இனங்களை வளர்க்கலாம்; ஆனால் அடிப்படையில் பலகீனமான சானன் போன்ற இனங்களை தவிர்த்து, உறுதியான நாட்டு இனங்களை வளர்க்கலாம். ஏழையின் மாடு என்றழைக்கப்படும் ஆடு தன்னைத் தானே பார்த்துக் கொள்கிறது, பாலும் தருகிறது. உண்மையில், அவற்றின் எண்ணிக் கையை அதிகரிப்பது பொருளாதார சிக்கனமானது, நிலத்தின் உற்பத்தித் திறனையும் பலவீனமாக்காது.

உணவுக்காக வளர்க்கப்படுபவையும் கால்நடைகளும் உண்மையிலேயே மனிதனுக்குப் பயனுள்ளவை. அவை தாங்களே தங்களைப் பார்த்துக் கொள்ளக் கூடியவை; தாமாக உணவு உட்கொள்ளக் கூடியவை. அதன்பிறகு மட்டுமே உணவு இயற்கையிலேயே அபரிமிதமானதாகவும் மனிதனின் நலத்தில் பங்குள்ளதாகவும் இருக்கும்.

கால்நடை பண்ணைப் பற்றி என்னுடைய பார்வை எப்படிப்பட்டதென்றால், க்ளோவர் மற்றும் காய்கறிப் பூக்களில், மற்றும் அதிகமான பழங்களைச் சுமந்து நிற்கும் மரங்களின் கீழே என தேனீக்கள் சுறுசுறுப்பாக வட்டமிடுவதை நான் பார்க்கிறேன். கோதுமை விளைந்திருக்கும் நிலத்தில் காட்டுக் கோழிகள் மற்றும் முயல்கள் நாய்களுடன் குதித்து விளையாடுவதைப் பார்க்கிறேன். நெல் நிலத்தில் நிறைய வாத்துகள் விளையாடுவதைப் பார்க்கிறேன். பள்ளத்தாக்கு மற்றும் குன்றின் அடிவாரத்தில் கருப்புப் பன்றிகளும் காட்டுப் பன்றிகளும் புழுக்கள் மற்றும் சிறு மீன்களைத் தின்றுக் கொழுப்பதையும், அவ்வப்போது புதர் மற்றும் மரங்களின் மறைவிலிருந்து ஆடுகள் வெளியே வருவதையும் பார்க்கிறேன்.

நவீன நாகரிகத்தால் பாதிக்கப்படாத நாட்டில் உள்ள ஒரு குக்கிராமத்தில் கிடைத்தவைகளாக இத்தகைய காட்சிகள் இருக்கலாம். நமக்கான உண்மை யான கேள்வி என்னவென்றால், அது பொருளாதார ரீதியாக பின்னடைந்த

ஒரு வாழ்க்கை என்ற புராதன காட்சியாக பார்க்கப்பட வேண்டுமா அல்லது மனிதன், விலங்கு மற்றும் இயற்கை மூன்றிற்கும் இடையே உள்ள ஒரு கரிம உறவாக பார்க்கப்பட வேண்டுமா என்பதுதான். சிறிய விலங்குகள் வாழ்வதற்கு ஏற்ற சௌகரியமான சூழ்நிலையானது மனிதன் வாழ்வதற்கும் ஏற்றதாகும்.

ஒரு மனிதன் தானியம் மட்டும் தின்று உயிர் வாழ உதவ நிலம் 200 சதுர அடி எடுத்துக் கொள்கிறது. உருளைக்கிழங்கைத் தின்று உயிர் வாழ 600 சதுர அடியும், பாலை உட்கொண்டு உயிர் வாழ 1,500 சதுர அடியும், பன்றி இறைச்சியைத் தின்று வாழ 4,000 சதுர அடியும், மாட்டிறைச்சி தின்று வாழ 10,000 சதுர அடியும் எடுத்துக் கொள்கிறது. பூமியில் உள்ள மக்கள் அனைவரும் வெறும் மாட்டிறைச்சியே உட்கொண்டால், மனித வர்க்கம் அதனுடைய வளர்ச்சியின் எல்லையை அடைந்துவிட்டிருக்கும். பன்றி இறைச்சியை மட்டும் உட்கொண்டிருந்தால் உலக மக்கள் தொகை இப்போது உள்ளதைப் போல மூன்று மடங்கு அதிகமாக வளர்ந்திருக்கும். பாலை மட்டும் உட்கொண்டிருந் தால் எட்டு மடங்கும், உருளைக்கிழங்கு மட்டும் உட்கொண்டிருந்தால் இருபது மடங்கும் அதிகரித்திருக்கும். வெறும் தானியங்களை மட்டும் உட்கொண்டால், பூமியின் கொள்ளளவானது தற்போது உள்ள மக்கள் தொகையைப் போல அறுபது மடங்கு அதிகமாக இருக்கும்.

அமெரிக்க ஐக்கிய நாடு மற்றும் ஐரோப்பா ஆகிய நாடுகளை மட்டும் ஒருவர் கவனித்துப் பார்த்தால், மாட்டிறைச்சி நிலத்தை வளம் குன்ற செய்திருப்பதை யும் பூமியை வெட்டவெளியாக்கி இருப்பதையும் கண்டறியலாம்.

நவீன மீன்பிடித்தல் முறைகள் வெறும் அழிவையே தரக்கூடியவை. வளமான மீன் பிடித்தல் இடமான கடலை நாம் மாசுபடுத்தி அழிக்கின்றோம். பெரிய மீன்களுக்கு சிறிய மீன்களை அதிகமாக தந்து வளர்த்து அதன் எடையை அதிகரிக்கச் செய்து அந்தப் பெரிய மீனின் விலையை மீன்பிடிக்கும் நிறு வனங்கள் உயர்த்துகின்றன. அதிகமான அளவில் மீன்பிடித்தல் எப்படி அல்லது மீனின் எண்ணிக்கையை அதிகரிப்பது எப்படி என்பதை கற்றுக்கொள்ள மட்டும் தான் அறிவியலறிஞர்கள் ஆர்வமாக உள்ளனர். ஆனால் பரந்த நோக்கில் பார்க்கும்போது, அத்தகைய அணுகுமுறை மீன்பிடித்தலில் உள்ள சரிவை வேகப்படுத்த மட்டுமே செய்கிறது. இன்னமும் கைகளால் மீன்பிடிக்கப்படும் கடல் பகுதிகளைப் பாதுகாப்பதற்கு முதல் கவனம் செலுத்த வேண்டும். இறால் மீன், ஸீ-பிரிம்*, ஈல் போன்றவற்றை கலப்பினம் செய்வதற்கான நுட்பங்கள் பற்றிய ஆய்வுகள் மீன்களின் எண்ணிக்கையை உயர்த்தாது. இத்தகைய தவறான சிந்தனைகளும் முயற்சிகளும் நவீன வேளாண்மையையும் மீன்பிடித் தொழிற் சாலைகளையும் மட்டும் அழிக்கவில்லை; என்றாவது ஒருநாள் உலகில் உள்ள பெருங்கடல்களும் விரைவில் அழிந்துவிடும் என்ற சூழ்நிலையையும் உருவாக்குகிறது.

இயற்கைக்கு எதிராக நடக்கும் நவீன கால்நடை பண்ணை செயல்முறை களைப் போல, மீன்பிடித் தொழிலில் நவீன முன்னேற்றமான முறைகளை

* மேற்கத்திய அட்லாண்டிக் பெருங்கடலின் கரையோர நீரில் காணப்படும் ஒரு மீன் வகை.

கொண்டுவருவதன் மூலமாக அந்தத் தொழிற்சாலையையும் தன்னால் முன்னேற்ற முடியும் என்று தன்னைத் தானே மனிதன் நம்பிக் கொண்டிருக்கிறான். அதே நேரத்தில் இத்தகைய மீன்பிடிக்கும் முறைகளில் கடற்பரப்பிற்குரிய நோய்களைத் தடுப்பதற்காக அதிகமான அளவில் இரசாயனங்களை உபயோகிப்பதால் ஏற்படக்கூடிய ஆபத்துக்களை எண்ணி நான் அச்சப்படுகிறேன். அந்த இரசாயனங்கள் உள்நாட்டுக் கடலுக்குள் செல்லும். அதன் விளைவாக கடலில் உள்ள, மீன் உற்பத்தியாகும் மையங்களிலெல்லாம் மாசு ஏற்படும். யெல்லோடெயில் மீன்களுக்கு உணவாக அளிப்பதற்காக சார்டைன் மீன்களின் எண்ணிக்கையை உயர்த்துவது தற்போது ஆர்வத்திற்குரிய ஒரு முன்னேற்றமாக இருக்கிறது என்பது சிரிப்பதற்குரிய விஷயமல்ல. சார்டைன் மீன்களின் எண்ணிக்கை தீவிரமாக குறைந்து வருவது என்பது சிறிது காலத்தில் சிறு மீன்களை அத்தியாவசியமில்லாத போகப் பொருட்களாக ஆக்கிவிடும்.

இயற்கை என்பது நுட்பமானது, எளிதில் பாதிப்படையக் கூடியது. எல்லோரும் நினைப்பதைப் போன்றதல்ல; அதைப் பாதுகாப்பது மிகவும் கடினமானதாகும். இயற்கை ஒருமுறை அழிந்துவிட்டால், அதை மீண்டும் பழைய நிலையை அடையச் செய்ய முடியாது.

மனிதன் தனக்குத் தேவையான உணவைப் பெறுவது எளிதானதாகும். அதிகமானப் பொருட்களின் வளர்ச்சியாலோ அல்லது சேகரிப்பாலோ அது உற்பத்தியாவது இல்லை. ஆனால் மனிதன் தன்னுடைய அறிவையும் செயலையும் கைவிட வேண்டும் என்ற தேவையைக் கொண்டது. இயற்கை அதன் தாராள குணத்தை அதுவாகவே அடைய விட்டுவிட வேண்டும். உண்மையில், அதைத் தவிர வேறு வழியில்லை.

இயற்கை அறிவியலின் மாயத் தோற்றங்கள் | 2

1. மனித நுண்ணறிவின் தவறுகள்

இயற்கை அறிவியலின் ஒரு கிளையாக அறிவியல் வேளாண்மை மேற்கில் உருவாக்கப்பட்டது; படிப்பதற்குரிய ஒரு பொருளாக மேற்கத்திய கல்வி அறிவில் எழுந்தது. இயற்கையை, போகத்திற்குரிய பொருளாகப் பகுத்து ஆராய்ந்த நோக்கிலும் தர்க்க விவாத நோக்கிலும் இயற்கை அறிவியல் பார்த்தது. மேற்கத்திய மனிதர்களின் இந்த நம்பிக்கையின் பலனானது இயற்கையை இரு கூறுகளாக ஆக்கியது. அதற்கு மாறாக, கிழக்கத்தியக் கண்ணோட்டத்தில் அந்த மனிதன் கண்டிப்பாக இயற்கையுடன் ஒன்றிவிடத் தேடுபவனாக இருக்க வேண்டும். மேற்கத்திய மனிதன் அவனை இயற்கைக்கு எதிரான இடத்தில் நிறுத்தி, அவனது சீர்தூக்கிப் பார்க்கும் அறிவை உபயோகித்து, அதன் அனுகூல மான நிலையில் இயற்கை உலகிலிருந்து பிரிக்கப்பட்ட கருத்தை அறிய முயற்சி செய்தான். தன்னுடைய நுண்ணறிவானது மனத்தில் தோன்றுகிற கருத்தை அளிக்காமல், வெளிப்பொருள்களை மையமாகக் கொண்டு இயற்கையை அறிந்துகொள்ள உதவும் என அவன் தன்னைத் தானே சமாதானப்படுத்திக் கொண்டான்.

இயற்கை என்பது மனிதனின் உணர்விலிருந்து விலகிய, உண்மையான நிலையை உடைய ஒரு வஸ்து என்று மேற்கத்திய மனிதன் உறுதியாக நம்பினான். குறிப்புகள், பகுத்து ஆராய்தல், மீண்டும் இணைத்தல் ஆகியவற்றின் மூலமாக அந்த வஸ்துவைப் பற்றி மனிதன் தெரிந்துகொள்ள முடியும் என்றும் எண்ணினான். அழித்தல் மற்றும் மீண்டும் இணைத்தல் என்ற இத்தகைய செயல்களின் மூலமாக இயற்கை அறிவியல்கள் எழுந்தன.

இயற்கை அறிவியல்கள் ஆபத்தான வேகத்தில் முன்னேறிக் கொண்டிருக் கின்றன; நம்மை விண்வெளி யுகத்தில் பலமாக விட்டெறிகின்றன. இன்றைய நாளில், உலகத்தைப் பற்றிய அனைத்தும் தனக்குத் தெரியும் என்ற திறனை உடையவனாக மனிதன் காட்சியளிக்கிறான். அவன் விரைவிலோ அல்லது பிறகோ, இன்னும் தெரியாமல் இருக்கும் அதிசயக் காட்சிகளைப் பற்றிக்கூட புரிந்துகொண்டவனாக ஆகிவிடுவான் என்ற மிகுந்த நம்பிக்கையுடன்

வளர்கிறான். ஆனால் மனிதனின் "தெரிந்துகொள்ளல்" என்பதற்கான சரியான அர்த்தம் என்ன? பழமொழியில் கூறப்படுகிற கிணற்றுத் தவளையின் முட்டாள் தனத்தை எண்ணி அவன் சிரிக்கக்கூடும். ஆனால் உலகத்தின் பரந்த பகுதிக்கு முன்பாக உள்ள அவனது அறியாமையை எண்ணி அவனால் சிரிக்க இயலாது. உலகின் ஒரு சிறிய மூலையை ஆக்கிரமித்துக் கொண்ட மனிதன், தான் வசிக்கும் இந்த உலகத்தைப் பற்றி முழுமையாக புரிந்துகொண்டதாக ஒருபோதும் நம்ப முடியாது. இருந்தபோதும் உலகம் என்பது அவனுடைய உள்ளங்கையில் உள்ளது என்ற மாயத் தோற்றத்தில் அவன் பிடிவாதமாக இருக்கிறான்.

இயற்கையைப் பற்றி தெரிந்துகொள்ளும் நிலையில் மனிதன் இல்லை.

இயற்கையை கண்டிப்பாகப் பிரிக்கக்கூடாது

மனிதன் தாவரங்களை ஆராய்வது வளர்ந்தபோது அறிவியல் வேளாண்மை முதலில் எழுந்தது. தாவரங்களைப்பற்றி அவனுக்கு தெரியவந்ததும், தனக்காக தன்னால் அவற்றைப் பயிரிட முடியும் என்று சமாதானம் கொள்ளத் தொடங்கி னான். எனினும் மனிதன் உண்மையிலேயே இயற்கையை தெரிந்து கொண் டானா? அவன் உண்மையிலேயே பயிர்களை வளர்த்தானா? தான் உழைத்துக் கிடைத்த கனியை உண்டுதான் வாழ்ந்தானா? கோதுமையின் தண்டை மனிதன் பார்த்தான், கோதுமை என்றால் என்னவென்று தனக்குத் தெரியும் என்று சொல்லிக் கொண்டான். ஆனால் கோதுமை என்றால் என்னவென்று உண்மையிலேயே அவனுக்குத் தெரியுமா? அதை வளர்க்கக்கூடிய திறன் அவனுக்கு இருக்கிறதா? தனக்குத் தெரியும் என்று மனிதன் நினைத்துக் கொண்டிருக்கும் செயல்முறையை இப்போது நாம் பரிசோதித்துப் பார்ப்போம்.

விண்வெளியைப் பற்றி தெரிந்துகொள்ள தன்னால் அங்கே பறந்து செல்ல முடியும் என்று மனிதன் நம்புகிறான். அல்லது நிலவைப் பற்றி தெரிந்துகொள்ள தன்னால் நிலவுக்கு பயணம் செய்ய முடியும் என்று நம்புகிறான். அதே வழியில், கோதுமையின் தண்டைப் பற்றி தெரிந்துகொள்ள முதலில் அதைக் கையில் எடுத்துக் கொண்டு, அதைப் பிரித்து ஆராய வேண்டும் என்று நினைக்கிறான். ஒரு பொருளைப் பற்றி அறிந்துகொள்ள வேண்டுமென்றால், அந்தப் பொருளை எடுத்துக் கொண்டு அதைப் பிரித்து, அதிலிருந்து தன்னால் முடிந்த அளவு தகவல்களை சேகரிப்பதுதான் அதற்கான சிறந்த வழி என எண்ணுகிறான். இதேபோல இயற்கையைப் பற்றி தெரிந்துகொள்ள அதைச் சிறு சிறு துண்டு களாகப் பிரிக்கிறான். இந்த வழியில் நிச்சயமாக அவன் நிறைய விஷயங்களைத் தெரிந்துகொள்வான். ஆனால் அவன் பரிசோதனை செய்தது இயற்கையாக இருக்காது.

காற்று எப்படி வீசுகிறது, மழை எப்படி பெய்கிறது, ஏன் பெய்கிறது என்பதை அறிந்துகொள்ள மனிதனின் ஆர்வம் அவனை அழைத்துச் செல்கிறது. கடலின் அலைகள், இயற்கையின் மின்னல், தாவரங்கள், நிலங்களிலும் மலைகளிலும் வாழும் தாவரங்கள் மற்றும் விலங்குகள் ஆகிய அனைத்தையும் கவனமாகப் படித்துக் கொண்டிருக்கிறான். அவனது விசாரணைப் பார்வை நுண்ணுயிரிகள் என்ற சிறிய உலகிலிருந்து, தாதுப் பொருட்களின் பகுதி, கனிமப் பொருட்கள்

என நீள்கிறது. மூலக்கூறுகள், அணுக்கள், அணுவின் உட்துகள்கள் என்ற அளவிலும்கூட அவனது ஆய்வு செல்கிறது. விரிவான ஆய்வானது விலங்கு-தாவர வடிவ அமைப்பியல், உடற்கூறு சாஸ்திரம், சூழ்நிலைக்கு ஏற்றவாறு அமையும் உயிரினங்கள் பற்றிய ஆய்வு என்று சென்று ஒரு சிறு பூ, ஒரு சிறு கோதுமைத் தண்டின் கவனிக்கத்தக்க கோணங்கள் எனச் சென்று கொண்டிருக்கிறது.

ஒரு சிறு இலைகூட படிப்பதற்கு முடிவில்லாத வாய்ப்புகளைக் கொண்டுள் ளது. செல்கள் இணைந்து ஓர் இலையை உருவாக்குகின்றன. இத்தகைய செல் களில் ஒன்றின் உட்கரு வாழ்வின் விந்தையைக் கொண்டிருக்கிறது. பாரம்பரிய குணத்திற்கான சாவியை குரோமோசோம்கள் கொண்டுள்ளன. சூரிய ஒளியிலிருந்தும், கார்பன் டை ஆக்சைடிலிருந்தும் குளோரோபைல் எப்படி ஸ்டார்ச்சை உருவாக்குகிறது என்ற கேள்வி; வேர்கள் வேலை செய்யும்போது உள்ள பார்க்க முடியாத செயல்கள்; தாவரத்தால் உட்கொள்ளப்படும் பல்வேறு போஷாக்குகள்; உயரமான மரத்தின் உச்சிக்கு நீர் எப்படிச் செல்கிறது; மண்ணில் உள்ள நுண்ணுயிரிகளுக்கும் பல்வேறு பாகங்களுக்கும் இடையே யுள்ள தொடர்புகள்; வேர்களால் உறிஞ்சப்படும்போது இவையெல்லாம் எப்படி ஒன்றுடன் ஒன்று வினைபுரிகின்றன, என்ன மாற்றம் ஏற்படுகிறது மற்றும் என்ன வேலைகளை இவை செய்கின்றன - இவைதான் அறிவியல் ஆராய்ச்சி நடத்தும் சோர்வடையாத தலைப்புகளில் சில ஆகும்.

ஆனால் இயற்கை என்பது உயிருள்ள, கரிம, முழுமையானப் பொருளாகும். அதைப் பிரிக்கவோ, உட்பிரிவுகளாக்கவோ முடியாது. அதை இரண்டு பாகங் களாகப் பிரிக்கிறபோது, மீண்டும் அவற்றை நான்கு பாகங்களாகப் பிரிக்கிறோம். இவ்வாறாக அதைத் துண்டுகளாக்கி ஆராயும்போது இயற்கை தொலைந்து போகிறது.

படம் 2.1 அரிசி மகசூலில் உள்ள காரணிகள் அல்லது மூலப்பொருட்கள் பற்றி விளக்க முயற்சிக்கிறது. மகசூலை நிர்ணயிக்கும் மூலப் பொருட்களை வகுக்கவோ பிரிக்கவோ கூடாது. அனைத்தும் சரியான வரிசையில் இணைக்கப் பட்டு, ஒரு நடத்துனரின் பார்வையில் முந்தைய இணக்கத்தின்படியே எதி ரொலிக்கச் செய்யப்படுகிறது. ஆயினும், அறிவியல் அதன் கத்தியை உப யோகித்துவிட்டால், சிக்கலான அச்சுறுத்தக்கூடிய குழப்பமான வரிசையில் மூலப் பொருட்கள் தோன்றுகின்றன. ஓர் அழகான பெண்மணியின் தோலை உரித்து, இரத்தம் நிறைந்த திசுக்களை வெளிக்காட்ட முயற்சி செய்து அறிவியல் வெற்றி அடைந்து வருகிறது. என்ன ஒரு பரிதாபமான, வீண் முயற்சி!

இன்றைய நாளில் எல்லாப் பருவங்களிலும் பூக்கும்படியாக தாவரங்கள் தயார் செய்யப்படுகின்றன. வருடம் முழுவதும் கடைகளில் பழங்களும் காய்கறி களும் காட்சிக்கு உள்ளன. ஆகையால் அது கோடை காலமா அல்லது குளிர் காலமா என்பதை ஒருவர் கிட்டத்தட்ட மறந்துவிடுகிறார். இதுதான் இரசாயன கட்டுப்பாட்டின் விளைவாகும். மொட்டு பூத்துக் காய்க்கும் நேரத்தை அது சீர்படுத்துகிறது.

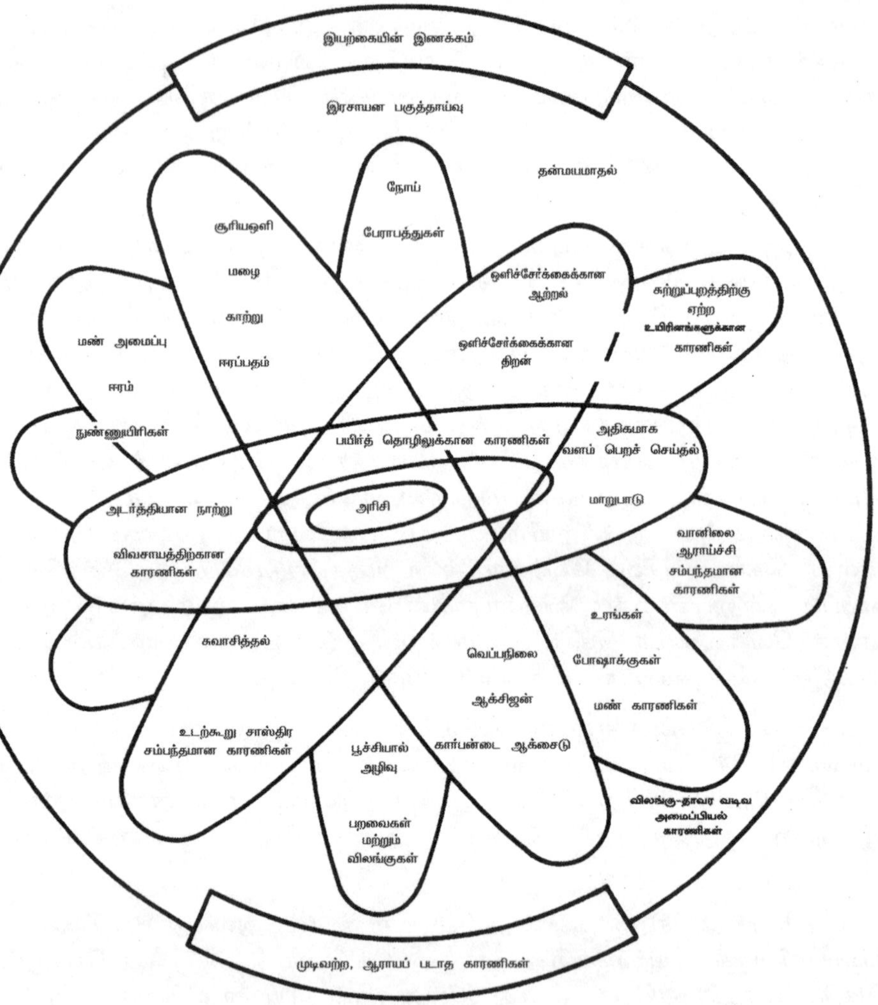

படம் 2.1 – அரிசி பயிர் செய்தலுக்கான காரணிகள்

கூட்டுப் பொருட்களைச் சேர்த்து, செல்களை ஈடுசெய்கிற புரோட்டீன் களைத் தன்னால் தயாரிக்க முடியும் என்ற நம்பிக்கையில் வாழ்க்கையின் "உச்ச" இரகசியத்திற்குகூட மனிதன் சவால்விட்டுக் கொண்டிருக்கிறான். உட்கரு அமிலங்களை ஒன்றுசேர்த்து கூட்டுப் பொருள் செய்யும் தனது திறமையால், செல்களை உபயோகித்து கூட்டுப் பொருள் செய்வதிலும்கூட அவன் வெற்றி அடையலாம். உயிருள்ளப் பொருளின் தொகுப்புக்கு இதுவே இறுதியான மிகப் பெரிய இடைஞ்சலாக இருக்கக்கூடும். வாழ்க்கைக்கான எளிமையான வடிவங் களை கூட்டுச் சேர்த்து உண்டாக்குதல் என்பது இப்போது எளிய விஷயமாகி விட்டது. உயிருள்ள மற்றும் உயிரற்றப் பொருட்களுக்கு இடையேயுள்ள அடிப்படை வேறுபாடு பற்றிய எண்ணமானது இயற்கைப் பரப்பிலும் உயிரினங்களிலும் உள்ள நுண்ம அழிவுக்கூற்றைக் கண்டுபிடித்தலுடன்

வைக்கப்பட்டபோதும், உயிரற்றப் பொருட்கள் நீடித்து இருத்தலைப் பற்றிய உறுதிப்படுத்துதல் - நச்சு நுண்ம சார்பான நோய்க் கிருமிகளின் மீது பின்தொடர்கிற ஆய்வு - பெருகிய போதும், அத்தகைய பொருட்களைக் கூட்டுசேர்த்து உருவாக்குவதற்கான முதல் முயற்சிகளின்போதும் இது முதலில் எதிர்பார்க்கப்பட்டது.

உயிருள்ள செல்களின் வெற்றிகரமான படைப்பு என்பது என்ன என்பதைப் பற்றியோ அல்லது அதன் விளைவைப் பற்றியோ அறியாமல், மனிதன் அவனது ஆர்வங்களை குருட்டுத்தனமாக பின்பற்றி ஆவல் நிறைந்தவனாக வேலை செய் கிறான். இத்தோடு மட்டுமல்ல; அறிவியலறிஞர்கள் அவர்களுடைய வேகம் மற்றும் தீவிரத்தால் குரோமோசோம்களை இணைத்து கூட்டுப்பொருள் உண்டாக்குதல் என்ற சாகச செயலைத் தொடங்கியிருக்கிறார்கள். விரைவி லேயே அது வெளிப்படுத்தப்பட்ட பிறகு, கூட்டுப் பொருள் சேர்த்து உரு வாக்கப்பட்ட வாழ்க்கையை மனிதன் பெறலாம் என்ற அறிவிப்பு வரப் போகிறது; மரபணுக்களை மாற்றி இணைத்தல் மூலமாக குரோமோசோம் களை மாற்றம் செய்து கூட்டுப் பொருள் தயாரிப்பது சாத்தியமாகப் போகிறது. ஏற்கனவே மனிதன் ஒரு படைப்பாளியைப் போல, உயிருள்ளப் பொருட்களை உற்பத்தி செய்யவும் மாற்றி அமைக்கவும் தொடங்கிவிட்டான். இதற்கு முன்பாக புவியில் தோன்றியிருக்காத உயிருள்ளப் பொருட்களை அறிவியலறிஞர்கள் படைக்கப் போகிறார்கள் என்ற காலத்திற்குள் நாம் கிட்டத்தட்ட நுழையப் போகிறோம். சோதனைக் குழாய் குழந்தைகளைத் தொடர்ந்து செயற்கையான பிராணிகள், அரக்கர்கள், மிகப் பெரிய பயிர்கள் போன்றவை உருவாக்கப்படப் போவதையும் நாம் பார்க்கப் போகிறோம். உண்மையில், இவையெல்லாம் ஏற்கனவே தோன்றத் தொடங்கிவிட்டன.

எல்லா விஷயங்களும் இயற்கையில் இருக்கிறது என்பது மனிதனுக்குத் தெரிய வரும்போது, அத்தகைய அறிவை உபயோகித்து மனித வாழ்க்கையில் சீரான வளர்ச்சியை ஏற்படுத்த முடியும். மனிதனின் இந்தப் புரிந்துகொள்ளுதலால் மிகப் பெரிய முன்னேற்றங்களை உண்டாக்க முடியும் என்பது நிச்சயமாக ஒரு அபிப்பிராயத்தை ஏற்படுத்தும். எனினும், மனிதனுடைய விழிப்புணர்வு உண்மை யாக பூரணமாகாமல் இருக்கிறது. மனிதனின் புரிந்துகொள்ளுதலில் தவறுகள் ஏற்பட அது காரணமாக இருக்கிறது.

இயற்கையைத் தன்னால் அறிந்துகொள்ள முடியும் என்று மனிதன் சொல்லும்போது “அறிந்துகொள்ளுதல்” என்றால் அதைப் பற்றுதல் மற்றும் இயற்கையின் உண்மையான சாற்றைப் புரிந்துகொள்ளல் என்று அர்த்தம் கிடை யாது. இயற்கையைப் பற்றி மனிதனால் எதை அறிந்துகொள்ள முடியுமோ அதை அறிந்துகொண்டான் என்று மட்டுமே அர்த்தமாகும்.

கிணற்றுக்குள் இருக்கும் தவளைக்கு முழு உலகமும் தெரியாது; அந்தக் கிணறுதான் உலகம் என்று நினைத்துக் கொள்ளும் என்பதைப் போல மனிதன் தன்னால் பார்க்க முடிந்ததை மட்டும் கண்டு, அதைத் தனது கையில் பிடுங்கி எடுத்துக்கொண்டு தன்னுடைய விருப்பத்திற்கேற்றவாறு உபயோகிக்கிறான்;

அது மட்டும்தான் இயற்கை என்று அவன் நினைத்துக் கொள்கிறான். ஆனால் அது உண்மையான இயற்கை இல்லை.

மனத்தில் எழுகிற கலக்கம்

வேளாண் கடவுளான **ஒக்யுனினுஷி நோ மிகோடோ,** அவரது தோளில் மிகப் பெரிய சாக்குப் பையை சுமந்திருக்கும்போது அதில் என்ன இருக்கிறது எனத் தெரிந்துகொள்ள மக்கள் விரும்புவார்கள். உடனடியாக சாக்கைத் திறந்து, அதற்குள் தங்களுடைய கைகளை நுழைப்பார்கள். சாக்கின் உட்புறத்தைப் புரிந்துகொள்ள, அதனுள்ளே என்ன பொருட்கள் இருக்கின்றன என்பதைத் தாங்கள் கண்டிப்பாக தெரிந்துகொள்ள வேண்டும் என்று நினைப்பார்கள். ஒருவேளை மரத்தாலும் மூங்கிலாலும் செய்யப்பட்ட வித்தியாசமான அனைத்துப் பொருட்களும் அந்தச் சாக்கில் நிரம்பியிருப்பதாக அவர்கள் கண்டுகொண்டதாக வைத்துக் கொள்வோம். இந்த நிலையில், மக்கள் பல்வேறு அறிவிப்புகளை பிரகடனம் செய்யத் தொடங்குவார்கள்: "பயணிகள் உப யோகித்த சாதனங்கள் அவை என்பதில் சந்தேகமேயில்லை'', "இல்லை, அது அலங்கரிப்புக்கானப் பொருட்கள்'', "இல்லை, கண்டிப்பாக அவை ஆயுதங்கள் தான்'' என இன்னும் நிறையச் சொல்வார்கள். ஆயினும் அந்தப் பொருள் கேளிக்கைக்காக அவர் வைத்திருந்த உபகரணமா அல்லது வேறு என்ன என்ற உண்மை அந்தக் கடவுளுக்கு மட்டுமே தெரியும். மேலும், அது பழுதடைந்ததாக இருந்தால் அவர் வெறுமனே தீ உண்டாக்குவதற்கான சுள்ளிகளாக உப யோகிப்பதற்காகவே அதைத் தனது சாக்கில் வைத்துக் கொண்டிருப்பார்.

இயற்கை என்றழைக்கப்படுகிற பெரிய சாக்கிற்குள் மனிதன் குதிக்கிறான், அவனால் என்ன முடிகிறதோ அதைப் பிடுங்கிக் கொள்கிறான்; அதைப் பரி சோதிக்கிறான்; அது என்ன, எப்படி வேலை செய்கிறது என்று தன்னைத்தானே கேட்டுக் கொள்கிறான்; இவ்வாறாக என்ன காரணத்திற்காக இயற்கை வேலை செய்கிறது என்பதைப் பற்றி தானே ஒரு தீர்வுக்கு வருகிறான். ஆனால் அவனது பகுத்தாய்தலும் காரணம் கூறும் விளக்கங்களும் எவ்வளவு கவனமானதாக இருந்தாலும் பயனில்லை; ஒவ்வொரு விளக்கமும் துயரத்திற்குரிய தவறை ஏற்படுத்தும் என்ற ஆபத்தைக் கொண்டதாகவே இருக்கிறது. ஏனென்றால் மனிதனால் இயற்கையைப் பற்றி தெரிந்துகொள்ள முடியாது. கடவுளின் சாக்கிற்குள் உள்ள பொருட்களின் உபயோகத்தைப் பற்றி அறிந்திருப்பதைவிட அதிகமாக இயற்கையைப் பற்றித் தெரிந்துகொள்ள முடியாது.

எனினும் மனிதன் எளிதில் உற்சாகம் குறைந்து போவதில்லை. சாக்கிற்குள் குதித்து அதற்குள் என்ன பொருட்கள் இருக்கின்றன என்பதை ஊகிக்க முடியும் என்று நம்புகிற முட்டாள்தனத்தைப் போலவே மனித அறிவு எல்லையின்றி பரந்து இருக்கிறது என்று நம்புகிறான். காரணத்திற்கான சக்கரங்களையும் முடிவுக்கான திருப்பங்களையும் எளிமையான குறிப்புகள் தொடங்கும் என்றும் அவன் நம்புகிறான்.

உதாரணமாக, மூங்கிலுடன் சில கிளிஞ்சல்கள் இணைக்கப்பட்டிருப்பதைப் பார்த்து, அதை ஆயுதம் என்று தவறாக நினைத்துக் கொள்ளலாம். மேலும்

விசாரணைகள் தொடங்கும்போது, மூங்கிலின் மீது அந்தக் கிளிஞ்சலைத் தட்டுகையில் சுவாரசியமான ஓர் ஒலி ஏற்படுவது தெரியவரும். அது இசைக் கருவியாக இருக்கும் என்று தீர்மானிக்கிறான்; மூங்கிலின் வளைந்த தன்மையைக் கண்டு, அது நடனமாடும்போது இடையில் அணிய வேண்டிய ஆபரணம் என்ற முடிவுக்கு வருகிறான். இவ்வகையான விவேகமான விளக்கத்தின் ஒவ்வொரு நிலையிலும் தான் இயற்கைக்கு மிக அருகில் இருக்கிறோம் என்று மனிதன் நம்புகிறான்.

கடவுளின் சாக்குப் பைக்குள் இருக்கும் பொருட்களை வைத்து அவரது சிந்தனையில் என்ன இருக்கிறது என்று தன்னால் தெரிந்துகொள்ள முடியும் என்று நம்புவதைப்போல, இயற்கையை உற்றுநோக்குவதன் மூலமாக அதனுடைய படைப்பின் கதையைப் பற்றி தன்னால் கற்றறிய முடியும் என்று நம்புகிறான். அதற்குள் மறைந்துள்ள அதன் திட்டங்கள் மற்றும் நோக்கங்களைப் பற்றியும் தெரிந்துகொள்ள முயல்கிறான். ஆனால் இதெல்லாம் நம்பிக்கையற்ற மாயத் தோற்றமாகும். ஏனென்றால் மனிதன் சாக்கிலிருந்து வெளியே வந்து இயற்கையை நேருக்கு நேராகப் பார்த்தால் மட்டுமே அதைப் பற்றி அவனால் தெரிந்துகொள்ள முடியும்.

சாக்குப் பைக்குள்ளேயே பிறந்து வளரும் தெள்ளுப் பூச்சிகள் வெளி உலகத்தைப் பார்க்காமல் அந்தச் சாக்கிற்குள் இருப்பது ஒரு கருவி என்பதையோ, அது கடவுளின் இடுப்பு வாரில் தொங்குகிறது என்பதையோ ஒருபோதும் அதனால் யூகிக்க இயலாது. அதேபோல, இயற்கைக்குள் பிறந்த மனிதன் இயற்கை உலகிற்கு வெளியே செல்ல ஒருபோதும் இயலாது. அவனைச் சுற்றிலும் உள்ள இயற்கையை மட்டும் ஆராய்வதைக் கொண்டு அவனால் இயற்கையைப் புரிந்துகொள்ள முடியாது.

இதற்கு மனிதனின் விடை என்னவென்றால், உலகுக்கு வெளியே உள்ள வற்றை அவனால் பார்க்க முடியாமல் இருக்கலாம்; இருந்தபோதும், தொலை தூரத்திலுள்ளவற்றை ஆய்வு செய்வதற்கான அறிவும் திறமையும் அவனுக்கு இருந்தால், எல்லையற்ற உலகத்தை மேம்போக்காக பார்க்கும்போது அங்கே என்ன இருக்கிறது, உலகத்தில் என்ன நடக்கிறது என்பதை அறிந்து கொள்வதற் காவது இயலும் என்பது போதும் அல்லவா! மனிதன் இதுவரை கற்றறிந்துக் கொள்ளவில்லையென்றால், விரைவிலோ அல்லது பிறகோ, அவன் விரும்புகிற அனைத்தையும் கற்றுக் கொள்வான் இல்லையா? இன்றைக்குத் தெரியாத விஷயமாக இருப்பது நாளைக்கு தெரிந்ததாகிவிடும். இவ்வாறாக இருக்கும் போது, மனிதனால் தெரிந்துகொள்ள முடியாதது என்று ஒன்றுமே இருக்காது.

மனிதன் தனது வாழ்நாள் முழுவதையும் ஒரு சாக்கின் உள்ளேயே வாழ வேண்டும் என்றிருப்பினும், சாக்கின் உள்ளே உள்ள அனைத்தையும் பற்றி கற்றறிந்து கொள்ள இயலும் என்றால் அது போதாதா? கிணற்றின் உள்ளே உள்ள தவளை அமைதியாகவும் சலனம் இல்லாமலும் வாழ முடியாது அல்லவா? கிணற்றுக்கு வெளியே உள்ள உலகத்தைப் பற்றி அதற்கு என்ன தேவை இருக்கிறது?

இயற்கை மனிதனை சுற்றியில்லாததை அவன் கவனிக்கிறான். அதைப் பரிசோதிக்கிறான், நடைமுறை உபயோகத்திற்குப் பயன்படுத்துகிறான். அவன் எதிர்பார்க்கும் விடையை அவன் பெற்றுவிட்டால், கேள்வி கேட்பதற்காகவோ செயல் புரிவதற்காகவோ அவனது அறிவை அழைக்க வேண்டிய காரணம் இருக்காது. அதன்பிறகு அவன் பிழை செய்திருக்கிறான் என்று ஆலோசனை சொல்வதற்கு ஒன்றுமில்லை. இதற்கெல்லாம் அவன் உலகத்தைப் பற்றிய உண்மையைப் பிடித்துவிட்டான் என்று அர்த்தம் இல்லை அல்லவா?

"அறியாத உலகத்திற்கு வெளியே என்ன இருக்கிறது என்று எனக்குத் தெரியாது. அநேகமாக ஒன்றுமிருக்காது, இது நுண்ணறிவின் கோளத்துக்கு அப்பால் போய்விடும். கடவுளைப் பற்றி நம்பிக்கை கொண்டிருக்கும் மனிதனுடன் தொடர்புடைய உலகம் இருக்கிறதா அல்லது இல்லையா என்ற விசாரணைகளை மேற்கொள்வதை நாம் விட்டுவிடுவது நல்லது'' என்று அவன் கருதுவான்.

ஆனால் கனவு கண்டு கொண்டிருப்பது யார்? இந்த மாயத் தோற்றங்களை பார்த்துக் கொண்டிருப்பது யார்? இதற்கான விடையை தெரிந்துகொண்டு நம்மால் அமைதியான மனத்துடன் இருக்க முடியுமா? உலகத்தைப் பற்றிய அவனது புரிந்துகொள்ளுதல் எவ்வளவு ஆழமாக இருக்கிறது என்பது விஷயமில்லை. அவனது அறிவால் செய்ய முடியும் என்ற நிலையை அவன் பற்றிக் கொண்டிருப்பதுதான் மனிதனின் பிரமை. ஆனால் அவனது பார்வை அனைத்தும் வெறும் தவறாக இருந்தால் என்ன செய்வது? கடவுளின் மீதான குருட்டு நம்பிக்கையைக் கண்டு சிரிப்பதற்கு முன்பாக மனிதன் அவன்மீது கொண்டிருக்கும் குருட்டு நம்பிக்கையைப் பற்றி கண்டிப்பாக சிறிது கவனம் எடுத்துக்கொள்ள வேண்டும்.

மனிதன் உற்றுநோக்கும்போது "மனிதன்'' என்று அழைக்கப்படும் ஒரே யொரு ஜந்துதான் இருக்கிறது, உற்றுநோக்க வேண்டியது அந்த மனிதனைத் தான் என்று தீர்மானிக்கிறான். "மனிதன்'' என்று அழைக்கப்படும் இந்த ஜந்து ஒரு பொருளின் உண்மை நிலையை உறுதி செய்து நம்புகிறது. "மனிதன்'' என்றழைக்கப்படும் இந்த ஜந்து நீடித்து இருத்தலை மனிதன் உறுதி செய்து அதை நம்புகிறான். இந்த உலகில் உள்ள அனைத்துமே மனிதனிடமிருந்து வருவிக்கப்பட்டவை; அவன்தான் அனைத்து தீர்மானங்களையும் எடுக்கிறான். எந்த விஷயத்திலும் கடவுளின் கைப்பாவையாக இருக்க வேண்டும் என்று அவன் கவலைப்படத் தேவையில்லை. ஆனால் அவனது சொந்த எதேச்சதிகார வாழ்க்கையைப் பற்றி மனத்தில் எழுகிற பைத்தியக்காரத்தனமான எண்ணத்தால் ஆதரிக்கப்பட்டு, மேடையில் போதையுடையவனாக நடிக்கும் ஆபத்தான செயலுக்கு அவன் விரைகிறான்.

"ஆமாம். மனிதன் உற்றுநோக்கி, தீர்ப்பு எழுதுகிறான். எனவே, மனத்தில் எழுகிற எண்ணம் இங்கே அநேகமாக வேலை செய்யலாம் என்பதை ஒருவரால் மறுக்க முடியாது. எனினும் காரணங்கள் காட்டி விளக்குவதற்கான தன்னுடைய திறன் போதுமானது என்று தனது மனத்தில் எழுகிற எண்ணத்தால்

தன்னையே அவன் தொலைத்துவிடுகிறான். நிகழ்வுகளை மனசாட்சி இல்லாமல் பார்க்கிறான். அனுமானத்திற்கான தொடர்ந்த ஆய்வுகள் மற்றும் விளக்கங் களின் மூலமாக, எல்லா விஷயங்களையும் தொடர்புபடுத்துதல் மற்றும் ஒன்றன்மீது ஒன்று வினைபுரிதல் எனத் தீர்வு காண்கிறான். விமானங்களில், மோட்டார் வாகனங்களில் நவீன நாகரிகத்தின் மற்றையப் பொருட்களில் என இந்தச் சாட்சியில் நம்மீது எந்தத் தவறும் கிடக்கவில்லை'' என்று அறிஞர்கள் மறுக்கிறார்கள்.

ஆனால் நம்முடைய இந்த நவீன நாகரிகத்தைப் பற்றி நாம் நன்றாகப் பார்த்தால், அது பைத்தியக்காரத்தனமானது என்பதை நாம் கண்டு கொள் வோம். மனித நுண்ணறிவு உற்பத்தியாக்கும் எதுவும் பைத்தியக்காரத்தன மானது என்ற தீர்மானத்திற்கு நாம் கண்டிப்பாக வரவேண்டும். மனிதனின் மனத்தில் எழுகிற எண்ணத்தின் வக்கிரமானது நம்முடைய நலிவுற்ற நவீன காலத்திற்கு எழுச்சியை ஏற்படுத்தியது. உண்மையில், இந்த நவீன உலகத்தை ஒருவர் பைத்தியக்காரத்தனமாகவோ அல்லது தெளிந்த புத்தியில் எடுக்கிற பிரமாணமாகவோ இல்லாமல்கூட பார்க்கலாம். நாம் ஏற்கனவே அத்தியாயம் 1இல் பார்த்தபடி, தவறான வழியில் திருப்பப்பட்டு வேளாண்மை எப்படி மோசமாக வளர்ந்து வருகிறது!

விமானங்கள் உண்மையிலேயே வேகமானதா? கார்கள் உண்மையிலேயே பயணம் செய்வதற்கு சௌகரியமானதா? நம்முடைய அற்புதமான நாகரிகம் என்பது வேடிக்கைக்கான ஒரு விளையாட்டுப் பொம்மை என்பதைவிட அதிகமாக இல்லை அல்லவா? மனிதனால் உண்மையைப் பார்க்க இயல வில்லை. ஏனென்றால் அவனுடைய கண்கள் அவனது மனத்தில் எழுகிற எண்ணங்களால் கட்டப்பட்டிருக்கின்றன. உண்மையான பச்சை என்பது என்ன வென்று தெரியாமல் அவன் மரத்தின் பச்சையைப் பார்த்துக் கொண்டிருக் கிறான். கரும்சிவப்பு நிறம் எப்படி இருக்கும் என்பதைப் பார்க்காமலேயே கரும் சிவப்பு நிறத்தைத் "தெரிந்துகொண்டான்''. அவனுடைய எல்லாவித தவறுகளுக்கும் அதுதான் ஆதாரம்.

சீர்தூக்கிப் பார்க்க முடியாத அறிவு

சந்தேகம் மற்றும் மனதிருப்தி இல்லாமை ஆகியவற்றால் அறிவியல் எழுப்பிய கேள்விகளானவை அறிவியல் விசாரணையால் குறிப்பாக உணர்த்தப்பட்ட தீர்வாக அடிக்கடி உபயோகிக்கப்படுகின்றன. ஆனால் இதைச் சரியென நிரூபிக்க எந்த வழியுமில்லை. மாறாக, அறிவியலாலும் தொழில் நுட்பத்தாலும் இயற்கையின்மீது ஏற்பட்ட பெரும் சேதத்துடனான தாக்குதலின்போது, மனிதன் தனது சந்தேகங்களையும் மன அதிருப்தியையும் பிரித்து வகைப்படுத்த உபயோகிக்கும் அறிவியல் விசாரணையைக் கண்டு ஒருவர் அமைதியாக இருப்பது உதவாது.

ஒரு குழந்தையானது பொருட்களை உள்ளுணர்வுடன் பார்க்கிறது. சீர்தூக்கிப் பார்க்கும் நுண்ணறிவு இல்லாமல் உற்றுநோக்கும்போது இயற்கை என்பது முழுமையானதாக - தன்மயப்பட்டு காணப்படுகிறது. படைப்புகளை

சீர்தூக்கிப் பார்க்கும் அறிவு இல்லாத பார்வையில் சிறிய சந்தேகத்திற்கோ அல்லது மன அதிருப்திக்கோ காரணமேயில்லை. செய்வதற்கு எதுவும் இல்லாததால் அமைதியான மனத்துடன் குழந்தை அதைப் பார்த்து திருப்தி அடைகிறது.

பெரியவர்களின் மனநிலை பொருட்களைப் பிரித்தெடுத்து, அவற்றை வகைப் படுத்துகிறது. எல்லாவற்றையும் சரியானதாக இல்லாமல், முரண்பாடும் கெடுதலும் நிறைந்ததாக பார்க்கிறது. தர்க்க சாஸ்திரப்படி நிகழ்வுகளைப் பற்றிக் கொள்ளுதல் என்பதற்கு அர்த்தம் இதுதான். இயற்கையின் "பூரணமில்லாதது" பற்றிய தன்னுடைய சந்தேகங்களையும் மன அதிருப்தியையும் ஆயுதமாகக் கொண்டு மனிதன் இயற்கையை முன்னேற்ற விரைகிறான். இவ்வாறாக அவன் கொண்டு வந்த "வளர்ச்சி" மற்றும் "முன்னேற்ற"த்தை மாற்றங்கள் என கர்வத்துடன் அழைக்கிறான்.

ஒரு குழந்தை இளம்பருவத்திற்கு வளரும்போது இயற்கையைப் பற்றிய அதன் புரிந்துகொள்ளல் ஆழமாகும்; அப்போது, அவனது இந்தச் செயலின் மூலமாக இந்த உலகின் வளர்ச்சி மற்றும் முன்னேற்றத்திற்கு பங்கேற்க இயன்றவனாவான் என மக்கள் நம்புகிறார்கள். இந்த "வளர்ச்சி" என்பது அழிவை நோக்கிய நடை என்பதைவிட வேறொன்றுமில்லை. உலகின் வளர்ச்சியடைந்த நாடுகளை தொந்தரவு செய்கிற ஆன்மிக அறிவு மற்றும் சுற்றுப்புறம் மாசுபடுதல் ஆகியவை இந்த அழிவைத் தெளிவாக காட்டுகின்றன.

சகதி நிறைந்த நிலங்கள் உள்ள நாட்டில் வசிக்கும் ஒரு குழந்தை அந்தச் சேற்றில் குதித்து விளையாடுகிறது. இது, இந்தப் பூமியை உள்ளுணர்வாக அறிந்துகொண்ட குழந்தையின் எளிமையான நேர்மையான வழியாகும். ஆனால் நகரத்தில் வளர்ந்த ஒரு குழந்தைக்கு நிலத்தில் குதிப்பதற்கான தைரியம் இல்லை. அழுக்கு அசுத்தமானது, அதில் கிருமிகள் இருக்கும் என்று சொன்னபடி அவனுடைய அம்மா அவனது கைகளில் உள்ள சேற்றைக் கழுவுவதற்குச் செல்வார். அழுக்கில் உள்ள "பயங்கரமான கிருமியைப்" பற்றி "அறிந்த" அந்தக் குழந்தை, சேறான அரிசி நிலத்தை தூய்மையற்றதாக, அசிங்கமானதாக, அச்சம் தரக்கூடிய இடமாக பார்க்கிறது. கல்வியறிவற்ற, கிராமப்புறக் குழந்தையின் உள்ளுணர்வு அறிந்து கொள்வது, நகரத்தில் உள்ள குழந்தையின் தாயின் அறிவு மற்றும் தீர்ப்பைவிட சிறந்ததாக இருக்கும் இல்லையா?"

ஒவ்வொரு கிராம் மண்ணிலும் நூற்று மில்லியன் கணக்கிலான நுண்ணுயிரிகள் இருக்கும். இந்த மண்ணில் பாக்டீரியாக்களும் இருக்கும்; ஆனால் மற்ற பாக்டீரியாக்கள் இந்த பாக்டீரியாக்களைக் கொல்லும். பாக்டீரியாவைக் கொண்டிருக்கும் இந்த மண் மனிதனுக்குத் தீங்கு விளைவிக்கக் கூடியது. ஆனால் அதிகமான பாக்டீரியாக்கள் தீங்கு செய்யாதவை அல்லது மனிதனுக்கு நன்மை செய்யக்கூடியவையாகும். சூரியனுக்கு கீழே இருக்கும் இந்த நிலத்தில் உள்ள மண்ணானது ஆரோக்கியமானது மட்டுமில்லை, முழுமையானதும்கூட. இது மனிதனுக்கு முழுமையாக தேவையானது. அழுக்கில் விழுந்து புரளும் குழந்தை தன்னை அறியாமலேயே ஆரோக்கியமாக, உறுதியாக வளர்கிறது.

இதற்கு அர்த்தம் என்னவென்றால், "மண்ணில் கிருமிகள் உள்ளன" என்ற அறிவு அறிவின்மை என்பதைவிட அறிவில்லாததாகும். மண்ணைப் பற்றி அதிக அறிவுடைய மனிதன் மண் அறிவியலாளர் ஆவான் என்று மக்கள் எதிர்பார்க்கிறார்கள். ஆனாலும், மண்ணைப் பற்றிய அவனது அதிகமான அறிவானது குடுவைகள் மற்றும் சோதனைக் குழாய்களில் தாதுப் பொருட்கள் என இருந்தாலும், சூரியனுக்கு கீழே உள்ள நிலத்தில் விழுந்து கிடக்கிற மகிழ்ச்சியைத் தெரிந்துகொள்ள அவனது ஆய்வு அவனை அனுமதிக்கவில்லை. மண்ணைப் பற்றிய எதையும் அவன் தெரிந்துகொண்டதாக சொல்ல முடியவில்லை. அவன் அறிந்த மண் புத்திசாலித்தனமானது; தனியாக பிரித்து வைக்கப்பட்டது. முழுமையான, நிறைவான மண் என்பது அது உடைக்கப்பட்டு பகுத்தாய்வதற்கு முன்பு இருந்த இயற்கை மண்தான். உண்மையான, இயற்கையான மண் எதுவென்பதை அந்தக் குழந்தைதான் அறிந்திருக்கிறது.

அம்மா (அறிவியல்) இயற்கையைப் பற்றிய தவறான தோற்றத்துடன், அவளது பகுதியான அறிவை குழந்தையிடம் (நவீன மனிதன்) ஆடம்பரமாக காட்டுகிறாள். பௌத்தர்களின் சமயமானது, சுய பொருளிலிருந்து விலகி அதற்கு எதிராகவே நிறுத்தப்பட்ட அறிவை "சீர்தூக்கிப் பார்க்கும் அறிவு" என்று அழைக்கிறது. தன்னையும் சுயப் பொருளையும் ஒருங்கிணைந்த முழுமையாக பார்க்கிற அறிவை, அறிவின் உச்ச வடிவமான "சீர்தூக்கிப் பார்க்கப்படாத அறிவு" என்றழைக்கிறது.

"சீர்தூக்கிப் பார்க்கும் இளைஞர்" என்பவர் "சீர்தூக்கிப் பார்க்காத குழந்தையைவிட" தாழ்வானவர் என்பது தெளிவாகத் தெரிகிறது. ஏனென்றால் வயது வந்தவர்கள் மட்டுமே ஆழமான குழப்பங்களில் தங்களை மூழ்கடித்துக் கொள்கிறார்கள்.

2. அறிவியலின் புரிந்துகொள்ளலைப் பற்றிய தவறான தர்க்கம்

பகுத்து ஆய்கிற அறிவின் எல்லைகள்

அறிவியல் முறை நான்கு அடிப்படை நிலைகளைக் கொண்டது. முதல் நிலையானது, ஒருவரது கவனத்தைத் தொடர்ச்சியாக ஏதோவொன்றில் குவித்து அதைச் சிந்தையால் உற்றுநோக்கி பரிசோதிப்பதாகும். இரண்டாவது நிலையானது, ஆதாரமற்ற அனுமானத்தை உருவாக்குவதற்காக ஒருவரின் புத்திக் கூர்மை சக்தி மற்றும் விவேகமான விளக்கங்களை உபயோகித்து விவாதித்து, இத்தகைய கருத்துகளின் அடிப்படையில் ஒரு கோட்பாட்டை உருவாக்குவதாகும். மூன்றாவது நிலையானது, தொடர்ச்சியான பரிசோதனைகளையும் ஒத்த அனுபவங்களின் மூலமாக கிடைத்த முடிவையும் கொண்டு அனுபவ அறிவால் மட்டும் ஒரு சிறிய விதி அல்லது கொள்கையை உருவாக்குதலாகும். இறுதி நிலையானது, தனித்தனி ஆய்வுகளிலிருந்து கிடைத்த விதியை உபயோகித்து பெறப்பட்டதாகும்; இந்த அறிவை அறிவியல் உண்மையாகவும் மனிதனுக்கு அதன் உபயோகத்தை உறுதி செய்து ஒப்புக்கொள்வதும் ஆகும்.

இந்தச் செயல் முறையானது ஆய்வுடன் தொடங்கினால், அந்த ஆய்விலிருந்து சீர்தூக்கிப் பார்த்து, உடைத்து, பகுத்தாய்ந்து பெறப்படும் உண்மையானது முழுமையானதாக, எல்லாவற்றிற்கும் தகுதியானதாக ஒருபோதும் இருக்காது. வரையறையால் வரும் இத்தகைய அறிவியல் அறிவானது பகுதியானதாக, முழுமையற்றதாக இருக்கிறது. முழுமையற்ற அறிவை எத்தனைத் துண்டுகள் ஒன்று சேர்த்தாலும் பயனில்லை; அவற்றால் ஒருபோதும் முழுமையான ஒன்றை உருவாக்க முடியாது. இயற்கையை தொடர்ச்சியாகக் கூறு செய்து அதன் மொழியில் உள்ள ரகசியத்தைக் கண்டறிந்து படித்துவிடுவது என்பது, இயற்கையைப் பற்றிய முழுப் படத்தையும் தரக்கூடிய தெளிவான முடிவைப் பெறுவதற்கு ஏதுவாக இருக்கும் என மனிதன் நம்புகிறான். ஆனால் அது இயற்கையைச் சிறு சிறு துண்டுகளாக்கி, எப்போதும் மிகவும் பூரணமாகாத நிலை உடையதாக குறைக்க மட்டுமே செய்கிறது.

அறிவியலால் இயற்கையைப் புரிந்துகொள்ள முடியும்; மிகவும் சரியான உலகத்தை உருவாக்க உபயோகிக்க முடியும் என்ற மனிதனின் தீர்ப்பானது மிகவும் எதிர்மறையான விளைவை ஏற்படுத்தியது. அதாவது, இயற்கையைப் புரிந்துகொள்ள முடியாததாக மாற்றியது. மனிதனை இயற்கையிடமிருந்தும் அதன் ஆசீர்வாதங்களிலிருந்தும் தூரத்தே இழுத்துச் சென்றது. அதனால் இயற்கைக்கு கீழான தரத்தில் உள்ள செயற்கைப் பயிர்களை அவன் இப்போது மகிழ்ச்சியாக பயிர் செய்கிறான்.

அதை விவரிக்கும் விதமாக, பரிசோதனை செய்வதற்காக ஆய்வகத்திற்கு மாதிரி மண்ணைக் கொண்டுவரும் அறிவியலறிஞரை எடுத்துக் கொள்வோம். அவர் அதில் கலந்துள்ள கனிம மற்றும் கரிமப் பொருட்களைக் கண்டறிவார். கனிமப் பொருட்களை அதன் பகுதிப் பொருட்களாக நைட்ரஜன், பொட்டாசியம், பாஸ்பரஸ், கால்சியம், மாங்கனீசு எனப் பிரித்தெடுத்துப் படிப்பார். இத்தகைய மூலப் பொருட்கள் தாவரங்களால் போஷாக்குகளாக உறிஞ்சி கொள்ளப்படும் பாதைகளைக் கூறுவார். அதன்பிறகு அவர் இந்த மண்ணில் தாவரங்கள் எப்படி வளர்கின்றன எனப் படிப்பதற்காக, விதைகளை பானைகளிலோ அல்லது சிறிய சோதனைக் குழாய்களிலோ இடுவார். அந்த மண்ணில் உள்ள பாக்டீரியாக்களுக்கும் கனிம மண் பகுதிப் பொருட்களுக்கும் இடையேயுள்ள தொடர்பையும், இத்தகைய பாக்டீரியாக்களின் பங்கு மற்றும் விளைவுகளையும் கவனமாகப் பரிசோதிப்பார்.

திறந்தவெளியில் தனது சொந்த முயற்சியால் விழுந்து விதைக்கப்பட்டு முளைத்த கோதுமையும், ஆய்வக சோதனைப் பானைகளில் வளரும் கோதுமை யும் ஒத்தவை. ஆனால் மனிதன் கோதுமையை வளர்ப்பதற்காக அதிக நேரம், முயற்சி, திறமைகளை செலவழிக்கிறான். ஏனென்றால் இயற்கையைவிட அதிக அளவிலும் சிறப்பாகவும் கோதுமை வளர்க்க தனது சொந்த திறமையால் முடியும் என்ற அவனது குருட்டு நம்பிக்கைதான் இதற்கெல்லாம் காரண மாகும். இந்தக் குருட்டு நம்பிக்கை அவனுக்கு எதற்காக?

கோதுமையின் வளர்ச்சியானது, அது வளரும் சூழ்நிலைகளுக்கு ஏற்ப மாறு படக் கூடியது. கோதுமை தானிய அளவின் வேறுபாட்டுக்கு காரணம் கண்டு

பிடிக்க அறிஞர் முயல்கிறார். பானையில் உள்ள மண்ணில் மிகக் குறைவாக கால்சியமோ அல்லது மெக்னீசியமோ இருப்பதையும், அதனால் வளர்ச்சி குறை வதையும் கண்டறிகிறார். கால்சியம் அல்லது மெக்னீசியத்தை செயற்கையான முறையில் அவர் தரும்போது, தாவர வளர்ச்சி அதிகரித்து தானியத்தின் வளர்ச்சியும் அதிகமாவதை கவனிக்கிறார். அறிஞர் தனது வெற்றியைக் கண்டு மகிழ்ந்து, தனது கண்டுபிடிப்பை அறிவியல் உண்மை என்றழைக்கிறார். அதை பயிர்த்தொழிலுக்கான உறுதியான தொழில்நுட்பமாக கருதுகிறார்.

ஆனால் உண்மையான கேள்வி என்னவென்றால் இங்கே கால்சியம் அல்லது மெக்னீசியம் பற்றாக்குறை என்பது உண்மையான குறைபாடா என்பதுதான். அதை பற்றாக்குறை என்றழைப்பதற்கு அடிப்படைக் காரணம் என்ன? மனிதனின் விருப்பத்திற்கு ஏற்ப நிவாரணம் வழங்குதல் என்பது உண்மையிலேயே சரியானதுதானா? உண்மையிலேயே நிலத்தில் ஏதோவொரு பொருள் குறை வாக இருக்கும்போது, முதலில் செய்ய வேண்டிய செயல் என்னவென்றால் அந்தக் குறைபாட்டுக்கான உண்மையான காரணம் என்னவென்று கண்டு பிடிப்பதுதான்? எனினும் அறிவியல் மிகவும் வெளிப்படையான அறிகுறிகளை மட்டும்தான் கவனிக்கத் தொடங்குகிறது. ஏதாவது கசிவு ஏற்பட்டால், கசிவை நிறுத்துகிறது. கால்சியம் குறைபாடு ஏற்பட்டால், உடனடியாக கால்சியம் வழங்குகிறது.

இந்த ஒரு பிரச்சனையைத் தீர்த்துவிட்டால், அதன்பிறகு அறிவியல் மேலும் நோக்கக்கூடிய எத்தனைக் காரணங்கள் வேண்டுமானாலும் வெளிச்சத்திற்கு வரலாம். அநேகமாக பொட்டாசியத்தை அதிகமாக உபயோகிப்பதென்பது கால்சியம் சத்தை தாவரம் உறிஞ்சுவதைக் குறைக்கிறது அல்லது மண்ணில் உள்ள கால்சியத்தை தாவரத்தால் உறிஞ்ச முடியாத உருவத்திற்கு மாற்றுகிறது.

இது புதிய அணுகுமுறையை அழைக்கிறது. ஆனால் ஒவ்வொரு கார ணத்திற்குப் பின்னாலும், இரண்டாவது மற்றும் மூன்றாவது காரணங்கள் இருக் கின்றன. ஒவ்வொரு அபூர்வத் தோற்றத்திற்குப் பின்னாலும் ஒரு முக்கிய காரணம் இருக்கிறது. அடிப்படைக் காரணம், மறைந்துள்ள காரணம் மற்றும் பங்கு பெறும் காரணிகள் இருக்கின்றன. எண்ணற்ற காரணங்கள் மற்றும் விளைவுகள் சிக்கலான முறையில் பிணைந்துள்ளன. உண்மையான காரணத்திற் கான சிறிய தடயத்தை அவை விட்டுச் செல்கின்றன. மேலும், அறிவியலின் திறமைமீது மனிதன் நம்பிக்கை கொண்டுள்ளான்; பிடிவாதமான மற்றும் ஆழ்ந்த விசாரணை, பிரச்சனையைத் தீர்க்க சிறந்த வழி கண்டறிதல் ஆகிய வற்றின் மூலமாக உண்மையான காரணத்தைக் கண்டறிய முடியும் என நம்பிக்கை கொண்டுள்ளான். எனினும், காரணம் மற்றும் விளைவுகள் பற்றிய அவனது விசாரணைகளால் அவனால் எவ்வளவு தூரம் போக முடியும்?

இயற்கையில் காரணமும் இல்லை விளைவும் இல்லை

ஒவ்வொரு காரணத்திற்குப் பின்னாலும் எண்ணற்ற மற்ற காரணங்கள் இருக் கின்றன. அவற்றைக் கண்டறிய மேற்கொள்ளப்படும் எந்தவொரு முயற்சியும்

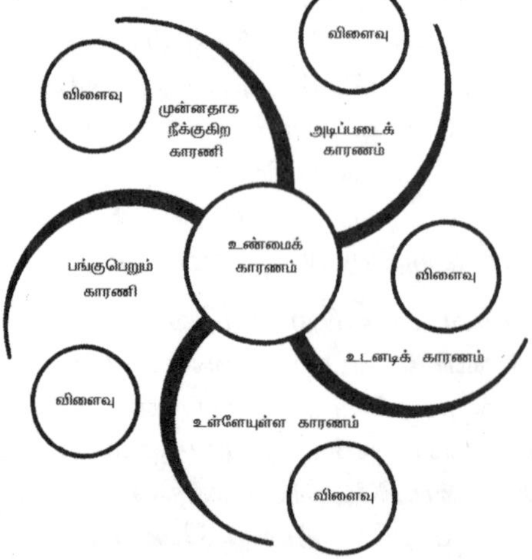

படம் 2.2 - காரணம் மற்றும் விளைவுக்கு இடையேயுள்ள உறவு

அவற்றின் ஆதாரங்களை, உண்மையான காரணத்தை புரிந்துகொள்ளு தலிலிருந்து விலக்கி வேறு பாதையில் மட்டுமே செல்ல வைக்கும்.

மண்ணின் அமிலத் தன்மை ஒரு பிரச்சனையாக இருந்தால், மண்ணில் போதுமான அளவு சுண்ணாம்பு இல்லை என்ற முடிவுக்கு உடனடியாக வந்து விடுகிறார்கள். எனினும் சுண்ணாம்பு சத்துக் குறைபாடு என்பது மண்ணில் தானாக வந்திருக்காது. ஆனால் அதற்கு மிகவும் அடிப்படையான காரணம் என்னவென்றால், களையெடுத்தல் மூலமாக தொடர்ந்து மீண்டும் மீண்டும் நிலத்தில் பயிர் செய்வதால் மண் அரிப்பு ஏற்படுகிறது. அல்லது அநேகமாக அது மழை பெய்வதுடனோ அல்லது வெப்பநிலையுடனோ தொடர்புடைய தாக இருக்கலாம். மண்ணில் சுண்ணாம்பு சத்து குறைவாக இருப்பதை தவிர்க்க சுண்ணாம்பு இடுவதன் காரணமாக சுண்ணாம்பு சத்து அதிகமாகி அபரிமித மாக தாவரம் வளரும்; ஆனால் முன்பைவிட அதிகமாக அமிலத் தன்மையும் அதிகரிக்கும். இதில் ஒருவர் காரணத்தையும் விளைவையும் கண்டறிய முடியாமல் குழம்பிவிடுவார். முதலில் மண் ஏன் அமிலத் தன்மையுடன் இருக்கிறது என்பதை புரிந்துகொள்ளாமல், அமிலத் தன்மையை கட்டுப்படுத்து வதற்காக எடுக்கும் முயற்சிகள் அதை நீடிக்கச் செய்வது போல இருக்கிறது.

போருக்குப் பிறகு, நான் அதிக அளவு மரத்தூளையும் மரக்கட்டைகளையும் உபயோகித்தேன். மண் நிபுணர்கள் இதை எதிர்த்தார்கள். மரம் வீணாகிப் போகும்போது உருவாகும் கரிம அமிலங்களானது, மிகவும் கிட்டத்தட்ட மண்ணில் உருவாகும் அமிலத்தைப் போலவே இருக்கும். அதனால் இரண்டும் சமமாகி விடும், பிறகு நான் அதிக அளவு சுண்ணாம்பு போட வேண்டியிருக்கும் எனக் கூறினார்கள். எனினும் மண் அமிலமாக மாறவில்லை. அதனால் சுண்ணாம்பும் தேவைப்படவில்லை. அதில் என்ன நடக்கும் என்றால், மரத்

தூளை பாக்டீரியாக்கள் சிதைவுறச் செய்யத் தொடங்கியதும் கரிம அமிலங்கள் உற்பத்தியாகும். ஆனால் அமிலத் தன்மை அதிகரித்ததால் பாக்டீரியாக்களின் வளர்ச்சி அளவு குறைந்து, புழுதிமண் செழிப்பாகத் தொடங்கும். அந்த மண்ணை அப்படியே விட்டுவிட்டால், அது இறுதியாக காளான்களாலும் மற்ற நாய்க்குடைகளாலும் நிரப்பப்படும். அவை மரத்தூளை செல்லுலோஸ் மற்றும் லிக்னினாக உடைக்கும். இந்த நிலையில் மண் அமிலத் தன்மையுடனோ அல்லது அடிமட்டமாகவோ இருக்காது. ஆனால் சமநிலைப் பற்றிய தீர்மானம் இல்லாத நிலையில் இருக்கும்.

மரம் அழுகிப் போவதால் ஏற்படும் அமிலத்தன்மையை தடுப்பதற்காக சுண்ணாம்பு உபயோகிக்கும் தீர்மானமானது, அதில் இணைந்திருக்கும் இயல்பான உறவுகளை முழுமையாக புரிந்துகொள்வதில்லை. குறிப்பிட்ட சமயத்தில் குறிப்பிட்ட நேரத்தில் உள்ள சூழ்நிலையிலும் மற்றும் கற்பனை செய்து கொண்ட சில சூழ்நிலைகளின் கீழேயும் மட்டுமே ஏற்றுக் கொள்ளப்படுகிறது.

இதே உண்மை, பயிர் நோய்களுக்கும் பொருத்தமானதாகும். அரிசி கொள்ளை நோய் என்பது அரிசியை அழிக்கும் பாக்டீரியாவின் காரணமாகவே ஏற்படுகிறது என நம்பப்படுகிறது. இந்த நோயானது தாமிரம் மற்றும் பாதரசங் களைத் தெளிப்பதன் காரணமாகவே ஏற்படுகிறது என விவசாயிகள் சந்தேகமில் லாமல் நம்புகிறார்கள். எனினும், உண்மை அவ்வளவு எளிதானதல்ல. அதிகமான வெப்பநிலையும் கடுமையான மழைப் பொழிவும்கூட அதற்கான காரணங் களாக இருக்கலாம்; அதிகமான அளவு நைட்ரஜன் உரங்கள்கூட காரணமாக இருக்கலாம். அநேகமாக வெப்பநிலை உயர்வாக இருக்கும்போது, நெல் நிலத்தில் நீர் பாய்ச்சினால் வேர்கள் அழுகிவிடும். அல்லது நிலத்தில் பலவகைப் பட்ட அரிசி வளர்க்கப்படுவதன் காரணமாக அரிசி கொள்ளை நோயை எதிர்ப்பதற்கு நிலமானது குறைவான எதிர்ப்பு சக்தியைக் கொண்டிருக்கும்.

எத்தனை எண்ணிக்கையிலான உள் காரணிகள் வேண்டுமானாலும் இருக்க லாம். வேறுபட்ட நேரங்களில் வேறுபட்ட நிலைகளில் வேறுபட்ட அளவுகள் தத்தெடுக்கப்படலாம் அல்லது மிகவும் பரந்த அணுகுமுறை உபயோகிக்கப்பட லாம். ஆனால் அரிசி கொள்ளை நோய்க்கான அறிவியல் விளக்கம் பொதுவான ஒப்புதலைப் பெற்றதால், அந்த நோயை எதிர்த்துச் சண்டையிடும் விதத்தில் அறிவியல் செயல்படுகிறது என்ற நம்பிக்கை வந்தது. நோயை நேரடியாக கட்டுப்படுத்த பூச்சிக்கொல்லிகள் உபயோகிப்பதில் ஏற்பட்ட நிலையான முன்னேற்றமானது, பூச்சிக்கொல்லிகளை சஞ்ஜீவி நிவாரணியாக வருடத்தில் பல முறை உபயோகித்தல் என்ற தற்போதைய நிலைக்குக் கொண்டு சென்றது.

ஆனால் ஆய்வு ஆழமாக போகப் போக, ஒருமுறை தெளிவாகவும் எளிமை யாகவும் இருப்பதாக ஒப்புக்கொள்ளப்பட்ட காரணி எதுவும் தெளிவானதாக இல்லை.

உதாரணமாக, அதிக அளவு நைட்ரஜன் கலந்த உரமானது அரிசி கொள்ளை நோய்க்கு காரணமாக இருக்கிறது என நமக்குத் தெரிந்தாலும், அரிசி கொள்ளை பாக்டீரியாவால் தாக்கப்படுவதற்கு இந்த அதிகமான உரம் எப்படி

தொடர்புடன் இருக்கிறது என்பதை அறிவது எளிதான விஷயமல்ல. தாவரம் அதிகமான அளவு சூரிய ஒளியைப் பெற்றால், இலைகளில் ஒளிச்சேர்க்கை வேகமாக நடைபெறும். நைட்ரஜன் கலந்த பொருட்கள் வேர்களால் உட்கொள்ளப்படும் விகிதம் அதிகரித்து, புரோட்டீனாக ஒருமைப்பட்டு, தண்டு மற்றும் இலைகளுக்கு சத்தாக கிடைக்கும் அல்லது தானியத்தில் சேகரமாகும். ஆனால் மேக மூட்டமான காலநிலை இருந்தாலோ அல்லது நெல் மிக அடர்த்தியாக பயிரிடப்பட்டிருந்தாலோ, தனிப்பட்ட தாவரங்கள் போதுமான அளவு ஒளியைப் பெறாமல் அல்லது கார்பன் டை ஆக்சைடு மிகக் குறைவாகக் கிடைத்து ஒளிச்சேர்க்கை மெதுவாகிவிடும். இது, நைட்ரஜன் கலந்த பொருட்கள் இலைகளில் தன்மயமாகாமல் எஞ்சியிருந்து தாவரங்கள் நோய்க்கு உள்ளாகக் காரணமாக இருக்கும்.

இவ்வாறாக, அதிகமாக நைட்ரஜன் கலந்த உரம் அரிசி கொள்ளை நோய்க்கு காரணமாகவோ அல்லது காரணமில்லாமலோ இருக்கலாம். சூரிய ஒளி போதாமை அல்லது கார்பன் டை ஆக்சைடு போதாமை அல்லது இலைகளில் உள்ள ஸ்டார்ச்சின் அளவு போதாமை என ஒருவர் ஏதாவது ஒரு காரணம் கற்பிக்கலாம். ஆனால் இத்தகைய காரணிகள் அரிசி கொள்ளை நோயுடன் எப்படித் தொடர்புடையன என்பதை அறிந்துகொள்ள நாம் ஒளிச்சேர்க்கை செயலைப் பற்றி புரிந்துகொள்ள வேண்டிய தேவை இருக்கிறது. எனினும் தாவரங்களின் இலைகளில் சூரிய ஒளி மற்றும் கார்பன் டை ஆக்சைடிலிருந்து ஸ்டார்ச் தயாரிக்கப்படும் செயலில் உள்ள இரகசியங்களை வெளிக் கொணர்வதில் அறிவியல் இன்னும் வெற்றி பெறவில்லை.

வேர்கள் அழுகிப்போவதென்பது ஒரு தாவரத்திற்கு அரிசி கொள்ளை நோயை உண்டாக்கும் என்பதை நாம் அறிந்திருக்கிறோம். ஆனால் அது ஏன் பாதிக்கப்படுகிறது என விளக்க முயற்சிக்கும் அறிவியலறிஞர்களின் முயற்சிகள் சமாதானத்திற்கு ஏற்க முடியாமல் இருக்கின்றன. தாவரத்தின் மேற்பரப்புக்கும் வேர்களுக்கும் இடையேயுள்ள சமநிலை உடையும்போது இது நிகழ்கிறது. எனினும் அந்தச் சமநிலை என்ன என்பதை விளக்க முயலும்போது, வேர்களில் உள்ள எடை சமநிலையின்மையானது தாவரங்களை நோய்களுக்கு உள்ளாக செய்யும் தண்டு மற்றும் இலைகளுடன் ஒப்பிடப்படுவது ஏன், "ஆரோக்கிய மற்ற" நிலையை எது உருவாக்குகிறது, இறுதியாக எதுவும் தெரிந்துகொள்ள முடியாத நிலையில் நம்மை விட்டுச் செல்லும் மற்ற புதிர்கள் ஆகிய அனைத்திற்கும் நாம் கண்டிப்பாக விடை காண வேண்டும்

சில நேரங்களில் பிரச்சனை பலவீனமான அரிசியை குற்றம் சாட்டுகிறது. ஆனால் திரும்பவும் "பலவீனம்" என்றால் என்ன என்பதை விளக்க யாராலும் இயலவில்லை. சில அறிவியலறிஞர்கள் சிலிகாப் பொருள் மற்றும் தண்டின் கடினத்தன்மைப் பற்றி பேசுகிறார்கள். மற்றவர்கள் "பலவீனம்" என்றால் என்ன என்பதை உடற்கூறு இயல், மரபியல் அல்லது அறிவியல் கற்றறிதலின் மற்ற கிளைகள் மூலம் வரையறுக்கிறார்கள். இறுதியாக, முதலில் தெளிவாக தெரிந்த காரணங்களைக் கூட படிப்படியாக புரிந்துகொள்ள முடியாமல் நாம் தோற்று

விடுகிறோம்; உண்மையான காரணம் என்ன என்பதைப் பார்ப்பதற்கான பார்வையை முழுமையாக தொலைத்துவிடுகிறோம்.

இலையில் ஒரு பழுப்புப் புள்ளியைப் பார்த்ததும் மனிதன் அதை வழக்கத்திற்கு மாறானது என அழைக்கிறான். அந்தப் புள்ளியில் வழக்கத்திற்கு மாறான பாக்டீரியாவை அவன் கண்டறிந்தால் அந்தத் தாவரத்தை நோயுற்ற தாவரம் எனக் கூறுகிறான். அரிசி கொள்ளை நோய்க்கு அவனது நம்பிக்கை யானத் தீர்வு என்னவென்றால், பூச்சிக்கொல்லிகளைக் கொண்டு நோயை உண்டாக்குகிற காரணங்களைக் கொல்வதுதானாகும். ஆனால் அவ்வாறு செய்வதன் மூலமாக, அவன் உண்மையிலேயே அரிசி கொள்ளை நோய் பிரச்சனைக்குத் தீர்வு காணவில்லை. அந்த நோய்க்கான உண்மையான காரணம் என்னவென்று கண்டறியாமல் அவனது தீர்வு உண்மையான தீர்வாக இருக்க முடியாது. ஒவ்வொரு காரணத்திற்குப் பின்னாலும் மற்றொரு காரணம் இருக் கிறது. இவ்வாறாக காரணம் என நாம் பார்க்கும் ஒன்று மற்றொரு காரணத்திற் கான பதிலாக இருக்கிறது. அதேபோல, விளைவு என நாம் நினைக்கும் ஒன்று ஏதாவது ஒன்றிற்குக் காரணமாக இருக்கிறது.

அரிசி தாவரமானது, தாவரத்தின் அதிகமான வளர்ச்சியை நிறுத்தி, தாவரத்தின் வேருக்கு அடியில் உள்ள பகுதிக்கும் மேற்பரப்பிற்கும் இடையே சமநிலையை ஏற்படுத்துகிற ஒரு பாதுகாப்பாக கூட கொள்ளை நோயைப் பார்க்கலாம். தாவரம் மிக அடர்த்தியாக வளர்வதைத் தடுத்து ஒளிச்சேர்க்கைக்கு உதவி செய்து, விதையின் முழு உற்பத்திக்கு உறுதியளிப்பதற்காக இயற்கையால் ஏற்படுத்தப்பட்ட ஒரு காரணமாக கூட அந்த நோய் பார்க்கப்படலாம். ஏதாவது ஒரு விஷயத்தில், அரிசி கொள்ளை நோய் என்பது இறுதியான விளைவாக இருக்காது. ஆனால் இயற்கையின் மாறாத ஏராளமான விஷயத்தில் வெறும் ஒரு நிலையாக இருக்கும். அது, காரணம் மற்றும் அதேபோல விளைவு என இரண்டுமாக இருக்கும்.

ஒரு குறிப்பிட்ட நேரத்தில் உறுதியான ஒரு புள்ளியிலிருந்து இரண்டாகப் பிரித்து தனியாக்கப்பட்ட நிகழ்வைக் கூர்ந்து நோக்கும்போது, காரணம் மற்றும் விளைவு என இரண்டுமே தெளிவாகப் பகுத்துணரக் கூடியதாக இருக்கும். என்றபோதும், ஒருவர் இயற்கையை அகன்ற விண்வெளி சம்பந்தமான காட்சி யாகப் பார்த்தாலும் சரி, இவ்வுலகம் சம்பந்தமான காட்சியாகப் பார்த்தாலும் சரி, அதன் இயல்பான உறவுக்கு இடையே சிக்கலான குழப்பம் இருப்பதை அறிந்து கொள்ளலாம்; காரணம் மற்றும் விளைவைக் கண்டறிவதற்காக அந்தச் சிக்கலை விடுவிப்பதென்பது சவாலுக்குரியதாக இருப்பதையும் அறிந்து கொள் ளலாம். அந்தச் சிக்கலின் மிகச் சிறிய தகவல் வரை கண்டறிந்து குழப்பத்தைத் தீர்த்துக் கொண்டு விடலாம்; அந்த விவரங்களின் மிகவும் அடிப்படையான நிலை வரை தீர்வு காண முயற்சி செய்யலாம்; தன்னால் மிகவும் திடமான, நம்பிக்கையான தீர்வை உண்டாக்க இயலும் என்றெல்லாம் கூட மனிதன் சிந்திக்கலாம். ஆனால் இந்த அறிவியல் சிந்தனையும் வழிமுறைப் பற்றிய ஆராய்ச்சியும் மிகவும் சுற்றான, வீண் முயற்சிகளில் மட்டுமே பலனைத்

தரக்கூடியனவாகும்.

படம். 2.3 விளைவு என்பது காரணத்திற்கான தடம் எனவும், காரணம் முந்தைய காரணத்திற்கு என, காரணமும் விளைவும் முடிவற்ற சங்கிலியாக இருக்கிறது.

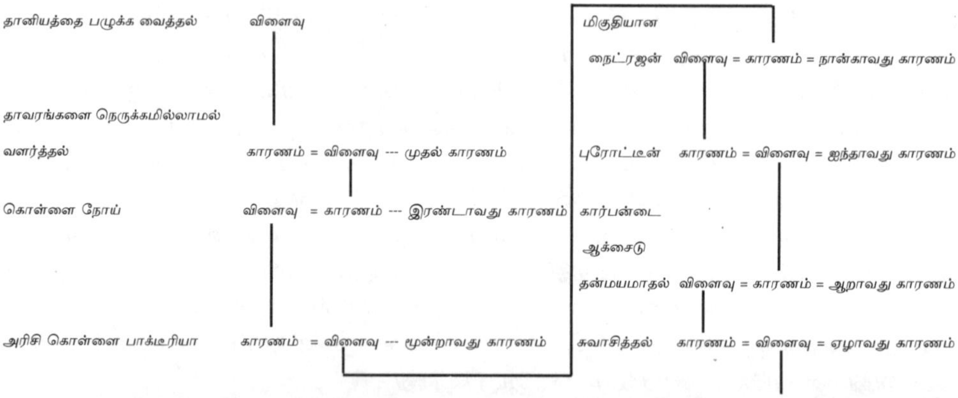

நெருக்கமாகப் பார்த்தால், இயல்பான கரிம உறவுகளை காரணங்கள் மற்றும் விளைவுகள் எனப் பிரிக்க முடியும். ஆனால் மொத்தமாக பரிசோதித்தால் விளைவுகளோ காரணங்களோ எதுவும் கிடைக்காது. பற்றிக்கொள்ள எதுவும் இல்லாததால் எல்லா அளவுகளும் பயனற்றதாகும். இயற்கைக்குத் தொடக்கமோ அல்லது முடிவோ, முன்னரோ அல்லது பின்னரோ, காரணமோ அல்லது விளைவோ கிடையாது. தற்செயலானது என்பது நீடித்து இருக்காது.

முன்னால் அல்லது பின்னால், தொடக்கம் அல்லது முடிவு என்பன இல்லாவிட்டாலும் வட்டம் அல்லது கோளத்தை ஒத்திருந்தாலும், காரணம் மற்றும் விளைவுக்கு இடையே ஒற்றுமை இருக்கிறது என ஒருவர் சொல்ல முடியும். ஆனால் அதேபோல காரணமும் விளைவும் நீடித்திருக்காது என ஒருவர் உரிமைக் கோர முடியும். தற்செயலற்றது என்பதைப் பற்றிய எனது கொள்கை இதுதான்.

(படம் 2.4) தற்செயலுக்கான இந்தச் சக்கரத்தை அதன் பாகங்களின்மீது நெருக்கமான பார்வையில் பரிசோதிக்கும் அறிவியலுக்கு காரணமும் விளைவும் நீடித்திருக்கின்றன. தற்செயலில் நம்பிக்கை கொள்ளும்படி பயிற்றுவிக்கப்பட்ட அறிவியல் சிந்தனையின் மிக உறுதியான வழி என்பது அரிசி கொள்ளை பாக்டீரியாவுடன் சண்டையிடுவதுதான் ஆகும். எனினும் மனிதன் அவனது கிட்டப் பார்வையில், அரிசி கொள்ளை நோயை ஒரு தொல்லையாகவேப் பார்க்கிறான். சக்தி வாய்ந்த பாக்டீரியா கொல்லிகளைக் கொண்டு அந்த நோயைக் கட்டுப்படுத்த அறிவியல் அணுகுமுறையை எடுத்துக் கொள்கிறான். தற்செயலானது தொடர்ச்சியாக தவறு நடக்க வைக்கிறது என அவன் தனது

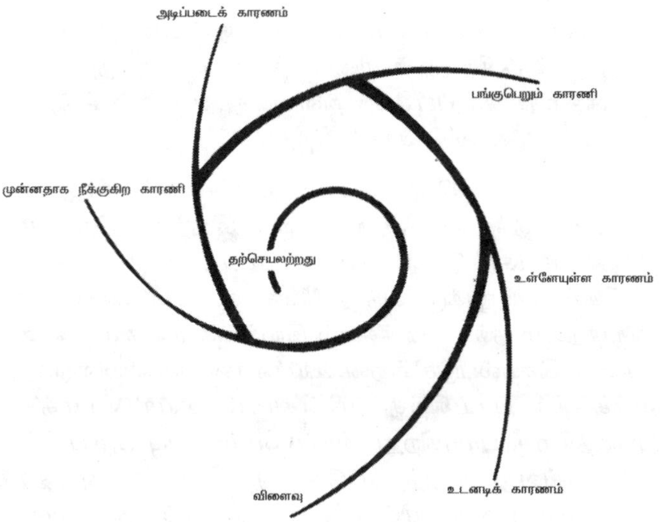

படம் 2.4 - தற்செயலுக்கான சக்கரம்

முதல் தவறுடன் தொடர்கிறான். அவனது பயனற்ற முயற்சிகளால் அவன் மேலும் துயரத்தையே பெறுகிறான்.

3. வேளாண்மை அறிவியலின் விதிகளைப் பற்றிய விமர்சனம்

நவீன வேளாண்மையின் விதிகள்

நவீன வேளாண்மைச் செயல்முறைகளின் முன்னேற்றத்திற்கும் அறிவியல் வேளாண்மைக்கு அடித்தளமாக சேவை செய்வதற்கும் பொதுவாக ஏற்றுக் கொள்ளப்பட்ட விதிகள் நிச்சயமாக சிக்கலாக இருக்கின்றன. குறைந்து திரும்புதல், சமநிலை, சூழ்நிலைக்கேற்ப மாறுதல், ஈடு செய்தல் மற்றும் ரத்து செய்தல், தொடர்புற்றிருத்தல், குறைந்தபட்சம் பற்றிய விதி ஆகியவையே அந்த விதிகளாகும். இயற்கை வேளாண்மை என்ற நிலையிலிருந்து ஒவ்வொரு விதியும் எப்படி பயனுள்ளதாக இருக்கிறது என்பதை நான் இங்கே பரிசோதித்துப் பார்க்க விரும்புகிறேன். ஆனால் அதைச் செய்வதற்கு முன்பாக, இந்த விதிகள் ஒவ்வொன்றும் எதற்காக உள்ளன, எப்பொழுது பரிசோதிக்கப்பட்டன, பலமான உண்மையாக எப்படி நிற்கின்றன என்பதைப் பற்றி ஒரு சிறு விளக்கத்தைக் காண்போம்.

குறைந்து திரும்புதல் விதி : இந்த விதி கூறுவதாவது, உதாரணமாக, கொடுக்கப்பட்ட நிலத்தில் அரிசி அல்லது கோதுமை வளர்க்க ஒருவர் அறிவியல் தொழில்நுட்பத்தை உபயோகிக்கும்போது, ஒரு சில உயர் எல்லை வரை அந்தத் தொழில்நுட்பம் சிறப்பாக இருக்கிறது என நிரூபிக்கிறது. ஆனால் அந்த எல்லையைத் தாண்டியவுடன் மகசூல் குறைந்து போதல் என்ற எதிர் மாறான விளைவை ஏற்படுத்துகிறது. அத்தகைய எல்லை உண்மையான உலகிலிருந்து நிர்ணயிக்கப்படுவதில்லை; நேரம் மற்றும் சூழ்நிலைக்கேற்ப அது

மாறுகிறது. ஆகையால் வேளாண் தொழில்நுட்பம் அதை உடைக்கும் வழியைத் தொடர்ந்து தேடுகிறது. எனினும், திரும்பி வருவதற்கு வரையறுக்கப் பட்ட எல்லை இருக்கிறது; குறிப்பிட்ட அளவுக்கு அப்பால் கூடுதலான முயற்சி பயனற்றதாகிறது என இந்த விதி கற்பிக்கிறது.

சமநிலை : ஒரு பிரச்சனையின் நன்மை தீமைகளைச் சீர்தூக்கிப் பார்த்து சரிகட்டி, சமநிலையைத் தக்க வைத்துக்கொள்ள இயற்கை தொடர்ந்து வேலை செய்கிறது. இந்தச் சரிகட்டுதல் தடைப்பட்டவுடன், அதை மீண்டும் நிலைநிறுத்த சக்திகள் பயனுக்கு வந்து வேலை செய்கின்றன. சமநிலையை மீண்டும் நிலைநிறுத்தவும் தக்க வைக்கவும் இயற்கை உலகில் உள்ள அனைத்து அதிசயக் காட்சிகளும் செயல்படுகின்றன. உயர்வான புள்ளியிலிருந்து தாழ்வான புள்ளியை நோக்கி நீர் பாய்கிறது. மின்சாரம் உயர் அழுத்தத்திலிருந்து குறைவான அழுத்தத்திற்கு பாய்கிறது. நீரின் மேற்பரப்பு குறிப்பிட்ட அளவை அடைந்ததும் நீர் பாய்வது நிறுத்தப்படுகிறது. மின்சார அழுத்தத்தில் எந்த மாற்றமும் இல்லை என்ற நிலையில் மின்சாரம் பாய்வது நிறுத்தப்படுகிறது. ஒரு பொருளில் இரசாயன சமநிலை தக்க வைக்கப்படும்போது இரசாயன உருமாற்றமும் நிறுத்தப்படுகிறது. அதே வழியில், இத்தகைய உயிருள்ள பொருட்களுடன் தொடர்புள்ள அனைத்து அபூர்வக் காட்சிகளும் சமநிலையை தக்க வைத்துக்கொள்ள சோர்வில்லாமல் உழைக்கின்றன.

சூழ்நிலைக்கேற்ப மாறுதல் : விலங்குகள் அவற்றின் சுற்றுப்புறச் சூழ்நிலைக் கேற்ப தங்களை மாற்றிக் கொள்கின்றன. அதேபோல பயிர்களும் தாங்கள் வளரும் சூழ்நிலைக்கேற்ப தங்களை மாற்றிக் கொள்ளக்கூடிய திறனைக் காட்டுகின்றன. இத்தகைய சூழ்நிலைக்கேற்ப மாறும் தன்மையானது இயற்கை உலகில் சமநிலையை நிலைநிறுத்துவதைக் குறிக்கோளாகக் கொண்ட ஒரு வகை செயலாகும். சமநிலை மற்றும் சூழ்நிலைக்கேற்ப மாற்றிக் கொள்ளுதல் என்ற இரு கொள்கைகளும் நெருக்கமாக இணைந்தவை, ஒன்றிலிருந்து ஒன்றைப் பிரிக்க முடியாது.

ஈடு செய்தல் மற்றும் ரத்து செய்தல் : அரிசியை அடர்த்தியாக பயிரிட்டால், அந்தத் தாவரங்கள் குறைந்த அளவே முளைவிட்டிருக்கும். அடர்த்தி குறைவாக பயிரிட்டால், ஒரு தாவரத்திற்கு அதிகமான அளவு தண்டுகள் வளரும். இது ஈடு செய்தலை விவரித்தல் எனக் கூறப்படுகிறது. ரத்து செய்தலின் நோக்கம் பின்வருமாறு பார்க்கப்படுகிறது. அதாவது உதாரணமாக, ஒரு தாவரத்திற்கு அதிக எண்ணிக்கையிலான தண்டுகள் என உயர்த்தப்பட்டதிலிருந்து கிடைத்த சிறிய தலைகளை உடைய தானியங்களின் அல்லது அரிசி தலைகளை உருவாக்கும் சிறிய தானியங்களின் அளவை அதிகமானதாக மாற்ற கடுமையான அளவு உரம் உபயோகிக்கப்பட்டு போஷாக்கு அளிக்கப்படுகிறது.

தொடர்புற்றிருத்தல் : பயிர் மகசூலை நிர்ணயிக்கும் காரணிகள் மற்ற காரணிகளுடன் இணைந்திருக்கின்றன; அதனால் எல்லா மாற்றங்களும் தொடர்ந்து ஒன்றுடன் ஒன்று தொடர்புடன் இருக்கின்றன. ஒன்றுக்கொன்று சம்பந்தப்பட்டிருப்பது நீடித்திருக்கிறது. உதாரணமாக, விதை விதைக்கப்படும்

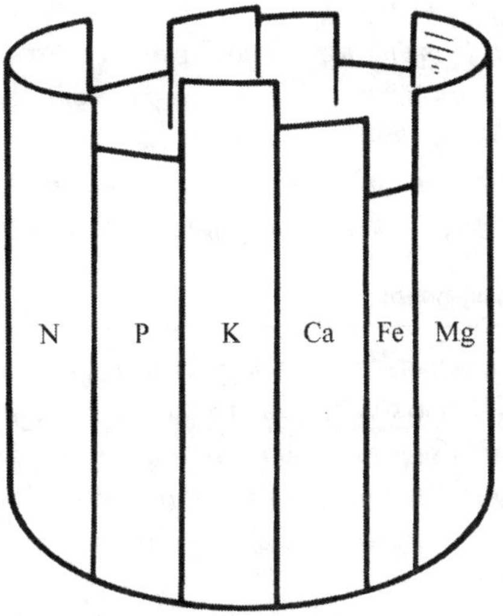

படம் 2.5 - லெபெக்கின் பீப்பாய் (1)

நேரம் மற்றும் விதையின் அளவு ஆகியவற்றிற்கு இடையில், உரம் உபயோகிக்கப் படும் நேரம் மற்றும் உரத்தின் அளவு ஆகியவற்றிற்கு இடையில், நாற்றின் எண்ணிக்கை மற்றும் பயிர்களின் இடையில் உள்ள இடைவெளிக்கு இடையில் என ஒன்றுடன் ஒன்று தொடர்புடன் இருக்கிறது. குறிப்பிட்ட எண்ணிக்கையி லான விதை பரவுதல், உபயோகிக்கப்படும் உரத்தின் அளவு அல்லது விதைக்கப் படும் காலம் ஆகியவை எல்லா சந்தர்ப்பங்களிலும் இறுதியானது அல்லது சிக்கலானது ஆகும். மேலும், விவசாயி ஒரு காரணிக்கும் மற்றொரு காரணிக்கும் இடையே எடை போடுகிறான். தானியத்தின் வேறுபட்ட வகை, பயிர் செய்யப் படும் முறை, அந்தந்த நேரத்திற்குத் தகுந்த வகையான உரம் ஆகியவற்றுக்குத் தொடர்பான தீர்வை எடுக்கிறான்.

குறைந்தபட்சம் பற்றிய விதி : ஜெர்மானிய இரசாயன அறிஞர் ஜஸ்டஸ் வான் லெபெக் அவர்களால் முதலில் வெளிப்படுத்தப்பட்ட, உலகம் முழுவதும் அறியப்பட்ட இந்த விதியானது நவீன வேளாண்மையின் முன்னேற்றத்திற்கு அடித்தளமாக அமைந்திருக்கிறது எனக் கூறலாம். எல்லா ஆதாரப் பொருட் களும் இணைந்து பயிரை உருவாக்கினாலும் அதன் மகசூலானது ஓர் ஆதாரப் பொருளால் நிர்ணயிக்கப்படுகிறது. லெபெக் பீப்பாய் என்றழைக்கப்படும் இந்தப் படத்தைக் கொண்டு அவர் இதை விவரிக்கிறார்.

நீரின் அளவு - அல்லது மகசூல் - அதாவது அந்தப் பீப்பாயின் கொள்ளள வானது, விரைவாக வழங்கப்படும் போஷாக்கால் நிர்ணயிக்கப்படுகிறது. மற்ற போஷாக்குகளை எவ்வளவு அதிகமாக வழங்குகிறோம் என்பதைப் பற்றி கவலை இல்லை. அங்கே எந்தப் போஷாக்கு அதிகமாக பற்றாக்குறையுடன் இருக்கிறதோ அதுதான் மகசூலில் உயர் எல்லையை நிர்ணயிக்கிறது.

இந்தக் கொள்கை விளக்குவதென்பது இதுதான் : நைட்ரஜன், பொட்டாசியம், கால்சியம், இரும்பு மற்றும் இதர போஷாக்குகள் அதிகமிருந்தாலும் பாஸ்பேட் பற்றாக்குறை இருப்பதுதான் எரிமலை மண்ணில் பயிர் வளராததற்கு காரணமாகும். உண்மையில், பாஸ்பேட் உரத்தைக் கூடுதலாக சேர்த்தால் மகசூல் நன்றாக இருக்கிறது. இந்தக் கொள்கையானது மண் போஷாக்குகளுடனான பிரச்சனைகளைச் சமாளிப்பதற்கும் கூடுதலாக, பயிர் மகசூலை அதிகமாகப் பெறுவதற்கும் அடிப்படைக் கருவியாக உபயோகப்படுத்தப்படுகிறது.

எல்லா விதிகளும் அர்த்தமற்றவை

மேலே குறிப்பிட்ட அனைத்து விதிகளும் தனித்தனியாக உபயோகிக்கப்படுகின்றன. எனினும் இத்தகைய அனைத்து விதிகளும் உண்மையிலேயே ஒன்றிலிருந்து ஒன்று விலகியுள்ளனவா? என்னுடைய தீர்மானம் என்னவென்றால், இயற்கை என்பது பிரிக்க முடியாதபடி முழுமையானது. ஓர் ஆதாரத்திலிருந்து வெளித்தோன்றும் எல்லா விதிகளுமே மு அல்லது ஒன்றுமில்லை என்பதற்கே திரும்புகிறது.

அறிவியலறிஞர்கள் இயற்கையை எல்லாவித கோணங்களிலும் பரிசோதித்து கொண்டிருக்கிறார்கள். இந்த ஒற்றுமையை ஆயிரம் வித்தியாசமான வடிவங்களில் பார்த்துக் கொண்டிருக்கிறார்கள். இவை அனைத்தையும் தனித்தனி விதியாக அறிந்து கொண்டபோதும், அவை ஒரே பொதுவான திசையில் ஒன்றுடன் ஒன்று இணைந்துள்ளன. எல்லா விதிகளும் ஒன்றே என்பதைப் பற்றிய உணர்ந்துகொள்ளலுக்கும் விழிப்புணர்வுக்கும் இடையே அதிகமான பேதங்கள் உள்ளன.

ஒருவர் குறைந்து திரும்புதல் விதியைப் பற்றி படித்திருக்க முடியும்; இயற்கையில் வேலை செய்யும் ஒரு விசையானது, திரும்பி வருதலை எதிர்த்து படிப்படியாக உயர்வதை அடக்கி, சமநிலையை தக்க வைத்துக்கொள்ள போராடுகிறது.

ஈடு செய்தல் மற்றும் ரத்து செய்தல் என்ற இரண்டும் பரஸ்பரம் இணையானவை. நன்மை தீமைகளை சீர்தூக்கிப் பார்த்து சரிகட்டுவதற்கு இயற்கை தேடுவதைப் போல, ரத்து செய்தலின் விசைகளானது ஈடு செய்தலின் விசைகளை மறுக்க செயல்படுகிறது.

சமநிலை மற்றும் சூழ்நிலைக்கேற்ப மாறுதல் என்பவையானது சந்தேகத்துக்கு அப்பால் பிரச்சனைகளைச் சீர்தூக்கிப் பார்த்து சரிகட்டுதல், வரிசை, இயற்கையின் இணக்கம் போன்றவற்றைப் பாதுகாப்பதற்கான வழிகளாகும்.

குறைந்த பட்சத்திற்கான விதி ஒன்று இருந்தால், கண்டிப்பாக அதிக பட்சத்திற்கான விதி ஒன்று இருக்கும். சமநிலை மற்றும் இணக்கம் ஆகியவற்றிற்கான தேடலில், தாவரங்களுக்கு போஷாக்கு பற்றாக்குறை என்பது மட்டும் வெறுப்பானது அல்ல; போஷாக்கு பற்றாக்குறை என்பதுடன் மற்றவை அதிகமாக இருப்பதும் வெறுப்பிற்குரியதுதான்.

இத்தகைய விதிகள் ஒவ்வொன்றும், இயற்கையின் சிறந்த இணக்கம் மற்றும்

சரிகட்டுதல் ஆகியவற்றிற்காக தோன்றிய அவதாரம் என்பதைவிட வேறொன்றுமில்லை. ஒரு சிறு ஆதாரத்திலிருந்து வரும் ஒவ்வொரு சுருளும் அவை அனைத்தையும் ஒன்றாக இணைத்து இழுக்கின்றன. ஒரே விதியானது ஓர் ஆதாரத்திலிருந்து வெவ்வேறு திசைகளில் தோன்றும்போது ஒவ்வொரு காட்சியும் வெவ்வேறு விதிகளைக் கூறுவதாக மனிதன் காண்பதுதான் அவனைத் தவறாக வழிநடத்துகிறது.

இயற்கை என்பது முற்றிலும் வெறுமையானது. அதை ஒரு புள்ளியாக பார்ப்பவர்கள் ஓரடி வீணாக அலைந்து திரிகிறார்கள். அதை ஒரு வட்டமாக பார்ப்பவர்கள் இரண்டு அடிகள் வீணாக அலைந்து திரிகிறார்கள். அகலமாக, பொருளாக, நேரமாக, சுழற்சியாகப் பார்ப்பவர்கள் உண்மையான இயற்கையிலிருந்து பிரிந்து மாயமான உலகில் வெகு தூரம் அலைந்து திரிகிறார்கள்

லாபங்கள் மற்றும் நஷ்டங்களை கவனத்தில் கொள்ளும் குறைந்து திரும்புதல் என்ற விதியானது, இயற்கையைப் பற்றிய உண்மையான புரிந்துகொள்ளலை - லாபம் அல்லது நஷ்டம் இல்லாத உலகத்தை - பிரதிபலிக்கவில்லை. இயற்கையில் பெரியதோ அல்லது சிறியதோ இல்லை, மிகச் சிறந்த இணக்கம் மட்டுமே இருக்கிறது என்பதை ஒருவர் புரிந்து கொள்ளும்போது, போஷாக்கு குறைந்தபட்சமாக அல்லது அதிகபட்சமாக இருப்பது பற்றிய கருத்துக்கூட மிகச் சிறியதாக, சூழ்நிலையுடன் நேர்முகமாக சம்பந்தம் இல்லாததாக பார்க்கப்படும்.

ஈடு செய்தல் மற்றும் ரத்து செய்தல் அல்லது சமநிலை மற்றும் சமநிலையின்மை மூலமாக எல்லா வேலைகளையும் செய்து பெறுவதற்கு தொடர்புற்றிருத்தல் பற்றிய தனது பார்வையை செலுத்த வேண்டிய தேவை மனிதனுக்கு ஒருபோதும் இருக்காது. எனினும், வேளாண் அறிஞர்கள் ஆதாரமற்ற எல்லாவற்றிற்கும் ஆதாரமற்ற அனுமானங்களை விரிவாக உருவாக்கி விளக்கங்களைச் சேர்த்தார்கள். வேளாண்மையை இயற்கையிலிருந்து மேலும் மேலும் பிரிந்து செயல்பட வைத்தார்கள். இயற்கை உலகின் வரிசை மற்றும் சரியான நிலையைப் பாதிக்கச் செய்தார்கள்.

பூமியில் வாழ்க்கை என்பது தனிப்பட்ட உறுப்புகளின் பிறப்பு மற்றும் இறப்பு, சமூகத்தின் உயர்வு தாழ்வு, வெற்றி தோல்வி பற்றிய சுழற்சி வரலாறு ஆகியவை அடங்கியதாகும். எல்லாப் பொருட்களும் நிர்ணயிக்கப் பெற்ற கொள்கைகளுக்கு ஏற்பவே செயல்படுகின்றன - பரந்த பிரபஞ்சம், நுண்ணுயிரிகளின் உலகம் அல்லது உயிருள்ள மற்றும் உயிரற்றப் பொருட்களை உருவாக்கும் மூலக்கூறுகள் மற்றும் அணுக்களைப் பற்றிய மிகச் சிறிய உலகம் ஆகியவற்றைப் பற்றி நாம் பேசுகிறோம். எல்லாப் பொருட்களும் ஒதுக்கப்பட்ட வரிசையில் மாறாத ஓட்டத்தில் இருக்கின்றன. எல்லாப் பொருட்களும் ஓர் ஆதாரத்திலிருந்து தோன்றிய சில அடிப்படை விசையால் இணைக்கப்பட்டு எதிர்மறையான சுழற்சியில் செயல்படுகின்றன.

இத்தகைய அடிப்படை விதிக்கு நாம் ஒரு பெயரிட வேண்டும் என்றால், “தர்மிக் விதி - அதாவது எல்லாமும் ஒரே இடத்திற்கு திரும்பும்'' எனப்

பெயரிட்டு அழைக்க முடியும். எல்லாப் பொருட்களும் ஒரு வட்டத்தில் இணைகின்றன. அவை ஒரு புள்ளிக்கு மீண்டும் திரும்புகின்றன, அந்தப் புள்ளி ஒன்றுமில்லாததாக ஆகிறது. ஏதோ ஒன்று நிகழ்கிறது, ஏதோ ஒன்று மறைகிறது என்பதுபோல மனிதனுக்குத் தோன்றும். எனினும் எதுவும் ஒருபோதும் உருவாகவோ அழியவோ இல்லை. இந்த விதியானது பொருளைப் பாதுகாத்தல் என்ற அறிவியல் விதியைப் போன்றதே கிடையாது. அறிவியலில் அழித்தலும் பாதுகாத்தலும் அடுத்தடுத்து இருக்கின்றன. ஆனால் சாகச செயல்கள் இருப்பதில்லை.

வேளாண் அறிவியலின் வேறுபட்ட விதிகள் எல்லாம் வெறும் சிதறிய பிம்பங்களேயாகும்; கன உருவ முப்பட்டகத்தின் மூலமாக நேரம் மற்றும் நிகழ்வைப் பார்க்கும்போது, இந்த அடிப்படை விதியில் எல்லா நிகழ்வுகளும் ஒரே இடத்திற்குத் திரும்புகின்றன. ஏனென்றால் இத்தகைய அனைத்து விதிகளும் ஒரே ஆதாரத்திலிருந்துதான் உருவாக்கப்பட்டன; உண்மையில் எல்லாமும் ஒன்றேயாகும். அரிசியின் தண்டு தாவரத்தின் அடிப்பகுதியுடன் இணைந்திருப்பதைப் போல அனைத்தும் ஒன்றுடன் ஒன்று இணைந்திருப்பது இயற்கையானது. குறைந்து திரும்புதல், குறைந்த பட்ச விதி, ஈடு செய்தல் மற்றும் ரத்து செய்தல் ஆகிய மூன்று விதிகளையும் ஒன்று சேர்த்து ஒரே குழுவாக்க மனிதன் தேர்ந்தெடுக்கலாம். உதாரணமாக, ஒன்றுசேர்க்கப்பட்ட இவற்றை "விதியின் இணக்கம்" எனச் சொல்லலாம். இந்த ஒரு விதியை பல வேறுபட்ட விதிகளாக நாம் மாற்றும்போது, நாம் உண்மையிலேயே இயற்கையைப் பற்றி அதிகமாக விவரிக்கிறோமா? வேளாண்மையில் முன்னேற்றத்தைப் பெறுகிறோமா?

இயற்கையைப் புரிந்துகொள்ள விரும்பும் மனிதனுடைய ஆவலின் காரண மாக, அவன் பல வேறுபட்ட கோணங்களிலிருந்து எண்ணற்ற விதிகளைப் பிர யோகிக்கிறான். மனித அறிவு ஆழமானது, விரிவானது என நாம் எதிர்பார்க்க லாம். ஆனால் தான் இயற்கையைப் பற்றி மிக அதிகமாக கற்றறிந்து இருப்பதால் அதை முழுமையாகப் புரிந்துகொண்டுவிட்டோம் என்ற அவனது சிந்தனை சோகம் தரும் விதமாக அவனை ஏமாற்றிவிட்டது. உண்மையில் அவனது ஒவ்வொரு புதிய கண்டுபிடிப்பாலும், ஒவ்வொரு துண்டு அறிவாலும் இயற்கை யிடமிருந்து வெகு தூரத்தே விலகி விலகிச் சென்று அலைந்து திரிகிறான்.

இத்தகைய விதிகள் இயற்கையின் போக்கில் செல்லும் ஒரு விதியிலிருந்து பிரிந்து வந்த துண்டுகளே ஆகும். ஆனால் அப்படியானால் அவையெல்லாம் ஒன்று சேர்ந்தால் உண்மையான விதியை உருவாக்கும் என்று சொல்ல முடியாது; அவற்றால் உருவாக்கவும் முடியாது.

குருடர்களும் யானையும் என்ற கதையில் வருவதைப் போல ஒரு குருடன் யானையின் தந்தத்தைத் தொட்டுப் பார்த்து அதைப் பாம்பு என்று நம்புகிறான். மற்றொருவன் யானையின் காலைத் தொட்டுப் பார்த்துவிட்டு அதை மரம் என்றழைக்கிறான். இவ்வாறாக இயற்கையின் ஒரு சிறு பகுதியைத் தொட்டுப் பார்த்துவிட்டு, இயற்கையை முழுமையாக புரிந்துகொள்ள முடிகிறது என

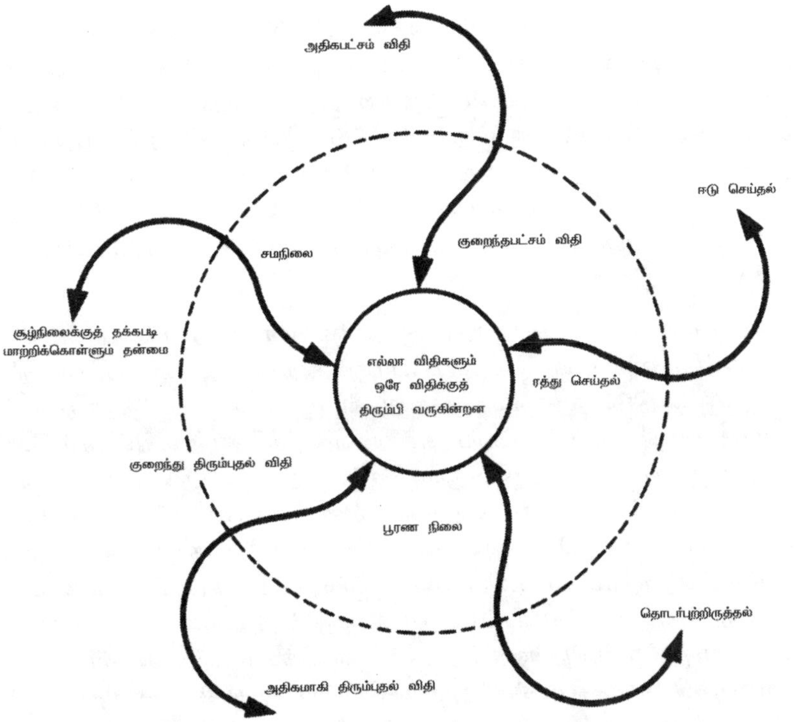

படம் 2.6 - எல்லா நிகழ்வுகளும் ஒரே இடத்திற்குத் திரும்புகின்றன

மனிதன் நம்புகிறான். பயிர் மகசூலுக்கு எல்லைகள் இருக்கின்றன. சமநிலையும் ஏற்றத்தாழ்வான நிலையும் இருக்கிறது. ஈடு செய்தல் மற்றும் ரத்து செய்தல், பிறப்பு மற்றும் இறப்பு, லாபம் மற்றும் நஷ்டம் என்ற இருமைகளை மனிதன் கவனிக்கிறான். போஷாக்கு அதிகமாக மற்றும் குறைவாக இருத்தல், மிகுதியாக மற்றும் பற்றாக்குறையாக இருத்தல் போன்றவற்றை அவன் குறித்துக் கொள் கிறான். இத்தகைய குறிப்புகளிலிருந்து பல்வேறு விதிகள் தருவிக்கப்பட்டன, அவை உண்மைகளாக அறிவிக்கப்பட்டன. இயற்கையையும் அதன் விதிகளை யும் பற்றி தெரிந்துகொள்வதிலும் புரிந்துகொள்வதிலும் தான் வெற்றி பெற்று விட்டதாக அவன் நம்புகிறான். ஆனால் அவன் புரிந்துகொண்டது என்ன வென்றால், குருடர்கள் யானையைப் பார்த்ததைவிட அதிகமாக இல்லை.

இயற்கையில் உள்ள பெயரிடப்படாத ஒரு விதியிலிருந்து பெறப்பட்ட எத்தனைத் துண்டு சிறு விதிகளை ஒன்றிணைத்தாலும், அவற்றால் ஒருபோதும் மிகச் சிறந்த ஆதாரக் கொள்கையுடன் இணைய முடியாது. இத்தகைய விதி களின் மூலமாக உற்றுநோக்கப்படும் இயற்கையானது அடிப்படையில் உண்மை யான இயற்கையிடமிருந்து வேறுபட்டு இருப்பதில் வியப்பேதும் இல்லை. இத்தகைய விதிகளை உபயோகித்து செய்யப்படும் அறிவியல் வேளாண்மை யானது, இயற்கையின் அடிப்படைக் கொள்கைகளை உற்று நோக்குகிற இயற்கை வேளாண்மையிலிருந்து மிகவும் வேறுபட்டிருக்கிறது.

இந்த ஒப்பற்ற விதிப்படி நிற்கும் வரை இயற்கை வேளாண்மையானது உண்மையானதாக முடிவற்ற வாழ்க்கையைப் பெற்றிருப்பதற்கு உத்திரவாதமளிக்கிறது. அறிவியல் வேளாண்மையின் விதிகள் இந்த நிலையைச் சோதிப்பதற்கு வேண்டுமானால் உபயோகமாக இருக்கக்கூடும். சிறந்த பயிர்த் தொழிலுக்கான நுட்பங்களை உருவாக்க அவற்றை உபயோகிக்க முடியாது. தற்போதைய முறைகளால் பெறப்படுவதைவிட அதிகமாக அரிசி மகசூலை பெற இத்தகைய விதிகளால் முடியாது. மகசூல் குறைவதைத் தடுப்பதற்கு மட்டுமே அவை பயனுள்ளவையாக இருக்கும்.

“நெல் நிலத்தில் ஒரு சதுர அடிக்கு எத்தனை நாற்றுகளை நான் நட வேண்டும்?'' என்று விவசாயி கேட்கும்போது, அதற்கு அறிவியலறிஞர் நீண்ட விளக்கம் தர வேண்டும். அதாவது, நாற்றுகள் மகசூலை உயர்த்தாது என்பது எப்படி? நாற்றுகளின் வளர்ச்சியை தக்கவைத்துக்கொள்வதில் ஈடுசெய்தல் மற்றும் ரத்து செய்தல் எப்படி வேலை செய்கிறது? கொடுக்கப்பட்ட விகிதத்திற்குள் சமநிலையைத் தக்க வைத்துக்கொள்ள தேவைப்படும் டில்லர்களின் எண்ணிக்கை எத்தனை? மிகக் குறைவான எண்ணிக்கையுடைய நாற்றுகள் மகசூலை கட்டுப்படுத்தும் காரணியாவது எப்படி? அதிக எண்ணிக்கையிலான நாற்றுகள் அறுவடை செய்யப்பட்ட தானியத்தில் சரிவு ஏற்பட காரணமாக இருப்பது எப்படி? என்றெல்லாம் அவர் விளக்கம் தர வேண்டும். இந்த இடத்தில் விவசாயி எரிச்சலுடன் “அப்படியென்றால் நான் என்னதான் செய்ய வேண்டும்?'' என்று கேட்பார். சூழ்நிலைக்கேற்ப நடப்படும் நாற்றுகளின் எண்ணிக்கை மாறுபடும் என்றாலும் அது அரங்கேற்றப்படாத, முடிவற்ற ஆய்வுக்குரிய விஷயமாகவே இருக்கிறது.

வசந்த காலத்தில் நடப்படும் நாற்றுகளில் எத்தனைத் தண்டுகள் வளரும் அல்லது அது எப்படி மகசூலைப் பாதிக்கும் என்பதைப் பற்றி யாருக்கும் தெரியாது. எல்லோராலும் செய்ய முடிந்தது என்னவென்றால் அதற்கான தத்துவங்களை ஆராய்வது மட்டும்தான். அறுவடை முடிந்த பிறகு, கோடை காலத்தில் வெப்பநிலை அதிகமாக இருக்கும் என்பதால் குறைந்த எண்ணிக்கையிலான நாற்றுகளை நடுவதே நல்லதாகும். அல்லது அடர்த்தியற்ற நடுதல், குறைவான வெப்பநிலை ஆகியவை குறைவான மகசூலுக்கு காரணமாக இருக்கும். இத்தகைய விதிகள் எல்லாம் தீர்வுகளை விளக்குவதற்கு மட்டுமே பயனுள்வையாகும். தற்போது என்ன சாத்தியமோ அதைவிட அதிகமாக அடைவதற்கு அவற்றால் எந்த உதவியும் செய்ய முடியாது.

லெபெக்கின் குறைந்தபட்ச விதியைப் பற்றி ஒரு விமர்சனப் பார்வை

உற்பத்தித் திறனை அதிகரித்து மகசூலை உயர்த்துவதற்கான எல்லா விவாதத்திலும், பின்வருபவையே மகசூலைப் பாதிக்கும் காரணிகளாக கூறப்படுகின்றன.

வானிலை சார்ந்த காரணிகள் சூரியஒளி, வெப்பநிலை, ஈரப்பதம், வீசும் காற்றின் வலிமை, காற்று,

	ஆக்சிஜன், கார்பன் டை ஆக்சைடு, நைட்ரஜன் போன்றவை.
மண்ணின் நிலைகள்	இயற்பியல் : அமைப்பு, ஈரம், காற்று
	வேதியியல் : கனிமம், கரிமம், போஷாக்குகள், பகுதிப் பொருட்கள்
உயிரியல் நிலைகள்	விலங்குகள்,தாவரங்கள், நுண்ணுயிரிகள்
செயற்கையான நிலைகள்	வளர்த்தல், பயிர் செய்தல், பசும் தழை மற்றும் உரம் உபயோகித்தல், நோய் மற்றும் தொந்தரவு செய்யும் பிராணிகளைக் கட்டுப்படுத்தல்.

உற்பத்தித் திறனை நிர்ணயிக்கும் நிலைகள் மற்றும் காரணிகள் இரண்டையும் அறிவியல் வேளாண்மை ஒன்றிணைக்கிறது. மகசூலை அதிகரிப்பதற்கான முயற்சிகள் செய்வதை அடிப்படையாகக் கொண்டு, ஒவ்வொரு பகுதியிலும் சிறப்பான ஆய்வு நடத்தவோ அல்லது பொதுவான அம்சத்தைக் கண்டு பிடிக்கவோ செய்கிறது.

உற்பத்திக்கான இத்தகைய காரணிகளில் சிறுசிறு முன்னேற்றங்களை கொண்டு வருவதன் மூலமாக உற்பத்தித் திறனை உயர்த்த வேண்டும் என்ற கருத்தானது மிக அதிகமாக லெபெக்கின் யோசனையிலிருந்தே ஆரம்பமானது. இதுவே மேற்கில் இருந்த நவீன வேளாண்மையின் முன்னேற்றத்திற்குச் சாவியாக இருந்தது.

லெபெக்கின் குறைந்தபட்சம் பற்றிய விதியின்படி குறைவான நேரத்தில் வழங்கப்படும் போஷாக்குதான் பயிரின் மகசூலை நிர்ணயிக்கிறது. உற்பத்திக் கான காரணங்களை முன்னேற்றி மகசூலை அதிகரிப்பது என்ற கருத்தே இந்த விதியில் தொக்கி நிற்கிறது. மேலும் ஓரடி செல்வதன் மூலமாக, இது குறிப்பாக எதை உணர்த்துகிறது என்பதைப் புரிந்துகொள்ள முடியும். ஏனென்றால் மகசூலை அதிகரிப்பதற்குப் பெரிய இடையூறாக மோசமான காரணி இருக்கிறது. இத்தகைய காரணிகளில் பயிற்சி ஆய்வு முயற்சி செய்து, அதை முன்னேற்று வதன் மூலமாக மகசூலில் குறிப்பிடத்தக்க முன்னேற்றத்தை ஏற்படுத்தமுடியும்.

படம் 2.5ல் உள்ள பீப்பாய் மூலமாக லெபெக் விதி பின்வருமாறு விளக்கப் படுகிறது. பீப்பாயில் உள்ள நீரின் அளவு அதன் கீழ்ப் பகுதியில் உள்ள துவாரத்தைத் தாண்டி மேலே உயர முடியாது. ஆகையால் உற்பத்திக்கான காரணிகள் விரைவாக வழங்கப்படுவதே மகசூலை நிர்ணயம் செய்கிறது. எனினும், உண்மையில் இது விஷயம் கிடையாது.

பயிரின் போஷாக்கை உடைத்து அவற்றில் என்ன இருக்கிறது என்பதை இரசாயன ஆய்வு செய்தால், அது எத்தனை எண்ணிக்கையிலான பகுதிப்

பொருட்களாகப் பிரிகிறது என்பதை நாம் கண்டறியலாம். நைட்ரஜன், பாஸ்பரஸ், பொட்டாசியம், கால்சியம், மாங்கனீசு, மெக்னீசியம் இன்னும் பல என பகுதிப் பொருட்கள் இருக்கின்றன. ஆனால் இத்தகைய காரணிகளைப் போதுமான அளவில் நாம் வழங்குவதன் மூலமாக மகசூலை உயர்த்தலாம் எனக் கூறுவது நம்ப முடியாத விளக்கமாகும். அது மகசூலை அதிகரிக்கிறது என்பதைவிட அது மகசூலைத் தக்க வைக்கிறது என்றுதான் நாம் கண்டிப்பாக சொல்ல வேண்டும். போஷாக்கைக் குறைவான அளவு வழங்கினால் மகசூலை குறைத்துவிடும். ஆனால் அதிகமாக வழங்குவது மகசூலை அதிகரிக்கச் செய்யாது. அது வெறுமனே மகசூலில் ஏற்படும் இழப்பைத் தடுக்க மட்டுமே செய்யும்.

லெபெக்கின் பீப்பாய், உண்மையான வாழ்க்கையில் உபயோகிப்பதில் இரு வகையில் தோற்றுவிடுகிறது. முதலில், அந்த பீப்பாயில் என்ன வைப்பது? பயிரின் மகசூல் ஒரு காரணியால் மட்டும் நிர்ணயிக்கப்படுவதில்லை. பயிர் செய்வதற்கான எல்லாவித காரணிகளாலும் நிலைகளாலும் நிர்ணயிக்கப்படு கிறது. இவ்வாறாக, ஒரு குறிப்பிட்ட போஷாக்கு அதிகமாக அல்லது குறைவாக இருப்பதால் ஏற்படும் விளைவுகளைப் பற்றி கவலைப்படுவதற்கு முன்பாக, பயிர் மகசூலை நிர்ணயிப்பதில் முக்கியமான பங்கு வகிக்கும் போஷாக்கு எது என்பதைக் கண்டறிவது மிகவும் புத்திசாலித்தனமானதாகும்.

போஷாக்குகள் என்றழைக்கப்படும் இந்தக் காரணி எடுத்துச்சொல்லும் எல்லைகள், சமப் பொருள்கள் மற்றும் அதிகார வரம்புகளை ஒருவர் நிலை நிறுத்தாவிட்டால், போஷாக்குகளைப் பற்றி ஆய்வு செய்து கிடைத்த எந்த ஒரு பதிலும் பாதியிலேயே நின்றுவிடும். லெபெக் பீப்பாய் என்பது காற்றில் மிதக்கும் ஒரு கருத்தாகும். உண்மையான உலகில், மகசூல் என்பது எண்ணற்ற காரணிகளும் நிலைகளும் ஒன்றிணைந்து ஏற்படுவதாகும். ஆகையால், பீப்பாய் வரிசையின் மேல் பகுதியில் அல்லது அடிப்பகுதியில் இத்தகைய பல நிலை களை எடுத்துக் கூறுதல் கண்டிப்பாக காணப்பட வேண்டும்.

மகசூல் என்பது பல்வேறு காரணிகள் மற்றும் நிலைகளால் தீர்மானிக்கப்படு கிறது என்று படம் 2.7 காட்டுகிறது. செயல்பாடுகளின் அளவு, சாதனம், போஷாக்கு அளிக்கப்படுதல் இன்னும் குறிப்பிடத்தக்க மற்ற விஷயங்களால் மகசூல் தீர்மானிக்கப்படுகிறது. ஏதாவது ஒரு காரணி அதிகமாகவோ அல்லது குறைவாகவோ இருப்பது மட்டும் மகசூல் மிகக் குறைவாக இருக்க காரணமாக இருக்காது. ஒன்றிலிருந்து பத்து வரை இந்த அளவு எத்தகைய சிறந்த மாற்றத்தை ஏற்படுத்துகிறது என்பதைச் சொல்வதற்கு வார்த்தை இல்லை.

அதன்பிறகு, பீப்பாயைப் பிடித்திருக்கும் தூண் அல்லது தூணின் அடிப் பகுதியின் கோணம் பீப்பாய் சாய்க்கப்படுவதால் பாதிக்கப்படுகிறது; பீப்பாயில் நீர் கொள்ளும் அளவை மாற்றுகிறது. உண்மையில், பீப்பாயைச் சாய்ப்பதால், அடித் துவாரத்தின் உயரத்தைவிட அதிகமாக பீப்பாய் நீர் கொள்ளும் அளவை அது சிரமப்படுத்துகிறது. தனிப்பட்ட போஷாக்கின் அளவு மகசூலை அதிகரிக் கிறது என்பது உண்மையானது இல்லை.

லெபெக் பீப்பாயின் ஒத்தத் தன்மையை நடைமுறை உலகில் உபயோகிக்க முடியாததற்கான இரண்டாவது காரணம் பீப்பாய்க்கு வளையங்கள் இல்லை என்பதுதானாகும். அடித்துவாரத்தின் உயரத்தைப் பற்றி கவலைப்படுவதற்கு முன்பாக, பீப்பாய் அதன் வளையத்துடன் எவ்வளவு இறுக்கமாகப் பொருந்தியுள்ளது என்பதை நாம் பார்க்க வேண்டும். வளையங்கள் இல்லாத பீப்பாயில் நீர் கசிந்து கொண்டேயிருக்கும்; அதனால் நீரைச் சேமித்து வைக்க முடியாது. பீப்பாயின் துவாரங்களுக்கு இடையே நீர் கசிவதற்கு அதன் வளையங்கள் இறுக்கமாக இல்லாததே காரணமாகும். வேறுபட்ட போஷாக்குகளுக்கு இடையேயுள்ள தொடர்பை மனிதன் போதுமான அளவு புரிந்து கொள்ளாததை இது எடுத்துக் கூறுகிறது.

நைட்ரஜன், பாஸ்பரஸ், பொட்டாசியம், மற்றும் டஜன்கணக்கான பயிர் போஷாக்குகளுக்கு இடையேயுள்ள உண்மையான தொடர்பை அறிந்து கொள்வதற்கு அப்பால் நாம் அறிந்துகொள்ள வேறு எதுவும் இல்லை என்று ஒருவர் சொல்லாம். இவை ஒவ்வொன்றிலும் எத்தனை ஆய்வுகள் செய்யப் படுகிறது என்பது விஷயமில்லை. ஒரு சிறு பயிரை வளர்க்க காரணமாக இருக்கும் எல்லா போஷாக்குகளுக்கும் இடையில் உள்ள கரிம தொடர்புகளைப் பற்றி மனிதனால் ஒருபோதும் முழுமையாக புரிந்துகொள்ள முடியாது.

வெறும் ஒரேயொரு போஷாக்கைப் பற்றி மட்டும் நாம் முழுவதுமாக புரிந்து கொள்ள முயற்சி செய்தாலும்கூட அது சாத்தியமில்லை. ஏனென்றால், அது எப்படி மற்ற காரணிகளுடன் தொடர்புற்று இருக்கிறது; மண் மற்றும் உரங்கள், பயிர் செய்யும் முறை, தொந்தரவு செய்யும் பூச்சிகள், காலநிலை மற்றும் சுற்றுப் புறம் ஆகியவற்றுடனெல்லாம் எப்படித் தொடர்புற்று இருக்கிறது என்பதை நாம் தீர்மானிக்க வேண்டும். ஆனால் இதெல்லாம் சாத்தியமில்லை. ஏனென் றால் காலமும் இடமும் மாறாத ஓட்டத்தில் இருக்கின்றன. பீப்பாயின் அடிப் பகுதிகளை ஒன்றிணைக்கும் வளையங்கள் பற்றாக்குறையைப் போலவே போஷாக்குகளுக்கு இடையேயுள்ள தொடர்புகளைப் புரிந்துகொள்ளுதல் இயலாது. இந்தச் சூழ்நிலையில்தான் பயிர் தொழில்நுட்பங்கள், உரங்கள், தொந்தரவு தரும் பூச்சிகளைக் கட்டுப்படுத்துதல் போன்றவற்றைப் பற்றி படிப் பதற்காக தனித்தனி பிரிவுகளுடன் வேளாண் ஆய்வு மையம் தொடங்கியது. திட்டமிடும் பிரிவு மற்றும் தொலைவிலிருந்து பார்வையிடும் இயக்குனர் ஆகியவர்கள் இருந்தும்கூட இத்தகைய அனைத்துப் பிரிவுகளையும் ஒருங்கிணைத்து ஒரே குறிக்கோளை நோக்கி செயல்பட வைக்க இயலாது.

இது கூறும் கருத்து மிக எளிதானது. லெபெக் பீப்பாயில் எண்ணற்ற துவா ரங்கள் இருப்பதால் பீப்பாயால் நீரைச் சேகரித்து வைக்க முடியாது. இத்தகைய சிந்தனையால் உண்மையான அதிக மகசூலை உருவாக்க முடியாது. பீப்பாயைப் பரிசோதித்துப் பழுது பார்ப்பதால் அதில் நீர்மட்டம் உயராது. உண்மையில், பீப்பாயின் வடிவம் மற்றும் அமைப்பை மாற்றுவதன் மூலமாகவே இயலும்.

லெபெக்கின் குறைந்தபட்ச விதியை, பரந்த அளவில் மாற்றுவது இத்தகைய பிரச்சனைக்குக் கொண்டு செல்லும்: “உற்பத்திக்கான ஒவ்வொரு நிலையையும்

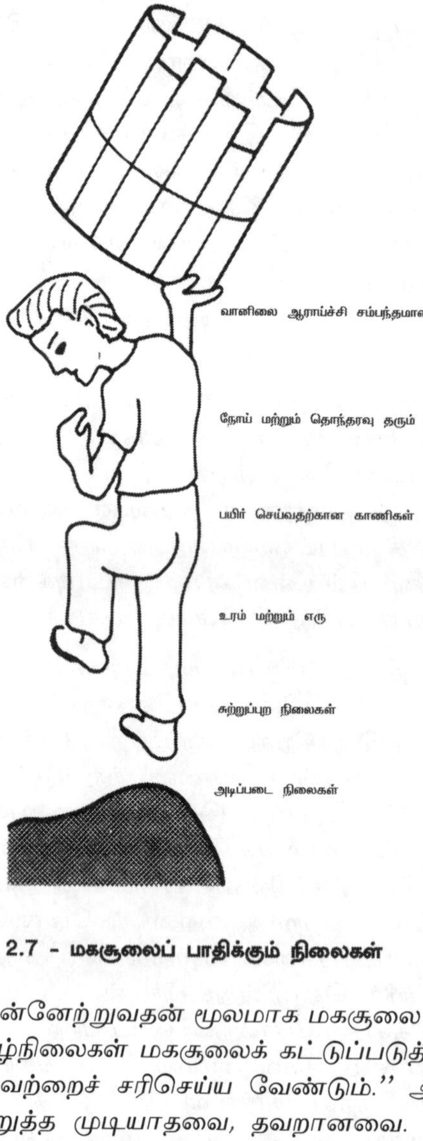

படம் 2.7 - மகசூலைப் பாதிக்கும் நிலைகள்

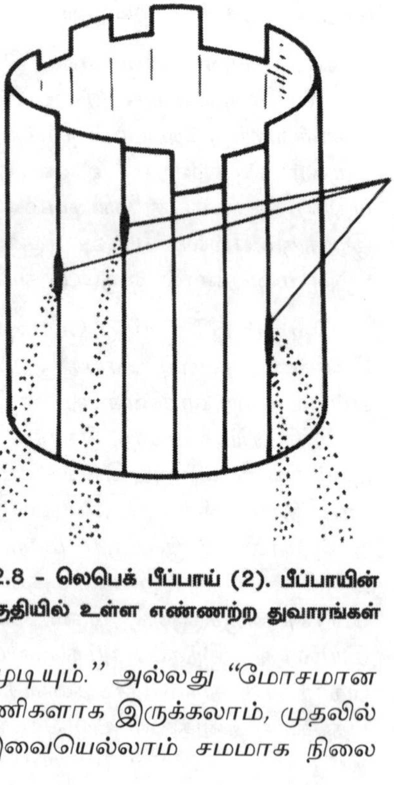

படம் 2.8 - லெபெக் பீப்பாய் (2). பீப்பாயின் கீழ்ப்பகுதியில் உள்ள எண்ணற்ற துவாரங்கள்

முன்னேற்றுவதன் மூலமாக மகசூலை உயர்த்த முடியும்.'' அல்லது ''மோசமான சூழ்நிலைகள் மகசூலைக் கட்டுப்படுத்தும் காரணிகளாக இருக்கலாம், முதலில் அவற்றைச் சரிசெய்ய வேண்டும்.'' ஆனால் இவையெல்லாம் சமமாக நிலை நிறுத்த முடியாதவை, தவறானவை.

குறிப்பிட்ட இடங்களில், மோசமான காலநிலையின் காரணமாக மகசூலை அதிகரிக்க முடியாது என்பதையோ அல்லது மண்ணின் சூழ்நிலை மோசமாக இருந்தால், அவற்றை முதலில் சரிசெய்ய வேண்டும் என்பவற்றையெல்லாம் ஒருவர் அடிக்கடி கேட்டிருக்கலாம். மூலப் பொருட்கள், சாதனங்களைத் தயார் செய்தல், தொழிலாளி, மூலதனம் போன்ற பகுதிப் பொருட்களிலிருந்து உற்பத்தி செய்யப்படும் தொழிற்சாலையைப் பற்றி நாம் பேசிக் கொண்டிருந் தால் அவை பயனுள்ளதாக இருக்கலாம். இயந்திரத்திலுள்ள ஒரு பழுதடைந்த சக்கரம் தொழிற்சாலையின் உற்பத்தியை மெதுவாக்கினால், அந்தப் பழுதைச் சரிசெய்வதன் மூலம் உற்பத்தித் திறன் உடனடியாக சரிசெய்யப்படும். ஆனால்

இயற்கை நிலையில் பயிர் செய்வதென்பது தொழிற்சாலையின் கட்டு மானத்துக்கு முற்றிலும் வேறுபட்டதாகும். வேளாண்மையில், பாகங்களை மாற்றுவதன் மூலமாக மட்டும் முழுமையான பலனை அடைய முடியாது.

வேளாண் ஆய்வின் நிலைகள் பற்றி நாம் மீண்டும் தொடர்வோம். பகுத்தாயும் வேதியியல் மற்றும் குறைந்தபட்ச விதி ஆகியவற்றின் கருத்துகளால் ஏற்படும் தவறுகளையும் பரிசோதிப்போம்.

சிறப்புக் கவனம் செலுத்தப்பட்ட ஆய்வுகள் எந்த இடத்தில் தவறாகிப் போயிருக்கின்றன

பயிர் வேளாண்மையில் ஆய்வு செய்வதென்பது உண்மையான உற்பத்தி நிலைகளைப் பரிசோதிப்பதன் மூலமாகத் தொடங்கியது. இத்தகைய நிலைகள் ஒவ்வொன்றையும் முன்னேற்றுவதன் மூலமாக உற்பத்தியை அதிகரிக்கச் செய்ய வேண்டும் என்ற குறிக்கோளானது ஆய்வு முயற்சிகளை உழுதல், விதைத்தல், மண், உரங்கள், பூச்சிக்கொல்லிகள் போன்ற சிறப்பான பிரிவுகளாக பிரித்தது. இத்தகைய ஒவ்வொரு பகுதியிலும் செய்யப்பட்ட ஆய்வுகளிலிருந்து கண்டு பிடிக்கப்பட்ட உண்மைகள் ஒன்றிணைக்கப்பட்டு உற்பத்தித் திறனை அதிகரிப் பதற்காக விவசாயிகளால் பிரயோகிக்கப்பட்டன. உற்பத்தித் திறனைக் கட்டுப்படுத்த ஆதிக்கம் செலுத்தும் காரணிகள் அடையாளம் காணப்பட்டு, ஆய்வுக்கு அதிகபட்ச முக்கியத்துவம் உடைய தலைப்புகளாக எடுத்துக் கொள்ளப்பட்டன.

பயிரிடுதல் மற்றும் விதைத்தலில் நிபுணர்கள், மகசூலை அதிகரிப்பதற்காக இத்தகைய தொழில்நுட்பங்களை முன்னேற்றுவது சிக்கலானது என நம்பு கிறார்கள். எங்கே, எப்போது, எப்படி விதைக்க வேண்டும், நிலத்தை எப்படி உழ வேண்டும் என்ற கேள்விகளையெல்லாம் கண்டறிகிறார்கள். பயிரிடுதலில் கண்டிப்பாக பதில் அளிக்க வேண்டிய ஆய்வுக்குரிய தலைப்புகளாக அவற்றைப் பார்க்கிறார்கள்.

“உங்களது தாவரங்களுக்கு தொடர்ந்து உரமிடுங்கள், அப்போது தாவரத்தில் வளர்ச்சி தொடர்ந்து இருக்கும். நீங்கள் அதிகமான மகசூலை எதிர்பார்க்கிறீர்கள் என்றால் உங்களது பயிர்களுக்கு அதிக அளவிலான உரம் இடவேண்டும். அதிகமாக உரமிடுதல் என்பதே மகசூலை உயர்த்துவதற்கு சாத்தியமான ஒரே வழி’’ என்று உரம் இடுதலில் நிபுணர் உங்களிடம் சொல்வார். “நீங்கள் பயிர்களை எவ்வளவு கவனமாக வளர்க்கிறீர்கள் என்பது விஷயமில்லை; நீங்கள் எவ்வளவு அதிகமான மகசூலை எதிர்பார்க்கிறீர்கள் என்பதும் விஷயமில்லை; பயிர் நோயாலோ அல்லது தொந்தரவு செய்யும் பூச்சியாலோ உங்களது நிலம் சேதப்பட்டால், உங்களுக்கு எதுவுமே மிச்சமிருக்காது. நோய்களையும் பூச்சிகளையும் கட்டுப்படுத்துதலே அதிகமான மகசூல் பெறுவதற்கான சிறந்த வழியாகும்’’ என்று பூச்சிகளைக் கட்டுப்படுத்தும் நிபுணர் சொல்வார்

உற்பத்தியை அதிகரிக்கச் செய்ய இத்தகைய காரணிகள் உதவுவதைப் போலத் தோன்றும். ஆனால் சம்பிரதாய ரீதியான பார்வையில் பார்த்தால் பயிரிடுதல்,

விதைத்தல் முறைகள், வளர்த்தல், உரம் உபயோகித்தல் போன்றவை மகசூலில் ஆதிக்கம் செலுத்துவதற்கான நேரடியான காரணங்களாக இருக்கின்றன. பூச்சிகள் மற்றும் நோய்கள் பயிர்களைச் சேதப்படுத்துதல் மகசூலைக் குறைக் கிறது. காலநிலைப் பேரிடர்கள் பயிர்களை அழிக்கின்றன.

ஆனால் இவையெல்லாம் மகசூலை நிர்ணயிக்க அல்லது உயர்த்த இயற்கையின் சூழ்நிலையின்கீழ் தன்னந்தனியாக உழைக்கக்கூடிய, உண்மை யான, முக்கிய காரணிகளா? இத்தகைய காரணிகளுடைய முக்கியத்துவத்தின் கோணத்திற்கு விகிதம் இருக்கிறதா? பயிர்களை அதிகமாக சேதப்படுத்தும் இயற்கைப் பேரிடர்களைப் பற்றி நாம் இப்போது பார்க்கலாம்.

அரிசி முளைத்து வரும்போது சூறைக்காற்று ஏற்பட்டோ, நாற்று நட்டதற்குப் பிறகு விரைவாக வெள்ளம் வந்தாலோ, உற்பத்திக்கான காரணிகளின் சேர்க்கை எப்படிப்பட்டதாக இருந்தாலும் மகசூலில் மிக மோசமான விளைவு ஏற்படு கிறது. எனினும், சேதம் என்பது எல்லா இடங்களிலும் ஒரே மாதிரியாக இருக் காது. ஒரு சிறு சூறைக்காற்றால் ஏற்படும் விளைவானது நேரம் மற்றும் இடத்திற்குத் தக்கபடி பயங்கரமான மாற்றத்தை ஏற்படுத்துகிறது. ஒரு சிறு வீசலிலேயே சில நெற்பயிர்கள் நிலத்தில் படுத்துவிடும். மீதமுள்ளவை மட்டும் அப்போதும் நிமிர்ந்து நிற்கும். சில அரிசியின் தலைகள் நீண்டு தூய்மையாக இருக்கும். மற்றவை கால்பங்குக்கும் குறைவாக இருக்கும். இன்னும் சில முக்கால் பங்கு இருக்கும். வெள்ள நீருக்கு அடியில் மூழ்கியிருக்கும் அரிசி தாவரத்தில் சில, விரைவில் குணமடைந்து வளரத் தொடங்கிவிடும். இன்னும் சில நீரில் மூழ்கி அழுகி இறந்து போய்விடும்.

ஒன்றிணைந்த காரணிகளான விதையின் வகை, பயிர் செய்யும் முறை, உரம் உபயோகித்தல், நோய் மற்றும் தொந்தரவு செய்யும் பூச்சிகள் - காரணமாக சேதம் என்பது குறைவானதாகக்கூட இருக்கலாம். ஆரோக்கியமான தாவரத்தை தருவதற்காக இத்தகைய காரணிகள் ஒன்றுசேர்ந்து, வளர்ச்சி நிலையை சரி செய்ய இயலும்; சுற்றுப்புற சூழ்நிலையையும் இயல்பாக மாற்ற செய்யும். கடுமையான காலநிலை அல்லது இயற்கை பேரிடர்கூட, உற்பத்திக்கான மற்ற காரணிகளுடன் பிரிக்க முடியாதபடி நெருக்கமாக இணைந்துள்ளது. எனவே ஏதாவது ஒரேயொரு காரணி மட்டும் மற்ற அனைத்துக் காரணிகளையும் தனியாக சமாளிக்கும் என்றும், மகசூலில் இறுதியான விளைவை ஏற்படுத்தி ஆதிக்கம் செலுத்தும் என்றும் நினைப்பது தவறானதாகும்.

நோய் மற்றும் தொந்தரவு செய்யும் பூச்சிகளால் ஏற்படும் அழிவுக்கும் இதுவே உண்மையாகும். அரிசி துளைப்பான் புழுவால் பயிரில் இருபது சத விகிதம் சேதம் ஏற்படுவது என்பது அறுவடை செய்த பயிரில் இருபது சதவிகித சரிவை ஏற்படுத்தியிருக்க வேண்டும் என்ற அவசியம் இல்லை. பூச்சியால் சேதம் இருந்தபோதும்கூட மகசூல் அதிகரிக்கலாம். பூச்சிக்கொல்லியை உபயோகிப் பதன் மூலமாக தனது நிலத்தில் வெட்டுக்கிளியால் ஏற்படும் இருபது சதவிகித சேதம் குறையும் என விவசாயி எதிர்பார்க்கலாம். அந்தச் சேதமானது, அதிக எண்ணிக்கையிலான சிலந்திகள் மற்றும் தவளைகளால் தோன்றுவதைக்

காணலாம்.

பூச்சியால் அழிவு என்பது குறிப்பிட்ட காரணங்களால் ஏற்படுகிறது. அவற்றில் ஒவ்வொன்றையும் நாம் பின்தொடர்ந்தால், அந்த அழிவு சுட்டிக் காட்டும் அந்த ஏதோ ஒரு காரணம் பொதுவாக மிகவும் அற்பமானதாக இருக்கும். அதில் உள்ள சிக்கலான நிலைமை மற்றும் தொடர்புற்றிருக்கும் வெவ்வேறு காரணிகள் பற்றி இயற்கை வேளாண்மை ஓர் அகன்ற பார்வை எடுத்துக் கொள்கிறது. பூச்சிகளைக் கட்டுப்படுத்த முயற்சிப்பதைவிட ஆரோக்கியமான பயிர் வளர்ப்பதே சிறந்தது எனத் தேர்ந்தெடுக்கிறது.

பயிர் வளர்ப்பதற்கு எளிதான, பூச்சிகளையும் நோய்களையும் தடுக்கக்கூடிய, புதிய, அதிக மகசூல் தரக்கூடிய விதைகளை உருவாக்குவதற்காக வளர்த்தல் திட்டங்கள் தேடி வருகின்றன. ஆனால் பல பத்து ஆயிரம் ஆண்டுகளாக, இத்தகைய குறிக்கோளைப் பெறுவதற்காக உருவாக்கப்படுகின்ற புதிய வகைகள் பிறகு கைவிடப்படுகின்றன. விதை வகைகளால் மற்ற காரணிகளைத் தன்னந் தனியாக சமாளிக்க முடியாது என்ற அறிகுறியை இது காட்டுகிறது.

மகசூல் மற்றும் தரத்தில் தற்காலிகமான லாபங்களைப் பெற வளர்த்தல் நுட்பங்கள் உதவியாக இருக்கின்றன என்றபோதும், இத்தகைய லாபங்கள் ஒருபோதும் நிரந்தரமானதாகவோ அல்லது பொதுவானதாகவோ இருக்காது. பயிர் வளர்க்கும் முறைக்கும் இதுவே உண்மையாகும். உழுதல், விதைக்கும் நேரம் மற்றும் பருவம், நாற்றுகள் உயர்தல் ஆகியவை பயிர்கள் வளர்வதற்கான அடிப்படைக் காரணங்கள் என்பது நிஜமானதாகும். இத்தகைய முறைகளுக்கு உபயோகிக்கப்படும் திறன்கள்தான் மகசூலை நிர்ணயிப்பதில் முடிவானதாக இருக்கின்றன என நாம் தவறாக நினைக்கிறோம்.

நீண்ட நேரத்திற்கு நன்றாக உழுதலானது, பயிர் மகசூலை நிர்ணயிக்கும் ஒரு முக்கியமான காரணியாக கருதப்படுகிறது. எனினும் இன்றைய நாளில் வளர்ந்துவரும் விவசாயிகள் உழுதல் என்பது தேவையில்லை என நம்பு கிறார்கள். களையெடுத்தல், நாற்றுப் பிடுங்கி நடுதல் மற்றும் அதிகமான விவசாயிகளால் மிக முக்கியமானவையாக கருதி செய்யப்படும் எல்லா செய் முறைகளும் ஒருபோதும் தேவையற்றவை என்றும் சிலர் நினைக்கிறார்கள். இத்தகைய செய்முறைகளை உபயோகிப்பது என்பது நேரங்கள் மற்றும் காரணிகளால் யோசிக்கப்பட்டு சொல்லப்படுகிறது.

உரங்கள் மற்றும் உரங்களை உபயோகிக்கும் முறைகள் மகசூலை அதிகரிப்ப தற்கு நேரடியாக தொடர்பு கொண்டிருக்கின்றன என சிலர் நம்புகிறார்கள். அதிகமான உரத்தால் ஏற்படும் சேதமானது மகசூல் குறைவதற்கு எளிதாக வழிவகுக்கும். அறுவடை செய்யும் பயிரின் மகசூல் அல்லது தரத்தை நிர்ணயிப் பதற்கு உற்பத்திக்கான எந்தவொரு தனி காரணமும் வலிமை வாய்ந்ததாக இல்லை. எல்லாமே நெருக்கமாக ஒன்றிணைந்து, அறுவடைக்கான பல நிறைய காரணிகளுடன் பொறுப்பைப் பகிர்ந்து கொள்கின்றன.

இயற்கையைப் படிப்பதற்காக மனிதன் அவனது சீர் தூக்கிப் பார்க்கும்

அறிவை உபயோகிக்கும் கணத்தில் அறிவியலறிஞர் இயற்கையை 1,000 துண்டு களாக உடைக்கிறார். இன்றைய நாளில், பயிரின் உற்பத்தியில் இணைந்து பங்கு வகிக்கும் பல காரணிகளை அவர் அதிலிருந்து பிரித்தெடுத்து, சிறப்பான ஆய்வுக்கூடத்தில் ஒவ்வொரு காரணியையும் தனித்தனியாகப் படிக்கிறார். அவரது ஆய்வில் அவருக்கு நம்பிக்கையாக தெரிந்த உண்மைகளை கிடைத்த தகவல்களாக எழுதுகிறார். இவ்வாறாகப் படித்துக் கிடைக்கும் தகவலைக் கொண்டு செய்யப்படும் செயல்முறைகள் பயிரின் உற்பத்தித் திறனை உயர்த்த உதவும் என நம்புகிறார். இன்றைய நாளில் வேளாண் அறிவியலின் நிலை இதுதான். தற்போதைய வேளாண் பயிற்சி முறைகளின்மீது சிறிது வெளிச்சம் வர இந்த ஆய்வுகள் உதவுகின்றன; உற்பத்தித் திறனில் ஏற்படும் சரிவைத் தடுக்கவும் ஒருவேளை உதவியாக இருக்கக்கூடும். உற்பத்தித் திறனை உயர்த்துவது எப்படி என்பதைக் கண்டறியவோ, அதிகமான மகசூல் பெறுவதற் கான வழியைக் கண்டறியவோ இது அழைத்துச் செல்லாது.

முன்னேற்றம் குறித்த சிறப்பான ஆய்வானது வேளாண் உற்பத்தித் திறனில் அனுகூலம் அடைவதற்கும் அப்பால் எதிர்மறையான விளைவை ஏற்படுத்து கிறது. உற்பத்தித் திறனை அதிகரிப்பதற்காக உபயோகிக்கப்பட்ட முறைகள் எல்லாம் இயற்கையை அழிப்பதற்கே முன்செல்கிறது; முழுமையான உற்பத்தித் திறனையும் குறைக்கிறது. தனித்தனி பிரிவுகளில் சிறப்பான ஆய்வுகள் செய்து, அதிகமான விசாரணையாளர்களைக் கொண்டு சேகரித்த தகவல்கள் இயற்கையைப் பற்றிய உண்மையான, முழுமையான தகவலைத் தரும் என்ற மாயத் தோற்றத்தின் கீழேயே அறிவியல் வேலை செய்கிறது.

பாகங்கள் என்பது முழுமையிலிருந்து பிரிந்து வந்திருக்கிறது என்றபோதும், “பாகங்களின் கூடுதலைவிட முழுமை என்பது சிறப்பானது” என்று சொல்லிக் கொண்டு போகிறார்கள். எல்லையற்ற எண்ணிக்கையுடைய பாகங்களின் சேகரிப் பானது முடிவற்ற எண்ணிக்கையிலான அறிமுகமற்ற பாகங்களையும் கொண்டி ருக்கிறது என்பது அர்த்தப்படுத்துதல் மூலமாக தெளிவாகிறது. இது முடிவற்ற எண்ணிக்கையிலான இடைவெளிகளால் குறிக்கப்படலாம். முழுமையானது மீண்டும் பூரணமாக ஒன்று சேர்வதை இந்த இடைவெளிகள் தடுக்கின்றன.

முழுமையின் பாகங்களில் சிறப்பான ஆய்வு செய்து அதில் சிறிது சிறிதாக முன்னேற்றம் கொண்டு வருவதன் மூலமாக முழுமையிலும் மொத்தமான முன்னேற்றத்தைக் கொண்டுவர முடியும் என அறிவியல் வேளாண்மை நம்புகிறது. ஆனால் இயற்கையை ஒருபோதும் பிரித்து எடுக்கக்கூடாது. பகுதி களைப் பற்றிய வேலையில் மனிதன் மிகவும் லயித்துப் போய், முழுமையின் உண்மைக்காக தனது ஆய்வைக் கட்டுக்கடங்காதது ஆக்கிக் கொண்டிருக் கிறான். அல்லது அநேகமாக தவிர்க்க முடியாதபடியாக, பகுதியை அறிந்து கொள்வதற்கான அவனது முயற்சியானது முழுமையைப் பார்க்க முடியாமல் அவனது பார்வையை மறைத்து கொண்டிருக்கிறது.

துண்டு துண்டான ஆய்வுகளானது குறைந்த பயனுள்ள பதில்களை மட்டுமே தரும். அறிவியல் வேளாண்மை அனைத்தும் பகுதியான முன்னேற்றத்தையே

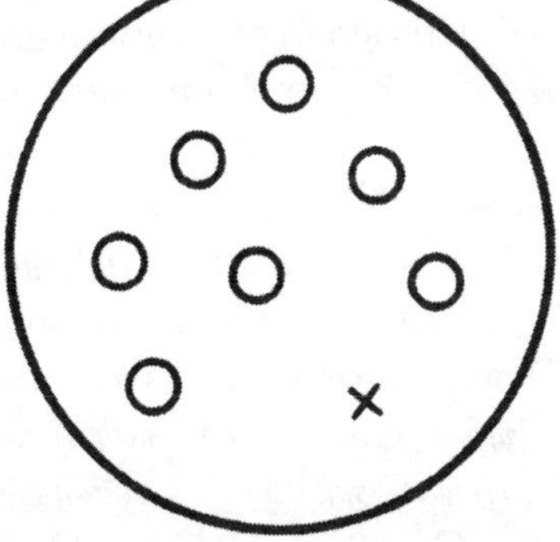

படம் 2.9 - அறிந்த (X) மற்றும் அறியாத பாகங்களைக் (O) கொண்ட முழுமை

தரும்; அவை குறிப்பிட்ட சூழ்நிலைகளுக்கு கீழே மட்டுமே உற்பத்தித் திறனை அதிகரித்து அதிக மகசூல் தரலாம். ஆனால் இத்தகைய மெல்லிய "லாபங்கள்" இயற்கையின் கடுமையான எதிர்விளைவுகளுக்கு விரைவில் பலியாகிப் போகும். அதன் விளைவாக ஒருபோதும் அதிக மகசூல் கிடைக்காது.

கட்டுக்குள் உள்ள பூரணமாகாத மனித அறிவால் முழுமையையும், எப்போதும் அறிவானதாக இருக்கும் இயற்கையையும் வெல்ல முடியும் என நம்ப முடியாது. ஆகையால் உற்பத்தித் திறனை உயர்த்துவதற்காக மனித அறிவால் கண்டறியப்பட்ட அனைத்து முயற்சிகளும் குறிப்பிட்ட வெற்றியை மட்டுமே அடைய முடியும். உற்பத்தித் திறனில் ஏற்படும் ஒழுங்கற்ற சரிவை ஈடு செய்து, மகசூலில் சரிவு ஏற்படுவதை நிறுத்த வேண்டுமானால் உதவலாம். அத்தகைய முயற்சிகள் உற்பத்தித் திறனை குறிப்பிடத்தக்க அளவுக்கு உயர்த்துவதற்கு ஒரு போதும் காரணமாக இருக்காது. இத்தகைய முயற்சிகள் மகசூலிலும் உயர்வை ஏற்படுத்தியிருக்கிறது என்று மனிதன் வேண்டுமானால் கருதலாம். இருந்த போதும், மகசூல் குறைவதைத் தவிர்ப்பதற்கும் அதிகமாக அவனது முயற்சி களால் வேறு எதுவும் செய்ய முடியாது. அனைத்தும் என்ன காட்டுகிறது என்றால் மனிதன் முயற்சி வேண்டுமானால் செய்யலாம், ஆனால் இயற்கையின் மகசூலுக்குச் சமமாக மனிதனால் மகசூல் செய்ய முடியாது.

தொகுப்பாய்தல் மற்றும் அனுமானித்தல் முறைகள் பற்றிய விமர்சனம்

அறிவியல் சிந்தனை என்பது தொகுப்பாய்தல் மற்றும் அனுமானித்தல் பற்றிய விளக்கங்களை அடிப்படையாகக் கொண்டதாகும். ஆகையால் இத்தகைய முறைகளைப் பற்றி ஒரு விமர்சனம் செய்வது அறிவியலின் அடிப் படை ஆதாரங்களைப் பரிசோதிக்க நம்மை அனுமதிக்கும். எனது உதாரணத்தில், அரிசிப் பயிர் செய்தலில் நடத்தப்படும் ஆய்வு முறையை நான் உபயோகிக்கப் போகிறேன்.

இயல்பாக ஒருவர், குறிப்பிட்ட எண்ணிக்கையிலான காரணிகள் அல்லது

ஆய்வுகளிலிருந்து பொதுவான ஒரு தீர்மானத்தைக் கொண்டு வருகிறார். அரிசியைப் பற்றி விசாலமான ஓர் ஆய்வு மேற்கொள்ளப்பட்டதாக நாம் இப்போது கொள்வோம். மிகவும் தகுந்த அளவு அரிசி விதையை விதைப்பதைத் தீர்மானிக்க அறிவியலறிஞர் பல்வேறு வகையான விதை அளவுகளைக் கொண்டு ஆய்வு செய்கிறார். நாற்றங்காலில் நாற்றுகள் வளரும் நாட்களில் ஏற்படும் வித்தியாசங்களை அறிந்துகொள்ளவும், பிடுங்கி நடப்படும் நாற்று களுக்கு இடையே உள்ள எண்ணிக்கை மற்றும் இடைவெளியை அறிந்து கொள்ளவும் அவர் தேர்வுகள் வைக்கிறார். அதன் அடிப்படையில் பயிர்களுக்கு இடையில் உள்ள இடைவெளிகளை நிர்மாணிக்கிறார். வேறுபட்ட பல வகைகளை ஒப்பிட்டு அதிக மகசூல் தரக்கூடிய வகையைத் தேர்ந்தெடுக்கிறார். உரம் உபயோகித்தல் பற்றி தெரிந்து கொள்வதற்காக பல்வேறு அளவுகளில் நைட்ரஜன், பாஸ்பரஸ், பொட்டாசியம் ஆகியவற்றை உபயோகித்து பார்க் கிறார். இத்தகைய ஆய்வுகளிலிருந்து கிடைத்த தகவல்களை அடிப்படையாகக் கொண்டு, அரிசிப் பயிர் உற்பத்தி முறையில் உபயோகிப்பதற்கு ஏற்ற தொழில் நுட்பம் மற்றும் அளவைத் தீர்மானிக்கிறார். அறிஞரோ அல்லது விவசாயியோ இத்தகைய தீர்மானங்களைச் சார்ந்து, அரிசிப் பயிர் மகசூலை அதிகரிக்க உதவக் கூடியது என அவர் நம்புகிறவற்றை பொதுவான முடிவுகளாக எடுக்கிறார்.

ஆனால் குறிப்பிட்ட எண்ணிக்கையிலான முற்றிலும் வேறுபட்ட முன்னேற் றங்கள் இறுதியாக கிடைக்கும் முழுமையான விளைவில் சேர்க்கப்படுமா? இத்தகைய பிரச்சனைதான், அரிசி பயிர்வித்தலில் அதிக மகசூல் பெறுவதற்காக மேற்கொண்ட ஆய்வின் குறிப்பிடத்தக்க தோல்விக்குக் காரணமாக இருக்கிறது. புதிய வகையான அரிசிகளின் மூலமாக மகசூலில் 10% முன்னேற்றம் ஏற்படுத்த முடியும் என்றும், உழுதல் மற்றும் விதைத்தல் நுட்பங்கள், உரங்கள், பூச்சிகள் மற்றும் நோய் கட்டுப்படுத்துதல் போன்றவை மொத்த மகசூலை 40% உயர்த்தக்கூடும் என்றும் நாம் எதிர்பார்க்கலாம். ஆனால் இவற்றால் நிலத்தில் கிடைக்கும் உண்மையான முன்னேற்றமானது அதிகபட்சமாக 2% முதல் 10% வரை மட்டும்தான்.

1+1+1 என்பது 3 ஆகவில்லை, ஆனால் 1 ஆகிறது ஏன்? உடைந்துபோன கண்ணாடித் துண்டுகளை ஒன்றுசேர்த்து பழைய உண்மையான கண்ணாடி யாக ஆக்க முடியாது என்பதற்கான காரணம் என்னவோ அதுவேதான் இதற் கான காரணமுமாகும். 1965ஆம் ஆண்டு வரை வேளாண் ஆய்வு நிலையங்களால் கால் ஏக்கருக்கு 15 - 20 பஷெல் அளவுக்கு அதிகமாக உற்பத்தி செய்ய முடியாததற்குக் காரணம் அவர்களுடைய செயல்கள்தான். முக்கியமாக, கால் ஏக்கருக்கு 15 - 20 பஷெல் அளவு என மகசூல் தரும் அரிசியைப் பகுத்தாய்ந்து தெரிந்துகொள்ளுதல் என்பதில் அது தொடங்கியது.

அதிக மகசூல் பெறுவதற்காக சாதாரண விவசாயிகளால் உபயோகிக்கப் படும் நுட்பங்களைவிட இத்தகைய ஆய்வுகளில் கண்டறியப்பட்ட தொழில் நுட்பங்கள் மிகவும் பாதுகாப்பானவையாக இருந்தன. ஆயினும் அவற்றின் ஒரே சாதனையானது அரிசி பயிர் செய்யும் பழைய முறையில் அறிவியல் கருத்துக்களை சேர்த்தது மட்டும்தான்; அது விவசாயியின் மகசூலை

அதிகரிக்கவில்லை. தொகுப்பாய்வின் விதி அத்தகையதுதான்.

அறிவியல் வேளாண்மை முதலில் தொகுப்பாய்வு முறைக்குரிய அல்லது பிற்காலத்தில் வரப் போகிற செயல்முறையை முதன்மையாகக் கொண்டு ஆய்வு செய்தது. அதன்பிறகு அனுமானித்தல் சார்ந்த விவாதங்களை உபயோகித்து, பொதுவான ஆலோசனைகளிலிருந்து பிரச்சனைக்குத் தீர்வு காண நேருக்கு நேராக முயன்றது.

அனுமானித்தலைச் சார்ந்து அல்லது முந்தைய ஆய்வை உபயோகித்து, உள்ளுணர்வின் அடிப்படையிலான விவாதத்தைக் கொண்டு இயற்கை வேளாண்மை அதன் தீர்மானங்களை அடைந்தது. இதன் மூலமாக, பண்படாத ஆதாரமற்ற அனுமானத்தை கற்பனைச் சூத்திரமாக நான் கூறவில்லை; ஆனால் இந்த உள்ளுணர்வான புரிந்துகொள்ளுதலின் மூலமாக பரந்த தீர்மானத்தை அடைய முயற்சிகள் செய்யும் ஒரு செயல்முறையைப் பற்றி கூறுகிறேன். இந்த செயல்முறையின்போது, நேரம் மற்றும் இடத்திற்குப் பொருத்தமான குறுகிய தீர்மானங்களையே அது கூறுகிறது; இத்தகைய தீர்மானங்களை வைத்துக் கொண்டு உறுதியான செயல்முறைகளை தேடுகிறது.

தீர்மானங்களை முறைப்படுத்திக் கூறிய இவற்றைக் கொண்டு இவ்வாறாக இயற்கை வேளாண்மை ஆரம்பிக்கிறது. அதன்பிறகு இவற்றை அடைவதற்கான உறுதியான வழியைத் தேடுகிறது. தொகுப்பாய்வு சார்ந்த அணுகுமுறையுடன் இது தெளிவாக வித்தியாசப்படுகிறது. இதில் ஒருவர் அந்தச் சூழ்நிலை இருக்கும் இடத்தைப் படிக்கிறார்; படிப்படியான முன்னேற்றங்களைத் தரக்கூடிய தீர்மானத்தை வழிநெடுக தேடுவதுடன், இதிலிருந்து ஒரு தேற்றத்தைத் தருவிக் கிறார். முதல் விஷயத்தில், நம்மிடம் ஒரு தீர்மானம் இருக்கிறது; ஆனால் அதை அடைவதற்கான வழி இருக்காது. இரண்டாவதில் நம்மிடம் வழிகள் இருக்க லாம், ஆனால் தீர்மானம் இருக்காது.

நமது உண்மையான உதாரணத்திலிருந்து பார்க்கும்போது, அரிசி பயிர் செய்தலைப் பற்றி சிறந்த பார்வையைக் கொண்டுவர இயற்கை வேளாண்மை உள்ளுணர்வுகொண்ட விவாதத்தை உபயோகிக்கிறது. சுற்றுப்புற சூழ்நிலை களைத் தீர்மானித்து, தோராயமாக எந்தச் சூழ்நிலையில் இந்தக் குறிக்கோள் எழ முடியும், இந்தக் குறிக்கோளை அடைவதற்கான வழிகள் என்ன என்பவற்றை யெல்லாம் கூறவும் அந்த விவாதத்தை உபயோகிக்கிறது. மற்றொரு விதத்தில், அறிவியல் வேளாண்மை அரிசி உற்பத்திக்கான அனைத்துக் கோணங்களையும் படிக்கிறது. பொருளாதார ரீதியில் சிக்கனமான, அதிக மகசூல் தரக்கூடிய அரிசி பயிர் செய்யும் முறையை உருவாக்குவதற்காக ஒரு முயற்சியில் பல்வேறு சோதனைகளை நடத்துகிறது.

தொகுப்பாய்வு சார்ந்த இத்தகைய பரிசோதனைகள் தெளிவான குறிக்கோள் இல்லாமல் செய்யப்படுகின்றன. அறிவியலறிஞர்களை அவர்களுடைய ஆய்வு எந்தத் திசையில் அழைத்துச் செல்கிறதோ அந்தத் திசையிலேயே அவர்களது பரிசோதனையை நடத்துகிறார்கள். அந்த ஆய்விலிருந்து கிடைக்கும் பதிலில் அவர்கள் மகிழ்ச்சி அடைகிறார்கள்; கிடைத்த புதிய தகவல்களானது உறுதி

யான முன்னேற்றத்துக்கும் அறிவியல் சாதனைக்கும் அழைத்துச் செல்லும் என நம்புகிறார்கள். ஆனால் அவர்களுடைய பாதையை நிர்ணயிக்கக் கூடிய தெளிவான குறிக்கோள் இல்லாததால் இந்தச் செயலானது குறிக்கோளில் லாமல் அலைந்து திரிகிறது. இது வளர்ச்சி கிடையாது.

நேர்முகமாக சம்பந்தமில்லாத, எல்லைக்குட்பட்ட, தொகுப்பாய்வு சார்ந்த இந்த ஆய்வின் இயல்பைப் பற்றி அறிவியலறிஞர் நன்கு அறிந்திருக்கிறார். அனுமானித்தல் சார்ந்த விவாதத்திற்கும் சிறிது சிந்தனை தரச் செய்கிறார். ஆனால் இறுதியில் இந்தத் தொகுப்பாய்வு அணுகுமுறையைச் சார்ந்தே முடிக்கிறார். ஏனென்றால் இது வெற்றி மற்றும் சாதனையை நோக்கி மிக உறுதியாக, நேரடியாக அழைத்துச் செல்கிறது.

அனுமானம் சார்ந்த பரிசோதனை ஒருபோதும் அறிவியலறிஞர்களின் அதிகமான ஒப்புதலைப் பெறவில்லை. ஏனென்றால் விசித்திரமான செயலாக தோன்றிய அதிலிருந்து அவர்களால் எந்த கைப்பிடியையும் பெற இயலவில்லை. மேலும், அதற்கு அதிக அளவில் நேரமும் இடமும் தேவைப்பட்டது. தங்க ளுடைய ஆய்வகங்களில் பயமுறுத்தி நிறுத்த விரும்பிய அறிவியலறிஞர்களின் இயற்கையான விருப்பத்திற்கு அது எதிரிடையாக இருந்தது. உண்மை என்ன வென்றால் அனுமானம் சார்ந்த மற்றும் தொகுப்பாய்வு சார்ந்த முறைகள் இரண்டுமே வேளாண் முன்னேற்றத்தின் முழுமையான வரலாற்றின் மூலமாக தங்களுடைய வழியைக் கண்டுபிடித்துச் சென்றன. இரண்டில், வளர்ச்சியில் மிக விரைவான முன்னேற்றம் பெறுவதற்கு இயக்கும் சக்தியாக அனுமானம் சார்ந்த விவாதமே எப்போதும் இருந்தது. அது ஆர்வமான அல்லது விசித்திர மான ஒரு விவசாயியினுடைய, கற்பனையான ஏதோ ஒரு எண்ணத்தால் வழக்கமாக உந்தப்படும் ஒரு நெம்புகோலாக இருந்தது.

இத்தகைய யோசனை ஒரு தடயமாக அறிவியலறிஞரால் அறியப்படா விட்டால், நம்பிக்கை மற்றும் எல்லாவற்றிற்கும் தகுதியானதாக இருத்தல் குறைந்து, மெல்ல மெல்ல லட்சியம் செய்யப்படாமல் போய்விட்டிருக்கும். தொகுப்பாய்வு பரிசோதனை மூலமாக அதைப் பிரித்தெடுத்து, பகுத்தாய்ந்து, படித்து, மீண்டும் ஒன்றிணைத்து அதை உறுதி செய்யும்போது அறிவியலறிஞர் அந்த யோசனையை எல்லாவற்றிற்கும் தகுந்த தொழில்நுட்பமாக மாற்றுகிறார். இந்த நிலையில் மட்டுமே இந்த உண்மையான யோசனையானது செயல்முறை உபயோகத்துக்கு ஏற்றதாகிறது. இவ்வாறாகத் தொடர்ந்தால் இறுதியாக விவசாயிகளால் பரந்த ஒப்புதலுடன் ஏற்றுக் கொள்ளப்பட்டதாக ஆகலாம்.

இவ்வாறாக, வேளாண் முன்னேற்றத்திற்கான வழிகாட்டும் சக்தியாக தொகுப்பாய்வு சார்ந்த விவாதம் அறிவியலறிஞரால் உபயோகிக்கப்பட்டது. இருந்தபோதும் வளர்ச்சிக்கான தண்டவாளங்களை வைத்தது அனுமானித்தல் சார்ந்த கருத்துதான். முன்னேற்றமடைந்த விவசாயியின் அல்லது விவசாயத்தில் எதுவுமே செய்திராத யாரோ ஒருவர் விட்டுச்சென்ற கருத்தாக அது இருக்கலாம்.

அதன்பிறகு தெளிவாக, எதிர்மறையான அர்த்தத்தில் மட்டுமே தொகுப்

பாய்வு சார்ந்த முறை பயனுள்ளதாக இருக்கிறது; அதாவது பயிர் மகசூலில் சரிவைத் தடுப்பதற்கு மட்டுமே பயன்படுகிறது. முந்தைய முறைகளில் ஒளியைப் பாய்ச்சியபோதும் அதனால் வேளாண்மையில் ஒரு புதிய ஆதாரத்தை உருவாக்க முடியாது. மகசூலில் சாத்தியமான லாபங்களைப் பெற வழிநடத்து வதற்கு ஏற்ற புதிய யோசனைகளைத் தருவதற்கு அனுமானம் சார்ந்த விவாதத் தால் மட்டுமே முடியும். இதுவரை அனுமானம் சார்ந்த விவாதம் பொதுவாக சரியாக புரிந்துகொள்ளப்படாமல் இருக்கிறது. அது பிரதானமாக அனுமானத் துடன் தொடர்புடையதாக வரையறுக்கப்பட்டிருக்கிறது. அது மகசூலில் எந்த தத்ரூபமான முன்னேற்றத்தை நோக்கியும் அழைத்துச் செல்லாது.

உண்மையான அனுமானம் என்பது அபூர்வத் தோற்றத்தின் உலகத்திற்கு அப்பால் உள்ள ஒரு புள்ளியில் தோன்றுகிறது. இயற்கையான உலகத்தின் உண்மையான சாற்றை தத்துவரீதியாக புரிந்துகொண்டு உயர்ந்த லட்சியத்தை பற்றும்போது அது எழுகிறது. மனிதன் பார்க்கும் அனைத்தும் இயற்கையின் மேலெழுந்தவாரியான தோற்றம் மட்டுமேயாகும். உயர்ந்த லட்சியத்தைப் பார்க்க முடியாமல் அனுமானம் என்பது முடிவுக்கு எதிர்மறையானது என்றும், அனுமானம் சார்ந்த விவாதத்தைத் தாண்டி அவனால் தொடர்ந்து போக முடியாது என்றும் அவன் கருதிக் கொள்கிறான். ஆனால் அனுமானம் சார்ந்த விவாதம் என்பது உண்மையான அனுமானத்தின் மங்கலான நிழல் மட்டும் தான். அனுமானத்தில் நடத்தப்படும் பரிசோதனைகள், முடிவின் நகல்களாகவே கருதப்படுகின்றன; அவை நவீன அறிவியலில் நமக்குக் குழப்பங்களைத் தருகின்றன. வேளாண்மையிலும்கூட, விவசாயிகள் மற்றும் அறிவியலறிஞர்கள் மகசூலை அதிகரிப்பதற்கான வழிகளைப் பயிர் இழப்பைத் தடுக்கும் அளவு களுடன் சேர்த்து குழப்பிக் கொள்கிறார்கள். இரண்டையும் சமமான வார்த்தை களால் கலந்தாலோசிப்பதால் வேளாண்மையின் தற்போதைய முன்னேற்றமின் மையை நீடிக்கச் செய்கிறார்கள்.

ஒரு பாறையின் முகப்பை நோக்கி ஏறும் இரு கொடிகளுடன் தொகுப்பாய்வு முடிவு மற்றும் அனுமானம் என்ற இரண்டும் இணைக்கப்படுகின்றன. இரண்டின் கீழ்ப்பகுதியில், அந்தக் கொடி பற்றி ஏறுவதற்கு வழிகாட்டும் முன்பாக அது தன்னுடைய பாதத்தை வைத்திருக்கும் இடத்தைப் பரிசோதிக்கும் ஒருவர் தொகுப்பாய்வு முறையில் பங்காற்றுகிறார்; கீழே உள்ள கொடிக்கு ஒரு கயிற்றைத் தந்து அதை மேலே இழுக்கிறவர் அனுமான முறையில் பங்காற்றுகிறார்.

தொகுப்பாய்வு முடிவு மற்றும் அனுமானம் என்ற இரண்டும் பூர்த்தி செய் கிறவை; அவை ஒன்றாக இணைந்து முழுமையை உருவாக்குகின்றன. அறிவியல் வேளாண்மை என்பது பிரதானமாக தொகுப்பாய்வு பரிசோதனையைச் சார்ந்ததாக இருந்தபோதும், அதே நேரத்தில் அனுமானம் சார்ந்த விவாதமும் அதில் வளர்ச்சியை உண்டாக்குகிறது என்பதுபோல வியப்பூட்டும் விதமாக காட்சியளிக்கலாம். பயிர் சேதமாவதைத் தடுத்தல் மற்றும் மகசூலை அதிகரிப்பதற்கான அளவுகள் இரண்டுக்கும் இடையில் குழப்பம் ஏற்படுவதற்கு இதுதான் காரணமாகும்.

இங்கே அனுமானம் என்பது வெறுமனே முடிவுடன் தொடர்புடைய ஒரு கொள்கைதான். மகசூலில் நாம் படிப்படியான உயர்வைக் காணலாம்; ஆனால் திடீரென்ற முன்னேற்றத்தைக் காண முடியாது. நம்முடைய இரண்டு கொடிகளும் மெதுவான வளர்ச்சியை மட்டுமே தரும். ஏற்கனவே பார்த்த உச்சியைத் தாண்டி அவை ஒருபோதும் போகாது.

வேளாண் செயல்முறைகளில் அடிப்படையான புரட்சியை ஏற்படுத்துவதன் மூலமாக மட்டுமே தத்ரூபமான, முன்னேற்றப்பட்ட மகசூலைப் பெறுவது சாத்தியமாகும். அதற்கு ஒருவர் அனுமானம் பற்றிய எல்லைக்குட்பட்ட கருத்தைச் சார்ந்து இருக்கக்கூடாது; ஆனால் பரந்த அனுமானம் சார்ந்த முறையை, அதாவது உள்ளுணர்வான விவாதத்தைச் சார்ந்திருக்கலாம். கயிற்றை உடைய நம்முடைய இரண்டு கொடிகளுக்கும் கூடுதலாக, மலையின் சிகரத்தை வேறுபட்ட முறைகளில் அடைவது சாத்தியம் என்பது போலவாகும்; அதாவது ஹெலிகாப்டரில் சிகரத்தின் உச்சிக்குச் சென்று கயிற்றைக் கட்டிக் கொண்டு இறங்குவதைப் போன்றதாகும். அனுமானம் மற்றும் தொகுப்பாய்வு முறையைத் தாண்டிச் செல்லும் அத்தகைய உள்ளுணர்வான விவாதத்திலிருந்து, ஆலோசிக்கும் சக்தியுள்ள இயற்கை வேளாண்மை கண்ணுக்குப் புலனாகும்.

இயற்கை வேளாண்மைக்கான ஆதார வேர்கள் உள்ளுணர்வான புரிந்து கொள்ளுதலில் இருக்கின்றன. நிச்சயமாக, புறப்படும் புள்ளியானது இயற்கையால் உண்மையாகப் பற்றிக் கொள்ளப்பட்டதாக இருக்கும். ஒருவரின் பார்வையை இயற்கை உலகில் பதிய வைத்துப் பெறப்பட்டதாக இருக்கும்; அது ஒன்றின் நெருங்கிய சுற்றுப்புறங்களில் உள்ள செயல்கள் மற்றும் நிகழ்வுகளைத் தாண்டி நீண்டிருக்கும். மகசூலை அதிகரிக்கக்கூடிய எண்ணற்ற சாத்தியங்கள் இதில் மறைந்துள்ளன. ஒருவர் கண்டிப்பாக நெருங்கி உள்ளவற்றைத் தாண்டிப் பார்க்கவேண்டும்.

அதிக மகசூல் தேற்றங்கள் முழுமையாகத் துளைகளைக் கொண்டுள்ளன

இயற்கையின் சக்திகளுக்குக் கடிவாளத்தைப் பூட்டி அதனுடன் மனித அறிவைச் சேர்க்கும் அறிவியல் வேளாண்மையானது, பொருளாதார ரீதியிலும் பயிர் மகசூலிலும் இயற்கை வேளாண்மையைவிட சிறந்தது என நினைப்பது நமக்கு எளிதாக இருக்கும். சில குறிப்பிட்ட காரணங்களால் இது சரியான எண்ணம் கிடையாது. அவை :

1. மகசூலுக்கான காரணிகளைத் தனித்தனியாகப் பிரித்து அவை ஒவ்வொன்றையும் முன்னேற்றுவதற்கான வழியை அறிவியல் வேளாண்மை கண்டறிகிறது. அறிவியலால் இயற்கையை உடைத்து அதைப் பகுத்தாய முடியும்; இருந்தபோதும், பிரிக்கப்பட்ட அந்தப் பகுதிகளை ஒன்றுசேர்த்து பழையபடி முழுமையாக மாற்ற முடியாது. இதிலிருந்து என்ன தோன்றுகிறது என்றால் மீண்டும் ஒன்றிணைக்கப்பட்ட இயற்கை என்பது பூரணமான நகல் மட்டுமேயாகும். ஆகையால் இயற்கை வேளாண்மையைவிட அதிகமான மகசூலை அறிவியல் வேளாண்மையால் ஒருபோதும் உற்பத்தி செய்ய முடியாது.

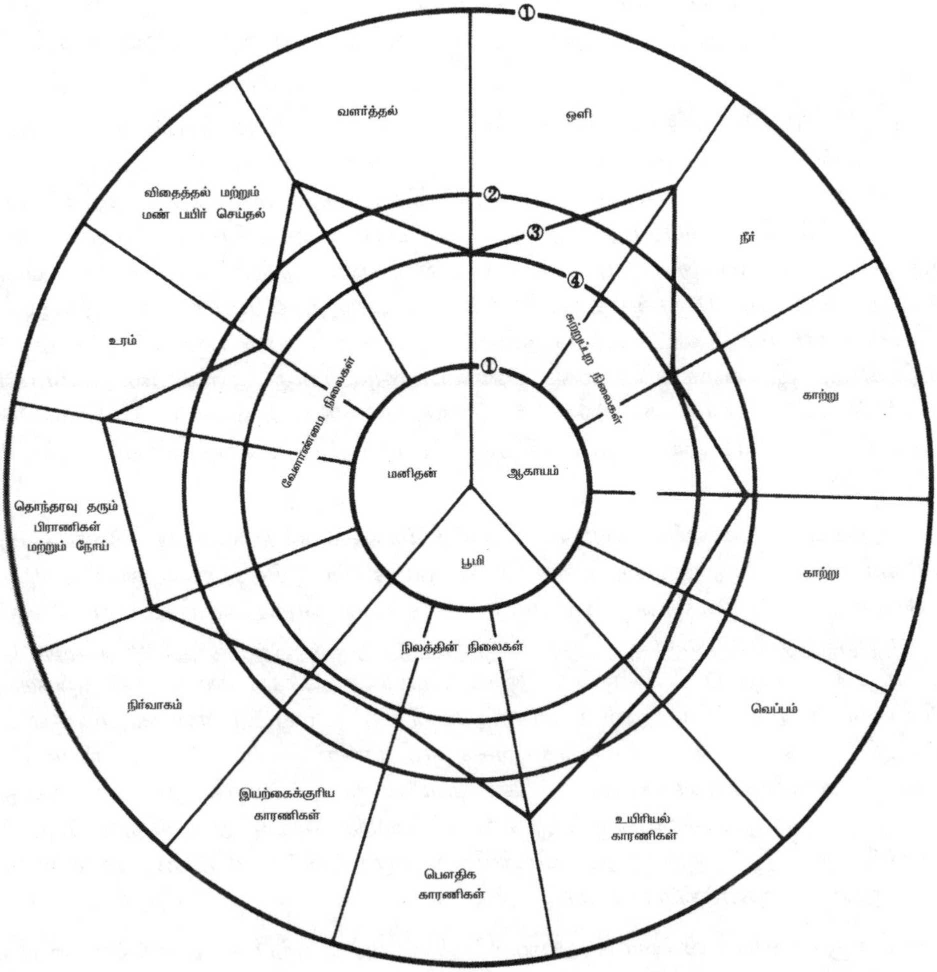

மகாயானா இயற்கை வேளாண்மையை வட்டம் 1 குறிக்கிறது. ஹினாயானா இயற்கை வேளாண்மையை வட்டம் 2 குறிக்கிறது. அறிவியல் வேளாண்மையை வட்டம் 3 குறிக்கிறது. லெபெக் விதியை வட்டம் 4 அடிப்படையாகக் கொண்டுள்ளது.

படம் 2.10 - அறுவடைகளின் ஒப்பீடு

2. அதிக மகசூலுக்கான தேற்றம் மற்றும் தொழில்நுட்பம் என விளம்பரம் செய்யப்பட்டவையெல்லாம், இயற்கையான அறுவடைகளை அணுகுவதற்கான ஒரு முயற்சியைவிட அதிகமாக ஒன்றுமில்லை. ஏற்கனவே சொல்லப்பட்டதைப் போல அவை அதிக மகசூலை நோக்கிச் செல்லாமல், வெறுமனே பயிர் சேத மாவதைத் தடுப்பவையாகவே இருக்கின்றன.

3. இயற்கை முறையில் கிடைப்பதைவிட செயற்கையான முறையில் அதிக மகசூலைப் பெறுவதற்காக கஷ்டப்பட்டுச் செய்யப்படும் முயற்சி என்பது பூரண மாகாததின் அளவை அதிகப்படுத்த மட்டுமே செய்கிறது. அது வேளாண்மை யில் தடங்கலை உண்டு பண்ணுகிறது. பரந்த நோக்கில் பார்த்தால் இவையெல்

லாம் வெறும் அதிகமான வீண் முயற்சிகள் மட்டுமேயாகும். இயற்கையாக கிடைப்பதைவிட அதிகமான மகசூல் பெறுவதென்பது ஒருபோதும் சாத்தியம் இல்லை.

படம் 2.10 இயற்கை வேளாண்மை மற்றும் அறிவியல் வேளாண்மை என இரண்டின் மகசூலையும் ஒப்பிடுகிறது. வெளிப்புற வட்டம் 1) தூய்மையான மகாயானா இயற்கை வேளாண்மையில் கிடைக்கும் மகசூலைக் குறிக்கிறது. உண்மையில் இது பெரியதா அல்லது சிறியதா என சரியாக விளக்கிக் கூற முடியாது. ஆனால் இது 'மு' உலகில் உள்ளது; படத்தின் மையத்தில் உள்ள உட்புற வட்டம் (1) என்பதால் குறிக்கப்படுகிறது. ஹினாயானா இயற்கை வேளாண்மையில் கிடைக்கும் குறுகிய, தொடர்புடைய மகசூலை வட்டம் (2) குறிக்கிறது. இவ்வகையான மகசூலின் வளர்ச்சியானது அறிவியல் வேளாண் மையின் வட்டம் (3) வளர்ச்சிக்கு இணையாகவே உள்ளது. லெபெக்கின் குறைந்தபட்ச விதியை உபயோகித்து பெறப்பட்ட மகசூலை வட்டம் (4) காட்டுகிறது.

அறுவடை மகசூலின் மாதிரி : பயிர் மகசூலானது எப்படி வெவ்வேறு காரணிகள் அல்லது மூலக்கூறுகளால் நிர்ணயிக்கப்படுகிறது என்பதைப் புரிந்து கொள்வதற்கான சிறந்த வழி, படம் 2.11ல் காட்டியுள்ளபடி கட்டிடம் கட்டுவதற் கான ஒத்தத் தன்மையை உபயோகிப்பதுதானாகும். விடுதி - இது கிட்டத்தட்ட பண்டகசாலையைப் போன்றதே - இயற்கையை சங்கேதக் குறிகளால் குறிக்கும் விதத்தில் உறுதியான அஸ்திவாரத்துடன் கட்டப்பட்டுள்ளது. மகசூலின் கடைசி நிலையில் முக்கிய பங்கு வகிக்கும், பயிர் செய்வதற்கான நிலைகள் மற்றும் காரணிகளை கட்டிடத்தின் தளங்களும் அறைகளும் குறிக்கிறது. ஒவ்வொரு தளமும் அறைகளும் பூரணமாக, பிரிக்க முடியாதபடி தொடர்புடன் இருக்கின்றன. இந்த ஒத்தத் தன்மையிலிருந்து குறிப்பிட்ட எண்ணிக்கையிலான கருத்துகள் உருவாக்கப்பட்டன.

1. மகசூலானது ஒவ்வொரு அறையின் நிறைவுக்கு ஏற்ப கட்டிடத்தின் அளவு மற்றும் கோணத்தால் தீர்மானிக்கப்படுகிறது.

2. மகசூலின் உயர் எல்லையானது இயற்கையான சுற்றுப்புறச் சூழ்நிலையால் நிர்ணயிக்கப்படுகிறது. அது இங்கே கட்டிட அஸ்திவாரத்தின் வலிமை மற்றும் கட்டிட நிலத்தின் அளவுகளால் குறிக்கப்படுகிறது. கட்டிடத்தின் திட்ட வரை படத்திலிருந்து சாத்தியமான மகசூலைப் பற்றி நெருக்கமான, நியாயமான யோசனையை ஒருவர் பெற முடியும். கட்டிடத்தின் வடிவம் அமைக்கப் பட்டதும் அந்த எல்லை நிச்சயிக்கப்படுகிறது. மனிதனுக்குச் சிறந்த, அதிகமான மகசூலைத் தந்த இந்த அதிகபட்ச மகசூலானது இயற்கையான மகசூல் என்று அழைக்கப்படலாம்.

3. இந்த அதிகமான மகசூலைவிட உண்மையான அறுவடை மிகவும் குறைவானது. ஏனென்றால் அறுவடை ஒவ்வொரு அறையையும் முழுமையாக நிரப்பவில்லை. அந்தக் கட்டிடமானது ஒரு விடுதியாக இருந்தால், சில விருந்தினர் அறைகள் காலியாக இருக்கிறது என்பதற்குச் சமமாக இருக்கும்.

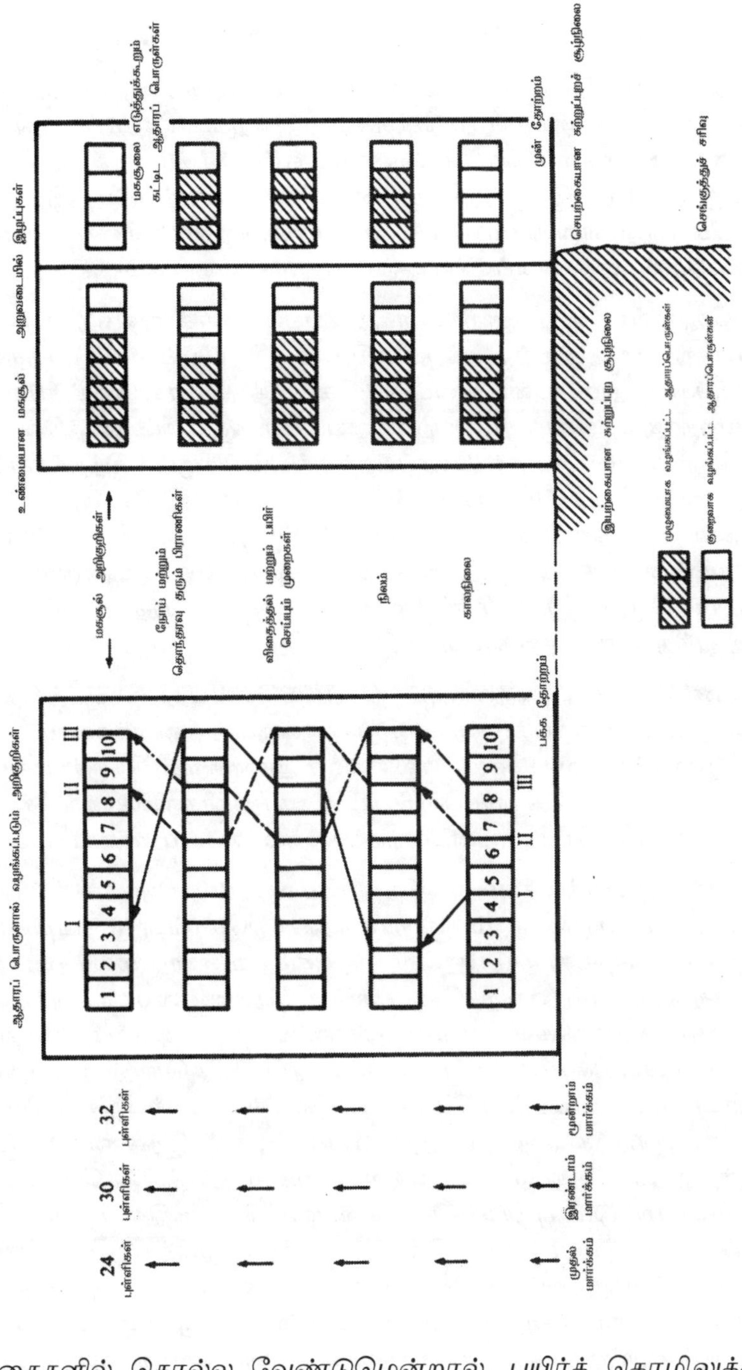

படம் 2.11 - பயிர் மகசூலுக்கான ஆதாரப்பொருட்கள்

மற்ற வார்த்தைகளில் சொல்ல வேண்டுமென்றால், பயிர்த் தொழிலுக்கான மூலக்கூறுகளில் சில எப்போதுமே குறை உடையதாகவோ அல்லது பலவீன மானதாகவோ இருக்கும். இவை குறைவான மகசூலையேத் தரும். உண்மையான அறுவடை என்னவென்றால், மொத்த விருந்தினர்கள் அறைகளில் காலியாக

உள்ள அறைகளை கழித்தது போக மீதமுள்ளவை மட்டுமே ஆகும்.

4. அறிவியல் வேளாண்மையில் மகசூலை உயர்த்த வழக்கமாக உபயோகிக்கப்படும் அணுகுமுறையானது, எத்தனை அறைகளை நிரப்புவது சாத்தியமோ அத்தனை அறைகளை நிரப்ப வேண்டும் என்பதாகும். ஆனால் பரந்த நோக்கில் பார்க்கும்போது, இது வெறுமனே மகசூலில் ஏற்படும் இழப்பைத் தடுக்க மட்டுமே பயனுள்ளது. மகசூலை அதிகரிப்பதற்கான உண்மையான ஒரே வழி கட்டிடத்தின் அளவைப் பெரிதுபடுத்துவதுதானாகும்.

5. தொழிற்சாலை முறைகளை அடிப்படையாக வைத்து உற்பத்தியை அதிகரிப்பதற்காக, இயற்கைக்கு எதிராக செய்யப்படும் எந்தச் செயலும் இயற்கையின் அமைப்பை வெட்கம் கெட்டத்தனமாக அலட்சியம் செய்வதைப் போன்றதாகும். அதாவது இயற்கையைக் குறிக்கும் கட்டிடத்தின் பின்பகுதியில் ஒரு சிறு கட்டிடத்தைச் சேர்ப்பதற்குச் சமமாகும். இந்தக் கட்டிடமானது மணலால் கட்டப்பட்டதாக நாம் கற்பனை செய்து கொண்டால், அதன்பிறகு மகசூலை உயர்த்த செயற்கையாக செய்யப்படும் முயற்சிகளால் ஏற்படக்கூடிய அபாயங்களை நாம் புரிந்துகொள்ள தொடங்க வேண்டும். இயற்கையாக அமையப் பெற்ற இந்தச் சிக்கல் உண்மையான உற்பத்தியை வெளிப்படுத்தாது; மனிதனுக்கு பயனுள்ளதாகவும் இருக்காது.

6. ஒவ்வொரு அறையையும் நிரப்புவதென்பது நஷ்டத்தைக் குறைத்து, மகசூலில் அதிக லாபத்தைத் தரும் என ஒருவர் நினைக்கலாம். என்றபோதும், அது தேவையில்லை. ஏனென்றால் எல்லா அறைகளும் நெருக்கமாக ஒன்றிணைந்துள்ளன. உற்பத்திக்கான குறிப்பிட்ட காரணிகளில் அங்கே இங்கே என ஒருவரால் குறிப்பிட்ட முன்னேற்றங்களைச் செய்ய முடியாது.

இவை அனைத்தையும் அறிந்துகொண்டால், அந்தக் கட்டிடம் எதைக் குறிக்கிறது என்பதை நாம் நன்றாக அறிந்துகொள்ள முடியும். மகசூலானது, விரைவாக வழங்கப்படும் போஷாக்கில் உள்ள மூலக்கூறால் ஆதிக்கம் செலுத்தப்படுகிறது என்ற லெபெக்கின் சிந்தனையை ஏற்றுக்கொள்வதாகும். அத்தகைய விவாதங்கள் தருவது என்னவென்றால், ஒருவர் போதுமான அளவு உரம் உபயோகிக்காவிட்டால் அல்லது பூச்சிக்கொல்லி உபயோகிப்பதில் தவறான முறையை மேற்கொண்டிருந்தால், அவற்றைச் சரிசெய்து, பிறகு மகசூலை உயர்த்த முடியும். அரைவேக்காடான இந்த வகையான முன்னேற்றங்கள், நான்காவது தளம் அல்லது முதல் தளத்தில் வெறும் ஒரேயொரு அறையை மட்டும் புதுப்பித்தல் என்பதைவிட அதிக சிறப்பானது இல்லை. இதற்கான காரணம் என்னவென்றால், ஒரு மூலக்கூறு அல்லது சூழ்நிலை என்பது நல்லதா அல்லது கெட்டதா, மிகுதியானதா அல்லது பற்றாக்குறையானதா எனப் பார்ப்பதற்கு முழுமையான அலகு கிடைக்கவில்லை என்பதுதானாகும். ஒரு மூலக்கூறு, மற்ற மூலக்கூறுகளுடன் கொண்ட உறவானது நிறை மற்றும் குண அளவில் நிலையற்றதாக மாறுபட்டுக் கொண்டே இருக்கிறது. சில சமயங்களில் அவை இணைந்து பணியாற்றுகின்றன. மற்ற சமயங்களில் ஒன்றையொன்று வெளியே தள்ளுகின்றன.

ஏனென்றால் மனிதன் கிட்டப் பார்வை உடையவன். பல்வேறு மூலக்கூறு களில் செய்வதற்காக அவன் மேற்கொள்ளும் முன்னேற்றங்கள் எல்லாம் பரவாமல் ஓரிடத்திலேயே இருக்கக் கூடியதாக இருக்கும் - அதாவது விடுதியில் ஓர் அறையை மட்டும் மறு வடிவம் செய்வதைப் போல இருக்கும். மொத்தக் கட்டிடத்திலும் இது எத்தகைய மாற்றத்தைக் கொண்டுவரும் என்பதை அறிந்துகொள்ள வழியே இல்லை.

விடுதித் தொழிலில் லாபம் என்ன என்பது, மொத்த விருந்தினர் அறைகளின் எண்ணிக்கை அல்லது காலியாக இருக்கும் அறைகளின் எண்ணிக்கையை மட்டும் பார்த்து ஒருவரால் சொல்ல முடியாது. உண்மையில், அங்கே பல அறைகள் இருக்கலாம்; சில விஷயங்களில், அதிக எண்ணிக்கையிலான விருந்தினர் அறைகள் இருப்பதைவிட ஒரு நல்ல பாதுகாவலன் இருப்பது நல்லதாகும். ஓர் அறை மட்டும் நல்ல நிலையில் இருப்பது ஒட்டுமொத்த தொழிலிலும் சாத்தியமான விளைவை ஏற்படுத்த போதுமானதாக இருக்காது. முதல் தளத்தில் உள்ள மோசமான நிலைகள் எப்போதும் இரண்டாம், மூன்றாம் தளங்களில் தவறான ஆதிக்கம் செலுத்துவதை தீவிரப்படுத்தாது. கட்டிடத்தின் எல்லா தளங்களும் எல்லா அறைகளும் தனித்தனியானவை, வேறுபட்டவை. எனினும் எல்லாமும் நெருக்கமாக ஒன்றிணைந்தவையாக, முழுமையானவை யாக இருக்கின்றன. எண்ணற்ற நிலைகள் மற்றும் காரணிகளின் சேர்க்கையால் இறுதியான மகசூல் நிர்ணயிக்கப்படுகிறது என ஒருவர் உரிமை கோரலாம். ஆனாலும், நிறுவனத்தின் புதிய தலைவர் நிறுவனத்திற்குள்ளேயே மன உறுதியை தத்ரூபமாக மாற்ற இயலும் என்பதைப் போல, ஒரு சிறு காரணியில் ஏற்படும் மாற்றமானது ஒட்டுமொத்த மகசூலிலும் மாற்றத்தை ஏற்படுத்தலாம்.

இறுதியான பகுத்தாய்வில் எந்த மூலக்கூறு அல்லது காரணி மகசூலுக்கு உதவி அல்லது துன்பம் செய்கிறது என்பதை ஒருவரால் முன்கூட்டியே சொல்ல முடியாது. அறுவடை முடிந்தபிறகு பார்வைக்குத் தெரியாத காரணியாலேயே இது நிர்ணயிக்கப்படுகிறது. இந்த வருடம் நல்ல அறுவடை கிடைத்ததற்குக் காரணம், தான் உபயோகித்த சீக்கிரம் வளர்ச்சியடைந்த வகைகள்தான் என்று ஒரு விவசாயி வேண்டுமானால் சொல்லலாம். ஆனால், கணக்கிலடங்காத காரணிகள் அதில் இணைந்திருப்பதால் நம்மால் அதைப் பற்றி உறுதியாக சொல்ல முடியாது. அதே வகை விதையை அடுத்த வருடமும் உபயோகிப்பது நல்ல விளைச்சலைத் தருமா என்பதைச் சொல்ல அவருக்குத் தெரியாது.

இறுதி மகசூலில் எல்லா காரணிகளின் விளைவும் குழம்பிய நிலையில் இருக்கும் எனச் சொல்லும் அளவுக்கு ஒருவர் செல்ல முடியும். உதாரணமாக, சூறாவளிக் காற்று எப்படி வீசுகிறது எனச் சொல்லுதல் போன்றதாகும். இதனால் மோசமான சூழ்நிலைகளை நல்ல சூழ்நிலைகளாக மாற்ற முடியும். கடந்த வருடம் மிக அதிக அளவு உரம் உபயோகித்ததன் விளைவாக பயிர் தோல்வியடைந்திருக்கலாம்; அது தாவரத்தின் அதிகமான வளர்ச்சிக்கும், பூச்சிகளால் சேதம் ஏற்படுவதற்கும் வகை செய்தது. ஆனால் இந்த வருடம் காற்று அதிகமாக இருந்தது. எனவே தாவரங்களின் இந்தத் தவறுகளைக் காற்று விலக்குவதால் உரமிடுதல் வெற்றி பெற இயலும். எது வேலை செய்யும் அல்லது

எது வேலை செய்யாது என்பதை நம்மால் ஒருபோதும் முன்கூட்டியே சொல்ல முடியாது. ஆகையால் சிறிய முன்னேற்றங்களைப் பற்றி கவனத்தில் கொள்ள நமக்குக் காரணம் இல்லை.

விடுதியின் நிர்வாகி, தன்னுடைய விடுதியில் உள்ள விருந்தினர் அறைகளில் விளக்குகள் எரிகிறதா அல்லது அணைந்துவிட்டதா என்ற விஷயங்களிலெல் லாம் கவனம் செலுத்தினால் ஒருபோதும் வெற்றி பெற முடியாது. சிறிய, அற்பமான விஷயங்களிலெல்லாம் விவசாயி கவனம் செலுத்தினால் அது நல்ல தொடக்கமாக இருக்காது. மகசூலை உயர்த்துவதற்கு விடுதியின் கொள்ளளவை உயர்த்துவதைவிட சாத்தியமான வேறு வழி இல்லை என்பது தெளிவாக தெரிகிறது. அந்த விடுதியைப் புதுப்பிக்க வேண்டுமா, ஆம் என்றால் எப்படி புதுப்பிக்க வேண்டும் என்பதுதான் நாம் அறிந்துகொள்ள வேண்டியதாகும்.

அந்தக் கட்டிடத்தில் மேலும் கட்டிடம் சேர்ப்பதும் பழுது பார்ப்பதும் அதிகமாக அதிகமாக, அதன் நிலையற்ற தன்மையும் பூரணமாகாத நிலையும் அதிகரித்துக் கொண்டே இருக்கும் என்பதை நாம் மறந்துவிடக் கூடாது. அவரது உற்றுநோக்குதல், பரிசோதனைகள், சிந்தனைகள் என அனைத்துமே இயற்கையிலிருந்து வருவிக்கப் பெற்றவை. இயற்கையின் எல்லைக்கு அப்பால் வீடுகட்ட மனிதனால் ஒருபோதும் முடியாது. ஆனால் பயிர்கள் இயற்கையான நிலைக்கு உள்ளடங்கி இருக்கிறது என்பதை மனிதன் யோசிப்பதில்லை. இயற்கை யாக அமையப்பெற்ற சுற்றுப்புறக் காரணிகளிலிருந்து உடைத்துக் கொண்டு வெளியே வந்து இயற்கையின் வீடுடன் கூடுதலாக ஒரு வீட்டைக் கட்டத் தொடங்குவதைப்போல செயற்கையாக பயிர் செய்யத் தொடங்குகிறான்.

இத்தகைய செயற்கையான, இரசாயன முறையில் தயாரிக்கப்பட்ட உணவில் மனிதனுக்கு மிக பயங்கரமான ஆபத்துகள் கேள்வி கேட்க முடியாதபடி மறைந் துள்ளன. இவையெல்லாம் கேள்விக்குரிய வீண் முயற்சி, அர்த்தமற்ற வேலை என்பதற்கும் அப்பால், இவை மனித வாழ்வின் அடித்தளத்தை அச்சுறுத்தக் கூடிய சீரழிவுக்கான வேர்களாகும். எனினும் முற்றிலும் இரசாயன மற்றும் தொழிற்சாலையில் உற்பத்தி செய்யப்படும் வேளாண்மைப் பயிர்களை நோக்கி வேகமாக முன்னேறுவதை வேளாண்மை தொடர்கிறது. மேலும் - எனது உண்மையான உவமைக்கு திரும்புகிறேன் - இயற்கையின் முகப்பைத் தாண்டி வெளியே நீட்டிக் கொண்டிருத்தல் என மனிதன் காட்டும் அளவை நோக்கி முன்னேறுகிறது.

உற்பத்திக்கான காரணிகளில் ஒவ்வொன்றும் அதன் தேவைகளைச் சந்திக்கும் போது, ஒரு தளத்திலிருந்து மற்றொரு தளத்திற்கு எந்தப் பாதையில் செல்ல வேண்டும் என்பதை படம் 2.11ல் உள்ள கட்டிடத்தின் பக்கவாட்டுத் தோற்றம் காட்டுகிறது. உதாரணமாக, மார்க்கம் ஒன்றில் மோசமான காலநிலை மற்றும் நிலத்தின் நிலைகளில் இருக்கும்போது, பயிர் செய்தலிலும் பூச்சிக்கொல்லி உபயோகித்தலிலும் எவ்வளவு சிறப்பான முயற்சிகளை மேற்கொண்டாலும் மகசூல் குறைவாகவே இருக்கும். இரண்டாம் மார்க்கத்தில் காலநிலை, நிலத்தின் நிலைகள் நன்றாக இருந்ததென்றால், பயிர் செய்யும் முறையிலும் ஒட்டுமொத்த

நிர்வாகத்திலும் ஏதாவது விடுபட்டிருந்தாலும் மகசூல் நன்றாக இருக்கும்.

எண்ணற்ற வழிகளும், ஒவ்வொரு வழிகளிலும் கணக்கிலடங்காத வேறுபட்ட காரணிகளும் நிலைகளும் இருப்பதால் எந்தப் பாதையைப் பயன்படுத்தினால் அதிக மகசூல் கிடைக்கும் என்பதை யாராலும் முன்கூட்டியே சொல்ல முடியாது. பயிர் செய்யும் கொள்கையைப் பற்றி தேற்றம் உபயோகித்து விவரிக்க முயற்சிப்பதென்பது, இந்தப் படத்தில் காட்டியுள்ளவாறு எந்தவித பயனையும் கொண்டிருக்காது என்பதில் சந்தேகமேயில்லை.

ஒளிச்சேர்க்கைப் பற்றி ஒரு பார்வை : அதிகமான அரிசி மகசூலை குறிக்கோளாக வைத்துச் செய்யப்படும் ஆய்வானது உற்பத்திக்கான காரணிகளைப் பகுத்தாய்ந்து கண்டறிதலில் தொடங்கி, தாவர வடிவ அமைப்பியல் கருத்துடன் ஆரம்பமாகிறது. அடுத்து பிரித்தறிதல் மற்றும் பகுத்தாய்தல் எனத் தொடர்ந்து, அதன்பிறகு சுற்றுப்புறச் சூழ்நிலைக்கு ஏற்ப அமையும் தாவரங்களை நோக்கி நகர்கிறது. ஆய்வக பரிசோதனைகள், பானை சோதனைகள், உயர்வான தேர்ந்த நிலையின்கீழ் சிறு நிலங்களில் ஆய்வு செய்து பார்த்தல் போன்றவற்றின் மூலமாக மகசூலைத் தடுக்கும் சில காரணிகளையும் அறுவடையை அதிகரிக்க உதவும் சில மூலக்கூறுகள் பற்றியும் அறிவியலறிஞர் தெரிந்துகொள்ள இயல்கிறது.

எனினும் இத்தகைய சிறப்பான சூழ்நிலைகளிலிருந்து பெறப்படும் எந்த வொரு தகவலும், உண்மையான நிலத்தில் வேலை செய்யும்போது ஏற்படும், நம்பமுடியாத அளவுக்கு சிக்கலாக இருக்கும் இயற்கை நிலைகளுக்குக் குறைந்த அளவே பொருத்தமானதாக இருக்கிறது. இந்த ஆய்வானது தனிப்பட்ட நுண்ணுயிரிகள் என்ற பார்வையிலிருந்து, நுண்ணுயிரிகளின் குழுக்கள் மற்றும் அரிசி சுற்றுப்புறத்தைப் பற்றிய விசாரணைகள் எனப் பரந்த நோக்கில் மாறுவது வியப்புக்கு உரியதல்ல. அதிக மகசூலுக்கான தேற்ற அடிப்படையைக் கண்டறிய ஒரு வரியில் விசாரணை மேற்கொள்வதென்பது ஸ்டார்ச் உற்பத்தியை அதிகரிக்கும் பயிர்களின் ஒளிச்சேர்க்கையைப் பற்றி படிப்பதாகும்.

அரிசி தாவரத்தில் தானியங்களின் அல்லது தலைகளின் எண்ணிக்கையை அதிகரித்தல் அல்லது மிகப் பெரிய தனிப்பட்ட தானியங்களைத் தருதலை குறிக்கோளாகக் கொண்ட சுற்றுப்புறம் சார்ந்த ஆய்வானது பக்குவமற்றது, அடிப்படையானது என நினைப்பதை அறிவியலறிஞர்கள் பலர் தொடர்ந்தனர். வெறுமனே ஸ்டார்ச் உற்பத்தி செய்யும் நுட்பத்தை கொண்டிருக்கும் உடற்கூறு சார்ந்த சாஸ்திரத்தில் ஆய்வு செய்வது மட்டுமே அதிகமான அறிவியல் என மக்கள் நம்புகிறார்கள். அத்தகைய வெளிப்படுத்தல்கள் அதிக மகசூலுக்கான அடிப்படைக் குறிப்பைத் தரும் என்ற மாயத் தோற்றத்தை நம்புவதையும் அவர்கள் ஒத்துக் கொள்கிறார்கள்

தற்செயலாக உற்று நோக்குபவருக்கு, அரிசி தாவரத்தின் இலைகளுக்குள் உள்ள ஒளிச்சேர்க்கையைப் பற்றி படிப்பதென்பது ஆய்வு செய்வதற்கு மிக முக்கியமான ஒன்று என்பதைப் போலத் தோன்றும். அதிலிருந்து கண்டு

பிடிக்கப்பட்டவை அதிக மகசூலுக்கான தேற்றத்தை நோக்கி அழைத்துச் செல்லும் என்றும் எண்ணத் தோன்றும். இத்தகைய ஆய்வு செயலைப் பற்றி நாம் ஒரு பார்வை பார்க்கலாம். ஸ்டார்ச் உற்பத்தியை அதிகரிப்பதென்பது அதிக மகசூலுடன் இணைந்திருப்பதாக ஒருவர் ஏற்றுக் கொண்டால், அதன் பிறகு ஒளிச்சேர்க்கையின் மீது ஆய்வு மேற்கொள்வதற்கு அதிக முக்கியத்துவம் தரப்படும். மேலும், தாவரத்தால் பெறப்படும் சூரிய ஒளியின் அளவை அதிகரிப்பதற்கான முயற்சிகள் செய்யப்பட்டாலும், சூரிய ஒளியிலிருந்து தாவரம் ஸ்டார்ச் உற்பத்தி செய்யும் திறனை அதிகப்படுத்தக்கூடிய வழிகளைக் கண்டறிவதற்கான ஆய்வும் செய்யப்பட்டால், அதிக மகசூல் என்பது சாத்தியமான ஒன்றாகும் என மக்கள் சிந்திக்கத் தொடங்குவர்.

தாவரத்தின் உடற்கூறு சம்பந்தமான கோணத்தில் தற்போதைய அதிக மகசூல் தேற்றத்தைப் பார்க்கும்போது, முக்கியமாக தாவரத்தின் இலைகளில் ஒளிச்சேர்க்கையில் தயாரிக்கப்படும் ஸ்டார்ச்சின் அளவைச் சார்ந்தே மகசூல் இருக்கலாம் எனக் கூறப்படுகிறது. அதாவது சுவாசித்தலுக்கு உட்கொள்ளப்படும் ஸ்டார்ச் அளவை கழித்துக்கொண்டு மீதமுள்ள ஸ்டார்ச் அளவைச் சார்ந்து இருக்கலாம். ஸ்டார்ச் உற்பத்தி செய்தல் மற்றும் உட்கொள்ளப்படுதல் இரண்டுக்கும் இடையே சமநிலை தக்கவைக்கப்படும்போது, தாவரத்தின் ஒளிச்சேர்க்கைத் திறனை அதிகரிப்பதன் மூலமாக மகசூலை உயர்த்த முடியும் என்ற தீர்மானத்தைக் கொண்டு வருபவர்கள் இந்தப் பார்வையில் உரிமை கோரலாம்.

ஆனால் அரிசி மகசூலில் திடீரென்ற உயர்வைப் பெற இந்த அனைத்துத் தேற்றங்களும் முயற்சிகளும் பயனுள்ளவையா? இன்றைய நாளில் உண்மை என்னவென்றால், கடந்த காலத்தில் கால் ஏக்கருக்கு 22 பஷெல் மகசூல் என்பது முற்றிலும் நல்லதாக இருந்தது. சாகுபடி நிலக்காரர்கள் இந்த அளவைவிட அதிகமாக மகசூலை உயர்த்த வேண்டும் என்ற குறிக்கோளைத் தங்களுக்கு நியமித்துக் கொண்டார்கள். 26 முதல் 28 பஷெல் வரை அறுவடை செய்வதற்கான சாத்தியங்கள் பற்றிய தகவல் வேளாண் சோதனை மையங்கள் சிலவற்றால் சமீபத்தில் வெளியிடப்பட்டது. ஆனால் இது ஒரு குறிப்பிட்ட அளவு மட்டுமே சாத்தியமாகும்; அதிக ஒப்புதலைப் பெறுவதற்கான தொழில்நுட்பங்களால் இந்தக் கருத்தை உபயோகிக்க முடியாது. இத்தகைய மிகப் பெரிய, பிடிவாதமான முயற்சி எதனால் வெற்றிக் கனியைப் பறிக்காமல் தோல்வியடைந்தது? அநேகமாக, அதற்கான விடையானது அரிசி தாவரத்தால் ஸ்டார்ச் உற்பத்தி செய்யப்படும் செயலிலும் தாவரத்தின் ஸ்டார்ச் உற்பத்தித் திறனை அதிகப்படுத்துவதற்கான அறிவியல் காரணத்திலும்தான் இருக்கும்.

அரிசி தாவரத்தில் செய்யப்படும் குறிப்பிட்ட எண்ணிக்கையிலான செயல்களை படம் 2.12 விளக்கிக் காட்டுகிறது.

1. ஸ்டார்ச் உற்பத்தி செய்வதற்கு தாவரத்தின் இலைகளை ஒளிச்சேர்க்கை உபயோகிக்கிறது. சுவாசித்தல் செயலின்போது இலைகள், தண்டுகள் மற்றும் வேர்களும் பங்கு கொள்கின்றன.

2. தாவரம் வேர்களின் வழியாக நீரை எடுத்துக்கொண்டு அதை இலைகளுக்கு

அனுப்பி ஸ்டார்ச் உற்பத்தி செய்கிறது. அங்கே கார்பன் டை ஆக்சைடு உறிஞ்சிக் கொள்ளப்பட்டு, இலைத்துளைகள் வழியாக சூரிய ஒளியில் ஒளிச் சேர்க்கை நடைபெறுகிறது.

3. இலைகளில் உற்பத்தி செய்யப்படும் ஸ்டார்ச் சர்க்கரையாக உடைகிறது; தாவரத்தின் அனைத்துப் பாகங்களுக்கும் அனுப்பப்படுகிறது. பிறகு ஆக்சிஜனேற்றம் அடைந்து பகுதிப் பொருட்களாக பிரிக்கப்படுகிறது. அரிசி தாவரம் உட்கொள்ளும் சக்தியை இத்தகைய சுவாசித்தல் செயல் வெளிப்படுத்துகிறது.

4. இந்த வகையில் உற்பத்தி செய்யப்படும் ஸ்டார்ச்சில் அதிகமான பகுதி தாவரத்தால் உட்கொள்ளப்படும். எஞ்சியுள்ளவை அரிசி தானியத்தில் சேகரிக்கப்படும்.

ஒளிச்சேர்க்கை எப்படி வேலை செய்கிறது என்பதைப் பற்றிய அடிப்படை புரிந்துகொள்ளலுடன், ஸ்டார்ச் உற்பத்தித் திறனை அதிகப்படுத்துவதற்கான வழிகளையும், ஸ்டார்ச் சேமிக்கப்படும் அளவை அதிகப்படுத்துவதற்கான வழிகளையும் பற்றி அறிவியல் அடுத்து ஆய்வு மேற்கொள்ளும். ஒளிச்சேர்க்கை மற்றும் சுவாசித்தல் செயல்களைப் பாதிப்பதற்கு எண்ணற்ற காரணிகள் இருக்கின்றன. அவற்றில் முக்கியமான சில :

ஒளிச்சேர்க்கையைப் பாதிக்கும் காரணிகள்	: கார்பன்டை ஆக்சைடு, இலைத்துளை மூடிக்கொள்ளல், நீர் உட்கொள்ளல், நீரின் வெப்பநிலை, சூரிய ஒளி.
சுவாசித்தலைப் பாதிக்கும் காரணிகள்	: சர்க்கரை, ஆக்சிஜன், வீசும் காற்றின் வலிமை, போஷாக்குகள், ஈரப்பதம்

அரிசி உற்பத்தியை அதிகரிப்பதற்கு உடனடியாக நினைவுக்கு வந்த ஒரே வழியானது, ஒளிச்சேர்க்கையை அதிகரிப்பதன் மூலமாக அதிக அளவு ஸ்டார்ச் உற்பத்தி செய்தலாகும். அதே நேரத்தில் ஸ்டார்ச் உட்கொள்ளப்படும் அளவைக் குறைத்தல் என்பது அரிசியின் தலைகளில் உட்கொள்ளப்படாத ஸ்டார்ச் அதிக அளவு சேகரிப்பதைச் சாத்தியமாக்கும்.

அதிக சூரியஒளி, உயர் வெப்பநிலை, நல்ல நீர், வேர்களால் உட்கொள்ளப் படுவதற்கான போஷாக்கு போன்றவையே ஒளிச்சேர்க்கை செயலை அதிகப் படுத்துவதற்கான அனுகூலமான நிலைகளாகும். அத்தகைய சூழ்நிலைகளில் இலைத்துளைகள் திறந்தேயிருக்கும். கார்பன்டை ஆக்சைடு உட்கிரகிக்கப்படும். அதன் விளைவாக ஒளிச்சேர்க்கை சுறுசுறுப்பாக நடைபெற்று அதிக அளவு ஸ்டார்ச் உற்பத்தியாகும்.

இதற்கு எதிர்பாராதவிதமாக ஒரு சிக்கலும் இருக்கிறது. ஒளிச்சேர்க்கைக்கு சாதகமான அதே நிலைகள் சுவாசித்தலையும் அதிகப்படுத்துகின்றன. ஸ்டார்ச்

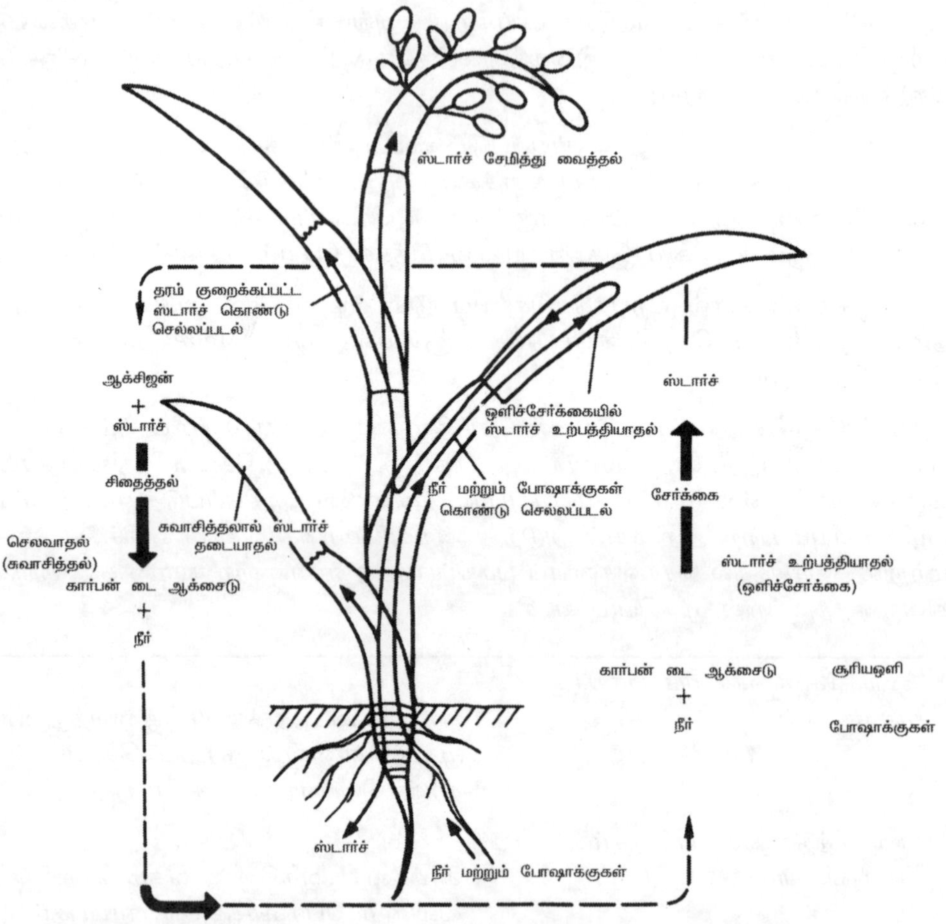

படம் 2.12 - அரிசி தாவரத்தில் ஸ்டார்ச் உற்பத்தியாதல் மற்றும் செலவாதல்

உற்பத்தி செய்யப்படுவது அதிகமாக இருக்கலாம். ஆனால் ஸ்டார்ச் உட்கொள்ளப்படுவதும் அதிகமாக இருக்கும். ஆகையால் இத்தகைய நிலைகளில் அதிகமான அளவு ஸ்டார்ச் சேகரமாகாது. மற்றொரு வகையில் பார்த்தால், ஸ்டார்ச் குறைவாக உற்பத்தி செய்யப்படுகிறது என்பதற்கு மகசூல் குறைந்து போய்விடும் என அர்த்தம் கிடையாது. உண்மையில், மிகவும் சுறுசுறுப்பான ஒளிச்சேர்க்கை நடைபெறும்போது, ஸ்டார்ச் உட்கொள்ளப்படும் அளவு குறைவாக இருந்தால் சேமிக்கப்படும் ஸ்டார்ச்சின் அளவு வேண்டுமானால் அதிகமாக இருக்கலாம் - அதாவது அதிகமான மகசூல் கிடைக்கும் என அர்த்தமாகும்.

ஸ்டார்ச் உற்பத்தியை அதிகரிக்க விவசாயிகளும் அறிவியலறிஞர்களும் அடிக்கடி உபயோகித்த தொழில்நுட்பங்களானது, மெலிதான தென்றல் காற்றின் கீழே இருக்கக்கூடிய பெரிய அரிசி தாவரங்களை கண்டறிய மட்டுமே

உபயோக மாக இருந்தது எப்படி? அதிக மகசூலுக்கான மிக எளிய, உறுதியான வழி என்னவென்றால் சுவாசித்தலை குறைப்பதும், ஸ்டார்ச்சைக் குறைவாக உட்கொள்ளும் சிறிய தாவரங்களை வளர்ப்பதும்தான் ஆகும். உற்பத்திக்கான காரணிகள் மற்றும் மூலப் பொருட்களின் சேர்க்கையானது இயற்கையில் எண்ணற்ற அளவில் கலந்திருக்கிறது; அது எத்தனை எண்ணிக்கையிலான வேறுபட்ட மகசூலுக்கும் அழைத்துச் செல்லும்.

படம் 2.13ல் பல்வேறு பாதைகள் சாத்தியமாக இருக்கின்றன. உதாரணமாக, சூரிய ஒளி அபரிமிதமாக இருந்து, வெப்பநிலை அதிகமாக - கிட்டத்தட்ட 40 டிகிரி செல்சியஸ் - இருந்தால் மார்க்கம் ஒன்றில், வேர் அழுகி தாவரத்தின் தாங்கும் சக்தியை குறைத்துவிடும். இது நீர் உட்கொள்வதை பலவீனமாக்கும். அதனால் தாவரத்தின் இலைத்துளைகள் மூடிக்கொண்டு நீர் அதிகமாக வீணாவதைத் தடுக்கும். அதன் விளைவாக கார்பன்-டை-ஆக்சைடு குறைவாக உறிஞ்சி கொள்ளப்படும். ஒளிச்சேர்க்கை மெதுவாக நடைபெறும். ஆனால் சுவாசித்தலானது தடை இல்லாமல் தொடர்வதால் ஸ்டார்ச் உட்கொள்ளப் படுவது அதிகமாக இருக்கும். அதன் விளைவாக மகசூல் குறைவாகிவிடும்.

மார்க்கம் இரண்டில் வெப்பநிலைகள் குறைவாக இருந்தால் - அநேகமாக 30 டிகிரி செல்சியஸ் (86 டிகிரி ஃபாரன்ஹீட்) - அது வேறுபட்ட வகையான அரிசிக்கு மிகவும் பொருத்தமானதாக இருக்கும். அப்போது போஷாக்கு மற்றும் நீர் உறிஞ்சிக் கொள்ளப்படுதல் நன்றாக இருக்கும். ஆகையால் ஒளிச்சேர்க்கை செயல் அதிகமாகி சுவாசித்தல் செயலுடன் சமநிலையில் எஞ்சியிருக்கும். இந்தக் காரணிகளின் சேர்க்கை அதிக மகசூலைத் தரும்.

மார்க்கம் மூன்றில் வெப்பநிலை குறைவாக இருந்து, மற்ற நிலைகளும் நன்றாக இருக்கும். எனினும் வேரின் வேலை சுறுசுறுப்பாக இருப்பதால் தாவரத்திற்குப் போதுமான போஷாக்கை அது வழங்கும். அப்போது இயல்பான மகசூல் தக்க வைக்கப்படும்.

இது மகசூல் சாத்தியங்களுக்கான வெறும் ஒரு சிறிய மாதிரியாகும்; இறுதி யான மகசூலில், ஒவ்வொரு மார்க்கத்திலும் பல்வேறு காரணிகளால் ஏற்படும் விளைவுகளைக் கொண்டு என்னால் செம்மையற்ற யூகங்களே செய்ய முடிந்தது. ஆனால் உண்மையான மகசூலானது இதுபோல எளிதாக நிர்ணயிக்கப்படு வதில்லை. கணக்கிலடங்கா எண்ணிக்கையிலான பாதைகள் இருக்கின்றன; பயிர் செய்தலில் பல மூலப் பொருட்களும் நிலைகளும் இருக்கின்றன; பயிர் வளரும் பருவம் முழுவதும் தினந்தோறும் இவை பல மாற்றங்களை ஏற்படுத்துகின்றன. இது ஆரம்பக் கோட்டில் தொடங்கி இறுதிக் கோட்டில் முடியும் தெளிவான பாதையின் காலடித்தடம் போன்றது அல்ல.

எந்த நிலைகள் ஒளிச்சேர்க்கை செயலை அதிகப்படுத்துகின்றன என்பதைத் தெரிந்து கொள்வதற்கான சாத்தியம் இருக்கிறதென்றாலும் மிகச் சிறந்த நிலை களை ஒன்றிணைத்து ஒரு மார்க்கத்தை வடிவமைப்பதற்கு ஒருவராலும் இயலாது. இயற்கையான சூழ்நிலையின்கீழ் இந்தச் சிறந்த நிலைகளை ஒன்றி ணைக்க முடியாது. விஷயங்களை இன்னும் மோசமாக்கும் விதமாக, ஒளிச்

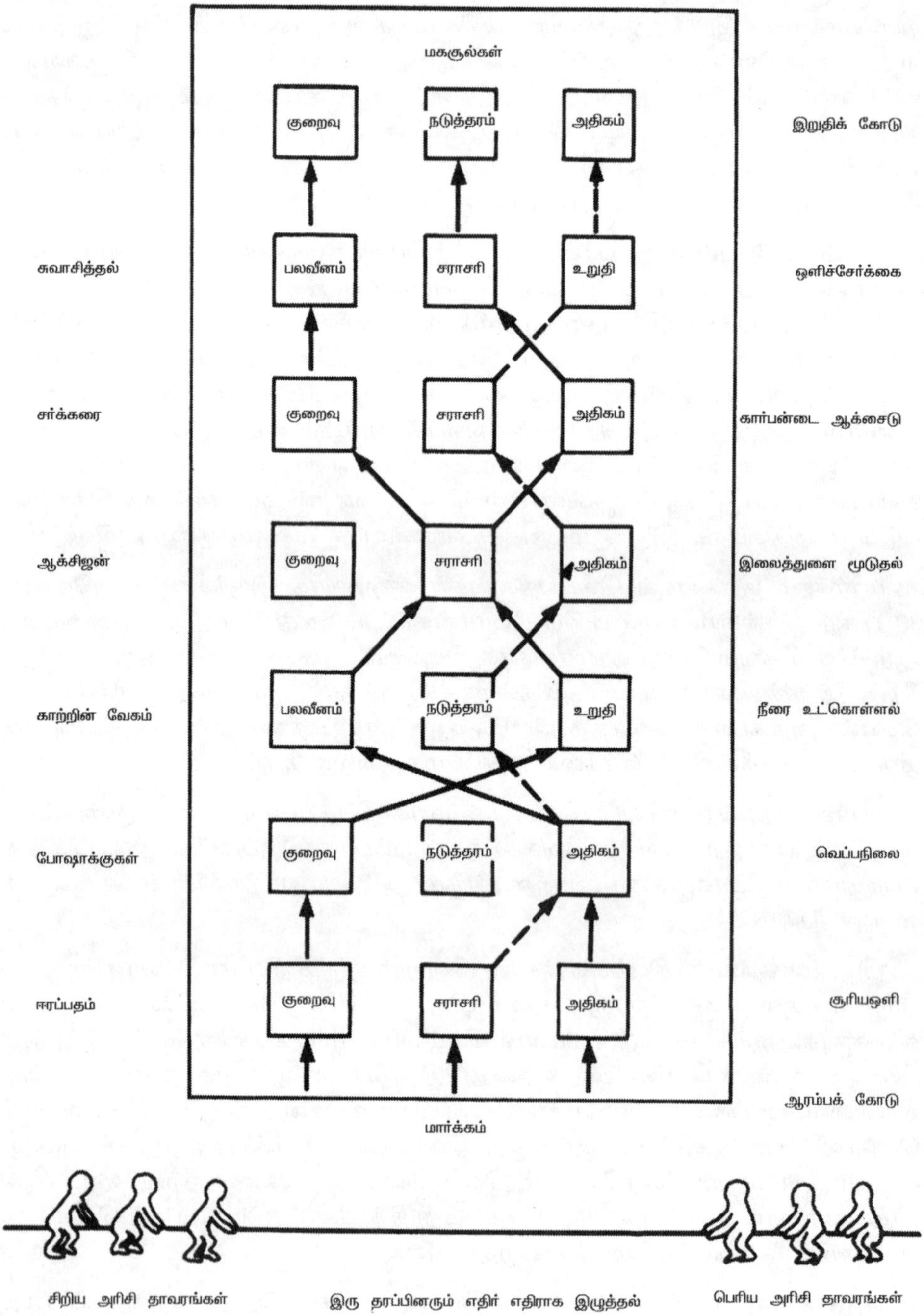

படம் 2.13 - அறுவடைக்கு நிறைய பாதைகள் உள்ளன

சேர்க்கையை அதிகரிப்பது மகசூலை அதிகரிப்பதற்கான உத்திரவாதத்தைத் தராது. சுவாசித்தல் குறைவாக இருந்தால் மட்டுமே மகசூல் அதிகரிக்கும்.

தொடங்கும்போது எது "அதிகபட்சம்" அல்லது எது "குறைந்தபட்சம்" என்பதைத் தீர்மானிக்க திட்ட அளவு இல்லை. உதாரணமாக, 40 டிகிரி செல்சியஸ் என்பது அதிகபட்ச வெப்பநிலை, 30 டிகிரி என்பது சாதகமானது என்று ஒருவர் தெளிவாக வலியுறுத்த முடியாது. இது நேரம் மற்றும் இடம், வெவ்வேறு வகையான அரிசி, பயிர் செய்யும் முறை ஆகியவற்றுக்கு தக்கபடி மாற்றமடையும். அதிகமான வெப்ப நிலை என்பது நல்லதா அல்லது கெட்டதா என்பதைக்கூட நம்மால் உறுதியாக தீர்மானிக்க முடியாது.

நம்மால் ஏன் தெரிந்துகொள்ள முடியாது என்பதற்கான மற்றொரு காரணம் என்னவென்றால், ஒவ்வொரு சூழ்நிலைக்கும் காரணிக்கும் எது பொருத்தமாக மாறுபடுகிறது என்ற எண்ணம்தான் ஆகும். மக்கள் வழக்கமாக சாதகமான வெப்ப நிலைக்கு திருப்தி அடைவார்கள். அது மிக அதிகமான சூழ்நிலை களிலும் வேலை செய்ய ஏற்றதாகும். இதற்கான விடைகள் மிகவும் பொதுவாக தேவையானது, சாதாரணமான மகசூலை உயர்த்துவதற்கு உதவக்கூடியது என்ற போதும், அதிக மகசூலுக்குத் தேவையான வெப்பநிலை அது கிடையாது. எந்த வெப்பநிலையில் அதிக மகசூல் கிடைக்கும் என்ற நமது விசாரணையில் இவ்வாறாக நிரூபிக்கப்பட்டவை பயனற்றவையாகி, முடிவில் நாம் சாதாரண மான வெப்பநிலையில் அதிக மகசூல் கிடைக்கும் என்ற தீர்வுக்கு வருவோம்.

சூரிய ஒளி எதற்காக? சூரிய ஒளி ஒளிச்சேர்க்கையை அதிகரிக்கிறது. ஆனால் சூரியஒளி அதிகரித்தல் என்பதுடன் இணைந்து மகசூலும் அதிகரிக்காது. ஜப்பானில், தெற்கில் உள்ள வெப்பமான யூசு பகுதியைவிட வடக்குப் பகுதியில் உள்ள ஹோன்சூ பகுதியில் மகசூல் அதிகமாக இருக்கும். தெற்குப் பகுதியில் உள்ள நாடுகளைவிட அதிகமான மகசூலை ஜப்பான் உற்சாகப்படுத்துகிறது. சாதகமான அளவு வெப்பநிலையை தேடுவதில் ஒவ்வொருவரும் தொலைந்து போகிறார்கள். ஆனால் இது மற்ற காரணிகளுடன் இணைந்து வேறுபடுகிறது.

நீரை நன்றாக உட்கொள்ளுதல் ஒளிச்சேர்க்கையை உற்சாகமூட்டுகிறது. ஆனால் நிலத்தில் அதிகமாக நீர் பாய்ச்சுவதால், வேர் அழுகிப் போய், ஒளிச் சேர்க்கை மெதுவாகிவிடும். மண்ணில் ஈரப்பதம் பற்றாக்குறையும் போஷாக்குகளும் வேர் பலமாக இருப்பதை தக்க வைக்க உதவக்கூடும். சில சமயங்களில் வளர்ச்சியைத் தடுத்து, ஸ்டார்ச் உற்பத்தியில் சரிவைக் கொண்டு வரும். இவை அனைத்தும் மற்ற நிலைகளைச் சார்ந்தே இருக்கும்

அரிசி தாவரத்தின் உடற்கூறு சாஸ்திரத்தைப் புரிந்துகொண்டு, ஸ்டார்ச் உற்பத்தியை அதிகரிப்பது எப்படி என்ற அறிவியல் விசாரணைக்கு அதை உபயோகிக்க முடியும். ஆனால் இது அரிசி வளர்த்தல் செயல்களுடன் நேரடி யாக தொடர்பில் இருக்காது. அரிசி தாவர உடற்கூறு இயலை அடிப்படை யாகக் கொண்ட, அதிக மகசூலுக்கான அறிவியல் பார்வையானது வெற்று தேற்றங்களை மட்டுமே கொண்டிருந்தது. காகிதத்தில் அதிகமான பக்கங்கள்

வேண்டுமானால் சேர்க்கப்படலாம், ஆனால் யாராலும் இதுபோன்ற தேற்றத்தை உருவாக்கவும் முடியாது; அதை நடைமுறையில் செயல்படுத்தவும் முடியாது. தனது குறிப்பிட்ட துறையில் நல்ல சிறப்பு வாய்ந்தவரான அரிசி அறிவியலறிஞர், டென்னிஸ் போட்டியில் நடப்பதை வர்ணிக்கும் விளையாட்டு வர்ணனையாளரைப் போல இருக்க முடியும்; ஒரு சிறந்த கற்பிப்பாளராகக் கூட இருக்க முடியும்; ஆனால் அவரால் ஒரு சிறந்த விளையாட்டு வீரராக ஆக முடியாது.

அதிக மகசூல் தேற்றத்தை செயல்முறை நுட்பங்களாக மாற்ற இயலாமை என்பது அடிப்படையில் முரண்பாடுடையதாகும்; அது அனைத்து அறிவியல் தேற்றங்களுக்கும் தொழில்நுட்பங்களுக்கும் உபயோகிக்கப்படுகிறது. அறிவிய லறிஞர் என்பவர் அறிவியலறிஞர் மட்டுமே, விவசாயி என்பவர் விவசாயி மட்டுமே. "இருவரும் ஒருபோதும் ஒன்றாக முடியாது." அறிவியலறிஞர் விவசாயத்தைப் பற்றி படிக்கலாம், ஆனால் அறிவியலைப் பற்றிய எந்த அறிவும் இல்லாமல் விவசாயியால் பயிர் வளர்க்க முடியும். இது அரிசி பயிர் செய்யும் வரலாற்றைத் தவிர வேறெங்கும் சிறப்பாக செய்யப்படவில்லை.

உடனடியான உண்மை நிலைக்கு அப்பால் பார்த்தல்: உற்பத்தித் திறனும் மகசூலும் தொடர்புள்ள விதத்தில் அளக்கப்படுகின்றன என்பது தெளிவானதாகும். சில அளவுகளுக்கு ஏற்ப மகசூல் என்பது அதிகமாகவோ அல்லது குறைவாகவோ இருக்கும். உற்பத்தித் திறனை உயர்த்த தேடும்போது, எந்த இடத்தில் அதிகரிக்க வேண்டும் என்பதற்கேற்ப தொடக்கப் புள்ளியை நாம் நிர்ணயித்துக் கொள்ளவேண்டும். ஆனால் சில சமயங்களில் முன்னோக்கி ஓர் அடி நகரும்போது, எந்தத் தீங்கும் வர முடியாது என்று நாம் நம்புகையில், அதிகமாக உற்பத்தி செய்ய வேண்டும், அதிக மகசூலைப் பெற வேண்டும் என்ற குறிக்கோளை நாம் எப்போதும் கொண்டிருக்கிறோமா?

மக்கள் அரிசி அறுவடைகளைப் பற்றி விவாதம் செய்யும்போது, சில கார ணங்களுக்காக மகசூலை அதிகரிப்பதற்கான முயற்சிகளில் அவர்கள் வழக்கமாக அதிக கவனம் கொள்கிறார்கள். "அதிக மகசூல்" என்பது நாம் தற்போது பெறு வதைவிட அதிகமான மகசூல் என எல்லோரும் நினைக்கிறார்கள். இது சில இடங்களில் கால் ஏக்கருக்கு 20 பஷெல், மற்றவற்றில் 25 பஷெல் வரை கிடைக் கிறது. "அதிக மகசூல்" பயிர் செய்தலுக்கான இலக்கு எதுவும் நிர்ணயிக்கப் படவில்லை.

புறப்படுகிற புள்ளியானது சென்றடையும் எல்லையை நிர்ணயிக்கிறது. முடிவுக்கான கோடு இருக்கும்போதுதான் தொடங்கும் கோடு அர்த்தம் உள்ள தாகிறது. தொடக்கத்திற்கான கோடு இல்லாமல் நம்மால் புறப்பட முடியாது. ஆகையால் பெரிது அல்லது சிறிது, லாபம் அல்லது நஷ்டம், நல்லது அல்லது கெட்டது போன்றவற்றைப் பற்றி பேசுவது அர்த்தமற்றதாகும்.

ஏனென்றால் உறுதியான, கேள்வி கேட்க முடியாத உண்மை நிலையை தந்ததற்காக நாம் தற்போது இருக்கிறதை எடுத்துக் கொள்ள வேண்டும். உற்பத்திக்கான எந்த ஒரு நிலையையும் அல்லது காரணியையும் விரும்பிய

வகையில் முன்னேற்றுவதற்காக, நாம் இயல்பாக இதை நமது புறப்படுவதற்கான புள்ளியாக ஆக்கிக் கொள்ள வேண்டும். எனினும் தற்போது என்பது மிகவும் நிலையற்றதாக, நம்ப முடியாத தொடக்கப் புள்ளியாக இருக்கிறது. இவ்வாறாக அழைக்கப்படும் உண்மை நிலையை நன்றாக பார்க்கும்போது, அதில் அதிகமான பகுதி மனிதனால் தயாரிக்கப்பட்டது என்பதையும், சாதாரண அறிவின் கருத்துடன் எழுந்து நிற்கிறது என்பதையும், ஒரு கட்டிடத்தின் எல்லா உறுதியான தன்மையும் அதே நிலைமைகளுக்கு உட்பட்டது என்பதையும் காட்டுகிறது.

அரிசி பயிர் செய்தலுக்கான பாரம்பரிய கருத்துக்களில் - உழுதல், படுகைகள் தயார் செய்தல், நாற்றுப் பிடுங்கி நடுதல், நீர் பாய்ச்சப் பெற்ற நெல்கள் - ஒன்றைப் புறப்படுவதற்கான அடிப்படைப் புள்ளியாக நாம் எடுத்துக்கொள்வது பெரிய தவறாக இருக்கலாம். உண்மையான வளர்ச்சி என்பது முற்றிலும் புதிய புள்ளியிலிருந்து தொடங்கும்போதுதான் கிடைக்கும்.

ஆனால் இந்தத் தொடக்கப் புள்ளியை ஒருவர் எங்கே தேடுவது? அது இயற்கையாகத்தான் கண்டறியப்படும் என நான் நம்பினேன். எனினும் தத்துவமான நோக்கில் பார்க்கும்போது, இயற்கையின் உண்மையான நிலையை புரிந்துகொள்ளாத ஒரே உயிரினம் மனிதன்தான். அவன் நிகழ்வுகளை அவனது சீர்தூக்கிப் பார்க்கும் அறிவால் பரிசோதிக்கிறான். தனது அதிசயமான உலகத்தை உண்மையான இயற்கை உலகமாக தவறாக எடுத்துக் கொள்கிறான். காலைப் பொழுதை ஒரு புதிய நாளின் தொடக்கம் எனப் பார்க்கிறான். தாவரத்தின் வாழ்க்கையில் முளைவிடுதல் என்பதுதான் தொடக்கம் என்றும், வாடிப்போதல் அதன் முடிவு என்றும் எடுத்துக் கொள்கிறான். ஆனால் இது அவனுடைய பார்வையில் மட்டுமான ஒருதலையான தீர்ப்பு என்பதைவிட வேறொன்றுமில்லை.

இயற்கை என்பது ஒரு பொருள். அதற்கு தொடக்கப் புள்ளியோ அல்லது சென்றடையும் இடமோ கிடையாது; முடிவற்ற ஓட்டத்தில் மட்டுமே இருக்கிறது; எல்லாப் பொருட்களின் குணத்திலும் உருவத்திலும் தொடர்ந்த மாற்றத்தைத் தருகிறது. இது நீடித்திருக்காது என்றுகூட சொல்லப்பட்டது. அதன்பிறகு இயற்கையின் உண்மையான சாறு என்பது “ஒன்றுமில்லாததாகும்.” இங்கேதான் உண்மையான தொடக்கப் புள்ளியும் சென்றடையும் இடமும் கண்டறியப்பட்டது. இயற்கையை நமது அடித்தளமாக ஆக்குவதற்கு “ஒன்றுமில்லை” என்பதில் தொடங்க வேண்டும்; புறப்படுவதற்கான இந்தப் புள்ளியையே நமது சென்றடையும் இடமாகவும் வைத்துக் கொள்ளவேண்டும். “ஒன்றுமில்லை” என்பதில் தொடங்கி “ஒன்றுமில்லை” என்பதற்கே திரும்பி வரவேண்டும். புதிய முன்னேற்றங்களை உருவாக்கும் மேடை நமக்கு முன்னே இருக்கும்போது சூழ்நிலைகளை நாம் நேரடியாக உருவாக்கக் கூடாது. அதற்குப் பதிலாக, அவசரமான சூழ்நிலையிலிருந்து நம்மை விலக்கி தொலைவில் வைத்துக்கொள்ள வேண்டும்; அதை - மு என்ற தத்துவத்திலிருந்து, மு இயற்கைக்கு திரும்பிச் செல்லத் தேடுவதை - உற்று நோக்க வேண்டும்.

இது மிகவும் கடினமானதாகத் தோன்றலாம்; ஆனால் மிகவும் எளிதான

தாகவும்கூட தோன்றலாம். ஏனென்றால் அவசரமான உண்மை நிலைக்கு அப்பால் உள்ள உலகம் என்பது, உண்மை நிலையைப் பற்றிய மனிதனின் விழிப்புணர்வுக்கு முந்தைய உலகத்தைவிட அதிகமாக ஒன்றுமில்லை. ஒரு சிறு பகுதியை மிக அருகிலிருந்து பார்ப்பதைவிட முழு படத்தையும் தொலைவிலி ருந்து பார்ப்பது அந்த அளவு சிறப்பாக இருக்காது. ஏனென்றால் இரண்டுமே பிரிக்க முடியாதபடி முழுமையான ஒன்றாகும். இந்தப் பிரிக்க முடியாத, வகுக்க முடியாத ஒற்றுமையானதுதான் "ஒன்றுமில்லை'' என்பதாகும். அதை அப்படியே புரிந்துகொள்ள வேண்டும். மு -வில் தொடங்கி மு -விலேயே முடிக்க வேண்டும் என்பதுதான் இயற்கை வேளாண்மையாகும்.

மனித அறிவு மற்றும் செயலின் அடுக்குகளை இயற்கையிலிருந்து ஒவ்வொன் றாகப் பிரித்து நாம் தூர எறிந்துவிட்டால், இயற்கை அதுவாகவே தோன்றும். இயற்கையான ஒழுங்குமுறையின் மீதான இவ்வாறான தெளிந்த பார்வை யானது, அறிவியலால் செய்யப்பட்ட தவறுகள் எவ்வளவு அதிகமானவை என்பதை நமக்குக் காட்டுகிறது. இன்றைய நாளின் அறிவியலை வெளியே தள்ளும் அறிவியலானது நிச்சயமாக பின்நிகழ்வதாகும். மேலும், இயற்கையின் கைகளை நம்பி பயிர்களை அதனிடம் ஒப்படைப்பது மட்டுமே அறிவியலுக்குத் தேவையானதாகும். இயற்கை வேளாண்மையின் தொடக்கப் புள்ளியே அது சென்றடையும் இடமும் இடையில் உள்ள பயணமும் ஆகும்.

இயற்கை வேளாண்மையின் - நேரம் அல்லது இடத்தைப் பற்றிய கருத்து இல்லாதது - உற்பத்தித் திறனானது அளவானதோ அல்லது அளவற்றதோ கிடையாது என ஒருவர் நம்பலாம். அது எந்த வித்தியாசத்தையும் உருவாக்காது. இயற்கையின் சுழற்சியுடன் நிலையான, மாறாத பாதையில் தொடரும் அறு வடைகளை மட்டுமே இயற்கை வேளாண்மை தந்தது. ஆயினும் அதைப் பற்றி இங்கே எந்தத் தவறும் இல்லை. இயற்கையான அறுவடைகள் எப்போதுமே சிறந்த சாத்தியமான மகசூலைத் தருகின்றன. அவை ஒருபோதும் அறிவியல் வேளாண்மைக்குக் குறைந்ததாக இல்லை.

"ஏதோவொன்று இருக்கிறது'' என்ற அறிவியல் உலகமானது "ஒன்று மில்லை'' என்ற இயற்கை உலகத்தைவிட சிறியதாகும். பரந்த, எல்லையற்ற இயற்கை உலகை அறிவியல் உலகம் அடைய முடியும் என்பதற்கு எந்த விளக்கமும் இல்லை.

உண்மையானக் காரணிகள் மிக முக்கியமானவை: உற்பத்தி என்பது மூலப்பொருட்கள் அல்லது பங்குபெறும் காரணிகள் இணைந்து உருவாக்கப் படுகிறது என நாம் தீர்மானிக்கிறோம். அப்போது, அவை ஒவ்வொன்றையும் தனித்தனியாக முன்னேற்ற நினைப்பதென்பது அடிப்படையில் தவறான அணுகு முறையாகும். வேறுபட்ட காரணிகளுக்கு இடையேயுள்ள பரஸ்பர சம்பந்தத்தைப் பார்க்காமல் தவிர்த்த அறிவியலறிஞர்களின் நேர்மையை நான் இப்போது பரிசோதித்துப் பார்க்க விரும்புகிறேன்; காரணிகளின் முக்கியத் துவத்தை மதிப்பிட்ட அவர்களுடைய விசுவாசத்தையும் நான் இப்போது பரிசோதித்துப் பார்க்க விரும்புகிறேன்; மகசூலில் வேகமான, கண்ணுக்குத்

தெரிந்த முன்னேற்றங்களைத் தருவதற்கு அதிக வாய்ப்புள்ள அந்த மூலப் பொருட்களைப் பற்றி மட்டும் படிப்பதற்குத் தேர்ந்தெடுத்த நேர்மையையும் பரிசோதித்துப் பார்க்க விரும்புகிறேன்.

உற்பத்தியில் பங்குபெற்றுள்ள காரணிகளின் எண்ணிக்கை அளவற்றது; மேலும் அனைத்துக் காரணிகளும் ஒன்றுடன் ஒன்று தொடர்புள்ளன. எதுவும் உற்பத்தியில் ஆதிக்கம் செலுத்துவதைத் தவிர்க்கவில்லை. மேலும், இவற்றை முக்கியத்துவத்தால் வரிசைப்படுத்த முடியாது. ஒவ்வொரு காரணியும் ஒன்றுடன் ஒன்று சிலந்தி வலைபோல தொடர்புள்ள காரணத்தால் அர்த்தமுள் ளவையாகும். ஆனால் முழுமையிலிருந்து அவற்றைத் தனியாக பிரித்தெடுத்து விட்டால் அவை எந்தப் பொருளையும் தராது. இவ்வாறாக இருந்தபோதும், தனிப்பட்ட காரணிகள் எப்போதும் பிரித்தெடுக்கப்பட்டு படிக்கப்படுகின்றன. ஆய்வு முயற்சிகள் ஏதோவொன்றிலிருந்து அர்த்தத்தைக் கண்டறியும் என எது சொன்னதோ அது அனைத்து அர்த்தத்தையும் பலவந்தமாக பிடுங்கிக் கொண்டது.

பொதுவாக பயிர் உற்பத்தியை அதிகரிப்பதற்கென பேசுவதற்கு முக்கியமான தலைப்புகள் எண்ணற்ற அளவில் இருக்கின்றன; படிப்பதற்குரிய காரணிகளும் எண்ணற்ற அளவில் இருக்கின்றன. இருந்தபோதும் உற்பத்தியை அதிகரிப்ப தற்கான விரைவான வழியானது, இந்தக் காரணிகளை ஏதோ ஒரு வழியில் முன்னேற்றுவதுதான் (லெபெக்கின் குறைந்தபட்ச விதி) என்று மக்கள் நினைக் கிறார்கள். அவர்கள் விதை விதைக்கிறார்கள், உரம் உபயோகிக்கிறார்கள், பூச்சி களையும் நோய்களையும் கட்டுப்படுத்துகிறார்கள். ஆகையால் பயிர் செய்யும் முறைகள், மண் மற்றும் உரங்கள், நோய் மற்றும் பூச்சிக்கொல்லிகளைப் பற்றி ஆய்வுகள் தொடர்வதில் வியப்பேதுமில்லை. மனிதனால் மாற்ற முடியாத கால நிலை போன்ற சுற்றுப்புற காரணிகள் மட்டுமே ஆராய்ச்சியில் தவிர்க்கப் படுகின்றன.

ஆனால் விளைவுகளிலிருந்து தீர்மானித்ததில், மனிதன் தன்னால் எளிதாக முன்னேற்ற முடியும் என்று நம்பியவை மகசூலுக்கான மிகச் சிக்கலான காரணிகள் அல்ல; மனிதன் தன்னால் மாற்ற முடியாதது என்று கைவிட்ட சுற்றுப்புற காரணிகளே மகசூலில் முக்கியக் காரணிகளாக இருந்தன. இன்னும் சரியாக சொல்வதானால், அத்தகைய காரணிகளை நாம் உடைத்து, மிக கவன மாகப் பிரித்து, அதன் முக்கியமான இன்றியமையாத விஷயங்களைப் பார்த் தால் அவை மிக அற்பமானதாக, உபயோகமற்றதாக இருக்கும். அறிவியலின் முழுமையான ஆழ்ந்த சோதனைக்கு இன்னமும் உள்ளாகாத, தீர்வுகாண முடியாத இத்தகைய பழைய காரணிகள் மகசூலில் அதிக முக்கியத்துவம் உடையவையாகும்.

வேளாண் ஆய்வு மையங்களைப் பல்வேறு பிரிவுகளாக - வளர்த்தல், பயிர் செய்தல், மண் மற்றும் உரங்கள், தாவர நோய்கள் மற்றும் தொந்தரவுதரும் பூச்சிகள் - பிரித்த செயலானது, இயற்கையைப் பற்றி படிப்பதற்கு வேளாண்மை தொடர்பான ஆய்வு விசாலமான அணுகுமுறையை எடுத்துக்கொள்ளவில்லை.

என்பதை நிரூபிக்கிறது. மாறாக, அது எளிய பொருளாதார தொடர்புகள் மற்றும் மனிதனின் விருப்பங்கள் அவனை எங்கே அழைத்துச் செல்கிறதோ அங்கெல்லாம் தொடங்குகிறது. கிட்டத்தட்ட உத்வேகத்தால் தூண்டப் பட்டதைப்போல, கிடைத்த பதிலைக் கொண்டு அந்தக் கணத்தின் கவனங்களுக் கேற்ப பகுதியான ஆய்வை மேற்கொள்கிறது.

நாம் எந்தத் துறையில் - அரிதான, வழக்கமற்ற முயற்சிகளை மேற்கொள்ளும் தாவரங்களை வளர்ப்பவர்கள்; அதிக மகசூலுக்கான ஆழ்ந்த அனுபவம் மற்றும் நிலங்களை நிர்வகித்தல்; உரம் உபயோகித்தலை முதன்மையாகக் கொண்ட மண் அறிவியல்; நோய்கள் மற்றும் தொந்தரவு தரும் பூச்சிகளைக் கட்டுப்படுத்து வதற்கான பூச்சிக்கொல்லிகளைப் பற்றிப் படிப்பதற்காக தங்களை அர்ப் பணித்துக் கொண்ட, பலவீனமான தாவரத்தின் உடல்நிலையைப் பற்றி சிறிதும் கவனம் கொள்ளாத, பூச்சிகள் ஆய்வு வல்லுநர்கள் மற்றும் நோய்கள் அறிந்த வல்லுநர்கள்; மாற்றுவழி ஏதும் இல்லை என்றபோது மட்டும் சிறிது கவனத்தைப் பெறுகிற, மிகக் குறைந்த அனுகூலத்தைத் தரக்கூடிய, மிகக் குறுகிய நேரத்தில் வரையறுக்கப்பட்ட பிரிவாகிய, வேளாண் வானிலையில் ஆய்வு செய்யும் வானிலை ஆய்வு வல்லுநர்; - ஆய்வு மேற்கொண்டாலும் ஒரு விஷயம் தெளிவானதாகும். மனிதனுக்கும் வேளாண் பயிர்களுக்கும் இடையே யுள்ள உறவை சரியாகப் புரிந்துகொள்ள நவீன வேளாண்மை ஆய்வுகள் எந்த முயற்சியையும் மேற்கொள்ளவில்லை என்பதேயாகும்.

இவ்வாறாக ஆய்வு மிகச் சிறப்பாக வளர்ந்து, வரையறுக்கப்பட்ட பிரிவுகளில் மிகக் குறுகிய நேரத்தில் முன்னேறி சிறிய உலகங்களிலும் கூட ஊடுருவிச் சென்றுவிடுகிறது. தன்னுடைய ஆய்வானது இயற்கையின் ஆழமான அடுக்கை அடையும் என்று அறிவியலறிஞர் நம்புகிறார். அவருடைய முயற்சிகள் இயற்கை உலகின் அடிப்படையான புரிந்துகொள்ளுதலுக்கு மிக அருகே மனிதனைக் கொண்டு செல்லும் என்றும் எண்ணுகிறார். ஆனால் இத்தகைய கஷ்டப்பட்ட முயற்சிகள் வெறும் புறப்பரப்பை மட்டும் பார்க்கிற ஆய்வாகும். அது மனிதனை இயற்கையிலிருந்து வெகு தூரம் விலக்கிக் கொண்டு செல்கிறது.

ஆரம்பக் கால மனிதன் சூரியதோயத்தில் எழுந்து தரையில் படுத்து உறங்கி னான். பழங்காலத்தில் சூரியனின் கதிர்கள், மண், மழை போன்றவை பயிரை வளர்த்தன. மக்கள் இவற்றைக் கொண்டு வாழக் கற்றுக்கொண்டார்கள்; ஆகாயத்துக்கும் நிலத்துக்கும் நன்றி உள்ளவர்களாக இருந்தார்கள்.

அறிவியலில் நம்பிக்கை கொண்ட மனிதன் சிறிய தகவல்களை நன்கு அறிந்த வனாக இருந்தான்; பயிர் வளர்ப்பதைப் பற்றி பழங்காலத்து விவசாயிகளைவிட தனக்கு அதிகமாக தெரிந்திருப்பதாக அவன் நம்பினான். ஆனால் சூரியனின் கருணையால் பயிர்கள் வளர்கின்றன என்பதை அறிந்த விவசாயியைவிட அறிவியலறிஞர் - ஸ்டார்ச் என்பது கார்பன்டை ஆக்சைடு, நீர் மற்றும் குளோரோபைலின் உதவியுடன் இலைகளுக்குள்ளே ஒளிச்சேர்க்கை செயலால் தயார் செய்யப்படுகிறது; இந்த ஸ்டார்ச் செயலின்போது ஆக்சிஜனேற்றத்தில் வெளியிடப்படும் சக்தியைக் கொண்டு தாவரங்கள் வளர்கின்றன என்பதை

நன்கு அறிந்தவர் - ஒளி மற்றும் காற்றைப் பற்றி சிறப்பாக அறிந்திருக்கிறாரா? நிச்சயமாக இல்லை! ஒளி மற்றும் காற்றின் ஒரேயொரு வேலையைப் பற்றி மட்டும் அறிவியலறிஞர் நன்கு அறிந்திருக்கிறார் - அது அறிவியலின் காட்சி யாகப் பார்க்கப்படுகிறது. இந்த உலகத்தின் மாறுகிற அதிசய காட்சியாக காற்று மற்றும் ஒளியைப் பார்க்க இயலாமல் மனிதன் அவற்றை இயற்கையிலிருந்து பிரிக்கிறான்; பிறகு இறந்துபோன திசுவை பூதக்கண்ணாடியைக் கொண்டு பார்ப்பதைப் போல அவற்றைப் பரிசோதிக்கிறான். ஒளி என்பது முற்றிலும் இயற்கைக்குரிய அதிசயக் காட்சி என்பதைத் தாண்டி அதிகமாக பார்க்க இயலாத அறிவியலறிஞர் உண்மையில் ஒளியைப் பற்றித் தெரியாத குருடரே ஆவார்.

பயிர் என்பது நிலத்தால் வளர்க்கப்படவில்லை; நீர் மற்றும் போஷாக்கின் உதவியாலேயே பயிர்கள் வளர்கின்றன என்றும், அவற்றை சரியான நேரத்தில் தகுந்த அளவில் வழங்குவதால் அதிக மகசூல் பெற முடியும் என்றும் மண் அறிவியலறிஞர் கூறுகிறார். ஆனால் அவருடைய ஆய்வகத்தில் இருப்பது இறந்துபோன, தாது மண்தான்; இயற்கையான, உயிருள்ள மண் இல்லை என்பதை அவர் கண்டிப்பாக தெரிந்துகொள்ள வேண்டும். மலைகளிலிருந்து பூமிக்கு ஓடிவரும் நீரானது, சமவெளியில் ஆறாக ஓடும் நீரிலிருந்து வேறு படுகிறது. அத்தகைய அபரிமிதமாக பெருக்கெடுத்து ஓடும் நீர் அனைத்து உயிர் களுக்கும் பிறப்பைத் தருகிறது. ஆறானது நுண்ணுயிரிகள், கடற்பாசியிலிருந்து மீன் வரை, கிளிஞ்சல்கள் என அனைத்து உயிர்களையும் தன்னுள்ளே கொண்டி ருக்கிறது. அத்தகைய நீரானது ஆக்சிஜன் மற்றும் ஹைட்ரஜன் இணைந்த கலவை என்பதைவிட அதிகமாக ஒன்றும் இல்லை.

விவசாயிகள் தாவரங்கள் வளர்வதற்காக கண்ணாடியாலான வீடுகள் மற்றும் நாற்றங்கால்களை உருவாக்குகிறார்கள். அங்கே காய்கறிகள் மற்றும் பூக்கள் வளர்கின்றன; சூரிய ஒளி என்றால் என்ன அல்லது கண்ணாடி மற்றும் வினைல் தகட்டின் வழியாக ஊடுருவும்போது ஒளி எத்தகைய மாற்றத்தை ஏற்படுத்து கிறது என்பதைப் பற்றி அறியாமலேயே அவை வளர்கின்றன. அவற்றைச் சந்தையில் வாங்குவதற்கான விலை என்னவாக இருந்தாலும் கவலை இல்லை; அத்தகைய இடங்களில் வளரும் காய்கறிகளும் பூக்களும் உண்மையான தாகவோ அல்லது எந்த மதிப்பையும் உடையதாகவோ இருக்க முடியாது.

தற்செயலான உறவைப் பற்றிய புரிந்துகொள்ளல் இல்லாமை: இந்த வருடம் மோசமான வானிலையால் அறுவடை எப்படி மோசமாக இருந்தது என்பதைப் பற்றி விவசாயி பேசலாம். அதேநேரம் நிபுணர்கள் பின்வருமாறு மேலும் அதிகமான தகவல்களைத் தருவதற்குப் போய்விடுவார்கள் : "இந்த வருடம் நன்றாக உழுததன் காரணமாக அதிக எண்ணிக்கையிலான தலைகள் இருந்தன. தலைக்கு இவ்வளவு என தானியத்தின் எண்ணிக்கையும் அதிகமாக இருந்தன, ஆனால் தலைகள் மெதுவாக வளர்ச்சியடைந்தபோது சூரிய ஒளி குறைவாக இருந்ததால் மோசமான அறுவடையைத் தந்தன."

இரண்டாவது விளக்கமானது அதிகமான விவரிப்புக்குத் தொலைவில் உள்ள

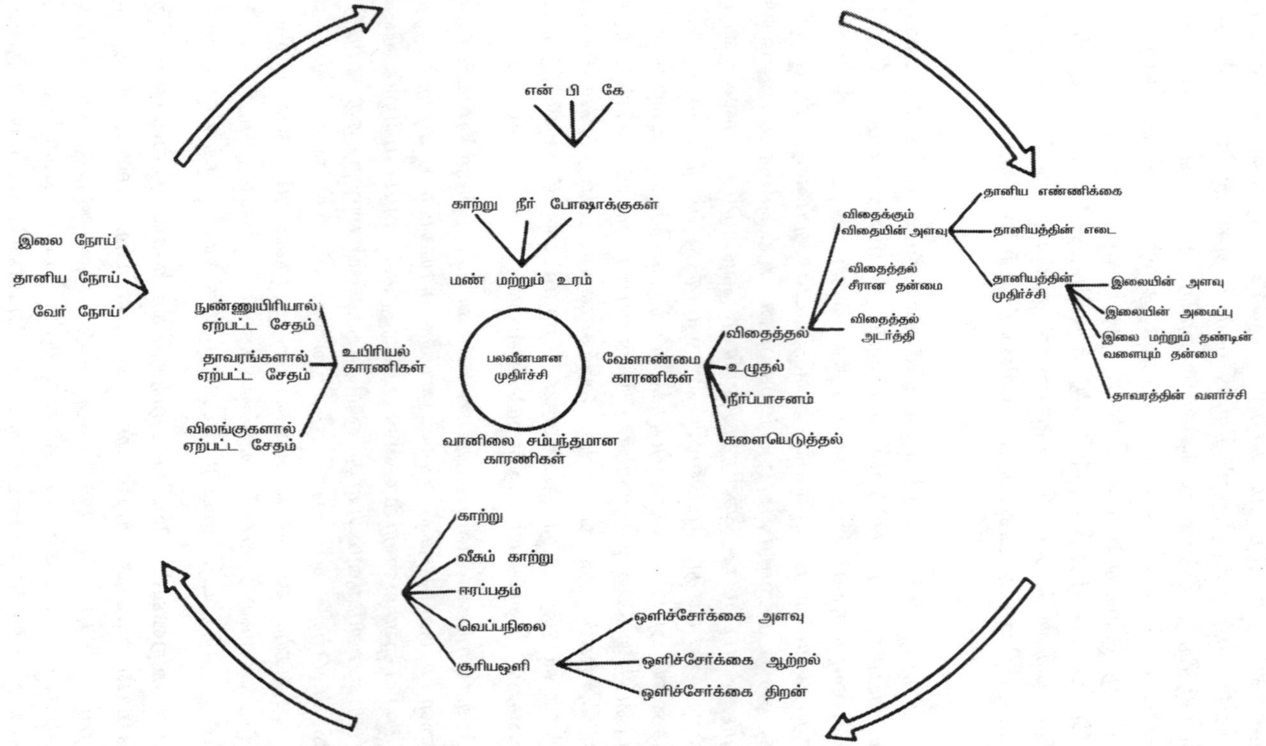

படம் 2.14 - பலவீனமாக முதிர்ச்சி அடைவதற்கான காரணத்தின் தொகுப்பு

தாகவும், நிஜமான உண்மைக்கு அருகில் இருப்பது போலவும் தோன்றுகிறது. பக்குவமடைதல் குறைவாக இருப்பதற்குப் போதுமான அளவு சூரிய ஒளி இல்லாதது கண்டிப்பாக ஒரு காரணம்தான். ஆகையால் இவையிரண்டும் தற்செயலாக தொடர்புடையது என்பது தெளிவாகிறது. இருந்தபோதும் அந்த வருடம் மோசமான அறுவடைக்குப் பின்னால், சூரிய ஒளி பற்றாக்குறையாக இருப்பதே காரணம் என ஒருவர் அறிவிக்க முடியாது. ஏனென்றால் இந்த இரண்டு காரணிகளுக்கும் - பக்குவமடைதல் மற்றும் சூரிய ஒளி - இடையே உள்ள இயல்பான உறவானது தெளிவற்றதாகும். போதுமான சூரியஒளி இல்லாமை மற்றும் குறைவான பக்குவமடைதல் என்பதற்குப் போதுமான சூரிய ஒளி இலைகளால் பெறப்படவில்லை என்று அர்த்தம் கிடையாது. தாவரம் அதிகமாக வளர்ச்சி அடைந்ததால் இலைகள் தலைகுனிந்து இருப்பது காரண மாக இருக்கலாம். இலைகள் தலைகுனிந்து இருப்பதற்கு எண்ணற்ற காரணிகள் இருக்கலாம். அநேகமாக மிக அதிகமான அளவு நைட்ரஜன் உரங்கள் உப யோகிக்கப்பட்டு உறிஞ்சுக் கொள்ளப்பட்டதன் விளைவாக இருக்கலாம். அல்லது வேறு சில போஷாக்குகள் பற்றாமல் போனது காரணமாக இருக்க லாம். அநேகமாக சிலிகா பற்றாக்குறையால் தண்டு பலவீனமடைந்தது காரண மாக இருக்கலாம். அல்லது செயல்முறையில் உள்ள மந்தத்தின் காரணமாக அதிக அளவு நைட்ரஜன் இலையில் இருப்பது காரணமாக இருக்கலாம். ஏதோ காரணத்தால் நைட்ரஜன் போஷாக்குகள் புரோட்டீனாக மாறுதல் காரணமாக இருக்கலாம். ஒவ்வொரு காரணத்திற்குப் பின்னாலும் மற்றொரு காரணம் இருக்கிறது.

காரணங்களைப் பற்றி நாம் பேசும்போது, ஒன்றுடன் ஒன்றாக தொடர்பு டைய காரணங்கள் - அடிப்படைக் காரணங்கள், தொலைவிலுள்ள காரணங் கள், பங்குபெறும் காரணிகள், முன்னதாக பரவச் செய்யும் காரணிகள் - சிக்க லான சிலந்தி வலையாக இருப்பதைக் கூறலாம். குறைவாக பக்குவமடைவதற் கான உண்மையான காரணத்தைப் பற்றி எளிய, சுருக்கமான விளக்கத்தை ஒருவரால் தர முடியாததற்கான காரணம் இதுவேயாகும்; மிகவும் விவரமான விளக்கமானது உண்மையைப் பற்றிப் பிடிப்பதற்கு மிக அருகில் இல்லை என்பதற்கும் இதுவே காரணமாகும். சூரிய ஒளி பற்றாக்குறை அல்லது முளை விடும்போது அதிகமான நைட்ரஜன் அல்லது நீர் பற்றாக்குறையின் காரணமாக ஸ்டார்ச் சரியாகச் செல்லாதது போன்றவை மோசமான அறுவடைக்குக் காரணங்களாக கற்பிக்கப்படலாம். அல்லது குறைவான வெப்பநிலைகூட அடிப் படைக் காரணமாக இருக்கலாம். எந்த ஒரு நிகழ்விலும் உண்மையான காரணம் என்ன என்பதைச் சொல்வது சாத்தியமில்லை.

அப்படியானால் நாம் என்ன செய்ய வேண்டும்? இவை எல்லாவற்றிலிருந்தும் மோசமான அறுவடை என்பது காரணிகளுடைய தொகுப்பின் விளைவே என்ற தீர்மானத்திற்குத்தான் நாம் வரவேண்டும். எல்லாம் தலைவிதி என்று விவசாயிகள் சொல்வதைவிட அதற்கு அதிகமான அர்த்தம் கிடையாது. விரிவான விளக்கத்தால் அறிவியலறிஞர் வேண்டுமானால் மகிழ்ச்சியடைய லாம். ஆனால் மோசமான அறுவடைக்குக் காரணம் என்னவென்று நாம் கவன

மாக பகுத்தாயாமல் அல்லது எல்லாவித பகுத்தாய்தலையும் காற்றில் வீசி எறியாமல், அது சிறிய அளவு மாற்றத்தைக் கூட உருவாக்காது. அதன் விளைவு ஒன்றாகவே இருக்கும்.

ஒரு வருடத்தின் அறுவடையை பகுத்தாய்வதென்பது அடுத்து வரும் வருடத்தில் அரிசி விளைச்சலை அதிகரிக்கும் என அறிவியலறிஞர்கள் நம்ப லாம். எனினும் வானிலை என்பது எப்போதும் ஒரே மாதிரியாக இருக்காது. ஆகையால் அடுத்த வருடம் அரிசி வளரப் போகும் சூழ்நிலையானது இந்த வருடத்திலிருந்து முற்றிலும் மாறுபட்டதாக இருக்கும். ஏனென்றால் உற்பத்திக் கான அனைத்துக் காரணிகளும் ஒன்றுடன் ஒன்று தொடர்பில் உள்ளன. ஒரு காரணி மாறினால் அது மற்ற அனைத்துக் காரணிகளையும் சூழ்நிலைகளையும் பாதிக்கிறது. இதற்கு அர்த்தம் என்னவென்றால் இந்த வருடத்தின் அனுபவங் கள் மற்றும் ஆய்வுகளை முற்றிலும் உபயோகமற்றதாக விட்டுவிட்டு, அரிசி யானது அடுத்த வருடம் முற்றிலும் வேறுபட்ட சூழ்நிலையில் வளர்கிறது. கடந்து போனதை சிந்தித்துப் பார்த்து பயன்களை பரிசோதித்தல் என்பது உப யோகமானதாக இருந்தபோதும், நாளைய துயரத்தை மாற்றுவதற்கு நேற்றைய விளக்கங்களால் முடியாது.

இயற்கையில், காரணிகளுக்கு இடையில் உள்ள உறவானது ஆய்வுகள் மற்றும் பகுத்தாய்தலைக் கொண்டு மனிதனால் வெளிப்படுத்த முடியாதபடி சிக்கலாக இருக்கிறது. அநேகமாக ஒரு நேரத்தில் மெதுவாக ஓர் அடி எடுத்து வைத்து முன்னேறுதலில் வேண்டுமானால் அறிவியல் வெற்றியடையலாம்; ஆனால் முடிவற்ற நீண்ட சாலை முழுவதும் உள்ள அடர்ந்த இருளில் தட்டுத் தடவிச் செல்வதைப்போல, நிகழ்வின் உண்மையை அறிந்துகொள்ள அறிவிய லால் ஒருபோதும் முடியாது. பூர்த்தியாகாத விளக்கங்களையும், ஒரு விரலால் சுட்டிக் காட்டுவதால் எதுவும் தவறாகிப் போகவில்லை என்பதைப் பார்ப்ப தாலும், இதுதான் காரணம் அதுதான் காரணி என அறிவிப்பதாலும் அறிவிய லறிஞர்கள் மகிழ்ச்சி அடைவதுதான் இதற்குக் காரணமாகும்.

ஆய்வுகள் அதிகமாக வளர்ந்தபோது புத்திசாலித்தனமான தகவல்களும் அதிக அளவில் வளர்ந்தன. காரணங்களுக்கான முந்தைய காரணங்கள் எண்ணிக்கையிலும் ஆழத்திலும் அதிகரிக்கின்றன; அவை நம்ப முடியாதபடி சிக்கலாக இருக்கின்றன. அதுபோல, காரணிகளும் விளைவுகளும் வெளிப் படுத்த முடியாத அளவுக்கு சிலந்தி வலைபோல ஒன்றிணைந்துள்ளன. இந்தத் தனிப்பட்ட நூல் இழைகளில் உள்ள ஒவ்வொரு இரகசியங்களைப் பற்றியும் மிகத் தெளிவான விவரங்கள் தருவதில் மட்டுமே அறிவியல் வெற்றி அடை கிறது. ஒவ்வொரு நிகழ்வுக்கும் அல்லது செயலுக்கும் எண்ணற்ற காரணங்கள் இருக்கின்றன; அதேபோல எண்ணற்ற தீர்வுகளும் இருக்கின்றன. இவையெல் லாம் ஒன்றிணைந்து ஆழமாகவும் அகலமாகவும் சென்று முடிவற்ற சிக்கல் உடையதாக ஆகின்றன.

குறைவாக பக்குவமடைதல் என்ற சிறிய விஷயத்திற்கு தீர்வைக் காண்பதற்கு, இதற்கு காரணமாக இருக்கும் ஒவ்வொரு துறையில் உள்ள மூலப் பொருட்

களுக்கும் - காலநிலை, உயிரியல் சார்ந்த சூழ்நிலை, பயிர் செய்யும் முறைகள், மண், உரம், நோய் மற்றும் பூச்சிக்கொல்லி கட்டுப்படுத்தல், மனித காரணிகள்- ஒரே நேரத்தில் தீர்வு காண ஒருவர் தன்னைத் தயார்படுத்திக் கொள்ள வேண்டும். முன்னுக்குப் பின் முரணான நிலையுடனான இந்த வீண்முயற்சி எவ்வளவு கடினமானது, அபாயம் நிறைந்தது என்பதைப் பற்றி எச்சரிக்கை கொள்ள இத்தகைய ஏககால தீர்வின் தோற்றங்களைப் பார்ப்பதே ஒரு மனிதனுக்கு போதுமானதாகும். ஆயினும் இது ஏற்கனவே தவிர்க்க முடியாததாக ஆகிவிட்டது.

பெரிய தானிய தலைகளைத் தாங்கும் அரிசி வகைகளைத் தேர்வு செய்தால் அது வளரும்போது அதிகமான சூரிய ஒளியைப் பெறும், அதிகமான உரம் உபயோகிக்கலாம், முழுவதுமாக பூச்சிக்கொல்லிகளால் கட்டுப்படுத்தலாம், அதனால் அதிக மகசூலைப் பெறலாம் என்று மக்கள் நம்புகிறார்கள். எனினும், பெரிய தலைகளைத் தாங்கும் வகைகள் வழக்கமாக ஒரு தாவரத்திற்கு குறை வான தலைகளையே பெற்றிருக்கின்றன. சூரியஒளியை அதிகமாக அனுமதிப்பது தான் குறிக்கோளாக இருந்தால், இத்தகைய தாவரம் அடர்த்தியாக வளர உதவி செய்யாது. மேலும், உரங்களை அதிகமாக உபயோகித்தல் என்பது தாவரத்தை அதிகமாக வளரச் செய்யும்; அதனால் சூரிய ஒளியை அதிகரிப்பதற் கான முயற்சிகளை மீண்டும் தோல்வி அடையச் செய்யும். பெரிய அடிப் பகுதியையும் தலைகளையும் பெறுவதற்காக எடுக்கப்படும் முயற்சிகள் அரிசி தாவரத்தை பலவீனப்படுத்துகிறது; நோய்களையும் பூச்சி சேதத்தையும் அதிகப் படுத்துகிறது. அப்போது அரிசி தாவரத்தின் வாழ்விடத்தில் பூச்சிக்கொல்லி முயற்சிகள் முழுமையாக இருக்கின்றன.

களைகளின் வளர்ச்சியின் காரணமாக, கிடைக்கும் சூரிய ஒளியை சரியாகப் பெற முடியாமல் இருக்கும் தாவரத்தின் ஒளி அளவை அதிகரிப்பதற்காக நீரை வீணாக்காமல் அரிசி பயிர் செய்தல் உபயோகிக்கப்பட்டது; போதுமான நீர் இல்லாமை என்பது போஷாக்குகள் செல்வதைக்கூட தடை செய்யலாம். ஒளிச் சேர்க்கைத் திறனை அதிகப்படுத்துவதற்கான முயற்சியானது தாவரத்தின் ஒளிச்சேர்க்கை ஆற்றலைக் குறைக்கலாம். நீர்ப்பாசனம் செய்வது வெப்பநிலை அதிகமாக இருக்கும்போது சுறுசுறுப்பான வளர்ச்சியை ஊக்குவிக்கும்; அதனால் அரிசி தாவரங்களுக்கு நீர்ப் பாசனம் செய்வது பயனுள்ளது எனத் தீர்மானித்து பாசனம் செய்தால் வேர் அழுகிப் போய்விடும். அதன் பயனாக மோசமாக பக்குவமடைந்திருக்கும்.

இன்னும் சரியாகச் சொல்ல வேண்டுமென்றால், ஒளிச்சேர்க்கையை முன்னேற்றுவது என்பது ஸ்டார்ச்சின் அளவை அதிகரிக்க வேண்டுமானால் திறமையாக இருக்கலாம். அறுவடை மகசூலை நிர்ணயம் செய்யும் மற்ற மூலப் பொருட்களின் மீது அது எந்த அனுகூலமான ஆதிக்கத்தையும் தீவிரமாக செலுத்தவில்லை. உண்மையில் அது எண்ணற்ற எதிர்மறையான விளைவு களையே கொண்டிருக்கிறது.

சுருக்கமாகச் சொல்வதென்றால், இவை அனைத்தையும் மிகச் சரியாக

வேலை செய்யும்படியாக ஒரே ஒரு செயலில் இணைப்பதற்கு வழியே இல்லை. முன்னேற்றப்பட்ட அதிகமான நடவடிக்கைகள் ஒன்றிணைக்கப்பட்டால், இத்தகைய நடவடிக்கைகள் எல்லாம் நிச்சயமற்ற முடிவைத் தருவதற்காக ஒன்றையொன்று வெளியே அனுப்புகின்றன. ஆகையால் முடிவாக கிடைக்கும் ஒரேயொரு தீர்மானமும் ஒருபோதும் தெளிவான தீர்மானமாக இருப்பதில்லை.

மக்களின் மனதில் என்ன இருக்கிறதென்றால், தாவரத்தின் வகை அபரிமித மானதைச் சுமந்திருக்கிறது. அது உயர்த்துவதற்கு எளிதானது; நல்ல சுவை உடையது என்று மக்கள் நினைக்கிறார்கள். குறிப்பிட்ட ஒரு வகை எல்லா சூழ் நிலைகளையும் திருப்தி செய்யும் என்பது போன்ற நாள் ஒருபோதும் வராது.

தன்னுடைய கஷ்டப்பட்ட முயற்சிகளானது தனது காலத்திற்குத் தேவை யான வகையை உற்பத்தி செய்யும் என்று வளர்த்தல் நிபுணர்கள் நம்பக்கூடும். ஆனால் மூன்று நல்ல அம்சங்களுடன் உருவாக்கப்பட்ட வகையானது மூன்று கெட்ட அம்சங்களையும் கொண்டிருக்கிறது. ஆறு வலிமைகளை உடைய வகையானது ஆறு பலவீனங்களையும் கொண்டிருக்கிறது. இவை அனைத்தும் எதைக் காட்டுகிறது என்றால், நல்லது என்று நினைக்கிற வகை அநேகமாக மோசமான வகையாக இருக்கலாம். ஏனென்றால் தீர்வு காண முடியாதபடி தடை செய்யும் பல புதிய முரண்பாடுகள் அதில் இருக்கலாம்.

தனித்தனியாக பரிசோதிக்கும்போது அறிவியலறிஞர்களால் கொண்டு வரப் பட்ட ஒவ்வொரு முன்னேற்றங்களும் தெளிவானது, தகுந்தது என்பது போலத் தோற்றமளிக்கும். இருந்தாலும் மொத்தமாகப் பார்க்கும்போது, அவை ஒன்றை ஒன்று வெளியே தள்ளி முற்றிலும் பயனற்றதாக இருக்கின்றன.

இத்தகைய பரஸ்பர ரத்து செய்யும் குணமானது இயற்கையின் சம நிலையிருந்து வருவிக்கப்பட்டதாகும். இயற்கை இயற்கையாகவே செயற்கை யானதை வெறுக்கிறது; மகசூல்களை அதிகரித்தலில் மனித தொழில் நுட்பங் களைக் கைவிட்டுவிட்டு அதன் உண்மையான நிலைக்குத் திரும்புவதற்கு ஒவ் வொரு முயற்சியையும் மேற்கொள்கிறது. இந்தக் காரணத்தால், இயற்கையான கட்டுப்பாடு பெரிய அறுவடைகளை நிறுத்தி வைத்துவிட்டு, சிறிய அறுவடை களை உயர்த்துகிறது; இயற்கையின் சமநிலையைத் தொந்தரவு செய்யாமல் இயற்கையான மகசூலை நெருங்குவதற்கான அணுகுமுறையே அத்தகையது.

எந்த ஒரு விஷயத்திலும், செயல்களின் அடிப்படைக் காரணங்களும் விளைவுகளும் எந்த ஒரு குறிப்பிட்ட நேரத்திலும் இடத்திலும் எழும் என்பது மனிதனுக்கு தெரிந்திருக்க முடியாது. அதில் இணைந்துள்ள தற்செயலான உறவைப் பற்றி அவனால் உண்மையாக புரிந்துகொள்ளவும் முடியாது. அவனது தொழில்நுட்பத்தின் உண்மையான திறன் என்ன என்பதை அறியவும் அவனுக்கு எந்த வழியும் இல்லை. நீண்ட ஓட்டத்தில் சிறந்த தீர்மானம் எதுவும் வரப் போவதில்லை என்பதை அவன் அறிந்திருந்தான்; இருந்தபோதும், தனது பகுதி யான தீர்மானங்கள் மற்றும் உபாயங்கள் மொத்தத்தில் சிறப்பாக இருக்கும் என்பதில் உள்ள தனது நம்பிக்கையை அவன் ஒருபோதும் கைவிடவில்லை. மனிதனின் நுண்ணறிவை உபயோகித்துச் செய்யப்படும் செயலால் எழுகிற

விளைவுகளை முன்னதாகக் கூறுவது முற்றிலும் சாத்தியமற்றதாகும். அந்த விளைவுகள் நன்மை தரக்கூடியவை என்று மனிதன் மட்டும்தான் நினைக்கிறான்.

விசாலமான, எல்லாவற்றிற்கும் ஒரே நேரத்தில் உபயோகிக்கக்கூடிய நடவடிக்கைகளை உண்டாக்க வேண்டும் என்ற விருப்பம் மனிதனுக்கு இருந்த போதும், அவற்றைச் செய்யும் திறன் கடவுளுக்கு மட்டுமே உண்டு. இயற்கையின் மூலப்பொருட்களுக்கு இடையேயுள்ள ஒத்த தொடர்பு மற்றும் தற்செயலான உறவுகள் என்பது தெளிவற்றதாக இருக்கின்றன. மனிதனின் புரிந்து கொள்ளுதலும் விளக்கமும் உறுதியற்றதாகவும் கிட்டப் பார்வை உடைய தாகவும் மட்டுமே இருக்கும். அர்த்தமற்ற குழப்பங்களுக்குக் காரணம் கண்டறிவதில் வெற்றி அடைந்த பிறகே அவனது முயற்சிகள் எல்லாம் வெளியே தள்ளப்பட்டு அவன் இறுதியாக இயற்கையில் புதைந்து போவான்.

இயற்கை வேளாண்மையின் தேற்றம்

3

இயற்கை வேளாண்மைக்கும் அறிவியல் வேளாண்மைக்கும் தொடர்புடைய நன்மைகள்

இரு வழிகளில் இயற்கை வேளாண்மை

இயற்கை வேளாண்மை மற்றும் அறிவியல் வேளாண்மை இரண்டிற்கும் இடையே உள்ள வித்தியாசங்களில் சிலவற்றை நான் ஏற்கனவே சுட்டிக் காட்டி இருக்கிறேன். இருந்தபோதும், ஒவ்வொன்றும் எந்தக் கொள்கையை அடிப்படையாகக் கொண்டு விளங்குகின்றன என்பதை நான் இங்கே ஒப்பிட்டுப் பார்க்க விரும்புகிறேன். விளக்கிக் கூறுவதற்கு வசதியாக இருப்பதற்காக, இயற்கை வேளாண்மையை இரண்டு வகையாகப் பிரித்துக்கொண்டு, அவற்றைத் தனித்தனியானவையாக கருதப் போகிறேன்.

மகாயானா இயற்கை வேளாண்மை : மனித ஆன்மாவும் மனித வாழ்க்கையும் இயற்கையின் இணக்கத்துடன் பிரிக்க முடியாதபடி கலந்திருக்கும்போது, மனிதன் தன்னை முழுமையாக இயற்கையின் சேவைக்கு அர்ப்பணிப்பான். இயற்கை உலகின் பூரணமான ஒரு பகுதியாக சுதந்திரமாக வாழ்வான்; பயனுள்ள முயற்சியைத் தேடி அலையாமல் அதன் தயாள குணத்தில் வாழ்வான். மகாயானா இயற்கை வேளாண்மை என்று நான் அழைக்கும் இந்த வகையான வேளாண்மையானது, மனிதன் இயற்கையுடன் ஒன்றாகிவிட்ட போது அறிந்து கொள்ளப்பட்டதாகும். ஏனென்றால் இந்த வகையான வேளாண்மைதான் நேரம் மற்றும் இடத்தைத் தாண்டிச் சென்று, புரிந்து கொள்ளுதலின் உச்சத்தையும் அறிவு ஒளியையும் அடைய முடியும்.

இயற்கை மற்றும் மனிதனுக்கு இடையேயுள்ள இந்த உறவானது திருமண வாழ்க்கையைப் போன்றதாகும். இதில் இணையர் ஒன்றிணைந்து, ஒருவரிடம் ஒருவர் எதுவும் கேட்காமல், கொடுக்காமல் அல்லது பெறாமல் சிறப்பான வாழ்க்கையை வாழ்கிறார்கள். மகாயானா வேளாண்மை என்பது இயற்கையுடன் இணக்கமாக வாழ்க்கையை இணைத்தல் என்பதாகும். இதுபோன்ற வாழ்க்கையை வாழ்பவர்கள் துறவிகள் மற்றும் புத்திசாலி மனிதர்கள் ஆவர்.

ஹினாயானா இயற்கை வேளாண்மை : மனிதன் மிக்க ஆவலுடன், மகா யானா வேளாண்மையின் ராஜ்ஜியத்திற்குள் நுழைவதற்கு வாயிலைத் தேடிய போது இந்த வகையான வேளாண்மை தோன்றியது. இயற்கையின் தயாள குணம் மற்றும் உண்மையான வளங்களில் விருப்பம் கொண்டு, அதைப் பெறுவதற்கு அவன் தன்னைத் தயார்படுத்திக் கொண்டான். இது முழுமையான ஞானோபதேசத்தை நோக்கி நேரடியாக அழைத்துச் செல்லும் சாலை; ஆனால் அந்தப் பூரணமான நிலையின் குறுகிய வடிவமாகும். இங்கே மனிதன் மற்றும் இயற்கைக்கு இடையேயுள்ள உறவானது காதலர்களுக்கு இடையே உள்ளதைப் போன்றதாகும்; அதாவது, தான் நேசிப்பவரிடம் அதிக ஆசையுடன் இருக்கிற, அவருடைய கையைப் பற்றுவதற்குக் கேட்கிற, ஆனால் முழுமையான இணைப்பினை உணர முடியாத காதலர்களுக்கு இடையே உள்ள உறவைப் போன்றதாகும்.

அறிவியல் வேளாண்மை : இதில் மனிதன் அடிப்படையில் இயற்கையிடமிருந்து விலகி முரண்பட்ட நிலையில் இருப்பான். முழுவதுமாக செயற்கையான உலகில் வாழ்வான்; எனினும் இயற்கைக்குத் திரும்ப வேண்டும் என்ற ஆவல் கொண்டவனாக இருப்பான். இந்த நிலையில் அறிவியல் வேளாண்மை எப்போதும் குருட்டுத்தனமாக முன்னும் பின்னும் அலைந்து கொண்டிருக்கும். அது இயற்கையின் வளங்களை அழைக்கும்போது, மனித அறிவு மற்றும் செயல்களால் இயற்கையை மறுக்கும். நமது உவமையின்படி பார்க்கும்போது, நமது காதலர் இங்கே திருமணத்திற்கு யாருடைய கையைக் கேட்பது என்று தீர்மானிக்க இயலாமல் இருத்தலைப் போன்றதாகும்; தனது மன உறுதி இல்லாத தன்மையால் சித்திரவதைப்படுதல், வெட்கமில்லாமல் பெண்களை மணம்புரிய கோருதல், சமூக மரியாதையில் அஜாக்கிரதையாக இருத்தல் போன்றது ஆகும்.

முழுமையான உலகம்	மகாயானா இயற்கை வேளாண்மை (தத்துவ ரீதியில் வேளாண்மை) = தூய்மையான இயற்கை வேளாண்மை
தொடர்புடைய உலகம்	ஹினாயானா இயற்கை வேளாண்மை (உயர்ந்த லட்சியங்களைப் பின்பற்றும் வேளாண்மை) = இயற்கை வேளாண்மை, கரிம வேளாண்மை
	அறிவியல் வேளாண்மை (விவாதம் நிறைந்த கொள்கை) = அறிவியல் வேளாண்மை

மூன்று வகையான வேளாண்மையும் ஒப்பிடப்படுகிறது : இவை மேலே உள்ளவாறு வரிசைப்படுத்தப்படும் அல்லது படம் 3.1இல் காட்டப் பட்டுள்ளவாறு விளக்கப்படும்.

1. மகாயானா இயற்கை வேளாண்மை : இதுவும் அறிவியல் வேளாண்மை

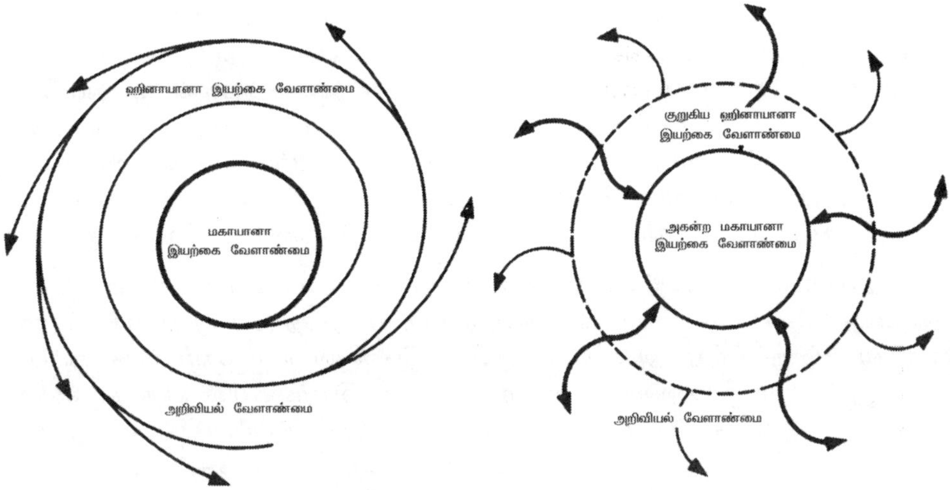

படம் 3.1 - வேளாண்மையின் மூன்று வழிகள்

யும் முற்றிலும் வேறுபட்ட தளங்களில் உள்ளன. இரண்டையும் நேரடியாக ஒப்பிடுவதும், அவற்றின் தொடர்புடைய நன்மைகளைக் கலந்தாலோசிப்பதும் சிறிது விசித்திரமானதாகும். இருந்தபோதும் நம்முடைய உலகில் அவற்றின் மதிப்பை நாம் எடுத்துக்கூறுவதற்கான ஒரே வழி ஒப்பிடுவதும் வித்தியாசம் அறிவதும் மட்டும்தான். இயற்கையான சக்திகள் மற்றும் முயற்சிகளிலிருந்து எவ்வளவு பெற முடிகிறதோ அதை அறிவியல் வேளாண்மை பெற்றுக்கொள் கிறது; அதில் மனித அறிவைச் சேர்த்து இயற்கையை மங்கச் செய்கிற விளைவு களை உண்டாக்குகிறது. இந்த வகையான வேளாண்மைமீது ஒரு தீர்மானத்தைக் கொண்டு வருகிறவர், முற்றிலும் இயற்கையின் சக்திகளையும் ஆதாரங்களையும் சார்ந்த இதை இயற்கை வேளாண்மைக்கு முந்தையது என்று கூறுவார்.

ஆயினும், தத்துவ ரீதியாகப் பார்க்கும்போது அறிவியல் வேளாண்மை யானது இயற்கை வேளாண்மைக்கு முந்தையதாக இருக்க முடியாது. ஏனென் றால் அறிவியல் வேளாண்மை என்பது மனிதனின் நுண்ணறிவால் இயற்கையி டமிருந்து எடுக்கப்பட்ட சக்திகள் மற்றும் அறிவின் கூடுதலேயாகும்; இது மனித அறிவின் எல்லைக்குட்பட்டது. ஒருவர் இதை எப்படிக் கூட்டுச் சேர்க்கிறார் என்பது விஷயமல்ல. மனித அறிவானது சிறியது; இயற்கை உலகின் எல்லையற்றதில் வரையறுக்கப்பட்ட ஒரு சிறு பகுதி. ஆனால் இயற்கையின் அறிவு பரந்தது, எல்லையற்றது, பூரணமானது, சக்திமிக்கது; மாறாக, எல்லைக் குட்பட்ட மனித அறிவானது எப்போதுமே நேரம் மற்றும் இடத்தின் சிறிய பைக்குள் அடங்கக் கூடியது; இயற்கையாகவே முழுமையற்றது. ஆகையால் பூரணமான அறிவை உருவாக்குவதற்கு பூரணமற்ற மனித அறிவால் ஒருபோதும் இயலாது.

பூரணமற்ற நிலை என்பது ஒருபோதும் பூரணமான நிலைக்கு சமமாகாது.

ஆகையால் அறிவியல் வேளாண்மை என்பது எப்போதுமே மகாயானா இயற்கை வேளாண்மைக்கு ஒரு படி அளவாவது கீழ்ப்படிய வேண்டும். இயற்கை எல்லாவற்றையும் சூழ்ந்துகொள்ளும். மனிதன் என்னதான் ஆபத்தைப் பொருட் படுத்தாமல் போராடினாலும் பயனில்லை, மனிதன் என்பவன் முழுமையின் பூரணமற்ற, ஒரு சிறு பகுதியாக இருப்பதைவிட அதிகமாக முடியாது. அறிவியல் வேளாண்மை இயற்கையாகவே முழுமையற்றது; இயற்கை வேளாண்மையின் மாற்ற முடியாத பூரணத்துவத்தை அதனால் அடைய முடியும் என்று ஒரு போதும் நம்ப முடியாது என்பது இதிலிருந்து தெளிவாகத் தெரிகிறது.

2. **ஹினாயானா இயற்கை வேளாண்மை:** இந்த வகையான வேளாண்மை, அறிவியல் வேளாண்மையுடன் தொடர்புடைய அதே உலகத்துக்குச் சொந்த மானதாக இருக்கிறது. ஆகையால் இவை இரண்டையும் நேரடியாக ஒப்பிட லாம். இரண்டும் ஒத்தவை; ஏனென்றால் இவை இயற்கையிலிருந்து தருவிக்கப் பட்டவை, சீர்தூக்கிப் பார்க்கும் அறிவால் உறுதி செய்யப்பட்டவை. ஆனால் ஹினாயானா இயற்கை வேளாண்மை மனித அறிவையும் செயலையும் தூக்கி எறிந்துவிட்டு, இயற்கையின் தூய்மையான சக்தியை எந்த அளவு முடியுமோ அந்த அளவு அதிகமாக உபயோகப்படுத்த தன்னை அர்ப்பணிக்க முயற்சிக் கிறது. அதேநேரத்தில் அறிவியல் வேளாண்மை இயற்கையின் சக்தியை உப யோகித்துக் கொண்டு, மனித அறிவையும் செயலையும் அதில் சேர்த்து மிகச் சிறந்த வேளாண் முறையை உருவாக்க முயற்சிக்கிறது.

இரண்டும் அடிப்படையிலும் அவற்றின் பார்வை, சிந்தித்தல், ஆய்வின் திசை ஆகியவற்றிலும் மிகச் சரியாக எதிர் எதிரானவையாகும். ஆனால் ஹினாயானா இயற்கை வேளாண்மை முறைகளை விளக்கிக் கூறுவதற்கு நாம் அறிவியலின் எல்லைகள் மற்றும் முறைகளைக் கடன் வாங்குவதைத் தவிர வேறு வழியில்லை. ஆகையால் புரிந்துகொள்வதற்கு எளிமையாக இருப்பதற்காக, நாம் அதைத் தற்காலிகமாக அறிவியலின் ராஜ்ஜியத்தில் வைப்போம். இது மேற்கத்திய மருந்துக்கு எதிராக இருக்கிற கிழக்கத்திய குணப்படுத்தும் நிலையின் இடத்தை ஒத்ததாக இருக்கிறது. ஹினாயானா இயற்கை வேளாண்மை கருத்துக்களின் திசை அறிவியல் உலகைத் தாண்டியதாக, அறிவியல் சிந்தனையை மறுப்பதாக இருக்கிறது.

சுழல்வாள் கலையில் உள்ள ஒத்தத்தன்மையை கடன் வாங்கி விளக்குவோம். ஹினாயானா இயற்கை வேளாண்மை என்பது ஒற்றைச் சுழல்வாள் பிரிவைப் போன்றதாக இருக்கலாம்; அதாவது மையத்தை நோக்கி நேரடியாக செலுத்தப் படுகிறது. அறிவியல் வேளாண்மை என்பது இரட்டை சுழல்வாள் பிரிவைப் போன்றதாக இருக்கலாம்; அதாவது வெளிப்புறமாக செலுத்தப்படுகிறது. இவை இரண்டும் ஒப்பிடப்படுகின்றன. ஆனால் மகாயானா இயற்கை வேளாண்மை என்பது நகராத, சுழல்வாள் இல்லாத பிரிவாகும். அத்துடன் ஒப்பிடுவது என்பது சாத்தியமற்றது. அறிவியல் வேளாண்மை அதன் பிரிவில், சுழல்வாள்களின் எண்ணிக்கையை அதிகப்படுத்த சாத்தியமான அனைத்து வழிகளையும் உபயோகிக்கிறது. அதேநேரத்தில் இயற்கை வேளாண்மை, சுழல் வாள்களின் எண்ணிக்கையைக் குறைக்கும் (ஹினாயானா) முயற்சியில் அல்லது

சுழல்வாளே முற்றிலும் இல்லாத (மகாயானா) முயற்சியில், எல்லா வழிகளும் பயனற்றவை என்று விளக்கிக் காட்டிவிட்டு சாத்தியமான சிறந்த விளைவுகளை அடைய முயற்சிக்கிறது.

இந்தப் பார்வையானது தத்துவ ரீதியான திட நம்பிக்கையை அடிப்படையாகக் கொண்டதாகும். இயற்கையை அணுகுவதற்கு மனிதன் உண்மையான முயற்சியை மேற்கொண்ட பிறகு, அவன் அனைத்துச் செயல்களையும் காரியங்களையும் கைவிட்டுவிட்டாலும் இயற்கை இவை ஒவ்வொன்றையும் பார்த்து எடுத்து அவனுக்காக அவற்றைச் செய்து முடிக்கும்.

3. அறிவியல் வேளாண்மை : தூய்மையான இயற்கை வேளாண்மை என்பது தத்துவ ரீதியில் சொல்லப்படுகிறது; அறிவியல் வேளாண்மை அறிவியல் ரீதியில் சொல்லப்படுகிறது. ஏனென்றால் அறிவியல் வேளாண்மை என்பது ஒவ்வொரு விஷயத்திலும் அவசரமான சந்தர்ப்பநிலைக்கு உட்பட்டதாகும். அதன் சாதனைகள் வேண்டுமானால் கட்டுப்படுத்தப்பட்ட அளவில் சிறந்து விளங்கலாம்; ஆனால் அவை எப்போதும் மற்ற எல்லா வழிகளையும் விட தாழ்ந்தே இருக்கும். மாறாக, இயற்கை வேளாண்மை என்பது முழுமையானது, விசாலமானது. ஆகையால் அதன் சாதனைகள் பரந்த, எல்லாவற்றிற்கும் தகுதியான கோணத்தில் தீர்மானிக்கப்படுகிறது.

உதாரணமாக, ஒரு பழ மரத்தை வளர்ப்பதற்கு அறிவியல் முறைகளை உபயோகிக்கும்போது பெரிய பழத்தை உற்பத்தி செய்வதுதான் இலக்காக இருக்கலாம்; அந்த விஷயத்தில் எல்லா முயற்சிகளும் முடிவின்மீதே கவனம் செலுத்தும். எதை உற்பத்தி செய்தாலும் எல்லாமே அடையக்கூடியவை - எல்லைக்குட்பட்ட கருத்தில் - ஆயினும் அது பெரிய பழமாக கருதப்படலாம். அறிவியல் வேளாண்மை முறையில் உற்பத்தி செய்யப்படும் பழம் இயற்கையற்றது என்றபோதும்கூட எப்போதுமே பெரிதாகத்தான் இருக்கும். ஆனால் அது எப்போதுமே கடுமையான குறைகளை உடையதாக இருக்கும். முக்கியமாக எது வளர்ந்ததோ அது உருக்குலைந்த பழமாகும். பெரிய பழத்தை உற்பத்தி செய்வது உண்மையிலேயே மனிதனுக்கு நல்லதுதானா எனத் தீர்மானிப்பது தான், அறிவியல் வேளாண்மையின் உண்மையான நன்மையைத் தீர்மானிப்பதற்கான சிறந்த வழியாகும். இதற்கான விடை மிகத் தெளிவானதுதான்.

அறிவியல் வேளாண்மை தொடர்ச்சியாக, சிறிதும் கவலையில்லாமல் இயற்கையற்ற செயல்முறைகளையே மேற்கொள்கிறது. ஆனால் இது மிக அதிகமான முக்கியத்துவம் உடையது; கடுமையான விளைவுகளை ஏற்படுத்தக் கூடியது. அறிவியல் வேளாண்மையின் இயற்கையற்ற தன்மையானது நேரடியாக முழுமையற்றதற்கு அழைத்துச் செல்கிறது. அதனால்தான் அதன் விளைவுகள் எப்போதும் ரூபம் கெட்டு இருக்கிறது; அதன் உபயோகமும் தற்காலிகமானதாக இருக்கிறது.

அறிவியல் வேளாண்மை மற்றும் இயற்கை வேளாண்மை ஆகிய இரண்டும் ஒரே அளவை ஆக்கிரமித்துக் கொண்டிருப்பதை படம் 3.2 விளக்கிக் காட்டுகிறது; அவை ஒரே விட்டத்தை உடைய "வட்டங்களாக" விவரிக்கப்படுகின்றன.

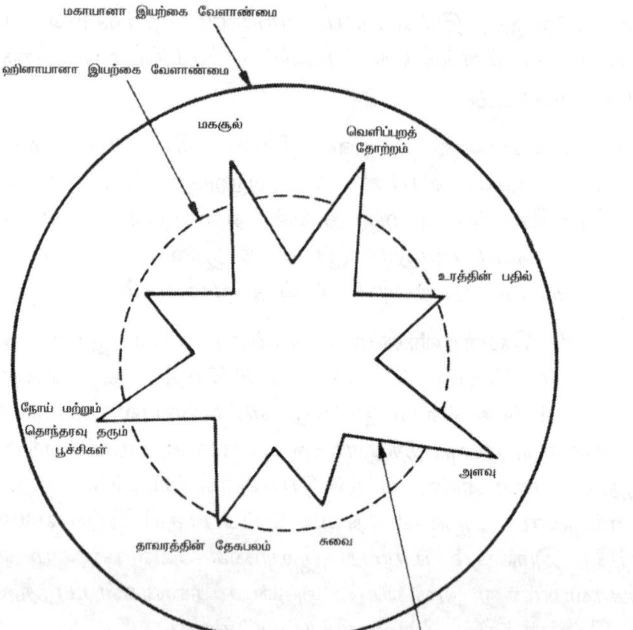

படம் 3.2 - மகாயானா இயற்கை வேளாண்மையே முழுமையானது, ஒப்பிடுதலுக்கு அப்பாற்பட்டது.

இருந்தபோதும் இரண்டிற்கும் இடையில் உள்ள ஒரு மிகப் பெரிய வித்தியாசம் என்னவென்றால் அறிவியல் வேளாண்மையின் மிகவும் ஒழுங்கற்ற அமைப்பு தான் ஆகும்.

அறிவியல் வேளாண்மையில் செய்யப்பட்ட குறுகிய ஆய்வு முடிவின் தொகுப்பிலிருந்து எழுந்த பூரணமற்றதையும் திரிபுகளையும் அதன் ஒழுங்கற்ற வடிவம் குறிக்கிறது. ஹினாயானா இயற்கை வேளாண்மை தோற்றுவித்த இயற்கையின் பூரணத்துவத்தை குறிக்கும் பூரணமான வட்டத்துடன் இது முரண்படுகிறது.

ஏனென்றால் மனிதனால் பார்க்கப்படும் இயற்கையானது உண்மையில் இயற்கையின் மேலெழுந்தவாரியான தோற்றம் மட்டுமேயாகும். இதனால்தான் மகாயானா வேளாண்மையில் வரையப்பட்டதைவிட ஹினாயானா வேளாண் மையில் சிறிய வட்டம் வரையப்பட்டிருக்கிறது. இயல்பிலேயே இயற்கையான தாகிய மகாயானா வேளாண்மைதான், எல்லா கோணங்களிலும் மற்ற எல்லா முறைகளையும் விட சிறந்த வேளாண் முறையாகும்.

அறிவியல் வேளாண்மை : இயற்கை இல்லாத வேளாண்மை

பயிர் வளர்த்தல் செயல்முறைகளிலும் பட்டுப்பூச்சி வளர்த்தல் மற்றும் கால்நடைப் பண்ணைகளிலும் ஏற்படுகிற மாற்றமானது மனிதன் ஏதோவொரு காலத்தில் இயற்கை வேளாண்மை முறையை உபயோகித்திருக்கலாம், மற்ற

காலங்களில் அவன் அறிவியல் வேளாண்மைக்கு அதிகமாக மாறியிருக்கலாம் என்பதைக் காட்டுகிறது. வேளாண்மையானது தொடர்ந்து இயற்கைக்கு திரும்பிக் கொண்டிருக்கிறது. அதன்பிறகு மீண்டும் அங்கிருந்து விலகிச் சென்று விடுகிறது. இன்று, முழுமையாக இயந்திரமயமாக்கப்பட்ட, திட்டமிட்ட உற்பத்தியை நோக்கிச் செல்கிறது. கால்நடை வளர்த்தலிலும் பயிர் வளர்த் தலிலும் செயற்கையான முறைகளைக் கொண்டுவருவது அதிக மகசூலைத் தரும், பொருளாதார ரீதியாக சிக்கனமாக இருக்கும், அதிக உற்பத்தித் திறனை யும் லாபத்தையும் தரும் என மனிதன் நம்பினான். இயந்திரமயமாக்கப்பட்ட வேளாண்மையை நோக்கிச் சென்றதற்கான உடனடிக் காரணம் அதுதான்.

மற்றொரு வகையில் சொல்வதென்றால், இயற்கை வேளாண்மை சாத்வீக மானதாக, மிகப் பழைய முறையாக பார்க்கப்படுகிறது; இந்த முறை குறைவான அறுவடையையும் அற்பமான மகசூலையும் தரும் என்றே எண்ணப்படுகிறது.

இந்த மூன்று வகை வேளாண்மையிலும் எவ்வளவு மகசூல் கிடைக்கிறது என்பதை நான் இங்கே ஒப்பிட்டுக் காட்டுகிறேன்.

1. அறிவியல் வேளாண்மையானது இயற்கையற்ற, மனிதனால் உருவாக்கப் பட்ட நிலைகளில் சிறந்து விளங்குகிறது. இயற்கை வேளாண்மையை உப யோகிக்க முடியாது என்ற நிலைகளில் மட்டுமே இது பயனுடையதாகும்.

2. இயற்கையின் நிலையை அணுகும் ஹினாயானா இயற்கை வேளாண்மை யானது, அறிவியல் வேளாண்மையைப் போல அல்லது அதைவிட சிறந்த மகசூலைத் தரும்.

3. புனிதமான வழியான, மகாயானா இயற்கை வேளாண்மை தூய்மை யானது, பூரணமானது. அது அறிவியல் வேளாண்மையைவிட சிறந்ததாகும்.

இவை ஒவ்வொன்றும் எந்தெந்த சூழ்நிலைகளில் சிறந்து விளங்குகின்றன என்பதைப் பார்க்கலாம்.

1. அறிவியல் வேளாண்மை சிறந்து விளங்கும் இடங்கள்: இயற்கை அதன் முழு சக்தியையும் கைவிட்ட இடத்தில், இயற்கையற்ற சுற்றுப்புறச் சூழ் நிலையின்கீழ் பயிர் வளர்க்கப்படும்போது அறிவியல் முறைகள் சிறந்து விளங்கு கின்றன. குறுகிய நிலங்கள், களிமண் பானைகள், தாவரவீடுகள், நாற்றங்கால்கள் போன்றவற்றில் சீராக பயிர் வளர்க்க அறிவியல் வேளாண்மை முறைகள் உபயோகமாக இருக்கின்றன. திறமை வாய்ந்த நிர்வாகத்தால் மகசூலை அதிகரிக்க முடியும்; வாடிக்கையாளர்களின் ஆவலைத் திருப்திபடுத்த பருவ காலங்களைக் கடந்தும் காய்கறிகளையும் பழங்களையும் வளர்க்க முடியும். இரசாயன உரங்கள், சக்தி வாய்ந்த நோய் மற்றும் பூச்சிக்கொல்லிகள் ஆகிய வடிவில் உயர்ந்த தொழில்நுட்பங்களை உபயோகித்து, கேள்விப்படாத அளவு அதிக லாபத்தைத் தர முடியும். எனினும் இது இயற்கை வேளாண்மை பயன்படாத இயற்கையற்ற நிலைகளில் மட்டுமே உபயோகிக்க ஏற்றது.

சூரியனின் முழுமையான கதிர்களின்கீழே விளையும் பக்குவமடைந்த காய்கறி

மற்றும் பழங்களால் மக்கள் திருப்தி அடைய வேண்டும். அதற்குப் பதிலாக சூப்பர் மார்க்கெட்களிலும் உணவுக் கடைகளிலும் காணப்படுகிற வெளிறிய, எளிதில் வீணாகி விடக்கூடிய, பருவக் காலத்தைக் கடந்த காய்கறிகளுடனும் ஒரு சில நிமிடங்களில் பளீரென செயற்கையாக வண்ணம் பூசப்பட்ட, சிறந்த தோற்றமுடைய பழங்களுடனும் போராடுகிறார்கள். இதுபோன்ற சந்தர்ப்ப நிலைகளில் அறிவியல் வேளாண்மை சிறந்தது என்றும், மனிதனுக்குப் பயனளிக்கக்கூடியது என்றும் அவர்கள் நினைப்பதில் வியப்பேதும் இல்லை.

ஆயினும் இதுபோன்ற உயர்வான நிலைகளிலும் அறிவியல் வேளாண்மை குறைந்த செலவில் அதிகமாக உற்பத்தி செய்யவில்லை; அல்லது ஒரு சதுர அடி நிலத்துக்கு அதிக லாபத்தைத் தரவில்லை; அல்லது மரத்தில் பழம் தருவதிலும் இயற்கை வேளாண்மையைவிட அதிகமாக உற்பத்தி செய்யவில்லை. குறைந்த வேலையாட்களைக் கொண்டு குறைந்த செலவில் அதிகமான, சிறந்த பொருட்களை உற்பத்தி செய்யவில்லை என்பதால் இது பொருளாதார ரீதியாக சிறந்தது இல்லை. நேரம் மற்றும் இடத்தை லாபம் தருவதற்காக திறமையாக உபயோகிக்கும் தருணங்களுக்கு மட்டுமே இது மிகப் பொருத்தமானதாகும்.

அதிக விலையுள்ள நிலத்தில் மக்கள் கட்டிடங்களைக் கட்டுகிறார்கள். பட்டுப் பூச்சிகள், கோழிகள் மற்றும் காட்டுப் பன்றிகளின் எண்ணிக்கையை அதிகப்படுத்துகிறார்கள். குளிர்காலத்தின்போது தக்காளிகளையும் தர்பூசணி களையும் பெரிய, தாவர வீடுகளில் உள்ள நீரில் வளர்க்கிறார்கள். வழக்கமாக இலையுதிர் காலத்தின் பிற்பகுதியில் வளரக்கூடிய மாண்டரின் ஆரஞ்சுப் பழங்களை, கோடை காலத்தில் குளிரூட்டப்பட்ட பண்டக சாலையில் வைத்து அதிக லாபத்திற்கு விற்பனை செய்கிறார்கள். இங்கே அறிவியல் வேளாண்மை முழு நிலத்தையும் தன்னகத்தே கொண்டிருக்கிறது. இதில் நுகர்வோர்களுக்கான சாத்தியமான ஒரே விஷயம் என்னவென்றால், இயற்கை உற்பத்தி செய்யாமல் விட்ட பயிர்களை, இயற்கையிலிருந்து விலகிய சுற்றுப்புறச் சூழ்நிலையில், மனித அறிவையும் செயல்களையும் சார்ந்த தொழில்நுட்பத்தை அனுமதித்து பயிர் செய்வதுதானாகும்.

ஆனால், நேரம் மற்றும் இடத்தை மேம்படுத்தி பரந்த அறிவுடன் பார்க்கும் போது அறிவியல் வேளாண்மை என்பது இயற்கை வேளாண்மையைவிட பொருளாதார சிக்கனமானதோ அல்லது பாதுகாப்பானதோ கிடையாது என்பதை நான் இங்கே மீண்டும் சொல்கிறேன். அறிவியல் வேளாண்மையின் இந்த மேம்பட்ட நிலையானது நுட்பமானது; குறுகிய காலமே வாழக்கூடியது; அது மாறுபடுகிற நேரம் மற்றும் சந்தர்ப்ப நிலைகளில் விரைவில் குழப்ப மடைந்து விடும்.

2. இரண்டு வகையான வேளாண்மையும் சமமான திறன் உடையவையாக இருக்கும் இடங்கள்: நிலத்தை வெட்டுதல் அல்லது கோடையில் கால்நடைகள் மேய்தல் போன்ற இயற்கையான சூழ்நிலைகளுக்கு மிக அருகே இந்த இரண்டு முறைகளில் எந்த முறை மிக பாதுகாப்பானது? இத்தகைய சந்தர்ப்ப நிலையின்கீழ், அறிவியல் வேளாண்மையைவிட இயற்கை

வேளாண்மையால் நல்ல மகசூலை உற்பத்தி செய்ய முடியும். ஏனென்றால் அதனால் இயற்கையின் முழு சக்தியையும் உபயோகிக்க இயலும்.

அதற்கான காரணம் எளிது : மனிதன் இயற்கையின் நகலாக இருக்கிறான். அரிசியைப் பற்றி தனக்கு மிக நன்றாகத் தெரியும் என்று அவன் நினைத்தாலும் பயனில்லை; அவனால் ஸ்டார்ச்சிலிருந்து அரிசியை உருவாக்க முடியாது. அவனால் முடிந்ததெல்லாம் இயற்கையில் அவன் கண்டெடுத்த அரிசி தாவரத்தை, விதைத்தல் மற்றும் முளைக்கச் செய்தல் என்ற இயற்கையான செயல்களைப் பின்பற்றி வளர்க்க முயற்சிப்பது மட்டுந்தான். மனிதன் என்பவன் இயற்கையின் மாணவன் என்பதற்கு அதிகமாக வேறு இல்லை. இயற்கை - ஆசிரியர் - தனது முழு சக்தியையும் உபயோகிக்கிறார்; மனிதன் - மாணவன் - அதை எதிர்க்க செய்தலில் தொலைந்துபோகிறான் என்பது முன்னதாகவே தீர்மானிக்கப்பட்டுவிட்டது.

அதற்கான பதில் இவ்வாறாகத் தொடரலாம் : “ஆனால் மாணவன் சில சமயங்களில் ஆசிரியரை மிஞ்சியிருக்கலாம். ஒரு முழு பழத்தை கஷ்டப்பட்டு உருவாக்குவதில் மனிதன் ஒரு நாள் வெற்றி அடைவது சாத்தியம்தானா? அப்படி நடந்தால் அது இயற்கையான பழத்தை ஒத்ததாக இருக்குமா? ஆனால் உண்மையைப் போன்ற நகலாக உருவாக்கப்பட்டிருந்தால், உண்மையானப் பழத்தைவிட சிறந்ததாக இருக்காது அல்லவா?’’

அறிவியல் அறிவு எத்தகையது? இயற்கையின் ஏதோவொன்றை மீண்டும் உற்பத்தி செய்ய அது எடுத்துக்கொள்ளும் பொருட்கள் மற்றும் முயற்சிகள் என்ன என்பதைப் பற்றி எவராவது ஒருவர் உண்மையிலேயே யோசித்திருப் பாரா? ஒரு சிறு ஈச்சம்பழ விதை அல்லது இலையை உருவாக்க தேவைப் படும் தொழில்நுட்பத்தின் அளவானது, விண்வெளியில் ராக்கெட் விடுவதற்கு தேவைப்படுவதைவிட அதிக அளவாகும். ஈச்சம்பழ விதையில் உள்ள கணக்கில டங்காத எண்ணிக்கையிலான இரகசியங்களை அறியவும், ஒரு சிறு இலையை செயற்கையான முறையில் கஷ்டப்பட்டு உருவாக்கவும்கூட மனிதன் முயற்சிக்க லாம். உலகில் உள்ள அறிவியலறிஞர்கள் அனைவரும் சேர்ந்து தங்களுடைய அறிவு மற்றும் ஆதாரங்களை உபயோகித்தாலும் அந்த வேலைகளை செய்ய முடியாது.

ஒருவேளை இவையெல்லாம் சாத்தியம் என்றாலும்கூட, தற்போதைய உலக பழ உற்பத்தியை முற்றிலும் அறிவியலைச் சார்ந்திருக்கும் இரசாயன கூடங் களில் உற்பத்தி செய்வதற்கு மாற்ற எண்ணுவதாக வைத்துக் கொள்வோம்; அப்போது அவன் இந்த பூமியின் முகம் முழுவதையும் தொழிற்சாலைகளால் மறைத்துவிட்டாலும்கூட அநேகமாக அவனது குறிக்கோளில் தோல்வி யடைந்து போகலாம். நான் இங்கே இந்த விஷயத்தைப் பற்றி அதிகமாக கூறுவது போலத் தோன்றும். ஆயினும், மனிதன் இதுவரை இத்தகைய முட்டாள்தனத்தை செய்வதற்கு அவனது வழியில் தொடர்ந்து சென்று கொண்டிருக்கிறான்.

நிலத்தில் விதைத்து தாவரங்களை வளர்ப்பதென்பது அதே விதைகளை அறிவியல் முறையில் உற்பத்தி செய்து சிரமப்படுவதைவிட எளிதானது என்று மனிதன் இன்று தெரிந்துகொண்டான். ஆனால் அவன் அதைப் பிடிவாதமாக மறுக்கிறான்.

நகல் என்பது உண்மையைவிட ஒருபோதும் சிறந்து விளங்க முடியாது. பூரண மற்றது என்பது எப்போதும் பூரணமானதின் நிழலிலேயே கிடக்கிறது. அறிவியல் என்று நாம் அழைக்கும் மனிதனின் செயலானது ஒருபோதும் இயற்கையைவிட சிறந்ததாக இருக்காது என்பது மனிதனுக்கு நன்றாகத் தெரியும். இருந்தபோதும் அவனது கவனமானது உண்மையின்மீது இருப்பதைவிட அதிகமாக நகலின்மீதே இருக்கிறது. ஏனென்றால் அவன் தனது குறுகிய பார்வையால் வீணாக அலைந்து திரிகிறான்; அது குறிப்பிட்ட சில இடங்களில் இயற்கையைவிட அறிவியலே சிறந்தது என்பதைப் போல அவனுக்குக் காட்டுகிறது.

உதாரணமாக பயிர் மகசூலுக்கு அறிவியல் வரும்போது மனிதன் அதன் மேதாவித்தனத்தை நம்புகிறான். அறிவியல் வேளாண்மை, அதன் அதிக மகசூல் தொழில்நுட்பங்களின் உபயோகத்தால் இயற்கை வேளாண்மையைவிட அதிக அறுவடையைத் தரும் என அவன் எதிர்பார்க்கிறான். இயற்கையின் சக்திகளின் கீழ் வளரும் அரிசி தாவரங்களின்மீது ஹார்மோன்களை தெளிப்பதன் மூலமாக உயரமான தாவரங்களை வளர்க்க முடியும் என நினைத்துக் கொள்கிறான். முளைவிடும்போது உரங்களை உபயோகிப்பதால் தலைக்கான தானியங்களின் எண்ணிக்கையை அதிகரிக்க முடியும்; மகசூலை அதிகரிக்கும் தொழில்நுட்பங் களை அதிகமாக உபயோகிப்பதால் இயற்கையான மகசூலைவிட அதிக மகசூல் பெறலாம் என்றெல்லாம் நம்புகிறான்.

ஆயினும், இத்தகைய வேறுபட்ட தொழில்நுட்பங்கள் எத்தனை ஒன்றி ணைக்கப்பட்டாலும், நிலத்தின் மொத்த அறுவடையை அவற்றால் உயர்த்த முடியாது. ஏனென்றால் ஒரு நிலம் பெறுகிற சூரிய ஒளியின் அளவு என்பது நிலையானதாகும். அரிசி மகசூல் செய்ய கொடுக்கப்பட்ட இடத்தில் ஒளிச் சேர்க்கையால் உற்பத்தி செய்யப்படும் ஸ்டார்ச்சின் அளவானது, அந்த இடத்தில் கிடைக்கும் சூரிய ஒளியின் அளவைப் பொறுத்தது. அரிசி பயிர் செய்தலுக்கான மற்ற காரணிகளில் மனிதன் என்னதான் சிரமப்பட்டு முன்னேற்றங்கள் செய்தாலும் அரிசி மகசூலின் உயர் எல்லையை அவற்றால் மாற்றியமைக்க முடியாது. அதிக மகசூல் தரக்கூடிய தொழில்நுட்பங்கள் என்று மனிதன் நம்புகிறவையெல்லாம், இயற்கையான மகசூலை நெருங்குவதற்கான வெற்று முயற்சிகள் மட்டுமேயாகும். மேலும் சரியாக சொல்வதென்றால், பயிர் மகசூல் குறைவதைத் தடுப்பதற்கான முயற்சிகள் மட்டுமே ஆகும்.

ஆகையால் மனிதன் என்ன செய்ய விரும்புகிறான்? மகசூலின் உயர் எல்லை யானது அரிசி தாவரத்தால் பெறப்படும் சூரிய ஒளியின் அளவால் நிர்ணயிக்கப் படுகிறது. மனிதன் இத்தகைய தடையை உடைத்தெறிய முயற்சி செய்யலாம். செயற்கையான விளக்குகளைக் கொண்டு அரிசி தாவரத்தின்மீது ஒளியூட்டி

யும், அவற்றின் மீது கார்பன்டை ஆக்சைடு தெளித்தும் ஸ்டார்ச் உற்பத்தியை அதிகரித்து அதிக மகசூல் பெறலாம் என அவன் நினைக்கலாம். இது நிச்சயமாக தத்துவ அளவில் மட்டுமே சாத்தியமாகும். ஆனால் செயற்கையான ஒளியும் கார்பன் டை ஆக்சைடும், இயற்கையான சூரிய ஒளி மற்றும் கார்பன் டை ஆக்சைடின் நகலே என்பதை ஒருவர் மறந்துவிடக்கூடாது. இவை மற்றப் பொருட்களிலிருந்து மனிதனால் உருவாக்கப்படுகின்றன; தன்னிச்சையாக தோன்றவில்லை. ஆகையால் உற்பத்தியின் இயற்கையான எல்லையில் அறிவியல் தொழில்நுட்பங்களைச் சேர்ப்பதன் மூலமாக அதிக மகசூல் பெற லாம் என்பது பேசுவதற்குத்தான் நன்றாக இருக்கும். அவற்றிற்கு அதிக முதலீடும் அதிக அளவிலான சக்தியும் தேவைப்படும்; ஆயினும் அவை மகசூலை உண்மையாக அதிகரிக்காது. மேலும் மோசமாக, அறிவியல் தொழில் நுட்பத்தின் உபயோகத்தால் இயற்கை உலகில் கொண்டுவந்த சுழற்சியின் அழிவுக்கான முழுப் பொறுப்பையும் மனிதன்தான் ஏற்றுக்கொள்ள வேண்டும். இயற்கையின் சமநிலையில் ஏற்பட்ட இந்தப் பிளவுக்கு அடிப்படைக் காரணம் சுற்றுப்புறச் சூழ்நிலை மாசுபட்டதுதான் ஆகும். இவ்வாறாக, மனிதன் தனது தலைக்குத் தானே பெரிய பாரத்தைக் கொண்டு வருகிறான்.

இயற்கை வேளாண்மை மற்றும் அறிவியல் வேளாண்மையின் உறவுமுறைச் சிக்கல்கள்

நான் ஏற்கனவே குறிப்பிட்டபடி, இயற்கை வேளாண்மை மற்றும் அறிவியல் வேளாண்மை என்ற இரண்டும் எதிர் எதிரானவை. இயற்கை வேளாண்மை இயற்கையின் மையத்தை நோக்கி நகர்கிறது; அறிவியல் வேளாண்மை இயற்கையின் மையத்திலிருந்து விலகி நகர்கிறது. ஆயினும் இவை இரண்டும் கயிற்றின் திரிகளைப் போல ஒன்றாகப் பின்னிப் பிணைந்துள்ளதாக மக்கள் நினைத்துக் கொள்கிறார்கள். அல்லது துப்பாக்கியின் உள்ளே - வெளியே என்ற செயலைப் போல அறிவியல் வேளாண்மை தொடர்ந்து இயற்கையிலி ருந்து விலகிச் சென்றாலும், அதன்பிறகு மீண்டும் இயற்கைக்கே திரும்புகிறது என்றும் நினைக்கிறார்கள். அறிவியலானது இயற்கையுடன் பிரிக்க முடியாதபடி நெருக்கமாக இணைந்துள்ளது என்று அவர்கள் நம்புவதுதான் அதற்கான காரணமாகும். ஆனால் அத்தகைய சிந்தனை உறுதியான அடித்தளத்தில் அமையவில்லை.

இயற்கை, அறிவியல், மனித செயல் ஆகியவற்றின் பாதைகள் எப்போதும் இணையானவை; ஒருபோதும் அவை ஒன்றுடன் ஒன்று குறுக்கிடாது. ஏனென் றால் அவை ஒவ்வொன்றும் எதிர் எதிர்த் திசையில் செயல்படுகின்றன. அதனால் அறிவியலுக்கும் இயற்கைக்கும் இடையேயுள்ள தூரம் பெரிதாக வளர்ந்து கொண்டே போகிறது. ஒவ்வொன்றும் அதனுடைய பாதையில் செல்வதால் அறிவியல் இயற்கையுடன் இணக்கமாக இருக்கவும், கூட்டுறவை தக்கவைத்துக் கொள்ளவும் முயற்சிப்பதைப் போலத் தோன்றும். ஆனால் உண்மையில் இயற்கையின் அந்தரங்களை முழுமையாக தெரிந்துகொள்ள அதைப் பிரித்துப் பகுத்தாயவே அறிவியல் விரும்புகிறது. அப்படிச் செய்த பிறகு, அந்தத் துண்டு களைத் திரும்பி பார்க்காமல் தூக்கியெறிந்துவிடுகிறது. இயற்கையைப் போராடி

வெற்றி கொள்வதற்கு அறிவியல் பசியோடு இருக்கிறது.

இவ்வாறாக அறிவியல் முன்னோக்கி வைக்கும் ஒவ்வொரு இரண்டடிக்கும், ஓர் அடி பின்னால் நகர்ந்து இயற்கையின் அந்தரங்கத்திற்குத் திரும்பிச் சென்று அதன் அறிவைக் குடிக்கிறது. போஷாக்கு கிடைத்ததும் மீண்டும் இயற்கையிலி ருந்து மூன்று அல்லது நான்கு அடி விலகிச் செல்கிறது. ஏதாவது பிரச்சனை ஏற்பட்டாலோ அல்லது யோசனை கிடைக்காவிட்டாலோ, பிரச்சனையைச் சரிகட்ட வேண்டிய அறிவைப் பெற இயற்கைக்குத் திரும்புகிறது. ஆனால் உடனடியாக தனது நன்றிக்கடனை மறந்துவிட்டு, இயற்கையின் மந்தத்தையும் திறமையின்மையையும் பற்றி அவதூறாகப் பேசுகிறது.

இந்த வகையில் பட்டுப்பூச்சி வளர்த்தலை நாம் உதாரணமாக எடுத்துக் கொண்டு பார்ப்போம்.

மலைக்காடுகளில் உள்ள டஸர் (முரட்டுப் பட்டுவகை) பட்டுப்பூச்சி கூடு களைப் பார்த்து, அந்தப் பூச்சிக்கூட்டிலிருந்து பட்டு நூல் எடுக்க முடியும் என்பதை அறிந்தபோது மனிதன் பட்டுப்பூச்சிகளை வளர்த்தல் தோன்றியது. கூட்டுப் புழுவாக மாறுவதற்கு முன்பு முதனிலைப் புழுவாக இருக்கும்போது அது தன் பட்டுநூல்களால் கூட்டைக் கட்டுகிறது. இத்தகைய கூடுகள் எப்படி கட்டப்படுகின்றன என்பதை அறிந்தபிறகு, இயற்கையான கூட்டிலிருந்து பட்டு நூல் எடுப்பதில் மட்டும் திருப்தி அடையாமல் தனக்காக கூடுகளை கட்டும்படியாக பட்டுப் பூச்சிகளை அதிகப்படுத்துவதற்கும் மனிதன் யோசனை கொண்டான்.

இயற்கையுடன் நெருங்கியதாக இருந்த புராதன முறைகள் பட்டுப்பூச்சி வளர்த்தலுக்கான தொடக்கச் செயல்களாக நம்பப்படுகின்றன. அப்போது பட்டுப் பூச்சிகள் சேகரிக்கப்பட்டு வீடுகளுக்கு அருகேயுள்ள காடுகளில் விடப்பட்டன.

இறுதியாக மனிதன் இந்தக் காட்டு இனங்களுக்குப் பதிலாக செயற்கையான இனங்களை வைத்தான். பட்டுப்புழுக்கள் இளம் புழுக்களாக இருக்கும்போது மல்பெரி இலைகளை உண்டு வாழ்வதை அவன் கவனித்திருக்கிறான். மல்பெரி இலைகளை நன்றாக வெட்டிப் போட்டு அதை உண்ணக் கொடுத்தால் புழுக்கள் மிக வேகமாக வளரும். இந்த நிலையில், அவற்றின் எண்ணிக்கையை வீட்டிற்குள்ளேயே அதிகப்படுத்துவது எளிதானது. ஆகையால் அவன் வீடு களில் அலமாரிகளைக் கட்டினான்; அது அதிக எண்ணிக்கையிலான புழுக் களைப் பெறுவதற்கு அவனை அனுமதித்தது. உணவு அளிக்கும் அலமாரிகள் மற்றும் பட்டுக்கூடு உற்பத்தி செய்ய தேவையான சாதனங்களுக்கென தனி உபாயம் செய்தான். ஏற்ற வெப்பநிலை மற்றும் ஈரப்பதத்திற்கு மிகுந்த கவனம் கொண்டான். பட்டுப்புழு வளர்த்தல் முன்னேற்றத்திற்காக உபயோகித்த இந்த நீண்ட கால செயல்முறைகளுக்கு பண்ணை வீடுகளிலேயே இருந்து வேலை செய்ய ஏற்ற தொழிலாளிகள் நிறைய தேவை. அதற்கு ஒருவர் அதி காலையிலேயே எழ வேண்டும். தோளில் பெரிய கூடையை சுமந்து கொண்டு, மல்பெரி இலைகளைப் பறிக்கச் செல்ல வேண்டும். அந்த இலைகளை பனித்துளி

இல்லாமல் மிக கவனமாக உலர்ந்த துணியால் பறிக்க வேண்டும். பிறகு பெரிய கத்தியைக் கொண்டு அவற்றைச் சிறு துண்டுகளாக வெட்டிக் கொண்டு, பட்டுப் புழுக்களின் உணவு உண்ணும் அலமாரிகளில் கொஞ்சம் கொஞ்சமாக அவற்றைப் பரவலாக சிதறடிக்க வேண்டும்.

பட்டுப்புழுக்களை வளர்ப்பவர் தகுந்த சூழ்நிலையை இரவும் பகலுமாக மிக கவனமாகப் பராமரிக்க வேண்டும். அறையின் வெப்பநிலையை ஹீட்டர்களைக் கொண்டு சரிசெய்தல், கதவுகளைத் திறந்து மூடி காற்று வசதி செய்தல் என்ற சிரமங்களைப் பொறுத்துக் கொள்ளவேண்டும். செயற்கையான முறையில் வளர்க்கப்படும் இந்த பட்டுப்புழுக்கள் பலவீனமானதாகவும், நோயால் எளிதில் தாக்கப்படக் கூடியதாகவும் இருக்கும்; அதற்கு வேறு வழி இல்லை. இது புழுக் களுக்கு மட்டுமே பொதுவானது அல்ல; முழு அளவுக்கு வளர்ந்தபிறகும் கூட, திடீரென நோயால் தாக்கப்பட்டு புழுக்கள் அழிந்துபோய்விடும். பட்டுக் கூட்டிலிருந்து பட்டை நூற்கும்போது, அதில் உள்ள எல்லா உறுப்பினர்களும் ஓரிடத்தில் இருப்பார்கள்; அரிதாகத்தான் உறங்குவார்கள். புழுக்களை வளர்த்தல், மல்பெரி மரங்களை விதைத்தல், உரமிடுதல், கவனித்துக் கொள்ளுதல் என அந்த செயல்முறைகள் விவசாயியை எப்போதும் சுறுசுறுப் பாகவே வைத்திருக்கும். உறைபனியால் இளம் இலைகள் வீணாகி விட்டால், அவையனைத்தையும் பட்டுப் புழுக்களிடமிருந்து தூர எறிவதைத் தவிர வேறு வழியில்லை.

வேலையாட்கள் அதிகம் தேவைப்படும் இத்தகைய முறைகளை விடுத்து, அதிக முயற்சி தேவைப்படாத தொழில்நுட்பங்களை மக்கள் தேடிப்போனதில் வியப்பேதும் இல்லை. தொடக்கத்தில் 15 முதல் 20 வருடங்களுக்கு முன்னர், பட்டுப்புழு வளர்த்தல் தொழில்நுட்பங்கள் இயற்கை வேளாண்மையை அணுகியது வளர்ந்து வருபவர்களிடையே பரவத் தொடங்கியது.

உதாரணமாக, இத்தகைய முறைகளில் இலைகளைப் பறித்து, துண்டு துண்டாக வெட்டுவதைவிட மல்பெரி இலைகள் உள்ள மரக்கிளைகளை பட்டுப்புழுக்களிடம் வீசுதல் போன்றவை அதில் அடங்கும். அத்தகைய செம்மையற்ற முறையானது இளம் பட்டுப்புழுக்களுக்கும் அதேநேரம் முழுமை யாக வளர்ந்த முதனிலைப் புழுக்களுக்கும் ஏற்றது என்பதை அறிந்துகொள்ள வேண்டும்; அதை அறிந்து கொண்டால் வளர்ப்பவர்களுக்கு அடுத்துத் தோன்றுகிற எண்ணமானது, புழுக்களை விசேஷ அறைகளில் அதிகரிப்பதற்குப் பதிலாக அநேகமாக சிறிய கொட்டகை, தாழ்வாரத்தின் அடிப்பகுதி, அல்லது நாற்றங்கால் போன்ற வெளியிடங்களில் அவற்றைப் பெருக்கலாம் என்பதாகும். இத்தகைய யோசனைகளைச் செயல்படுத்திப் பார்த்துவிட்டு, பட்டுப்புழுக்கள் வளர்ப்பதற்கு கடினமானவை; மாறாத வெப்பநிலை மற்றும் ஈரப்பதத்தில் அவற்றைப் பெருக்க முடியாது என்பதை வளர்ப்பவர்கள் கண்டுகொண் டார்கள். உண்மையில் இயற்கையின் உயிரினமான பட்டுப் புழுக்கள் இரவும் பகலுமாக வெளியே அலைகின்றன. மனிதன்தான் மாலை நேரப் பனியைப் பற்றி கவலைப்படுகிறான்.

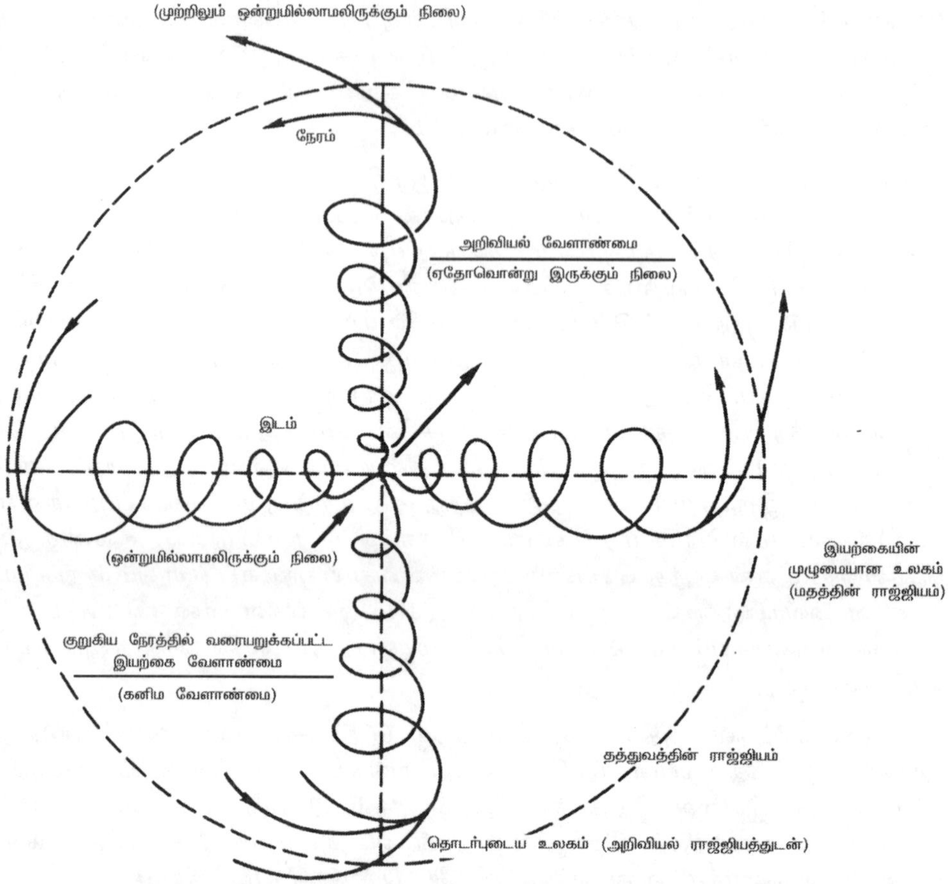

படம் 3.3 - இயற்கை வேளாண்மை ஒன்றுமில்லை (மு) என்பதை நோக்கி உட்புறமாக நகர்கிறது அறிவியல் வேளாண்மை முடிவற்றதை நோக்கி வெளிப்புறமாக நகர்கிறது.

நிர்மாணிக்கப்பட்ட முறைகளில் முன்னேற்றங்கள் செய்யப்பட்டு, பட்டுப் புழுக்கள் முதலில் தாழ்வாரத்தின் அடியில், அதன்பிறகு வெளி இடங்களில் என அதிகரிக்கப்பட்டன. இறுதியாக அருகிலுள்ள மரங்களில் விடப்பட்டன. பட்டுப்பூச்சிகள் வளர்த்தல் இயற்கை வேளாண்மை திசையிலேயே சென்றது; திடீரென அந்தத் துறை மோசமான நேரத்தில் விழுந்தது. செயற்கையான பட்டில் ஏற்பட்ட விரைவான முன்னேற்றமானது இயற்கையான பட்டை உப யோகமற்றதாக ஆக்கிவிட்டது. பட்டின் விலை அதிகமாக இருந்ததால், பட்டுப்பூச்சி வளர்த்தல் தொழில் நசிந்து போனது. பட்டுப்பூச்சிகளை அதிகப் படுத்துதல் பின்தங்கிய துறையாக கருதப்பட்டது.

ஆயினும், இந்த நேரத்தில் வளர்ந்துவரும் துணிகளின் ஆதிக்கம் மக்களிடம் ஊதாரித்தனமான சுவைகளை வளர்த்தது. செயற்கையான பட்டில் இயற்கை யான பட்டின் பண்புகள் இல்லை என்பதை நுகர்வோர்கள் மீண்டும் கண்டு பிடித்தார்கள். பட்டு என்பது மீண்டும் விலை உயர்ந்த வியாபாரமாக நடத்தப்

பட்டது. பட்டுப்பூச்சிக் கூடுகள் வளர்ப்பதால் லாபம் அதிகமாக இருந்தது. பட்டுப்பூச்சிகளை உற்பத்தி செய்வதில் விவசாயிகள் மீண்டும் விருப்பம் கொண்டார்கள்.

ஆயினும் இந்த நேரத்தில் கடினமாக உழைக்கும் விவசாயிகள் போய் விட்டார்கள். ஆகையால் புதிய, பட்டுப்பூச்சி வளர்க்கும் தொழில்நுட்பங்கள் தத்தெடுக்கப்பட்டன. அவை முற்றிலும் அறிவியல் முறைகளாகவும் இயற்கை வேளாண்மைக்கு நேர் எதிர் திசையிலும் இருக்கின்றன. மல்பெரி இலை பவுடர், சோயாபீன் பவுடர், கோதுமை பவுடர், ஸ்டார்ச், கொழுப்பு, விட்டமின்கள் மற்றும் இதர போஷாக்குகளிலிருந்து செயற்கையான உணவு தயாரிக்கப் படுகிறது. அதில் உணவைக் கெடாமல் பாதுகாக்கும் பொருட்களும் கிருமி நாசினிகளும் கலந்திருக்கின்றன. உண்மையாகப் பார்க்கையில், வெப்பமூட்டும் மற்றும் குளிரூட்டும் சாதனங்கள் பொருத்தப்பட்ட இடத்தில் பட்டுப்புழுக்கள் வளர்க்கப்படுகின்றன. ஒளியும் காற்றும் தானாகவே சரி செய்யப்படுகின்றன. உணவு அளித்தலும் கழிவுகளை வெளியேற்றுதலும் வார் போன்ற இயந்திர சாதனத்தால் செய்யப்படுகின்றன.

புழுக்களுக்கு இடையே வியாதி ஏற்பட்டால், அந்த அறையை இறுக்கமாக மூடி, வாயுவைக் கொண்டு கிருமிகள் அழிக்கப்படுகின்றன. உணவளித்தல் மற்றும் பட்டுப்பூச்சிக் கூட்டின் செயல் அனைத்தும் இயந்திரமயமாக்கப்படு கிறது. இயற்கைப் பட்டானது தொழிற்சாலைகளில் உற்பத்தி செய்யப்படுகிறது என்ற காலத்திற்கு நாம் வந்துவிட்டோம். ஆரம்பத்தில் மல்பெரி இலைகள் உப யோகிக்கப்பட்டது என்றபோதும் அநேகமாக இது பெட்ரோ இரசாய னத்திலிருந்து தயாரிக்கப்பட்ட செயற்கை உணவுகளால் மாற்றப்படலாம். தொழிற்சாலைகளில் சரியான உணவு முறை உபயோகிக்கப்பட்டு வற்றாத அளவு பட்டுப்பூச்சிக் கூடுகள் உற்பத்தி செய்யப்பட்டு விட்டால், மனித வேலை யாட்கள் ஒருபோதும் தேவைப்பட மாட்டார்கள். அதன்பிறகு, சிரமமின்றி எளிதாக, எந்த விலையிலும் பட்டைப் பெற முடியும் எனும்போது மக்கள் மகிழ்ச்சி அடைவார்கள் இல்லையா?

இந்த வகையில் பட்டுப்பூச்சி வளர்த்தலானது ஒரு புறத்திலிருந்து மற்றொரு புறத்திற்கு தொடர்ந்து மாற்றப்பட்டது. இயற்கை வேளாண்மையிலிருந்து அறிவியல் வேளாண்மைக்கு நகர்ந்தது. அதன்பிறகு இயற்கை வேளாண்மை இருக்கும் திசையை நோக்கி ஓர் அடி பின்னால் நகர்வதைப் போல தோன்றியது. ஆயினும், அறிவியல் வேளாண்மை ஒருமுறை கீழே போக தொடங்கிவிட்டால், அது பின்னோக்கியோ அல்லது திரும்பியோ செல்லாது. ஆனால் இயற்கையிலி ருந்து அதைப் பிரித்து எடுத்துச் செல்கிறப் பாதையில் முட்டாள்தனமாக விரையும்.

இயற்கை வேளாண்மை மற்றும் அறிவியல் வேளாண்மைக்கு இடையே யுள்ள பிணைப்பானது படம் 3.3இல் விளக்கிக் காட்டப்பட்டுள்ளது. கரிம வேளாண்மை உட்பட, குறுகிய காலத்தில் வரையறுக்கப்பட்ட இயற்கை வேளாண்மையானது மனித வேலையாட்களை நீக்கி “ஒன்றுமில்லை” (மு)

என்ற மையத்தை நோக்கிச் செல்கிறது. அது இடத்தையும் நேரத்தையும் சுருக்கி விடுவிக்கிறது. மாறாக, அறிவியல் வேளாண்மையானது சிக்கலான வேறுபட்ட வழிகளால் தகுந்த நேரம் மற்றும் இடத்தைத் தேடுகிறது. அது "ஒன்றுமில்லை" என்பதிலிருந்து வெளிப்புறமாக செல்கிறது. இரண்டும் ஒரே அளவில் அல்லது சமதளத்தில் தொடர்புடையதாக இருப்பதாக புரிந்துகொள்ளப்படுகிறது. இரண்டும் ஒரு புள்ளியில் ஒத்தவை என்பது போல தோன்றுகிறதென்றாலும் எதிர் எதிர்த் திசையிலேயே செல்கின்றன. ஒன்று பூஜ்யத்தை நோக்கியும் மற்றொன்று முடிவற்றதை நோக்கியும் நகர்கின்றன.

இவ்வாறாக தொடர்புடனும் சீர்தூக்கியும் பார்க்கப்படும்போது, இரண்டும் எதிர் எதிர்த் திசையில் இருப்பதாகத் தோன்றும். இவை நெருக்கமாக பிணைந்தவை ஆயினும், ஒன்றை ஒன்று நெருங்கவோ அல்லது விலகவோ செய்யாமல், நேரத்தின் மூலமாக இணைந்து முன்னேறுகின்றன; பூர்த்தி செய்கின்றன. ஏனென்றால் இயற்கை வேளாண்மை உட்புறமாக சுருங்குகிறது; தொடர்புடைய உலகத்தைத் தாண்டியிருக்கும் இயற்கையின் உண்மையான உலகத்திற்குத் திரும்பிச் செல்லத் தேடுகிறது. எப்போதும் தொடர்புடைய உலகத்துடன் நீண்டிருக்கும் அறிவியல் வேளாண்மையுடன் அது சமாதானப்படுத்த முடியாத அளவுக்கு முரண்பட்டிருக்கிறது.

2. இயற்கை வேளாண்மையின் நான்கு கொள்கைகள்

இயற்கை வேளாண்மை என்பது எந்த அளவு தெளிவானது என்பதையும், அறிவியல் வேளாண்மையைவிட மறுக்க முடியாதபடி சிறந்தது என்பதையும் தேற்றத்திலும் செயல் முறையிலும் நான் ஏற்கனவே காட்டிவிட்டேன். அறிவியல் வேளாண்மைக்கு மனித வேலையாட்களும் பெரிய உபகரணங்களும் தேவைப்படுகிறது; அது கூச்சல்களும் குழப்பங்களும் நிறைந்தது; இறுதியில் அழிவை நோக்கியே அழைத்துச் செல்லும் என்பதையும் ஏற்கனவே காட்டிவிட்டேன்.

ஆயினும் மனிதன் என்பவன் விசித்திரமான ஒரு பிராணி. துயரம் தரும் சூழ்நிலைகளை ஒன்றன்பின் ஒன்றாக அவன் உருவாக்குகிறான்; பிறகு அவை ஒவ்வொன்றையும் கவனித்துக் கொண்டிருக்கிறான். ஆனால் இந்தச் செயற்கையான சூழ்நிலைகளை எடுத்து தூரப் போட்டுவிட்டு, திடீரென மிகவும் மனக் கவலை உடையவனாக ஆகிறான். இயற்கை வழியிலான வேளாண்மை என்பது நியாயமானது என்பதை அவன் ஒப்புக் கொள்வதைப்போல இருந்தாலும், "ஒன்றும் செய்யாதே" என்ற கொள்கையை செயல்படுத்துவதற்கு அசாதாரணமான மன உறுதி வேண்டும் என்று யோசிப்பதைப் போல காணப்படுகிறான்.

இத்தகைய மனக் கவலையை சமாதானப்படுத்துவதற்கு நான் எனது சொந்த அனுபவங்களை மீண்டும் எண்ணிப் பார்த்தேன். இன்று, என்னுடைய இயற்கை வேளாண்மை முறை "ஒன்றும் செய்யாதே" என்ற புள்ளியை நெருங்கிவிட்டது. நான் கடந்த 40 ஆண்டுகளாக அதில் இருக்கும்போது தோல்விகளைச் சந்தித்த அனுபவத்தையும் பெற்றிருக்கிறேன். ஆனாலும் தொடர்ந்து அதில்தான் இருந்து

கொண்டிருக்கிறேன். ஏனென்றால் நான் அடிப்படையில் சரியான திசையில் சென்று கொண்டிருந்தேன். அறிவியல் முறையில் பயிர்களிடமிருந்து பெறப்படும் மகசூலுக்கு இணையான அல்லது அதிகமான மகசூலை நான் இப்போது பெறுகிறேன். மிக முக்கியமாக : 1. அறிவியல் வேளாண்மைக்கு தேவைப்படும் ஆட்கள் மற்றும் செலவை விட குறைந்த அளவை மட்டுமே கொண்டு என்னுடைய முறை வெற்றி அடைந்து வருகிறது. எனது குறிக் கோளானது இந்த எண்ணிக்கையை பூஜ்யத்திற்குக் கொண்டு வருவதேயாகும். 2. பயிர் செய்யும் செய்முறையில் அல்லது எனது பயிர்களில் எந்த இடத்திலும் எந்த ஒரு மூலப்பொருளும் சிறிதளவுகூட மாசு உண்டாக்கவில்லை. மேலும் எனது மண் முற்றிலும் பலனுள்ளதாக நீடித்திருக்கிறது.

இத்தகைய விளைவுகளில் எந்தத் தவறும் இருக்க முடியாது. ஏனென்றால் இப்போது வரை பல ஆண்டுகளாக அவற்றை நான் அனுபவித்து வருகிறேன். மேலும், இந்த முறையில் யார் வேண்டுமானாலும் பயிர் செய்ய முடியும் என்றும் நான் உத்திரவாதம் தருகிறேன். "ஒன்றும் செய்யாதே" என்ற இந்த முறை நான்கு பெரிய கொள்கைகளின் அடிப்படையில் அமைந்திருக்கிறது. அவை :

1. பயிரிடுதல் இல்லை
2. உரமிடுதல் இல்லை
3. களையெடுத்தல் இல்லை
4. பூச்சிக்கொல்லிகள் உபயோகித்தல் இல்லை

1. பயிரிடுதல் இல்லை

வழக்கமாக நிலத்தை உழுதல் என்பது விவசாயிக்கு கடினமான வேலையாக வும், வேளாண் செயல்முறைகளில் மிக முக்கியமான ஒரு செயலாகவும் இருக் கிறது. உண்மையில், அதிகமான மக்கள் விவசாயியாக இருத்தல் என்பதற்கு உழுதல் அல்லது மண்வெட்டியால் களைதல் என்பதே அர்த்தம் என நினைக் கிறார்கள். மண்ணை வேலை செய்தல் என்பது தேவையற்றதாகிய பிறகு, விவசாயியின் உருவமும் உண்மை நிலையும் தீவிரமாக மாறிவிடும். உழுதல் முக்கியமானது என எதனால் கருதப்பட்டது, உழுதலால் என்ன மாற்றங்கள் ஏற்பட்டன என்பதைப் பற்றி நாம் இப்போது பார்ப்போம்.

உழுதல் மண்ணை அழிக்கிறது: காற்று, நீர், போஷாக்கு போன்றவற்றைத் தேடி தாவரங்களின் வேர்கள் பூமிக்குள் ஆழமாக துளைத்துச் செல்கின்றன. இதை அறிந்ததும், இத்தகைய பகுதிப் பொருட்களை தாவரங்களுக்கு அதிகமாக கிடைக்கச் செய்வது அவற்றின் வளர்ச்சியை வேகப்படுத்தும் என மக்கள் நம்பினார்கள். ஆகையால் அவர்கள் நிலத்தில் உள்ள களைகளை நீக்கி, மண்ணை அவ்வப்போது சுழற்சி செய்தார்கள்; இது மண்ணைத் தளர்த்தி காற்று கிடைக்கச் செய்யும் என்று நம்பினார்கள். நைட்ரஜனாக மாறுவதை ஊக்குவித்தல் மண்ணில் கிடைக்கும் நைட்ரஜனின் அளவை அதிகப்படுத்தும் என்றும், தாவரங்களால் உறிஞ்சப்படும் வகையிலான உரங்களை மண்ணில்

தெளிக்க வேண்டும் என்றும் நம்பினார்கள்.

ஆம், இரசாயன உரங்களை நிலம் முழுவதும் பரவச் செய்திருந்தால் அநேக மாக நிலத்தை உழுதல் உரங்களின் திறனை உயர்த்த உபயோகமாக இருக்கும். ஆனால் இது சுத்தமாக உழுது, களைகளை நீக்கி உரத்தை உபயோகிக்கும் நிலங்களில் மட்டுமே பயனுள்ளதாக இருக்கும். புற்கள் நிறைந்த, உரம் உப யோகிக்கப்படாத நிலங்களில் அது முற்றிலும் பயனற்றதாகும். ஆகையால் நாம் உழுதலின் அவசியத்தை வேறுபட்ட கோணங்களில் பரிசோதித்துப் பார்ப் போம். விவாதத்தின்படி பார்த்தால் நைட்ரஜனாக மாறுவதை ஊக்கப்படுத்து வதன் மூலமாக கிடைக்கும் நைட்ரஜனின் அளவை அதிகரிக்க உதவி செய்வது என்பது, தற்காலிகமான சில லாபத்திற்காக ஒருவரின் உடலை வருத்துவதைப் போல இருக்கும்.

அநேகமாக உழுதல் மண்ணைத் தளர்த்தலாம், காற்று ஊடுருவி செல்வதை அதிகப்படுத்தலாம். ஆனால் இதற்கு மாறாக இது எதிர் விளைவான மண்ணை சுருக்குதல், காற்றில் உள்ள திரவத் தன்மையை குறைத்தல் போன்ற செயல்களை செய்துவிடாதா? ஒரு விவசாயி அவரது நிலத்தை உழுதாலோ, மண் வெட்டியைக் கொண்டு மண்ணை வெட்டினாலோ அது மண்ணுக்குள் காற்றின் இடைவெளிகளை உருவாக்குவது போலவும், மாசை மிருதுவாக்குவது போலவும் காணப்படுகிறது. ஆனால் அதன் விளைவானது ரொட்டியை இறுக்கி பிசைவதைப் போன்றதாகும். அதாவது, மண்ணை சுழற்சி செய்வதால், விவசாயி அதைச் சிறு சிறு துகள்களாக உடைக்கிறார். அந்தத் துகள்கள் இயற்பியல் வரிசையிலான, மிகச் சிறிய பிளவுகளை இடைவெளிகளாக அதிக அளவில் பெறுகின்றன.

மண்ணை மிருதுவாக்க சிறந்த ஒரே வழி, அதில் கலப்பு உரம் இடுவதும் உழுதல் மூலமாக அதை நிலத்துடன் கலக்கச் செய்வதும்தான். ஆனால் இது குறுகிய காலமே இருக்கக்கூடிய செயலாகும். நிலத்தில் களைகள் நீக்கப்பட்டு மீண்டும் மீண்டும் கவனமாக உழப்பட்டால், மண்ணை பெரிய துகள்களாக்கும் இயற்கையான திரட்டுதல் பாதிக்கப்படுகிறது. மண் துகள்கள் மிருதுவாகி நிலத்தைக் கடினமாக்குகின்றன.

ஈரமான நெல் நிலமானது பயிர் வளரும் பருவங்களின்போது ஐந்து, ஆறு அல்லது கிட்டத்தட்ட ஏழு முறை இயல்பாக உழப்படுகிறது எனக் கருதுவோம். மிகவும் பொறாமை குணம் உடைய விவசாயி மற்றவர்களுடன் போட்டிப் போட்டுக் கொண்டு இன்னும் அதிக தடவை உழுகிறான். இது நெல் நிலத்தில் உள்ள மண்ணை மிருதுவாக்கி, மண்ணுக்குள் அதிக காற்று செல்ல வைக்கும் என எல்லோரும் நினைப்பார்கள். இரண்டாம் உலகப் போருக்குப் பிறகு, களைக் கொல்லிகள் கிடைக்கும்வரை இதுதான் சிறந்த வழி என்று அதிகமான மக்கள் நீண்ட நாட்கள் வரை நினைத்திருந்தார்கள். அதன்பிறகு தங்களுடைய நிலத்தில் களைக்கொல்லிகளைத் தெளிப்பது உழுதலின் அளவைக் குறைக்கும்; மகசூலை அதிகரிக்கும் என்பதை மக்கள் கண்டறிந்தார்கள். உழுதல் என்பது களை யெடுக்கும் செயல்முறையாக வேண்டுமானால் பயனுள்ளதாக இருக்கலாம்.

ஆனால் மண்ணைத் தளர்த்துவதற்கு அது பயனற்ற வழி என்பதை இது விளக்கிக் காட்டுகிறது.

மண்ணை உழுதல் பயனற்றது என்று சொல்வதும், மண்ணை உழுது தளர்த்தி அதன் திரவத் தன்மையை அதிகப்படுத்துவது தேவையற்றது என்று அறிவிப்பதும் ஒன்றே கிடையாது. உண்மையில் அபரிமிதமான அளவு காற்றும் நீரும் மண்ணுக்கு மிக முக்கியமானது என்று எல்லோரும் சொல்வதைவிட மிக அதிகமாக, அழுத்தமாக நான் சொல்ல விரும்புகிறேன். ஒவ்வொரு வருடம் கடந்து போகும்போதும் திரவத் தன்மை அதிகமாவதும் பருமன் அதிகமாக வதும் மண்ணின் இயல்பாகும். பூமியில் நுண்ணுயிரிகள் பெருகவும், நிலம் வளமானதாக வளரவும், பெரிய மரங்களின் வேர்கள் பூமிக்குள் ஆழமாக ஊடுருவிச் செல்லவும் இது முற்றிலும் அவசியமானதாகும். இதற்கெல்லாம் விடை சொல்வதற்கும் அப்பால், மண்ணை உழுதல் அல்லது மண்வெட்டியால் வெட்டுதல் என்பது இத்தகைய செயல்களையெல்லாம் தடை செய்யும் என்று மட்டுமே நான் நம்பினேன். மனிதன் மண்ணை அப்படியே விட்டுவிட்டால் இயற்கையின் சக்திகள் அதைத் தானாகவே வளப்படுத்தும்; தளர்த்தும்.

வழக்கமாக விவசாயிகள் மண்ணை கிட்டத்தட்ட நான்கு முதல் எட்டு அங்கு லத்திற்கு உழுகிறார்கள். அதே நேரத்தில் புற்கள் மற்றும் பசும்தழைப் பயிர்களின் வேர்கள் மண்ணுக்குள் 12, 15 அல்லது அதற்கு அதிகமான அங்குலங்கள் ஊடுருவிச் செல்கின்றன. இத்தகைய வேர்கள் பூமிக்குள் ஆழமாக செல்லும் போது இந்த வேர்களுடன் இணைந்து நீரும் காற்றும் மண்ணுக்குள் ஊடுருவி செல்கின்றன. இவை வாடிப்போய் இறந்துவிட்டால் பல வகையான நுண் உயிரிகள் மிக வேகமாக பல மடங்கு உருவாகின்றன. இத்தகைய உயிருள்ளப் பொருட்கள் இறந்து மற்ற ·பொருட்களால் நிரப்பப்பட்டால், நிலத்தை வள மாக்கும் தாவரமக்கு அதிகமாகி மண் தளர்ந்துவிடும். இறுதியாக தாவர மக்கு இருக்கும் இடத்தில் மண்புழுக்கள் தோன்றும். மண்புழுக்களின் எண்ணிக்கை அதிகரித்தால், மண்ணில் பொந்தைத் தோண்டியபடி மூஞ்சூறுகள் வருவதும் அதிகமாகிவிடும்.

மண் தானாகவே வளப்படுத்திக் கொள்கிறது : மண் அதன் சொந்த முயற்சியில் வாழ்கிறது; தானாகவே உழுது கொள்கிறது. அதற்கு மனிதனிடமி ருந்து எந்த உதவியும் தேவையில்லை. “மண்ணை அடக்குதல்” மற்றும் நிலத்தைப் “பக்குவப்படுத்துதல்” பற்றி விவசாயிகள் அடிக்கடி பேசுகிறார்கள். உதாரணமாக, மலைக்காடுகளில் வளரும் மரங்கள் அத்தகைய அபாரமான உயரத்திற்கு, உழுதலோ அல்லது உரமிடுதலோ இல்லாமலேயே வளர்கின்றன; ஆனால் விவசாயிகளின் நிலங்களில் வளரும் பயிர்கள் ஏன் பலவீனமாக வளர்கின்றன?

உழுதல் என்றால் என்னவென்று விவசாயி எப்போதாவது சிறிதளவு கவனத் துடன் யோசித்திருப்பாரா? தனது கவனம் முழுவதும் மெலிதான ஒரு மேற் பரப்பு அடுக்கின்மீதே இருக்கிறது, அதற்கு கீழே என்ன இருக்கிறது என்பதை தான் கவனிக்கத் தவறிவிட்டோம் என்பதை அவர் அறிந்திருக்கிறாரா?

மலைகளிலும் காடுகளிலும் கிட்டத்தட்ட தற்செயலாக மரங்கள் வளர் கின்றன என்பதைப்போல காணப்படலாம். ஆனாலும் தேவதாரு மரங்கள் அதன் பெரிய அளவுடன் எந்த இடத்தில் உயிர்த்திருக்க முடியுமோ அங்கே தான் வளர்கின்றன. பலதரப்பட்ட மரங்கள் கலந்திருக்க முடியும் என்ற இடத்தி லேயே பலதரப்பட்ட மரங்கள் கலந்திருக்கின்றன. பைன் மரங்கள் வளர்வதற் கேற்ற இடங்களிலேயே அவை முளைவிட்டு வளர்கின்றன. பள்ளத்தாக்கின் அடிப்பகுதியில் பைன் மரங்கள் வளர்வதையோ அல்லது மலையின் உச்சியில் தேவதாரு மரக்கன்று வேரிடுவதையோ ஒருவர் பார்த்திருக்க முடியாது. பெரணி தாவரங்களில் ஒரு வகையானது வளமற்ற மண்ணிலும், மற்ற வகைகள் ஆழமான மண் உள்ள பகுதியிலும் வளர்கின்றன. நீரின் ஓரத்தில் வளரும் தாவரங்கள் மலையின் உச்சிகளில் காணப்படுவதில்லை. பாலைவனத் தாவரங்கள் நீரில் வாழ்வதில்லை. கவனமோ அல்லது நோக்கமோ இல்லையென்றபோதும், இத்தகைய தாவரங்கள் தங்களால் எங்கே வளர முடியும், தாங்கள் எங்கே வளர வேண்டும் என்பதைச் சரியாக தெளிவாகத் தெரிந்து வைத்துள்ளன.

“தகுந்த நிலத்திற்கு தகுந்த பயிர்” என்பதைப் பற்றி மனிதன் பேசுகிறான். எந்த இடத்தில் எந்தப் பயிர் நன்றாக வளரும் எனத் தீர்மானிக்கப் படிக்கிறான். ஆயினும் மாண்டரின் ஆரஞ்சு மரங்களுக்கு தகுந்த மண் அமைப்பை அறிதல் போன்ற தலைப்புகளை ஆய்வு அரிதாகத்தான் தொடுகிறது. அல்லது ஈச்சம் பழ மரங்கள் எத்தகைய இயற்பியல், வேதியியல், உயிரியல் மண் அமைப்பில் வளரும் என்பதை அறிதல் போன்ற தலைப்புகளையும் ஆய்வு அரிதாகத்தான் தொடுகிறது. அந்த நிலம் எந்த மரத்திற்குத் தகுதியானது, அந்த மண்ணின் மூலம் என்ன, மண்ணின் அமைப்பு என்ன என்பவற்றையெல்லாம் பற்றி எந்த வொரு தகவலும் தெரிந்து கொள்ளாமல், சரியான யோசனை இல்லாமல் மக்கள் மரங்களை நடுகிறார்கள்; விதையை விதைக்கிறார்கள். அதன்பிறகு தங்க ளுடைய பயிர்கள் ஏன் சரியாக வளரவில்லை என்று விவசாயிகள் வருத்தப் படுவதில் வியப்பேதும் இல்லை.

மலைக்காடுகளின் மேல்பகுதியிலும், ஆழமான அடுக்கிலும் இயற்பியல் மற்றும் வேதியியல் கூட்டுப்பொருட்கள் இல்லை என்ற விவகாரம் இருக்கிறது. எனினும் மனிதனின் சிறிய உதவிகூட இல்லாமல், உயரமான மரங்கள் அடர்த்தி யாக வளர்வதற்கு ஏற்ற மண் நிலையை இயற்கை உருவாக்குகிறது. இயற்கையில் புற்களும் மரங்களும், நிலத்தில் மூஞ்சூறுகளும் மண்புழுக்களும் உழுகிற குதிரை களாக, எருதுகளாக பங்காற்றி மண்ணை முழுவதுமாக மாற்றி அமைத்துப் புதுப்பிக்கின்றன. நிலத்தை உழாமல் அல்லது மண்வெட்டியால் வெட்டாமல் வேளாண்மை செய்வதற்கு ஏற்ற விதத்தில் ஆக்குவதைவிட வேறெதாவது வேண்டும் என்று ஒரு விவசாயியால் விரும்ப முடியுமா? புற்கள் மேல்மண்ணை உழுகின்றன, மரங்கள் ஆழமான அடுக்குகளை உழுகின்றன. மண்ணை வளப் படுத்தும் பொறுப்பை மண்ணிடமே ஒப்படைப்பதும், தாவரங்கள் வளர்ச்சியை இயற்கையாக தாவரங்களிடமே ஒப்படைப்பதும் எவ்வளவு புத்திசாலித்தன மானது என்பதை எங்கே பார்த்தாலும் நான் நினைவுபடுத்திக் கொள்வேன்.

சிறு செடிகள் என்ன செய்கின்றன என்பதைப் பற்றி யோசிக்காமல் மக்கள் அதைப் பிடுங்கி நடுகிறார்கள். ஒட்ட வைப்பதற்காக வைத்திருக்கும் செடியின் கிளையை வேறொரு இனங்களில் வைத்து விடுகிறார்கள். அல்லது பழ மரத்திற் கான சிறுசெடிகளின் வேர்களைக் கத்தரித்து வேறு இடத்தில் நடுகிறார்கள். இந்த நிலையில் வேர்கள் நேராக வளர்வதை நிறுத்தி விடுகின்றன; கடினமான மண் அமைப்பில் ஊடுருவிச் செல்லும் திறனையும் இழந்து விடுகின்றன. பிடுங்கி நடுதலின்போது மரத்தின் வேர்களுக்கு இடையே ஒரு சிறு சிக்கல் ஏற்பட்டாலும், அந்த வேர்களின் முதல் தலைமுறையின் இயற்கையான வளர்ச்சி தடை செய்யப் படுகிறது. மேலும் மரங்களின் வேர்களை மண்ணுக்குள் செலுத்தும் திறனையும் பலவீனப்படுத்துகிறது. இரசாயன உரங்கள் உபயோகிப்பதால் மரங்கள் குழிவான வேர் அமைப்புடன் வளர்வது ஊக்குவிக்கப்படுகிறது. அது மண்ணின் மேற்பரப்பு நெடுக நீண்டிருக்கிறது. உரம் உபயோகிப்பதும் களையெடுத்தலும் இயல்பான வளர்ச்சியையும் மண்ணின் வளத்தையும் நிறுத்தி வைக்கின்றன. வேளாண்மைக்கான புதிய நிலங்களை உருவாக்குவதற்காக மரங்களையும் செடி களையும் பிடுங்கி இழுப்பதென்பது, மண்ணின் ஆழமான அடுக்குகளில் இருக்கும் தாவரமக்கை உருவாக்கும் ஆதாரத்தைக் கொள்ளையடிக்கிறது; மண்ணின் நுண்ணுயிரிகள் வேகமாக வளர்ச்சி அடைந்து பெருகுவதை நிறுத்து கிறது. இத்தகைய செயல்கள்தான் உழுதலும் மண்ணை வளப்படுத்துதலும் தேவையானது என்பதாக ஆக்குகிறது.

மண்ணை உழவோ அல்லது வளப்படுத்தவோ தேவையில்லை. ஏனென்றால் இயற்கை பல்லாயிரம் ஆண்டுகளாக அதன் சொந்த முறைகளிலேயே வேலை செய்து கொண்டிருக்கிறது. மனிதன்தான் இயற்கையின் கையைத் தடுத்துவிட்டு உழுவதைத் தானாக கையில் எடுத்துக் கொண்டான். ஆனால் இது வெறும் மனிதன் இயற்கையைப் போல நடிக்கிறான் என்பதைப் போன்றதாகும். மனிதன் கற்றுக்கொண்ட இவையெல்லாம் அறிவியல் கருத்துக்களின் ஆதிக்கத்தால் ஏற்பட்டவை மட்டுமே.

மண்ணைப் பற்றிய எல்லாவற்றையும் மனிதனுக்கு எந்த ஆய்வும் கற்றுத் தர முடியாது. இயற்கையான மண்ணைவிட மிகச் சிறந்த மண்ணை அவனால் நிச்சயமாக உருவாக்க முடியாது. ஏனென்றால் இயற்கை என்பது பூரணமாக இருக்கிறது. கையளவு மண் எவ்வளவு பூரணமானது, முழுமையானது என அறிவியல் ஆய்வின் முன்னேற்றங்கள் மனிதனுக்கு கற்பித்தால் மனித அறிவு எந்த அளவு முழுமையற்றதாக இருக்கிறது.

மண்ணைப் பூரணமற்றதாகப் பார்த்து மண்வெட்டியைக் கையில் எடுத்துக் கொள்ள வேண்டும் அல்லது மண்ணை நம்பி அதை வளப்படுத்துவதை இயற்கையிடமே ஒப்படைத்து விட வேண்டும். இவை இரண்டில் ஒன்றை நாம் தேர்வு செய்யவேண்டும்.

பயிர்கள் மண்ணை நம்பியுள்ளன : பயிர்கள் ஏன், எப்படி பூமியில் வளர் கின்றன என்பதை நாம் நேரடியாகப் பார்த்தால், மனித அறிவு மற்றும் செயலிலிருந்து தனிப்பட்டு இருக்கவே அப்படிச் செய்கின்றன என்பதை உணர்ந்து கொள்வோம். இதற்கு அர்த்தமானது அவற்றிற்கு அடிப்படையில் உரங்கள் மற்றும் போஷாக்குகள் தேவையில்லை என்பதாகும். பயிர்கள் வளர் வதற்கு மண்ணையே நம்பியிருக்கின்றன.

பழமரங்கள், அரிசி, குளிர்கால தானியம் போன்றவற்றை உரங்கள் இல்லா மலேயே பயிர் செய்ய முடியும் என்பதைத் தீர்மானிக்க நான் அவற்றை வைத்து பரிசோதனை செய்து கொண்டிருக்கிறேன். ஆமாம், உண்மைதான் பயிர்களால் உரமின்றி வளர முடியும். மக்கள் பொதுவாக நம்புவதைப்போல அது மோச மான மகசூலாக இருக்காது. உண்மையில், கடுமையான உரங்களை உப யோகித்துப் பெறும் மகசூலுக்குச் சமமானதை, ஒருவர் இயற்கையின் இயற்கை யாக அமையப் பெற்ற சக்தியை முழுமையாக உபயோகிப்பதால் பெற முடியும் என்பதை என்னால் விளக்கிக் காட்ட முடியும். ஆனால் உரங்கள் இல்லாமல் வேளாண்மை செய்வது ஏன் சாத்தியமாகிறது, அதிலிருந்து கிடைக்கும் விளைவுகள் நல்லதா அல்லது கெட்டதா என்ற கலந்தாய்வில் ஈடுபடுவதற்கு முன்னதாக, அறிவியல் வேளாண்மை எடுத்துக்கொண்ட சாலையை நான் பார்க்க விரும்புகிறேன்.

நீண்ட காலங்களுக்கு முன்னர், காடுகளில் பயிர் வளர்வதைப் பார்த்துவிட்டு அதை "வளர்ச்சி'' என்று மக்கள் அழைத்தார்கள். சீர்தூக்கிப் பார்க்கும் அறிவை உபயோகித்து, காட்டுத் தாவர வளர்ச்சியை தாவரங்களைப் பயிர் செய்யும் செயலாக மாற்ற எண்ணம் கொண்டு தொடர்ந்தார்கள்.

உதாரணமாக, அறிவியலறிஞர்கள் அரிசி மற்றும் பார்லி தாவரங்களைப் பகுத்தாய்ந்து, அதில் உள்ள பல்வேறு போஷாக்குகளை அடையாளம் கண்டு கொண்டனர். அதன்பிறகு இத்தகைய போஷாக்குகள் அரிசி மற்றும் பார்லியின் வளர்ச்சியை உயர்த்துமா என்பதைக் கலந்தாலோசித்தார்கள். அடுத்து அந்தப் போஷாக்குகளை உரமாக உபயோகித்தார்கள்; எதிர்பார்த்தபடியே தாவரங்கள் வளர்வதை உற்றுநோக்கினார்கள்; எனவே அந்த உரமானது பயிரை வளரச் செய்கிறது என்ற தீர்மானத்திற்கு வந்தார்கள். அந்தக் கணமே உரத்துடன் வளரும் பயிரையும் உரமில்லாமல் வளரும் பயிரையும் ஒப்பிட்டார்கள். உரம் உபயோகிப்பது உயரமான, நல்ல மகசூல் தரும் தாவரங்களைப் பெற செய்கிறது என்று தீர்மானித்தார்கள். அதன்பிறகு உரத்தின் மதிப்பைப் பற்றி சந்தேகம் கொள்வதை மக்கள் நிறுத்திவிட்டார்கள்.

உரங்கள் உண்மையிலேயே தேவைதானா? : பழமரங்களுக்கு உரங்கள் அவசியமானது என ஏன் கருதப்படுகிறது என்ற காரணங்களை ஒருவர் அலசி ஆராய்ந்து பார்க்கும்போதும் இதுவே உண்மையாகிறது. பழத்தோட்டக் கலை நிபுணர்கள் இயல்பாக கிளைகள், இலைகள், மரத்தின் பழங்கள் ஆகியவற்றைப்

பகுத்தாய்ந்து தொடங்குவார்கள். இதிலிருந்து நைட்ரஜன், பாஸ்பரஸ், பொட்டாசியம் பொருட்கள் என்றால் என்ன, பழ உற்பத்திக்கு அல்லது ஆண்டின் வளர்ச்சிக்கு இத்தகைய சேர்க்கைப் பொருட்கள் எப்படி உட்கொள்ளப்படுகின்றன என்பவற்றை அவர்கள் கற்றறிந்து கொள்கிறார்கள். இத்தகைய பகுத்தாய்விலிருந்து கிடைக்கும் பதில்களை அடிப்படையாகக் கொண்டு நைட்ரஜன் சேர்க்கைப் பொருட்கள் 90 பவுண்ட்கள், பாஸ்பேட் 70 பவுண்ட்கள், பொட்டாசியம் 90 பவுண்ட்கள் எனப் பக்குவமடைந்த பழத் தோட்டங்களில் பழமரங்களுக்கு உரம் தரும் முறை தீர்மானிக்கப்படுகிறது. சோதனை மனைகள் மற்றும் மண் பானைகளில் வளரும் மரங்களில் ஆய்வாளர்கள் உரத்தை உபயோகிப்பார்கள். மரத்தின் வளர்ச்சி, அது சுமந்திருக்கும் பழங்களின் தரம் மற்றும் எண்ணிக்கை போன்றவற்றைப் பரிசோதித்து, அதன் மூலமாக உரத்தின் அத்தியாவசியத்தை விளக்கிக் காட்டுவார்கள்.

சிட்ரஸ் மரங்களின் இலைகளிலும் கிளைகளிலும் நைட்ரஜன் சேர்க்கைப் பொருட்கள் இருக்கின்றன என்பதையும், அவை வேர்களின் மூலமாக நிலத்தால் உறிஞ்சிக் கொள்ளப்படுகின்றன என்பதையும் மனிதன் அறிந்துகொண்டான். அதிலிருந்து, போஷாக்கு ஆதாரமாக உரங்களைச் செலுத்தும் யோசனை அவனுக்குத் தோன்றியது. இலைகள் மற்றும் கிளைகளுக்கு தேவையான போஷாக்குகளை வழங்குவதில் வெற்றி பெற்றுவிட்டால் சிட்ரஸ் மரங்களுக்கு உரம் உபயோகிப்பது அவசியமானது, அது மரங்களின் திறனை அதிகப்படுத்தக் கூடியது என்ற தீர்மானத்திற்கு உடனடியாக வந்துவிடுவான்.

பழமரங்கள் கண்டிப்பாக "வளரவேண்டும்'' என்ற ஊகத்துடனே ஒருவர் வேலை செய்தால், வேர்களால் உரம் உறிஞ்சப்படுவது காரணமாக இருக்கும்; இலைகள் மற்றும் கிளைகளின் முழுமையான வளர்ச்சிகள் அதன் விளைவாக இருக்கும். உரம் உபயோகித்தல் அவசியமானது என்ற இயற்கையான தீர்மானத்தை நோக்கி இது அழைத்துச் செல்லும்.

எனினும் மரம் அதன் சொந்த முயற்சியில் வளர்வதை பார்ப்பதை நமது தொடக்கப் புள்ளியாக நாம் எடுத்துக்கொண்டால், மரத்தின் வேர்களால் போஷாக்குகள் எடுத்துக்கொள்ளப்படுவது அதன்பிறகு ஒரு காரணமாக இருக்காது. இயற்கையின் கண்களில் அது வெறும் ஒரு சிறிய விளைவுதான். வேர்களால் போஷாக்குகள் உறிஞ்சிக் கொள்ளப்படுவதன் விளைவாக மரம் வளர்கிறது என்று ஒருவர் சொல்ல முடியும். ஆனால் போஷாக்கு உறிஞ்சிக் கொள்ளப்படுவது ஏதோவொன்றின் காரணமாக நிகழ்கிறது என்றும் ஒருவர் உரிமை கோர முடியும். அதாவது மரத்தை வளரச் செய்வதற்கான திறனை எது கொண்டிருக்கிறதோ அதன் காரணமாக நிகழ்கிறது. மரத்தில் உள்ள மொட்டுக்களை மொட்டுவிட வைக்கின்றன. ஆகையால் அவை என்ன செய்கின்றன என்பது இதைத்தான்; வேர்கள் அவற்றின் வியாபித்திருக்கும் சக்தியால் பூமிக்குள் முழுவதுமாகப் பரவி நீண்டு கொண்டிருக்கின்றன. இயற்கையின் சுற்றுப்புறத்திற்கு ஏற்ற சரியான உருவத்தை மரம் பெற்றிருக்கிறது. இதனுடன், அது இயற்கையின் அருளைக் காக்கிறது; இயற்கையின் விதிகளுக்குக்

கீழ்ப்படிந்து வேகமாகவும் இல்லாமல் மெதுவாகவும் இல்லாமல் வளர்கிறது. ஆனால் இயற்கையின் சிறந்த சுழற்சிகளுடன் முற்றிலும் இணக்கமாக வளர்கிறது.

உரத்தின் எண்ணற்ற கெடுதல்கள் : விவசாயி இவையனைத்திற்கும் நடுவில் வரும்போதும், அவரது நிலங்களிலும் பழத் தோட்டங்களிலும் உரம் நிரப்பி இருக்கும்போதும் என்ன நடக்கும்? அவர் கேள்விப்பட்ட வேகமான வளர்ச்சி யால் மகிழ்ச்சியடைந்து, அலைந்து திரிந்து தன்னுடைய மரங்களுக்கு உரம் உபயோகிப்பார்; இது இயற்கையின் அமைப்பில் எத்தகைய மாற்றத்தை ஏற்படுத்தும் என்பதை சிறிதும் யோசிக்கமாட்டார்.

இயற்கையான உலகின்மீது கையளவு உரத்தைச் சிதறச் செய்வதால் என்ன விளைவு ஏற்படும் என்பதை மனிதனால் தெரிந்துகொள்ள முடியாது. ஆதலால், உரம் உபயோகிப்பதன் பயன் என்ன என்பதைப் பற்றி பேச மனிதன் தகுதி யானவன் இல்லை. உரம் மரத்திற்கோ அல்லது மண்ணுக்கோ, நல்லது அல்லது கெட்டது செய்யும் என்பதைத் தீர்மானிக்க ஒருநாள் இரவு போதாது.

இயற்கையின் இரகசியமும் சிக்கலானத் தன்மையும் எவ்வளவு அச்சுறுத்தக் கூடியது என்பதை அறிவியலறிஞர்கள் கற்றறிந்துகொண்டார்கள். எண்ணற்ற, புரியாத புதிர்கள் நிரம்பிய உலகம் இது என்பதையும் அவர்கள் கண்டு கொண்டார்கள். ஒரு கிராம் மண் அல்லது ஒரு சிறு துகளில் மறைந்திருக்கும் ஆய்வு தகவல்களின் அளவு சிந்தையைத் தடுமாறச் செய்யக்கூடியதாகும்.

மக்கள் மண் தாதுப் பொருட்களை அழைக்கிறார்கள்; ஆனால் வெறும் ஒரு கிராம் அளவு சாதாரண மேல் மண்ணில் நூறு கோடி நுண்ணுயிரிகள், ஈஸ்ட்கள், நுண்பாசி வகை உயிரணுக்கள் மற்றும் இதர நுண்ணுயிரிகள் இருக் கின்றன. இதனால் இறந்து, உயிரற்றதாக இருப்பதற்கும் அப்பால் அந்த மண் செழிப்பாக இருக்கிறது. இத்தகைய நுண்ணுயிரிகள் காரணம் இல்லாமல் நீடித்திருக்காது. ஒவ்வொன்றும் ஒவ்வொரு நோக்கத்திற்காக உயிர் வாழ்கின்றன; போராடுகின்றன; ஒத்துழைக்கின்றன; இயற்கையின் சுழற்சிகளைச் சுமந்து கொண்டிருக்கின்றன.

இந்த மண்ணில் மனிதன் சக்திவாய்ந்த இரசாயன உரங்களை வீசுகிறான். இந்த உரங்களின் சேர்க்கைப் பொருட்கள் எப்படி இணைகின்றன, காற்று, நீர், உயிரற்ற தாதுப்பொருளில் இருக்கும் மற்ற பொருட்களுடன் அவை எப்படிச் செயல்புரிகின்றன, என்ன மாற்றங்களை அவை ஏற்படுத்துகின்றன, இத்தகைய சேர்க்கைப் பொருட்களுக்கும் வேறுபட்ட நுண்ணுயிரிகளுக்கும் இடையே இணக்கமான சமநிலையைப் பாதுகாப்பதற்கு என்ன உறவு தக்கவைத்துக் கொள்ளப்படுகிறது என்பதையெல்லாம் தீர்மானிக்க, பல ஆண்டுகள் ஆய்வு செய்ய வேண்டும்.

உரங்களுக்கும் மண்ணின் நுண்ணுயிரிகளுக்கும் இடையே உள்ள உறவைப் பற்றி ஆய்வு எதுவும் செய்யப்பட்டிருந்தாலும் அது மிகக் குறைவாகும். உண்மையில் அதிகமான பரிசோதனைகள் இவற்றை முழுவதுமாக தவிர்த்து

விடுகின்றன. வேளாண் ஆய்வு மையங்களில், அறிவியலறிஞர்கள் மண்ணை பானைகளில் இட்டுச் சோதனைகள் நடத்துகிறார்கள். ஆனால் விரும்பத்தகாத வகையில், இத்தகைய பானைகளின் மண்ணில் உள்ள நுண்ணுயிரிகளில் அதிகமானவை இறந்துவிடுகின்றன. நிச்சயிக்கப்பட்ட சூழ்நிலையின்கீழ், அளவான பரிசோதனை திட்ட வரம்புக்குள் நடத்தப்பட்ட சோதனைகளிலிருந்து கிடைத்த தகவல்களை, இயற்கையான சூழ்நிலையில் உபயோகிக்க முடியாது என்பது தெளிவாகத் தெரிகிறது.

ஆயினும், சில சோதனைகளில் பயிரின் வளர்ச்சியை உரம் லேசாக சீர்படுத்தலாம். அதற்காக அவை திறனுடையவை என ஆடம்பரமாக பாராட்டப்பட்டு, தெளிவாக அறிவிக்கப்படுகின்றன. உரத்தின் பயன்கள் மட்டுமே அழுத்தமாகச் சொல்லப்படுகின்றன. அவற்றில் உள்ள எண்ணற்ற எதிர் விளைவுகளைப் பற்றி எதுவும் சொல்லப்படவில்லை. அவற்றில் சில மாதிரிகள் கீழே தரப்படுகின்றன.

1. உரங்கள் பயிர்களின் வளர்ச்சியை வேகப்படுத்துகின்றன. ஆனால் இவை தற்காலிகமானவையும் ஓரிடத்திற்கு மட்டுமே உரியவையும் ஆகும். இவை பயிர்களின் தவிர்க்க முடியாத பலவீனத்தை ஈடு செய்வதில்லை. ஹார்மோன்களால் தாவரத்தின் வளர்ச்சி வேகமாக, சீராக இருப்பதை ஒத்ததாக இவை இருக்கின்றன.

2. உரங்களால் பலவீனமடைந்த தாவரங்களானது நோய்கள் மற்றும் தொந்தரவு தரும் பூச்சிகளை எதிர்க்கக் குறைவான சக்தியைக் கொண்டிருக்கின்றன. வளர்ச்சி மற்றும் முன்னேற்றத்திற்கான இடையூறுகளை வெல்வதிலும் குறைந்த திறன் உடையவையாக இருக்கின்றன.

3. மண்ணில் வழக்கமாக உபயோகிக்கப்படும் உரமானது, ஆய்வகப் பரிசோதனைகளில் உபயோகிக்கப்படுவதைப் போல திறன் உடையவையாக இருப்பதில்லை. உதாரணமாக, 30 சதவிகித நைட்ரஜன் சேர்க்கைப் பொருட்கள் நிறைந்த அமோனியம் சல்ஃபேட்டை நெல் நிலத்தில் உபயோகித்தால், மண்ணில் உள்ள நுண்ணுயிரிகள் அந்த நைட்ரஜனை நீக்கி விடுகின்றன; நைட்ரஜன், காற்று மண்டலத்திற்குத் தப்பிச் சென்று விடுகிறது என்பது சமீபத்தில் அறிந்து கொள்ளப்பட்டது. எண்ணற்ற விவசாயிகள் சொல்ல முடியாத அளவுக்கு காயங்களையும் அநியாயங்களையும் பல பத்து ஆண்டுகளாக அனுபவித்த பிறகு, இது வெறும் அறியாமையால் ஏற்பட்ட தவறு என சிரித்து ஒதுக்க முடியாதபடி வெளியே வந்தது. இத்தகைய முட்டாள்தனங்கள் மீண்டும் மீண்டும் நிகழ்ந்து கொண்டிருக்கின்றன. பாஸ்பேட் உரங்கள் நிலத்தில் உபயோகிக்கப்படும்போது அது மண்ணின் மேற்பரப்பில் 2 அங்குலங்கள் மட்டுமே ஊடுருவிச் செல்கின்றன என்று தற்போதைய தகவல்கள் சொல்கின்றன. ஆகையால் விவசாயிகள் தங்கள் நிலங்களில் ஒவ்வொரு வருடமும் நம்பிக்கையுடன் உபயோகித்த மலையளவு பாஸ்பேட்கள் பயனற்றதாகிப் போகின்றன. முக்கியமாக அவை மண்ணின் மேற்பரப்பில் வெறும் “குவியலாக” இருக்கின்றன.

4. உரங்களின் உபயோகத்தால் நேரடியாக ஏற்படும் சேதம் எண்ணற்றது; ''பெரிய மூன்றின்'' - அமோனியம் சல்பேட், சூப்பர் பாஸ்பேட், பொட்டாசியம் சல்பேட் - 70 சதவீதமானது வீரியம் மிக்க சல்பியூரிக் அமிலமாகும். இது மண்ணை அமிலத் தன்மையுடையதாக ஆக்குகிறது. மண்ணிற்கு நேரடியாகவும் மறைமுகமாகவும் பெரிய தீங்கினை ஏற்படுத்துகிறது. ஒவ்வொரு வருடமும், ஜப்பானிய வேளாண் நிலங்களில் உரம் என்ற வடிவில் 1.8 மில்லியன் டன்கள் சல்பியூரிக் அமிலம் குவிக்கப்படுகிறது. இந்த அமிலம் நிறைந்த உரமானது மண்ணில் உள்ள நுண்ணுயிரிகளின் எண்ணிக்கையைக் குறைத்து, அவற்றைக் கொல்கிறது. இந்த வகையில் மண்ணைத் தகர்த்து அழிக்கிறது. இவ்வாறாக ஜப்பானிய வேளாண்மையில் ஒரு நாள் மந்திரப் பேரழிவு ஏற்படப் போகிறது என்பது நிகழலாம்.

5. உரம் உபயோகிப்பதில் ஒரு மிகப் பெரிய பிரச்சனை என்னவென்றால், அடிப்படைச் சேர்க்கைப் பொருட்கள் குறைபாடு ஏற்படுவதாகும். இரசாயன உரங்களை அதிக அளவில் சார்ந்திருப்பதால் நாம் மண்ணை மட்டும் கொல்ல வில்லை; குறைந்த எண்ணிக்கையிலான போஷாக்குகளில் வளர்க்கப்படும் நமது பயிர் உற்பத்தியானது, பயிர்கள் வளர்வதற்கான பல அடிப்படை மூலக்கூறு களில் பற்றாக்குறையையும் ஏற்படுத்துகிறது. சமீபத்தில், இத்தகைய பிரச்சனை பழமரங்களில் எச்சரிக்கை செய்யும் விதத்தில் எழுந்துள்ளது; குறைவான அரிசி அறுவடைக்கான ஒரு காரணமாகவும் இது கண்டறியப்பட்டிருக்கிறது.

பழத்தோட்டத்தின் மண்ணில் உள்ள பல்வேறு சேர்க்கைப் பொருட்களை உடைய உரங்களின் விளைவுகள் மற்றும் வினைபுரிதல் ஆகியவை சொல்ல முடியாத அளவுக்கு சிக்கலானவையாகும். அயோடின் பற்றாக்குறையாக இருக்கும் மண்ணில் நைட்ரஜன் மற்றும் பாஸ்பேட்டை உட்கொள்ளுதல் மோச மாக இருக்கிறது. சுண்ணாம்பை அதிகமாக உபயோகிப்பதன் காரணமாக மண் அமிலத்தன்மை உடையதாக அல்லது சுண்ணாம்புக் காரம் உடையதாக மாறு கிறது. அப்போது துத்தநாகம், மாங்கனீசு, போரான், அயோடின் மற்றும் இதர மூலப்பொருட்கள் உண்டாவது குறைந்துவிடும். ஏனென்றால் அவையெல்லாம் நீரில் கரையும் தன்மையைக் குறைவாக உடையவையாகும். அதிகமான அளவு பொட்டாசியமானது அயோடினை உட்கொள்வதை தடை செய்கிறது; அதே நேரம் போரானை உறிஞ்சிக்கொள்வதையும் குறைக்கிறது. மண்ணில் அதிக மான அளவு நைட்ரஜன், பாஸ்பேட், பொட்டாசியம் இருப்பதானது துத்தநாகமும் போரானும் பற்றாக்குறையாக இருப்பதை அதிகப்படுத்துகின்றன. மற்றொரு வகையில், நைட்ரஜனும் பாஸ்பேட்டும் அதிகமாக இருப்பது மாங்கனீசு பற்றாக்குறையைச் சிறிய அளவில் ஏற்படுத்துகின்றன.

ஏதாவது ஓர் உரத்தை அதிகமாக சேர்ப்பதென்பது மற்றொரு உரத்தை திறனற்றதாக ஆக்குகிறது. குறிப்பிட்ட சேர்க்கைப் பொருட்கள் பற்றாக்குறை யாக இருந்தால், மற்ற சேர்க்கைப் பொருட்களை தாராளமான அளவு சேர்ப்பது எந்த நன்மையையும் தராது. இத்தகைய உறவினை அறிவியலறிஞர்கள் ஆய்வு செய்யத் தொடங்கினால், உரத்தைச் சேர்ப்பது எவ்வளவு சிக்கலானது என்பதை அவர்கள் உணர்ந்து கொள்வார்கள். உரம் உபயோகிப்பதில் உள்ள சாதக

பாதகங்களைப் பற்றி உறுதியாக அறிந்து கொள்வதில் நாம் புத்திசாலிகளாக இருந்தால் அபாயத்தைத் தரக்கூடிய தவறுகளை நிச்சயமாக விலக்கி இருக்க முடியும். ஆனால் உரம் உபயோகிப்பதன் நன்மைகளும் தீமைகளும் ஒருபோதும் தெளிவாக இருப்பதில்லை.

பிரச்சனைகள் பெருகிக் கொண்டே போகின்றன. பல்வேறு அடிப்படைச் சேர்க்கைப் பொருட்களின்மீது தற்போது குறைந்த அளவிலான ஆய்வே நடந்து கொண்டிருக்கிறது. ஆனால் முடிவற்ற எண்ணிக்கையிலான அத்தகைய சேர்க்கைப் பொருட்கள் கண்டறியப்படாமல் எஞ்சியிருக்கின்றன. பரஸ்பர வினைபுரிதல், கசிதல் மூலமாக மண்ணில் உள்ள மாசை வெளியேற்றுதல், நுண்ணுயிரிகளுடனான உறவுகள் என ஆய்வு செய்வதற்கு எண்ணற்ற பல புதிய துறைகளை உண்டாக்குகின்றன. அச்சுறுத்தக்கூடிய அத்தகைய சிக்கலான தன்மை இருந்தபோதும், இன்னமும், குறுகலாக வடிவமைக்கப்பட்ட பரி சோதனையில் ஓர் உரம் மட்டும் திறன் உடையதாக இருக்க நேரிட்டால் அதைக் குறிப்பிடத்தக்க திறன் உடைய உரம் என்று அறிவியலறிஞர்கள் அறிவிக் கிறார்கள். அதன் உண்மையான நன்மை தீமைகள் என்ன என்பதைப் பற்றிய சிறிதுகூட யோசனை செய்வதில்லை.

“மிகச் சரியான உண்மை. இரசாயன உரங்கள் சில காரணத்தால் சில சேதங் களைத் தரலாம். ஆனால் நான் பல வருடங்களாக உரங்களை உபயோகித்து வருகிறேன். எந்தவொரு பெரிய பிரச்சனையும் வரவில்லை. ஆகையால் உரம் உபயோகிப்பதுதான் நல்லது என்று நான் நினைக்கிறேன்” என்று விவசாயிகள் மிக எளிதாக காரணங்கள் கூறலாம். பேராபத்துக்கான விதைகள் விதைக்கப் பட்டுக் கொண்டிருக்கின்றன. நாம் அபாயத்தை அறிந்துகொள்ளும்போது அதிலிருந்து தப்பிக்க ஏதாவது செய்வதற்குரிய காலம் கடந்திருக்கும்.

போதுமான உரத்தை வாங்குவதற்காக விவசாயிகள் எப்போதும் இணைந்து போராடுகிற விஷயத்தைக்கூட நாம் கருதலாம். தற்போது உள்ள பழத் தோட்டத்தின் மொத்த செலவுத் தொகையில் 30 முதல் 40 சதவிகிதம் வரை உரங்கள் செலவையே கொண்டுள்ளது என்பதே இதற்கு ஒரு சிறிய, எளிய, சிறந்த உதாரணமாகும்.

உரம் இல்லாமல் உற்பத்தி வளர முடியாது என மக்கள் உரிமை கோரலாம். ஆனால் உரம் இல்லையென்றால் பயிர்கள் வளராது என்பது உண்மையா? உரங்கள் உபயோகிப்பது பொருளாதார ரீதியாக சிக்கனமானதா? உரங்களை உபயோகித்து வேளாண்மை செய்யும் முறைகள் எல்லா விவசாயிகளுக்கும் எளிதானதா?

உரம் தேவையில்லை என்பதற்கான சோதனைகள் ஏன் இல்லை? : உரம் இல்லாமல் பயிர் செய்வதைப் பற்றி அறிவியலறிஞர்கள் பரிசோதனைகள் செய்வது அரிதாக இருக்கிறது என்பது விந்தையாகத் தோன்றலாம். சிறிய கான்கிரீட் கட்டிடங்களிலும் மண் பானைகளிலும் உரம் இல்லாமல் பழமரங் களை பயிர் செய்வதைப் பற்றிய கையளவு தகவல்கள் மட்டுமே ஜப்பானில் கடந்த சில வருடங்களாக அச்சாகி வருகின்றன. அரிசி மற்றும் இதர தானியங்

களில் சில சோதனைகள் மட்டுமே நடத்தப்பட்டு வருகின்றன. ஆனால் அதுவும் கட்டுப்படுத்தப்பட்ட அளவில் மட்டுமே நடத்தப்படுகின்றன. உண்மையில் உரம் இல்லாத சோதனைகள் ஏன் நடத்தப்படவில்லை என்பதற்கான காரணம் மிகத் தெளிவானதாகும். பயிர்கள் உரத்துடன் வளர்கின்றன என்ற அடிப்படை முகவுரையுடனேயே அறிவியலறிஞர்கள் வேலை செய்கிறார்கள். "அத்தகைய முட்டாள்தனமான, அபாயகரமான முறையில் பயிர் செய்வதைப் பற்றி ஏன் பரிசோதனை நடத்த வேண்டும்?'' என்று அவர்கள் கேட்கிறார்கள்.

உரம் தேவையில்லை என்ற கொள்கையின் அடிப்படையில் உரம் பற்றிய பரிசோதனைகள் நடத்தப்பட வேண்டும். ஆனால் வழக்கமாக உபயோகத்தில் இருக்கும் பரிசோதனையானது நைட்ரஜன், பாஸ்பரஸ், பொட்டாசியம் ஆகிய மூன்று மூலப் பொருட்களின் மீது மட்டுமேயாகும். உரம் எதுவும் உபயோகிக்கப் படாத மரங்கள், பல்வேறு வகையான உரங்களை உபயோகித்து வளரும் மரத்தின் அளவில் பாதி அளவே வளர்கின்றன என்று அறிவியலறிஞர்கள் உரிமைக் கொண்டாடுகிறார்கள்; மிகக் குறைந்த எண்ணிக்கையிலான அர்த்த மற்ற பரிசோதனைகளிலிருந்து கிடைத்த தகவல்களை மட்டும் கொண்டு அவர்கள் இவ்வாறு அறிவிக்கிறார்கள். மேலும் மகசூல் என்பது மிகக் குறைவாக - அதாவது உரங்களால் கிடைக்கும் மகசூலில் மூன்றில் ஒரு பங்கு மட்டுமே கிடைக்கும் - இருக்கும் என்றும் கூறுகிறார்கள். எனினும், உரம் இல்லை என்ற பரிசோதனைகள் நடத்தப்படும் சூழ்நிலைகளானது உண்மையான இயற்கை வேளாண்மையுடன் சிறிது பொதுவானதாகும்.

சிறிய மண்பானைகளில் அல்லது செயற்கையான மறைப்புகளில் பயிர்களை வளர்க்கும்போது, அவை வளரும் மண்ணானது இறந்த மண்ணாக இருக்கும். கான்கிரீட் தொட்டிக்குள் வளரும் மரங்களின் வேர்கள் அதிகமாக இயற்கை யற்றதாக இருக்கும். அதுபோன்ற இடத்தில் உரம் இல்லாமல் வளரும் தாவரங்கள் பலவீனமானதாகவே இருக்கும். அவற்றால் உரம் இல்லாமல் வளர முடியாது எனக் கூறுவது காரணமற்றது.

உரம் இல்லாத இயற்கை வேளாண்மை சொல்லும் முக்கியமான வழியாவது, முற்றிலும் இயற்கையான நிலைகள் உள்ள சுற்றுப்புறத்தில், மண்ணில் உரங்கள் இடாமல் பயிர்களை இயற்கையாக உற்பத்தி செய்ய வேண்டும் என்பதாகும். முற்றிலும் இயற்கையான பயிர் செய்தலில், அதாவது "நிபந்தனை இல்லாத'' நிலைகளின் கீழ்தான் உரம் இல்லை என்பதற்கான பரிசோதனைகள் நடத்தப்பட வேண்டும். எனினும் அத்தகைய பரிசோதனைகள் அறிவியல் அறிஞர்களால் எட்ட முடியாத அளவிலேயே இருக்கின்றன. உண்மையில் அவற்றைச் செய்வதும் சாத்தியமற்றதாகும்.

இயற்கையான சந்தர்ப்பநிலையின்கீழ் உரங்கள் இல்லாமல் பயிர் செய்வ தென்பது தத்துவ ரீதியாக மட்டும் சாத்தியமானது இல்லை; விவசாயிகளின் விருப்பத்திற்குரிய உரத்தை அடிப்படையாகக் கொண்ட அறிவியல் வேளாண்மையிலும் பயன் தரக்கூடியது என நான் என்னை சமாதானப்படுத்திக் கொண்டேன். ஆயினும், இரசாயன உரம் இல்லாமல் பயிர் செய்வது சாத்திய

மாக இருந்தபோதும், வழக்கமாக உழுது களையெடுத்த நிலங்களில் உரங்கள் இல்லாமல் பயிர்களை உடனடியாக, விரைவாக வளர்க்க முடியாது.

இயற்கை என்றால் என்ன என்பதைப் பற்றியும், குறைந்தபட்சம் இயற்கைக்கு ஓர் அடி அருகிலாவது பயிர் வளரும் சுற்றுப்புறச் சூழ்நிலையை வழங்க வேண்டும் என்பதைப் பற்றியும் விவசாயி கண்டிப்பாக யோசித்துப் பார்க்க வேண்டும். ஆனால் இயற்கையில் வேளாண்மை செய்யும்போது ஒருவர் முதலில் இயற்கையான நிலைக்குத் திரும்பிச் செல்வதற்கான முயற்சியை எடுக்க வேண்டும்; அதாவது, மனிதனால் உருவாக்கப்பட்ட வேளாண் முறைகள் உண் டாவதற்கு முந்தைய இயற்கை நிலைக்கு திரும்பிச் செல்ல முயற்சிக்க வேண்டும்.

இயற்கையை நன்றாக உற்றுநோக்குதல் : உரங்கள் இல்லாமல் பயிர்கள் வளர முடியுமா என்று தீர்மானிக்க முயற்சி செய்யும்போது பயிர்களை மட்டும் பரிசோதனை செய்வதால் ஒருவரால் எதையும் சொல்ல முடியாது. அதற்கு ஒருவர் இயற்கையை கண்டிப்பாக நன்கு உற்று நோக்க வேண்டும்.

மலைக்காடுகளில் உள்ள மரங்கள் கிட்டத்தட்ட இயற்கையான சூழ் நிலையின்கீழ் வளர்கின்றன. மனிதனின் கையிலிருந்து அவை எந்த உரத்தையும் பெறவில்லை என்றபோதும் ஒவ்வொரு வருடமும் மிக நன்றாக வளர்கின்றன. ஒரு குறிப்பிட்ட இடத்தில் தேவதாரு மரங்களைப் பயிரிட்டால் இருபது வருடங்களில் கால் ஏக்கருக்கு 40 டன்கள் வளர்ந்துவிடுகின்றன. இவ்வாறாக உற்பத்தியாகும் மரங்கள் ஒவ்வொரு வருடமும் உரம் இல்லாமல் சில இரண்டு டன்கள் மரங்களைப் புதிதாக வளர்க்கின்றன. இது வெட்டி வீழ்த்தப்பட்ட மரங்களின் பகுதியை மட்டும் சேர்த்ததாகும். சிறு கிளைகள், இலைகள், வேர் கள் போன்றவற்றையும் நாம் கணக்கில் எடுத்துக்கொண்டால் வருடத்திற்கான உற்பத்தியானது அநேகமாக இரு மடங்காக அல்லது கிட்டத்தட்ட 4 டன்களாக இருக்கும்.

பழத் தோட்ட விஷயத்தில் ஒவ்வொரு வருடமும் உரம் இல்லாமல் உற்பத்தி செய்யப்படும் பழத்தின் எண்ணிக்கை இரண்டிலிருந்து நான்கு டன்களாக மாற லாம். இன்றைய நாளில் பழம் உற்பத்தி செய்பவர்களால் செய்யப்படும் நிலை யான உற்பத்தி அளவுக்குச் சமமானதாக அது இருக்கும்.

குறிப்பிட்ட காலத்திற்குப் பிறகு, கட்டிடம் கட்ட உபயோகிக்கப்படும் மரங் களின் வகை வீழ்ந்து விடும். மரத்தின் முழு பகுதியும் - கிளைகள், இலைகள், அடிமரம் உட்பட - அங்கிருந்து எடுத்து செல்லப்பட்டுவிடும். உரங்கள் உப யோகிக்கப்படவில்லை என்பது மட்டுமில்லாமல், இது சிதைத்து எரித்தல் வேளாண்மை என்பதாகும். அதன்பிறகு ஒவ்வொரு வருடமும் வளரும் மரங் களுக்குத் தேவையான சேர்க்கைப் பொருட்கள் எப்படி, எங்கிருந்து வழங்கப் படுகின்றன? தாவரங்களை அதிகரிக்கத் தேவையில்லை; அவை தங்களுடைய சொந்த முயற்சியிலேயே வளர்கின்றன. மரங்கள் உரத்தால் வளர்க்கப்பட வில்லை, தானாகவே வளர்கின்றன என்பதற்கு மலைக்காடுகளில் வளரும் மரங்களே சாட்சியாகின்றன.

தேவதாரு மரங்களைப் பயிர் செய்வதென்பது இதுவரை பயிர் செய்யப் படாத காட்டில் இயலாது; அவை இயற்கையான மண் மற்றும் சுற்றுப்புறத்தின் முழு சக்தியின்கீழ் வளர்வதைப் போன்றவை அல்ல என்பவற்றை ஒருவர் கண்டிப்பாக தெரிந்துகொள்ள வேண்டும். ஒரே வகையான மரத்தைத் திரும்பத் திரும்பப் பயிரிடுவதன் காரணமாக ஏற்படும் சேதம், கட்டடத்திற்காக மரம் குறைதல் மற்றும் அறுவடை செய்தல், மலைப்பகுதியை எரித்தல் போன்றவை அவற்றிற்கான பாகத்தை எடுத்துக் கொள்கிறது. மலைப் பகுதியின் வடிகட்டப் பட்ட மண்ணில் கறுப்பு மிலாறுகளை பயிரிட்டிருப்பதை யாரேனும் பார்த் தால், அடுத்து சில வருடங்களுக்குப் பிறகு, அங்கே அதைவிடப் பல மடங்கு பெரிய, தேவதாரு மரங்கள் மண்ணின் சிறப்பான உற்பத்தி சக்தியால் வளர்ந்தி ருப்பதையும் பார்க்க முடியும். தேவதாரு மற்றும் சைப்ரஸ் மரங்களுக்கு இடையே கறுப்பு மிலாறுகளைப் பயிரிடும்போது கறுப்பு மிலாறின் வேர்களில் உள்ள நுண்ணுயிரிகளின் உதவியால் முதலாமவை உயிருடன் இருக்கும். காட்டை அப்படியே விட்டு விட்டால், காற்று மற்றும் பனியின் செயலால் சில வருடங்களுக்குப் பிறகு, இலைகள் விழும்போது ஆழமாகி ஓர் அடுக்கு தாவரமக்கு உருவாகும். மண்ணில் உள்ள நுண்ணுயிரிகளின் எண்ணிக்கையைப் பெருக்கும்; அதை அடர்ந்த கருப்பாக மாற்றும். மண் அதை ஒன்றுசேர்த்து மிருதுவாக்கி நீரை தேக்கி வைப்பதை அதிகப்படுத்தும். இங்கே மனிதனின் தலையீடு தேவையாக இருக்காது. மரங்கள் தொடர்ந்து வளரும்.

இயற்கை இறக்கவில்லை; உயிருடன் இருக்கிறது; வளர்கிறது. மனிதன் செய்ய வேண்டியதெல்லாம், பழமரங்களின் வளர்ச்சிக்கான இத்தகைய பரந்த, மறைமுகமான செயல்களை இயக்குவது மட்டுமேயாகும். ஆனால் இந்தச் சிறந்த சக்தியை உபயோகிப்பதைவிட அதை அழிக்கவே மக்கள் தேர்ந்தெடுக்கிறார்கள். ஒவ்வொரு வருடமும் நிலத்தை உழுதலும் களையெடுத்தலும் மண்ணின் வளத்தை வடிகட்டுகின்றன. அடிப்படை சேர்க்கைப் பொருட்கள் குறை பாட்டை உருவாக்குகின்றன; மண்ணின் ஜீவனை அழிக்கின்றன; மேல் மண்ணைக் கடினமாக்குகின்றன; நுண்ணுயிரிகளைக் கொல்கின்றன. சிறந்த, உயிருள்ள, கரிமப் பொருட்களை இறந்த, செயலற்ற, வெளிர் மஞ்சள் நிற தாதுப் பொருட்களாக மாற்றுகின்றன; அதன் ஒரே வேலை பயிர்களுக்கு இயற்பியல் ரீதியிலான ஆதாரத்தை வழங்குவது மட்டுமே ஆகும்.

தொடக்கத்தில் உரம் ஒருபோதும் தேவையில்லை : ஒரு விவசாயி காட்டை அழித்து பழமரங்களை பயிரிடுவதாக நாம் இப்போது கருதுவோம். அவர் காட்டில் உள்ள மரங்களை வெட்டி அவற்றை மரத்துண்டுகளாக எடுத்துச் செல்கிறார்; கிளைகளையும் இலைகளையும்கூட எடுத்துச் செல்கிறார். மரங்களின் வேர்கள் மற்றும் புற்களை எரிபொருட்களாக உபயோகிக்க இழுத்துச் செல்கிறார். அதன்பிறகு பூமியில் ஆழமாக தோண்டுகிறார். அடுத்து, அவர் மீண்டும் மீண்டும் நிலத்தை உழுது தளர்த்துகிறார். ஆனால் அப்படிச் செய்வதால், மண்ணின் இயற்பியல் அமைப்பை அழிக்கிறார். கடினமான ரொட்டித் துண்டை இறுக்கிப் பிசைவதைப் போல மீண்டும் மீண்டும் நிலத்தைப் பிசைகிறார். நுண்ணுயிரிகளுக்கு மிக அவசியமானதாகிய காற்று,

தாவரமக்கு போன்றவற்றை அதன் மூலமாக விரட்டி அதை வெறும் மஞ்சள்நிற தாதுப் பொருளாக குறைக்கிறார். அதன்பிறகு அவர் இந்த உயிரற்ற மண்ணில் பழச் செடிகளை நட்டு, உரத்தைச் சேர்த்து, முற்றிலும் மனித சக்தியின் மூலமாக பழ மரத்தை வளர்க்க முயற்சி செய்கிறார்.

வேளாண் ஆய்வு மையங்களில் உயிரும் போஷாக்கும் இல்லாத பானை மண்ணிலேயே உரம் சேர்க்கப்படுகிறது. அதன் விளைவு காய்ந்த மண்ணில் நீரைத் தெளிப்பதைப் போன்றதாகும். உரம் போஷாக்கைக் கொண்டு மரங்கள் உயிர் வாழ்கின்றன. இயற்கையில், இது உரத்தின் குறிப்பிடத்தக்க தெளிவான சிறப்பு என்று ஆய்வாளர்கள் கூறுகிறார்கள். நிலத்தில் உள்ள அனைத்துத் தாவரப் பொருளையும் சுத்தம் செய்து, நிலத்தில் உள்ள மண்ணைப் பாழாக்கி, அதன்பிறகு உரம் உபயோகித்தல் என்ற ஆய்வகப் பயிற்சி முறைகளை விவசாயி தூண்டிவிடுகிறார். திடுக்கிடக்கூடிய பதில்களை குறித்துக் கொண்டு, அவர் பார்த்ததைக் கண்டு மகிழ்ச்சி அடைகிறார்.

மோசமான விவசாயியானவர் சுற்றிலும் நீண்ட வழியை எடுத்துக் கொள் கிறார். முற்றிலும் பயனற்ற உரங்களை நாம் உபயோகிக்கவில்லை என்றபோதும், நமக்குத் தேவையான அனைத்து உரங்களையும் இயற்கை நமக்குத் தருகிறது என்பதே உண்மையாகும். பயிர்கள் இரசாயன உரங்கள் இல்லாமல் நன்றாக வளர்கின்றன. பழங்காலங்களில், பூமியின் மீது இருந்த பாறையானது மூலப் பொருட்களால் தகர்க்கப்பட்டு முதலில் பெரும் கூழாங்கற்களாகவும் கற் களாகவும் ஆயின. அதன்பிறகு மணலாகி இறுதியில் பூமியாயின. இது வளர்ந்ததும், நுண்ணுயிரிகளால் போஷாக்கு அளிக்கப்பட்டு, புற்களாகி, இறுதியாக கம்பீரமான மரங்களாக வளர்கின்றன. நிலமானது வளமான மண்ணுக்கு அடியே மூடப்படுகிறது.

தாவரத்தின் வளர்ச்சிக்குத் தேவையான போஷாக்குகள் எங்கே, எப்போது, எப்படி உருவாகி சேமிக்கப்படுகின்றன என்பது தெளிவற்றதாக இருந்தபோதும், ஒவ்வொரு வருடமும் மண்ணின் மேற்பரப்பு கறுப்பாக வளமுடையதாக ஆகிறது. மனிதனால் வேளாண்மை செய்யப்படும் நிலத்தில் உள்ள மண்ணுடன் இதை ஒப்பிட வேண்டும். ஒவ்வொரு வருடமும் அதிக அளவிலான உரம் தொடர்ந்து சேர்க்கப்பட்டபோதும், எதன் வளர்ச்சி மோசமானதாகவும் மிக வறண்டதாகவும் ஆகிறது என்பதை நாம் அறியலாம்.

உரம் இல்லை என்ற கொள்கையானது உரங்கள் பயனற்றது என்று கூற வில்லை; ஆனால் இரசாயன உரங்கள் இடுவது தேவையில்லை என்று கூறு கிறது. அறிவியல் தொழில்நுட்பங்கள் உரம் உபயோகிப்பதற்கான அடிப் படையில் இதே காரணத்தால் கருத்தற்றதாகும். ஆயினும், இயற்கைக்கு மிக அருகில் உள்ளதான, முதல் பார்வையிலேயே பயனுள்ளதாக தோற்றமளிக்கிற கரிமக் கலப்பு உரங்களைத் தயாரித்து உபயோகிப்பதைப் பற்றி ஆய்வு செய்யப் படுகிறது.

வைக்கோல், புற்கள் மற்றும் மரங்கள் அல்லது கடற்பாசி போன்ற கலப்பு உரங்களை நிலத்தில் நேரடியாக உபயோகிக்கும்போது, அவற்றைச் சிதைவுறச்

செய்யவும் பயிர்களில் உரங்களின் விளைவை ஏற்படுத்தவும் சிறிது நேரம் எடுத்துக் கொள்ளும். ஏனென்றால் மண்ணில் கிடைக்கிற நைட்ரஜனுக்கு நுண்ணுயிரிகள் இதற்கு தாமாக உதவுகின்றன. நைட்ரஜன் பற்றாக்குறையை தற்காலிகமாக ஏற்படுத்தி ஆரம்பத்தில் நைட்ரஜன் தேவையால் பயிர்களை வாடச் செய்கின்றன. கரிம வேளாண்மையில் இத்தகைய பொருட்கள் பொங்கிய பிறகு, தயாரிக்கப்பட்ட உரமாக உபயோகிக்கப்படுகிறது. அது பாது காப்பான, திறனான உரமாக இருக்கிறது.

உரம் விளைவை ஏற்படுத்தும் விகிதத்தை வேகப்படுத்துவதற்காக கலப்பு உரம் தயார் செய்தலின்போது நிறைய சிரமங்கள் ஏற்படுகின்றன; அடிக்கடி குவியலாக மாறுதல், அதிகமான ஆக்சிஜனை உள்ளிழுத்துக் கொள்ளும் பாக்டீரியாக்களின் வளர்ச்சியைத் தூண்டும் முறைகள், நீர் மற்றும் நைட்ரஜன் கலந்த உரங்களைச் சேர்த்தல், சுண்ணாம்பு, சூப்பர் பாஸ்பேட், அரிசி உமி, பசும்தழை போன்றவையே அத்தகைய சிரமங்களாகும். இந்த அனைத்துச் சிரமங்களும் வெறும் லேசான, சீரான விளைவுக்காகவே எடுத்துக் கொள்ளப் படுகின்றன. ஏனென்றால் இத்தகைய முயற்சிகளின் மொத்தமான விளைவு என்னவென்றால் சிதைவுறுதலைக் கிட்டத்தட்ட 10 முதல் 20 சதவிகிதத்தில் வேகப்படுத்துவதுதான் ஆகும். இது தேவையென்று அரிதாகத்தான் கருதப்படுகிறது. குறிப்பாக மிகச் சிறப்பான விளைவைத் தந்த, வைக்கோல் உபயோகிக்கும் முறையானது ஏற்கனவே பயன்பாட்டில் இருக்கிறது.

புற்கள் நிறைந்த நிலங்கள், பசும்தழை, மனிதக் கழிவுகளை நேரடியாக உபயோகித்தல், உழுதல், கால்நடையின் உரங்கள் ஆகியவை நேரம் மற்றும் சந்தர்ப்ப நிலைக்கு ஏற்ப மாறுபடுகின்றன என்ற விவாதம் மறுக்கப்படுகிறது. சரியான நிலைகளில் தருவதால் இவை திறனுடையவையாக இருக்கலாம். ஆனால் உரம் இல்லை என்ற முறை முழுமையானது. சந்தர்ப்ப நிலைக்குத் தக்கவாறு மாற்றிக்கொண்டு, இயற்கையைப் பின்தொடரும் முறையை உப யோகிப்பதுதான் பிரச்சனையைத் தீர்க்க உறுதியான வழியாகும்.

கலப்பு உரம் மதிப்பு உடையது எனும்போது கரிமப் பொருட்களைக் கலப்பு உரமாக்குவது அடிப்படையில் பயனற்றது என்று நான் உறுதியாக நம்புகிறேன்.

களையெடுத்தல் இல்லை

ஒரு விவசாயி அவரது நிலத்தில் உள்ள களையை எடுக்க வேண்டாம் என்பதைவிட வரவேற்கத்தக்க விஷயம் வேறு இருக்காது. ஏனென்றால் களை என்பது மண்ணின் சிறந்த ஆதாரமாகும். நிலத்தை மீண்டும் மீண்டும் களை யெடுத்து உழுதலின் மூலமாக உண்மையில் என்ன கிடைக்கும் என்று யோசித்து அதை நிறுத்திவிட்டால், நாம் நம்புவதுபோல களையெடுத்தல் என்பது அவசியமானது இல்லை என்பது நமக்குத் தெளிவாகிவிடும்.

அத்தகைய செயல் களையெடுத்தலா? : களையெடுத்தல் என்பது வளரும் பயிர்களுக்கு தொந்தரவும் துயரமும் தரக்கூடியது என்ற பொதுவான பார்வையில் யாரும் கேள்வி கேட்கவில்லையே?

பயிர்களுக்கும் களைகளுக்கும் இடையே வித்தியாசத்தை உண்டு செய்பவர் எடுத்து வைக்கும் முதல் அடியானது, எதைக் களையெடுக்க வேண்டும் எதைக் களையெடுக்க வேண்டியதில்லை எனத் தீர்மானிப்பதுதான்! போராடி, ஒத்துழைக்க மண்ணில் இருக்கும் பல வேறுபட்ட நுண்ணுயிரிகளைப் போலவே கணக்கிலடங்காத எண்ணிக்கையிலான புற்களும் மரங்களும் மண்ணின் மேற்பரப்பில் இணைந்து வாழ்கின்றன. பல தாவரங்களுடன் இணக்கமாக வாழும் குறிப்பிட்ட தாவரங்களை மட்டும் "பயிர்கள்" என்றழைத்து பறித்தும், மற்றவற்றை "களை" என்று குறிப்பிட்டு வேருடன் பிடுங்கி எறிந்தும் இந்த இயற்கை நிலையை அழிப்பது சரிதானா?

இயற்கையில் தாவரங்கள் ஒன்றாக இணைந்து உயிர் வாழ்கின்றன. ஆனால் மனிதன்தான் அவற்றை வேறுபாடுகளுடன் பார்க்கிறான். சமாதானமாக பயிர்கள் வாழ்வதை போட்டி போட்டு வாழ்வதாகப் பார்க்கிறான். மற்றொரு தாவரத்தின் வளர்ச்சியை ஒரு தாவரம் தடை செய்வதாக எண்ணுகிறான். பயிரை வளர்ப்பதற்கு, புற்களையும் சிறு செடிகளையும் நீக்க வேண்டும் என நினைக்கிறான். மனிதன் இயற்கையை நேர்மையுடன் பார்த்தானா? அதன் சக்தியின்மீது நம்பிக்கை வைத்தானா? மற்ற பயிர்களுடன் இணக்கமாக பயிரை வளர்க்க அவனால் முடியாதா? எப்போதிருந்து பயிர் தாவரங்களை மற்ற தாவரங்களிலிருந்து அவன் வேறுபடுத்தினானோ அப்போதே, அவனது சொந்த முயற்சியால் பயிர்களை வளர்க்க அவன் கட்டாயப்படுத்தப்பட்டதாக உணர்ந்தான். பயிரை வளர்க்க மனிதன் தீர்மானித்தபோது, அந்தப் பயிர்களை வளர்க்க அவன் காட்டிய அன்பும் அக்கறையும் கடுமையான வெறுப்புக்குப் பிறப்பு தந்தது. வெறுப்பு எல்லாவற்றையும் விலக்கியது.

பயிர்களை வளர்ப்பதற்காக விவசாயி கவனம் எடுத்துக்கொள்ளத் தொடங்கிய அந்தக் கணம், மற்ற சிறுசெடிகளை களைகளாக வெறுப்புடன் பார்க்கத் தொடங்கினான். அப்போதிருந்து அவற்றைப் பிடுங்கி எறிய ஆரம்பித் தான். ஆனால் களைகளின் வளர்ச்சி இயற்கையானது. அவற்றின் வகைக்கு முடிவே கிடையாது. அல்லது அவற்றைப் பிடுங்கி எறிவதற்காக ஆட்களைப் பணியில் அமர்த்துவதற்கு முடிவே இருக்காது.

உரங்களின் உதவியுடன் பயிர்கள் வளர்கின்றன என்று ஒருவர் நம்பினால், அதன்பிறகு சுற்றிலும் உள்ள களைகளைக் கண்டிப்பாக நீக்க வேண்டும். ஏனென் றால் பயிர்த் தாவரங்களின் உரத்தை அவை திருடிவிடும். ஆனால் இயற்கை வேளாண்மையில் உரங்களைச் சார்ந்து இல்லாமல் பயிர்கள் அவற்றின் சொந்த முயற்சியிலேயே வளர்கின்றன. சுற்றிலும் உள்ள களைகள் ஒருபோதும் எந்தப் பிரச்சனையையும் ஏற்படுத்துவதில்லை. மரத்தின் அடியில் புற்கள் வளர்வதைப் பார்ப்பதைவிட இயற்கையானது வேறொன்றும் இருக்க முடியாது. இத்தகைய புற்கள் மரத்தின் வளர்ச்சியை தடை செய்வதாக யாராலும் எப்போதும் நினைக்க முடியாது.

இயற்கையில், பெரிய மரங்களின் அடியில் புதர்களும் சிறு செடிகளும் வளர் கின்றன. புதர்களுக்கு இடையே புற்கள் பரந்து விரிந்திருக்கின்றன. புற்களுக்கு

அடியில் பாசிகள் செழிப்பாக இருக்கின்றன. போஷாக்குக்காக தொண்டையை வெட்டிக் கொள்ளும் போட்டிக்கு பதிலாக, அவை சமாதான வாழ்வு வாழும் உலகமாக இருக்கின்றன. புற்கள் சிறுசெடிகளின் வளர்ச்சியை தடை செய் கின்றன, புதர்கள் மரத்தின் வளர்ச்சி வேகத்தை குறைக்கிறது எனப் பார்ப்பதற்கு பதிலாக இத்தகைய தாவரங்கள் இந்த வழியில் இணைந்து வளரும் திறனை வியப்புடனும் ஆச்சரியத்துடனும் பார்க்க வேண்டும்.

களைகள் மண்ணை வளப்படுத்துகின்றன : களைகளை பிடுங்குவதற்குப் பதிலாக, இத்தகைய தாவரங்களின் முக்கியத்துவத்துக்கு மக்கள் சிறிது சிந்தனை தரவேண்டும். அப்படிச் செய்வதால் விவசாயி அந்த களையை உயிர்வாழ விடவும் அவற்றின் வலிமையை உபயோகப்படுத்திக் கொள்ளவும் அவை ஒத்துக் கொள்ளும். இந்தக் கொள்கையை நான் "களையெடுத்தல் இல்லை" என்று அழைக்கிறேன் என்றபோதும், அது "களையின் பயன்" கொள்கை என்ற பெயரிலும் அழைக்கப்படுகிறது.

நீண்ட காலங்களுக்குமுன் பூமி குளிர்ச்சி அடையத் தொடங்கியபோது பூமியின் மேற்பரப்பு காலநிலை மாற்றத்துக்கு உட்பட்டது. மண் வடிவம் பெற்றது. கடற்பாசி போன்ற சிறிய தாவர வடிவங்களும் பாக்டீரியாக்களும் தோன்றின. எல்லா தாவரங்களும் ஏதோ ஒரு காரணத்திற்காகவே தோன்று கின்றன. இன்று ஏதோவொரு காரணத்திற்காகவே எல்லா தாவரங்களும் உயிர் வாழ்கின்றன. எதுவுமே பயனற்றது கிடையாது. உயிர்க் கோளத்தின் முன்னேற் றத்திற்காகவும் வளர்ச்சிக்காகவும் ஒவ்வொன்றும் அவற்றின் சொந்த பங்கை செய்கின்றன. பூமியின் மேற்பரப்பில் நுண்ணுயிரிகள் இல்லை என்றால் கண்டிப் பாக இத்தகைய வளமான மண் உருவாக முடியாது. புற்களும் மற்ற தாவரங் களும் நோக்கம் இல்லாமல் வளராது.

புல்லின் வேர்கள் மண்ணுக்குள் ஆழமாக ஊடுருவிச் செல்வதால் மண்ணைத் தளர்த்துகின்றன. வேர்கள் இறந்துவிட்டால் அவை தாவர மக்குடன் சேர்ந்து விடுகின்றன; மண்ணில் உள்ள நுண்ணுயிரிகளை மிக விரைவாக இனப் பெருக்கம் செய்யவும் மண்ணை வளப்படுத்தவும் அவை அனுமதிக்கின்றன. மழை நீர் மண்ணின் வழியாக சொட்டுச் சொட்டாக பூமிக்குள் இறங்குகிறது. இறுதியாக மூஞ்சூறுகளைக் கவரும் மண்புழுக்களின் ஆதரவால் காற்றும் ஆழமாக உள்ளே கொண்டு செல்லப்படுகிறது. மண் கரிமமாகவும் உயிருள்ள தாகவும் இருப்பதற்குக் களைகளும் புற்களும் முற்றிலும் இன்றியமையாதவை யாக ஆகின்றன.

பூமியின் மேற்பரப்பில் புற்கள் வளரவில்லை என்றால், மழைநீர் ஒவ்வொரு வருடமும் மண்ணின் மேற்பரப்பை பகுதியாக அடித்து சென்றுவிடும். சாய்வான இடங்களில்கூட பல்வேறு டன்கள் அடித்துச் செல்லப்படலாம். இது அநேகமாக வருடத்திற்கு 100 டன்களுக்கும் அதிகமாக இருக்கலாம். 20லிருந்து 30 வருடங்களில் மண்ணின் மேற்பரப்பு முழுவதுமாக அடித்துச் செல்லப்பட்டு விடும். இறுதியில் மண்ணின் வளத்தை முற்றிலும் பூஜ்யம் என்ற அளவுக்குக் குறைத்துவிடும். அதன்பிறகு களைகளைப் பிடுங்குவதை நிறுத்துவதும், அவற்றின் குறிப்பிடத்தக்க சக்திகளை நன்றாக உபயோகிக்கத் தொடங்குவதும்

விவசாயிகளுக்கு அறிவுப்பூர்வமானதாக ஆகிவிடும்.

ஆம், அரிசி மற்றும் கோதுமை நிலங்களில் அல்லது பழ மரங்களுக்கு அடியில் தானாக வளர்கிற களைகள் மற்ற வேலைகளைத் தடை செய்கின்றன என்று விவசாயிகள் சொல்லும்போது அது புரிந்துகொள்ளக் கூடியதாக இருக்கிறது. களைகளுடன் பயிர் செய்வது சாத்தியமானது என்பது போல, கொள்கையிலும்கூட அனுகூலம் தரக்கூடியதாகும்; ஒரு பயிர் செய்வதென்பது விவசாயிக்கு மிகவும் சௌகரியமானது என்பது போலவும் தோன்றுகிறது. இது ஏனென்றால், களைகளின் வலிமையை உபயோகிக்கிற முறையை ஒருவர் நடைமுறையில் தத்தெடுத்துக் கொள்ள வேண்டும். ஆனால் அதே நேரத்தில் வேளாண் செயல்முறைகளுக்கான சௌகரியத்தையும் கணக்கில் எடுத்துக் கொள்ள வேண்டும் - “களையற்ற” முறை, களைகளை வளர அனுமதிக்கிறது.

புற்கள் நிறைந்திருப்பது பயன் தரக்கூடியது : புல் பத்தை மற்றும் பசும் தழை பயிர் செய்தலைச் சேர்த்தது இந்த முறையாகும். என்னுடைய சிட்ரஸ் பழத் தோட்டத்தில் புற்பரப்புக்கு அடியில் பயிர் செய்ய நான் முதலில் முயற்சி செய்தேன். அதன்பிறகு பசும்தழை பயிர் செய்தலுக்கு மாற்றிக் கொண்டேன். இப்போது களையெடுத்தல், உழுதல் அல்லது உரம் போன்றவை இல்லாமல் நிலம் முழுவதும் க்ளோவர் மற்றும் காய்கறிகளைப் பெற்றிருக்கிறேன். களைதான் பிரச்சனை எனும்போது, களைகளைக் கையால் பிடுங்குவதைவிட களைகளாலேயே அவற்றைப் பிடுங்குவது புத்திசாலித்தனமானதாகும்.

இயற்கையான புல்வெளியில் உள்ள வேறுபட்ட புற்களும் புதர்களும் முற்றிலும் குழப்பத்துடன் வளர்ந்து இறப்பதுபோல காணப்படுகின்றன. ஆனால் நெருக்கமாக பரிசோதித்துப் பார்க்கும்போது இங்கே அதற்கான விதிகளும் ஒழுங்குகளும் இருக்கின்றன. புற்களும் அப்படித்தான் முளைக்கின்றன. அவ்வாறாகத் தாவரம் அபரிமிதமாக வளர்ந்திருப்பது ஏதோ ஒரு காரணத்தால்தான் ஆகும். அவை பலவீனமடைந்து இறந்துவிட்டால் அதற்கும் ஒரு காரணம் இருக்கிறது. ஒரே வகையான தாவரங்கள் அனைத்தும் ஒரே இடத்தில் ஒரே முறையில் வளர்வதில்லை. கொடுக்கப்பட்ட வகைகள் அபரிமிதமாக வளர்ந்து, முறையாக முன்னேறிக் கொண்டிருந்துவிட்டு அதன்பிறகு மங்கிப் போய்விடும். சமாதானமாக நீடித்து இருத்தல், போட்டி, பரஸ்பர அனுகூலம் ஆகியவை அவற்றிற்கிடையே தொடர்ந்து இருக்கும். குறிப்பிட்ட களைகள் தனித்தனியாக வளர்கின்றன. மற்றவை கொத்துக் கொத்தாக வளர்கின்றன. ஆயினும் மற்றவை தங்களது கூட்டங்களை உருவாக்குகின்றன. சில அங்கொன்றும் இங்கொன்றுமாக, சில அடர்த்தியாக, சில தொகுதியாக வளர்கின்றன. ஒவ்வொன்றும் வேறுபட்ட, சூழ்நிலை சுற்றுப்புறத்திற்கு ஏற்றவாறு அமையும் உயிரினங்கள் பற்றிய ஆய்வு அறிவைப் பெற்றிருக்கின்றன. சில தங்களுக்கு அருகில் உள்ளவற்றின் மீது ஏறி இருக்கின்றன. சில அவற்றைத் தாண்டி இருக்கின்றன. சில அவற்றின் மீது சுற்றி - இரு உயிர்கள் ஒன்றுக்கொன்று உதவியாக இருந்து உயிர் வாழ்தல் அடிப்படையில் - இருக்கின்றன. சில, மற்ற தாவரங்களால் பலவீனமாகின்றன. சில தாவரங்கள் அடியில் வளர்வதால் இறந்துவிடுகின்றன - மற்றவை உயிருடன் இருக்கின்றன.

களைகளின் குணங்களைப் படித்து அவற்றை உபயோகப்படுத்துவதன் மூலமாக, அதிக எண்ணிக்கையிலான களைகளை விரட்டியடிக்க ஒரு களையை உபயோகிக்க முடியும். விவசாயி புற்களை அல்லது பசும்தழையிட்ட பயிர்களை வளர்த்தால், விரும்பத்தகாத களைகளின் இடத்தை அவை எடுத்துக்கொள்ளும். அவை விவசாயிக்கும் அவரது பயிர்களுக்கும் அனுகூலமாகவும் இருக்கும். அதன்பிறகு அவர் களையைப் பற்றி கவலைப்பட வேண்டிய தேவை இருக்காது. மேலும், பசும்தழையானது மண்ணை வளப்படுத்தும்; மண் அரிப்பையும் தடுக்கும். "ஒரு கல்லைக் கொண்டு இரு பறவைகளைக் கொல்வதை" நான் இந்த வழியில் கண்டுகொண்டேன். பழமரங்களை வளர்ப்பதும் பழத் தோட்டத்தை மேற்பார்வையிடுவதும் எளிதாக செய்யப்படலாம்; சாதாரண முறைகளைவிட மிகவும் நன்மை தரக்கூடிய முறையிலும் செய்யப்படலாம். உண்மையில், எனது அனுபவத்தில், பழத்தோட்டத்தில் களையெடுப்பது என்பது பயனற்ற செயல் மட்டுமல்ல; துன்பம் விளைவிக்கக் கூடிய செயலும் ஆகும்.

அரிசி அல்லது பார்லி போன்ற பயிர்களின் விஷயங்களில் என்ன? மேற் பரப்பில் தாவரங்கள் இயற்கையுடன் சமாதானமாக வாழ்வது உண்மை என்று நான் நம்புகிறேன். களையெடுத்தல் இல்லை என்ற கொள்கையை அரிசி மற்றும் பார்லிக்குக் கூட உபயோகிக்கலாம். ஆனால், அரிசி மற்றும் பார்லி இடையே களைகள் இருப்பது அறுவடையில் தலையிடுகிறது என்பதால் இத்தகைய களை களின் இடத்தில் வேறு சில சிறுசெடிகளை நடலாம்.

அரிசி பார்லி பயிரிடுவதை நான் செயல்படுத்தினேன். அதில் முளைத்து நிற்கும் அரிசி தலைகளின்மீது க்ளோவருடன் சேர்த்து பார்லியை விதைத்தேன். பார்லி நிமிர்ந்து நிற்கும்போது அரிசி விதையையும் பசும்தழையையும் சேர்த்து விதைத்தேன். இத்தகைய செயல் கிட்டத்தட்ட இயற்கையை அணுகுவதாகும். இது களைகளைத் தவிர்க்கிறது. இந்த முறையை நான் முயற்சி செய்ததற்கான என்னுடைய காரணம், களையெடுத்தலால் நான் களைத்துப் போய்விட்டேன் என்பதோ அல்லது களை இல்லாமல் வேளாண்மை செய்வது சாத்தியமானது என்று நிரூபிக்கவோ இல்லை. அரிசி மற்றும் பார்லியின் உண்மையான வடி வத்தைப் புரிந்துகொள்ளவும், விரைவான வளர்ச்சியையும் அதிக மகசூலையும் பெறவேண்டும் என்ற எனது குறிக்கோளை அடையவுமே இதை நான் அர்ப்பணிப்புடன் செய்தேன்.

நான் கண்டுகொண்டது என்னவென்றால், பழமரங்களைப் போல அரிசியும் பார்லியும்கூட களைகள் இல்லாமல் வளர முடியும். உரம் அல்லது களை யெடுத்தல் இல்லாமல், சாதாரண முறையில் பெறுவதைப் போன்ற மகசூலைப் பெற முடியும். அதுபோன்ற நிலையில் காய்கறிகளையும் தானாகவே வளர அனுமதித்தால் நன்றாக வளரும் என்பதையும் நான் அறிந்துகொண்டேன்.

தொந்தரவு தரும் பூச்சிகள் நீடித்திருப்பதில்லை : பயிர் நோய் அல்லது பூச்சி சேதம் தோன்றிய கணத்தில், அதைக் கட்டுப்படுத்துவதற்கான முறை களைப் பற்றிய பேச்சும் உடனடியாக எழுந்தது. ஆனால் பயிர் நோய் அல்லது பூச்சி சேதம் என்பது அதிக இடத்தில் இருக்கிறதா என்று பரிசோதிப்பதில் நாம் தொடங்க வேண்டும். இயற்கையில் 1000 தாவர நோய்கள் இருக்கின்றன; ஆயினும் உண்மையில் அவை ஒன்றுமேயில்லை. நோய் மற்றும் பூச்சி சேதத்தை நீக்குவது எப்படி என்று கலந்தாலோசிப்பது வேளாண் நிபுணர்களின் செய லாகும். மருத்துவர்கள் இல்லாத கிராமங்களின் எண்ணிக்கையைக் குறைக்கும் வகையில் ஆய்வு நடத்தப்பட்டது என்றபோதும், மருத்துவர்கள் இல்லாமல் இத்தகைய கிராமங்கள் எப்படி சமாளித்துக் கொண்டிருக்கின்றன என்பதைக் கண்டுபிடிக்க எந்த ஆய்வும் மேற்கொள்ளப்படவில்லை. அதே வழியில், தாவர நோய் அல்லது தொந்தரவு செய்யும் பூச்சிக்கான அறிகுறியை மக்கள் கண்டு கொண்டபோது உடனடியாக அவற்றை விரட்டச் சென்றுவிடுகிறார்கள். அதைச் சமாளிப்பதற்கான சரியான வழியானது பூச்சிகளை தொந்தரவு தருபவையாக கருதுவதை நிறுத்துவதும், அவற்றைக் கட்டுப்படுத்துவதற்கான தேவையை நீக்க வேண்டிய வழியைக் கண்டறிவதும்தான் ஆகும்.

பெரிய அளவிலான மாசுப் பிரச்சனையை உருவாக்கும் புதிய பூச்சிக்கொல்லி களைப் பற்றி நான் இப்போது ஒரு பார்வை பார்க்க விரும்புகிறேன். மாசுப் பிரச்சனை நீடித்திருப்பதற்கான காரணம் எளிதானது; அது மாசை ஏற்படுத்தாத புதிய பூச்சிக்கொல்லிகள் இல்லை என்பதுதான் ஆகும்.

பிராணிகளை இயற்கையாக கொல்பவற்றையும் குறைந்த விஷத் தன்மை உடைய பூச்சிக்கொல்லிகளையும் உபயோகிப்பது அந்தப் பிரச்சனையைத் தீர்க்கும் என்று அதிகமான மக்கள் நம்புவதைப் போலத் தோன்றும். ஆனால் அவர்கள் புரிந்துகொண்டது தவறானது. அனுகூலமான பூச்சிக்கொல்லிகளை உபயோகித்து தொந்தரவு செய்யும் பூச்சிகளைக் கட்டுப்படுத்துதல் என்பது, துயரம் தரக்கூடிய எதிர்விளைவுகளை ஏற்படுத்தாத உயிரியல் சார்ந்த முறை என்ற சிந்தனையால் பலர் நம்பிக்கையூட்டப்படுகிறார்கள். ஆனால் உயிருள்ள நுண்ணுயிரிகளுக்கு இடையே இருக்கும் தொடர்புச் சங்கிலியைப் புரிந்து கொண்ட சிலர் மட்டுமே எந்த உயிரிகள் அனுகூலம் தரக்கூடியவை, எவை தொந்தரவு தரக்கூடியவை என்பதை அறிவதற்கு வழியே இல்லை என்று சொல் கிறார்கள். கட்டுப்படுத்தும் முறைகளில் ஏற்பட்ட குழப்பத்தால், எல்லா மனிதர் களும் இயற்கையின் ஒழுங்கு முறையை அழிக்கத் தகுதி உடையவர்களாக இருக் கிறார்கள். இயற்கையான எதிரிகளை அழித்து, தொந்தரவு தரும் பூச்சிகளைக் கொன்று விடுவதைப் போல மனிதன் காணப்பட்டபோதும், அந்தப் பூச்சிகள் தொந்தரவு தருகிற பூச்சிகளா அல்லது அனுகூலமானவையா என்பதை அறிய வழி ஏதும் இல்லை. நேரடியாக தீங்கு செய்யாதவையாக இருக்கும் பல பூச்சிகள் மறைமுகமாக தீங்கு செய்பவையாக இருக்கின்றன. நிகழ்வுகள் இப்படி மிக சிக்கலாக மாறுகிற நிலையில், தொந்தரவு தரும் பூச்சியை அனுகூலம் தருகிற

பூச்சி உட்கொள்ளும்போது, மற்றொரு தொந்தரவு தரும் பூச்சியை உட் கொள்கிற அனுகூலம் தருகிற பூச்சியையும் அது கொல்கிறது. இவற்றுக்கு இடையே கூர்மையான வித்தியாசங்களைக் கண்டறிந்து தேர்ந்த பூச்சிக் கொல்லிகளை உபயோகிக்க முயற்சி செய்வது பயனற்றதாகும்.

புதிய பூச்சிக்கொல்லிகளால் மாசுபடுதல் : பூச்சிக்கொல்லியால் மாசுபடும் பிரச்சனை ஏற்படுவதன் காரணமாக புதிய பூச்சிக்கொல்லிகளை உருவாக்குவதற்காக பலர் காத்துக் கொண்டிருக்கிறார்கள். புதிய பூச்சிக் கொல்லிகள் பின்வருமாறு இருக்க வேண்டும்:

1. விலங்குகளின் உயிரணுக்களில் கெடுதலான விளைவுகள் எதையும் ஏற்படுத்திவிடக்கூடாது. பூச்சிகள், நுண்ணுயிரிகள், நோய்க்கான மூலக் கிருமி கள், தாவரங்கள் அல்லது குறிப்பாக எதற்கு உபயோகிக்கப்பட்டாலும் அதைத் தடை செய்வதாக இருக்க வேண்டும்.

2. சூரிய ஒளி மற்றும் நுண்ணுயிரிகளின் கீழே செயல்படும்போது தரம் குறைந்தவையாக, முற்றிலும் மாசற்றவையாக, சக்கையை தராதவையாக இருக்க வேண்டும்.

பிளாஸ்டிசிடின் எஸ் மற்றும் காசுகாமைசின் ஆகிய இரண்டும் இத்தகைய நிலைகளை சந்திக்கக்கூடிய புதிய பூச்சிக்கொல்லிகளாக சந்தையில் அறிமுகப் படுத்தப்பட்டன. அதிக கூக்குரலையும் விளம்பரத்தையும் பெற்ற அரிசி கொள்ளை நோயைத் தடுப்பதற்கான முறையாக இவைப் பரவலாக உப யோகிக்கப்பட்டன. அமினோ அமிலங்கள், கொழுப்பு அமிலங்கள், நியுக்ளிக் அமிலங்கள் போன்ற உயிரியல் சார்ந்த சேர்க்கைப் பொருட்களிலிருந்து பூச்சிக்கொல்லிகள் தயாரிக்கப்படுகின்றன. இத்தகைய சேர்க்கைப் பொருட்கள் இயற்கையில் ஏற்கனவே இருக்கின்றன என்பதில் மக்கள் அதிக நம்பிக்கையைக் கொண்டிருந்தனர்; அந்த விதத்திலும் சமீபத்தில் விசாரணைகள் மேற்கொள்ளப் பட்டன. பொதுவாக, சக்கையை விட்டு வைப்பவைப் போல இத்தகைய பூச்சிக் கொல்லிகள் இருக்காது என்று அனுமானிக்கப்பட்டன.

மற்றொரு புதிய வகையான உரம் சமீபத்தில் கண்டறியப்பட்டது; பூச்சி களில் உருவம் குணம் மாறுதலை இயக்கும் ஹார்மோன்களை அடக்குவதற்கான மாசற்ற இரசாயனமாக அது சாத்தியமான வரையில் இருக்கிறது என்று தகவல் தெரிவிக்கிறது. முட்டையிலிருந்து முதனிலைப் புழு, கூட்டுப் புழு, இறுதியாக பூச்சி என பூச்சியின் உருவம் குணம் மாறுதலின் பல்வேறு நிலைகளை அதன் இரகசியமான ஹார்மோன்கள் கட்டுப்படுத்துகின்றன. இத்தகைய ஹார்மோன் களைக் கட்டுப்படுத்தும் சக்தியை புன்னை மரத்திலிருந்து எடுக்கப்படும் ஒரு வகைப் பொருள் பெற்றிருக்கிறது.

ஏனென்றால் இத்தகைய பொருட்கள் குறிப்பிட்ட பூச்சி வகைகளுக்கு மட்டுமே வேலை செய்யக்கூடியன; அவை விலங்குகள் மற்றும் தாவரங்களின் மீது எந்த விளைவையும் ஏற்படுத்தாது என்று எண்ணப்பட்டது. ஆனால் இது தவறான, குறுகிய பார்வை உடைய கருத்தாகும். விலங்குகளின் செல்கள்,

தாவரத்தின் செல்கள், நுண்ணுயிரிகள் ஆகியவை அடிப்படையில் ஒத்த அமைப்பை உடையவையாகும். ஏதோவொரு பூச்சியையோ அல்லது நோய்க்கான மூலக்கிருமியையோ கொல்வதற்காக பூச்சிக்கொல்லி உபயோகப் படுத்தப்படும்போது, தாவரங்களுக்கும் விலங்குகளுக்கும் தீங்கு விளைவிக்காது என்று சொல்வது வெறும் வார்த்தை விளையாட்டே ஆகும்.

பூச்சிகள் மற்றும் நுண்ணுயிரிகளில் தாக்கத்தை ஏற்படுத்தும் பொருளானது, விலங்குகள் மற்றும் தாவரங்களின்மீதும் குறைந்த அல்லது அதிக திறனுடைய தாகவே செயல்படும். தொந்தரவு தரும் பூச்சிகளை அல்லது நுண்மங்களை அழிப்பதன் விளைவாக தாவரங்களில் விஷத்தன்மையும், மனிதன் மற்றும் விலங்குகளுக்கு மாசும் ஏற்படுவதாக கூறப்படுகிறது.

குறிப்பிட்ட பூச்சிகள் மற்றும் நுண்ணுயிரிகளில் மட்டும் ஒரு பொருள் வேலை செய்யும் என்று எதிர்பார்ப்பது நியாயமற்றதாகும். பூச்சிக்கொல்லி சேதமோ அல்லது மாசோ ஏற்படக் காரணமாக இருக்காத ஏதோவொன்று, செயலில் சிறு பேதங்களை அடிப்படையாகக் கொண்டு சிறிய வித்தியாசத்தை ஏற்படுத்துவதாக இருக்கிறது என்று சொல்ல முடியும். மேலும், இத்தகைய சிறிய வித்தியாசங்கள் நமக்கு எதிராக மாறுமா அல்லது திரும்புமா என்பதைத் தெரிந்துகொள்ள இயலாது. ஆயினும், இந்த நிலையான அபாயம் இருந்த போதும் அந்தப் பொருள் உடனடியாக அபாயத்தையோ அல்லது மாசையோ ஏற்படுத்தாவிட்டால், அதன் விளைவுகளின் எதிரொலியைப் பற்றி கவலைப் படாமல் மக்கள் திருப்தி அடைகிறார்கள். எதையும் எதிர்கொள்ளத் தயாராக இருக்கும் இந்த மனப்பான்மையானது பிரச்சனையை சிக்கலாக்குகிறது; அபாயங்களை அதிகரிக்கிறது.

உயிரியல் சார்ந்த பூச்சிக்கொல்லிகளாக நுண்ணுயிரிகள் நியமிக்கப் பட்டாலும் இதுதான் உண்மையாகும். பல வேறுபட்ட வகையான கிருமிகள், விஷக் கிருமிகள் விற்கப்படுகின்றன; பல்வேறு வகையில் உபயோகிக்கப்படு கின்றன; ஆனால் இத்தகையவை உயிர்க்கோளத்தில் என்ன மாற்றத்தை ஏற்படுத்துகின்றன? பிரோமோன் (Pheromones) என்ற இரசாயன பொருளைப் பற்றி ஒருவர் மிகவும் தாமதமாகத்தான் கேள்விப்படுகிறார். இத்தகைய இரசா யனங்கள் நுண்ணுயிரிகளால் சில நிமிட அளவில் தயார் செய்யப்படுகின்றன. இது மிகவும் ஆழமான, உடற்கூறு சார்ந்த மாற்றங்களை அல்லது குறிப்பிட்ட செயல்முறையிலான மறுவினைகளைத் தனிப்பட்டவற்றில் ஏற்படுத்துகின்றன. உதாரணமாக, கொடுக்கப்பட்ட பூச்சி இனங்களில் ஆண் அல்லது பெண்ணைத் தாக்கும்படி யாக அவை உபயோகிக்கப்படலாம். அத்தகைய கவனத்தைக் கவர்கிற, தூண்டி விடுகிற பொருளுடன் இணைத்து கெமோஸ்டெர்லியன்ட் களை (Chemosterilants) உபயோகிப்பதுகூட எண்ணிப் பார்க்க வேண்டியதாகும்.

கிருமிகளை அழிப்பது என்பது பல்வேறு எண்ணிக்கையிலான முறைகளால் அடையப்படுகிறது; அவை, காமா கதிர்களை செலுத்தி இனப்பெருக்கம் செய்யும் செயலை அழித்தல் மற்றும் கெமோஸ்டெர்லியன்ட்டை (Chemosterilants) உபயோகித்தல் போன்ற முறைகளாகும். ஆனால், கிருமிகளை

அழிப்பது என்பது தொந்தரவு தரும் பூச்சிகளுக்கு மட்டுமானது என்று கூறுவதற்கு எந்த ஆதாரமும் இல்லை. உதாரணமாக, தொந்தரவு தரும் பூச்சியொன்றை முற்றிலுமாக நீக்கிவிட்டால், அதன் இடத்தில் வேறு என்ன தோன்றும் என்பதை தெரிந்துகொள்ள முடியாது. ஒரு பூச்சியைக் கொல்வதற்காக கொடுக்கப்பட்ட கிருமிநாசினியானது மற்ற பூச்சிகள், தாவரங்கள், விலங்குகள் அல்லது மனிதனின்மீது எத்தகைய விளைவை ஏற்படுத்தும் என்பதைப் பற்றி எந்த யோசனையும் கிடையாது. ஒரு நுண்ணுயிரி குடும்பத்தை அழிக்க அல்லது நிர்மூலமாக்க உபயோகிக்கப்படும் கொடூரமான செயல் நிச்சயமாக பிரதிபலனை உருவாக்கும்.

மலைக்காடுகளில் காற்று மூலமாக களைக்கொல்லிகள், பூச்சிக்கொல்லிகள், இரசாயன உரங்களைப் பரவச் செய்வது வெற்றிகரமாக கருதப்படுகிறது. அது எப்போதென்றால், களை அல்லது குறிப்பிடப்பட்ட தொந்தரவு தரும் பூச்சி கொல்லப்பட்டால் அல்லது மரத்தின் வளர்ச்சி முன்னேற்றமடைந்தால் மட்டுமேயாகும். ஆனால் இது அதிகமான ஆபத்துக்களை ஏற்படுத்துகிற மிகக் கடுமையான தவறாக இருக்கிறது. இத்தகைய செயல் முறையை, மாசுபடுத்துதல் என்று இயற்கையைப் பாதுகாக்கிறவர்கள் ஏற்கனவே அங்கீகரித்தனர்.

பிசிபி (PCP) போன்ற களைக்கொல்லிகளைத் தெளிப்பது களைகளைக் கொல்வதை விடவும் அதிகமான செயல்களைச் செய்கின்றன. இது நுண்மக் கொல்லியாகவும், காளான் கொல்லியாகவும்கூட செயல்படுகின்றன. உயிருள்ள தாவரங்களில் வாழும் கறுப்புப் புள்ளியையும் மற்றும் விழுந்த இலைகளில் உள்ள அழுகிப் போன கிருமி மற்றும் காளான்கள் என அனைத்தையும் கொல்கிறது. இலை சரியாக சிதைவுறாதது மண்புழுக்கள் மற்றும் நில வண்டுகளின் வாழ்விடத்தைப் பாதிக்கிறது. எல்லாவற்றிற்கும் மேலாக பிசிபி நிலத்தில் உள்ள நுண்ணுயிரிகளையும் அழிக்கிறது.

மண்ணில் க்ளோரோபிக்ரின் (Chloropicrin) சேர்ப்பதென்பது சீன முட்டைக் கோஸ் மற்றும் சீமைச் சிவப்பு முள்ளங்கியில் ஏற்படும் பாக்டீரியா நோயிலிருந்து தற்காலிகமாக நிவாரணம் அளிக்கிறது. ஆனால் இரண்டு வருடங்கள் கடந்த பிறகு மீண்டும் அந்த நோய் வெடித்துக் கிளம்புகிறது; முற்றிலும் எதுவும் செய்ய முடியாது என்ற நிலைக்குப் போய்விடுகிறது. இத்தகைய கிருமிநாசினி இந்த நோயை நிறுத்துகிறது. ஆனால் அதே நேரத்தில் நோயின் கடுமையை மிதப் படுத்தும் மற்ற பாக்டீரியாக்களையும் அது கொல்கிறது. இளம் செடிகளைத் தாக்குகிற புசாரியம் மற்றும் செலேரோடியம் காளான்களுக்கு எதிராக க்ளோரோபிக்ரின் வேலை செய்கிறது. ஆனால் நோய்க்கான முக்கியமான இதர மூலக்கிருமிகளையும் இத்தகைய காளான்கள் கொல்கின்றன என்ற உண்மையை யாராலும் பார்க்க முடியவில்லை. அதிக வகையான நுண்ணுயிரிகளை உடைய இந்த மண்ணில், பாக்டீரியா மற்றும் காளான்கொல்லி மருந்துகளை அடிப்பதன் மூலமாக இயற்கையின் சமநிலையை மீண்டும் தருவது உண்மையிலேயே சாத்தியம்தானா?

பூச்சிக்கொல்லிகளை உடைய மனிதன் அவனது சொந்தத் திட்டங்களைச்

சுற்றி இயற்கையைக் கொண்டுவர முயற்சிப்பதற்குப் பதிலாக, இத்தகைய செயலிலிருந்து வெளியே வந்து, அவனது குறுக்கீடு இல்லாமல் இயற்கை அதன் அலுவல்களை அதுவாகவே செய்துகொள்ள விட்டுவிட்டால் அவன் புத்தி சாலியாக இருக்கலாம்.

களைகளின் பிரச்சனைகளை களைக்கொல்லிகளைக் கொண்டு தன்னால் தீர்த்து விட முடியும் என்று நம்புவதால் மனிதன் தன்னைத் தானே ஏமாற்றிக் கொள்கிறான். இதனால் அவனுக்கான விஷயங்களை அவன் கடினமாக்கிக் கொள்கிறான். ஏனென்றால் இது களைக்கொல்லியால் அழிக்க முடியாத கடின மான களைகளை விட்டுவிடுகிறது அல்லது முற்றிலும் சமாளிக்க முடியாத, கடினமான புதிய களைகளைத் தோன்றச் செய்கிறது. களைக்கொல்லியை எதிர்க்கும் களைகளை கென்டக்கி (Kentucky) போன்றவற்றை உபயோகித்துக் கொல்லலாம்; சாலையில் உள்ள மண்மேடுகளில் அவற்றைப் பரவச் செய்வதன் மூலமாக, களைகளைக் கொல்லக்கூடிய தொந்தரவு தரும் பூச்சிகளை இறக்குமதி செய்யலாம் என்ற பிரகாசமான யோசனையுடன் யாராவது வரலாம். இத்தகைய பூச்சிகள் பயிர்களைத் தாக்கத் தொடங்கும்போது, ஒரு புதிய பூச்சிக் கொல்லி உருவாக்கப்பட வேண்டியிருக்கும். மற்றொரு விஷத்தன்மை வாய்ந்த சுழற்சி ஏற்படக் காரணமாகும்.

பூச்சிகள், நுண்ணுயிரிகள், தாவரங்கள் எல்லாம் ஒன்றுடன் ஒன்று கொண்டி ருக்கும் உறவு எவ்வளவு சிக்கலானது என்பதை விவரிக்க, ஜப்பான் முழுவதும் பரந்து காணப்படும் பைன் ராட் என்ற தொற்றுநோயைப் பற்றி ஒரு பார்வை பார்க்கலாம்.

பைன் ராட் நோய்க்கு வேர் காரணமாக இருத்தல் : பொதுவாக ஒத்துக்கொள்ளப்பட்ட பார்வைக்கு மாறாக, ஜப்பானின் பல்வேறு காட்டுப் பகுதியில் காணப்படும் சிவப்பு பைன் நோய்க்கான முதன்மையான காரணம், பைன் மர உருளைப்புழுக்கள்தான் என்று நான் நினைத்துக்கூடப் பார்க்க வில்லை. சமீபத்தில் இயற்பியல் மற்றும் வேதியியல் ஆய்வு மையத்தில் உள்ள பூச்சிக்கொல்லி ஆய்வாளர்கள் குழு, ஒரு புது வகையான அஹென்-கின் (aohen-kin)) (“நீல மாற்றக் கிருமி”) என்பதுதான் உண்மையான எதிரி எனக் கண்டறிந் துள்ளது. ஆனால் இந்தச் சூழ்நிலை இதைவிட மிகவும் சிக்கலானது. அதற்கான உண்மைக் காரணத்தைக் கண்டறிய நான் சில குறிப்புகளை எடுத்தேன்.

1. பாதிக்கப்பட்ட காட்டில் ஆரோக்கியமாக காணப்படும் பைன் மரத்தை வெட்டிச் சாய்த்தலின்போது, சுத்தமான வளர்ச்சி உடைய கிளையின் திசுவிலி ருந்து ஒரு 40% அளவு புதிய, நோய் ஏற்படுத்தும் மூலக் கிருமி காளான்கள் பிரித்தெடுக்கப்படுகின்றன. பிரித்தெடுக்கப்பட்ட காளானானது “குரோஹென்-கின்” (Kurohen-kin) (“கறுப்பு மாற்றக் கிருமி”) மற்றும் மூன்று வகையான அஹென்-கின் ஆகியவற்றைக் கொண்டிருக்கும். இந்த நோய் மூலக் கிருமிகள் அனைத்தும் அந்தப் பகுதிக்கு புதியவை, தொடர்பில்லாதவையாகும்.

2. பைன் மரம் கால் பங்கு அல்லது அரை பங்கு வாடிப் போன பிறகே, உருளைப்புழுக்கள் நிரம்பியிருப்பதை நுண்ணோக்கியின் வழியாக மட்டுமே

பார்க்க முடியும். உண்மையில் புதிய, நோய் மூலக்கிருமி காளான்கள் உருளைப் புழுக்களுக்கு முன்பாகவே வந்துவிட்டிருக்கும். உருளைப் புழுக்கள் அவற்றைத் தான் சாப்பிட்டுக் கொண்டிருக்கும், மரத்தை அல்ல.

3. புதிய நோய் மூலக்கிருமி காளான்கள் உறுதியான புல்லுருவிகள் இல்லை. பலவீனமான அல்லது உடற்கூறு சாஸ்திரப்படி இயல்பற்று இருக்கும் மரங் களையே அவைத் தாக்கும்.

4. வேர்கள் கருப்பாகி சிதைவுற்றுப் போனதன் காரணமாக சிவப்பு பைன்கள் அழுகிப் போதல், உடற்கூறு ஒழுங்கீனம் போன்றவை ஏற்படுகின்றன. அவற்றின் தொடக்கமும், சிவப்பு பைன்களின் வேர்களில் வாழும் மாட்சுடேக் என்ற காளான்கள் இறக்கிற சமயத்தில்தான் உற்றுநோக்கப்படுகின்றன.

5. மாட்சுடேக் காளான்கள் இறப்பதற்கான நேரடியான காரணம் குரோஹென்-கின் (கருப்பு நிற நிமிர்ந்து நிற்கும் கிருமி) பல மடங்காக விரைவாக பெருகியதுதான் ஆகும். அதுவே மண்ணின் அமிலத் தன்மை அதிகரிப்பதற்கு பங்குபெறும் காரணியும் ஆகும்.

ஓர் உயிருள்ளப் பொருளால் மட்டும் சிவப்பு பைன் நோய் ஏற்படுவதில்லை என்பது எனக்கு பின்வருவனவற்றால் தெளிவாகியது: 1. ஆரோக்கியமான பைன் மரங்களில் உருளைப்புழுக்களை நேரடியாக விட்டேன்; மரத்தின் மீது வலை அமைத்து, கெடுதலான விளைவை ஏற்படுத்தாத நீண்ட கொம்பு உடைய வண்டு களையும் அதில் விட்டேன்; அந்த மரத்தைப் பரிசோதனை செய்து அதில் கிடைத்த தகவல்களை அடிப்படையாகக் கொண்டேன். 2. தொந்தரவு தரும் அனைத்துப் பூச்சிகளையும் மரத்திலிருந்து தூர விலக்கிக் கவனித்தேன். அப்போதும் வேர் தொடர்ந்து அழுகி, மரம் இறப்பதற்குக் காரணமாகியது. சிறிய பானைகளில் வைக்கப்பட்ட பைன் செடிகளில், அதிகமான வறட்சி மற்றும் உயர்ந்த வெப்பநிலையில் இருக்கும்போது மாட்சுடேக் காளான்கள் இறந்துபோயின; தாவரவீடுகளில் ஒரு மணி நேரத்திற்கு 30 டிகிரி செல்சியஸ் வெப்பநிலையைப் பாய்ச்சும்போதும் அழிந்துபோயின. மற்றொரு விதத்தில், தூய்மையான நீர் அருகில் இருக்கிற, காரத் தன்மை மண் உள்ள கரைகளில் அவை இறப்பதில்லை; அல்லது குறைந்த வெப்பநிலை உடைய உயர்ந்த நிலங்களில் அவை இறப்பதில்லை.

மண் அமிலத்தன்மை அடைதல் மற்றும் மாட்சுடேக் காளான் இறப்பதன் காரணமாக சிவப்பு பைன் நோய் தோன்றுகிறது என்ற அனுமானத்தில், புல்லுருவியான குரோஹென்-கின் மற்றும் இதர காளான்களாலும், அதன்பிறகு உருளைப்புழுக்களாலும் மரம் தாக்கப்படுகிறது. அதைக் கட்டுப்படுத்துவதற்கு பின்வரும் முறைகளை நான் முயற்சித்தேன்.

1. மண்ணின் அமிலத்தன்மையைக் குறைப்பதற்கு சுண்ணாம்பு உபயோகித்தல்: தோட்டத்தில், பிளிச்சிங் பவுடர் கலந்த நீரை தெளிப்பதன் மூலமாக இதைச் செய்யலாம்.

2. மண்ணில் கிருமிநாசினி தெளித்தல் : தோட்டத்தில், ஹைட்ரஜன் பெராக்

சைடு மற்றும் ஆல்கஹால் க்ளோரோபிக்ரின் உபயோகிப்பது தகுந்ததாகும்.

3. வேரின் வளர்ச்சியை முன்னேற்றுவதற்காக, தூய வேளாண்மை முறையில் வளர்ந்த விதைகளில் மாட்சுடேக் தடுப்பு ஊசி போடுதல்.

பைன் நோயை எதிர்த்துப் போராடுவதற்கான இவையெல்லாம் என்னுடைய வெற்று முறைகளாகும். ஆனால் இப்போது எனக்கான மிகப் பெரிய கஷ்டம் என்னவென்றால், தோட்டத்தின் மரங்களை மீண்டும் கொண்டு வருவதற்கும் மாட்சுடேக் காளானை செயற்கை முறையில் உருவாக்குவதற்கும் நாம் நம்முடைய திறமை மீது அதிக நம்பிக்கைக் கொண்டிருக்கலாம் என்றபோதும், பாதிக்கப்பட்ட சுற்றுப்புறச் சூழ்நிலையை மீண்டும் கொண்டுவருவதற்கான சக்தி நமக்குக் கிடையாது.

ஜப்பான், கைவிடப்பட்ட பாலைவனமாக மாறிக் கொண்டு வருகிறது என்று சொல்வதில் வியப்பேதுமில்லை. சிறிய, இலையுதிர்கால மாட்சுடேக் குறைவு என்பது காளான் நசிந்து போவதைவிடவும் அதிகமாகும். மண்ணின் நுண்ணுயிரிகள் உலகத்தில் ஏதோவொன்று இருக்கிறது என்ற வெறுமையான எச்சரிக்கையாகும். உலகில் காலநிலை அளவில் ஏற்பட்ட மாற்றத்தின் முதல் அடையாளம் அநேகமாக நுண்ணுயிரிகளில் தோன்றலாம். முதல் அதிர்வு அலையானது, அனைத்து வகையான நுண்ணுயிரிகளும் ஒருமுனைப்படுத்தப் பட்டிருக்கும் மண்ணில் ஏற்படுவதோ அல்லது பரஸ்பர வினைபுரிதலுடன் உயர்வாக முன்னேற்றப்பட்ட, உயிரியல் சார்ந்த இனத்தை உருவாக்குகிற மாட்சுடேக் போன்ற பூஞ்சைக் காளான்களில் ஏற்படுவதோ வியப்பிற்குரியது அல்ல.

முக்கியமாக, எந்த இடத்தில் நிகழும் எனக் குறிக்கப்படுகிறதோ அந்த இடத்தில் தவிர்க்க முடியாதது நிகழ்கிறது. சிவப்பு பைன் என்பது பாலை வனங்கள் மற்றும் மணல்பரப்பான கடற்கரைகளிலும்கூட வளரக்கூடிய வகை யான தாவரமாகும். அதே நேரத்தில், அது மிகவும் நுண்மையான காளான் களின் பாதுகாப்புடன் வளரக்கூடிய மிகுந்த உணர்ச்சி மிக்கத் தாவரமுமாகும். சிவப்பு பைன் நோயைத் தடுக்க மற்றும் கட்டுப்படுத்துவதற்கான மனிதனது திறமை என்பது, புவியில் தாவர வகைகள் குறைவதைத் தடுப்பதற்கான அவனது சக்தியைப் பற்றிய ஒரு உறுதியான சோதனையைப் போன்றதாகும்.

3. இயற்கை எப்படிப் பார்க்கப்பட வேண்டும்?

இயற்கையை முழுமையானதாகப் பார்க்க வேண்டும்

இயற்கை வேளாண்மையின் முதன்மையான உண்மை என்னவென்றால், பயிர்கள் வளர்வதற்கு எதுவும் செய்ய வேண்டிய தேவையில்லை என்பதுதான். நான் இதை அறிந்துகொண்டேன்; ஏனென்றால், இயற்கை என்பது முழுமை யானது; பயிர்கள் வளர்க்கப்படுவதைவிட தானாகவே வளரும் திறன் படைத் தவை என்பவற்றை உறுதிப்படுத்துவதற்கு என்னுடைய சீர்தூக்கிப் பார்க்கும் அறிவு போதுமானதாக இருந்தது. இது ஒரு பண்டிதர் தனது ஆய்வுகளால்

கண்டறிந்த ஆதாரமற்ற அனுமானமோ அல்லது வேலை செய்வதை வெறுக்கும் ஒரு சோம்பேறியின் புத்திசாலித்தனமான எண்ணமோ கிடையாது. வாழ்வின் அர்த்தத்தின் மீதான மிக ஆழமானப் போராட்டத்தில் நம்பிக்கை யின்மை, சந்தேகத்தின் ஆழங்களால் போர்த்தப்பட்ட இயற்கை, தன்னுடைய உண்மை நிலையைப் பற்றிய உள்ளுணர்வான புரிந்துகொள்ளுதல் போன்ற வற்றை அடிப்படையாகக் கொண்டதாகும். இயற்கையை பகுத்தாயக் கூடாது என்ற என்னுடைய வற்புறுத்தலுக்கான ஆதாரம் இதுதான்.

பகுதிகளைப் பரிசோதனை செய்வது ஒருபோதும் முழுமையான காட்சியைத் தராது : இந்தக் கொள்கை வெளிப்படையாக முக்கியமானது; ஆனால் இது ஏதோவொரு சுருக்கமானது. இதை நான் எடுத்துக்காட்டுடன் விளக்குகிறேன்.

பியுஜி மலையைப் பற்றி தெரிந்துகொள்ள விரும்பும் ஓர் அறிவியல் அறிஞர் அதில் ஏறி அதில் உள்ள பாறைகள் மற்றும் அதில் வாழும் விலங்குகள் மற்றும் பறவைகளைப் பற்றி பரிசோதிப்பார். அதில் புவியியல், உயிரியல், கால நிலையியல் சார்ந்த ஆய்வுகள் நடத்தியபிறகு, இப்போது பியுஜியைப் பற்றிய முழுமையானக் காட்சியை தெரிந்துகொண்டதாக இவர் தீர்மானத்திற்கு வருவார். ஆனால் மலையின் தகவல்களைப் பற்றி படிப்பதற்காக தன்னுடைய வாழ்க்கையைச் செலவழித்த அறிஞரிடம், அவர் அதைப் பற்றி நன்றாக தெரிந்து கொண்டாரா என நாம் கேட்டால், அதற்கான பதில் இல்லை என்பதாகத்தான் இருக்கக்கூடும். ஒருவர் முழுமையான புரிந்துகொள்ளுதலையும் பரந்த தீர்மானத்தையும் தேடும்போது, பகுத்தாய்ந்து ஆராய்ச்சி செய்தல் என்பது ஒரு தடங்கலாக இருக்கும். வாழ்நாள் முழுவதுமான படிப்பானது, பியுஜி என்பது கற்பாறைகளும் மரங்களும் நிரம்பியது என்ற தீர்மானத்திற்கு அழைத்துச் செல்லும். அதன்பிறகு அதில் ஏறாமல் இருப்பதே நல்லது என்ற முடிவுக்கு நம்மைக் கொண்டுவந்துவிடும்.

ஒருவர் பியுஜியைத் தொலைவிலிருந்து பார்த்தே அதைப் பற்றி தெரிந்து கொள்ள முடியும். ஒருவர் அதைக் கண்டிப்பாக பார்க்கவேண்டும், ஆயினும் பரிசோதிக்கக் கூடாது. அதைப் பரிசோதிக்காவிட்டால் அதை தெரிந்துகொள்ள முடியும்.

ஆயினும் அறிவியலறிஞர் சிந்திக்கக்கூடும் : "நல்லது. பியுஜி மலையை ஒரு தொலைவிலிருந்து பார்ப்பது, அதைச் சுருக்கமாகவும் கொள்கை ரீதியாகவும் புரிந்துகொள்ள உபயோகமாக இருக்கும். ஆனால் மலையின் உண்மையான அம்சங்களைப் பற்றி ஏதாவது புரிந்துகொள்ள உதவியாக இருக்காது. பியுஜியின் உண்மையைப் பற்றி அறிந்து, புரிந்துகொள்ள பகுத்தாய்ந்து ஆராய்ச்சி செய்வதால் எந்த உபயோகமும் இல்லையென்பதை நாம் ஒத்துக்கொண்டால், அந்த மலையில் உள்ள மரங்கள் மற்றும் கற்பாறைகளைப் பற்றி சிறிது அறிந்து கொள்வது முற்றிலும் அர்த்தமற்றதாகும். மேலும், ஒன்றைப் பற்றி ஏதாவது அறிந்துகொள்ள நேராக அங்கு சென்று பரிசோதிப்பது ஒன்றே வழி கிடையாது இல்லையா?''

இயற்கையைப் பகுத்தாய்ந்து, இத்தகைய உற்றுநோக்குதல்களை ஒருவருடைய தீர்மானங்களில் சேர்ப்பதென்பது அர்த்தமற்ற செயல் என்று என்னால் உறுதியாக சொல்ல முடியும். ஆனால் இது ஏன் பயனற்றது, உண்மையுடன் தொடர்பற்றது என்பதைப் புரிந்துகொள்ள ஒருவர் கவனிக்கத் தவறிவிட்டால், அவர்கள் சமாதானமடைய மாட்டார்கள்.

என்னால் மேலும் என்ன சொல்ல முடியும் என்றால், பியுஜியின் தொலைதூர தோற்றங்களைப் பற்றி ஓவியர் ஹோகுசாய், அவருடைய ஓவியத்தில் வரைவதிலிருந்து நாம் அதிகமாக புரிந்துகொள்ளலாம். அந்த மலையில் ஏறி அதை அழகற்ற மலையாக பார்ப்பதைவிட, இது வெறும் மனத்தில் தானாக எழுகிற மாறுபட்ட நிலை; பார்வை கோணத்தில் அல்லது கருத்தில் இது வெறும் மாறுபட்ட நிலை என்று நான் சொல்கிறேன்.

பியுஜியில் உள்ள தாவர வகை விலங்கு வகையை அறிந்துகொண்ட, சுற்றுப்புற சூழ்நிலைக்கு ஏற்ப அமையும் உயிரினங்கள் பற்றிய ஆய்வு நடத்திய அறிஞர்களின் வார்த்தைகளிலிருந்தும், ஹோகுசாயியின் ஓவியத்தில் உள்ள சுருக்கமான தோற்றத்திலிருந்தும் பியுஜியின் உண்மையான, இயற்கையை நன்றாக அறிந்துகொள்ள முடியும் என்பது மிகவும் பொதுவான பார்வையாகும். ஆனால் இது இரண்டு முயல்களை துரத்தும் வேட்டைக்காரன் ஒரு முயலையும் பிடிக்க மாட்டான் என்பதைப் போன்றதாகும். அத்தகைய ஒரு மனிதரால் மலையிலும் ஏற முடியாது, ஓவியம் வரையவும் முடியாது. பியுஜி படுத்துக் கிடக்கும்போது பார்த்தாலும் அல்லது எழுந்து நிற்கும்போது பார்த்தாலும் பியுஜி என்பது ஒன்றுதான் என்று சொல்பவர்கள், சீர்தூக்கிப் பார்க்கும் அறிவை உபயோகிப்பவர்கள், இந்த மலையின் உண்மையைப் பற்றி அறிய முடியாது.

முழுமை இல்லாவிட்டால் பாகங்கள் தொலைந்து போய்விடும். பாகங்கள் இல்லாவிட்டால் முழுமையானது இருக்காது. இரண்டும் ஒரே சமதளத்தில் கிடக்கின்றன. மலையின் பகுதியை மரங்களும் கற்பாறைகளும் உருவாக்குகின்றன; மலை என்பது முழுமையானதாக இருக்கிறது என்று வித்தியாசப்படுத்துகிற கணத்தில், மனிதன் எளிமையாக தப்பிச் செல்ல முடியாதபடியான ஒரு குழப்பத்தில் விழுந்துவிடுகிறான். மேற்கொண்ட ஆய்வு மற்றும் சூழ்ந்துகொள்ளப்பட்ட எல்லாத் தீர்மானங்களாலும் மனிதன் பகுதியாக வித்தியாசப்படுத்திய அந்தக் கணத்தில் இருந்து பிரச்சனை நீடித்திருக்கிறது.

உண்மையான பியுஜியைத் தெரிந்துகொள்ள, அதை ஒரு மலையாக பார்ப்பதைவிட, பியுஜியுடன் தனக்கு உள்ள தொடர்பைக் கண்டிப்பாகப் பார்க்க வேண்டும். ஒருவர் தன்னையும் தன்னால் இரு கூறாக்கப்படுவதற்கு முந்தைய நிலையையும் பார்க்க வேண்டும். தன்னைப் பற்றி மறந்ததில் ஒருவரது கண்கள் திறந்திருக்கும்போது பியுஜியுடன் ஒன்றாகி விடுவார்கள். அதன்பிறகு ஒருவரால் மலையின் உண்மையான வடிவத்தை அறிந்துகொள்ள முடியும்.

இயற்கையுடன் ஒன்றாகிவிடுதல் : வேளாண்மை என்பது இயற்கையின் கையால் செய்யப்படும் செயலாகும். நாம் அரிசி தாவரத்தை மிகக் கவனமாகப் பார்க்க வேண்டும்; அது நம்மிடம் என்ன சொல்கிறது என்று கவனிக்க

வேண்டும். அது என்ன சொல்கிறது என்பதை அறிந்துகொண்டால், நாம் அதை வளர்க்கும்போது அரிசியின் உணர்வுகளை உற்றுநோக்க நம்மால் இயலும். எனினும், "அதைப் பார்த்தல்" அல்லது "ஊன்றிப் பார்த்தல்" என்பதற்கு அரிசியை ஒரு பொருளாகப் பார்த்தல், அரிசியைப் பற்றி யோசித்தல் அல்லது உற்றுநோக்குதல் என்று அர்த்தம் கிடையாது. முக்கியமாக ஒருவர் அரிசியின் இடத்தில் தன்னை வைக்கவேண்டும். அப்படிச் செய்யும்போது, அரிசித் தாவரத்தின் மீதான சுய பார்வை மறைந்துவிடும். இதற்கு அர்த்தம் என்ன வென்றால், "பார், ஆனால் பரிசோதிக்காதே, அதை அறிந்துகொள்ள பரி சோதனை செய்யாதே" என்பதாகும். சிறிய அளவு யோசனைக்கூட இல்லாதவர் களுக்கு இதன்மூலமாக நான் என்ன சொல்ல விரும்புகிறேன் என்றால், அவர்களை அவர்களுடைய அரிசித் தாவரங்களுக்கு அர்ப்பணித்துக் கொள்ள சொல்கிறேன். உலகின் கவலைகளிலிருந்து விடுபட்டு, நடுநிலைமையுடன் வேலை செய்ய அது போதுமானதாகும். ஒருவரின் கர்வத்தை ஒருபுறமாக தூக்கி எறிவதுதான் இயற்கையுடன் ஐக்கியமாவதற்கு விரைவான வழியாகும்.

இங்கே நான் சொல்வது ஜென் துறவியின் வார்த்தைகளைப் போல புரிந்து கொள்வதற்கு கடினமாகவும் உணர முடியாததாகவும் இருப்பதாக காணப் படலாம்; வெற்று தேற்றங்களையும் கொள்கைகளையும் வேகமாக வெளியே கொண்டுவர், 'தத்துவங்கள் மற்றும் பௌத்தர்களின் வார்த்தைகளை நான் கடன் வாங்கவில்லை. உண்மை நிலையில் திடமாக முன்னேறியிருக்கும் நிகழ்வு களில் கிடைத்த எனது சொந்த அனுபவத்தைக் கொண்டே நான் பேசுகிறேன்.

இயற்கையைக் கண்டிப்பாக பிரித்தெடுக்கக் கூடாது. அது உடைந்து போகும். அந்தக் கணம், பகுதிகள் பகுதிகளாக இருப்பதை நிறுத்திவிடும்; முழுமை ஒருபோதும் முழுமையாக இருக்காது. ஒன்றாக இணைத்துச் சேகரிக்கும்போது, எல்லாப் பகுதிகளும் முழுமையை உருவாக்காது. "AH" என்பது கணிதவியல் உலகின் வடிவத்தைக் குறிக்கிறது. "முழுமை" என்பது உயிருள்ள உண்மை உலகத்தைக் குறிக்கிறது. இயற்கையின் கையால் வேளாண்மை என்பது உயிருள்ள ஓர் உலகமாகும்; உருவத்தின் உலகம் கிடையாது.

பயிர் செய்வதற்கான காரணிகள், வளர்ச்சி, உற்பத்தி வழிக்கான தன்னுடைய கவனங்கள் என்ற அனைத்தையும் பற்றி மனிதன் கவலைப்படத் தொடங்கிய கணத்தில், பயிர் என்பது முழுமையான ஒரு பொருள் என்பதைப் பார்க்கும் அவனது பார்வையை அவன் தொலைத்துவிட்டான். பயிர் உற்பத்தி செய்ய, பூமியின் மேற்பரப்பில் தாவரம் வளர்வதற்கான உண்மையான அர்த்தத்தை விரிவாகச் சொல்ல வேண்டும்; பயிருடனான ஐக்கியத்தைப் பற்றிய தெளிவான தோற்றத்திலிருந்து உற்பத்திக்கான குறிக்கோள் விரட்டியடிக்கப்பட வேண்டும்.

இயற்கையைத் தெரியும் என்றும், மனிதன் பயிர்களை உற்பத்தி செய்கிறான் என்றும் கூறுகிற அறிவியல் சிந்தனையின் அகந்தை, கர்வம் இரண்டிற்குமான நிவாரணிக்கு ஒரே வழி இயற்கை வேளாண்மைதான். இயற்கை என்பது பூரணமானதா அல்லது பூரணமற்றதா, முரண்பாடான உலகமா என்பதை இயற்கை வேளாண்மை சோதனை செய்கிறது. மனித நுண்ணறிவின் அடிச்

சுவட்டிலிருந்து விடுபட்ட தூய இயற்கை வேளாண்மை என்பது உண்மையிலேயே சக்தியற்றதா, தாழ்ந்ததா அல்லது தொழில்நுட்பம் அறிவியல் அறிவை அடிப்படையாகக் கொண்டு செய்யப்படும் வேளாண்மை உண்மையில் சிறந்ததா என்பதுதான் அதன்பிறகு நிர்மாணிக்கப்பட வேண்டிய, நிரூபிக்கப்பட வேண்டிய விஷயமாகும்.

பல பத்தாண்டுகளாக இப்போது வரை அறிவியல் வேளாண்மையுடன் இயற்கை வேளாண்மை உண்மையிலேயே போட்டி போடுகிறதா என்பதைப் பரிசோதிக்க என்னை அர்ப்பணித்துக் கொண்டிருக்கிறேன். அரிசி மற்றும் பார்லி பயிர் செய்தல், பழ மரங்களை வளர்த்தலில் இயற்கையின் வலிமை என்ன என்பதை எடையிட முயற்சி செய்து கொண்டிருக்கிறேன். மனித அறிவு மற்றும் செயலைத் தூக்கி எறிந்துவிட்டு, இயற்கையின் மூல சக்தியை மட்டும் சார்ந்து, "ஒன்றும் செய்யாதே" என்ற இயற்கை வேளாண்மையானது, அறிவியல் வேளாண்மையில் பெறப்படும் மகசூலுக்குச் சமமான அல்லது அதிக மகசூலைப் பெறுகிறதா என ஆராய்ந்து கொண்டிருக்கிறேன். வளர்ச்சி மற்றும் மகசூலுக்கான மனிதனின் நேரடி அளவுகோலை உபயோகித்து இரண்டு அணுகுமுறையையும் நான் ஒப்பிட்டுப் பார்த்துக் கொண்டிருக்கிறேன். ஒருவர் அதிகமாக ஆய்வு செய்து, இரண்டையும் ஒப்பிட்டு, வளர்ச்சி மற்றும் மகசூலுக்கான குறிப்பிட்ட தோற்றத்திலிருந்து அல்லது விரிவான உயர்ந்த தோற்றத்திலிருந்து பார்க்கும்போது இயற்கையின் முதன்மை தெளிவானதாக, மிகவும் மறுக்க முடியாததாக இருக்கிறது.

ஆயினும் இயற்கை வேளாண்மை மீதான என்னுடைய ஆய்வு, அறிவியல் வேளாண்மையின் தவறுகளைக் கண்டுபிடிப்பதற்கும் அதிகமான செயல்களை செய்தது. மனித வர்க்கத்தின் நவீன செயல்முறையால் ஏற்படும் அச்சுறுத்தக் கூடிய குறைபாடுகளை, இயற்கைப் பேரிடரின் கணநேரக் காட்சியே எனக்குத் தந்தது.

முழுமையற்ற மனித அறிவானது இயற்கையின் பூரணத்துவத்தைக் கூறுவதற்குப் போதாதது : இயற்கை எவ்வளவு பூரணமானது என்பதைப் பாராட்ட மனித அறிவின் புரிந்துகொள்ளுதல் பூரணமற்றதாகும்; போதுமானதும் கிடையாது. மனிதன் அவனைச் சுற்றி உள்ள இயற்கை உலகினை அவனது விசாரணைகள் மூலம் கற்றறிந்து கொள்ளுதல் தொடர்ந்தபோது, மனித அறிவின் அற்பமும் பலவீனமும் தெளிவாக அதிகரித்துக் கொண்டிருக்கிறது என்பதை அனைத்து வயது அறிவியலறிஞர்களும் உணர்ந்து கொண்டார்கள். மனித அறிவு என்னதான் எல்லையற்றதாக தோற்றமளித்தாலும் பயனில்லை; மனிதன் கடந்து போக முடியாத அளவுக்கு தடங்கல்கள் உள்ளன; ஆய்வுக்காக காத்திருக்கும் முடிவற்ற தலைப்புகள்; விரைவாக சிறப்புக் கவனம் செலுத்தப்படும், அறிவியலுடன் அடியெடுத்து வைக்க முடியாமல் இருக்கும் எண்ணற்ற சிறிய, மிகச் சிறிய உலகங்கள்; எல்லையற்ற, முடிவற்ற விண்வெளி உலகம் என நிறைய தடங்கல்கள் உள்ளன. மனித அறிவின் பூரணமின்மையையும் பலவீனத்தையும் வெளிப்படையாக ஒத்துக்கொள்வதைவிட நமக்கு வேறு வழி இல்லை. மனிதனால் அவனது பூரணமின்மையிலிருந்து ஒருபோதும் தப்பிச்

செல்ல முடியாது என்பது தெளிவானதாகும்.

மனித அறிவு நன்கு உணரப்படாததாக, பூரணமற்றதாக இருந்தால் அதன் பிறகு அந்த அறிவால் பார்க்கப்படும், நிர்மாணிக்கப்படும் இயற்கையும் எப்போதும் கண்டிப்பாக பூரணமற்றதாகவே இருக்கும். மனிதனால் உற்று நோக்கப்படும் இயற்கை, மனித அறிவையும் செயலையும் அவன் சேர்த்த இயற்கை, அறிவியல் செயல்படும் அபூர்வக்காட்சியின் உலகத்திற்கு சேவை செய்யும் இந்த இயற்கையானது எப்போதும் பூரணமற்றதாகவே இருக்கும். அதன்பிறகு அது இயற்கைக்கு எதிரானதாகவே இருக்கும் - இயற்கையற்றதாக மேலும் பூரணமற்றதாக இருக்கும்.

முரண்பட்டதுபோல தோற்றமளிக்கும் வகையில், இயற்கையின் மிகவும் பூர்த்தியற்ற நிலை உருவாகி, மனித அறிவும் செயலும் - உண்மையான இயற்கையின் வெளிறிய நிழலான இயற்கை - பிறந்தது. அறிவியல் அதன் இயற்கையின் உருவத்தைத் தருவித்துக்கொண்ட இயற்கையானது, முழுமையானது மற்றும் பூர்த்தியானது என்பதற்கான ஆதாரம் இதுவேயாகும்.

இயற்கையின் பூரணத்துவத்தை உறுதி செய்வதற்கான நேரடியான ஒரே வழியானது, ஒவ்வொருவரும் உடனடியாக இயற்கையின் உண்மை நிலையுடன் தொடர்புகொள்ள வரவேண்டும், சுய புத்தியுடன் அதைப் பார்க்க வேண்டும் என்பதுதான் ஆகும். மக்கள் இதை அவரவராக உணர வேண்டும்; நம்புவதற்கோ அல்லது நம்பாமல் இருக்கவோ தேர்ந்தெடுக்க வேண்டும். இயற்கை என்பது பூரணமானது என்பதை நான் கண்டுகொண்டேன். அதற்கான சாட்சியை அளிக்கத்தான் முயற்சித்துக் கொண்டிருக்கிறேன். இயற்கை என்பது பூரணமானது என்ற ஒரு கற்பனையுடனே இயற்கை வேளாண்மை தொடங்கியது.

நிலத்தில் விழும் பார்லி விதைகள் தவறாமல் முளைவிடும் என்ற திட நம்பிக்கையுடன் இயற்கை வேளாண்மை தொடங்கியது. பார்லி முளைவிட்டுத் தோன்றிய பிறகு, பாதி வளர்ச்சியில் வாடிப்போய்விட்டால் இயற்கையற்ற ஏதோவொன்று நேரிட்டிருக்கிறது; அதற்கு மனித அறிவு மற்றும் செயலால் உண்டான ஒன்று காரணமாக இருந்திருக்கிறது என்பதாகும். ஒருபோதும் ஒருவர் இயற்கையைக் குற்றம் சாட்ட முடியாது; ஆனால் தன்னைத்தானே குற்றம் சாட்டிக் கொண்டு தொடங்கலாம். இயற்கையின் இதயத்தில் பார்லி வளருவதற்கான வழியை ஒருவர் தயக்கமின்றி தேடலாம்.

இயற்கையில் நல்லதோ அல்லது கெட்டதோ இல்லை. இயற்கை வேளாண்மை தொந்தரவு தரும் பூச்சியையோ அல்லது அனுகூலம் தரும் பூச்சியையோ நீடித்திருக்க அனுமதிப்பதில்லை. தொந்தரவு தரும் பூச்சி திடீரென தோன்றி பரவி, பார்லி சேதமடைந்தால், அநேகமாக இது ஏதோ மனித தவறால் தோன்றியது என ஒருவர் காரணம் கூறலாம். எப்போதுமே இதற்கான காரணம் மனிதனின் சில செயல்களில் கிடக்கிறது. அநேகமாக பார்லி மிக அடர்த்தியாக பயிரிடப்பட்டிருக்கலாம் அல்லது தொந்தரவு தரும் பூச்சிகளைக் கொல்லக்கூடிய அனுகூலமான காளான்கள் கொல்லப்பட்டு இயற்கையின் சமநிலை பாதிக்கப்பட்டிருக்கலாம்.

இவ்வாறாக, இயற்கை வேளாண்மையில் தவறின்மீது பிரதிபலிப்பு செய்தும், எந்த அளவு சாத்தியமோ அந்த அளவு இயற்கைக்கு மிக அருகில் திரும்பி சென்றும் பிரச்சனைக்கு ஒருவர் எப்போதும் தீர்வு காண்கிறார். மற்றொரு விதத்தில், அறிவியல் வேளாண்மையை பயிற்சி செய்பவர்கள் தொந்தரவு செய்யும் பூச்சியையோ அல்லது இயற்கையின் வேறு ஏதாவது தோற்றத்தையோ குற்றம் சொல்வார்கள். அதன்பிறகு தொந்தரவு தரும் பூச்சிகளைக் கொல்வதற்கு பூச்சிக்கொல்லிகளையும், நோய்களைத் தீர்ப்பதற்கு மருந்தையும் தெளிப்பார்கள்.

இங்கே சாலை மாறுபடுகிறது. இயற்கை பூரணமானது என நம்புகிறவர்கள் இயற்கையின் சாலைக்குத் திரும்புகிறார்கள். ஆனால் அதன் பூரணத்துவத்தை சந்தேகப்படுகிறவர்கள் இயற்கையை அடக்குவதற்கு முயற்சி செய்கிறார்கள்.

நிகழ்வுகளைத் தொடர்புடையதாகப் பார்க்கக்கூடாது

இயற்கை வேளாண்மையில் நிகழ்வுகளை தொடர்புடையதாகப் பார்ப்பதை ஒருவர் எப்போதும் தவிர்க்க வேண்டும். ஒருவர் தொடர்புடைய ஓர் அதிசயக் காட்சியைக் கண்டால், உடனடியாக அவற்றை ஒரு சிறிய ஆதாரத்திற்குத் திரும்பிச் செல்ல வைத்து, உடைந்த இரண்டு பாதிகளையும் ஒன்றிணைப்பதற் காக முயற்சி செய்வார்கள். இயற்கையாக வேளாண்மை செய்ய, ஒருவர் அறிவியல் சிந்தனையைப் பற்றி கேள்வி கேட்டு, அதை மறுக்க வேண்டும். அறிவியல் வேளாண்மையில் அனைத்தும் நிகழ்வுகளைத் தொடர்புடன் பார்க்கும் அடித்தளத்திலேயே அமைந்துள்ளன. அதாவது நல்ல மற்றும் மோசமான பயிர் வளர்ச்சி பற்றிய எண்ணங்கள், வேகமான மற்றும் மெதுவான, உயிருள்ள மற்றும் இறந்த, ஆரோக்கியமான மற்றும் ஆரோக்கியமற்ற, பெரிய மற்றும் சிறிய மகசூல்கள், அதிக மற்றும் குறைந்த ஆதாயங்கள், லாபங்கள் மற்றும் நஷ்டங்கள் ஆகியவற்றின் அடித்தளத்திலேயே அமைந்துள்ளன.

தொடர்புடைய கொள்கைகளுக்கு இரையாகாத கருத்தை எது கொண்டி ருக்கிறது என்பதை விவரிக்க என்னை அனுமதியுங்கள். அதனால் நிகழ்வுகளைத் தொடர்புடைய பார்வையில் பார்க்கும்போது ஏற்படும் தவறுகளைச் சரிசெய்ய என்னால் உதவ முடியும்.

அறிவியல் பார்வையில் பார்க்கும்போது நிகழ்வுகள் பெரியதாக அல்லது சிறியதாக, உயிருள்ளதாக அல்லது உயிரற்றதாக, அதிகரிப்பதாக அல்லது குறைவதாக இருக்கும். ஆனால் இந்தப் பார்வையானது நேரம் மற்றும் இடம் பற்றிய கருத்துக்களுடன் உறுதிப்படுத்தப்பட்டிருக்கும். இது உண்மையில் சௌகரியமான கற்பனை என்பதைவிட அதிகமாக ஒன்றுமில்லை. சரியாகச் சொல்ல வேண்டுமென்றால் நேரம் மற்றும் இடத்தை மிஞ்சியிருக்கும் இயற்கை யான உலகத்தில் பெரியதோ அல்லது சிறியதோ கிடையாது, உயிருள்ளதோ அல்லது இறந்ததோ இல்லை, உயர்வதோ அல்லது வீழ்வதோ கிடையாது. அதில் எப்போதுமே முரண்பட்ட, சண்டையிடும் எதிர் இணைகள் இல்லை. வலது மற்றும் இடது, வேகமான மற்றும் மெதுவான, உறுதியான மற்றும் பலவீனமான என்பது போன்ற எதிர் இணைகள் இல்லை.

நேரம் மற்றும் இடத்தின் எல்லையைத் தாண்டி நாம் சென்றால், இலையுதிர் காலம் அரிசி தாவரத்தை வாடச் செய்து, அதன் வாழ்க்கை விதைக்குள் சென்று முடிவற்றதாக தொடர்வதைப் பார்ப்போம். மனிதன் மட்டும்தான் வாழ்க்கை மற்றும் இறப்பு, லாபம் மற்றும் நஷ்டத்திற்காக எரிச்சலடைகிறான். பிறப்பு என்பது தொடக்கம், இறப்பு என்பது முடிவு என்ற அடிப்படையில் அமைந்திருக்கும் வேளாண்மை முறை பயனற்றதும், குறுகிய பார்வையும் உடையதும் ஆகும்.

குறுகிய அறிவியல் பார்வையில், வளர்ச்சி என்பது நல்லதாகவோ அல்லது கெட்டதாகவோ, மகசூல் என்பது பெரியதாகவோ அல்லது சிறியதாகவோ காட்சியளிக்கலாம். ஆனால் புவியை வந்தடையும் சூரிய ஒளி நிலையானதாக இருக்கும். காற்று மண்டலத்தில் உள்ள ஆக்சிஜன் மற்றும் கார்பன் டை ஆக்சைடின் அளவு சமநிலையில் இருக்கும். எல்லாமும் இப்படி இருக்கையில் நாம் ஏன் ஒருபோதும் வளர்ச்சியிலும் மகசூலிலும் எந்த மாற்றத்தையும் பார்க்கவில்லை? வழக்கமாக, தவறு மனிதனுடையதுதான். பல மற்றும் சில, பெரிய மற்றும் சிறிய கருத்துக்களை தனக்குத்தானே தூண்டுவதன் மூலமாக, அல்லது உருவம் மற்றும் பொருளை மாற்றுவதன் மூலமாக இயற்கையின் சம நிலையையும் மாற்ற முடியாத நிலையையும் மனிதன் அழிக்கிறான். இயற்கையுடன் இணக்கமான பார்வையில் அல்லது ஆழமான பரந்த பார்வையில் பார்க்கும்போது இத்தகைய நிகழ்வுகள் சுயமாக வெளிப்படையானவையாகும்.

பொதுவாக மனிதன் தானியங்கள் மற்றும் பழங்களின் அறுவடையில் மட்டுமே மதிப்பைக் காண்கிறான். ஆனால் இயற்கையோ தானியங்கள் மற்றும் களைகள் என இரண்டிலுமே பார்க்கிறது; இயற்கை உலகில் வாழும் அனைத்து விலங்குகள், நுண்ணுயிரிகள் என அனைத்தையும் உலகின் கனியாகப் பார்க்கிறது. அளவு மற்றும் எடை பற்றிய கருத்துகள் வழக்கமாக குறிப்பிட்ட வரம்பிற்குள்ளேயே நீடித்திருக்கின்றன. அகன்ற அல்லது சிறிது தளர்த்தப்பட்ட பார்வையில் பார்க்கும்போது, இறுதியில் இவை பிரச்சனைக்குரியவை என மொத்தமாக நிறுத்தப்படுகின்றன.

இயற்கை வேளாண்மை என்ற நிலையானப் புள்ளியிலிருந்து இயற்கையைப் பார்க்கும்போது ஒருவர் சிறிய சந்தர்ப்ப நிலைகளுக்காக கவலைப்பட வேண்டியதில்லை. வடிவம், பொருள், அளவு, கடினத்தன்மை, இதர விஷயங்களைப் பற்றிக் கவலைப்பட வேண்டியதில்லை. அத்தகைய கவலைகள் இயற்கையின் உண்மையான சாற்றைப் பார்க்க முடியாமல் நமது பார்வையைத் தடை செய்து, இயற்கைக்குத் திரும்பிச் செல்லும் சாலையை மூடிவிடக் காரணமாக இருக்கிறது.

நேரம் மற்றும் இடத்தை மிஞ்சிய பார்வையை எடுத்துக்கொள்ளல்

இயற்கை வேளாண்மைக்குச் செல்லும் பாதையை நோக்கிய சாலையில் பயணிப்பதைப் பற்றி நான் சொல்லப் போகிறேன். சீர்தூக்கிப் பார்க்கும் அறிவை ஒருவர் கண்டிப்பாக உபயோகிக்க மறுக்க வேண்டும். உலகைத் தொடர்புடைய

காட்சியாக பார்க்கக் கூடாது. அத்தகைய மறுப்பானது, நேரம் மற்றும் இடத்தை மிஞ்சிய பார்வையை அடைவதற்கான வழியாக நினைக்கப்படக் கூடும். சீர்தூக்கி அறிதல் இல்லாத உலகே முழுமையான உலகாகும்; அது தொடர்புடைய உலகத்தை அடைவதைத் தாண்டிய, முழுமையான, நேரம் மற்றும் இடத்தை மிஞ்சிய உலகமாகும்.

நேரம் மற்றும் இடம் பற்றிய எண்ணங்களைப் பிடிக்கும்போது நிகழ்வுகளைச் சந்தர்ப்ப நிலைகளூடன் தொடர்புடையதாக பார்க்க மட்டுமே நம்மால் இயலும். அறிவியல் வேளாண்மை என்பது நேரம் மற்றும் இடத்தின் எல்லைக்குள்ளேயே உருவாக்கப்படும் ஒரு வேளாண்மையாகும். ஆனால் மகாயானா இயற்கை வேளாண்மையானது நேரம் மற்றும் இடத்தைத் தாண்டிய உலகுக்கே வருகிறது.

இவ்வாறாக, இயற்கை வழியிலான வேளாண்மையை அறிந்து கொள்வதற்கான போராட்டத்தில் ஒருவர் செய்யத்தக்க வேண்டிய எல்லாவற்றிலும் முக்கியமாக, வெற்றி கொள்ளப்பட வேண்டிய நேரம் மற்றும் இடத்தைக் கட்டுப்பாடு செய்வதில் அவருடைய முயற்சிகளைக் குவிக்க வேண்டும். நேரம் மற்றும் இடத்தை மிஞ்சியிருப்பதுதான் இயற்கை வேளாண்மையின் தொடக்கப் புள்ளியும் சென்றடையும் இடமுமாகும். கொடுக்கப்பட்ட இடத்தில், கொடுக்கப்பட்ட நேர கால அளவில் அதிகமான மகசூலில் அறுவடை செய்கிறது எனக் கருதப்படுகிற அறிவியல் வேளாண்மையானது குறிப்பிட்ட அளவிலான நேரம் மற்றும் இடத்தையே எல்லையாகக் கொண்டிருக்கிறது. ஆனால், நீண்ட கால பொதுவானப் பார்வை மற்றும் சுதந்திரமான நிலையால் ஆதரிக்கப்பட்டு, தீர்மானங்கள் எடுப்பது மற்றும் மகசூலை அடைவதன் மூலமாக இயற்கை வேளாண்மையில் ஒருவர் கண்டிப்பாக நேரம் மற்றும் இடத்தைத் தாண்டிச் செல்லமுடியும்.

உதாரணம் தருவதென்றால், ஓர் அரிசி தாவரத்தில் ஒரு பூச்சி இறங்கும் போது, அறிவியல் உடனடியாக தாவரத்திற்கும் பூச்சிக்கும் இடையே உள்ள உறவை பூஜ்யத்திற்குக் கொண்டுவருகிறது. தாவரத்தின் இலைகளில் உள்ள சாற்றை அந்தப் பூச்சி உட்கொண்டால் தாவரம் இறந்து போகிறது. அதை யடுத்து அந்தப் பூச்சி தொந்தரவு தரும் பூச்சியாக பார்க்கப்படுகிறது. அந்தத் தொந்தரவு தரும் பூச்சி ஆராயப்படுகிறது; தொகுப்பு முறை அடிப்படையில் அடையாளம் காணப்படுகிறது; அதன் வடிவ அமைப்பியல் மற்றும் சுற்றுப்புறச் சூழ்நிலையியல் ஆகியவை கவனமாகப் ஆய்வு செய்யப்படுகிறது. இறுதியாக அந்தப் பூச்சியைக் கொல்வது எப்படி என்பதைத் தீர்மானிக்க இந்த அறிவு உபயோகிக்கப்படுகிறது.

இயற்கையான விவசாயி இந்தப் பயிரைப் பார்க்கும்போது அரிசியைப் பார்த்தால் பூச்சியைப் பார்க்க மாட்டார், பூச்சியைப் பார்த்தால் அரிசியைப் பார்க்க மாட்டார். அவர் சந்தர்ப்ப நிலையின் விஷயங்களால் தவறாக வழி நடத்தப்பட மாட்டார். அந்த அரிசியையும் பூச்சியையும் அறிவியல் முறைகளால் விசாரணை செய்யமாட்டார் அல்லது அது என்னப் பூச்சி என்று ஆய்வு

செய்யமாட்டார். அந்தப் பூச்சி எங்கிருந்து, எப்போது, ஏன் வந்தது என்று கேட்கமாட்டார் அல்லது அவரது நிலத்தில் அது என்ன செய்து கொண்டிருக்கிறது எனக் கண்டுபிடிக்க முயற்சி செய்யமாட்டார். அதன்பிறகு அவர் என்னதான் செய்வார்? நேரம் மற்றும் இடத்தைத் தாண்டி இயற்கையில் தொடங்கும்போது பயிர்களோ அல்லது தொந்தரவு தரும் பூச்சிகளோ இல்லை என்ற தோரணையை எடுத்துக் கொள்வார். "தாவரங்களை வளர்ப்பது", "தீங்கு தரக்கூடிய பூச்சிகள்" என்ற கொள்கைகள் எல்லாம் மனிதனின் மனத்தில் எழுகிற எண்ணத்தால் தோற்றுவிக்கப்பட்ட வெற்று வார்த்தைகளேயாகும். இயற்கையின் ஒழுங்கின்படி பார்த்தால் அவை அர்த்தமற்றவையாகும். இந்தப் பூச்சி, தொந்தரவு தரும் பூச்சியாகவும் இருக்கலாம், தொந்தரவு தராத பூச்சியாகவும் இருக்கலாம். அது என்ன சொல்கிறது என்றால், பூச்சியின் இருப்பு தாவரத்தின் வளர்ச்சியை எந்த விதத்திலும் தடை செய்யாது என்பதாகும்; ஏனென்றால் இந்த வகையான வேளாண்மையில் அரிசித் தாவரமும் பூச்சியும் இணக்கத்துடன் வாழ்கின்றன.

"தொந்தரவு தரும் பூச்சி" இருப்பது எந்தப் பிரச்சனையையும் ஏற்படுத்தாது என்ற வகையான வேளாண் முறைகளை உருவாக்குவதற்கான வழியை இயற்கை வேளாண்மை தேடுகிறது. முதலில் அந்தத் தீர்மானத்தை விவரமாகக் கூறி அது தொடங்குகிறது; அந்தத் தீர்மானத்தை நிலைநிறுத்தும்போது உள்ள தற்காலிகமான பிரச்சனைகளை சரிசெய்கிறது. அரிசிக்கு ஒருபோதும் தீங்கு செய்யாத வெட்டுக்கிளி கூட அறிவியல் பார்வையில் தொந்தரவு தரும் பூச்சியாக பார்க்கப்படுகிறது. நேரமும் சந்தர்ப்ப நிலையும்கூட பகுதியாக செயல்படுகிறது.

நிகழ்வுகளை அகன்ற, நீண்ட பார்வையில் பரிசோதனை செய்வது அவசியம் என்று நான் சொல்லும்போது, ஒருவர் கண்டிப்பாக கடினமான உயர்தரமான ஆய்வு செய்யவேண்டும் என்று நான் சொல்லவில்லை. ஆனால் ஒரு குறிப்பிட்ட பூச்சியால் அரிசி சேதம் ஏற்படுவதை ஆய்ந்து அறியும் அறிவியலறிஞர், அரிசிக்குப் பூச்சிகள் எந்தச் சேதத்தையும் ஏற்படுத்தாமல் இருப்பது எங்கே எனும் விஷயங்களை ஆராய்ந்து அறிந்தால் மட்டுமே போதுமானதாக இருக்கும். அத்தகைய விஷயங்கள் மாறாமல் நீடித்திருக்கின்றன. சேதத்தின் கணங்கள் முற்றிலும் இயற்கையாக, சேதம் இல்லாத கணங்களுடன் இணைந்திருக்கின்றன. ஒரு நிலத்தில் ஆழமான சேதம் இருக்கலாம், மற்றொன்றில் சேதம் இல்லாமலிருக்கலாம். மேலும் மாறாததாக, பூச்சிகள் அரிசியை அணுகாத இடங்களில் கூட அது இருக்கலாம். சிறிய சேதம் அல்லது சேதம் இல்லை என்ற நிகழ்வுகளில் அதற்கான காரணம் என்ன என்று இயற்கை வேளாண்மை பரிசோதிக்கிறது; அதை அடிப்படையாகக் கொண்டு எதுவும் செய்ய வேண்டாம் என்ற சந்தர்ப்ப நிலையை அது உருவாக்குகிறது; ஆயினும் பூச்சி சேதம் என்பது நீடித்திருக்காது.

பயிர் வளரும் ஆரம்பப் பருவத்தில் அரிசி தாவரத்தைத் தாக்கும் ஒரு வகையான வெட்டுக்கிளி, பச்சை நிற அரிசி வெட்டுக்கிளியாகும். அது குளிர் காலத்திலிருந்து வசந்த காலத்தின் தொடக்கம் வரை, அரிசி நிலங்களுக்கு இடையில் உள்ள மேட்டில் வளர்ந்திருக்கும் களைகளின் இலைகளில் வாழ்கிறது.

இத்தகைய வெட்டுக்கிளிகளை நிலத்திலிருந்து விரட்டுவதற்கு, வெட்டுக்கிளி களுக்கான விஷத்தை உபயோகிப்பதைவிட மேட்டில் உள்ள களைகளை எரிப்பது தகுந்ததாகும். ஆனால் நிலத்தின் மேட்டில் வளரும் களைகளின் வகையை மாற்றுவது அதைவிடவும் சிறந்த வழியாகும்.

வெள்ளை நிற முதுகை உடைய மற்றும் பழுப்பு நிற வெட்டுக்கிளி ஆகிய இரண்டும் நீண்ட கடுமையான வெப்பம், ஈரமான காலநிலையின்போது தோன்றுகின்றன. ஆனால் குறிப்பாக கோடையில் அல்லது நிலத்தில் தண்ணீர் அசைவில்லாமல் தேங்கி நிற்கும்போது அதிக அளவில் பரவுகின்றன. நிலம் வடிகட்டப்பட்டு, மேற்பரப்பில் மெலிதான காற்று படும்போது அது காய்ந்து விடுகிறது. அப்போது சிலந்திகளும் தவளைகளும் குறிப்பிட்ட அளவில் தோன்றி சேதத்தைக் குறைப்பதற்கு உதவுகின்றன.

ஆரோக்கியமான நிலத்தில் அரிசி பயிரிட்டிருந்தால், வெட்டுக்கிளியால் ஏற்படும் சேதத்தைப் பற்றி விவசாயி கவலைப்பட வேண்டியதில்லை. எங்கே எப்போது எந்தச் சூழ்நிலையில் தொந்தரவு தரும் பூச்சிகள் தொந்தரவு தரும் பூச்சிகளாக இருப்பதில்லை, உண்மையான சேதத்திற்குக் காரணமாக இருப்ப தில்லை என்பதை இயற்கை எப்போதுமே மனிதனுக்குக் காட்டுகிறது. மக்கள் ஆய்வகங்களில் ஆய்வு செய்து கொண்டிருப்பதற்குப் பதிலாக, இயற்கையின் திறந்த வகுப்பறையில் நேரடியாக கற்றுக் கொள்ள முடியும்.

நேரம் மற்றும் இடத்தைக் கடந்த பார்வையிலிருந்து இயற்கை வேளாண்மை அது புறப்படுவதற்கான இடத்தை எடுத்துக் கொள்கிறது; நேரம் மற்றும் இடத்துக்கு அப்பால் உள்ள புள்ளிக்குத் திரும்புகிறது. இந்த இரண்டு புள்ளி களையும் பாலமாக இருந்து இணைக்கும் இயற்கையிடமிருந்து மனிதன் கற்றுக் கொள்ள வேண்டும். மேம்படுகிற காட்சியை எடுத்துக் கொள்வது என்பதற்கான உண்மையான அர்த்தம் என்னவென்றால், தொந்தரவு தரும் பூச்சி மற்றும் அனுகூலம் தருகிற பூச்சி என்ற இரண்டுக்குமே வாழ்வதற்கு ஏற்ற, மகிழ்ச்சியான சுற்றுப்புறச் சூழ்நிலையைத் தர உதவி செய்வதாகும்.

சந்தர்ப்பநிலைகளால் வீணாக அலைந்து திரியாதே

நேரம் மற்றும் இடத்திற்கு மேம்படுகிற தோற்றத்தில் நிகழ்வுகளைப் பார்ப்பது, ஒருவர் சந்தர்ப்பநிலைகளால் கைது செய்யப்படுவதை தடுக்கிறது. தகவல்களில் அதிகமாக சுற்றப்பட்டு, பெரிய காட்சியைப் பார்க்காமல் பார்வையைத் தடை செய்வதைத் தவிர்க்கவே அறிவியல் மாறாமல் முயற்சிக் கிறது. எனினும் இந்த “பெரிய காட்சி” என்பது உண்மையான காட்சி கிடை யாது. அங்கே மற்றொரு பார்வை இருக்கிறது; அதாவது மிக அதிகமாக எல்லாவற்றாலும் சூழ்ந்து கொள்ளப்படும், அகன்ற பார்வை இருக்கிறது.

இயற்கையில் முழுமை என்பது பகுதிகளைக் கொண்டிருக்கிறது. பெரிய முழுமை என்பது பகுதிகளை உள்ளடக்கிய முழுமையாக இருக்கிறது. நம்முடைய பார்க்கும் பகுதியை அதிகப்படுத்துவதால், உண்மையில் முழுமை என்பது பெரிய முழுமையின் ஒரு பகுதியாக இருப்பதைவிட அதிகமாக ஒன்றும்

இல்லை என்பது தெரிகிறது. ஆயினும் இந்த முழுமையை மற்றொரு முழுமை ஒரு பகுதியாக கொண்டிருக்கிறது. இவ்வாறாக முடிவற்றதாக அது தொடர் கிறது. ஆகையால் அது என்ன சொல்கிறது என்றால், செயல்படுவதற்கு ஒருவர் கண்டிப்பாக உண்மையான “முழுமை”யை உள்ளுணர்வால் பற்ற வேண்டும்; சிறிய தகவல்கள் அனைத்தையும் அதற்குள்ளே சேர்க்க வேண்டும். உண்மையில் அதை செய்து முடிக்க முடியாது.

இப்போது நாம் மருத்துவ உலகிலிருந்து ஓர் உதாரணத்தை எடுத்துக் கொள்வோம். மருத்துவர் வயிறு மற்றும் குடல்களைப் பற்றிப் படிக்கிறார். பல்வேறு உணவுப் பொருட்களில் கலந்துள்ள சேர்க்கைப் பொருட்களைப் பரிசோதிக்கிறார். இவையெல்லாம் மனித உடம்பால் போஷாக்குகளாக எப்படி உறிஞ்சப்படுகின்றன என்பதை ஆய்வு செய்கிறார். பொதுவான கொள்கை என்னவென்றால் ஆய்வு செய்வது அதிகமானால், அதன் உட்பிரிவுகளிலும் இணையான முன்னேற்றம் ஏற்படும்; போஷாக்கு அறிவியல் அதன் பரந்த பயன்பாட்டால் அங்கீகரிக்கப்பட்ட துறையாகிவிடும் என்பதாகும்.

ஆனால் நாம் அனைவரும் அறிந்தது என்னவென்றால், மேற்கத்திய ஐரோப்பாவிலிருந்து ஜப்பானில் அறிமுகப்படுத்தப்பட்ட போஷாக்கு அறிவியலானது, ஜெர்மனியில் பீர் குடிப்பவர்களால் அல்லது ஒயினை விரும்பும் பிரெஞ்சுக்காரர்களால் முதலில் வடிவமைக்கப்பட்டதாகும். அவர் களுக்கான போஷாக்கு கொள்கைகளை ஆப்பிரிக்காவில் உள்ள மக்களுக்கும் பொருத்த வேண்டும் என்ற அவசியம் கிடையாது. உதாரணமாக, ஒரே முள்ளங்கி பல வேறுபட்ட விதங்களில் உட்கொள்ளப்படுகிறது; முற்றிலும் வேறுபட்ட போஷாக்கு மதிப்பினைக் கொண்டிருக்கிறது. புகை, மூடுபனி, ஒலி மாசுபாட்டால் பாதிக்கப்படக்கூடிய நகர வாழ் மக்கள் இந்த முள்ளங்கியை செரிமானத்திற்கான சாறுகள் எதுவும் இல்லாமலேயே உட்கொள்கிறார்கள். இவர்களுடன் ஒப்பிட்டுப் பார்க்கையில் வெப்ப மண்டலத்தில் உள்ள ஆப்பிரிக்கர்கள் தங்களுடைய காட்டு வேட்டைக்குப் பிறகு இதையே உணவாக மென்று தின்கிறார்கள்.

மருத்துவத்தில் ஏற்பட்ட வளர்ச்சியானது முழுமையான பெருந்திரளான உணவுத் திட்டங்களை நமக்குக் கொண்டு வந்திருக்கிறது. எடையைக் குறைக்க விரும்புபவர்களுக்கு குறைந்த கலோரி உணவு, வயிற்றில் தொந்தரவு உடையவர்களுக்கு எளிதான உணவு, சிறுநீரக பாதிப்பு உள்ளவர்களுக்கு உப்புக் குறைவான உணவு, நீரிழிவு நோய் உள்ளவர்களுக்கு சர்க்கரை இல்லாத உணவு போன்றவை வந்திருக்கின்றன. ஆனால் ஒரு மனிதனுக்கு 2 அல்லது 3 உறுப்புகளில் பிரச்சனை இருக்கும்போது என்ன நேரிடும்? அந்த உணவு தடை செய்யப்பட்ட உணவாக இருந்தால், அதன்பிறகு அந்த பாவப்பட்ட மனிதர் எதையுமே சாப்பிட முடியாமல் காய்ந்த மீனைப்போல மெலிந்து போய் விடுவார்.

உயர்தரமான துறைகளில் அகன்ற நோக்கில் முன்னேற்றங்கள் செய்யப்படும் போது, அதன் உபயோகங்களிலும் வளர்ச்சி ஏற்படும் என நம்புவது தவறான

தாகும். மிகவும் உயர்தரமான ஆய்வானது பரந்த ஒட்டுமொத்த காட்சியிலிருந்து நம்மை விலக்கி மேலும் அலைந்து திரிய வைக்கக்கூடியது என்பதை நாம் கண்டிப்பாக மறக்கக் கூடாது.

போஷாக்கு அறிவியல் வளர்வதற்கு முந்தைய காலத்தில் நமக்கு எது நல்லது அல்லது கெட்டது என்பதைப் பற்றி நாம் யோசித்திருக்கிறோமா? ஆரோக்கிய மாக இருக்க வேண்டுமென்றால், ஒருவர் நிதானமாக உணவு உண்ண வேண்டும் என்பதுதான் நாம் அனைவரும் அறிந்ததாகும். எது பரந்த உபயோகத்தை உடையது? எது அதிக திறனுடையது? சிறப்பான ஆய்வையுடைய நவீன போஷாக்கு அறிவியலா அல்லது உணவுநேரத்தில் நிதானப்படுத்துவதற்காக மரபுரீதியாக கூறப்படும் எச்சரிக்கைகளா? அனைத்து விஷயங்களையும் ஆழ்ந்து யோசிப்பதால் நவீன போஷாக்கு அறிவியல் பரந்த பிரயோகம் உடையதைப் போல தோற்றமளிக்கலாம். ஆயினும் மற்ற எல்லாவற்றையும்விட முதன்மை யான ஒன்றை அது தடை செய்கிறது. ஆகையால் மக்கள் தொடர்ந்து ஓடிக் கொண்டிருக்கிறார்கள்; புதிய, நிறைய பிரச்சனைகளுடன் போராடிக் கொண்டி ருக்கிறார்கள். கண்டிப்பாக ஒருவர் நிதானமாக உணவு உண்ண வேண்டும் என்பது எல்லா மக்களும் உபயோகிக்க ஏற்ற சிறிய அறிவாகும்; அது நன்றாகவும் செயல்படுகிறது. ஆகையால் சீர்தூக்கிப் பார்த்தலைக் குறைவாக கொண்ட அறிவானது பரந்த பயன்பாட்டை உடையதாகும்.

அடங்காத ஆசைகள் மற்றும் விருப்பங்கள் இல்லாமலிருத்தல்

அறிவியல் வேளாண்மையின் குறிக்கோளானது மனிதனின் விருப்பத்திற்கு உரிய பொருட்களைத் தேடித் துரத்திச் செல்வதேயாகும்; ஆனால் இயற்கை வேளாண்மை மனிதனின் பேராவல்களை உயர்த்த அல்லது திருப்தி செய்ய தேடிச் செல்வதில்லை. அதனுடைய குறிக்கோள் மனிதனுடைய வாழ்க்கைக்கு அன்றாடம் உணவு வழங்குவதுதான் ஆகும். இதைத்தான் அது தேடுகிறது; வேறு எதையும் இல்லை. போதுமான அளவு எது என்பது அதற்குத் தெரியும். மனிதனின் தீவிர ஆவலால் பிடிக்கப்பட வேண்டும்; உற்பத்தியை விஸ்தீரணப் படுத்த முயற்சிகள் செய்ய வேண்டும் என்ற தேவை கிடையாது.

கடந்த பல ஆண்டுகளாக நல்ல சுவையான அரிசியை உற்பத்தி செய்ய ஜப்பான் மேற்கொண்ட அவசர நடவடிக்கைகள் என்ன? "சுவையான" அரிசி மற்றும் பார்லி என்ற நுகர்வோரின் சபல சித்தத்திற்கு ஏற்ப உற்பத்தியை அதிகரிப்பதிலும் வகைகளை முன்னேற்றுவதிலும் விவசாயிகள் தங்களை ஈடுபடுத்திக் கொள்ளும்போது நமக்கு எந்த அளவு மகிழ்ச்சி ஏற்படும்? விவசாயி மட்டும்தான் துயருறுகிறார். ஏனென்றால், சுவை மற்றும் இனிப்புத் தன்மை என்ற சிறிய லாபங்களுக்காக பயிர்களை வளர்ப்பதை இயற்கை கடுமையாக எதிர்க்கிறது. சுவைகளில் சிறிய அளவு முன்னேற்றம் என்ற கோரிக்கைகளை நுகர்வோர் வைக்கும்போது, விவசாயிகள் கடந்து வரும் சிரமங்கள் - உற்பத்தியில் சரிவு, நோய் மற்றும் தொந்தரவு செய்யும் பூச்சிகளை எதிர்க்கும் சக்தி குறைதல், இன்னும் நிறைய சிரமங்கள் - என்னவென்று நகரவாசி களுக்குத் தெரியுமா?

மனிதனின் இயற்கையற்ற செயல்களை இயற்கை கடுமையாக எச்சரிக்கிறது; எதிர்க்கிறது. அது எதுவுமே சொல்லாமல் இருக்கிறது. மனிதன் அவனது பாவங்களுக்கு அவனாக திருத்தங்கள் செய்து கொள்கிறான். ஆனால் அவன் சுவைத்த இனிப்புச் சுவையை அவனால் மறக்க முடியவில்லை. நாசுவையின் அடங்காத ஆசை ஒருமுறை ஊர்ஜிதமாகி விட்டால், அதன்பிறகு பின்வாங்கி ஓடுவது இல்லை. அந்தப் பயனை அடைவதற்காக விவசாயிகள் எப்படி கஷ்டப் படுகிறார்கள் என்பது விஷயமில்லை. ஏனென்றால் அது நுகர்வோரின் கவலை கிடையாது. எல்லா பருவக் காலங்களிலும் புதிய பழங்கள், அழகான மலர்களை விரும்புதல் போன்ற நகரவாசிகளின் முடிவற்ற கோரிக்கைகளை நிறைவேற்று வதற்காக சுறுசுறுப்புடனும் ஆர்வத்துடனும் உழைக்கும் விவசாயியின் உழைப்பை மேன்மைப்படுத்துவதாக அறிவியல் வேளாண்மை இருக்கிறது.

இலையுதிர் காலத்தில் நிலங்களிலும் மலைகளிலும் பறிக்கப்படும் பழங்கள் அழகாக, இனிப்பாக இருக்கின்றன. புல்வெளிகளில் உள்ள பூக்களின் அழகு கவனிக்கத்தக்கதாக இருக்கின்றது. இயற்கையின் ராஜ்ஜியத்திற்குள் நுழைவதற்கு இயற்கை வேளாண்மை முயற்சிக்கிறது; அதிலிருந்து பிரிந்து விலகிச் செல்ல விரும்பவில்லை. அது இயற்கையை வெற்றி கொள்ள வேண்டும் என்ற விருப்பத்தைக் கொண்டிருக்கவில்லை. ஆனால் மாறாக அதற்குக் கீழ்ப்படியத் தேடுகிறது. அது மனிதனின் குறிக்கோள்களுக்காக வேலை செய்யவில்லை. ஆனால் இயற்கை, அதன் பழம் மற்றும் ரசத்தை அனுபவிக்க உழைக்கிறது. இயற்கை எப்போதும் சுயநலமற்றதாக, அழகாக, இனிமையாக, மாறாததாக இருக்கிறது. ஏனென்றால் அடிப்படையில் அனைத்தும் ஒன்றேயாகும்.

எந்தத் திட்டமும் சிறந்த திட்டம் இல்லை

இயற்கை பூரணமானதாக இருந்தால், அதன்பிறகு மனிதன் எதுவும் செய்ய வேண்டிய தேவையில்லை. ஆனால் இயற்கை, மனிதனுக்கு பூரணமற்றதாகவும் முரண்பாடு நிறைந்த புதிராகவும் தோற்றமளிக்கிறது. அதை அப்படியே விட்டு விட்டால், பயிர்கள் நோயுற்றதாக ஆகிவிடுகின்றன; கிருமிகளால் பாதிக்கப்படு கின்றன; வாடிப் போய்விடுகின்றன.

ஆனால் பூரணமற்றதின் இத்தகைய உதாரணங்களை நாம் நன்றாகப் பார்த்தால், மனிதன் இயற்கையுடன் மல்யுத்தம் செய்து இயற்கையை எதிர்க்கும் போது அவை நிகழ்கின்றன என்பதை அறிந்துகொள்வோம். இயற்கையை செயற்கையான நிலையில் விட்டுவிட்டால், அது தவிர்க்க முடியாதபடி தோல்வியை உண்டாக்குகிறது. பூரணமற்றதற்கு மட்டும் அழைத்துச் செல்லவில்லை; பேராபத்திற்கும்கூட அழைத்துச் செல்கிறது.

இயற்கை பூரணமற்றதாக தோற்றமளிக்கிறது என்றால், அது மனிதன் இயற்கைக்கு செய்த ஏதோ ஒரு செயலின் விளைவுதான் ஆகும். அதை ஒருபோதும் சீர்படுத்த முடியாது. இயற்கையை அதனுடைய சரியான சுழற்சி களுக்கும் வேலைகளுக்கும் விட்டுவிட்டால், இயற்கை தோற்றுப்போகாது. இயற்கை செயல்படலாம் அல்லது ஒன்றுக்குப் பதிலாக மற்றொன்றை ஈடுசெய்ய

பார்க்கலாம். ஆனால் அது எப்போதுமே ஒழுங்கையும் நிதானப்படுத்துதலையும் தக்க வைக்கும்.

மலையில் வளர்கிற பைன் மரங்கள் நேராக, உண்மையாக வளர்கின்றன; ஒழுங்காக எல்லாத் திசைகளிலும் வளைய வடிவில் கிளைகளை அனுப்பு கின்றன. இலையடுக்கு முறையை தக்க வைத்துக் கொள்வதில், அந்தக் கிளைகள் வளரும்போதே சமமான இடைவெளியை உடையதாக இருக்கின்றன. ஆகையால் எத்தனை வருடங்கள் கடந்தாலும் பிரச்சனை இல்லை. கிளைகள் ஒருபோதும் ஒன்றுடன் ஒன்று பின்னிக் கொள்வதில்லை; இறப்பதில்லை. அனைத்துக் கிளைகளும் இலைகளும் ஒரே அளவு சூரிய ஒளியைப் பெறும்படி அனுமதிக்கும் வகையில் மரம் சரியாக வளர்கிறது.

ஆனால் பைன் மரத்தை ஒரு தோட்டத்தில் பயிரிட்டு, தேவையற்ற கிளை களை கத்தரிக்கோலால் நறுக்கி சீர்செய்யும் போது, கிளைகளின் வரிசை திடீரென ஏற்பட்ட மாற்றத்திற்குக் கீழே போய்விடுகிறது. தோட்டத்து மரத்தின் உருக்குலைந்த "அழகை" எடுத்துக் கொள்கிறது. இது ஏனென்றால், ஒருமுறை வெட்டி கத்தரித்துவிட்டால், பைன் மரம் அதன்பின் ஒருபோதும் இயற்கை யான முளைகள் மற்றும் கிளைகளை அனுப்பாது. மாறாக, கிளைகள் ஒழுங்கற்ற தாக, ஒன்றையொன்று வெட்டிக்கொள்ளும் கோட்டில், வளைந்து, முறுக்கி, ஒன்றுடன் ஒன்று பின்னி வளர்கின்றன. கூம்பு வடிவில் உள்ள சிட்ரஸ் மரங்கள் நேராக மூன்று இலை அமைப்பில் வளரும் வரை அல்லது ஒயின் கிளாஸ் வடிவில் வளரும் வரை சில முளைகளின் முனையில் வளரும் மொட்டுக்களை வெறுமனே கிள்ளி எறியவேண்டும். அனைத்து மரங்களுக்கும் இதுவே உண்மை யாகும்.

மனிதன் ஒருமுறை செயலுக்கு வந்துவிட்டால், மரம் அதன் இயற்கையான வடிவத்தை இழந்துவிடுகிறது. இயற்கையற்ற பழக்கத்தை உடைய மரத்தில் கிளைகள் ஒழுங்கற்றதாக இருக்கின்றன. மிக நெருக்கமாகவோ அல்லது மிகத் தொலைவிலோ வளர்கின்றன. போதுமான காற்று அல்லது சூரிய ஒளி கிடைக்காத இடங்களில் நோய்கள் எழுகின்றன. பூச்சிகளின் பொந்து மற்றும் கூடு தோன்றுகின்றன. இரண்டு கிளைகள் ஒன்றுடன் ஒன்று குறுக்காக இருக்கும்போது உயிர் வாழ்வதற்கான போராட்டம் ஏற்படுகிறது. ஒன்று உயிருடன் இருக்கும்; மற்றொன்று இறந்துவிடும். இவை அனைத்தும் எடுத்துக் கொள்வதெல்லாம் இயற்கையின் நிலைகளை அழிப்பதும், அமைதியான இணக்கமாக நிலையில் வாழும் மரத்தை போர்க்களத்தில் தள்ளுவதும்தான் ஆகும். அங்கே வலிமையானது பலவீனமானதை சில இளம் மொட்டுக்களுடன் கிள்ளி எறிந்து அழித்து விடுகிறது.

இயற்கையின் சமநிலை மற்றும் ஒழுங்கு சீர்குலைவு என்பது மனிதனின் உணர்ச்சிவயப்பட்ட செயல்களால், தன்னிச்சையாக ஏற்பட்ட விளைவின் தொடக்கமாக இருக்கலாம். என்றபோதும் இது வளர்ந்து, திரும்பிச் செல்வதற்கு வழியில்லை என்ற புள்ளியை நோக்கி நகர்ந்து செல்லக்கூடும். ஒருமுறை உடைக்கப்பட்டுவிட்டால், தோட்டத்தில் உள்ள பைன் மரத்தால் மீண்டும்

ஒருபோதும் இயற்கையான மரமாக மாற முடியாது. ஓர் இளம் குருத்தின் முனையில் உள்ள ஒரு சிறிய மொட்டைக் கிள்ளி எறிந்துவிடுவதே ஒரு பழ மரத்தின் இயற்கையான பழக்கத்தைத் தொந்தரவு செய்வதாகிறது.

இயற்கை என்பது தளர்ந்து, இயற்கையற்றதாக விடப்பட்டால் என்ன மீதமிருக்கும்? இங்கேதான் மனிதனின் முடிவடையாத வேலை ஆரம்பிக்கிறது. குறுக்கு நெடுக்கான இரண்டு கிளைகள் இங்கே ஒன்றுடன் ஒன்று போட்டிப் போடுகின்றன. இதைத் தடுப்பதற்கு, மனிதன் சர்வ ஜாக்கிரதையாக ஒவ்வொரு வருடமும் கண்டிப்பாக தோட்டத்து பைனை வெட்டிச் சீர்படுத்த வேண்டும்.

ஒரு கிளையின் நுனியை வெட்டி எறிதலானது, அந்த இடத்தில் பல்வேறு ஒழுங்கற்ற கிளைகள் வளரக் காரணமாக இருக்கிறது. இத்தகைய புதிய கிளைகளின் நுனிகளை அடுத்த வருடங்களில் கண்டிப்பாக வெட்ட வேண்டும். தொடர்ந்து வரும் வருடத்தில், இன்னும் அதிக எண்ணிக்கையிலான புதிய கிளைகள் வளர்ந்து, இன்னும் அதிக குழப்பத்தை உருவாக்கலாம். வெட்டிச் சீர்படுத்த வேண்டிய செயலின் அளவை அதிகப்படுத்தலாம்.

பழமரங்களை வெட்டி சீர்படுத்துவதற்கும் இதுவே உண்மையானதாகும். ஒரு பழமரத்தை ஒருமுறை வெட்டி சீர்படுத்திவிட்டால், அதன் ஆயுள் முழுக்க அதைக் கண்டிப்பாக மேற்பார்வையிட வேண்டும். அதன்பிறகு கிளைகளுக்கு இடையே தகுந்த இடைவெளி விடவும், கிளைகளை அது தேர்ந்தெடுக்கும் திசையில் வளரச் செய்யவும் அந்த மரத்தால் ஒருபோதும் இயலாது. எங்கே, எப்படி, எப்போது கிளைகளை விட அது விரும்புகிறது என்பதைப் பற்றியோ, மற்றும் வரிசை அல்லது ஒழுங்கைப் பற்றியோ சிறிய கவலைக்கூட இல்லாமல் அதற்கான தீர்மானத்தை விவசாயியிடமே அது விட்டுவிடும். இப்போது தேவையற்ற கிளைகளை முடிவு செய்வதும், வெட்டுவதும் மனிதனுடைய முறையாகிவிடும். கிளைகள் குறுக்காகவோ அல்லது மிக அடர்த்தியாகவோ இணைந்து வளரும் இடங்களை அவனால் பார்வையிட முடியாது. அப்படி அவன் செய்தால், அந்த மரம் மிகக் குழப்பமாக வளரும். மையத்தில் உள்ள கிளைகள் அழுகி, வாடிப் போய்விடும். நோய்கள் மற்றும் பூச்சிகளால் தாக்கப் படுவதற்கு ஏதுவாகி இறுதியில் இறந்துவிடும்.

ஆகையால் மனிதன் செயல்படுவதற்கு கட்டாயப்படுத்தப்படுகிறான். அவனு டைய செயல் தேவை என்ற மிக முக்கியமான சூழ்நிலையை அவன் ஏற்கனவே உருவாக்கிவிட்டான். ஏனென்றால் அவன் இயற்கையை இயற்கையற்றதாக ஆக்கிவிட்டான். இந்த இயற்கையற்ற நிலையால் ஏற்படுகிற குறைபாடுகளை ஈடு செய்யவும், சரி செய்யவும் அவன் கண்டிப்பாக செயல்பட வேண்டும்.

இதேபோல, வேளாண் தொழில் நுட்பத்தில் மனிதனின் செயல்கள் அவசிய மானது என்பதை உருவாக்கிவிட்டான். உழுதல், நாற்றுப் பிடுங்கி நடுதல், பயிரிடுதல், களையெடுத்தல், பூச்சி மற்றும் நோய் கட்டுப்படுத்துதல் - இத்தகைய அனைத்துச் செயல்பாடுகளும் இன்றைய நாளில் அவசியமானதாகின்றன. ஏனென்றால் மனிதன் வீணாக இயற்கையில் குறுக்கிட்டு அதை மாற்றி

விட்டான். ஒரு விவசாயி அவரது அரிசி நிலத்தை உழ வேண்டும் என்றால் அதற்கு காரணம் அவர் முந்தைய வருடம் நிலத்தை உழுது நீர் பாய்ச்சியி ருப்பார்; உழுத நிலத்தைச் சமன்படுத்தியிருப்பார்; நிலத்தில் உள்ள மண் கட்டிகளை சிறு சிறு துகள்களாக உடைத்து, காற்றை வெளியே அனுப்பி மண்ணை நெருக்கமாக பிணைத்திருப்பார். அவர் கடினமான ரொட்டியை இறுக்கிப் பிசைவதைப் போல பூமியை பிசைந்திருக்கிறார் என்பதால் அந்த நிலம் ஒவ்வொரு வருடமும் உழப்பட்டிருக்கும். இயற்கையாக, இத்தகைய நிலைகளின்கீழ் நிலத்தை உழுவது உற்பத்தித் திறனை உயர்த்துகிறது.

ஆரோக்கியமற்ற பயிர்களை வளர்த்து பூச்சிக்கொல்லிகள் மற்றும் நோய்க் கொல்லிகள் இன்றியமையாதது என்ற நிலையை மனிதன் உருவாக்கிவிட்டான். நோய் மற்றும் தொந்தரவு தரும் பூச்சியால் சேதம் உருவாவதற்கான காரணத்தை வேளாண் தொழில்நுட்பங்கள் உண்டாக்குகின்றன. அதன்பிறகு அவற்றைச் சரிப்படுத்துவதற்கு முயற்சிக்கின்றன. ஆரோக்கியமான பயிர்களை வளர்ப்பதற்கு முக்கியத்துவம் தரவேண்டும்.

மனிதனின் முயற்சியால் இயற்கையில் ஏற்படுகிற குறையை அறிவியல் வேளாண்மை என்னவாகப் பார்க்கிறதோ அதைச் சரிசெய்ய, முன்னேற்ற முயற்சிக்கிறது. மாறாக, ஒரு பிரச்சனை எழும்போது இயற்கை வேளாண்மை காரணங்களை இரக்கமற்ற முறையில் துரத்திச் செல்கிறது. அதைச் சரிசெய்ய, மனித செயலைத் தடுக்க கடுமையாகப் போராடுகிறது.

அதன்பிறகு சிறந்த திட்டம் என்பது உண்மையில் எதுவும் செய்யாதிருத்தல் என்பதேயாகும்.

4. புதிய காலத்தில் இயற்கை வேளாண்மை

நவீன வேளாண்மையின் முன்னணியில்

இயற்கை வேளாண்மை என்பது சோம்பேறியாக, செயலற்று இருத்தல் என்ற சாலையின் வழியாக, பழைய செயலற்ற வேளாண்மைக்குத் திரும்பிச் செல்லுதல் போல தோன்றலாம். ஆயினும் அது நேரம் மற்றும் இடத்தைத் தாண்டிய, அசைக்க முடியாத, மாற்ற முடியாத நிலையை ஆக்கிரமித்துக் கொண்டி ருக்கிறது. இயற்கை வேளாண்மை என்பது எப்போதுமே பழமையான மற்றும் புதுமையான வடிவத்தை உடைய வேளாண்மையாக இருக்கிறது. இன்று, நவீன வேளாண்மையின் மிக விளிம்பில் முன்னேற்றப்பட்டுக் கொண்டிருக்கிறது.

உண்மை என்பது நிலையானதாக, நகராததாக இருந்தபோதும் மனிதனின் மனம் சபலம் உடையதாக மாறிக்கொண்டே இருக்கிறது. நேரம் கடந்து போகும் போது சந்தர்ப்ப நிலைகளுடன் அவனது சிந்தையும் மாறிப்போகிறது. ஆகை யால் அவனது உபாயங்களை மாற்றிக்கொள்ள அவன் நிர்ப்பந்திக்கப்படுகிறான். அவனும், அவனுடன் இருக்கிற அறிவியலும் மையத்தில் உள்ள உண்மையை நெருங்காமல் எப்போதும் வட்டப் பாதையின் சுற்றளவிலேயே நகர்கின்றன.

அறிவியலின் பாதையில் சுழற்சிகளின் சுருள்வில்லாக அறிவியல்

வேளாண்மை குருட்டுத்தனமாகச் சுற்றி வருகிறது. இன்று புதிய தொழில்நுட்ப மாக இருக்கிற ஒன்று நாளை பழையதாக போய்விடுகிறது. நாளைய உருமாற் றங்கள் அதற்கு மறுநாள் பழைய செய்திகளாக ஆகிவிடுகின்றன. இன்று சரி என்பது போல தோற்றமளிப்பவை நாளை மறைந்து போய்விடுகின்றன. நாளை சரி என்பது போல தோற்றமளிப்பவை நாளை மறுநாள் மறைந்து போய் விடுகின்றன. இந்தச் சக்கரம் வட்டமாக சுழன்றுக் கொண்டேயிருக்கிறது; அது வெளிப்படையாக பரவி வியாபிக்கிறது.

மேலும், மனிதன் மையத்தில் உள்ள உண்மையிலிருந்து விலகி தொலைவில் இருந்தபடி சுற்றளவைச் சூழ்ந்துகொண்டு உற்றுப் பார்க்கும்போது நிகழ்வுகள் நன்றாக இருக்கின்றன. மனிதன் இன்றைய நாளில் இயற்கை மற்றும் உண்மையைத் தாண்டி வெளியே செல்ல முயற்சி செய்கிறான். மையத்திலிருந்து விலக்குகிற விசைக்கு எதிராக மையத்தை நோக்கிச் செலுத்துகிற விசை சரி கட்டப்படுகிறது; இயற்கைக்குத் திரும்பிச் செல்லவும் உண்மையைக் காணவும் எடுக்கப்பட்ட இந்த முயற்சிகளானது, வெறுமனே சமநிலையை தக்க வைப்பதை மட்டும் சமாளித்துக் கொண்டதால் குறிக்கப்படுகிறது. ஆனால் இந்த நூல் மைய திட்டங்களுடன் இணைக்கப்பட்ட கணத்தில், வீசி எறியப்பட்ட கல்லைப் போல மனிதன் உண்மையிலிருந்து தூரத்தில் தூக்கி எறியப்பட்டான். இந்த அபாயம் இப்போது அறிவியலின் வாயிற் கதவில் எழுந்துள்ளது. அறிவியல் வேளாண்மைக்கு எதிர்காலம் இல்லை.

இயற்கையான கால்நடை வேளாண்மை

நவீன கால்நடை வேளாண்மையைத் தவறான முறையில் பயன் படுத்துதல்: வேளாண்மை மறுவடிவத்தின் புயல்கள், வேளாண்மை நவீனமயமாவதன் நல்ல பெயரை நாசம் செய்யத் தொடங்கின. வேளாண் தொழில்நுட்பங்கள் அனைத்திலும் ஏற்பட்ட போக்கைப் பற்றி இப்போது நாம் பார்ப்போம்.

ஒரு புதிய கால்நடை தொழில்நுட்பம் இப்போது ஜப்பான் முழுவதும் காட்டுத் தீப்போல பரவி வந்து கொண்டிருக்கிறது. அது கோழி, பன்றிகள், ஆடு மாடுகள், காட்டுக் கோழி, இதர கால்நடைகள் என அனைத்தையும் உயர்ந்த வசதிகளுடன் அதிக எண்ணிக்கையாக்குவதாகும். அதில் விலங்கு களுக்குப் பாதுகாக்கப்பட்ட உணவுகள் வழங்கப்பட்டன; அந்த உணவானது மிகக் குறைந்த அளவு இயற்கையான உணவும், தாராளமான அளவு போதை மருந்துகள், விட்டமின்கள், போஷாக்குகள் கலந்ததாக இருக்கிறது. இவையெல் லாம் உடலுக்கு ஆரோக்கியம் தருபவைப் போல வெளித் தோற்றத்தில் காணப் படுகிறது. கால்நடையின் ஒவ்வொரு தேவையையும் கவனிக்க விரைய வேண்டும் என்ற அவசியத்தை இவை தவிர்க்கின்றன. வசிப்பதற்குப் போதுமான அளவு குறுகிய மறைப்பில் அல்லது கூண்டில் வைத்து விலங்குகள் திறமையாக அதிகரிக்கப்படுகின்றன. ஆனால் அந்த இடத்திற்குள் நகர்வதற்குகூட சிரமமாக இருக்கும். குறுகிய இடத்தில் அவற்றின் எண்ணிக்கையை சாத்தியமான அளவு அதிகரிப்பதுதான் இதன் குறிக்கோளாகும்.

இந்த முறையில் எந்தப் பிரச்சனைகளும் இல்லை என்பது போல காட்சி யளிக்கும். திறனுடையதாக இருப்பதற்கும் மேலாக, இதற்கு உடல் உழைப்பும் குறைவாகத்தான் தேவைப்படும்; உற்பத்தியும் எப்போதும் உள்ளதைவிட சிறப்பாக இருக்கும். ஆனால் அவற்றைச் சந்தையில் விற்பனைக்கு அனுப்பு வதிலும், தொழிற்சாலை உற்பத்தியின் நன்கு அறியப்பட்ட பொருளாக விநியோகிப்பதிலும் அதிக எண்ணிக்கையிலான கால்நடைப் பண்ணைகள் பிரச்சனைகளை எதிர்கொண்டன. சந்தையில் கடுமையாக ஏறி இறங்கும் விலை களால் கால்நடை விவசாயி திகைப்படைந்து, தன்னுடைய லாபங்கள் மற்றும் ஈடு தொகையைப் பற்றி முழுவதுமாக கவலைகள் உடையவராகிறார்.

வெளிப்புறத்தில் சுதந்திரமாக சுற்றித் திரிந்த, தடை ஏதும் இல்லாமல் அதிகரித்த, வளர்ந்த கால்நடைகளிலிருந்து கிடைத்த முட்டைகள் மற்றும் மாட்டிறைச்சியைவிட இத்தகைய பொருட்களின் தரம் எப்போதும் குறைந் தவையாகவே இருக்கும். மேலும் ஆன்டிபயாடிக், கெடாமல் பாதுகாக்கும் பொருட்கள், ஹார்மோன்கள், எஞ்சிய பூச்சிக்கொல்லிகள் போன்றவற்றைக் கொண்டு இத்தகைய விலங்குகள் அதிகரிக்கப்படுவதால் மனித உடலுக்குக் கெடுதலை ஏற்படுத்தக்கூடிய விஷங்கள் அவற்றின் இறைச்சிகளிலும் முட்டை களிலும் சேகரமாகியிருக்கும் என்ற கவலை இருக்கிறது. மாட்டிறைச்சி என்பது உண்மையான மாட்டிறைச்சி இல்லை; முட்டைகள் உண்மையான முட்டைகள் இல்லை என்ற காலத்தை நாம் இப்போது வந்தடைந்திருக்கிறோம். மாறாக நாம் பெற வேண்டியது என்னவென்றால், உணவுப் பொருட்களை முற்றிலுமாக விலங்குகளிடமிருந்து இயற்கையாக பெறும்படி மாற்றிக் கொள்வதுதான் நல்லதாகும். கால்நடை வேளாண்மை என்பது ஒருபோதும் இயற்கையான செயல் முறையில் இருக்கும் வேளாண்மையின் வடிவில் இல்லை. வளமற்ற பேட்டரிக் கோழிகள் என்பவை சாதாரணமாக முட்டைகள் இடும் இயந்திரங்கள் மட்டுமேயாகும். காட்டுப் பன்றிகள் மற்றும் மாடுகள் வெறுமனே தொழிற்சாலையில் உற்பத்தி செய்யப்படும் இறைச்சி மற்றும் பால் தரும் இயந்திரங்கள் மட்டுமேயாகும். இத்தகைய பொருட்கள் முழுமையானதாக ஆவதற்கு சாத்தியம் கிடையாது. இந்தப் பொருள் நல்லதா அல்லது கெட்டதா என்பதைப் பொருட்படுத்தாமல், எண்ணிக்கையை அதிகப்படுத்தும் தொழில் நுட்பங்களைக் கொண்டு ஒரு மனிதனால் ஆயிரக்கணக்கில் திறமையாக உற்பத்தி செய்யப்படுகிறது. ஆனால் இன்று இத்தகைய விலங்குகளை உயர்த் துவது மனிதன் இல்லை; மூலதனமே ஆகும். இது ஒருபோதும் விவசாயியின் ராஜ்ஜியத்திற்குள் இருப்பதில்லை; ஆனால் பெரிய தொழிற்சாலை போன்ற செயல்முறைகளில் கால்நடையை அதிகரிக்கும் வர்த்தக வீடுகளில் இருக்கிறது.

இயற்கையான மேய்ச்சலே சிறந்தது : இயற்கையான கால்நடை வேளாண்மை என்பது பழைய முறையா? இயற்கை வேளாண்மையைப் பற்றி மனத்தில் எழுந்த தோற்றத்தின் கீழே, கால்நடை வேளாண்மை திறந்தவெளியில் மேய்தல் வடிவத்தை எடுத்துக் கொண்டது. கால்நடைகள், பன்றிகள், மற்றும் கோழிக்குஞ்சுகள் சூரியனின் ஒளிக்கதிர்களுக்குக் கீழே திறந்தவெளியில் சுதந்திரமாக அலைந்து திரியும்போது பருக்கின்றன; மனித உணவுக்கான

மதிப்பில் உயர்ந்த, ஈடு செய்ய முடியாத ஆதாரமாக இருக்கின்றன. இயற்கை வேளாண்மை என்பது திறமையற்றது என்ற தவறான அபிப்பிராயத்தால் பிரச்சனை எல்லா இடங்களிலும் இருக்கிறது. ஒரு மனிதன் எதுவும் செய்யாமலேயே கால்நடையின் எண்ணிக்கையை நூற்றுக்கணக்கில் உயர்த்துகிற மேய்ச்சல் என்பது உண்மையிலேயே திறனற்றதா? இல்லையென்றால், அதை விடவும் மிகவும் திறமை வாய்ந்த உற்பத்தி முறை வேறு இருக்கிறதா?

திறந்த புல்வெளிகளிலும் காடுகளிலும் கால்நடைகளை சுதந்திரமாக விட்டு வளர்ப்பது பிரச்சனைகள் இல்லாதது என்று சொல்லவில்லை. விஷம் உள்ள தாவரங்கள், நோய்கள், இரத்தம் உண்ணும் உண்ணிகள் இருக்கின்றன. சுதந்திரமாக மேய்தல் என்பது ஆரோக்கியமற்றது என்று சிலர் கூறலாம். ஆனால் அதுபோன்ற அதிகமான பிரச்சனைகள் மனிதனின் தொடர்ச்சியான செயலால் ஏற்படுகின்றன; அவை தீர்க்கப்படக்கூடியன. விலங்குகளால் இயற்கையில் பிறப்பதற்கும் வாழ்வதற்கும் பூரணமாக முடியும் என்ற அடிப்படைக் காரணம் அசைக்க முடியாததாகும். மேலும் சில தீர்மானமான குறிப்புகளிலிருந்து தீர்வுகள் வேண்டும் என்றபோதும், கண்டிப்பாக எப்போதும் ஒரு வழி இருக்கிறது. இயற்கையை அப்படியே விட்டுவிட்டு சரியான விலங்கை, சரியான சுற்றுப்புற சூழ்நிலையில் உயர்த்துவதுதான் அந்தச் சாவியாகும்.

மேய்ச்சலுக்குத் தகுந்தவை அல்ல என்பதுபோல காணப்பட்ட காட்டு ரோஜாக்கள், படர்கொடிகள் போன்ற அடர்த்தியாக வளர்ந்த நிலங்கள்கூட ஆடுகள் மற்றும் செம்மறியாடுகளை அதிகரிக்க உதவியாக இருக்கின்றன. கவனத்தைக் கவர்கிற இத்தகைய புதர் செடிகள் மற்றும் படர்கொடிகளை உண்பதை அவை விரும்புகின்றன. அடர்ந்த காட்டின் கீழே வளர்ந்திருப்பவற்றை தூய்மைப்படுத்த இது உதவுகிறது.

பயிரிடப்படாத மேய்ச்சல் நிலங்களில் மாடுகள் அல்லது மற்ற விலங்குகளை அதிகரிக்க முடியாது என்று கவலைப்படத் தேவையில்லை. பலதரப்பட்ட மரங்கள் கலந்த காடுகள் அல்லது சைப்ரஸ் அல்லது பைன் மரங்கள் வளரும் மலைக்காடுகளிலும் அவற்றை உயர்த்த முடியும். மலையில் மரங்களை பயிரிட்ட பிறகு முதல் 7 அல்லது 8 வருடங்களுக்கு புற்கள் மற்றும் புதர்களை வெட்டி எறிய வேண்டும். ஆனால் பசுக்களை அதிகரிப்பதன் மூலமாக புதர்களை வெட்டுவதற்கு வேலையாளை நியமிப்பது தவிர்க்கப்படுகிறது. சைப்ரஸ்களின் வழியாக உள்ள நிலையான பாதையில் மேயும் கால்நடைகளானது, இளம் செடிகள் சிலவற்றை சேதப்படுத்தலாம். ஆனால் பயிரிடப்பட்ட செடிகள் அனைத்தும் கிட்டத்தட்ட பாதிக்கப்படாமல் அப்படியே எஞ்சியிருக்கும். இது நம்புவதற்குக் கடினமாகத் தோன்றும். ஆனால், சாப்பிடுவதற்குத் தொடர்பு இல்லாதவற்றை சீர்தூக்கிப் பார்க்காமல் நாசம் செய்யும் தன்மை விலங்குகளிடம் இயற்கையில் இல்லை என்பதை நாம் நினைவுபடுத்திக் கொண்டால் இது இயற்கையானதாகும். காடாக உருவாக்கப்பட்ட இடத்தைவிட இயற்கையான காடு மிகவும் சிறந்தது என்பது இதிலிருந்து தெளிவாகத் தெரிகிறது.

நிலங்கள் மற்றும் மலைகளில் விலங்குகளை மேய்ச்சலுக்கு அனுமதிப்பதென்

பதில், அங்கேயுள்ள விஷத்தன்மையுள்ள தாவரங்களை எண்ணி சிலர் பயப்படு வார்கள். ஆனால் மற்ற தாவரங்களிலிருந்து இத்தகைய தாவரங்களைப் பிரித் தறியும் திறனை விலங்குகள் இயற்கையாகவே பெற்றிருக்கின்றன. அப்படிச் செய்ய இயலவில்லையென்றால், கண்டிப்பாக அதற்கு ஒரு காரணம் இருக்கும். உதாரணமாக, குறிப்பிட்ட சூழ்நிலைகளில் விஷத்தன்மை உள்ள மூலிகை இருக்கலாம்; ஆனால் அது கூட்டமாக வளர்ந்திருக்கும். மாடு அதை அதிகமாக தின்று உடல்நலமற்றுப் போனதென்றால், அநேகமாக அந்த மாட்டிடம்தான் ஏதோ தவறு இருக்கிறது.

கால்நடை இனங்களை செயற்கையான முறையில் கருத்தரிக்கச் செய்வதும், பால் தருவதை செயற்கையான முறையில் உயர்த்துவதும் குறைவான சாத்தியங் களை உடையது போலத் தோன்றுகிறது. சீர்தூக்கிப் பார்க்கும் அறிவை உப யோகிக்காமல் விலங்குகளை முன்னேற்றுவது எதிர்பார்க்காத குறைபாடுகளை அடிக்கடி காட்டுகிறது. வளர்த்தல் திட்டங்களானது வழக்கமாக இயற்கைக்கு எதிராக இருக்கிறது. செயற்கையான, உருக்குலைந்த பிராணிகளை அடிக்கடி உருவாக்குகிறது. தான் சிறந்தவன் என்று நினைத்து மனிதன் தன்னைத் தானே ஏமாற்றிக் கொள்கிறான்.

மரபு ரீதியாக உயர்த்தப்பட்ட, நவீன கால்நடைகளை திடீரென காட்டில் விட்டு, உடனடியான முன்னேற்றத்தை பிரதிபலனில் காண வேண்டும் என எதிர்பார்ப்பது நியாயமற்றதாகும். ஆனால் அதற்கான சாத்தியங்களைப் பொறுமையாகப் படித்தால் கண்டிப்பாக ஒரு பாதை திறந்துவிடும். 2 அல்லது 3 தலைமுறையாக காடுகளில் புல்மேய பழகிய பிறகு இந்த விலங்குகளில் மிகக் குறைந்த அளவானவை, இயற்கையான தேர்வுகளை எடுத்துக்கொண்டு, இயற்கையில் உயிர் வாழ ஏற்றதாகி விடுகின்றன.

உண்ணிகள் மற்றும் மிகச் சிறிய பூச்சிகள் இருப்பது ஒரு பிரச்சனையாகிறது. ஆனால் எந்த ஒட்டுண்ணிகளின் கீழே இத்தகையவை குறிப்பிடத்தக்க அளவில் அதிகரிக்கின்றன? காட்டின் தெற்கு முனையில் அதிக எண்ணிக்கையில் இருக்க லாம். ஆனால் வடக்கு முனையில் மிகக் குறைவாக இருக்கும். தொந்தரவு செய்வ தென்பது குளிர்ந்த தென்றல் காற்று உள்ள இடங்களில்தான் இருக்கிறது; ஈரப்பதம் மற்றும் வெப்பநிலையுடனேயே நெருக்கமாக தொடர்புடையதாக இருக்கிறது. சரியான சூழ்நிலையைத் தருவதன் மூலமாக இந்தப் பிரச்சனையை தடுக்க முடியும். வலிமையான கால்நடைகளை உயர்த்துவது, அவற்றைப் பாது காப்பதற்கு சிறிது கவனம் செலுத்துவது, உண்ணிகளின் எண்ணிக்கையைக் கட்டுப்படுத்த உதவும் அனுகூலமான பூச்சிகளை அதிகரிப்பது ஆகியவையே இதற்குப் போதுமானதாகும்.

வெறும் கால்நடைகளை அதிகரிப்பதைப் பற்றி மட்டுமே யோசிப்பதை நிறுத்த வேண்டியது அவசியமானதாகிவிடும். உதாரணமாக, பசுக்களுடன் சேர்த்து பன்றிகள், கோழிக்குஞ்சுகள், முயல்களையும் மேய விடும்போது பழத் தோட்டத்தில் என்ன நிகழும்? நதிப்படுகைகள், ஈரமான இடங்களை விரும்புகிற பன்றிகளானது, பூச்சிகள் மற்றும் மண்புழுக்களை நிலத்தில் தேடுவதென்பது

நிலத்தைக் குடைவதுபோல இருக்கும். அவை சிறிய டிராக்டர்களைப் போன்று மண்ணை தோண்டுபவையாகும். அத்தகைய சுழற்சி செய்யப்பட்ட மண்ணில் சிறிதளவு க்ளோவரையும் தானியத்தையும் விதைத்தால், பசு மற்றும் பன்றியின் சாணத்தால் நன்கு வளர்ந்த மேய்ச்சல் நிலத்தை நீங்கள் பெறலாம். இத்தகைய மேய்ச்சல் புற்கள் ஒருமுறை அபரிமிதமாக தொடங்கிவிட்டால் அதன்பிறகு அதே வழியில் உங்களால் கோழிக்குஞ்சு, ஆடுகள், முயல்களை அதிகரிக்க முடியும்.

இன்றைய கால்நடையின் எண்ணிக்கையை அதிகரிப்பதும் இயந்திரத்தனம் அதிகமாக இருப்பதை குறைப்பதும், ஒருபோதும் வலிமையையும் இயற்கையின் கருணையையும் பெறாது. அறிவியல் சக்தியை மட்டும் உபயோகித்து மனிதன் சிரமப்பட்டு முயற்சி செய்து பெறுகிற பொருட்கள் அடிப்படையில் இயற்கையிலிருந்து - ஒன்றும் இல்லாததிலிருந்து ஏதோவொன்றை உருவாக்கும்- வேறுபடுகின்றன. ஏனென்றால் அவையெல்லாம் ஒரு பொருள் மற்றொன்றாக உருமாற்றமடைதல் என்ற செயல்முறையில் உருவாக்கப்பட்ட பொருட்களாகும்.

தொழிற்சாலை போன்ற நிலைகளில் கால்நடை உற்பத்தி என்பது பொதுவாக சிறந்ததாக கருதப்படுகிறது. ஆனால் குறிப்பிட்ட அளவு இடம் மற்றும் குறிப்பிட்ட ஆலோசனை திட்டத்தை அடிப்படையாகக் கொண்ட இது குறுகிய பார்வை உடையதாகும். காட்டுக்கோழி, பன்றி, கால்நடைகளை கூண்டுக்குள் அடைப்பது பரிதாபத்திற்குரிய காட்சியாகும்; இயற்கை காணாமல் போகிறது, மனிதன் இயற்கையை விரோதித்துக் கொள்கிறான் என்பதையெல் லாம் சுட்டிக் காட்டுவதற்கு நகரக் கூட முடியாமல் சகித்துக் கொண்டிருக்கும் இத்தகைய விலங்குகளே சாட்சியாகும். இத்தகைய கால்நடைகளை அதிகரிப் பதில் நேரடியாக ஈடுபட்டிருக்கும் விவசாய தொழிலாளர்கள், இத்தகைய உணவுப் பொருட்களை உட்கொள்ளும் நகரவாழ் மக்கள் என இருவருமே இவ்வாறாக இயற்கையிலிருந்து விலகிச் செல்வதால் அவர்களுடைய ஆரோக்கியத்தையும் மனிதத் தன்மையையும் இழக்கிறார்கள்.

உண்மையைத் தேடி கால்நடை வேளாண்மை : நிபந்தனைக்கு உட்பட்ட உண்மையை உண்மை என்று நினைத்து அறிவியல் வேளாண்மை திருப்தி கொள்கிறது. ஆனால் இயற்கை வேளாண்மை அனைத்துச் சூழ்நிலைகளையும் சர்ச்சைக்கான ஆதாரங்களையும் விலக்கி, நிபந்தனை இல்லாத உண்மையை தேடிக் கொணர்வதற்கான அனைத்து முயற்சிகளையும் மேற்கொள்கிறது.

உதாரணமாக, ஒரு விலங்குக்கு உணவு அளிப்பதைப் பற்றிப் படிப்பதற்காக ஒரு கட்டிடத்தில் (குறிப்பிட்ட அளவு சுற்றுப்புற சூழ்நிலைகளைக் குறிக்கிறது) சங்கிலியில் கட்டப்பட்டிருக்கும் மாட்டிடம் அறிவியல் வேளாண்மை பல்வேறு சூத்திரங்களை உபயோகிக்கிறது. அது தரும் பதில்கள் எல்லாவற்றிலும் சிறந்தது எது என சீர்தூக்கிப் பார்க்கிறது (அனுமானித்தல் பரிசோதனை). அது உண்மை யென்று நம்புகிற இதிலிருந்து கால்நடைக்கு உணவளிப்பதைப் பற்றி பல்வேறு தீர்மானங்களை வரையறுக்கிறது,

இந்த வகையான காரணம் கூறி விளக்குதலையும், சோதனை அடிப்படையி

லான அணுகுமுறையையும் இயற்கை வேளாண்மை பின்பற்றவில்லை. ஏனென்றால் அதன் இலக்கு நிபந்தனையற்ற உண்மையைக் கண்டறிவதாகும். சூழ்நிலை நிபந்தனைகளை விட்டுவிட்டு, அந்தப் பசு திறந்த இயற்கையில் எப்படி வாழ்கிறது என்று கேட்டு, ஒரு நிலையானப் புள்ளியிலிருந்து பசுவை பரி சோதிப்பதில் அது தொடங்குகிறது. ஆனால் அந்தப் பசு எப்போது, எங்கே, என்ன சாப்பிடுகிறது என்று அது உடனடியாக பகுத்தாயாது. மாறாக, அந்தப் பசு எப்படி பிறந்தது, வளர்ந்தது என்று பரந்த தோற்றத்தை எடுத்துக் கொள்கிறது. அந்தப் பசு எதை உண்கிறது என்பதைப் பற்றி அதிகமான கவனம் செலுத்துவதால் அது எப்படி வாழ்கிறது, அதன் தேவைகள் என்ன என்பதைப் பற்றிய பரந்த புரிந்துகொள்ளலை நாம் தவறவிடுகிறோம். வாழ்க்கையைத் தொடர்ந்து நீடிக்க வெறும் உணவு என்பதைவிடவும் அதிகமானவை தேவைப் படுகின்றன. உணவை மட்டும் சேர்த்த ஆகாரத்தால் அந்தப் பிரச்சனைகளைத் தீர்க்க முடியாது. உயிர் வாழ்வதற்கு மற்ற பல காரணிகள் தொடர்புடன் இருக்கின்றன. அவை : காலநிலை, சீதோஷ்ணநிலை, வாழ்கிற சுற்றுப்புறச் சூழ்நிலை, பயிற்சி, தூக்கம், இன்னும் பலவாகும். உணவு என்ற விஷயத்திலும் கூட ஒரு பசு எதைச் சாப்பிடாது, விரும்பாது என்பதும் அல்லது குறைந்த சத்துள்ள உணவு என்பதும் பொதுவாக பயனற்றதாக கருதப்படுகின்றன. ஆனால் அவை சில குறிப்பிட்ட விஷயங்களில் உண்மையில் அத்தியாவசிய மானவையாக இருக்கலாம். ஆகையால் மனிதன், கால்நடை மற்றும் இயற்கை என்ற பரந்த தொடர்பில் விலங்குகளைத் தடையில்லாமல் சுதந்திரமாக விட வேண்டும். அதற்கான ஒரு வழியை நாம் கண்டறிய வேண்டும்.

கால்நடையை "அதிகரித்தல்'' என்ற முக்கிய கருத்து இயற்கை வேளாண்மையிலும் கூட நீடித்திருக்கவில்லை. அவற்றை வளர்ப்பதும் அதி கரிப்பதும் இயற்கை மட்டும்தான். மனிதன் இயற்கையைப் பின்தொடர்கிறான்; அவன் தெரிந்துகொள்ள வேண்டியதெல்லாம் எதனுடன், எந்த வகையில் கால் நடை வாழும் என்பதை மட்டும்தான். ஒரு மாட்டுத் தொழுவத்தையோ அல்லது ஒரு கோழிக் கூண்டையோ வடிவமைக்கும்போது, ஒரு விவசாயி அவருடைய மனித உணர்வுகளையோ விளக்கங்களையோ சார்ந்து இருக்கக் கூடாது. வெப்பநிலை, காற்று வசதி போன்ற காரணிகளில் தனித்தனிப் ஆய்வுகளை அறிவியலறிஞர் நடத்தலாம்; கொடுக்கப்பட்ட நிபந்தனைகளின்கீழ் கன்றுகள் அல்லது கோழிக்குஞ்சுகளை அதிகரிப்பதற்காக சோதனைகள் நடத்தலாம். ஆனாலும் அவருடைய தீர்வுக் காட்டுவது என்னவென்றால் கோடைக் காலத்தில் குளிர்ந்த சூழ்நிலையிலும், குளிர் காலத்தில் கதகதப்பான சூழ் நிலையிலும் என்பதே இயற்கையானதாகும். தீர்மானம் (அறிவியல் உண்மை) என்னவென்றால், இயற்கையான முறைகளை உபயோகித்து கன்றுகள் அல்லது கோழிக்குஞ்சுகளை அதிகரிப்பதற்குத் தகுந்த வெப்பநிலை தேவை என்பது நிச்சயமாக மாற்ற முடியாத உண்மையாகும்.

இயற்கையில் அதிகமான மற்றும் குறைந்த வெப்பநிலை நீடித்திருக்கிறது என்றபோதும், வெப்பம் மற்றும் குளிர்ச்சி பற்றிய கருத்துக்கள் நீடித்திருப் பதில்லை. கால்நடை, குதிரைகள், பன்றிகள், செம்மறியாடு, கோழிக்குஞ்சு

மற்றும் வாத்துக்கள் என்ற அனைத்துக்கும் வெப்பம் மற்றும் குளிர்ச்சிக்கு இடையேயுள்ள வேறுபாடு தெரியும்; என்றபோதும், வெப்பமாக அல்லது குளிராக இருப்பதைப் பற்றி அவை ஒருபோதும் இயற்கையை புகார் சொல்லாது. ஜப்பானில் உள்ள நமது வெப்ப சீதோஷ்ண நிலையில் விலங்கு களை அதிகரிப்பதற்கு, கோடை வெப்பம் அல்லது குளிர்கால குளிர்ச்சி ஆகிய இரண்டும் நல்லதா அல்லது கெட்டதா என்பதைப் பற்றி கவலைப்படத் தேவையில்லை.

வெப்பம் மற்றும் குளிர்ச்சி என்பது இயற்கையில் நீடித்திருக்கும் அல்லது நீடித்திருக்காது. வெப்பநிலை மற்றும் ஈரப்பதம் என்பது எல்லா இடத்திலும் எல்லா நேரங்களிலும் சரியாகவே இருக்கும் என்ற அனுமானத்துடன் தொடங்குவது என்பது ஒருபோதும் தவறாகாது. அளவு, உயரம், வடிவம், கட்டுமானம், ஜன்னல்கள், தளம் மற்றும் விலங்கை அடைப்பதற்கான இதர அம்சங்கள் எல்லாம் பலவிதமான தேற்றங்களின் அடிப்படையில் முன்னேற்றப் பட்டுக் கொண்டிருக்கின்றன. ஆனால் நாம் தொடக்கப் புள்ளிக்கே திரும்பிச் செல்ல வேண்டும்; அடிப்படையான சுழற்சிக்கு முயற்சி செய்ய வேண்டும். வெப்பம் மற்றும் குளிர்ச்சி இல்லையென்றால் கட்டிடம் ஒருபோதும் தேவையில்லை. சிறிய கொட்டகைகள் : அநேகமாக பசுக்களுக்கு பால் கறப்பதற்கான கொட்டகை, கோழிகள் அவற்றின் முட்டைகளை இடுவதற்காக சிறிய கோழிக் கூண்டுகள் என்ற அனைத்துத் தேவைகளும் மனிதனின் சௌகரியத்திற்காகத்தான் ஆகும். விலங்குகள் திறந்த ஆகாயத்தின் கீழே இரவு பகலாக பலதரப்பட்ட இடங்களில் அலைந்து திரிந்து உணவைத் தேடிக் கொள்ளும்; உறங்குவதற்கான ஓர் இடத்தையும் தானாகவே தேடிக் கொள்ளும்; ஆரோக்கியமாக, உறுதியாக வளரும். அடுத்து கால்நடை வளர்ப்பில் நோய் வருதல் என்பது அடிக்கடி ஏற்படும் பிரச்சனையாகிவிடுகிறது. ஏனென்றால் கால்நடைகளை அதிகரிக்கும் செயல்பாடு வெற்றி பெற்றதா அல்லது தோல்வி அடைந்ததா என்பதைத் தீர்மானிக்க முக்கியமான காரணியாக இதுதான் இருக் கிறது. அதற்கான தீர்வைக் கண்டறிவதற்காக விவசாயிகள் தங்களது மூளையை கசக்கிக் கொள்கிறார்கள். நோய்கள் அணுகாத ஆரோக்கியமான விலங்குகளை அதிகரிப்பதை தங்களது தொடக்கப் புள்ளியாக விவசாயிகள் ஆக்கிக் கொள்ளாத வரை, இந்தப் பிரச்சனையும்கூட உண்மையில் ஒருபோதும் தீர்க்கப் பட்டிருக்காது.

ஜப்பான் 80 சதவிகிதம் மலைகளையும் பள்ளதாக்குகளையும் பெற்றுள்ளது. அநேகமாக, மக்கள்தொகை இல்லாத மலை கிராமங்களில் நுழைவாயிலில் உள்ள பாதுகாப்பை எடுத்துவிட்டால், மக்கள் அங்கே வாழ்விடத்தை இழந்து விடுவார்கள். இவ்வாறாக, விலங்குகளுக்கான பெரிய, திறந்த மேய்ச்சல் நிலத்தை உருவாக்கலாம். இந்த அளவில் யாரேனும் ஒருவர் சோதனை மேற்கொள்வதை நான் பார்க்க விரும்புகிறேன். அனைத்து வகையான வீட்டு விலங்குகளையும் இந்தப் பாதுகாப்பிடத்திற்கு உள்ளே அடைத்து, ஒரு குறிப்பிட்ட ஆண்டுகளுக்கு அவற்றை அப்படியே விட்டுவிட வேண்டும். அதன்பிறகு நாம் உள்ளே சென்று என்ன நடந்திருக்கிறது என்று பார்க்க வேண்டும்.

சுருக்கமாகக் கூறுவதென்றால், அதன்பிறகு அறிவியல் சோதனைகள் எப்போதும் ஒரு சிறிய விஷயத்தை எடுத்துக் கொள்ளும். பதிலைப் பற்றி ஒரு எண்ணத்தை உருவாக்க, அதில் குறிப்பிட்ட எண்ணிக்கையிலான பல்வேறு நிபந்தனைகளை உபயோகிக்கும். எனினும், இயற்கை வேளாண்மை எல்லா நிபந்தனைகளையும் அறிவியல் செயல்படுத்தும் தோற்றங்களிலிருந்து ஒருபுற மாக தூர தள்ளுகிறது. உண்மையான ஆதாரத்தில் விதிகள் மற்றும் கொள்கை களைக் கண்டறிய கடுமையாகப் போராடுகிறது.

நிபந்தனைகள், எண்ணங்கள், நேரம் மற்றும் இடத்தைப் பற்றிய கருத்துக்கள் இல்லாத சோதனைகளின் மூலமே மாறாத உண்மையைக் கண்டறிய முடியும்.

இயற்கையைத் துரத்தி செல்வதில் இயற்கை வேளாண்மை

இயற்கைக்கும் லெய்சி - ஃபேர் அல்லது குறுக்கிடுதல் இல்லை என்ற கொள்கைக்கும் இடையே அடிப்படை வித்தியாசம் உள்ளது. லெய்சி - ஃபேர் என்பது இயற்கையை மனிதன் மாற்றி அமைத்த பிறகு அதை அப்படியே கைவிட்டுவிடல் ஆகும். தோட்டத்தில் இருந்த பைன் மரத்தைப் பிடுங்கி வேறிடத்தில் நட்டு, அதன் கிளைகளை வெட்டி சீர்படுத்திய பிறகு அதை அப்படியே விட்டுவிடுதல் போன்றதாகும்; அல்லது கன்றுக்குட்டி பால் குடிப்பதை அதிகப்படுத்திய பிறகு, திடீரென மலையில் உள்ள ஒரு மேய்ச்சல் நிலத்தில் விட்டுவிடுதல் போன்றதாகும்.

பயிர்களும் வீட்டு விலங்குகளும் ஒருபோதும் இயற்கையின் பொருட்களாக இருப்பதில்லை. ஆகையால் உண்மையான மகாயானா இயற்கை வேளாண் மையை அணுகுவது சாத்தியமில்லை என்ற இடத்தில் இருக்கிறது. ஆனால் இயற்கையை நெருக்கமாக அணுகுகிற ஹினாயானா இயற்கை வேளாண்மையை நெருங்கவாவது நாம் குறைந்தபட்சம் முயற்சி செய்ய முடியும். இந்த ஹினாயானா வேளாண்மையின் இறுதியான இலக்கானது இயற்கையின் வடிவத்தையும், உண்மையான ஆன்மாவையும் தெரிந்து கொள்வதாகும். இதை செய்வதால் நமக்கு முன்பாக உள்ள லெய்சி - ஃபேர் சூழ்நிலையை நாம் நெருக்கமாகப் பரிசோதித்துப் பார்த்துக் கற்றுக்கொள்ள முடியும். மனிதனால் கைவிடப்பட்ட இயற்கையை உற்றுநோக்குவதால், அதன் பின்னால் மறைந்து கிடக்கும் உண்மையான இயற்கையின் வடிவத்தை நம்மால் வெளியே கொண்டு வர முடியும். அதன்பிறகு கைவிட்ட இயற்கையை கவனமாக சோதனை செய்வதும், மனிதனின் முந்தைய செயல்களால் ஏற்பட்ட விளைவுகளை நீக்கிய போது உண்மையான இயற்கை வெளிப்பட்டதைக் கற்றறிந்து கொள்வதும்தான் நமது இலக்காகும்.

ஆனால் இயற்கை அதன் உண்மையான வடிவத்தில் இருக்கிறது என்பதைத் தெரிந்துகொள்ள இது மட்டும் போதாது. இயற்கையில் அனைத்து வகையான மனித செயலையும் ஆதிக்கத்தையும் உரித்து எறிந்துவிட்டு அதை மனிதனின் தொடர்புடைய தத்துவத்தால் மட்டும் பார்க்கப்படும்போதுகூட, அவனுடைய மனத்தில் தானாக எழுகிற எண்ணங்களால் அது மூடப்பட்டிருக்கும். இயற்கை

வேளாண்மையின் பாதையைப் பின்தொடர, மனித செயலின் அலங்கார ஆடைகளை இயற்கையிலிருந்து கண்டிப்பாக கிழித்தெறிய வேண்டும்; தூண்டுதல் இன்றி தானாக ஏற்படுகிற உட்புற ஆடைகளை நீக்க வேண்டும்.

தூண்டுதல் இன்றி தானாக எழுகிற மனிதனின் எண்ணங்கள் அல்லது விபத்து மற்றும் தேவையின் பிரச்சனைகளின்மீது அனுமானங்களைக் கொண்டு வருதல் அல்லது தொடர்ச்சி மற்றும் தொடர்ச்சியின்மையின் சம்பந்தம் ஆகியவற்றை அடிப்படையாகக் கொண்டு தற்செயலான உறவை மனம்போன போக்கில் நிர்மாணிப்பதில் ஒருவர் கண்டிப்பாக எச்சரிக்கையாக இருக்க வேண்டும். ஒருவர் இயற்கையின் ஓட்டத்தை நெருக்கமாகப் பின்தொடர வேண்டும்; அனைத்து வகையான அனுமானங்கள், அறிவு மற்றும் செயல் - யோசிக்காதிருத்தல், பார்க்காதிருத்தல், செய்யாதிருத்தல் - போன்றவற்றைத் தவிர்க்க வேண்டும். அந்த இயற்கைதான் கடவுளாகும்.

மனிதனுக்கான ஒரே எதிர்காலம்

மனித வர்க்கம் முடிவில்லாமல் முன்னேறிக் கொண்டிருக்குமா? உண்மை நிலை என்பது அபரிமிதமான முரண்பாட்டுடன் இருக்கிறது; முன்னேற்றம் என்பது வலது, இடது மற்றும் நிரூபிக்க வேண்டிய கோட்பாடு - நிரூபிக்க தேவையற்ற கோட்பாடு - தொகுப்பு என அலைந்து கொண்டிருக்கும்போதும், பொய்யென நிரூபிப்பதற்கான செயல்முறையை எப்போதும் தொடர்ந்து கொண்டிருக்கிறது என்று யோசிப்பதைப்போல இந்த உலகில் உள்ள மக்கள் காணப்படுகிறார்கள்.

உலகமும் அது உட்கொண்டிருக்கும் அனைத்தும் நீண்டு குறுகிய அல்லது சமதளப் பாதையின் வழியாக முன்னேறிக் கொண்டிருக்கவில்லை. அது கனஅளவில் வெளிப்புறமாக விரிவடைந்து வளர்கிறது. மேலும் அதிதூரத்தில் உள்ள எல்லையில் பிளவுபட்டு, துண்டாகி, குழப்பம் அடைந்து கண்டிப்பாக மறைந்து போகிறது; ஆனால் இந்த எல்லைக்கு அப்பால் உள்ள புள்ளியில் அதற்கு எதிரான மார்க்கமும் மறுதோன்றல்களும் மறைந்திருக்கின்றன; அவை இப்போது மையத்தை நோக்கி உட்புறமாக நகர்ந்து சுருங்கி அடர்த்தியாகின்றன. வளர்ச்சியின் எல்லையில் எந்த வடிவம் ஆவியாகி ஒன்றுமில்லாதது ஆகிறதோ, அந்த ஒன்றுமில்லாதது அடர்த்தியாகி, உருவமாகி மறுபடியும் தோன்றுகிறது. சுருங்குதல் மற்றும் விரிவடைதல் என்பது முடிவற்ற சங்கிலியாக மீண்டும் மீண்டும் நிகழ்கிறது.

தர்மாவின் சக்கரம் அல்லது புயல் என்ற இந்த வகையான முன்னேற்றத்தை நான் விரும்புகிறேன். ஏனென்றால் அது புயல் அல்லது சூறாவளியை ஒத்ததாக இருக்கிறது; அது காற்று மண்டலத்தை சுழற்காற்றாக சுருக்கி, விரிவடைய செய்து, மூர்க்கமாகி கடும்கோபத்துடன் வளரச் செய்கிறது. அதன்பிறகு இறுதி யாக அழிந்து மறைந்துபோகிறது.

மனிதனின் வளர்ச்சியும் மனித வர்க்கத்தை குழப்பத்தை நோக்கியே நகர்த்து கிறது. இத்தகைய அழிவு எப்படி, எந்த வகையில் வந்தது என்பதுதான் கேள்வி?

இது தவிர்க்க முடியாதபடி நேரிடுகிறது, மனிதன் கண்டிப்பாக இதையெல்லாம் செய்ய வேண்டும் என நான் எப்படி நம்பினேன் என்பதை கீழே விவரித்துக் கூறுகிறேன்.

இத்தகைய குழப்பத்தின் முதல் நிலையானது மனித அறிவின் முறிவே ஆகும். மனித அறிவு என்பது வெறும் சீர்தூக்கிப் பார்க்கும் அறிவாகும். இந்த அறிவு உண்மையிலேயே ஆராயப் பெறாதது என்பதைத் தெரிந்துகொள்ள எந்த வழியும் இல்லை. ஆராயப் பெறாத, தவறான அறிவின் சேகரம் மற்றும் முன்னேற்றத்தின் மூலமாக மனிதன் ஆழமான குழப்பத்திற்குள் விழுந்து விடுகிறான். இத்தகைய பைத்தியக்காரத்தனமான முன்னேற்றத்திலிருந்து தன்னை விடுவித்துக்கொள்ள முடியாமல், இறுதியாக அவன் பரிசுத்தமான பைத்திய நிலைக்கு ஆளாகி குழம்பிப் போகிறான்.

இரண்டாவது நிலை என்பது உயிர் மற்றும் பொருளின் அழிவாகும். இத்தகைய இரண்டு மூலப்பொருட்களின் கனிம கூட்டுப் பொருளான புவி, மனிதனால் உடைக்கப்பட்டு பிரிக்கப்படுகிறது. இது புவியின் மேற்பரப்பில் அதன் சமநிலையிலிருந்து இயற்கை உலகை படிப்படியாக கவர்ந்து கொண்டி ருக்கிறது. இயற்கையின் ஒழுங்கு அழிந்துபோனால், பொருட்களும் உயிரும், அதனதன் வேலைகளும் இயற்கையின் உயிரின வாழ்க்கைச் சூழல் அமைப்பால் கொள்ளையடிக்கப்படும். அதன்பின் மனிதனிடம் எதுவும் மிஞ்சியிருக்காது. இயற்கையின் சுற்றுப்புறத்திற்கு ஏற்ப தன்னை மாற்றிக் கொள்ளும் தன்மையை அவன் இழந்துவிடுவான்; சுய அழிவைச் சந்திப்பான். அல்லது காற்றடித்து உப்ப செய்யப்பட்ட பலூன் ஒரு சிறு ஊசியால் உடைந்து போவதைப்போல, லேசான அழுத்தத்தின்கீழே உடனடியாக ஏற்பட்ட அந்த அழிவுக்கு கீழ்ப் படிந்து போவான்.

மூன்றாவது நிலை என்பது தோல்வியாகும். மனிதன் தான் என்ன செய்ய வேண்டும் என்பதை காணத் தவறிவிடும்போது இது ஏற்படும். போஷாக்கு அறிவியல்களின் முன்னேற்றங்களுடன் இரக்கமில்லாமல் விரிவடைகிற தொழிற் சாலையின் செயல்பாடானது அடிப்படையில் சக்தி உட்கொள்ளப்படுவதை அதிகரிப்பதற்கான, ஒழுங்குபடுத்தப்பட்ட செயல்முறையாகும். அர்த்தமில் லாமல் சக்தியை வீணாக்கும் அளவுக்கு சக்தி உற்பத்தியை அதிகமாக உயர்த்து வது அதன் இலக்கு கிடையாது. தான் “இயற்கையை முன்னேற்றுகிறோம்” என்ற மனச்சார்பை எடுத்துக் கொள்வதை மனிதன் தொடரும்வரை, புவியின் ஆதாரங்கள் மற்றும் பொருட்கள் எல்லாம் வறண்டு போய்க் கொண்டுதான் இருக்கும். வளர்ந்து வருகிற சுய முரண்பாடுகளின் சுமையால் தொழிற்சாலை செயல்பாடு நிறுத்தப்பட்டுவிடும் அல்லது இணக்கமற்ற உருமாற்றத்தை அடையும். இது அரசியல், பொருளாதார, சமூக அமைப்புகளில் பலமான மாற்றம் ஏற்படப் போகிறது என்பதை முன்கூட்டி அறிவித்தலாகும்.

சக்தியின் திறன் சரிவதில் சுய முரண்படுதல் என்பது மிகவும் வெளிப் படையானதாகும். மனிதன் அதிகமான ஆதாரங்களை உடைய சக்தியுடன், அவனது மோகத்தால் அடுப்பின் வெப்பத்திலிருந்து தண்ணீர் சக்கரத்துடன்

மின்சாரம் உற்பத்தி செய்வதற்கும், அதிலிருந்து அனல் மின்சார உற்பத்திக்கும், அணு சக்திக்கும் மாறினான். ஆனால், இத்தகைய ஆதாரங்களின் திறன் (உட் செலுத்தப்படும் சக்தி மற்றும் வெளியே எடுக்கப்படும் சக்திக்கு இடையே உள்ள விகிதம்) அதே வரிசையில் விரைவாக மோசமாகிறது என்ற உண்மைக்கு அருகில் அவன் தன்னுடைய கண்களை மூடிக் கொள்கிறான். ஏனென்றால், இதை ஒப்புக்கொள்ள அவன் மறுக்கிறான். உட்புறமான முரண்படுதல் சேகரமாவது தொடர்கிறது; வெடித்துவிடுகிற அளவை விரைவிலேயே அது எட்டிவிடுகிறது.

அணு சக்தி வறண்டு போய்விட்டால் அதன்பிறகு நாம் சூரிய சக்திக்கோ அல்லது காற்று சக்திக்கோ செல்ல வேண்டும்; அவை மாசு ஏற்படுத்தாதவை, முரண்படுதலை உண்டாக்காதவை என்று சில அறிவியலறிஞர்கள் நம்பு கிறார்கள். ஆனால் சக்தியின் திறனில் சரிவு ஏற்படுத்துவதை மட்டுமே இது தொடரும்; மேலும் ஏதாவது செய்யுமென்றால் மனிதனை அழிவை நோக்கிச் செல்லும்படியாக வேகத்தை முடுக்கிவிடும்.

அறிவியல் உண்மையும் முழுமையான உண்மையும் ஒன்றே கிடையாது என்பதை மனிதன் கவனிக்காத வரை, அவன் குருட்டுத்தனமாக சுய அழிவை நோக்கி வேகமாக முன்னேறுவதைத் தொடர்வான். அதன்பிறகு அந்த மனப் பான்மையை தாங்கிக் கொள்ளச் செய்வதைத் தவிர அவனுக்கு வேறு வழி இருக்காது. எதுவும் செய்யாமல் வாழ்வதற்கு அவனுக்கு அது போதுமான தாக இருக்கும். அதன்பிறகு மனிதனுடைய ஒரே வேலையானது, உயிர் வாழ்வதற்கு அவசியமானவற்றை உருவாக்கும் பாதுகாப்பற்ற வேளாண்மையை மட்டுமே உட்கொண்டிருக்கும். ஆனால் வேளாண்மை தனித்தப் பொருளாக நீடித்திருக்காது. ஆகையால், அவன் பயிற்சி செய்யப் போகிற வேளாண்மையும் நவீன வேளாண்மையின் நீட்டிப்பாக இருக்காது.

பெரிய இயந்திரங்களை உபயோகித்து பெரிய அளவில் செய்யப்படும் நவீன வேளாண்மையைவிட, சிறிய இயந்திரங்களைக் கொண்டு வேளாண்மை செய்வது என்பது அதிக சக்தி வாய்ந்ததாகும்; விலங்குகளை வைத்து செய்யப் படும் வேளாண்மை அதைவிடவும் சக்தி வாய்ந்ததாக இருக்கும். இயற்கை வேளாண்மையைவிட வேறெந்த வேளாண்மையும் சிறந்த திறன் உடையதாக இருக்காது. இது ஒருமுறை தெளிவாகிவிட்டால், என்ன செய்ய வேண்டும் என்பதை மக்கள் அவர்களாகவே கண்டிப்பாக உணர்ந்து விடுவார்கள்.

இயற்கை வேளாண்மை மட்டும்தான் இயற்கையில் இருக்கிறது. மனிதனுக்கு இருக்கும் ஒரே எதிர்காலம் இயற்கை வேளாண்மைதான்.

அரிசி

1. பார்லி வைக்கோல் பரப்பப்பட்ட நிலத்தில் அரிசி நாற்றுகள் (ஜூன்)

2. பர் க்ளோவர் நிரம்பிய நிலத்தில் அரிசி வளருதல்

3. ஜூன் மாதத்தின் தொடக்கம்

4. க்ளோவர் நிரம்பிய நிலத்தில் அரிசி (ஜூன் மாத மையத்தில்)

5. க்ளோவர்களுக்கு இடையில் அரிசி (ஜூலை)

6. ஆகஸ்ட்

7. செப்டம்பர்

8. பக்குவமடைந்த அரிசி (அக்டோபர்)

பார்லி

1. அரிசி வைக்கோல் இடையே பார்லி விதைகளைத் தூவுதல்

2. டிசம்பர்

3. அரிசி வைக்கோல் பரப்பப்பட்ட நிலத்தில் (பிப்ரவரி) பார்லி முளைவிடும் நிலை

4. க்ளோவர்களுக்கு இடையில் பார்லி வளர்தல்

5. களைகளுக்கு (ஏப்ரல்) இடையில் பார்லி விதைக்கப்படுதல்

6. ஏப்ரல்

7. மே

8. பார்லியை அறுவடை செய்வதற்கு முன்பாக அரிசியை விதைப்பதற்காக களிமண் உருண்டைகள் தயார் செய்யப்படுதல்

காய்கறிகள்

1. காய்கறி செடிகள் சாலையோரத்தில் வளர்ந்திருத்தல்

2. டைகான் செடிகள் வளர்தல்

3. உரங்கள் அல்லது பூச்சுகொல்லிகள் இல்லாமல் டைகான் மற்றும் சிவப்பு முள்ளங்கி வளர்தல்

4. க்ளோவர்களுக்கு இடையில் டைகான் வளையமாக சுற்றிக் கொள்ளுதல்

5. கடுகும் தோட்ட வகை காய்கறிகளும் இணைந்து வளர்தல்

6. டைகான், சீமை சிவப்பு முள்ளங்கி மற்றும் இதரக் காய்கறிகள் இணைந்து வளர்தல்

7. சியோட் குன்றில் அறுநூறு பழங்கள்

8. டைகான் முழுமையாக வளர்ந்த நிலை

காய்கறிகள்

1. குன்றின் உச்சியில் இருக்கும் என்னுடைய சிட்ரஸ் பழத்தோட்டத்திலிருந்து பார்த்தல்

2. ஒன்பது வருடங்களுக்கு முன்பு மாண்டரின் ஆரஞ்சு மரங்கள் மொரிஷிமா வேலமரத்துடன் இணைத்து பயிரிடப்படுதல்

3. க்ளோவர் நிரம்பிய பழத்தோட்டத்தில் பீச் மரம் வளர்தல்

4. நெதர்லாந்த் நாட்டிலிருந்து வந்திருந்த பார்வையாளர் தாமஸ் என்னுடைய பேரனுடன்

5. என்னுடைய பழத் தோட்டத்தில் தேசிய தொலைக்காட்சி நிகழ்ச்சிக்காக...

6. இது குழப்பமா அல்லது இணக்கமான கூட்டுறவா? இது காடா, பழத்தோட்டமா, அல்லது காய்கறித் தோட்டமா?

7. பூமியில் உள்ள சொர்க்கமா? அல்லது உண்மை நிலையிலிருந்து பறந்து வந்தவையா?

8. பீச் மரத்திற்கு கீழே காய்கறிகள் முழு வனப்பில் இருத்தல்

பாலைவனங்கள் முன்னேறுவதை நிறுத்துதல் - ஒரு தொடக்க பரிசோதனை

1. சோமாலியன் பாலைவனத்தில் விதை விதைத்தல்

2. சோமாலியாவில் எத்தியோப்பியன் அகதிகள். அருகில் ஓர் இயற்கை பண்ணை அமைக்கப்பட்டுள்ளது

3. இத்தகைய புற்களை பரவச் செய்தல் என்பது பாலைவனங்களை அழித்தலுக்கான தொடக்கமாகும்

4. (அ) பாலைவனப் புற்களுக்கு இடையே காய்கறிகளை விதைத்தல்

4. (ஆ) பாலைவனங்களின் அத்துமீறலைத் தடுக்க முதலில் விரும்பத்தகாத புற்களை அவற்றின் உறக்க நிலையிலிருந்து விழித்தெழச் செய்தல்

7. (ஈ) உறக்க நிலையிலிருந்து விழித்தெழுந்த பிறகு பாலைவனப் புற்கள் வாடி, இறந்து போதல்

6. (இ) மீண்டும் முளைக்கச் செய்வதற்காக முற்றிலும் தயார் நிலையில் இருக்கும் நிலம்

2,000 ஆண்டுகளுக்கு முன் அமெரிக்காவில் இருந்த காடுகளின் மூலத்தை ஞாபகமூட்டும் காடாக கலிபோர்னியாவின் இந்தக் காடு இருக்கிறது

கலிபோர்னியாவின் இத்தகைய மலைகள் பாதிப் பாலைவனங்களாக மாறிக் கொண்டிருக்கின்றன

சான் பிரான்சிஸ்கோவுக்கு அருகில் இருக்கும் இந்த செம்மரக் காடு

சுவிட்சர்லாந்து ஜூரிச் ஏரிக் கரை அழகானதாக இருந்தபோதும், கால்நடை மேய்தல் மற்றும் ஒற்றை பயிர் முறையால் இயற்கை தவறான வழியில் செலுத்தப்படுவதற்கான ஓர் உதாரணமாகும்.

இத்தாலியில் உள்ள இயற்கை பண்ணை ஸ்தாபனம்

சுவிட்சர்லாந்தில் உள்ள பண்ணையின் தோற்றம்

இத்தாலி, துரின் நகரத்திற்கு அருகில் உள்ள 7,500 ஏக்கர் பரப்பிலான அஜெண்டா பண்ணை பெரிய அளவில் இயற்கை வேளாண்மையைப் பயிற்சி செய்து கொண்டிருக்கிறது.

கலிபோர்னியாவில் இருக்கும் இந்தப் பெரிய, 7,500 ஏக்கர் அளவிலான அரிசி பண்ணை இயற்கை வேளாண்மைக்கு மாறி விட்டிருக்கிறது.

வெனிஸ் நாட்டின் எல்லைப்புறத்தில் இருக்கும் விவசாயிகளுக்கு இயற்கை வேளாண்மையைப் பற்றி ஆசிரியர் விளக்குகிறார்

நெதர்லாந்தில் உள்ள நீல்சன் இயற்கை பண்ணை. இங்கே ஆப்பிள் மற்றும் பீச் மரங்கள் பசும் உரத்தில், அவற்றின் உண்மையான வடிவத்தில் வளர்ந்து கொண்டிருக்கின்றன

ஐந்திலிருந்து 20 ஆண்டுகளில், இயற்கை வேளாண்மை குன்றின் சிவப்பு களிமண்ணிலிருந்து நல்ல, வளமான மண்ணுக்கு மாறிவிடும். இங்கே ஆசிரியரின் சிகோகு பண்ணையில், டைகான் மற்றும் இந்தியக் கடுகு முழுமையான மலர்ச்சியில் இருக்கின்றன. கீழே 6 வயது மொரிசிமா வேலமரத்தைச் சுற்றி பீச் மரங்கள் வளர்ந்துள்ளன.

இயற்கை பண்ணை என்பது முன்பு காடாக, பழத்தோட்டமாக, காய்கறித் தோட்டமாக இருந்திருக்கும். செர்ரி, பீச், பிளம், வேலம் பூ, பசும் உரத் தாவரங்கள் அனைத்தும் ஒன்றாக இணைந்து மலர்ந்திருக்கின்றன

இயற்கை வேளாண்மைப் பயிற்சி முறைகள் | 4

1. இயற்கை பண்ணையைத் தொடங்குதல்

இயற்கை வழியில் வேளாண்மை செய்யத் தொடங்க வேண்டும் என்ற தீர்மானம் எடுத்தவுடன் முதலில் வரக்கூடிய பிரச்சனை எதுவென்றால் எங்கே, எந்த வகையான நிலத்தில் வாழ்வது என்பதுதான் ஆகும். பொதுவாக, தனித்த ஏகாந்தமான மலைக்காடு தகுந்தது எனச் சிலர் கூறுவார்கள் என்றபோதும், குன்று அல்லது மலையின் அடிவாரம்தான் பண்ணை அமைப்பதற்கான சிறந்த இடமாகும். அந்த இடம் மேல்நோக்கியபடி சிறிது உயர்ந்திருந்தால் காலநிலை யானது அவ்வப்போது மிகச் சிறப்பாக இருக்கும். அபரிமிதமான அளவு விறகுக் கட்டைகள், காய்கறிகள் மற்றும் இதர தேவைகள் எல்லாம் அங்கே கிடைக்கும். உணவு, உடை, உறைவிடத்துக்குத் தேவையான அனைத்துப் பொருட்களையும் அவை வழங்கும். அருகில் நீரோடை இருப்பது பயிர்களைச் செழித்து வளரச் செய்வதற்கு எளிதாக இருக்கும். இந்த வகையான ஓர் இடம் எளிதான, சௌகரி யமான வாழ்க்கை வாழ்வதற்கு ஏற்ற அனைத்துச் சூழ்நிலைகளையும் தருகிறது.

உண்மைதான். முயற்சி செய்தால் எந்த வகையான நிலத்திலும் பயிர் வளர்க்க முடியும்; ஆனால் நல்ல வளமான நிலத்துடன் எதையும் ஒப்பிட முடியாது. புவிக்கு மேலே கோபுரமாக படர்ந்திருக்கும் பெரிய மரங்கள், ஆழமாக, அடர்ந்த கருப்பு அல்லது பழுப்பு நிறத்தில் இருக்கிற மண், தெளிவான நீர் ஆகியவை இருக்கிற இடமே சிறந்த இடமாகும். நாடக பாணியான அழகு அந்த இடத்திற்குப் பொருத்தமாக இருக்கும். கவனத்தைக் கவரும் தோற்றத்தை உடைய நல்ல சுற்றுப்புறச் சூழ்நிலையானது மகிழ்ச்சியான வாழ்க்கை வாழத் தேவையான பௌதீக மற்றும் ஆன்மிக மூலப்பொருட்களைத் தருகிறது.

உணவு, உடை, உறைவிடத்துக்கு அவசியமான அனைத்து ஆதாரங்களையும் மூலப்பொருட்களையும் நிச்சயமாக தரக்கூடியதாக இயற்கைப் பண்ணை இருக்க வேண்டும். முழுமையான இயற்கைப் பண்ணை என்பது பயிர்கள் வளர்ப்பதற்கு ஏற்ற நிலங்கள் என்பதற்கும் கூடுதலாக, எல்லையோரத்தில் காட்டை உடையதாகவும் இருக்க வேண்டும்.

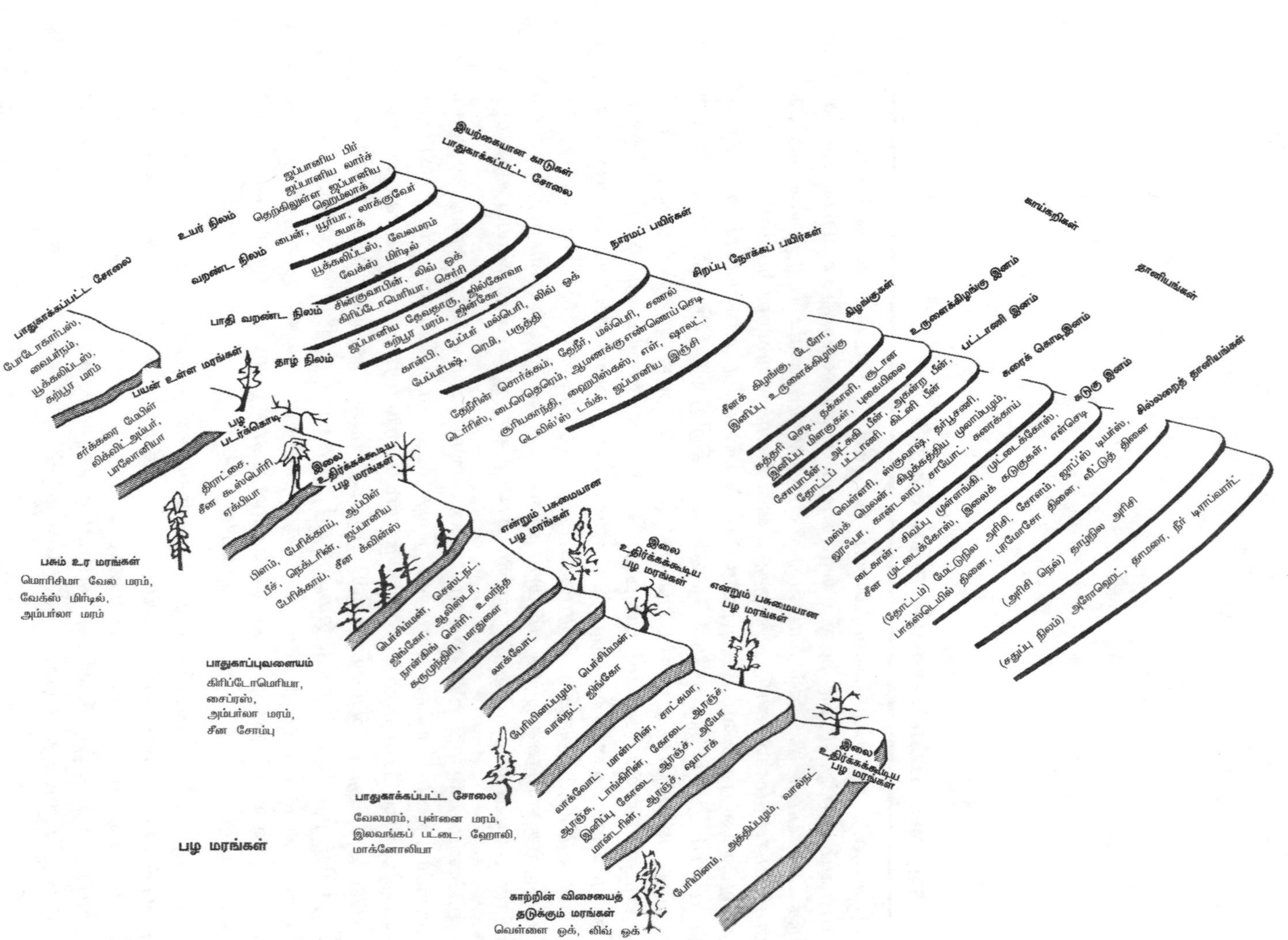

படம் 4.1 - சரிவு நிலப் பகுதியில் உள்ள இயற்கைப் பண்ணையின் வரைபடம்

இயற்கைப் பண்ணையைச் சுற்றி காடுகள் சூழ்ந்திருப்பதை அந்தப் பண்ணைக்கு இயற்கையாக வழங்கப்பட்ட பாதுகாப்பாகக் கருத வேண்டும்; கரிம உரத்திற்கான நேரடி அல்லது மறைமுக ஆதாரமாகவும் அதை உப யோகிக்க வேண்டும். நீண்ட கால, முற்றிலும் உரம் இல்லாத பயிர் செய்தலை இயற்கைப் பண்ணையில் அடைவதற்கான அடிப்படை தந்திரமானது ஆழ்ந்த, வளமான மண்ணை உருவாக்குவதாகும். அதைச் செய்வதற்குப் பல்வேறு வழிகள் உள்ளன. அவற்றில் சில உதாரணங்கள் கீழே கொடுக்கப்படுகின்றன :

1. பண்படாத கரிமப் பொருளை பூமியில் நேரடியாகப் புதைத்தல்.

2. மரங்களும் புற்களும் மண்ணுக்குள் ஆழமாக வேரை அனுப்பும்படி மண்ணைச் சீராக பண்படுத்துதல்.

3. காட்டின் மேடான அல்லது சரிவானப் பகுதியில் மழைநீர் அல்லது வேறு ஏதாவது உபாயங்களால் ஏற்பட்ட தாவரமக்கில் உள்ள போஷாக்கு களை எடுத்துச் செல்வதன் மூலமாக பண்ணையை வளப்படுத்துதல்.

என்ன வகையான உபாயங்கள் இருந்தாலும் தாவரமக்கை வழங்குகிறவற்றை இயற்கை விவசாயி கண்டிப்பாகப் பாதுகாக்க வேண்டும். அவை மண்ணின் வளத்துக்கு ஆதாரமாக சேவை செய்கின்றன.

பாதுகாப்பாக உபயோகிப்பதற்கு மேல்நோக்கி வளர்ந்துள்ள காடு ஏதும் இல்லை எனும்போது, ஒருவர் புதிய மரங்களையோ அல்லது மூங்கில் புதர் களையோ இந்தக் காரணத்திற்காக உருவாக்க முடியும். அடர்ந்த பசுமையான இயற்கைக் காட்டை வழங்குவதுதான் ஒதுக்கப்பட்ட இடத்தின் முக்கியமான பணி என்றபோதும், மண்ணை வளப்படுத்துகிற மரங்களையும் கண்டிப்பாக அங்கே பயிரிடலாம். கட்டடம் கட்ட உதவும் மரங்கள், விலங்குகள் மற்றும் பறவைகளுக்கு உணவு வழங்குகிற மரங்கள், தொந்தரவு தரும் பூச்சிகளின் இயற்கையான எதிரிகளுக்கு வாழ்விடத்தை வழங்குகிற மரங்கள் போன்ற வற்றைப் பயிரிடலாம்.

பாதுகாப்பான வனம் வளர்த்தல் : குன்றுகள் மற்றும் மலையின் உச்சிகள் பொதுவாக வளமற்றதும் வறண்டதுமாக இருந்தபோதும், மிக எளிதாக வெட்டவெளியாகக் கூடியவையாகும். அதைத் தவிர்க்க முதலில் செய்ய வேண் டியது என்னவென்றால், மண் அரித்துச் செல்லப்படுவதைத் தடுப்பதற்காக குட்சு போன்ற படர்க் கொடியைப் பயிரிட வேண்டும் என்பதாகும். அடுத்தது, எங்கும் பசுமை நிரம்பிய மலையை உருவாக்குவதற்காக பாசியால் மூடப்பட்ட சைப்ரஸ் போன்ற சிறிய, ஊசியிலை மரத்தின் விதைகளை விதைக்க வேண்டும். கோகன் போன்ற புற்கள், பிரெக்கன் போன்ற பெரணி வகைகள், லெஸ்பிடிஸா மற்றும் யுர்யா போன்ற சிறிய புதர்கள், பாசி சைப்ரஸ் போன்றவற்றை முதலில் அடர்த்தியாக வளர்க்க வேண்டும். ஆனால் இந்தத் தாவரங்கள் உராஜிரோ (பெரணி வகை), குட்சு மற்றும் பலதரப்பட்ட மரங்கள் வளர்வதற்கு படிப் படியாக வழிவிடும். அதனால் மண் மேலும் வளமாகும்.

என்றும் பசுமையாக இருக்கிற ஜப்பானிய சைப்ரஸ் மற்றும் கற்பூர மரங்களை குன்றின் ஓரங்களில் கண்டிப்பாகப் பயிரிட வேண்டும். இவற்றுடன் சேர்த்து, குறிப்பிட்ட பருவத்தில் இலை உதிர்க்கிற சீன ஹாக்பெர்ரி, செல் கோவா, பாலொனியா, செர்ரி, மேபிள் மற்றும் யூக்கலிப்டஸ் போன்ற மரங்களையும் பயிரிட வேண்டும். குன்றுகளின் அடிவாரங்களிலும் பள்ளத்தாக்கிலும் உள்ள வளமான மண்ணில் ஓக் மற்றும் என்றும் பசுமையாக இருக்கிற கிரிப்டொமெரியா, லிவ் ஓக் போன்றவற்றைப் பயிரிட வேண்டும். அவற்றுடன் வால்நட் மற்றும் ஜின்கோ மரங்களையும் கலந்து பயிரிட வேண்டும்.

ஒரு மூங்கில் புதரானது ஒதுக்கி வைக்கப்பட்ட இடமாகக் கூட சேவை செய்யக்கூடும். மூங்கில் குருத்து முழுமையான அளவு வளர்வதற்கு ஒரே ஒரு வருடத்தை மட்டுமே எடுத்துக் கொள்ளும். ஆகையால் அந்த மரத்தின் வளர்ச்சி சாதாரண மரங்களின் வளர்ச்சியைவிட அதிகமாக இருக்கும். ஆகையால் மூங்கிலானது பண்படாத, கரிமப் பொருளுக்கான ஆதாரமாக மதிக்கப்படுகிறது; மண்ணை வளப்படுத்துவதற்காக நிலத்தில் புதைக்கப்படுகிறது.

குறிப்பிட்ட வகை மூங்கில் இனங்களின் முளைகள் காய்கறிகளாக விற்கப்படுகின்றன என்பது மட்டுமல்லாமல், மரம் காய்ந்து போய்விட்டால் தூக்கி செல்வதற்கும் எளிதாக இருக்கும். மூங்கில் என்பது உட்குழிவானது; அதனால் பெரிய, காலியான விகிதத்தைக் கொண்டிருக்கும். மேலும் அது மெதுவாக சிதைவுறும். இத்தகைய குணங்களால், புவியில் புதைக்கப்படும்போது நீரையும் காற்றையும் தக்க வைக்க அது உதவியாக இருக்கும். அதன்பிறகு தெளிவாக, மண்ணின் அமைப்பைச் சீர்படுத்துவதற்கு அதிக சிறப்பாக இந்தத் தாவரம் உபயோகிக்கப்படலாம்.

பாதுகாப்பு வளையங்கள் : பாதுகாப்பு வளையங்களும் காற்றுத் தடுப்பு மரங்களும் காற்றால் ஏற்படும் சேதத்தைத் தடுப்பதற்கு மட்டும் பயனுடையவை கிடையாது; மண்ணின் வளத்தைத் தக்க வைக்கவும் சுற்றுப்புறத்தைச் சீர்படுத்தவும்கூட உதவுகின்றன.

வேகமாக வளரும் மரங்களான தேவதாரு, சைப்ரஸ், வேலமரம், கற்பூர மரம் போன்றவையும் இத்தகைய நோக்கத்திற்காக பயிரிடப்படுகிற மரங்களில் அடங்கும். ஆனால் மிக மெதுவாக வளர்கிற இதர இனங்களான கெமிலியா, அம்பர்லா, வாக்ஸ் மிர்டெல், சீன சோம்பு செடி போன்றவை அடிக்கடி உபயோகிக்கப்படுகின்றன. சில இடங்களில் என்றும் பசுமையான ஓக், ஹோலி மற்றும் இதர மரங்கள்கூட உபயோகிக்கப்படுகின்றன.

பழத்தோட்டம் அமைத்தல்

முக்கியமாக, காட்டு மரங்களைப் பயிரிடுவதற்கு உபயோகிக்கிற அதே முறைகளை உபயோகித்து ஒருவர் பழத் தோட்டத்தை உருவாக்கி செடிகளைப் பயிரிடலாம். குன்றுப் பகுதியில் உள்ள தாவர வகைகள் பக்கவாட்டில் நீக்கப்படுகின்றன. விழுந்த மரங்களின் பெரிய அடிமரங்கள், கிளைகள், இலைகள் ஆழமானப் பள்ளங்களில் அடுக்கப்பட்டு அல்லது . புதைக்கப்பட்டு குன்றின்

அட்டவணை 4.1 பழத்தோட்ட தாவரங்கள் வளர்தல்

	வகை	பருவங்கள்	அடியில்வளர்பவை
பாதுகாக்கப்பட்ட மரங்கள் பசும் தழை மரங்கள் பயனுள்ள மரங்கள்	வேலமரம், வாக்ஸ் மிர்டில், அம்பர்லா மரம், ஜப்பானிய அல்டர், சுகர் மேபிள், புன்னைமரம் இலவங்க மரம்	வருடம் முழுவதும்	பசும்தழை, காய்கறிகள்
பசும்தழை பயிர்கள்	லூதினா க்ளோவர், அல்பால்பா	வருடம் முழுவதும்	
	பர் க்ளோவர் கடுகு குடும்ப காய்கறிகள் லூபின், ஹெய்ரி வெட்ச், காமன் வெட்ச், சாட்விக்	வசந்தம் குளிர் குளிர்	
	சோயாபீன், மணிலாக்கொட்டை, அட்சுகி பீன், மன்க் பீன், மொச்சை	கோடை	
என்றும் பசுமையான பழ மரங்கள்	சிட்ரஸ் மரங்கள், லாக்வாட்		பட்டர்பர், ஜப்பானிய சில்வர் லீஃப், பக்வீட்
இலைஉதிர்க்கும் பழ மரங்கள்	ஈச்சம்பழம், வாதுமை, பீச், பிளம், சீமை வாதுமை, பேரிக்காய், ஆப்பிள், செர்ரி		டெவில்ஸ் டங்க், அல்லி, இஞ்சி, பக்வீட்
பழக் கொடிகள்	திராட்சை, சீன கூஸ்பெர்ரி, அக்பியா		வீட்டுத் தினை, புரோசோ தினை, பாக்ஸ்டெயில் தினை

எல்லைக்கோடுகள் வழியாக ஓடி, பூமியால் மூடப்பட்டு, இயற்கையாக சிதைவுற அனுமதிக்கப்படுகின்றன. பழத்தோட்டத்தில் வெட்டப்படும் எந்தவொரு தாவரமும் அங்கிருந்து எடுத்துச் செல்லப்படக்கூடாது.

நவீன பழத்தோட்டத்தில், புல்டோசர்களை உபயோகித்து நிலத்தைச் சுத்தப் படுத்துவது என்பது ஆட்சேபம் இல்லாத விதியாகி வருகிறது. ஆனால் இயற்கையானப் பண்ணை என்பது கண்டிப்பாக சுத்தம் செய்யப்படாத நிலத்தி லேயே உருவாக்கப்பட வேண்டும். நிலத்தை புல்டோசரால் சுத்தம் செய்யும் போது சரிவில் உள்ள ஒழுங்கற்ற மேற்பரப்பு அம்சங்கள் சமப்படுத்தப்படு

அட்டவணை 4.2 களையைத் தொடர்ந்து பயிரிட தேர்வு செய்யப்படும் காய்கறிகள்

பழத்தோட்டம் அல்லது தோட்டம் வளர்ச்சியடைந்ததும், அங்கே வளரக்கூடிய களைகளின் இடத்தில் மாறுதல் செய்யப்படும். வளரும் களைகளின் வகைகள் மற்றும் தாவரங்களின் அதே இனத்தைச் சேர்ந்த காய்கறிகளைப் பயிரிடுதல்

பிரிவு (குடும்பம்)	களைகள்	பயிர்கள்
பெரணி	உராஜிரோ, கோஷிடா, பிரெக்கன்	
புல் குடும்பம்	யுலாலியா, கோகன், பாக்ஸ்டெயில், க்ராப்கிராஸ்	வீட்டுத் தினை, பாக்ஸ்டெயில் தினை, புரோசோ தினை, கோதுமை, பார்லி, அரிசி
சேம்பையினக் குடும்பம்	ஜாக் இன் த பல்பிட்	டெவில்ஸ்டங்க், சேம்பினக்கிழங்கு
காச்சைக்கொடி குடும்பம்	காச்சைக்கொடி	சீனக் கொடி வள்ளி
பக்வீட் குடும்பம்	களைப்பூண்டு, சிக்கலான பூண்டு	பன்றிப் பூண்டு, பக்வீட், பசலை
சூரியகாந்தி குடும்பம்	ப்ளூபென், டான்டிலியன், திஸ்லி, மக்வார்ட், சாமந்தி	கார்லான்ட் க்ரிசான்திமம், பச்சடிக்கீரை, பர்டாக்
அல்லிக் குடும்பம்	டாக்டூத் வயலட், தங்கக் கட்டு அல்லி, தூலிப், தண்ணீர்விட்டான் கொடி	லீக், பூண்டு, சாம்பார் வெங்காயம், வெல்ஷ் வெங்காயம், வெங்காயம்
புதினா குடும்பம்	ஹிகிகோஷி	பெர்ரிலா, புதினா, எள்
பட்டாணி குடும்பம்	குட்சு, காமன் வெட்ச், பர்க்ளோவர், க்ளோவர்	சோயாபீன், அட்சுகி பீன், கிட்னி பீன், தோட்டத்துப் பட்டாணி, பராட் பீன்
மார்னிங்குளோரி குடும்பம்	மார்னிங்குளோரி	இனிப்பு உருளைக்கிழங்கு
கேரட் குடும்பம்	நீர் நச்சுச்செடி	டிராப்வார்ட், ஹோன்வார்ட், காரட், பார்ஸ்லி, செலரி
கடுகுக் குடும்பம்	ஷெப்பர்ட் பர்ஸ்	டைகான், சிவப்பு முள்ளங்கி, சீன முட்டைக்கோஸ், இலைக் கடுகு, முட்டைக்கோஸ்
சுரைக்கொடிக் குடும்பம்	புடலங்காய், பூசணிக்காய்	சாயோட், ஸ்குவாஷ், முலாம்பழம், தர்பூசணி, வெள்ளரி
உருளைக் குடும்பம்	கிரவுண்ட் செர்ரி, ஸ்வீட், ப்ரையர்	சிவப்பு மிளகு, உருளை, புகையிலை கத்தரிசெடி, தக்காளி

கின்றன, மிருதுவாக்கப்படுகின்றன. பண்ணையை இயந்திரமயமாக்குதலை அனுமதிக்க பரந்த பண்ணைச் சாலைகள் அமைக்கப்படுகின்றன. ஆயினும், உண்மையில் இயந்திரமயமாக்குதல் என்பது உரம் மற்றும் பூச்சிக்கொல்லி உப யோகித்தல் போன்ற பண்ணைச் செயல்களையே எளிதாக்குகிறது. ஆகையால், இயற்கை வேளாண்மையில் பழுத்த பழத்தைப் பறிப்பது மட்டுமே பெரிய செயலாக இருக்கிறது என்றபோதும், செங்குத்தான சரிவுகளை சுத்தம் செய்ய வேண்டும் என்பது போன்ற தேவை கிடையாது.

இயற்கையான பழத்தோட்டத்தைத் தொடக்கத்தில் அதிக அளவு மூலதனம் அல்லது பெரிய அளவில் கடன் வாங்குதல் இல்லாமல் செய்வது பழத் தோட்டக்காரர் வெற்றி பெறும் வாய்ப்பை அதிகப்படுத்துவதற்கான மற்றொரு காரணியாகும்.

தோட்டம் ஆரம்பித்தல்

வழக்கமாக தோட்டம் என்பது காய்கறிகள் மற்றும் பயிர்கள் உற்பத்தி செய் வதற்காக ஒதுக்கப்பட்ட இடம் என மக்கள் நினைக்கிறார்கள். ஆயினும், பழத் தோட்டத்தில் உள்ள திறந்தவெளியை பயிர்கள் மற்றும் காய்கறிகள் வளர்த்தல் என்ற சிறப்பான நோக்கத்துக்காக உபயோகிப்பதானது பார்ப்பதற்கு மிக அழகிய இயற்கை காட்சியாக இருக்கும். காய்கறி மற்றும் தானிய நிலம் என விவசாயி அவரது பழத்தோட்டத்தில் இரட்டை லாபம் பெறுவதை எதுவும் தடை செய்யாது.

பிரதானக் கொள்கையானது பழமரங்கள் வளர்ப்பதா அல்லது காய்கறி பயிர்கள் வளர்ப்பதா என்பதைச் சார்ந்து பயிர் செய்யும் முறையும், தோட்டம் அல்லது பழத்தோட்டத்தின் இயல்பும் கணிசமாக மாறுபடும் என்பது தெளிவான உண்மையாகும்.

பழத்தோட்டம் அமைக்க நிலம் எந்த வழியில் தயார் செய்யப்படுகிறதோ, அந்த வழியிலேயே பழமரங்களுடன் சேர்த்து தானியங்கள் அல்லது காய்கறிகள் வளர்ப்பதற்கும் தயார் செய்யப்படுகிறது. நிலத்தைச் சுத்தம் செய்யவோ அல்லது சமன்படுத்தவோ தேவையில்லை; ஆனால் கவனமாக ஆய்வு செய்ய வேண்டும். உதாரணமாக பண்படாத, கரிமப் பொருட்களை நிலத்தில் புதைத்தல் போன்றவைப் பற்றி அறிந்துகொள்ள வேண்டும்.

பழத் தோட்டத்தை தொடங்கும்போது முதலில் கவனிக்க வேண்டிய முக்கிய மான இலக்குகள், களை தோன்றுதலைத் தடுத்தலும் மண் முதிர்ச்சி அடை தலைத் தடுத்தலும் ஆகும். முதல் கோடையில் பக்வீட் (கோதுமையினம் சார்ந்த கூலவகை) வளர்த்தல், அதே குளிர் காலத்தில் எள் விதைகள் மற்றும் இந்தியக் கடுகு விதைத்தல் மூலமாக அவை அடையப்படுகின்றன. தொடர்ந்து வரும் கோடையில் ஒருவர் அட்சுகி பீன் மற்றும் மன்க் பீன் பயிரிட வேண்டும். குளிர்காலத்தில் ஹெய்ரி வெட்ச் மற்றும் உரங்கள் இல்லாமல் நன்றாக வளரக் கூடிய, அரிய, பயிரினம் சார்ந்த இதர தாவரங்களைப் பயிரிட வேண்டும். இளம், பழமரச் செடிகள் வெள்ளத்தில் மூழ்கிவிடாமல் பார்த்துக் கொள்ள வேண்டும்

என்பதுதான் இத்துடன் உள்ள ஒரே பிரச்சனையாகும்.

தோட்டம் வளர்ச்சியடைந்தால் அது எல்லா வகையானப் பயிருக்கும் ஆதரவு அளிக்கும்.

முழுமையாக்கப்படாத தோட்டம் : இயல்பாக தோட்டங்கள் பெரிய மலைகளின் அடிவாரத்தில் உள்ள குன்று பகுதிகளிலும் நன்கு வடிகட்டப்பட்ட நிலங்களிலும் அமைக்கப்படுகின்றன. இத்தகைய தோட்டங்களில் வளரும் அதிகமானப் பயிர்கள் வருடாந்திரப் பயிர்களாகும். பொதுவாகப் பயிர் செய்யும் காலம் சிறியதாக இருக்கும்; அதிகமான விஷயங்களில் பல மாதங்களிலிருந்து கிட்டத்தட்ட பாதி வருடம் வரை தேவைப்படும்.

பெரும்பாலான காய்கறிகள் மூன்றடி உயரத்திற்கும் அதிகமாக வளர்வதில்லை; அவை ஆழமில்லாத வேர்களை உடையவையாக இருக்கின்றன. இத்தகைய சுழற்சி வருடம் முழுவதும் பலமுறை தொடர்வதற்கு, மண்ணின் மேற்பரப்பு பெறுகிற குறிப்பிடத்தக்க அளவு சூரிய ஒளியைப் பொறுத்து இந்தக் குறுகிய வளர்ச்சிக் காலம் அனுமதிக்கிறது. அதன்பிறகு வறண்ட பண்ணை நிலம் அரிமானத்துக்கு உள்ளாகும்; மழை பெய்வதால் மண் வடிகட்டப்படும்; வறட்சிக்கு ஏதுவாகும்; குளிர்ச்சியைக் குறைவாக தடை செய்யும்.

தோட்டத்தை நிர்மாணிக்கும்போது மண்ணின் இயக்கமென்பது மிகவும் கவலைக்குரிய விஷயமாகும். தோட்டமானது நிலத்தின் மேற்பரப்புடன் சமதள பாணியில் அமைக்கப்பட வேண்டும். தோட்டம் அமைக்கும்போது செய்ய வேண்டிய முதல் வேலையானது, தொடர்ச்சியாக பக்கவாட்டில் கரை கட்டுவது அல்லது குன்றின் சரிவு நெடுகிலும் கல் சுவர்களை எடுப்பது போன்றதாகும். மண்ணைப் பற்றிய அறிவு, மற்றும் சிதைந்து போகாதபடி அல்லது நிலத்தில் தோண்டிவிட்டு கற்களை திறமையாகப் பதித்து மண் கரைகளைக் கட்டுகிற செயல்திறன் போன்றவையே தோட்டத்தின் வெற்றியைத் தீர்மானிக்கும் காரணிகளாக இருக்க முடியும்.

சமதளமுடைய தோட்டத்தில் தனிப்பட்ட தளங்கள் சமமாக அல்லது சிறிது சாய்வாக இருப்பது பயிர் மகசூல் மற்றும் வேலை செய்யும் திறனில் பெரிய வித்தியாசத்தைத் தருகிறது. நான் ஏற்கனவே குறிப்பிட்டது போல, மண்ணைச் சீர்படுத்துவதற்கான மிக அடிப்படையான முறையானது மண்ணில் ஆழமான பள்ளங்களில் பண்படாத கரிமப் பொருட்களை புதைப்பதாகும். மற்றொரு சிறந்த முறையானது உயரமான கரைகளை உருவாக்க மண்ணைக் குவிப்பதாகும். உருவமற்ற பள்ளங்களைத் தோண்ட பெரிய மண்வெட்டியால் மண்ணை வெட்டி அள்ளுவதன்மூலம் இதைச் செய்யலாம். பண்படாத கரிமப் பொருளைச் சுற்றிலும் இந்த மண்ணைக் குவிக்க வேண்டும். பள்ளத்தில் உள்ள மண்ணைவிட இந்த வகையில் குவிக்கப்படும் மண்ணை மிக விரைவாக காற்றுடன் கலக்கச் செய்ய முடியும். வடிகட்டப்பட்ட, பொடியாக்கப்பட்ட மண்ணில்கூட உள்ளூறையான வளத்தை அத்தகைய முறைகளால் விரைவிலேயே ஏற்படுத்த முடியும். அது விரைவிலேயே உரம் இல்லாமல் வேளாண்மை செய்வதற்கு மண்ணைத் தயார் செய்துவிடும்.

இன்று, பெரிய இயந்திரங்களைக் கொண்டு கற்பாறைகளையும் கற்களையும் அகற்றி எளிதாகச் சுத்தம் செய்து, மண்ணின் மேற்பரப்பு சமன்படுத்தப்பட்டு நிலம் தயாராக்கப்படுகிறது. சிறிய நெல் நிலத்தின் அளவை உயர்த்துவதும், இயந்திரமயமாக்கப்பட்ட அரிசி உற்பத்தியை உயர்த்துவதும் நன்கு பொருந்திய தாக இருக்கிறது. என்றபோதும் அத்தகைய செயல்முறை அதனுடைய குறை பாடுகளையும் கொண்டிருக்கிறது. அவையாவன:

1. அடி மண்ணின் ஆழத்துக்கு ஏற்ப மேல் மண்ணின் அடர்த்தியை அது விட்டுச் செல்கிறது. அதனால் பயிர் வளர்க்க சமச்சீரற்ற இடங்கள் கிடைக் கின்றன. எனவே அந்த முறை செம்மையற்றது.

2. கனமான இயந்திரங்களை மண்ணின்மீது வைப்பதன் பளுவால் அடிமண் மிக அதிகமாக வண்டலாகப் படிகிறது. இது நிலத்தடி நீர் மாசுபட காரண மாகிறது. இந்தச் சூழ்நிலை, வேர் அழுகுவதைத் தூண்டுகிறது. புதிய நிலத்தில் பயிரின் ஆரம்ப வளர்ச்சியைக் குறைந்தபட்ச பகுதியாக அடக்குகிறது.

3. கரைகள் மற்றும் நடைபாதைகள் சிமெண்ட் கலவையால் கட்டப்படுவ தால், மண்ணில் உள்ள நுண்ணுயிரிகளின் இனத்தைச் சீர்குலையச் செய்து அழிக்கிறது. இங்கே உள்ள ஆபத்தானது மண் படிப்படியாக இறந்த தாதுப் பொருளாக மாறிவிடும் என்பதாகும்.

மரபு ரீதியான நெல் உற்பத்தி : திறந்த, சமமான நிலம்தான் அரிசி நெல்களை வளர்ப்பதற்கு மிகவும் தகுந்த இடம் என்று அதிகமான மக்கள் நினைக்கிறார்கள். ஆனால் பழங்கால ஜப்பானிய விவசாயிகள் விளை நிலங் களைப் பெரிய ஆறுகளின் சமமான, வளமான கரைகளில் அமைப்பதைவிட மலைப் பள்ளத்தாக்குகளில் அமைப்பதையே தேர்ந்தெடுத்தார்கள். ஏனென் றால் அங்கே வெள்ளம் மற்றும் வலிமையான காற்றைப் பற்றிய பயம் குறைவாக இருக்கும். எனவே அவர்கள் பள்ளத்தாக்குகளில் சிறிய நிலங்களையோ அல்லது குன்றுப் பகுதியில் சமதளமான அரிசி நிலங்களையோ அமைத்தார்கள்.

பள்ளத்தாக்கின் அருகில் உள்ள ஓடைகளிலிருந்து நீரை இழுப்பதற்காக வாய்க்கால் வெட்டுதல், அரிசி நிலங்களை உருவாக்குதல், கற்சுவர்கள் மற்றும் சமதளமான நிலங்கள் கட்டுதல் போன்றவை இன்றைய நாளின் மக்கள் கற்பனை செய்வதைப்போல அந்த விவசாயிகளுக்கு கடினமாக இருக்கவில்லை. அவர்கள் அதைச் சிரமமான வேலையாக நினைக்கவில்லை.

கரையில் உள்ள புற்கள், ஓரங்களில் உள்ள களைகள், மரங்களின் இளம் இலைத் தொகுப்புகள் போன்றவற்றை வெட்டி நிலத்தில் பரப்புவதால் ஒவ்வொரு வருடமும் உரங்கள் உபயோகிக்காமலே அரிசியை எளிதாக வளர்க்க முடியும். நிச்சயமாக, ஒரு சிறிய நிலமான 100 சதுர அடி நிலத்தால்கூட ஒரு தனிநபருக்குத் தேவையான உணவை வழங்க இயலக்கூடும். பரிசுத்தமான அமைதி, பாதுகாப்பு, அரிசி நெல்லை உருவாக்குகிற சிறிய சந்தோசம் ஆகியவை கற்பனை செய்ய முடிவதையும்விட அதிகமானவையாகும். இயந்திரமயமாக்கப்

பட்ட வேளாண்மையில் பெற முடியாத மகிழ்ச்சியையும் திருப்தியையும் இத்தகைய செயல்களால் நம்முடைய விவசாய முன்னோர்கள் பெற்றனர்.

மக்கள் நெருக்கம் உள்ள இடத்திலிருந்து வெகு தொலைவில், அடர்ந்த மலைகளில் உள்ள சிறு நெல் நிலங்களில் நடப்பவற்றை நான் அவ்வப்போது நினைவு கூர்கிறேன். அத்தகைய இடத்தில் ஒரு நிலத்தை உண்டாக்க யாரோ ஒருவர் எவ்வளவு திறமையாக செயல்பட்டிருப்பார் என்பதை எண்ணி வியப் படைகிறேன். நவீன பொருளாதார நிபுணருக்கு இது முற்றிலும் வெறுக்கத்தக்க செயலாகும். ஆனால் அந்த நிலமானது பழமையை நினைவுபடுத்துகிற அற்புத மான சாதனை என்பதை நான் கண்டுகொண்டேன். தனிமையில் மகிழ்ச்சியாக வாழக்கூடிய, அமைதியான ஏகாந்தத்தை உடைய காட்டை அதன் இயற்கை யுடன் தனது ஒரே துணையாகக் கொண்ட ஒருவரால் மட்டுமே அது உருவாக்கப்பட்டிருக்கிறது.

நீரைக் கொண்டு வருவதற்காக, பள்ளத்தாக்கில் உள்ள மரங்களின் நிழலில் வளைந்து செல்லும்படியாக கலைநயத்துடன் கட்டப்பட்ட கால்வாய், மண் மற்றும் நிலப்பரப்பைப் பற்றிய பூரண அறிவைக் காட்டுகிற கற்பாறை வேலைகள், கற்களின் மீதுள்ள பாசியின் அழகு ஆகியவை நிரம்பியதாக அந்த இடம் இருந்தது. யாரென்று தெரியாத ஒரு விவசாயி அவரைச் சுற்றியுள்ள ஆதாரங்களை மட்டும் முழுமையாக உபயோகித்து மிகுந்த கவனத்துடன் உருவாக்கிய மிகச் சிறந்த தோட்டம் என்ற உண்மை நிலையில் அது இருந்தது.

சாகுபடி நிலத்தின் நேற்றைய காட்சிகளெல்லாம், நவீனமயமாதலின் வெற்றி யால் வேகமாக அடித்துச் செல்லப்பட்டன. அரிசி நெல்லை தங்களுடைய ஆன்மாக்களின் கவசமாக, ஆயிரம் நெல்களில் ஆயிரம் நிலவுகளின் பிரகாசிப்பைப் பார்த்தவர்கள் அவர்களுடைய வேளாண் கலை ரசனையை இழந்ததற்கு ஈடாக நம்மால் மாற்றுப் பொருள் கொடுத்து உதவ முடியுமா என்பதை நாம் யோசிப்பது நல்லதாகும். ஆனால் ஒரு விஷயம் நான் உறுதியாக சொல்கிறேன். இந்த நம்பிக்கை ஊறப்பெற்ற நிலங்கள் மற்றும் அரிசி நெல்கள் எங்கோ ஓரிடத்தில், என்றோ ஒருநாள் கண்டிப்பாக மீண்டும் தோன்றும்.

இவையெல்லாம் மங்கலான பார்வையுடைய, பழங்கால நாகரிகமுடைய மனிதனது கடந்துபோன நாட்களின் வெறும் இனிமையான நினைவுகள் மட்டும் கிடையாது. அரிசி நெல்லை உருவாக்குவதற்காக உண்மை நிலையுடன் ஒத்திருக்கக்கூடிய பொதுவான முறையை நான் இங்கே விளக்கிக் கூறப் போகிறேன். ஏனென்றால் அது, பயிரிடப்படாத திறந்த சமவெளிகளிலும் புல்வெளிகளிலும்கூட நீடித்திருக்கக்கூடியதாகும்.

பயிர் சுழற்சி

நவீன வேளாண்மையானது மண்ணின் அழிவையும், மண்ணின் வளத்தில் அழிவையும் கொண்டு வந்திருக்கிறது. ஏனென்றால், அது பயிர்களை அதன் உபயோகத்தின் அடிப்படையில் பல வேறுபட்ட வகைப் பிரிவுகளாக பிரிக் கிறது. ஒவ்வொன்றையும் பிரித்து வைக்கப்பட்ட நிலையிலேயே வளர்க்கிறது;

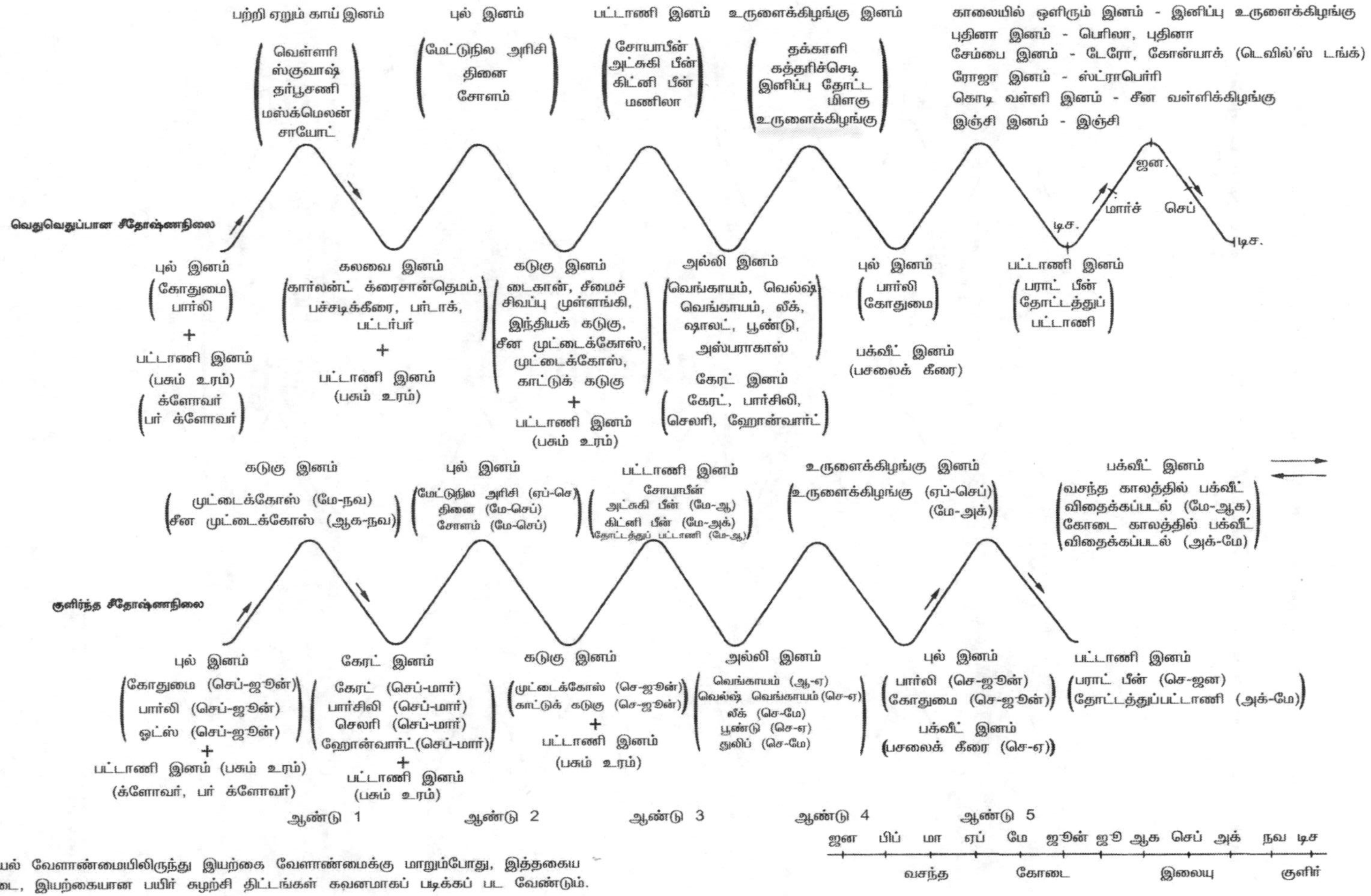

*அறிவியல் வேளாண்மையிலிருந்து இயற்கை வேளாண்மைக்கு மாறும்போது, இத்தகைய அடிப்படை, இயற்கையான பயிர் சுழற்சி திட்டங்கள் கவனமாகப் படிக்கப் பட வேண்டும்.

படம் 4.2 - இயற்கையாக, தொடர்ச்சியான பயிர் செய்யும் முறை

படம் 4.3 - பெரிய தானியங்கள் மற்றும் காய்கறி*களுக்கு பயிர் சுழற்சி செய்தல்

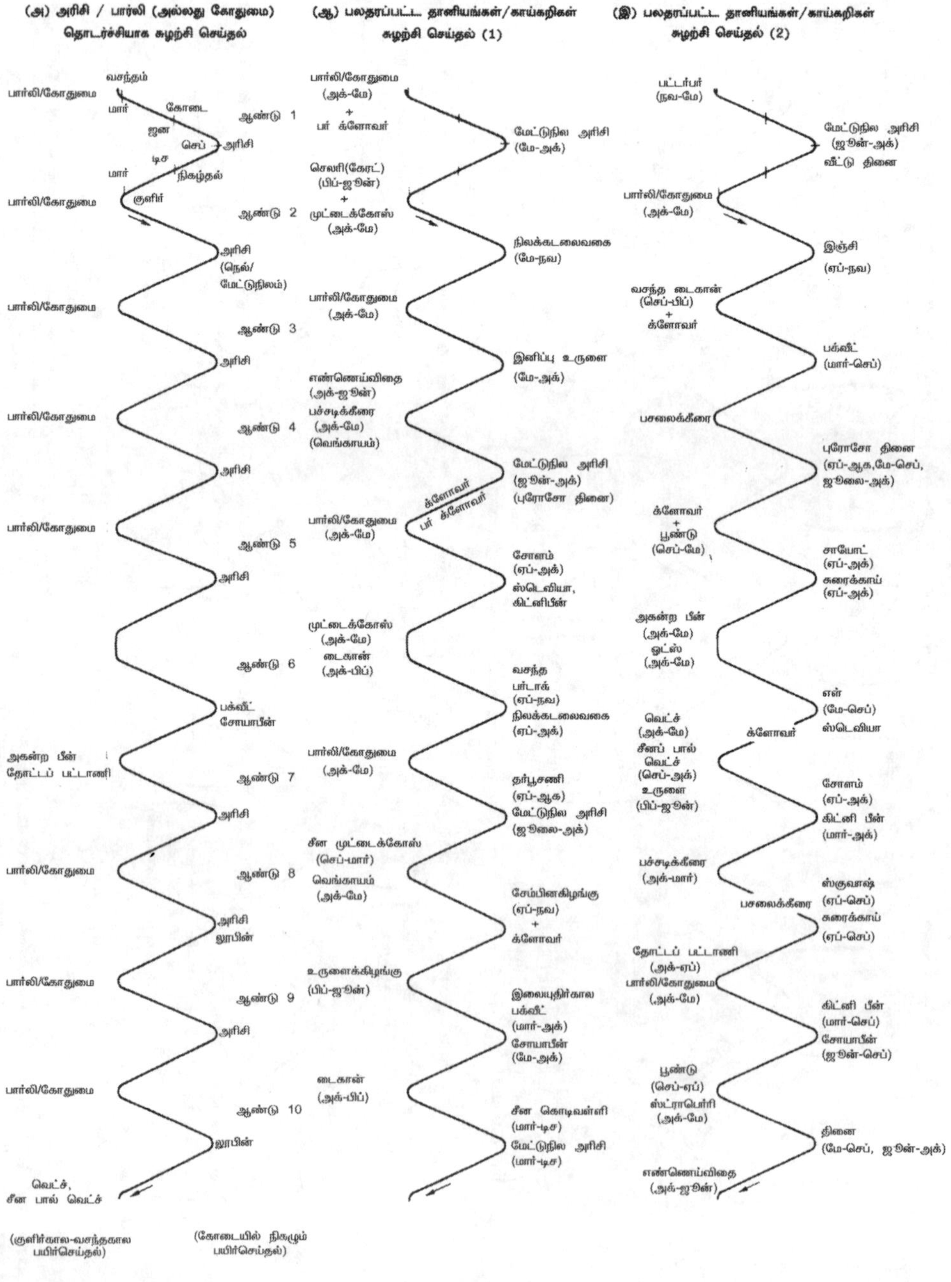

(ஈ) காய்கறிகள் சுழற்சி செய்தல் (1)

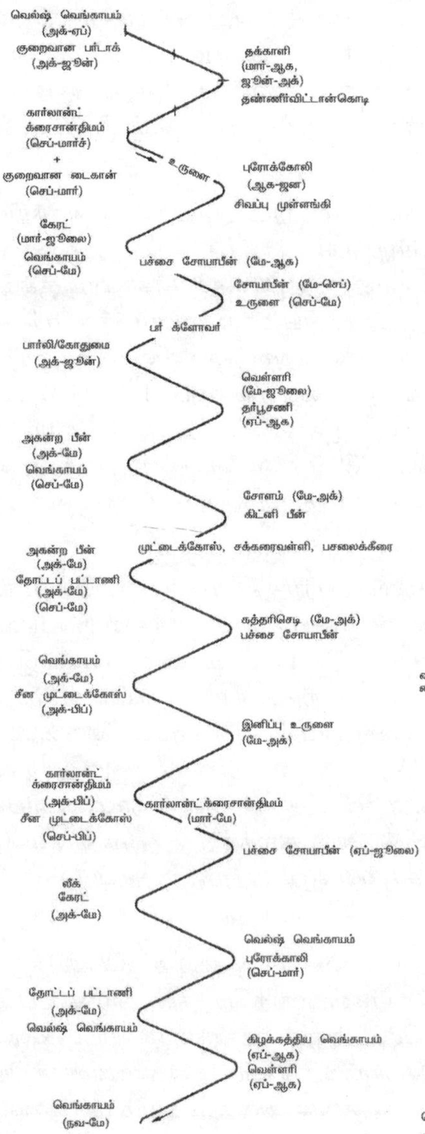

(உ) காய்கறிகள் சுழற்சி செய்தல் (2)

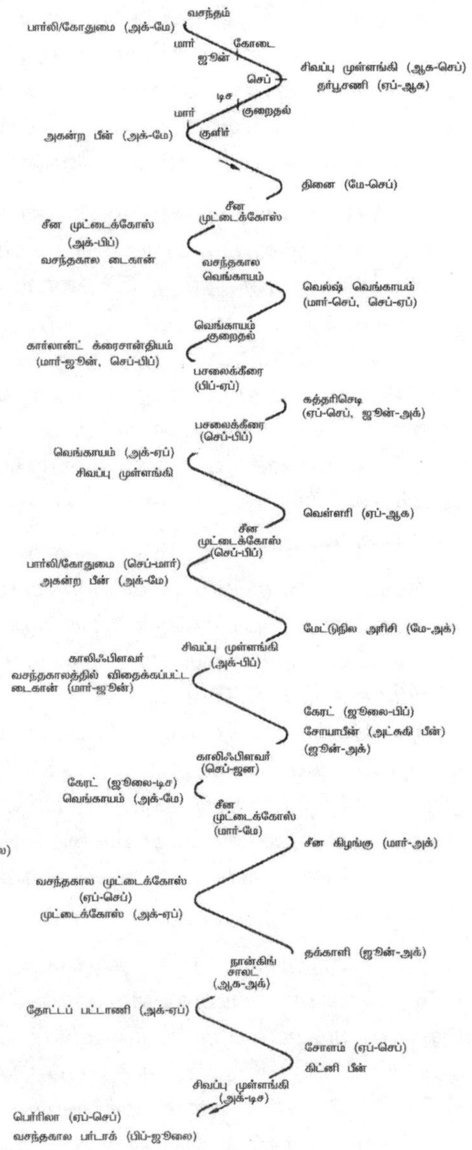

*சுழற்சி திட்டங்கள் (அ-இ) ஆகியவை விவசாயிகளால் உபயோகிக்கப்படுவதற்காகும். திட்டங்கள் (ஈ) மற்றும் (உ) ஆகியவை குடும்ப காய்கறி தோட்டங்களுக்கு தகுந்தவையாகும்.

தொடர்ந்து ஒரே பயிரை அபரிமிதமான இடங்கள் முழுவதிலும் அடிக்கடி வளர்க்கிறது.

முழுமையான இயற்கைப் பண்ணையில் பழமரங்கள், காய்கறிகள், தானி யங்கள் மற்றும் இதர பயிர்கள் அனைத்தையும் கண்டிப்பாக பயிரிட வேண்டும்; கரிம மற்றும் பரஸ்பர ரீதியாக தகுந்த வரிசையில் அவற்றை வளர்க்க வேண்டும். மிகவும் குறிப்பாக, மண்ணின் வளத்தைத் தக்க வைக்கும்போது நிலத்தை நிரந் தரமாக உபயோகிப்பதற்கு ஏற்ப, நம்பிக்கைக்குரிய பயிர் சுழற்சி திட்டமானது கண்டிப்பாக உருவாக்கப்பட வேண்டும்.

காட்டின் கரைகளில் உள்ள மரங்கள் மற்றும் அடியில் வளர்ந்திருக்கும் களைகளிலிருந்து பழமரங்களைக் கண்டிப்பாக பிரிக்கக்கூடாது. உண்மையில், அவை ஒன்றுடன் ஒன்று இணைபிரியாத உறவுகளைக் கொண்டிருக்கின்றன. இதனால் அவற்றால் இயல்பான, ஆரோக்கியமான வளர்ச்சியைக் காட்ட இயலும். காய்கறிகளைப் பொறுத்தவரையில், அவற்றை நிலத்தில் அப்படியே விட்டுவிட்டால் முதலில் அவை ஒழுங்கின்றி வளர்வதைப் போலத் தோன்றும். ஆனால் தொடர்ச்சியான பயிர் வளர்ச்சி, இடைவெளி, நோய் மற்றும் பூச்சி சேதம், மண்ணின் வளத்தைத் திரும்பப் பெறுதல் போன்ற பிரச்சனைகளை இயற்கைத் தீர்த்து வைக்கும்போது மெச்சத் தகுந்த பயிர்களை உற்பத்தி செய்கின்றன.

சிதைத்து எரிக்கும் வேளாண்மையை புராதன மனிதன் தொடங்கியதி லிருந்து, எந்தப் பயிர்களைப் பயிரிடுவது என்பதுதான் எல்லா இடங்களிலும் உள்ள விவசாயிகளால் எதிர்கொள்ளப்பட்ட பெரிய பிரச்சனையாக இருந்தது. இறுதியாக தெளிவான, தீர்மானமாக வரையறுக்கப்பட்ட பயிர் சுழற்சி முறை நிர்ணயிக்கப்பட்டது. மேற்கில், மேய்ச்சலை அடிப்படையாகக் கொண்ட சுழற்சி முறைகள் சில காலத்திற்கு உருவாக்கப்பட்டன. ஆனால் இவை நிலத்தின் அனுகூலத்திற்காக வடிவமைக்கப்படுவதைவிட கால்நடை தொழில்புரிபவர்கள் மற்றும் அவர்களுடைய கால்நடைகளின் அனுகூலத்திற்காகவே வடிவமைக்கப் பட்டன. இவை மண்ணின் வளத்தில் சரிவை ஏற்படுத்தின; அதனால் மண்ணை உடனடியாக சீர்படுத்த வேண்டிய நிலை ஏற்பட்டது.

ஜப்பானிலும்கூட, மிகச் சிறந்த பயிர் சுழற்சி முறையை உபயோகித்து வேறு பட்ட வகையான பயிர்களை வளர்க்கிறார்கள் என்றபோதும், பரந்த உபயோகம் உடைய அடிப்படைப் பயிர் சுழற்சித் திட்டம் ஒன்று உருவாக்கப்பட வேண்டும். இதற்கான ஒரே காரணம் தடுமாறச் செய்யும் எண்ணிக்கையிலான சாத்தியமான பயிர் சேர்க்கையே ஆகும். முக்கியமாக மகசூலை அதிகரிக்கவும் மகசூலை நிலை நிறுத்தவும் கருத்தில் கொள்ளப்பட வேண்டிய முடிவற்ற எண்ணிக்கையிலான மூலப் பொருட்கள் இருக்கின்றன. இவை அனைத்தையும் ஒரு சிறிய பயிர் சுழற்சி அமைப்பின்கீழ் கொண்டுவருவது என்பது முற்றிலும் கடினமான விஷயமாகும்.

முந்தையப் பக்கங்களில் உள்ள படங்கள் பயிர் சுழற்சி பற்றிய புரிந்து கொள்ளுதலுக்கு உதவும் எனக் கருதப்படுகிறது.

அரிசி மற்றும் பார்லி பயிர் செய்தல் : ஜப்பானிய விவசாயிகள் நீண்ட காலமாக அரிசி மற்றும் பார்லியை, தொடர்ச்சியாக சுழற்சி செய்து வரு கிறார்கள். ஒவ்வொரு வருடமும் நிச்சயமற்ற அதே அறுவடையைப் பெறுவது அவர்களுக்குப் போதுமானதாகவும், முற்றிலும் இயற்கையானது என அவர் களால் எப்போதும் ஒத்துக்கொள்ளப்பட்ட ஒன்றாகவும் இருக்கிறது. இந்த வகையான பயிர் சுழற்சியானது சிறப்பான ஒரு வேளாண் முறையாகும்; ஆயினும் இது உலகில் வேறெங்கும் பின்பற்றப்படவில்லை.

அரிசியும் பார்லியும் தொடர்ச்சியாக ஒவ்வொரு வருடமும் வெற்றிகரமாக வளர முடிவதற்கு ஒரே காரணம் அரிசி என்பது நெல் நிலத்தில் வளர்கிறது என்பதும், சிறந்த நீர்ப்பாசன முறையால் அந்த மண்ணின் வளம் உயர்வானதாக அமைக்கப்படுகிறது என்பதும்தான். உண்மையைச் சொல்வதென்றால், ஜப்பானிய விவசாயிகளால் உருவாக்கப்பட்ட மிகச் சிறந்த பயிர் செய்யும் முறை களைக் கண்டு நான் பெருமை அடைகிறேன்; அவற்றை வெளிநாடுகளிலும் அறிமுகப்படுத்த வேண்டும் என விரும்புகிறேன்.

இன்னமும் மிக எளிதான, ஆனால் குறிப்பிடத்தக்க சில முன்னேற்றங்கள் உருவாக்கப்பட வேண்டும். உதாரணமாக, அரிசியும் பார்லியும் உட்கிரகித்துக் கொள்கிற நைட்ரஜன் சேர்க்கைப் பொருட்களில் கிட்டத்தட்ட 70 சதவிகிதம் மண்ணால் நேரடியாக வழங்கப்படுகின்றன. மீதமுள்ள 30 சதவிகிதம் செயற்கை யான உரங்களால் வழங்கப்படுகின்றன. நிலத்தில் தானியங்களை அடித்துப் பிரித்து எடுக்கும்போது கிடைக்கிற வைக்கோல் மற்றும் உமியை மீண்டும் நிலத்திலேயே விட்டுவிட்டால், தாவரங்களுக்கு தேவையானதில் மீதமுள்ள 15 சதவிகிதம் நைட்ரஜன் சேர்க்கைப் பொருட்களை மட்டுமே விவசாயிகள் தங்களது நிலங்களுக்கு வழங்க வேண்டியிருக்கும்.

அரிசி பயிர் செய்ய உரம் தேவையில்லை என்ற வகையில் நிலத்தை பண் படுத்தக்கூடிய இயந்திரங்களை உருவாக்குவதற்கான சாத்தியங்கள் உள்ளதாக சமீபத்திய அறிவியல் பத்திரிகைகளில் செய்திகள் வெளியாகி வருகின்றன. அரிசி உற்பத்தி செய்யத் தேவையான நைட்ரஜனை வழங்குவதற்கு, சோயாபீனின் வேர்க் கணு மரபணுவையும் அரிசியின் மரபணுவையும் இணைப்பதன் மூலமாக இயலும் என்பதையும் இது தெரிவிக்கிறது. உரம் இல்லாமல் பயிர் செய்வதற் கான சிறந்த முறைகளை இயற்கை அடைந்தாலும் மனிதன் அதை அனுமதிக்க வேண்டும். உண்மையில், நிரம்பிய பசும்தழைகளின் கீழே அரிசி மற்றும் பார்லி உற்பத்தி செய்யும் என்னுடைய முறைகள் இயற்கையைப் பின்பற்றியதாகும்.

மேட்டுநில அரிசி : உலக மக்கள்தொகையில் பாதி மக்களின் ஆதார உணவுப் பொருட்களாக கோதுமை மற்றும் அரிசி இருக்கின்றன. ஆனால் மேட்டுநில அரிசி பயிர் செய்தல் பரவினால், இந்த தானியத்தை அதிக மகசூலில் அறுவடை செய்வது எளிதானதாக இருக்கும். அரிசி உண்ணும் மக்களில் அதிகமானோர் இந்தத் தானியத்திற்கு மாறிவிடுவார்கள். உலக அளவில் உள்ள உணவுப் பற்றாக்குறையைத் தீர்ப்பதற்குச் சாத்தியமான, மிகவும் திறன் வாய்ந்த மாற்றுவழி மேட்டுநில அரிசி பயிர் செய்தலாகும்.

பொதுவாக பேசும்போது, மேட்டுநில அரிசி என்பது வறட்சியின் காரண மாக நிலையற்றப் பயிராக இருக்கிறது. நெல் நிலங்களில் வளரும் அரிசியைவிட குறைவான மகசூலே கிடைக்கிறது. தொடர்ச்சியாக பயிர் செய்வது மண்ணின் வளத்தை வடிகட்டுகிறது; அதன் விளைவாக மகசூலில் சரிவு ஏற்படுகிறது. பசும்தழைப் பயிர்கள் மற்றும் காய்கறிகளுடன் இணைத்து சுழற்சி முறையில் பயிர் செய்வது இந்தப் பிரச்சனைக்கான ஒரு தீர்வாக இருக்கிறது. ஏனென்றால் நீரைத் தேக்கி வைக்கும் திறனையும், மண்ணின் வளத்தையும் இது படிப்படியாக உயர்த்துகிறது.

சிறு தானியங்கள் : இந்தப் பிரிவானது தினை, சோளம் என்ற புல் இனங்கள், அதே நேரத்தில் பக்வீட், ஜாப்ஸ் டியர்ஸ் மற்றும் இதர தானியங்களையும் உள்ளடக்கியதாக இருக்கிறது. அரிசி, பார்லி, கோதுமை ஆகியவற்றுடன் ஒப்பிடும்போது இத்தகைய தானியங்கள் அவற்றின் "மட்டமான" சுவையாலும் அவற்றை உபயோகிப்பதற்கான முறைகளில் ஆய்வு பற்றாக்குறையாலும் பொதுவாக குறைவான இடைவேளையே பெறுகின்றன. ஆனால் மனிதர்களின் தேகத்தை நல்ல முறையில் பராமரிக்க அத்தியாவசியமான, ஆரோக்கியமான ஒரே உணவு என்ற அவற்றின் மிகச் சிறந்த மதிப்பால் அதிகமான கவனத்தைப் பெறுவதற்குத் தகுதியானவையாக இருக்கின்றன.

பொதுவில், காய்கறிகள் மற்றும் இதர தாவரங்களுக்கும் இதுவே உண்மை யாகும். இவை பண்படாத, மிகவும் புராதனமான உணவுகளாகும்; சிறப்பான மருத்துவக் குணத்தையும் உடையனவாகும்.

மனிதனுக்கு உணவாகிற இத்தகைய சிறு தானியங்களை மிகச் சிறந்த சுவை மாற்றங்களுடன் பயிர் செய்தல் என்ற இடத்திலிருந்து, இவற்றின் விதைகளைப் பாதுகாப்பது கூட கடினமானது எனும் இடத்திற்கு விரைவாக பின்வாங்கி விட்டது. ஆயினும் மனிதர்கள் மற்றும் விலங்குகளுக்கு உணவாவதற்கும் கூடுத லாக, மண்ணைப் பாதுகாப்பதற்கான பண்படாத கரிமப் பொருள் என்ற முக்கிய மான பங்கையும் ஆற்றுகிறது. இத்தகைய தானியங்களில் ஒரே பயிரைத் தொடர்ச்சியாக பயிர் செய்யும்போது அல்லது வளர்க்கும்போது அவை மண்ணை வடிகட்டுகின்றன. ஆனால் பசும்தழைப் பயிர்கள் மற்றும் வேர்க் காய்கறிகளுடன் சுழற்சி செய்யும்போது அவை மண்ணைச் சீராக்கி வளப் படுத்துகின்றன. இதனால்தான் சிறு தானியங்கள் மீண்டும் உற்பத்தி செய்யப்பட வேண்டும் என நான் கூறுகிறேன்.

காய்கறிகள் : காய்கறிகள் வளர்வதற்கு மிகவும் பலவீனமான பயிர்கள் என்ற எண்ணத்தில் மக்கள் போஷாக்கு அளிக்கிறார்கள். ஆட்சேபிக்கும் விதமாக, பல்வேறு வகையான காய்கறிகள் மரபணு ரீதியாக அதிகமாக செம்மை யாக்கப்படுகின்றன. வெள்ளரி மற்றும் தக்காளி போன்றவை விசாலமான பயிர் செய்தலிலும்கூட உயிர்த்திருக்கக்கூடிய அளவுக்கு திடமான பயிர்களாகும்.

உதாரணமாக சித்திரவதை செய்யக்கூடிய அளவு குளிருள்ள குளிர்கால காய்கறிகளை, களைகள் தோன்றுவதற்குச் சிறிது முன்பாக விதைக்கும்போது களைகளை வென்று வேகமாக வளர்கின்றன. இத்தகையவை கீழ்வேரை

மண்ணுக்குள் ஆழமாக அனுப்புகின்றன. மண்ணைச் சீர்படுத்துவதிலும் மிகவும் திறன் உடையவையாக இருக்கின்றன. பயிரினம் சார்ந்த இந்தப் பசும்தழை யானது கோடை கால களைகளை அடக்குகிறது. மண்ணை வளப்படுத்த வேண்டும் என்ற நிலையை அரிதாகத்தான் உருவாக்குகிறது. தெளிவாக, இத்தகையவை பயிர் சுழற்சியில் கூட முக்கிய பங்கை வகிக்கின்றன.

அறிவார்ந்த கலப்புப் பயிர் செய்தல் திட்டத்தில் புத்திசாலித்தனமான காய்கறிகளின் சேர்க்கையானது நல்ல மகசூலுடன், பூச்சிக்கொல்லிகளை நாடாமலேயே நோய் மற்றும் தொந்தரவு தரும் பூச்சி இல்லாமல் வளர முடியும். அதிகமான காய்கறிகளை, பாதி பண்படாத நிலையில் பயிர் செய்யும்போதுகூட இயற்கையான சுழற்சியாகக் கருத முடியும் என்பதையும், கிட்டத்தட்ட முற்றிலும் உரம் இல்லாமலேயே வளர்க்க முடியும் என்பதையும் நான் எனது சொந்த அனுபவத்திலிருந்து கற்றுக்கொண்டேன்.

பழமரங்கள் மற்றும் பயிர் சுழற்சி : பழமரங்களை வருடம் முழுவதும் பயிர் செய்வதால், தொடர்ந்து பயிர் செய்யும்போது ஏற்படக்கூடிய சிரமங் களுக்கு அவை ஆளாகக் கூடியவையாகும். பாதுகாக்கப்பட்ட வனம் மற்றும் களைகள் நிரம்பிய நிலத்தைப் பெற்றிருப்பது அத்தகைய பிரச்சனைகளை இயற்கையாக தீர்க்கக்கூடியது; பழமரங்களின் ஆயுளையும் அவை நீட்டிக்கும். இணையாக பயிரிடப்பட்ட பசும் மரங்கள் மற்றும் அடியில் வளர்ந்திருக்கும் களைகளுடன் முப்பரிமாண பயிர் சுழற்சி உறவில் இத்தகைய மரங்கள் நீடித்திருக்கின்றன.

பழமரங்களுக்கு அடியில் காய்கறிகள் வளரும்போது தொந்தரவு தரும் பூச்சி களின் எண்ணிக்கை குறைவாக இருக்கும். சில நோய்களும், தொந்தரவு தரும் பூச்சிகளும் பழமரங்கள் மற்றும் காய்கறிகள் என இரண்டிற்கும் பொதுவான வையாக இருக்கும்; சில பொதுவானவையாக இருக்காது. அவை வருடத்தின் பல்வேறு நேரங்களில் வெளித்தோன்றக்கூடிய, இயற்கையான, வேறுபட்ட எதிரிகளைப் பெற்றிருக்கும். பழமரங்கள், காய்கறிகள், தொந்தரவு தரும் பூச்சிகள், அவற்றின் இயற்கையான எதிரிகள் ஆகியவற்றிற்கு இடையில் சமநிலை தக்க வைக்கப்பட்டிருக்கும் வரை நோய்கள் மற்றும் பூச்சிகளின் தாக்குதலால் ஏற்படுகிற உண்மையான சேதத்தைத் தடுக்க முடியும். அதே காரணத்திற்காக பசும் மரங்கள், காற்றின் வலிமையைத் தடுக்கும் மரங்கள், ஆண்டுதோறும் இலை உதிர்க்கிற என்றும் பசுமையான மரங்கள் ஆகியவற்றை இணைத்துப் பயிரிடுதல் சேதத்தைக் குறைப்பதற்கு உதவ இயலும்.

அதிகமான இடங்களில், மரத்தின் பலம் குறைவதன் காரணமாக நீண்ட கொம்பு உடைய வண்டுகளாலும் பூச்சிகளாலும் மரங்களில் கடுமையான நோய் மற்றும் பூச்சி சேதம் ஏற்படுகிறது. மண்ணின் வளம் வடிகட்டப்படுதல், மரத்தின் குழப்பமான உருவம், போதிய காற்று வசதியின்மை, பற்றாக்குறையான ஒளி ஊடுருவல் அல்லது ஒருங்கிணைந்த இந்த அனைத்துக் காரணங்களின் சேர்க்கை யால் மரத்தின் பலம் குறைகிறது. ஏனென்றால் மண்ணின் வளத்தை நிலை நிறுத்த அவை உதவுகின்றன. பசும்தழைப் பயிர்கள் நிரம்பிய நிலத்தில் பசும்

மரங்களுடன் சேர்த்து, பழமரங்களைப் பயிரிடுதலானது நோய் மற்றும் பூச்சி சேதத்திற்கு எதிரான, அடிப்படையான பாதுகாப்பு முறையாக ஒத்துக் கொள்ளப்படுகிறது.

பழமரங்களைப் பயிர் செய்வதற்கு இயற்கை வேளாண்மை முறைகளை உப யோகிப்பதால் உண்மையிலேயே முப்பரிமாண பழத்தோட்டத்தை உருவாக்க முடியும். வெறுமனே பழத்தை வளர்ப்பதற்கான ஓர் இடமாக இருப்பதற்கும் அப்பால் பழத்தோட்டம் உறுப்புகளோடு கூடிய ஒரு தொகுக்கப்பட்ட பிரிவாக இருக்கிறது. காட்டுக்கோழி, கால்நடை, மனிதன் என அனைத்தையும் உள்ளடக்கியிருக்கிறது. ஒரு பழத்தோட்டமானது பிரபஞ்சத்தின் ஒரு சிறிய மாதிரி உருவமாக இருந்தால், சுய தேவையின்படி வாழ ஒருவரால் முடியாதது ஏன் என்பதற்கு எந்தக் காரணமும் இருக்காது.

அனுகூலம் தரக் கூடியவை அல்லது தொந்தரவு தரக்கூடியவை என மனிதன் வகைப்படுத்திய பூச்சிகளை சமமான நடுநிலைமையுடன் நோக்கும்போது, இது சமாதான சகவாழ்வு மற்றும் பரஸ்பர நம்பிக்கைக்கான உலகம் என்பதை மனிதன் பார்ப்பான். அதிகமான உர உபயோகத்தையும் சக்தியையும் அழைக்கிற வேளாண் முறைகளானது, நிலத்தின் இயற்கையான வளத்தைக் கொள்ளை யடிப்பதில் மட்டுமே வெற்றி பெற முடியும் என்பதையும் புரிந்துகொள்வான்.

இயற்கை என்பது அதற்குப் போதுமானதாக இருக்கிறது. மனிதனின் அறிவு மற்றும் முயற்சிக்கு ஒருபோதும் அங்கே தேவை இருக்கவில்லை. இயற்கையை "ஒன்றும் செய்யாதே" என்பதற்குத் திரும்புவதன் மூலமாக அனைத்துப் பிரச்சனைகளும் தீர்க்கப்படுகின்றன.

2. அரிசி மற்றும் குளிர்கால தானியம்

ஜப்பானில் அரிசி பயிர் செய்யும் மார்க்கம்

வெறுமனே வாழ்க்கைக்கான ஆகாரப் பொருட்களை வளர்ப்பதைவிட அரிசி பயிர் செய்யும் விவசாயிகளுக்கான ஆழ்ந்த அர்த்தத்தைப் பற்றியிருக்கும், தானி யத்தைப் பக்குவ நிலை அடைய வைக்கும் நாடு என்று தங்களுடைய நாட்டை அழைக்க வேண்டும் என்றுதான் ஜப்பானிய மக்கள் நீண்ட நாட்களாக விருப்பம் கொண்டிருக்கிறார்கள். அரிசியை விவசாயி வளர்க்கவில்லை; இயற்கை வளர்க்கிறது. இந்த நாட்டில் பிறக்கும் மக்கள் அந்த இயற்கையின் வளங்களை எடுத்துக் கொள்கிறார்கள். "தானியத்தைப் பக்குவநிலை அடையச் செய்கிற பெரிய மனமுடைய நாடு" என்கிற வார்த்தைகள் யமாட்டோ மக்களின் மகிழ்ச்சியை வெளிப்படுத்துகிறது; அவர்கள், ஆகாயம் மற்றும் புவியின் வளமான ஆசீர்வாதங்களை நன்றிமிக்க இதயத்துடன் பெற முடிந்தவர்கள் ஆவார்கள்.

ஆயினும், தன்னால் அரிசி வளர்க்க முடியும் என மனிதன் யோசிக்கத் தொடங்கியபோது அறிவியல் சார்ந்த சீர்தூக்கிப் பார்த்தல் எழுந்தது. அரிசிக்கும் நிலத்துக்கும் இடையே பிளவை உண்டாக்கியது. இயற்கையுடன்

ஒன்றுபடும் அறிவை மக்கள் இழந்துவிட்டார்கள். அதனுடைய இடத்தில், அரிசி பயிர் செய்தலில் மனிதனது உறவையும் மண்ணுடனான அவனது உறவையும் மட்டுமே வைத்திருக்கிறார்கள். அரிசி என்பது வெறுமனே ஓர் ஆகாரப் பொருள் என அறிவியல் சிந்தனை குறைந்திருக்கிறது. அரிசி பயிர் செய்தலில் - கடவுளுக்கான சேவை - ஈடுபட்டிருக்கும் விவசாயியின் வேலையை பொருளாதார ரீதியாக திறமையற்றதாகவும், அறிவியல் சாராத செயலாகவும் பார்க்கத் தொடங்கியது. ஆயினும் அரிசி என்பது வெறுமனே ஒரு உணவா, ஆகாரப் பொருளா? விவசாயிகளின் உழைப்பு என்பது வெறுமனே பொருளா தார செயல்பாட்டின் ஒரு துறைதானா? விவசாயிகள் என்பவர்கள் உணவு உற்பத்தியில் ஈடுபட்டுக் கொண்டிருக்கும் தொழிலாளர்கள் என்பதற்கும் அதிகமாக இல்லையா?

அரிசியின் உண்மையான மதிப்பைப் பார்க்கும் பார்வையை ஜப்பானிய மக்கள் இழந்துவிட்டார்கள். இலையுதிர்காலத்தைக் கொண்டாடுவதற்காக, பக்குவ நிலை அடைந்த அரிசியை தங்களது காணிக்கையாக கடவுளுக்கு அளிக்கும் நன்றி குணத்தை விவசாயிகள் மறந்து கொண்டிருக்கிறார்கள். அறிவியல் சார்ந்த இந்த தோற்றத்திலிருந்து, அரிசி என்று நாம் அழைக்கும் இந்தப் பொருளானது, மனித உணவாக அதன் போஷாக்கின் மதிப்பு என்னவோ அதற்கான மதிப்பை மட்டுமே பெற்றிருக்கிறது. பக்குவநிலை அடைந்த தானியமானது மனித உழைப்புக்கு கிடைத்த வெகுமானமாக பார்க்கப் படலாம் என்றபோதும், இது ஆகாயம், புவி மற்றும் மனிதனின் பொதுவான முயற்சியின் உற்பத்திப் பொருள் என்ற அறிவில் மகிழ்ச்சி இல்லை. இயற்கையின் மையத்தில் இருந்து இந்த வாழ்வின் முடிவற்ற வலிமை தோன்றுவதில் எந்தச் சந்தேகமும் இல்லை. ஜப்பானிய மண்ணில் வளரும் அரிசியானது யமாட்டோ மக்களது வாழ்வின் ஊன்றுகோல் என்பதற்கும் அதிகமாக அவர்களுடைய ஆன்மாவாகவும் இருக்கிறது.

ஆனால் பொதுவான பார்வையில் அரிசி உற்பத்தி என்பது மற்றொரு உணவுப் பொருள், வர்த்தகப் பொருள் என்ற ரீதியில் விவசாயியின் செயல்கள் தாழ்ந்து வருவதால் அரிசி உற்பத்தியின் உண்மையான நோக்கம் படிப்படியாக களங்கமாகிறது. ஆனால் எப்போதும் அரிசி பயிர் செய்தல் என்பதே நோக்கம் கிடையாது; ஸ்டார்ச் உற்பத்தி செய்தலும் ஆகும். மிகவும் சரியாக சொல்வ தென்றால், ஸ்டார்ச் உற்பத்தி செய்து விற்பதன் மூலமாக லாபங்களைப் பெறுவதாகும். இன்றைய நாளில் மகசூலை அதிகரித்து, வருமானத்தை உயர்த்த விவசாயிகள் செய்யும் முயற்சிகளின் மூலமாக இதன் இயற்கையான மதிப்பைப் பார்க்க முடியும்.

அரிசி பயிர் செய்தல் முறைகளில் மாற்றங்கள் : சமீபத்தில் ஜப்பானில் அரிசி பயிர் செய்தல் பல்வேறு நிலைகளைக் கடந்து வந்திருக்கிறது. அவை பின்வருமாறு குறிக்கப்படுகின்றன :

1. 1940 - புராதன வேளாண்மை (உழுது பயிரிடும் முறைகளில் முன்னேற்றங்கள்)

2. 1950 - விலங்கு சக்தியுடைய வேளாண்மை (உரம் உற்பத்தியை அதிகரித்தல்)

3. 1960 - அறிவியல் வேளாண்மை (இயந்திரமயமாதல்)

4. 1970 - விவசாயக் கருவிகள் (சக்தி - மிகுந்த முறையிலான வேளாண்மை)

அறிவியல் வேளாண்மை வளர்ச்சி அடைவதற்கு முன்னதாக பயிர்களை வளர்த்து நாட்டுக்குச் சேவை செய்வதற்காக அரிசி விவசாயிகள் தங்களை முழுமையாக அர்ப்பணித்துக் கொண்டார்கள். ஆனால் அவர்களுடைய கவனம் படிப்படியாக நிலத்திலிருந்து, மண்ணிண் வளத்தை உயர்த்துவதற்கான பிரச்சனை மற்றும் மண்ணின் வளத்துக்குப் பங்கு பெறுபவை என்னென்ன என்ற கலந்தாய்வையும் நோக்கித் திரும்பியது.

மண்ணின் வளத்தை அதிகரிப்பதற்கு மிகவும் திறனுடைய வழியானது அதை மிக ஆழமாக உழுது பயிரிடுவதும், மண்ணில் அதிக அளவு கரிமப் பொருட்களை சேர்ப்பதும்தான் என்பது தெளிவாகத் தெரியத் தொடங்கியது; உடனே, உழுதலையும் மண்வெட்டியால் களைதலையும் அதிகரிப்பதற்கான செயல் முறைகளும், புற்கள் மற்றும் வைக்கோலை வெட்டுவதால் கலப்பு உரம் தயாரித்தலை அதிகப்படுத்தும் செயல்முறைகளும் நாடு முழுவதும் பரவின; ஜப்பானியர்களுடைய வேளாண்மையின் சமீபத்திய வரலாற்றை நன்கு அறிந்தவர்கள் இதைத் தெரிந்துகொள்வார்கள். மண்ணை ஓரங்குலம் ஆழத்திற்கு உழுவதால் கால் ஏக்கருக்கு 5 பஷெல் அளவு மகசூலை உயர்த்த முடியும் என மண் அறிவியலறிஞர்கள் காட்டியுள்ளார்கள். இதிலிருந்து மண்ணை 5 அங்குலம் உழுவதால் 25 பஷெல் மகசூல் அளவைப் பெற முடியும் எனத் தீர்மானிக்கப்பட்டது.

பின்னர் விலங்கு சக்தி உடைய வேளாண்மை கொண்டு வரப்பட்டது. ஏனென்றால் எரு மற்றும் தயாரிக்கப்பட்ட கலப்பு உரத்தை அதிகமாக உபயோகிப்பது அதிக மகசூலைப் பெற உதவும் என அறியப்பட்டதே அதற்குக் காரணமாகும். ஆயினும் கலப்பு உரம் தயாரிப்பது அவ்வளவு எளிதான வேலை இல்லை என்பதை விவசாயிகள் அறிந்து கொண்டார்கள். அதிகமான வேலையாட்கள் தேவைப்பட்டதால் கால் ஏக்கருக்கு 22 பஷெல் அளவு மகசூல் என்பதை அடைவதுகூட தோல்வியடைந்தது. அதிகமான மகசூலைப் பெறுவதற்காக, திடமற்ற பயிர் செய்தலிலும்கூட நவீன முயற்சிகளை உபயோகித்த சில விவசாயிகளின் நிலையால் விலங்கு சக்தி வேளாண்மை அகற்றப்பட்டது.

இன்றைய நாளில் வளர்ச்சியின் பல்வேறு நிலைகளில் அரிசியின் வடிவ அமைப்பில் அதிகமான ஆய்வுகள் நடத்தப்பட்டு வருகின்றன. பயிர் செய்யும் பருவம், விதைக்கப்படும் விதையின் அளவு, பிடுங்கி நடப்படும் நாற்றுகளின் எண்ணிக்கை மற்றும் இடைவெளி, நாற்றின் ஆழம் போன்றவற்றில் விரிவான ஆய்வுகள் செய்வதன் மூலமாக அதிக மகசூல் அடைவதற்கு அறிவியலறிஞர்கள் முயற்சி செய்கிறார்கள். எனினும், அதன் விளைவாக கிடைத்த எந்தவொரு தொழில்நுட்பமும் மகசூலில் 5 சதவிகிதத்திற்கும் அதிகமான விளைவை ஏற்படுத்தவில்லை. இவையனைத்தையும் ஓர் உயர் மகசூல் தொழில்நுட்பத்தின்

கீழ் இணைப்பதற்கும் பலப்படுத்துவதற்குமான முயற்சிகள் நடைபெற்று வருகின்றன.

குறிப்பிடத்தக்க லாபங்கள் எதையும் ஏற்படுத்துவதில் அத்தகைய முயற்சிகள் தோற்றுவிட்டன. ஆயினும் குறைவான மகசூல் தரும் இடங்களில் சிறந்த வாய்க் கால் நீர், மற்றும் இதர திருத்த வேண்டிய பிழைகள் என அடிப்படை முன்னேற் றங்கள் செய்ததன் மூலமாக மகசூலில் அவ்வபோது உயர்வை ஏற்படுத்தின. கடந்த 50 ஆண்டுகளாக ஜப்பானியர்களின் வேளாண் தொழில்நுட்பம் விரை வாக வளர்ச்சியடைந்து வருகிறபோதும், இந்த நிலத்தின் உற்பத்தித் திறன் சரிந்து விட்டது. இந்தப் பருவம் தரத்தில் முன்னேறிச் செல்வதைவிட பின்வாங்கி ஓடும் ஒன்றாகவே இருந்தது.

இன்றைய நாளில் நெல் நிலத்தில் அரிசி உற்பத்தி செய்வது என்பது கடின உழைப்பின் உற்பத்தித் திறனாக இருக்கிறது. விவசாயிகள் லாபங்களையும் பிரதி பலனையும் பெறுவதற்குப் போராடுகிறார்கள். அவர்கள் விலங்கு சக்தி வேளாண்மையை கைவிட்டுவிட்டு, அறிவியல் வேளாண்மையை முழு மனதாக தழுவிக் கொண்டார்கள்; குறிப்பாக, இயந்திரமயமாதல் மற்றும் இரசாயனங் களை உபயோகித்தலை ஏற்றுக் கொண்டார்கள். அறிவியல் வேளாண்மையின் மாசுபடுத்தும் விளைவுகளைப் பற்றி கவலைப்படாமல், குறைந்த எண்ணிக்கையி லான விவசாயிகளால் கரிம வேளாண்மை முறை அதிகமாக மேற்கொள்ளப் பட்டது. ஆனால் கரிம வேளாண்மையும்கூட அறிவியல் வேளாண்மையின் விளைவுதானாகும். ஏனென்றால் அது பெட்ரோலியம் சக்தி சார்ந்த தீவிரமான வேளாண் வர்த்தக முறையாக இருக்கிறது.

இன்றைய நாளில் அறிவியல் வேளாண்மையை மறுப்பதற்கும் அதன் அசுர வேக வளர்ச்சியை நிறுத்துவதற்கும் ஒரே மார்க்கம்தான் இருக்கிறது. அது, வேளாண் ஆதாரமாக இருக்கும் அரிசி, பார்லி, கோதுமை ஆகியவற்றைப் பயிர் செய்வதற்கு இயற்கை வழியிலான வேளாண்மையை நிர்ணயிப்பதாகும்.

பார்லி மற்றும் கோதுமை பயிர் செய்தல்

சமீபத்தில் ஜப்பானின் அதிகமான இடங்களில் குளிர்கால தானியங்களான பார்லியும் கோதுமையும் வளர்க்கப்படும் வரை, ஜப்பானிய மக்களின் உணவுப் பொருள் என்ற முக்கியத்துவத்தில் அரிசிக்கு அடுத்த இடம்தான் இந்த தானியங் களுக்கு அளிக்கப்பட்டது. பழுப்பு அரிசியுடன் கூடுதலாக, சமைத்த அரிசி மற்றும் பார்லியின் சுவை ஜப்பானிய மக்களுக்கு ஏதோ நெருக்கமானதாக இருந்தது. ஆயினும் இன்று இத்தகைய குளிர்கால தானியங்கள் ஜப்பானிய மண்ணிலிருந்து மறைந்து போகும் செயல்முறையில் உள்ளது.

சமீபமாக 15 அல்லது 20 ஆண்டுகளுக்கு முன்னர், இலையுதிர் காலத்தில் அரிசி அறுவடை முடிந்தபிறகு நெல் நிலத்தை அப்படியே விட்டுவிடுவதில்லை. குளிர் கால மாதங்களின்போது ஏதோவொன்று எப்போதும் விதைக்கப்பட்டது. கோடை கால அரிசி பயிரைத் தொடர்ந்து குளிர்காலத்தில் கோதுமை அல்லது பார்லி பயிர் செய்யும்போது நெல் நிலத்தின் ஒரு யூனிட் அளவு உற்பத்தித்

திறன்கூட சிறப்பாக இருக்காது என்பது விவசாயிகளுக்குத் தெரியும். இலையுதிர் காலத்தில் அரிசி அறுவடை செய்யப்பட்ட உடனே நெல் நிலம் உழப்படுகிறது; வரப்புகள் உருவாக்கப்படுகின்றன; பார்லி அல்லது கோதுமை விதை விதைக்கப் படுகிறது. குளிர்கால தானியமானது ஈரப்பதத்தைக் குறைவாக எதிர்க்கும் சக்தி உடையது எனக் கருதப்பட்டதால் இவ்வாறு செய்யப்பட்டது.

பார்லி பயிர் செய்வது எளிதான வேலை கிடையாது. விவசாயி முதலில் நிலத்தை உழுது தொடங்குவார். அதன்பிறகு நிலத்தில் உள்ள மண்கட்டிகளை உடைத்து, விதைகளுக்கான சிறிய பள்ளங்களை உருவாக்குவார். அந்தப் பள்ளங் களில் விதைகளை விதைத்து, அந்த விதையை சேற்றால் மூடி, தயாரிக்கப்பட்ட கலப்பு உரத்தை இடுவார். இந்தச் செயல்முறை இறுதியாக முடிவடைந்ததும், அந்த வருடம் முடிவதற்கு முன்பாகவே முதல் களையெடுப்பை அவர் செய்து விடுவார். இதைத் தொடர்ந்து புது வருடத்தின் ஆரம்பத்திலேயே இரண்டாவது மற்றும் மூன்றாவது களையெடுப்புகளையும் செய்து விடுவார். களையெடுக்கும் போது அவரது மண்வெட்டியை அந்த வரிசை முழுவதும் செலுத்தி மண்ணைத் தளர்த்துவார். அதன்பிறகு தாவரம் உறைபனியால் சேதமடைவதைத் தடுக்க, தாவரத்தின் அடிப்பகுதியைச் சுற்றிலும் மண்ணைச் சேகரித்து, வேரின் வளர்ச்சியை சீர்படுத்துவதற்காக முளைகளைக் காலால் மிதிப்பார். இந்த செயலைப் பல முறை செய்தபிறகு, இளம் செடிக்கு இரண்டு முறை பூச்சிக் கொல்லி தெளித்து அவற்றை வளர விட்டுவிடுவார். இந்த அனைத்து வேலை களும் குளிர்கால மாதங்களிலேயே செய்யப்படுகின்றன. ஆனால் அறுவடை செய்வதற்கான நேரமானது கோடையின் நடுப்பகுதியைவிட அதிக வெப்பமாக இருக்கிற மே மாதத்தின் இறுதியில்தான் வருகிறது. மேலும், கோதுமை அல்லது பார்லி தாமதமாக வளர்ச்சியடைந்தால் அறுவடையானது வழக்கமாக மழைக் காலத்தில் நடைபெறும். அதாவது அறுவடை செய்த தானியங்களை காய வைத்தல் என்ற குறிப்பிடத்தக்க சிரமத்துக்கு விவசாயிகள் உள்ளாவார்கள். அதன்பிறகு குளிர்கால தானியத்தைப் பயிர் செய்வது மிகவும் சிரமமான செயலாக இருக்கும்.

50 வருடங்களுக்கு முன்னர், உள்நாட்டு கோதுமை வகைகள் சீர்திருத்தப் பட்டன. கோதுமையின் பயனானது அமெரிக்காவிலிருந்து கோதுமையை இறக்குமதி செய்வதை நிறுத்தி வைக்க உற்சாகப்படுத்தியது. பார்லி மற்றும் அல்லியின பார்லியின் இடத்தில் கோதுமை பரவலாக பயிரிடப்பட்டது. ஆனால் ரொட்டி (பிரட்) தயாரிப்பதற்கான கோதுமையின் வளர்ச்சியானது ஜப்பானிய சீதோஷ்ண நிலையில் தாமதமாக இருந்தது. ஆகையால் திடமற்ற அறுவடைகள் கிடைத்தன. அதன்பிறகு, 1945 ஆண்டில், உள்நாட்டில் கோதுமை விளைவிப்பது என்பது வெளிநாட்டில் வளரும் விலைகுறைவான தானியத் துடன் போட்டி போட முடியாதது என்று ஜப்பானிய வேளாண் மற்றும் வன அமைச்சகம் தீர்மானித்தது. உணவு மற்றும் உணவுக்கானப் பொருட்களை வழங்க மற்ற நாடுகளை அதிகமாக சார்ந்திருக்கும் கொள்கையைத் தத்தெடுத்தது. இது உள்நாட்டு விவசாயிகள் கோதுமை உற்பத்தியைக் கைவிட காரணமாக இருந்தது.

அரிசி நிலத்தில் கோதுமை அல்லது பார்லி என இரட்டைப் பயிர் செய்யும் உயர்ந்த செயல்முறையை ஆதரித்தது பணமோ அல்லது ஆட்களோ கிடையாது. ஆத்மதிருப்திதான். குளிர்காலத்தில் நிலத்தில் பயிரிடாமல், ஜப்பானிய மண்ணின் ஒவ்வோர் அங்குலத்தையும் உழாமல் விட்டுவிட்டால் சோம்பேறி அல்லது பயனற்றவன் என்று அழைக்கப்படுவோம் என விவசாயி பயப்பட்டார். ஆகையால் விலை உயர்ந்த கோதுமையை யாரும் பயிர் செய்யத் தேவையில்லை என வேளாண் அதிகார வர்க்கங்கள் கூறத் தொடங்கியபோது, உள்நாட்டுக் கோதுமை உற்பத்தியின் வேதனையற்ற மரணத்தைப் பற்றி அது பேசியது. இது விவசாயிகளின் ஆதரவையும் தேடிச் சென்று, அவரது பௌதிக மற்றும் ஆன்மிக வலிமை வீழ்ச்சியடைவதை வேகப்படுத்தியது. கடந்த 5 ஆண்டுகளாக அல்லது அதற்கும் மேலாக, சில இடங்களில் கோதுமை மற்றும் பார்லி உற்பத்தி கிட்டத்தட்ட மறைந்துவிட்டது.

30 வருடங்களுக்கு முன், உணவு உற்பத்தியில் ஜப்பான் சுயதேவையின் அளவிலேயே இருந்தது. ஆனால் கடந்த பல்வேறு ஆண்டுகளாக கலோரியின் சுய பூர்த்தியானது 40 சதவிகிதத்துக்கும் கீழே குறைந்து போனது. தேவையான உணவு ஆதாரங்களைப் பாதுகாப்பதற்காக ஜப்பானின் திறனைப் பற்றி பல கேள்விகள் கேட்கவும், உள்நாட்டில் கோதுமை மற்றும் பார்லி உற்பத்தியை ஊக்குவிக்க மீண்டும் செல்லவும் காரணமாக இருந்தது. ஆனால் விவசாயியின் முந்தைய நம்பிக்கையையும் ஆத்ம திருப்தியையும் மீண்டும் பெறுவது உண்மையிலேயே சாத்தியம்தானா?

உள்நாட்டில் கோதுமை உற்பத்தி செய்வது தேவையில்லை என்ற யோசனைக்கு எல்லோரும் மீண்டும் வந்தபோது, அயல்நாட்டு தானியத்தைப் போல மலிவான தானியத்தை நமக்குத் தரக்கூடிய, கோதுமை மற்றும் பார்லி பயிர் செய்யும் முறை இருக்கிறது என்று சொல்வதை நான் தொடர்ந்தேன். பொருளாதார சரிகட்டுதலின் காரணமாகவே சில இடங்களில் அதிக விலையிலும் சில இடங்களில் குறைந்த விலையிலும் விற்கப்படுகின்றன. அதுபோல இல்லாமல் பண்ணையில் உற்பத்தி செய்யப்படும் பொருளின் விலை எல்லா இடங்களிலும் ஒரே மாதிரியாகவே இருக்கவும் நான் தக்க வைத்துக் கொண்டேன்.

சில நிலப் பயிர்களின் மகசூல் பார்லியைப் போலவே அதிக கலோரி தருகிறது. ஜப்பானின் சீதோஷ்ண நிலைக்கு இந்தப் பயிர் மிகவும் தகுந்தது. முன்பு செய்யப்பட்டதைப் போல இதை அரிசியுடன் சேர்த்து இரட்டைப் பயிரிடுதல் செய்ய வேண்டும். குறைந்த ஆதாரமுள்ள திட்டம் மற்றும் முயற்சியைக் கொண்டு, அதிகமான ஜப்பானிய நெல் நிலங்களால் குளிர்கால தானியம் வளர்ப்பதற்கும் தயாராக இருக்க முடியும். இதை அறிந்துகொண்டு, தொடர்ச்சியாக அரிசி மற்றும் பார்லி அல்லது கோதுமையை இடைவிடாது பயிர் செய்வது ஜப்பானிய வேளாண்மையின் முக்கிய ஆதாரமாக இருக்க வேண்டும் என்பதை நான் பிடிவாதமாகத் தக்கவைக்கிறேன்.

பார்லி / கோதுமை இயற்கையாக பயிர் செய்தல் : பார்லி மற்றும்

கோதுமையை இயற்கையாக பயிர் செய்வதில் நான் 3 நிலைகளைக் கடந்து வந்தேன். அவை : 1. உழுது பயிரிடல் மற்றும் வரப்பு பயிர் செய்தல் 2. சமமான வரிசை, லேசான உழுதல் அல்லது உழுதல் இல்லாமல் பயிர் செய்தல் 3. உழுதல் இல்லாமல் இயற்கையாக பயிர் செய்தல்.

1. உழுதல், கரையில் நடுதல் மற்றும் துவாரமிடுதல் : ஜப்பானில் அல்லியின பார்லி மற்றும் கோதுமை விதை சாதாரணமாக, வரப்புகளிலிருந்து 3 அடி தொலைவில் 6 முதல் 7 அங்குலங்கள் அகலத்தில் துவாரமிடப்பட்டு விதைக்கப்படுகின்றன.

40 வருடங்களுக்கு முன்பு அகன்ற, ஆழமில்லாத விதைத்தல் அதிக மகசூலைத் தரும் என்று அதிகமான விவசாயிகள் மற்றும் வேளாண் நிபுணர்கள் எண்ணிக் கொண்டார்கள். ஆகையால் விதைக்கும் நிலத்தின் அளவை 25%, 30%, 40% என அதிகப்படுத்தி நான் முயற்சித்தேன். முதலில் விதைக்கும் அகலத்தை 10 முதல் 12 அங்குலம் அல்லது அதற்கு அதிகமாக என நான் அதிகரித்துக் கொண்டேன். மகசூலில் கவனிக்கத்தக்க முன்னேற்றம் இல்லை என்பது மட்டுமின்றி, இது பயிரின் உறுதித்தன்மையையும் குறைத்தது. அதன்பிறகு வரப்புக்கு 2 வரிசை, விதைக்கும் அகலம் 7 முதல் 10 அங்குலம், வரப்பிலிருந்து 4 அடி தொலைவில் என நான் முயற்சி செய்தேன். ஆனால் இது தாவரத்தின் வளர்ச்சியை அபரிமிதமாகவும், தானியங்களின் தலை எண்ணிக்கையை குறைவாகவும் ஆக்கியது.

அட்டவணை 4.3 அல்லியின பார்லி* மகசூல் - 1965

ஃபுகோகா பண்ணை — எஹிம் பிரிபெக்சூரல் வேளாண் சோதனை மையத்தின் கணக்கெடுப்பு

	சாமை தானிய மகசூல் (1/4 ஏக்கருக்கு lb)	(oz./மகசூல்2)	1,000 தானியங்களுக்கு எடை	தரம்
பிரிவு அ	1,450	21.1	0.94	நன்று
பிரிவு ஆ	1,314	21.2	0.91	மிக நன்று

பிரிவு அ : கால் ஏக்கர் வளமான நிலத்துக்கு 8 மாதிரி குவாட்ரட்கள்
பிரிவு ஆ : கால் ஏக்கர் வளமற்ற நிலத்துக்கு 8 மாதிரி குவாட்ரட்கள்
1 ஏக்கருக்கான உண்மையான மகசூல் 5,488 lbs சாமை தானியம் மற்றும் 201 lbs சிதறிய கூலக்கதிர்கள்

வளர்ச்சியின் கணக்கெடுப்பு : ஒரு தாவரத்திற்கான சராசரி பயிர்கள்............ 23-32
ஒரு தாவரத்திற்கான சராசரி தலைகள்............ 1,800-2,500
ஒரு தாவரத்திற்கான சராசரி தானியங்கள்..... 62-72

* வகைகள் : தொடக்க - வளர்ச்சியடைந்த உயர் கணு

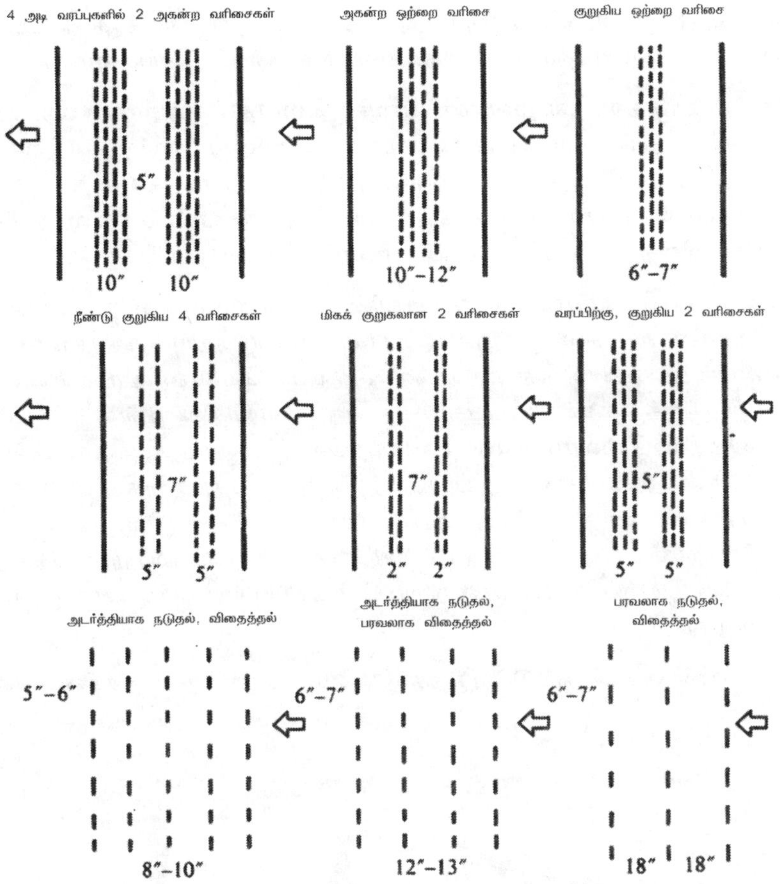

படம் 4.4 - விதைக்கும் முறைகளின் முன்னேற்றப் போக்கு

நெருக்கமான அகலத்தில் விதைப்பது மகசூலை அதிகரிக்கும் என நினைத்து, அகலத்தைக் குறைத்து வரிசைகளுக்கு இடையில் உள்ள இடைவெளிகளை அதிகப்படுத்தினேன். வரப்புகளிலிருந்து 3 அடி தொலைவில் இரு வரிசைகளில் விதைத்தேன்; பக்கத்து வரிசையில் உள்ள தாவரங்களைத் தொந்தரவு செய்யாதபடி போதுமான இடைவெளியில் வரிசைகளை அமைத்தேன். என்னால் எனது மகசூலை உயர்த்த முடிந்தது. ஆனால் இந்த விதைக்கும் முறை யானது வரப்புகளுக்கு இடையே விதைப்பதற்கான பள்ளத்தைக் குறுகலாக, ஆழமில்லாததாக ஆக்கி, வரப்பின் உயரத்தைக் குறைத்தது. ஆகையால் அதற்குள் உழுதலும் களையெடுத்தலும் முழுவதுமாக சிறு மண்வெட்டியால் தான் செய்யப்பட வேண்டியதாயிற்று.

அறுவடை மகசூலை அதிகரிப்பதற்காக, வரப்பிற்கான வரிசைகளின் எண்ணிக்கையை 2 முதல் 3 அதன்பிறகு 4 என நான் அதிகரித்தேன். சமீபத்தில்,

விவசாயிகள் குறுகலான விதைக்கும் அகலங்களை ஒரு படித் தாண்டி, ஒரே வரிசையில் உள்ள துவாரத்தில் விதைகளை விதைக்கச் செய்தனர்.

2. **லேசாக உழுதல், தாழ்வான கரை அல்லது சமமான வரிசையில் பயிர் செய்தல்:** *3 அடி நீள வரப்பில் மூன்று அல்லது நான்கு வரிசைகளில் விதைத்தல் என்பது கிட்டத்தட்ட நிலத்துக்குச் சமமாக தாழ்ந்த கரையாக இருந்தது. அதனால் லேசாக உழுது, குறுகிய நேரான வரிசைகளில் தனித்தனி துவாரங்களில் விதைகளை விதைக்கும் முறைக்கு நான் மாறினேன்.*

அல்லியின பார்லி உயரமான வரப்புகளில்தான் வளரும் என நான் நினைத்த போதும், லேசான உழுதல் முறையை உபயோகப்படுத்தியும் அதனால் வளர முடியும் என்பதைக் கண்டுகொண்டேன். மேலும், லேசான உழுதலின்போது இளம் பார்லி குருத்துக்கள் ஈரப்பத சேதத்திற்கு எளிதில் உள்ளாகக்கூடியது என்பதால் உழுதல் இல்லாமல் பயிர் செய்தலே இன்னும் சிறந்தது என்பதை நான் கவனித்தேன். ஆகையால், உழப்படாத நிலத்தின்மீது குறுகிய வரிசைகளை உருவாக்க என்னை அனுமதிக்கக்கூடிய விதைத்தல் தொழில்நுட்பங்களைப் பற்றி 1950இல் நான் படிக்கத் தொடங்கினேன். பார்லி மற்றும் கோதுமை வளர்ப்பதற்குரிய இயற்கையான முறையை நோக்கிய பாதையில் அது என்னைச் செல்ல வைத்தது.

ஆயினும் களையைக் கட்டுப்படுத்த வேண்டும் என்ற பிரச்சனை எஞ்சி

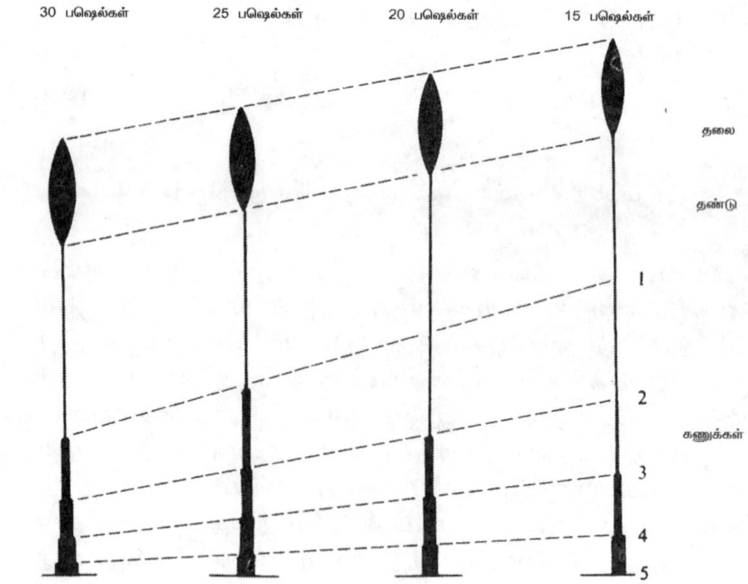

படம் 4.5 - தாவர வளர்ச்சியுடன் பார்லி மகசூலின் உறவு

யிருந்தது. பார்லியுடன் சேர்த்து நிலம் முழுவதும் லூதினா க்ளோவரையும் விதைக்க நான் முயற்சித்தேன். பயிரிடப்பட்ட நிலத்தின்மீது அரிசி வைக் கோலையும் சிதறச் செய்தேன். அந்த நேரத்தில் எந்தவொரு விவசாயியும் தனது நிலத்தில் புதிய வைக்கோலைப் பரப்புவதில்லை. நோயைப் பற்றிய அச்சத்தால் நிலத்தில் வைக்கோலைப் பரப்பிவிடக்கூடாது என வேளாண் நிபுணர்கள் கடுமையாக தடை செய்தார்கள். நான் முன்னோக்கிச் சென்று அரிசி வைக்கோலை உபயோகித்தேன். ஏனென்றால், இலையுதிர் காலத்தில் அரிசி வைக்கோலை அப்படியே விட்டுவிட்டால் தொடர்ந்து வரும் வசந்த காலத்தில் முற்றிலுமாக சிதைந்துவிடும் என்பதை நான் சந்தேகத்திற்கு இடமில்லாமல் தெரிந்துகொண்டேன்; நோய்க்கான மூலக் காரண நுண்ணுயிரிகளைப் பற்றிய தடமே இருக்காது என்பதையும் அறிந்துகொண்டேன். புதிய வைக்கோலை நிரப்புவதென்பது களையைக் கட்டுப்படுத்துவதில் அதிகமான உறுதியைக் காட்டியது.

3. உழுதல் இல்லை, நேரடியாக விதைத்துப் பயிர் செய்தல் : விதைத்தலுக்கான சோதனைக் கருவியை நான் உருவாக்கினேன். அதன்பிறகு நிலத்தைக் கொத்தி, அதில் துவாரமிட்டேன். இறுதியாக அந்தக் குழிகளில் தனித்தனியாக விதைத்தேன். நான் இதைச் செய்து கொண்டிருக்கும்போதே வைக்கோலை நிரப்புவதின் முழு பயனையும் உபயோகித்தேன். உழுதல் இல்லாமல் நேரடியாக விதைத்தலின் மதிப்பை உறுதி செய்துகொள்வதில் தீவிரமாக இருந்தேன். பரவலாக விதைத்தலிலிருந்து அடர்த்தியாக விதைப்பதற்குச் மாறினேன். அதன்பிறகு விதையை வாரி இறைக்கும் எனது தற்போதைய முறைக்கு வருவதற்கு முன்னால் பரவலாக விதைக்கும் முறைக்கே மீண்டும் திரும்பினேன்.

என்னுடைய சோதனைகள் பின்வருவனவற்றை எனக்கு விளக்கிக் காட்டின:

1. உழுதல் இல்லாமல் பயிர் செய்தலானது நிலத்தின் தரத்தை குறைக்காமல் இருப்பதோடு மட்டுமின்றி, அது உண்மையில் நிலத்தைச் சீர்படுத்துகிறது மற்றும் வளப்படுத்துகிறது. பத்து ஆண்டுகளுக்கும் மேலாக உழுதல் இல்லாமல், அரிசி/குளிர்கால தானியத்தைத் தொடர்ந்து நேரடியாக விதைத்து பயிர் செய்தலின் மூலமாக இது விளக்கிக் காட்டப்படுகிறது.

2. இந்த முறையில் பயிர் செய்தல் முற்றிலும் எளிமையானது. இது முழுமையான முளைவிடுதலையும் களைக் கட்டுப்பாட்டையும் வழங்குகிற தாயினும், அதிக மகசூலைத் தருகிற இதர முறைகளைவிட இதற்கு குறைவான ஆட்களே தேவைப்படுகிறார்கள்.

3. நேரடியாக அரிசி விதைத்தலை இயற்கையான வேளாண் சுழற்சியுடன் இணைப்பதன் மூலம் மட்டுமே இந்த முறையின் முழு சக்தியை உட்புகுந்து அறிய முடியும்.

தொடக்கத்தில், புல் குடும்பத்தைச் சேர்ந்த உறுப்பினர்களான அரிசியையும் பார்லியையும் ஏன் கண்டிப்பாக மிகவும் வேறுபட்ட வகையில் வளர்க்க

வேண்டும் என நான் வியந்தேன். பார்லியை நேரடியாக விதைக்கும்போது, அரிசி மட்டும் ஏன் நாற்றங்காலில் விதைக்கப்பட்டு பிறகு பிடுங்கி நடப் படுகிறது? பார்லி வரப்புகளிலும், அரிசி சமதள நிலத்திலும் வளர்வது ஏன்? சமதளமான நிலத்தில் இரண்டையும் நேரடியாக விதைப்பதே சிறந்த, இயற்கை முறையிலான பயிர் செய்தல் என நான் கருதினேன். ஆயினும், நீண்ட காலம் வரை அரிசியையும் பார்லியையும் ஒரே முறையில் வளர்க்க முடியும் என்பது முற்றிலும் அனுமானம் என்பதைவிட அதிகமாக ஒன்றுமில்லை.

ஆனால் பல வருடங்களாக தோல்விக்கு மேல் தோல்வியைக் கண்டபிறகு, அரிசியையும் பார்லியையும் வளர்க்கும் என்னுடைய முறைகள் எப்படியோ இணைந்தன. கலப்பு விதைத்தலும், ஒரே நேரத்தில் விதைத்தலும்கூட சாத்திய மானது என்பதை நான் கண்டுகொண்டேன். இறுதியில், இயற்கை வழியிலான வேளாண்மையின் அடித்தளத்தை நான் இயற்கையாக அடைந்துவிட்டேன் என அப்போதுதான் சமாதானமடைந்தேன்.

அரிசி பயிர் செய்தலில் தொடக்க அனுபவங்கள்

நான் இளைஞனாக இருந்தபோது, வேளாண் நிபுணராகத்தான் முதலில் முயற்சித்தேன். வேளாண் குடும்பத்தின் மூத்த மகனாகப் பிறந்ததால் என்றாவது ஒருநாள் நான் நிலத்துக்குத்தான் திரும்ப வேண்டும் என்பது எனக்குத் தெரியும். ஆனால் அதற்கான நேரம் வரும்வரை சுதந்திரமான சாலையில் பயணிக்க விரும்பினேன்.

என்னுடைய சிறப்புத் துறை, தாவர நோய் மற்றும் அதன் மூலம் அறியும் துறையாகும். ஜிஃபு வேளாண் உயர்நிலைப் பள்ளியில் மாகோடோ ஹியுராவிடம் அடிப்படைகளைக் கற்றறிந்து கொண்டேன். ஒகாயாமா ஃபிரிபெக்ஷர் வேளாண் ஆய்வு மையத்தில் சுஹிகோ இகாடாவிடம் எனது செயல்முறைப் பயிற்சியைப் பெற்றேன். அதன்பிறகு, நான் யகோஹாமா கஸ்டம்ஸ் அலுவலகத்தில் உள்ள தாவரங்களை பரிசோதனை செய்யும் பிரிவுக்கு மாற்றப்பட்டேன். யாமாட்டோவில் உள்ள பிரிவு ஆய்வு சோதனைக் கூடத்தில் எய்ஷி குரோசாவின்கீழ் ஆய்வு செய்தேன். வாழ்க்கையின் மிக சாதாரணமான பாதையில் இறங்கி, என்னுடைய ஆரம்ப வருடங்களை இளமையின் முழுமையான பேரானந்தத்துடன் அங்கே கழித்தேன்.

ஆனால் என்னுடைய விதி எதிர்பாராத திசையில் என்னைத் தூக்கி எறிந்தது. நான் வாழ்க்கைக்கான அர்த்தத்தையும் இரக்கத்தையும் கெட்டியாகப் பற்றிக் கொண்டு போராடிக் கொண்டிருந்தபோது, ஒருநாள் இரவு ஓர் உண்மை எனக்குள் ஒரு மின்னலைப் போல தோன்றியது. இயற்கை என்பது பெயரிட முடியாத, திகைக்க வைக்கும் ஒரு பொருளாகும் என்பதை நான் திடீரென உணர்ந்தேன். அந்தக் கணத்தில் மு-வின் “ஒன்றுமில்லை” என்ற கொள்கையைப் புரிந்துகொண்டேன். பின்னர், எனது முறையான இயற்கை வேளாண்மைக்கு இது பிறப்பைத் தந்தது. ஆனால் முதலில், இந்த உலகத்தில் ஒன்றுமே இல்லை; இயற்கையின் இணக்கத்துடன் இணைந்து மட்டுமே மனிதன் வாழ முடியும்;

அவன் எதுவும் செய்ய தேவையில்லை என்ற திடநம்பிக்கையால் நான் முழுவதுமாக உட்கிரகிக்கப்பட்டேன்.

1940இல் வேளாண் சோதனை நிலையங்களில் இருந்த ஆய்வாளர்கள் அளவான சுதந்திரத்தைப் பெற்றிருந்தனர். தாவர நோய் மற்றும் தொந்தரவு தரும் பூச்சி பிரிவில் நான் எனது பணியை மிகுந்த ஊக்கத்துடன் செய்தேன். அவ்வாறாக எனது கனவுகளுக்குள் என்னால் வாழ இயன்றது. மாறுபட்ட கருத்துள்ளவனாக அறிவியலுக்குள் பணியாற்றவும், அறிவியலையும் தொழில் நுட்பத்தையும் மறுக்கிற வேளாண் தொழில்நுட்பங்களை ஆய்வு செய்யவும் சுதந்திரம் பெற்றதற்காக உண்மையில் நான் அதிர்ஷ்டசாலியும்கூட ஆவேன்.

எனினும் போர் நிலைமையின் தீவிரத்தால் அடிப்படை அறிவியல் ஆய்வைவிட உணவு உற்பத்தியை அதிகரிப்பது மிக அவசர கவனம் செலுத்த வேண்டிய ஒன்றாக இருந்தது. ஆகையால் அனைத்து ஆய்வாளர்களும் சோதனைக் கூடத்தில் இந்த நோக்கத்திற்காக தயாராக்கப்பட்டார்கள். ஸ்டார்ச் உற்பத்தி அதிகரிக்கப்பட வேண்டும் என்று கட்டளைகள் தெரிவித்தன. அதற்கான அர்த்தமாவது இதர பயிர்களின் உற்பத்தியை நிறுத்திவிட வேண்டும் என்பதாகும். கோச்சி பிரிபெக்சரில் உள்ள வேளாண் சோதனை நிலையத்துக்கு நான் அனுப்பப்பட்டேன்.

அங்கிருக்கும்போது, இதற்கு முன்னர் முயற்சித்திராத அரிய வகையான, புதிய, தைரியமான திட்டம் ஒன்றை அந்தப் பகுதியின் வேளாண் நிர்வாகம் நிறைவேற்றியது. பருவம் கடந்து அரிசி பயிர் செய்தலின் மூலமாக மஞ்சள் நிற அரிசி துளைப்பான் புழுவை நிர்மூலமாக்குவதற்கான முறை என இது அழைக்கப்பட்டது. ஏனென்றால் பருவம் கடந்த பயிர் செய்தலானது, இன்றைய நாளின் மிகவும் மேம்படுத்தப்பட்ட அரிசி பயிர் செய்யும் தொழில்நுட்பம் என்ற பொதுவான பயனை ஏற்படுத்தியது. இந்த முறையைப் பற்றி ஏதோ சிறிது அறிந்திருப்பது, அறிவியல் வேளாண்மை தொழில்நுட்ப ரீதியாக எந்த இடத்தில் சிறப்பாக இருக்கும் என்பதைப் பற்றிய நல்ல யோசனையைத் தந்தது.

கோச்சி பிரிபெக்சர் முழுவதும் அரிசி பயிர் செய்யப்பட்டபோதும் எல்லா இடங்களிலும் வேறுபட்ட முறைகள் இருந்தன. உதாரணமாக, காசோ சமவெளியின் மையத்தில் இருந்த விவசாயிகள் அவர்களுடைய அரிசியை இரட்டைப் பயிர் செய்தனர். பிரிபெக்சரின் மற்ற பகுதிகளில் இருந்த விவசாயிகள் பருவத்தின் தொடக்கம், மையம் அல்லது இறுதியில் என அவர்களுடைய விருப்பப்படி பயிர் செய்தார்கள். அதன் விளைவாக, நாற்று நடுதல் ஏப்ரலில் தொடங்கி ஆகஸ்ட்டின் ஆரம்பம் வரை தொடர்ந்தது.

சீதோஷ்ண நிலை வெப்பமாக இருந்தபோதும் அரிசி உற்பத்திக்குச் சிறப்பானதாக தோன்றியது. ஜப்பானில் உள்ள மற்ற பிரிபெக்சரைவிட, அரிசி மகசூலில் கோச்சி இரண்டாவது இடத்தில் இருந்தது. அதன்பிறகு இங்கே தேவைப்பட்டது உற்பத்தியை அதிகப்படுத்துவதற்கான தொழில்நுட்பம் கிடையாது; குறைவான மகசூலுக்கான காரணங்களைப் புரிந்துகொள்ளுதல் மட்டும்தான். தண்டு உற்பத்தி நஷ்டமடைவதற்கான முறைகளை உடனடியாக

மேம்படுத்துவதற்கான சூழ்நிலை உருவானது. "காசோ சமவெளியில் ஆரோக்கி யமான அரிசி தாவரம் ஒன்றுகூட'' இல்லை என்று எப்படி விமர்சனங்கள் செய்யப்பட்டன என்பதை எண்ணிப் பார்த்தேன். அந்த அறிவீனத்திற்காக நான் கடுமையாக விமர்சிக்கப்பட்டேன். ஆனால் உண்மைகள் உண்மைகள்தான்; கோச்சியில் உற்பத்தியை அதிகரிப்பதற்காக எந்த சர்ச்சையும் வேண்டியதில்லை. நோய்கள் மற்றும் பூச்சிகளால் உற்பத்திச் சேதம் ஏற்படுவதைத் தடை செய்வதே செய்யப்பட வேண்டிய முதல் வேலையாகும். மஞ்சள் நிற அரிசி துளைப்பான் புழுவை நிர்மூலமாக்குவதற்கான திட்டம் பற்றிய சுருக்கமான கருத்து, திரும்பப் பெறப்பட்டது; அரிசி பயிர் செய்தலை கட்டுப்படுத்துவதற்கான அவசரச் சட்டம் அங்கே பிரகடனப்படுத்தப்பட்டது.

அந்தப் பிரிபெக்ஷரின் பயிர் உற்பத்தியில் ஈடுபட்டிருந்த அனைத்து அறிவிய லறிஞர்களும், தொழில்நிபுணர்களும், வேளாண் சோதனை மற்றும் வேளாண் கூட்டுறவுப் பிரிவினர்களும் பருவம் கடந்த பயிர் செய்தலைச் செயல்படுத்து வதில் விவசாயிகளை வழிநடத்தும் பொது முயற்சியில் ஈடுபட்டனர். அது போரின்போது நடைபெற்றதாக இருந்தாலும் இப்போது அதைப் பற்றி நான் நினைத்துப் பார்க்கிறேன். தொந்தரவு தரும் பூச்சியைக் கட்டுப்படுத்தும் அத்தகைய பேராவலுள்ள செயல்பாடு நிகழ்த்தப்பட்டபோது எப்படி என்று என்னால் வியக்காமல் இருக்க முடியவில்லை. உண்மையிலேயே, இந்த வகை யான அரிசி வளர்ப்பு மறுவடிவம் எடுத்தது கோச்சியில் கேள்விப்படாததாக இருந்தது; அது மட்டுமின்றி, ஜப்பானின் அரிசி பயிர் செய்யும் சரித்திரக் குறிப்புகளில்கூட அரிதாயிருந்தது. இந்தத் திட்டம் பல்வேறு நிலைகளில் செயல்படுத்தப்பட்டது; தொடர்ச்சியான ஒவ்வொரு 3 ஆண்டுகளுக்கும் பிரிபெக்சரின் வேறுபட்ட பகுதியை உள்ளடக்கியிருந்தது.

மஞ்சள் நிற அரிசி துளைப்பான் புழு அரிசியைத் தவிர மற்ற தாவரங்களை உட்கொள்வதில்லை என்ற உண்மையை நாங்கள் அனுகூலமாக எடுத்துக் கொண்டோம். அரிசி துளைப்பான் புழு தோன்றும் முதல் பருவத்தின்போது அனைத்து அரிசி தாவரங்களும் மறைந்துவிட்டன என்பதை உறுதி செய்வதால், துளைப்பான் புழுக்களை பட்டினி கிடக்கச் செய்து நிர்மூலமாக்குதல் என்ற யோசனை உருவானது. ஒன்று அல்லது இரண்டு மாவட்டங்களில் உள்ள விவசாயிகள் அந்த ஆண்டின் ஜூலை 8ஆம் தேதி வரை அரிசி வளர்ப்பதற்கு தடை விதிக்கப்பட்டிருந்தார்கள். இந்த நிர்மூலமாக்கும் திட்டத்துக்குப் பின்னால் உள்ள காரணங்கள் முற்றிலும் எளிமையானது. ஜூலை மாதத்தின் எந்த நாளில் அரிசி துளைப்பான் புழு முதலில் தோன்றுகிற பருவமானது முடிவுக்கு வந்ததாக நிர்ணயிக்கப்பட்டது என்பதை நினைவுக்குக் கொண்டுவர நான் மிகவும் சிரமப்படுகிறேன். ஒரு தவறானது மிகவும் ஆபத்தான விஷயமாகிவிடும்.

மற்றொரு பகுதியில் நிபுணர்களுக்கு இன்னும் கடினமானது இருந்தது. அரிசி வளர்க்க தொடங்க ஜூலையின் தொடக்கம் வரை காத்திருப்பது பயிர் வளரும் பருவத்தை தீவிரமாக குறைப்பதாக இருந்தது. விவசாயி, தொழில்நிபுணர் என இருவருக்குமே அபாயம் நிறைந்த பிரச்சனையாக இருந்தது. கோச்சியில்,

விவசாயிகள் ஏப்ரல் மாதத்தில் பருவக் காலத்தின் வெகு தொடக்கத்திலேயே நாற்று நடத் தொடங்கி ஆரம்பப் பருவம், இடைப்பருவம், பருவம் கடந்து என தொடர்ந்து பயிரிட்டார்கள். சில இடங்களில் சரியாக ஆகஸ்டின் தொடக் கத்தில் இரண்டாவது பயிர் செய்தல் பின்பற்றப்பட்டது. வர்த்தகம் மற்றும் மகசூல் என இரண்டிலுமே தங்களுடைய நிலத்தில் பயிர் செய்தலுக்கு இதுதான் சாத்தியமான, சிறந்த முறை என்பதை அங்குள்ள விவசாயிகள் கண்டு கொண்டதே அதற்கான காரணமாகும். அதன்பிறகு, அரசாங்கத்தின் கட்டுப் பாட்டின் கீழே கொண்டு வரப்பட்டுள்ள உள்நாட்டு பயிர் செய்யும் முறைகளை விவசாயிகள் புரிந்துகொள்வதும் அவர்களது ஒத்துழைப்பை நாம் பெறுவதும் எவ்வளவு சிரமமானதாக இருந்திருக்கும் என்பதை எளிதாக உணர்ந்து கொள்ள லாம். ஜூலையின் ஆரம்பத்துக்கு முன் நாற்று நடக்கூடாது என்ற ஒற்றை, பருவம் கடந்த அரிசிப் பயிரில் மட்டும் அனைத்து பணயத்தையும் அது வைத்தது.

இதர தொழில்நிபுணர்களுக்கும் அவர்களது கைநிறைய வேலை இருந்தது. உழுதல், விதைத்தல் முறைகள், உரம் உபயோகிக்கும் திட்டங்கள்கூட ஜூலை மாத நாற்று நடுதலுக்கு இணங்க மாற்றி அமைக்கப்பட வேண்டியிருந்தது. பயிர் செய்யும் செயல்முறைகளில் மாறுதல்கள், உபயோகிக்க வேண்டிய அரிசியின் வகை என மாற்றி அமைக்க வேண்டிய இன்னும் சில விஷயங்களும் இருந்தன. உண்மையிலேயே ஒவ்வொரு கோணத்திலும் தொழில்நுட்ப மறுவடிவம் இருந்தது.

உதாரணமாக, பயிர் அறிவியல் பிரிவானது தாமதமாக நாற்று நடுதலுக்கு ஈடு தரக்கூடிய உபாயங்களை எடுக்க வேண்டியிருந்தது. அவை 1. அரிசி தாவரங் களின் எண்ணிக்கையை அதிகப்படுத்துதல் மற்றும் நெல் நிலத்தில் நாற்று நடுதல் 2. நாற்றங்காலின் அளவை விஸ்தீரணப்படுத்துதல். 3. உயர்த்தப்பட்ட, பாதியளவு நீர்ப்பாசனம் செய்யப்பட்ட நாற்றங்காலை தயார்படுத்துவதில் விவசாயிகளை வெற்றி அடையச் செய்தல் 4. பருவம் கடந்த வகைகளைத் தேர்வு செய்வதும், அந்த அரிசி விதையை தேடிப் பெறுவதும் 5. வேலையாட்கள் மற்றும் பொருட்களைப் பாதுகாத்தல் 6. முன்னதாக இருக்கும் பார்லியை மேற் பார்வையிடல். உரமிடும் அட்டவணையில் மாற்றங்கள் மற்றும் அந்தப் புதிய அட்டவணையை விவசாயிகள் கடைபிடிக்கிறார்களா என்பதை உறுதி செய்தல் என உரமிடுதல் பிரிவும் அதன் கைநிறைய மாற்றங்களை வைத்திருந்தன. பருவம் கடந்து பயிர் செய்யும்போது, அறுவடையில் சரிவுகள் ஏற்படுவதைத் தடுத்து, விரிவான உற்பத்தியை நோக்கிச் செல்வதற்கான அட்டவணையை அவர்கள் தயார் செய்ய வேண்டியிருந்தது. ஒவ்வொரு துறையின் சிறப்பு நிபுணர்களும் மற்ற பிரிவுகளில் உள்ள திட்டங்கள் மற்றும் அலுவல்கள் பற்றி நன்றாக அறிந்தி ருக்க வேண்டும் என எதிர்பார்க்கப்பட்டனர். ஒவ்வொரு பிரிவிலிருந்தும் தொழில்நுட்பக் கருத்துக்கள் பெற்று ஒன்றிணைக்கப்பட்டு ஒரு சிறிய தொகுக்கப்பட்ட திட்டமாக செயலாக்கப்பட்டது. நிபுணர்கள் அந்தத் திட்டத்தில் உள்ள மொத்தமான அனைத்து தொழில்நுட்பங்களையும் நன்கு அறிந்தவர்களாக இருந்தார்கள். அந்தத் திட்டம் செயல்படுத்தப்படுவதைப்

பார்வையிடுவதற்காக அவர்களுக்கு நியமிக்கப்பட்ட நகரங்கள் மற்றும் கிராமங்களுக்கு ஒவ்வொருவராக சென்றார்கள்.

பிரிபெக்ஷரல் அவசர சட்டம் பிரகடனம் செய்யப்படுவதற்கு முன்பாக, உள்ளூர் விவசாயிகள் பருவம் கடந்த பயிர் செய்தலுக்கு எதிராக நூறு எதிர்ப்புகளை முன்வைத்தார்கள். ஆனால் அந்தக் கொள்கை அமைக்கப்பட்டவுடன், கோச்சியில் உள்ள விவசாயிகள் அதை முழுமையாக எதிர்கொண்டு அவர்களுடைய முழுமையான, பிளவுபடாத ஒத்துழைப்பைத் தந்தார்கள். அது பெரிய அளவில் செய்யப்படும் ஒரு துணிகர செயலாக இருந்தது.

பருவம் கடந்து அரிசி பயிர் செய்தல் பற்றிய இரண்டாவது சிந்தனைகள்

மஞ்சள் நிற அரிசி துளைப்பான் புழுவை நிர்மூலமாக்குவதற்கான கோச்சியின் பருவம் கடந்து பயிர் செய்தல் திட்டத்தின் விளைவும், அரிசி/பார்லி இரட்டை பயிர் செய்தல் மூலமாக உணவு உற்பத்தியை அதிகரித்தலும் ஒன்று சேர்க்கப்பட்டன. மஞ்சள் துளைப்பான் புழு முழுவதுமாக ஒழிக்கப்பட்டு விட்டது; ஆனால் நம்மால் பயிர் உற்பத்தியை அதிகரிக்க இயலவில்லை. இத்தகைய முடிவுகளை வைத்து ஒருவர் என்ன செய்ய முடியும்?

முதலில், அரிசி துளைப்பான் புழுவைக் கட்டுப்படுத்துவதற்கு பருவம் கடந்த பயிர் செய்யும் முறை சாத்தியமானதுதானா என்று பரிசோதிப்பது நல்லது. அரிசி துளைப்பான் புழுவின் சேதத்தினுடைய விஸ்தீரணத்தை ஆராய்ந்து தொடக்கத்திலேயே புரிந்துகொண்டால் எவ்வளவு நன்றாக இருக்கும்? தாமதமாக தலைவிடுவதால் ஏற்படும் சேதத்தில் வெள்ளை தலை தானியம் இருக்கிறபோதும், அரிசி துளைப்பான் புழுவின் சேதம் எப்போதுமே அதிகமாக மதிப்பிடப்படுகிறது. இந்த விதமான சேதமானது அடிக்கடி தவறுதலாக நேரடியான அறுவடை இழப்பாக கருதப்படுகிறது. பயிர் முற்றிலுமாக சேதமடைந்திருப்பதாக தோன்றும்போதும்கூட சேதம் என்பது பொதுவாக கிட்டத்தட்ட 30% போலவே இருக்கும். உண்மையான இழப்பானது இருபது சதவிகிதத்துக்கும் அதிகமாக இருக்காது. கடுமையாக தாக்கப்பட்டிருக்கும்போதுகூட சேதம் என்பது 10 முதல் 20 சதவிகிதம் அளவுக்கே இருக்கும். மிக முக்கியமாக, இறுதி மகசூலில் ஏற்படும் கழிவு எப்போதுமே 10 சதவிகிதத்துக்கும் குறைவாகத்தான் இருக்கும். பெரும்பாலான சமயங்களில் 5 சதவிகிதத்துக்கும் குறைவாக இருக்கும். பரந்த இடத்தினுடைய ஒட்டுமொத்த சேதத்தின் அளவு வழக்கமாக மொத்தமாக மதிப்பிடப்படும்.

வழக்கமாக நோய் மற்றும் தொந்தரவு தரும் பூச்சியால் சேதம் என்பது பெரும்பாலும் ஓரிடத்திற்கு மட்டுமே உரியதாகும். பெரிய அளவு நிலத்தில் அரிசி துளைப்பான் புழு திடீரென அதிகமாகப் பரவினாலும்கூட, வேறுபட்ட அளவிலான தாக்கங்களே பரவலாக இருப்பது நெருக்கமாக பரிசோதித்துப் பார்த்தால் வெளிப்படும். சில நிலங்கள் 30 சதவிகிதம் சேதத்துடனும், அதிகமான இடங்கள் சேதம் ஒருபோதும் இல்லாமலும் காணப்படும். கடுமையாக பாதிக்கப்பட்ட நிலங்களில் கவனம் செலுத்துவதற்கு மாறாக, கைவிட வேண்டிய இத்தகைய நிலங்களைப் பார்ப்பதை அறிவியல் தேர்ந்தெடுக்கிறது. ஆனால்,

இயற்கை வேளாண்மை அதனுடைய கவனத்தை சேதத்திலிருந்து தப்பிய நிலங்களுக்கு அர்ப்பணிக்கிறது.

பெரிய அளவு அரிசி நிலத்தின் ஒரு சிறிய பகுதி, அதிகமான உரத்தால் வளர்ந்த அரிசியைக் கொண்டிருந்தால் அரிசி துளைப்பான் புழு இந்த மென்மை யான, பலவீனமான அரிசியின்மீது சேகரமாகிவிடும். ஓரிடத்தில் பூச்சிகளைச் சேகரித்து அவற்றை அழிக்கும் இந்தச் செயலை விவசாயி அனுகூலமாக எடுத்துக்கொள்ள முடியும். ஆனால் அவற்றை அப்படியே விட்டுவிட்டால் என்ன நடக்கும்? சுற்றியுள்ள நிலங்களில் பரவி அதிகமான சேதத்தை அவை ஏற்படுத்தும் என ஒருவர் எதிர்பார்க்கக்கூடும்; இருந்தபோதும் அதுபோல நிகழ்வதில்லை. சேதம் என்பது பலியிடுவதற்கான ஒரு சிறிய இடத்தை மட்டுமே கொண்டிருக்கலாம் - அது பயிர் செய்யும் நிலத்தில் ஒரு சதவிகிதத்துக்கு அதிகமான அளவுகூட இருக்காது.

இலையுதிர்காலத்தின்போது, வளர்ச்சியடைந்த தானியங்களின் தலைகளைச் சுற்றி சிட்டுக்குருவிகள் கூடிவிடுவது அதிகமான சேதத்துக்குக் காரணமாகும். அதைச் சமாளிக்க ஒன்றும் செய்ய முடியாவிட்டால், அந்தக் குருவிகளை விரட்டுவதற்கு சோளக் கொல்லை பொம்மையை வைப்பார்கள். அதன்பிறகு அடுத்த நிலத்தில் உள்ளவரும் அவற்றை விரட்ட தனது நிலத்தில் சோளக் கொல்லை பொம்மை வைக்க வேண்டும் என எண்ணுவார். போகப்போக பெரிதாகிக் கொண்டிருக்கும் இந்த விஷயத்தை நீங்கள் அறிந்துகொள்வதற்கு முன்னால் கிராமத்தில் உள்ள ஒவ்வொருவரும் சிட்டுக்குருவிகளை விரட்டுவதிலும், பறவைகளைப் பிடித்து விரட்டுவதற்காக தங்களது நிலங்களில் வலைவிரித்து வைத்திருப்பதிலும் ஈடுபட்டிருப்பார்கள். அந்தச் சிட்டுக்குருவிகள் நிலங்களை நாசம் செய்வதை தடுக்க யாராலும் எதுவும் செய்ய முடியாது என்று இதற்கு அர்த்தமா? நிச்சயமாக இல்லை. சிட்டுக்குருவிகளின் எண்ணிக்கையானது கிடைக்கும் தானியத்தின் அளவால் நிர்ணயிக்கப்படாது. அவை உறங்க இடம் தரக்கூடிய சிறு பயிர்கள், மூங்கில் புதர்களின் இருப்பு ஆகிய இதர காரணிகளாலேயே அவை அங்கே விளையாட வருகின்றன. ஆகையால் அவற்றை விரட்ட குளிர்கால பனி, கோடை வெப்பம் ஆகிய சீதோஷ்ணநிலை காரணிகளையும் அவற்றின் இயற்கையான எதிரிகளையும் உபயோகிக்கலாம். அரிசி தலைவிடத் தொடங்கும்போதே சிட்டுக்குருவிகள் திடீரென அதிகரித்து விடாது.

அரிசி துளைப்பான் புழுவுக்கும் இதுவே உண்மையாகும். வெறுமனே அரிசி விளையும் அளவை மட்டும் பொறுத்து அவை திடீரென அதிகரிக்காது அல்லது குறையாது. அரிசி துளைப்பான் புழு அரிசியை மட்டுமே உட்கொள்வதாக கோச்சியில் சுட்டிக்காட்டப்பட்டது. சமநிலையற்ற பதற்றத்திற்கு இயற்கை உள்ளாகாது. மனிதனுக்குத் தெரியாத இடங்களில்கூட சுய கட்டுப்பாட்டுடன் இருக்கும் நுட்பத்தை அது பெற்றிருக்கிறது. மஞ்சள் அரிசி துளைப்பான் புழு பூண்டோடு அழிக்கப்பட்டு, அரிசி தண்டு துளைப்பான் புழு மற்றும் வெட்டுக் கிளிகளால் சேதம் அதிகமானால் என்ன செய்ய முடியும்? சில நேரங்களில் தொந்தரவு தரும் பூச்சி மற்றும் பயிர் நோய்கள் ஒன்றையொன்று ஈடு

செய்கின்றன. மற்றொரு விதத்தில், பூச்சி தாக்கத்தில் ஏற்படும் சரிவால் அரிசி கொள்ளை நோய் அல்லது செலரோடியம் ராட் நோயைத் தொடர்ந்து, புது வகையான புழுக்கள் ஏற்பட முடியும். எதைப் பற்றியும் ஆழமாக படிக்கப் படாததால் உறுதியாக தெரிந்துகொள்வதற்கு எதுவும் இல்லை. ஆனால் அரிசி துளைப்பான் புழு முற்றிலும் நீக்கப்பட்டபோதும் மகசூலில் குறிப்பிடத்தக்க முன்னேற்றம் பற்றாக்குறையாக இருப்பதென்பது கோச்சியில் என்ன நேரிட்டிருக்கலாம் என்பதைக் கூறுகிறது.

நிலத்தில் தொந்தரவு தரும் பூச்சியைப் பார்த்தவுடன் அதை எப்படிக் கொல்வது என்பதுதான் வேளாண் அறிவியலறிஞரின் மூளைக்குள் உடனடியாகத் தோன்றுகிறது. மாறாக, அது திடீரென அதிகமாக தோன்றுவதற்குக் காரணங்கள் என்ன என்பதைப் பற்றியும், அந்தப் பிரச்சனையை வேரோடு கிள்ளி எறிவதைப் பற்றியும் அவர் பரிசோதிக்க வேண்டும். இது, இந்தப் பிரச்சனையை இயற்கை வேளாண்மையில் கையாளப்படும் முறையாகும். அறிவியல் வேளாண்மையும் இந்தப் பிரச்சனையை அலட்சியம் செய்யாது; இந்தத் துளைப்பான் புழு தோன்றுவதற்கான காரணத்தைக் கண்டறியவும், அதற்கு எதிராக உபாயங்களை எடுக்கவும் அதனுடைய வழியில் முயற்சிக்கும். இந்தப் பிரச்சனையை கோச்சியில் ஏற்பட்டிருப்பதாக கற்பனை செய்து கொள்வது எளிதானது. அநேகமாக, கட்டாயப்படுத்தப்பட்ட காய்கறி பயிர் செய்தல் பரவுதல் என்ற காய்கறி வளர்ப்பதில் ஏற்பட்ட முன்னேற்றத்தின் காரணமாக மஞ்சள் அரிசி துளைப்பான் புழுவின் அதிகமான தாக்குதல் எழுந்திருக்கலாம். இதுவும், ஒழுங்கற்ற மற்றும் தொடர்ச்சியாக அரிசி விதைத்தல் உட்பட்ட இதர காரணிகளும் அத்தகைய திடீரென்ற பரவுதலுக்கு ஏற்ற சுற்றுப்புறச் சூழ்நிலையை வழங்குகின்றன.

உண்மையான காரணத்தைக் கண்டறிந்து, கண்ணுக்குத் தெரியும் தொந்தரவு தரும் பூச்சிகளை நிர்மூலமாக்குவதற்கு நமது முயற்சிகளை குவிப்பதற்கு முன்னால் நாம் நன்றாக உறுதி செய்துகொள்ள வேண்டும். உதாரணமாக, அரிசி பயிர் செய்வதற்கான திட்ட அட்டவணையில் உள்ள குழப்பமானது அரிசி துளைப்பான் புழு வெடித்துப் பரவுதலுக்கு அழைப்பு விடுக்கிறதா என்பதைப் பற்றி விசாரணை செய்ய நாம் கவலை எடுத்துக்கொள்ளக்கூடாது. முதல் தலைமுறையில் துளைப்பான் புழு தோன்றுவதன் எண்ணிக்கையானது இயல்பாக குளிர்காலத்தைக் கடந்திருக்கிற பூச்சியைச் சார்ந்து இருக்கும் எனக் கருதப்படுகிறது. ஆனால் துளைப்பான் புழு, அறுவடைக்குப் பிறகு நிலத்தில் விடப்பட்ட தானியத் தண்டில் குளிர்காலத்தைக் கழித்து மீதமுள்ள பயிர் செய்யும் செயல்முறைகளைத் தெளிவற்றதாக்கி குழப்பம் ஏற்படுத்துகிறது. துளைப்பான் புழுக்களுக்கு அதிகமான உணவு கிடைப்பதால் ஒழுங்கற்ற பயிர் வளர்ச்சி மட்டுமே அவை திடீரென அதிகமாக பரவுவதற்குக் காரணம் என ஒருவர் கூற முடியாது. கோச்சி பிரிபெக்ஷரில் மஞ்சள் அரிசி துளைப்பான் புழு, அரிசித் தண்டுப் புழு மற்றும் இதர தொந்தரவு தரும் பூச்சி அதிகமாக இருப்பதற்கு இன்னும் நிறைய காரணங்கள் கண்டிப்பாக இருக்கும். மோசமான அரிசி பயிர் செய்யும் முறைகளைவிட இந்தக் காரணங்கள் சுற்றுப்புறத்துடன்

குறைவாகவே செயல்படும் என நான் நினைக்கிறேன்.

பூச்சிகளில் ஒன்றை தொந்தரவு தரும் பூச்சி என அழைப்பதிலும், அதை அழிக்க தன்னிச்சையாக முயற்சிப்பதிலும் அடிப்படையில் ஏதோ ஒரு தவறு இருக்கிறது. போருக்கு முன்னால், கோச்சி சமவெளி முழுவதும் எளிதான கண்ணிகளை வைத்து அரிசி துளைப்பான் புழுக்களை துடைத்தழிப்பதற்கான முயற்சிகள் செய்யப்பட்டன. போருக்குப் பிறகு அவை தலைதூக்காதபடி ஆர்கானோபாஸ்பேட் பூச்சிக்கொல்லிகளை உபயோகித்து அதே செயலைச் செய்ய முயற்சிக்கப்பட்டது. பருவம் கடந்த பயிர் செய்தல் மூலமாக மஞ்சள் அரிசி துளைப்பான் புழுவுக்கு எதிரான நடவடிக்கைகள் கடினமான உபாயங் களாக தோன்றினாலும், அவை டஜன் புழுக்களில் ஒன்றையே அழிக்கின்றன. அந்த உபாயங்கள் தற்காலிகமாக தகுந்தவை என்பதைவிட அதிகமாக ஒன்றுமில்லை.

நோய்கள் மற்றும் தொந்தரவு தரும் பூச்சி சேதம் என்பது இயற்கையின் ஒழுங்கு தொந்தரவுக்கு உள்ளாகும்போது சமநிலையை நிலைநிறுத்துவதற்காக, இயற்கையால் எடுக்கப்படும் சுய பாதுகாப்பு உபாயமாகும் என்பதைக் கண்டிப் பாக மறந்துவிடக் கூடாது. தொந்தரவு தரும் பூச்சி என்பது அரிசி தாவரங்களின் இயற்கைச் சமநிலை குழப்பமடையும்படியாக ஏதோவொன்று தவறாக போய்க் கொண்டிருக்கிறது என்ற பரிசுத்தமான ஓர் எச்சரிக்கையாகும். நோயுற்ற அல்லது இயல்பற்ற உடலைப் பழைய நிலைக்குக் கொண்டு வருவதற்கு நெருப்புடன் நெருப்புதான் போரிட வேண்டும்; நோய் மற்றும் பூச்சியால் சேதம் ஏற்படாமல் தடுக்க இயற்கையாக ஏற்படும் நோய்களையும் தாக்குதல்களையும் உபயோகிக்க வேண்டும் என்பதை மக்கள் கண்டிப்பாக உணர்ந்திருக்க வேண்டும்.

கோச்சியின் சூடான வெப்பநிலைக்கும் உயர்வான ஈரப்பதத்துக்கும் அரிசி வளர்தல் அபரிமிதமானதாக இருக்கும். நோய் மற்றும் பூச்சி தாக்குதல் என்பது அதிகமான வளர்ச்சியை அடக்குவதற்காக இயற்கையால் தேர்ந்தெடுக்கப்பட்ட ஒரு முறையாகும். ஆனால் மனிதன் குறுகிய பார்வை உடைய கருத்துக்களை உபயோகிக்கிறான். அத்தகைய சேதத்தைத் துயரமாகவும் தீங்காகவும் பார்க் கிறான். இயற்கையான நிகழ்வுகளின் திட்டத்தில் இத்தகைய திடீரென பரவுதல் களும் ஒரு பங்கை வகிக்கின்றன.

கோச்சியில் உணவு உற்பத்தியை - திட்டத்தின் குறிக்கோளான - அதிகரிப் பதில் நம்முடைய பருவம் கடந்த பயிர் செய்யும் முறையை எப்படி வெற்றிகர மாக ஆக்குவது என்று என்னிடம் யாராவது கேட்டால், நான் இவ்வாறாக பதில் சொல்வேன்: அத்தகைய பயிர் செய்யும் முறைத் துணிகரமான முறைகளை உபயோகித்தபோதும், அதிக மகசூல் தருகிற தொழில்நுட்பங்களை அவற்றால் ஒருபோதும் உருவாக்க முடியாது.

உதாரணமாக, பயிரிடும் வகையைத் தேர்ந்தெடுக்கும்போதுகூட தொடக்கத்தி லேயே பயிரிட வெப்ப உணர்வுமிக்க வகையையும், தாமதமாக பயிரிட ஒளி உணர்வுமிக்க வகையையும் அறிவியல் வேளாண்மை இயல்பாக தேர்ந்தெடுக் கிறது. ஆகையால் பருவம் கடந்த பயிர்செய்தலுக்கு நாம் ஒளி உணரும்தன்மை

மற்றும் திரளான வெப்பநிலை என இரண்டையுமே காரணிகளாக்குகிறோம்; ஜூலையில் பயிரிடுவதற்கு ஏற்ற வகையைத் தேர்ந்தெடுக்கிறோம். நாம் என்ன செய்து கொண்டிருக்கிறோம் என்றால், மிக எளிதாக, செயற்கையாக தேர்வு செய்யப்பட்ட காலத்துக்குத் தகுந்த பயிரைத் தேர்வு செய்கிறோம். நம்மை வழிநடத்த உண்மையான திட்ட அளவுகள் இல்லை. அந்த நேரத் தேவைகளுக் கேற்ப நிர்மாணிக்கப்படும் குறிப்பிட்ட குறிக்கோள்களைச் சந்திப்பது மட்டுமே பயிர் வகையின் ஒரே பங்காகும். ஜூலையில் பயிரிடும்போது மகசூல் குறைந்து விடாமல் இருப்பதற்காக மட்டுமே பருவம் கடந்த பயிர் வகை தேர்வு செய்யப் படுகிறது. அது மகசூலை உயர்த்துவதற்கான சாத்தியம் எந்த வழியிலும் இல்லை.

பயிரிடுவதற்குத் தகுந்த நேரம் எது, மகசூலை நிர்ணயிக்கும் காரணி எது என்பதைப் பற்றி நமக்கு எந்த யோசனையும் கிடையாது. பருவம் கடந்து பயிர் செய்தலை அரிசி துளைப்பான் புழுவுக்கு எதிரான உபாயமாகவே நாம் தேர்ந்தெடுத்தோம். தாமதமாகப் பயிர் செய்வதை அடிப்படையாகக் கொண்ட பயிர் உற்பத்தி செய்யும் தொழில்நுட்பங்கள் எல்லாம் பயிர் இழப்பு ஏற்படுவதைக் குறைந்தபட்சமாக தடுப்பதற்கான தற்காலிக ஏற்பாடாகும். பருவம் கடந்து பயிர் செய்தலில் நாம் புகுத்தியுள்ள இத்தகைய தொழில்நுட்பங்களைப் போன்றவை பயிர் நீடித்திருத்தலைத் தக்க வைப்பதைத் தவிர வேறெந்த விளைவையும் ஏற்படுத்தாது.

இந்தப் பருவம் கடந்த பயிர் செய்யும் திட்டமானது, நேரத்துக்கு ஏற்ப மேம் படுத்தப்பட்ட வேளாண் தொழில்நுட்பத்தின் குறுக்குவெட்டுத் தோற்றத்தைக் குறிக்கிறது. தொடர்ந்து ஏற்படுகிற இழப்புகளை மிக கணிசமாகக் குறைப்பதில் மட்டுமே இது வெற்றியடைகிறது. அறிவியல் வேளாண்மை எப்போதும் எல்லா இடங்களிலும் மனிதனுக்கு வசதியானதாக இருந்தாலும், பெரிய மற்றும் முழுமையான தொழில்நுட்பங்களை என்னதான் ஒன்று திரட்டினாலும், அது தற்காலிகமாக, தகுந்ததாக இருப்பதற்கும் அதிகமாக ஒன்றுமில்லை என்பதை இது விளக்கிக் காட்டுகிறது.

மனித செயலைச் சார்ந்திராமல், இயற்கை வழியிலான வேளாண்மையை நோக்கி நகரும்படியான எனது தீர்மானத்தை வலுப்படுத்த இந்த நிகழ்வு எனக்குக் கற்பித்தது.

இயற்கையான அரிசி வேளாண்மையை நோக்கிய முதலடிகள்

கோச்சியில் அறிவியல் ரீதியாக உணவு உற்பத்தியை உயர்த்துவது என்ற பொதுவான முயற்சியில் நான் பங்கேற்றிருந்தபோதும், வேளாண்மைக்கான உண்மையான பாதை - இயற்கை வேளாண்மை - என நான் நம்பியதை எனக்கு உள்ளூர தேடிக் கொண்டிருந்தேன். இயற்கை வேளாண்மை பற்றி எனக்குத் தெளிவான காட்சி ஏதும் இதுவரை இல்லை. என்னால் இயன்றதெல்லாம் நான் இதுவரை ஒருபோதும் பார்த்திராத, ஆனால் கண்டிப்பாக இருக்கிறது என்று அறிந்திருந்த வேளாண்மைக்கான வழியை இருட்டில் தட்டுத் தடவித் தேடுவது மட்டும்தான். இந்த நேரத்தில், குறிப்பிட்ட எண்ணிக்கையிலான

முக்கியமான தடையங்களில் நான் தடுக்கி விழுந்தேன். அவற்றில் ஒன்று "விதையை விதைக்காமல் தாவரத்தை வளர்க்க'' இயற்கையால் இயலும் என்பதாகும்.

இயற்கையாக விதைத்தல் : அரிசி துளைப்பான் புழுவை நிர்மூலமாக்குவதற்கான எங்களது பருவம் கடந்த பயிர் செய்தல் திட்டம் தொடங்கிய ஆண்டில் நான் கிழக்கத்திய மாவட்டத்தில் பணியிலமர்த்தப்பட்டேன். ஜூன் மாதத்தின் இறுதி வரை, பருவத்தில் தோன்றுகிற முதல் தலைமுறை அரிசி துளைப்பான் புழுக்களுக்கு உணவாக கிடைக்கும்படியாக ஓர் அரிசித் தண்டுகூட எஞ்சியிருக்கவில்லை என்பதை உறுதி செய்வதுதான் என்னுடைய பணியாகும். முழு மாவட்டத்தையும் நான் அலசித் தேட வேண்டும்; குன்றுகள் சூழ்ந்த தேசப் பகுதி மற்றும் மலைகளிலிருந்து கரைகள் வரை என நான் சுற்றி வரவேண்டும்.

ஒருமுறை கோடோகாஹாமாவின் கரை நெடுகிலும் உள்ள பைன் காட்டைக் கடந்து வந்து கொண்டிருந்தேன். அப்போது, ஒரு வருடத்திற்கு முன்பு விவசாயிகள் அரிசியை அடித்துப் பிரித்தெடுத்த இடத்தில் இருந்த தோல் நீக்கப்படாத விதைகளிலிருந்து அதிக எண்ணிக்கையிலான இளம் அரிசி நாற்றுகள் முளைத்து வந்திருப்பதை நான் கண்டேன். இந்தத் தன்னிச்சையான அரிசியானது, இரண்டாண்டுக்கு ஒருமுறை அல்லது குளிர் காலம் கடந்து பயிர் செய்தல் என்ற என்னுடைய முறைக்கு என்னை அழைத்துச் சென்றது. மீண்டும் மீண்டும், குளிர்காலத்தைக் கடந்து விதையிலிருந்து முளைவிடும் அரிசி இன்னமும் அரிசி வைக்கோலுடன் இணைந்தே இருக்கிறது என்பதை நான் பின்னர் கவனித்தபோது, எனக்கு ஆர்வத்தை ஏற்படுத்த இந்தக் காட்சி ஒன்றே போதுமானதாயிருந்தது.

இயற்கை "விதை விதைக்காமல் தாவரத்தை வளர்க்கிறது.'' இந்த அறிந்து கொள்ளுதலானது இயற்கையான அரிசி பயிர் செய்தலை நோக்கிய எனது முதலடியாக இருந்தது; ஆனால் அது மட்டும் போதுமானதாக இல்லை. இலையுதிர் காலத்தில் மனிதனால் விதைக்கப்படும் இந்த விதையானது குளிர் காலத்தில் எளிதாக நீடித்திருப்பதில்லை என்பதை இதிலிருந்து மட்டுமே நான் கற்றறிந்துகொண்டேன்.

இயற்கையில், இலையுதிர் காலத்தில் வளர்ச்சியடைந்த தானியமானது அரிசி தாவரத்தின் இலைகள் மற்றும் தண்டுகள் வாடி இறந்து போவதால் நிலத்தில் விழுகிறது. ஆயினும் இயற்கை என்பது நுட்பமானது. நீண்ட காலங்களுக்குமுன், மற்ற புற்களைப் போலவே அரிசியும் எளிதாக நொறுங்கிவிட்டது; குறிப்பிட்ட வரிசையில் கீழே விழுகிற தானியங்கள் கதிரின் உச்சியில் கிளம்பி, நிலத்திற்குள் போய்விடும். நிலத்தில் விழுந்த விதையானது தொடர்ந்துவரும் வசந்த காலம் ஒரு மில்லியனுக்கு குறைவாக இருக்கும் வரை கெடாமல் உயிர்த்திருக்கும். கிட்டத்தட்ட, அனைத்து விதைகளும் பறவைகளாலும் கொறித்துத் தின்கிற பிராணிகளாலும் உட்கொள்ளப்படும் அல்லது நோயால் அழிக்கப்படும். மிகவும் இரக்கமற்ற உலகமாக இயற்கையால் இருக்க முடியும்.

எனினும், தேவையற்ற கழிவுபோல தோற்றமளிக்கும் அதிகமான அளவு தானியமானது குளிர்காலத்தின்போது பூச்சிகள் மற்றும் சிறிய விலங்குகளுக்கு

உணவளிப்பதன் மூலமாக மிக முக்கிய செயலைச் செய்கிறது என்பது நெருக்க மாகப் பார்க்கும்போது வெளிப்படுகிறது. ஆனால், ஒன்றும் செய்யாமல் வெறு மனே உட்கார்ந்தே கிடக்கும் மக்களுக்கு மட்டும் போதுமான தானியத்தை வழங்கிக் கொண்டிருப்பதற்கு இயற்கை இரக்கம் உடையது கிடையாது.

பத்து ஆண்டுகள் கடந்தபிறகு, முடிவாக நீடித்து நிற்கக்கூடிய பாதுகாப்பை - பூச்சிக்கொல்லிகளின் கலவை மற்றும் செயற்கையான பிசின் கலந்த கலவை- உருவாக்குவதில் நான் வெற்றி அடைந்தேன். குளிர்காலத்தில் கொறித்துத் தின்னும் பிராணிகள் மற்றும் இதர தொந்தரவு தரும் பூச்சிகளுக்கு எதிராக பாதுகாக்க, அந்தக் கலவையை அரிசி விதை மீது பூசினேன். எனது அடுத்த செயலானது இந்தப் பாதுகாப்பின் தேவையை முழுவதுமாக நீக்குவதாக இருந்தது. விதைக்க வேண்டிய விதையைக் களிமண் உருண்டைக்குள் மூடுவதன் மூலமாக அதை நான் செய்ய இயன்றது.

அறுவடை செய்யப்பட்ட நிலங்களில் எஞ்சியிருக்கும் வெட்டுப்பட்ட அரிசித் தண்டுகளில் முளைகள் வளர்வதையும்கூட நான் கோச்சியில் கவனித்தேன். கோடை எப்படியிருந்தது, குளிர்காலம் கடந்ததும் இலைசுருட்டுப் புழு - அந்த நேரத்தில் சிறிதாக அறியப்பட்ட ஒன்று - குறைந்தது எப்படி என்பதைப் பற்றி விசாரணை செய்தபடி அந்த பிரிபெக்ஷர் முழுவதும் பயணித்துக் கொண்டிருந்தேன். அரிசி முளைகளின் மீண்டும் எழக்கூடிய திறனையும், தீங்கு செய்யக்கூடிய குறிப்பிட்ட புல் இனங்கள் குளிர்காலத்தில் உயிர்த்திருப்பதையும் அப்போது நான் அறிந்துகொண்டேன்.

உறைபனியால் பாதிக்கப்படாத பகுதிகளில் அத்தகைய அரிசி முளைகளை உபயோகிப்பது கண்டிப்பாக சாத்தியமானதாகும். அறுவடை செய்தபின், முதல் அல்லது விரைவாக வளர்ச்சியடைந்த பயிரின் தண்டிலிருந்து புதிதாக முளை விடுவதை உரம் உபயோகித்து புத்துயிர் பெறச் செய்ய முடிந்தால், நல்ல அளவு உயிர்த்தெழுந்த அரிசியை கால் ஏக்கர் நிலத்தில் மீண்டும் அறுவடை செய்ய முடியும். இரண்டாண்டுகளுக்கு ஒரு முறை வளரும் பயிரை அல்லது இரண்டு பயிர்களைத் தொடர்ச்சியாக பயிர் செய்வதே, மீண்டும் மீண்டும் நடுதலைவிட நிச்சயமாக மிகச் சிறந்த முறையாகும். அரிசி என்பது வருடாந்திர பயிர், அதை வசந்த காலத்தில் விதைத்து இலையுதிர் காலத்தின்போது அறுவடை செய்ய வேண்டும் என்ற குறுகிய பார்வையையே நாம் ஏன் பற்றிக் கொண்டிருக்க வேண்டும்? ஒரு விதைத்தலுக்குப் பிறகு அல்லது குளிர்காலம் கடந்தபோதும் கூட என இருமுறை அரிசி அறுவடை செய்வது என நான் யோசனை செய்து கொண்டிருந்தபோதும், அரிசி வருடம் முழுவதும் வளரக்கூடிய பயிராகவே இருந்தது. அதைச் செய்து முடிப்பதற்கான செயல்முறை வழியைக் கண்டறிவதில் நான் இன்னமும் வெற்றி அடையவில்லை. எனினும், ஜப்பான் மற்றும் குறிப்பிட்ட இதர நாடுகளின் வெப்பமான பகுதிகளில் நடத்தப்படும் விசாரணைகள் அந்த யோசனையை நிச்சயமாக உறுதிப்படுத்தும் என நான் நம்புகிறேன்.

இயற்கை வேளாண்மையின் தீர்மானங்கள் தொடக்கத்தில் இருந்தே

தெளிவாக இருக்கிறது. ஆனால் அதைச் செயல்முறையாக அடைவதற்குத்தான் அதிக நேரம் தேவைப்படுகிறது. எந்தச் சூழ்நிலையின்கீழே அரிசி விதை குளிர் காலத்தைக் கடந்தும் நீடித்திருக்கும் என்பதைப் புரிந்துகொள்வதற்காக நான் பல ஆண்டுகளை செலவழித்துவிட்டேன். அது குளிர்காலத்தைக் கடந்து, இருக்க முடியாததற்கான காரணங்களை அறியவும் அந்தக் காரணங்களைக் களையவும் என்னால் இயன்றதென்றால், அறிவியல் உபாயங்களை அல்லது பூச்சிக்கொல்லிகளை உபயோகிக்க நான் தேர்ந்தெடுக்கமாட்டேன். வருடாந்திர அரிசிப் பயிர் செய்தலின் மதிப்பு மற்றும் அர்த்தத்தைப் பற்றிக்கூட நான் நன்கு யோசித்தேன்.

இயற்கை வேளாண்மை விதை விதைத்தலைத் தனியானதாக பாவிப்பதில்லை. அரிசி உற்பத்திக்கான அனைத்து நிலைகளுடனும் தொடர்புடையதாகவே பார்க்கிறது. அதற்கு மாறாக, அறிவியல் வேளாண்மையானது அரிசி பயிர் செய்தலை குறுகிய சிறப்புக் குணங்களாகப் பிரிக்கிறது. முளைவிடுதலில் நிபுணர்கள் விதை முளைவிடும் பிரச்சனைகளை கவனித்துக் கொள்கிறார்கள். உழுதலில் நிபுணர்கள் உழுதலில் உள்ள பிரச்சனைகளை கவனித்துக் கொள் கிறார்கள். அதேபோல விதையிடுதல், நாற்று நடுதல் மற்றும் இதர துறையினர் அந்தந்த துறையைக் கவனித்துக் கொள்கிறார்கள்.

இயற்கை வேளாண்மை எல்லாவற்றையும் முழுமையின் பகுதியாகவே பார்க்கிறது. பிரச்சனைகள் வேறுபட்டதாக இருக்கலாம். ஆனால் அவற்றைத் தனித்தனியாக தீர்த்து வைப்பதென்பது முற்றிலும் அர்த்தமற்றதாகும். அரிசிப் பயிர் செய்தலின்போது நிலத்தைத் தயார் செய்தல், விதை விதைத்தல், உழுதல், மண் முழுவதும் விதையை நிரப்புதல், உரமிடுதல், களையெடுத்தல், நோய் மற்றும் தொந்தரவு தரும் பூச்சிகளைக் கட்டுப்படுத்துதல் என அனைத்தும் ஒன்றுடன் ஒன்று தொடர்புடையவையாகும். அனைத்துப் பகுதிகளுக்கும் ஒரு பொதுவான தீர்வு இல்லாவிட்டால் எந்தவொரு பகுதியிலும் எந்தப் பிரச்சனையும் உண்மையாக தீர்க்கப்படாது.

ஒரு பொருளே எல்லாப் பொருட்களாக இருக்கிறது. ஒரு விஷயத்தைத் தீர்க்க ஒருவர் கண்டிப்பாக எல்லா விஷயங்களையும் தீர்க்க வேண்டும். ஒரு விஷயத்தை மாற்ற எல்லா விஷயங்களையும் மாற்ற வேண்டும். இலையுதிர் காலத்தில் அரிசி விதைக்கும் தீர்மானத்தை நான் எடுத்தபோது நாற்று நடுதல், உழுதல், இரசாயன உரங்கள் இடுதல், கலப்பு உரம் தயாரித்தல் மற்றும் பூச்சிக் கொல்லிகளைத் தெளித்தல் என அனைத்தையும் நிறுத்த வேண்டும் என்பதையும் கண்டுகொண்டேன்.

நாற்றைப் பிடுங்கி நட வேண்டுமா அல்லது நிலத்தில் நேரடியாக விதைக்க வேண்டுமா என நான் முதலில் தீர்மானிக்க வேண்டும் என்பதை, இரண்டாண்டு களுக்கு ஒருமுறை நிகழும் பயிர் செய்தல் ஓரடி முன்னோக்கியும் ஓரடி பின்னோக்கியும் நிரூபித்துவிட்டது.

இயற்கையான, நேரடியாக விதைத்தல்: நேரடியாக விதைத்தலைப் பற்றி நான் படிக்கத் தொடங்கியபோது, அனைத்துத் தாவரங்களுக்கும் விதைகளை

இயற்கை நேரடியாக விதைக்கிறது என்பதை உணர்ந்துகொண்டேன். அரிசி நாற்றுக்களைப் பிடுங்கி நடுதல் என்பது மனிதனின் குறுக்கீடு என்பதும், இயற்கையான அரிசி பயிர் செய்யும் முறை கண்டிப்பாக நேரடியான விதைத் தலைக் கொண்டிருக்கும் என்பதும் எனக்குப் புரிந்தது. ஆகையால் நான் இலை யுதிர் காலத்தில் அரிசி விதைக்க முயற்சித்தேன். ஆனால் எனது விதைகள் குளிர்காலத்தில் நீடித்திருக்கவில்லை; எனது முயற்சி முற்றிலும் தோல்வி யடைந்தது. அதற்கான காரணம் மிகத் தெளிவானது. நவீன அரிசி மற்றும் இதர பயிர் தானியங்கள் நூற்றாண்டுகளாக நீடித்திருக்க மரபணு ரீதியாக மேம்படுத்தப்படுகின்றன. அவை ஒருபோதும் இயற்கையானதாக இருக்காது; ஆகையால் அவற்றால் ஒருபோதும் இயற்கைக்குத் திரும்ப முடியாது. உண்மையில், கிட்டத்தட்ட இயற்கையைப் போன்ற முறையால் மேம்படுத்தப் பட்ட இன்றைய விதையை விதைப்பதுகூட இயற்கையற்றதாகும். இத்தகைய தாவரங்களுக்கும் ஏதோ வகையான பாதுகாப்பும் மனித கவனமும் தேவையாகும்.

விதையின் வகை இயற்கையற்றதாக இருப்பதால் இயற்கையற்ற முறையில் பயிர் செய்தலை உபயோகிப்பதென்பது அரிசியை இயற்கையிடமிருந்து விலக்கி தூரத்தே அழைத்துச் செல்கிறது; உறுதியான இயற்கை விளைவுகளைத் தூண்டு கிறது. தானியத்தை வளர்ப்பதற்கு அதிகமான அளவு இயற்கை வழியை உப யோகித்தபோதும், அது ஒருபோதும் இயற்கையானதாக இருப்பதில்லை. கூடுதலாக, அனைத்து முயற்சிகளையும் கைவிட்டு விடவேண்டும். ஏனென்றால் "அரிசி விதை குளிர்காலத்தைக் கடந்து இருப்பது சாத்தியமற்றது'', "பார்லியை கோடையில் கொண்டு செல்ல முடியாது'' என்பவை அதன்பிறகு இயற்கையின் ஆழமான வடிவங்களைப் பற்றிய எந்தவித சிறிய புரிந்துகொள்ளுதலும் இல்லாமலேயே அந்த விஷயத்தை முடித்து வைக்கும். ஆகையால் அரிசி ஏன் குளிர்காலத்தைக் கடந்து இருப்பதில்லை என்பதை அறிந்துகொள்வதில் நான் எனது பார்வையை வைத்தேன்.

1945இல், இதில் நான் வெகு தூரத்தை அடைவதற்கு முன்னால் ஒரு வித்தி யாசமான சோதனையை நடத்தினேன். வசந்த காலத்தில் உழுது, நீர் பாய்ச்சிய நெல் நிலத்தில் நேரடியாக விதைத்தேன். நாற்றங்கால் படுகையில் அரிசி தயார் செய்யவும் அதே முறையைப் பின்பற்றினேன். அதாவது முதலில் நிலத்தை உழுது நீர்பாய்ச்சிய பிறகு நேரடியாக விதைத்தேன்.

துளையிடுதல், நேரான வரிசைகளில் விதைத்தல், வாரி இறைத்தல் போன்ற வற்றை உட்கொண்டதே இந்தச் சோதனையாகும். வேறுபட்ட விதைத்தல் தொழில் நுணுக்கங்கள், விதைக்கப்படும் விகிதம் மற்றும் அடர்த்தி போன்ற வற்றின் விளைவுகளைப் பரிசோதிப்பதே அதன் முக்கிய நோக்கமாகும். தோராயமாக, சதுர கஜத்திற்கு 20, 30, 60, 100, 230 மற்றும் 1000 விதைகளைத் தனித்தனியாக விதைத்தேன். நான் எதிர்பார்த்ததைப் போலவும் இன்னும் என்னை ஆச்சரியப்படுத்துவது போலவும் மிகச் சிறந்த பதில்கள் கிடைத்தன. எல்லாவற்றிலிருந்தும், அடர்த்தியாக பயிரிடுதலில் ஒரு சதுர கஜ நிலத்துக்குக் கிடைக்கும் தலைகளின் எண்ணிக்கை 400 - 500 என இருந்தது. ஒரு தலைக்கான

தானியங்களின் எண்ணிக்கை 60-120 ஆக இருந்தது. ஆகையால் கிடைக்கக்கூடிய மகசூலானது அதேபோல இருக்கும்.

பல்வேறு பிரச்சனைகள் தோன்றின. உதாரணமாக, அதிகமான கரிமப் பொருட்கள் உள்ள மண்ணும் மோசமான நீரும் இருக்கும் இடத்தில், விதை நிலத்தில் மூழ்கிப் போகும்; முளைவிடுதல் மோசமாக இருக்கும். மேலும் நன்றாக நீர்பாய்ச்சிய நிலத்தில் தாவரங்கள் எளிதாக உயிர் வாழ்கின்றன என்பதையும் நான் கவனித்தேன். ஆனால், எல்லாவற்றிலும் பொதுவாக, உழுது நீர்ப்பாசனம் செய்த நிலத்தில் நேரடியாக விதைத்தலின்போது அரிசி நன்றாக வளரும்.

களையெடுத்தலில் மிக அதிகமான நேரத்தைச் செலவழித்தேன். அந்த நேரத்தில் இந்த முறை அதிக பயன் உடையதா என நான் சந்தேகித்தேன். ஆனால் இன்று சுற்றிலும் உள்ள நல்ல களைக்கொல்லிகளால், உழப்படாத, மோசமாக அல்லது நடுத்தரமாக வடிகட்டப்பட்ட நிலத்தில் கூட நேரடியாக விதைத்தல் நிச்சயமாக சாத்தியமானதாகும்.

நேரடியாக விதைத்தல், உழுதல் இல்லை, அரிசி மற்றும் பார்லி தொடர்ச்சியாக பயிரிடலின் தொடக்க முயற்சிகள்

வேறுபட்ட வழிகளிலான நேரடியாக விதைத்தலை நான் முயற்சித்தேன். ஆனால் பார்லி பயிர்களை வளர்ப்பதற்கு, முன்னர் இருந்த முறையாகிய, உயர மான வரப்புகளில் விதைக்கத் துவாரமிடுதலை ஆரம்பத்தில் பயன்படுத்தி னேன்; ஆயினும், நீண்ட காலங்களுக்கு முன்னர் சில விவசாயிகளால் முயற்சி செய்யப்பட்ட, “சோம்பேறி மனிதன்” முறை எனக் கூறப்பட்ட, வரப்புகளுக்கு இடையே பொந்துகளில் அரிசி விதைத்தலைத் தேர்ந்தெடுத்தேன். இது பார்லி வரிசைகளுக்கு இடையே அரிசியை நேரடியாக விதைக்கும் தொழில்நுட்பத்தை உபயோகிக்க பின்னர் என்னைச் செலுத்தியது. பல வருடங்களாக பார்லியின் இடையே அரிசியை நேரடியாக விதைத்தேன். ஆனால் அரிசி முளை விடுவதிலும் களைக் கட்டுப்பாட்டிலும் அதிகமான சிரமத்துக்கு உள்ளானேன்; இறுதியாக இந்த முறை சாத்தியமற்றது என அதைக் கைவிட்டேன். ஆயினும், இந்தக் காலகட்டத்தில் இன்னும் பல முறைகளை நான் பரிசோதித்துப் பார்த்தேன். அவை எனக்குப் புதிய யோசனைகளைத் தந்தன. நான் முயற்சி செய்த் சில விஷயங்கள் இவை :

பார்லிக்கு இடையே நேரடியாக அரிசி விதைத்தல் :

1. அரிசி விதை முளை விடுவது மோசமாக இருக்கும். வெட்டுக்கிளி, சிட்டுக் குருவிகள், சுண்டெலிகளுடன் போரிடுவதற்கு வழி இருக்காது. பூச்சிக்கொல்லி களை உபயோகிக்க நான் முயற்சித்தேன். ஆனால் முழுமையான முளையிடுதலை அடைய இயலவில்லை.

2. பார்லியை அறுவடை செய்தபிறகு, வரப்புகளில் உள்ள மண்ணை சிறு மண்வெட்டிகளைக் கொண்டு களைய முயற்சித்தேன். வரப்புகளுக்கு இடையே உழுதலால் ஏற்பட்ட துவாரங்களில் வரப்புகளில் உள்ள மண்ணைப் போட்டு நிலத்தைச் சமப்படுத்தினேன். ஆனால் இது செய்வதற்கு சிரமமான

வேலையாகும்.

3. நிலங்களில் நீர்ப்பாசனம் செய்யும்போது நீரைத் தேக்கி வைப்பது மோசமாக இருந்தது. நீரின் மேற்பரப்பை வெளிப்படுத்திய உயரமான இடங்களில் களைகள் வளர்ந்தன. நீரின் விளிம்பு வரையிலும், நீருக்கு உள்ளேயும் என களைகள் வளர்ந்தது எனக்கு மிகப் பெரிய சிரமத்தை ஏற்படுத்தியது; களைகளின் தோற்றமும் சிக்கலுக்குரிய வகையில் இருந்தன. நாற்றைப் பிடுங்கி நடுவதைவிட களைக்கொல்லிகள் உபயோகிப்பது மிகக் கடினமாக இருந்தது. களையைக் கட்டுப்படுத்துவதை மேலும் சிக்கலாக்கியது.

4. இறுதியாக, களையெடுப்பதற்கான சிறந்த வழியைப் பற்றி நன்கு சிந்தித்த பிறகு, களைகளை களைகளாலேயே கட்டுப்படுத்துவதைப் பற்றி நான் யோசித்தேன். க்ளோவரையும் சீன மில்க் வெட்சை*யும் விதைத்து முயற்சித்தேன். எனது பழத்தோட்டத்தில், வரப்புகளில் வளர்ச்சியடைந்த பார்லியை அறுவடை செய்வதற்கு ஒரு மாதத்திற்கு முன்னால் பார்லிக்கு இடையே இத்தகைய சிறு செடிகளை செழித்து வளரவிடுவதன் மூலமாக இதை நான் பரிசோதித்துப் பார்த்தேன். இந்த முறை உடனடியாக வெற்றி பெறவில்லை. ஆனால் அது எனக்கு மற்றுமொரு முக்கிய தடயத்தைத் தந்தது. அது, க்ளோவர் முழுவதுமாக நிரம்பிய நிலத்தில் அரிசியும் பார்லியும் பயிர் செய்யும் எனது முறைக்கு அழைத்துச் சென்றது.

5. கடுகு, பீன்ஸ், ஸ்குவாஷ்** போன்ற காய்கறி விதைகளையும் நான் விதைத்து முயற்சித்தேன். இருந்தபோதும் வீட்டு உபயோகத்துக்குப் பயன்படுத்துவதற்கு ஏற்ப இவை போதுமான அளவு வளரவில்லை. சுழற்சியில் உள்ள குறிப்பிட்ட பயிர்களுக்கு இடையேயான உறவைப் பற்றி இது எனக்குச் சிறிது கற்றுத் தந்தது.

6. அதன்பிறகு எதிர்மறையானதையும் நான் முயற்சித்தேன். தக்காளி, கத்தரி, வெள்ளரி நிலங்களில் அரிசி விதைத்து வளர்த்தேன். அரிசி நிலங்களில் காய்கறிகளை வளர்த்து அறுவடை செய்தபிறகு அரிசி வளர்க்கும் எனது முயற்சிகளை விட இங்கே அரிசி மகசூல் நன்றாக இருந்தது. இருந்தபோதும் நிலத்தில் வேலை செய்வதில் இன்னமும் எனக்கு சில பிரச்சனைகள் இருந்தன.

தொடர்ச்சியாக அரிசி/பார்லியை நேரடியாக விதைத்தல் :

நான் முன்னதாக குறிப்பிட்டதைப்போல, வடிகட்டப்பட்ட நிலத்தில் நேரடியாக அரிசி விதைத்தலானது நேரடியாக பார்லி விதைத்தலுடன் தொடர்புடையது என்ற எனது ஆய்வின் காரணத்தால், பார்லி பயிர் செய்யும் எனது முறையானது உயரமான வரப்பிலிருந்து தாழ்வான வரப்பு, அதிலிருந்து சமதள நிலத்தில் பயிர் செய்தல் என முன்னேறியது. நேரடியாக அரிசி விதைக்கும் எனது முறை சமதள நிலத்திற்குத் தகுந்ததாக அதை நோக்கி நகர்ந்தது. அகலமான ஒரே வரிசையாக, 18 அங்குல இடைவெளியில் விதைத்தலிலிருந்து, குறுகிய இடமுள்ள வரிசைகளில் 6 முதல் 8 அங்குலங்கள் பிரித்துப் பயிரிட்டேன். அதன்பிறகு விதைகளை தனித்தனியாக, 6க்கு 8 அங்குலங்கள் இடைவெளியில் பயிரிட்டேன். இறுதியாக உழாத அல்லது களையப்படாத

நிலத்தின் மேற்பரப்பு முழுவதும் அல்லியின பார்லியை நேரடியாக விதைத்தேன். அல்லியின பார்லியை உழாமல் நேரடியாக விதைப்பதன் தொடக்கம் இதுதான். அதிக மகசூலுக்கு பார்லி பயிர் செய்கிற என்னுடைய முறை மற்றும் விதையை அடர்த்தியாக, தனித்து விதைத்தல் ஆகியவற்றின் காரணமாக, பார்லிக்கு இடையே அரிசி விதையை விதைப்பது மிகவும் சிரமமானது என்பதை நான் கண்டுகொண்டேன். பார்லி தாவரங்களுக்கு இடையே திறமையாக விதைக்கக் கூடிய விதைப்பாளர்கள் பற்றாக்குறையும் ஒரு காரணமாகும்.

ஆகையால் சமதளமான, உழப்படாத நிலத்தில் தனித்து விதைக்கும்போது கூட அல்லியின பார்லியால் நன்றாக வளர முடியும் என்பதை நான் அறிந்து கொண்டேன். பார்லி அறுவடைக்கு பின் உள்ள வெட்டுப்பட்ட தண்டுகளுக்கு இடையே, அதே விதைத்தல் இடைவெளியில் அரிசியை விதைத்தாலும் நன்றாக வளரும் என்பதையும் கண்டுகொண்டேன். ஆகையால் அரிசி மற்றும் பார்லி என இரண்டுக்குமே ஒரே முறையைத்தான் உபயோகித்தேன். ஒன்றுக்குப் பின் மற்றொன்று என இரண்டு பயிர்களையும் தொடர்ச்சியாக வளர்ப்பதால், இரு பயிர்களையும் ஒற்றைப் பயிர் வளர்த்தல் முறையில் வளர்க்க முடியும் என்பது எனக்குள் உதித்தது. இந்த முறையை நான் "நேரடியாக விதைத்தல், உழுதல் இல்லை, அரிசி மற்றும் பார்லி தொடர்ச்சியாக பயிர் செய்தல்" என்றழைக்க தேர்ந்தெடுத்தேன்.

எனினும், இந்த முறை திடீரெனத் தோன்றிய உத்வேகத்தின் விளைவு கிடை யாது. இது பல சுழற்சிகள் மற்றும் திரித்தல்களின் விளைவாகும். பார்லி தண்டுகளுக்கு இடையே அரிசியை நேரடியாக விதைத்தல் வசதியற்றது என அறிந்தபோது, பார்லியை அறுவடை செய்தபிறகு நேரடியாக அரிசி விதைத்தல் நல்லதா அல்லது பார்லியை வெட்டுவதற்கு 10லிருந்து 20 நாட்களுக்கு முன்பாக அரிசி விதைகளை வாரி இறைத்தல் நல்லதா என்பதைத் தீர்மானிக்க சில தேர்வுகள் நடத்த முடிவு செய்தேன்.

நிமிர்ந்து நிற்கும் பார்லி தலைகளின்மீது அரிசி விதையைச் சிதற செய்வது என்பது உண்மையிலேயே விசாலமான பயிர் செய்முறையாகும். ஆனால் சிட்டுக்குருவிகள் மற்றும் வெட்டுக்கிளிகளால் விதைகளில் இழப்பு என்பது நான் எதிர்பார்த்ததைவிட குறைவாகவே இருந்தது. முளைவிடும் அளவும் முற்றிலும் நன்றாக இருந்தது. இது சுவாரசியமான முறை என நான் நினைத்த போதும், என்னுடைய நிலத்தின் ஒரு மூலையில் மட்டுமே இந்த முறையை பயிற்சி செய்தேன். அதேநேரத்தில், பார்லி அறுவடைக்குப் பிறகு அரிசியை நேரடியாக விதைப்பதில் கவனம் செலுத்துவதற்கு மாறாக, மேற்கொண்டு அதில் வேறு எதுவும் செய்யவும் இல்லை.

பார்லி அறுவடை செய்த நிலத்தை உழாமல் அதிலேயே அரிசி விதையை நேரடியாக விதைக்க முயற்சி மேற்கொண்டேன். ஆனால் அரிசி விதை ஆழமில் லாமல் விழுந்ததாலும், பயிரிடுபவர் காரணத்தாலும் இது சரியாக வேலை செய்யவில்லை. அதன்பிறகு நிமிர்ந்து நிற்கும் பார்லியின் மீது அரிசி விதையை விதைப்பதே தகுந்தது என நான் உணர்ந்து கொண்டேன். ஆனால் பல்வேறு

காரணங்களாலும், செய்வதற்கு எளிதாக இருந்ததாலும் ஆழமில்லாமல் களையப்பட்ட நிலத்தில் நேரடியாக விதைப்பதை முயற்சிக்க நான் தீர்மானித் தேன். அதிகமான பார்லி மற்றும் அரிசி மகசூல் பெற ஆழமாக உழுதலே மிக முக்கியமான நிலை என்று நம்புவதையும் தொடர்ந்தேன். அரிசியை நேரடியாக விதைப்பதற்கு உழுதல் என்பது தேவையான முன்நிபந்தனை என உணர்ந்தேன்.

ஆனால் நிலத்தை ஆழமில்லாமல் உழுது நேரடியாக விதைத்தலுக்குத் தயார் செய்வது என்பது நான் நினைத்ததைவிட கடினமாக இருந்தது. ஏனென்றால், அரிசிக்கான விதை நிலத்தை தயார் செய்ய மண்கட்டிகளை உடைத்தலும் நிலத்தைச் சமப்படுத்துதலும் தேவையாக இருந்தது. குறிப்பாக ஒரு பகுதியாக வறண்ட நிலத்தில், பல ஆண்டுகளாக அபரிமிதமாக மழை பெய்த இடங்களில் கூட துணிந்து செய்ய வேண்டிய செயல்களும் அதிகமாக இருந்தன. உழப்பட்ட நிலத்தில் விதைக்கப்படுவதற்கு முன்பாக மழை பெய்தால், அந்த நிலம் சேறாகி, நேரடியாக விதைத்தலைச் சாத்தியமற்றதாக்கிவிடும். குறிப்பிட்ட ஆண்டு களுக்குத் தொடர்ந்து தோல்விகளைக் கண்டபிறகு, எந்த வகையிலும் உழாமல் நேரடியாக விதைக்கும் கொள்கைக்குச் செல்ல தீர்மானித்தேன்.

உழுதல் இல்லாமல், நேரடியாக விதைத்து தொடர்ச்சியாக அரிசி / பார்லியை பயிர் செய்தல்: "உழுதல் இல்லை, தொடர்ச்சியாக அரிசி/ பார்லியை நேரடியாக விதைத்தல்" என்பதைப் பற்றி இருமுறைகூட யோசிக் காமல் இன்று நான் அதை உபயோகிக்கிறேன். ஆனால் அந்த நிலத்தை உழவோ அல்லது அதை வளப்படுத்தவோ தேவையில்லை என்று நான் முழுமையாக சமாதானம் அடையும் வரை, "உழுதல் தேவையில்லை" என்று சொல்வதற்கு ஆச்சரியமான செய்திகளை அது எனக்குத் தந்தது. இந்த வகையான பயிர் செய்தலை மற்றவர்களுக்குத் தெரியப்படுத்தினேன்.

"பாதி உழப்பட்ட" கோதுமை அல்லது அரிசி நிலத்தைப் பயிரிடுவதற்குத் தயார் செய்கிற எளிமையாக்கப்பட்ட முறைகள் என முயற்சிகள் சிதறிக் கிடந்தன. இருந்தபோதும், அந்த நேரத்தில் அரிசி மற்றும் பார்லி என இரண்டிலுமே அதிக மகசூலை உருவாக்குவதற்கு ஆழமாக உழுதல் தேவையானது, அத்தியாவசியமானது என்று சம்பிரதாய அறிவு நம்பியது. ஒரு வருடம் விட்டு மற்றொரு வருடம் உழுதலையும் களைதலையும் தவிர்த்து விடுவது யோசிக்க முடியாததாகும்.

இருபது ஆண்டுகளாக இப்போது வரை நிலத்தை உழாமலே நான் அரிசியும் பார்லியும் வளர்த்து வருகிறேன். அந்தக் காலத்தில் என்னுடைய உற்றுநோக்குதல் களானது இதர நுண்ணறிவுகளுடன் இணைந்து, நெல் நிலத்தை உழவேண்டிய தேவையில்லை என்ற எனது திடநம்பிக்கையைப் படிப்படியாக ஆழமாக்கியது. ஆனால் இந்தத் திடநம்பிக்கை பெரிதும் உற்றுநோக்குதலையே அடிப்படை யாகக் கொண்டிருந்தது. ஏனென்றால் நான் மண்ணைப் பற்றி எந்தவிதப் படிப்பும் மேற்கொள்ளவில்லை; தகவல்களைச் சேகரிக்கவில்லை. ஆயினும், எனது நிலத்தைப் பரிசோதித்த ஒரு மண் அறிவியலறிஞர் கூறினார் : "உழாமல் பயிர் செய்வதால் எழுகிற மாற்றங்களை ஒரு படிப்பின் மூலமாக அறிய முடியும்.

ஆனால் சம்பிரதாயமான யோசனைகளை அடிப்படையாகக் கொண்ட உழப் படாத பயிர்செய்தலின் நன்மைகளைத் தீர்மானிக்க அது உபயோகமாக இருக்க முடியாது.''

உச்ச இலக்கானது அறுவடை செய்தலாகும். இந்த நன்மை குறித்த கேள்விக் கான விடையானது உழுதல் இல்லாத பயிர் செய்தலைத் தொடரும்போது அரிசி மகசூல் சரிவாக இருக்கிறதா அல்லது அதிகமாக இருக்கிறதா என்பதைப் பொறுத்ததாகும். இதைக் கண்டுபிடிக்கத்தான் நான் விரும்பினேன். முதலில், தொடர்ந்து உழாமல் பயிர் செய்யும்போது பல வருடங்கள் கடந்தபிறகு மகசூல் குறைந்து போய்விடும் என்றுதான் நானும்கூட எதிர்பார்த்தேன். அப்படியில்லை, ஆனால் அநேகமாக அரிசி வைக்கோல், பார்லி வைக்கோல் மற்றும் உமியை நிலத்திலேயே போட்டுவிடுவதால் இருக்கலாம். இந்த முறையை நான் உப யோகித்த காலம் முழுவதும், மண்ணின் வளம் குறைந்ததால் மகசூல் குறைந்தது என்பது போன்ற எந்த அறிகுறியையும் நான் பார்க்கவில்லை. உழாமல் பயிர் செய்யும் செயல்முறை ஆரோக்கியமானது என்ற என்னுடைய திடநம்பிக்கையை இந்த அனுபவம் பாதுகாத்தது. என்னுடைய வேளாண் முறைக்கான அடிப் படைக் கொள்கையாக இதை எடுத்துக்கொள்ள என்னை வழிநடத்தியது.

என்னுடைய இந்த அனுபவங்களை 1962இல் "நேரடியாக விதைத்து அரிசி மற்றும் பார்லி உற்பத்தி செய்தல்'' என்ற தலைப்பில், ஜப்பானில் வெளியாகும் வேளாண்மை மற்றும் தோட்டக் கலை பற்றிய முன்னணி பத்திரிகையில் எழுதி னேன். இது குறிப்பிடத்தக்க விஷயமாக பாராட்டப்பட்டது. அரிசியை நேரடி யாக விதைத்தலில் ஆர்வம் உள்ளவர்களுக்கு இது ஒரு மாதிரி தூண்டுகோலாக செயல்படுவது தெளிவானது. அந்த நேரத்தில் வேளாண் மற்றும் வன அமைச் சகத்தில் உயர்ந்த பதவியில் இருந்த ஓர் அதிகாரி மகிழ்ச்சியடைந்து "இது ஓர் உயர்தரமான ஆய்வு... ஆகையால் பத்து வருடங்களுக்கு, ஜப்பானின் அரிசி பயிர் செய்தலுக்கு ஒரு கைவிளக்கு'' என்று பாராட்டினார்.

இயற்கையாக அரிசி மற்றும் பார்லி/கோதுமை பயிர் செய்தல்

தொடக்கத்தில், அரிசி நாற்றுப் பிடுங்கி நடும் முறையைக் கைவிட்டுவிட்டு, இயற்கை வேளாண்மை என்ற நிலையான ஆதாரத்தை எடுத்துக் கொண்டேன். அதன்பிறகு அரிசி மற்றும் பார்லியை நேரடியாக விதைப்பதற்கான எனது சொந்த முறையைத் தேடினேன். நிலத்தை உழாமல் அரிசியையும் அல்லியின பார்லியையும் நேரடியாக விதைத்தல் என்ற ஒன்றிணைந்த தொழில் நுட்பத்தைப் படிப்படியாக அடைந்தேன்; அது என்னை என்னுடைய இலக்கை நோக்கி ஓர் அடி நெருங்க வைத்தது. நேரடியாக விதைக்கப்பட்ட மேட்டுநில அரிசி பயிர் செய்தல் முறை இன்று பரவலாக செயல்படுத்தப்படுகிறது என்ற முந்தைய சம்பவத்தை நினைவுபடுத்தியது. அதேநேரத்தில், தொடர்ந்து உழப்படாமல் விட்ட சமதள நிலத்தில் அரிசியும் அல்லியின பார்லியும் வளர்க்க முடியும் என்ற யோசனை இதுவரை யாருக்கும் எழவில்லை.

பின்னர், பூச்சிக்கொல்லிகள் மற்றும் உரங்கள் உபயோகித்தலைக் கைவிடுதல்

என்று தீர்மானித்ததன் விளைவாக இயற்கை வேளாண்மை என்ற என்னுடைய இலக்கை தக்கவைத்துக் கொண்டு பயிர் செய்யும் ஒரு முறையை நான் தொடங்கினேன். அது மிகவும் எளிய வடிவம்; உழாமல், நேரடியாக விதைத்து தொடர்ச்சியாக அரிசி/பார்லி பயிர் செய்தல் மற்றும் இளம் நாற்றுகளுக்கு மேலே பாதுகாப்பாக வைக்கோல் தூவுதல் ஆகியனவற்றைக் கொண்டதாகும். இயற்கை வேளாண்மைக்கான அடிப்படை மாதிரி என இதை நான் எடுத்துக் கொண்டேன்.

ஜப்பான் முழுவதும் உள்ள அதிக எண்ணிக்கையிலான வேளாண் சோதனை மையங்களால் இந்த முறை படிக்கப்பட்டது. உழாமல், பாதுகாப்புக்கு வைக்கோல் தூவி, தொடர்ச்சியாக அரிசி/பார்லி பயிர் செய்தல் முறை கிட்டத்தட்ட எந்த ஒரு கணத்திலும், எந்த அடிப்படை பிரச்சனையையும் கொண்டிருக்கவில்லை என்பதை ஆய்வாளர்கள் கண்டறிந்தார்கள். ஆனால் களையைக் கட்டுப்படுத்தும் பிரச்சனை எஞ்சியிருந்தது. ஆகையால் அதற்காக நான் வேலை செய்தேன். அதிகமான முயற்சியும் தொடர்ச்சியான பரிசோதனைகளும் மேற்கொண்ட பிறகு, என்னுடைய அடிப்படை முறையை மாற்றியமைத்தேன். பசுந்தழைகள் நிரம்பிய நிலத்தில், அரிசி மற்றும் பார்லியின் விதைகளைக் கலந்து உபயோகித்தல் மற்றும் இரண்டாண்டுக்கு ஒருமுறை பயிர் செய்தல் ஆகியவற்றைச் சேர்த்தேன்.

இயற்கையான அரிசி மற்றும் பார்லி வேளாண்மைக்கான அடிப்படை மாதிரி என இதை நான் அழைத்தேன். ஏனென்றால் பூச்சிக்கொல்லிகள் அல்லது இரசாயன உரங்கள் உபயோகிக்காமல் வேளாண்மை செய்வதற்கு இந்த முறை விவசாயிகளுக்கு ஏதுவாக இருக்கும் என்பதை நான் உறுதியாகச் சொல்வேன். இரசாயனங்களையும் பெரிய இயந்திரங்களையும் உபயோகிக்கும் நவீன அறிவியல் வேளாண்மைக்கு எதிரான எனது குரலாக, அரிசி மற்றும் பார்லி பயிர் செய்தலில் இதை "க்ளோவர் புரட்சி" என்று நான் அழைத்தேன்.

நேரடியாக விதைத்தல், உழுதல் இல்லை, பசும் தழைகள் நிரம்பிய நிலத்தில் பார்லி/அரிசி தொடர்ச்சியாக பயிரிடுதல்

இது, பயிரினம் சார்ந்த பசும்தழை பயிர்களுடன், புல்லினம் சார்ந்த பயிர்களான அரிசி மற்றும் பார்லி அல்லது கோதுமையை இணைத்துப் பயிர் செய்கிற முறையாகும்.

பயிர்செய்தல் முறை : அக்டோபரின் தொடக்கத்தில் அல்லது மையத்தில், நிமிர்ந்து நிற்கும் அரிசி தலைகளின் மேலே க்ளோவர் விதைகளை விதைத்தேன். அதன்பிறகு அரிசியை அறுவடை செய்வதற்கு இரண்டு வாரங்களுக்கு முன்னர், பார்லி விதையை விதைத்தேன். பார்லியின் இளம் நாற்றுகளுக்கு இடையே நடந்து சென்று அரிசியை அறுவடை செய்தேன். வெட்டிய தானியத்தை நிலத்திலோ அல்லது வேறு இடத்திலோ காய வைத்தேன். காய்ந்த தானியத்தை அடித்துப் பிரித்தெடுத்து சுத்தம் செய்தபிறகு, வைக்கோலை வெட்டாமல் உடனடியாக நிலம் முழுவதும் பரவ செய்தேன். அதன்மீது கோழியின் எச்சம் அல்லது சிதைவுறாத கரிமப் பொருட்களை போட்டேன். எனது அரிசி குளிர்

காலத்தைக் கடந்தும் இருக்க வேண்டும் என்று நான் விரும்பியதால், அரிசி விதையைக் களிமண் உருண்டைக்குள் வைத்து மூடினேன். நவம்பரின் மையத்தில் அல்லது அதன்பிறகு நிலம் முழுவதும் அவற்றைச் சிதறச் செய்தேன். இவ்வாறாக அடுத்து வரும் வருடத்துக்கான அரிசி மற்றும் பார்லி விதைத்தல் நிறைவுற்றது. வசந்த காலத்தில், வளர்ச்சியடைந்த பார்லியின் காலடி கீழே க்ளோவர் அடர்ந்த அடுக்காக வளர்ந்திருக்கும். க்ளோவருக்குக் கீழே அரிசி நாற்றுகள் முளைவிடத் தொடங்கியிருக்கும்.

மே மாதத்தின் இறுதியில் நான் பார்லியை வெட்டும்போது, அரிசி நாற்றுகள் அநேகமாக ஒன்று அல்லது இரண்டு அங்குலங்கள் உயரமாக வளர்ந்திருக்கும். பார்லியுடன் சேர்த்து க்ளோவரும் வெட்டப்படும். ஆனால் இது அறுவடை செய்யும் வேலையில் குறுக்கிடாது. பார்லி காய்வதற்காக நிலத்தில் 3 நாட்கள் போட்டபிறகு, அதை மூட்டைகளாகக் கட்டி, அடித்துப் பிரித்தெடுத்துச் சுத்தம் செய்து பார்லி வைக்கோலை வெட்டாமல் நிலம் முழுவதும் சிதறடித்து விட்டு, அதன்மீது கோழியின் எச்சத்தை ஓர் அடுக்கு போடுவேன். காலால் மிதிக்கப்பட்ட அரிசி நாற்றுகள் இந்தப் பார்லி வைக்கோல் வழியாக வெளிப்படத் தோன்றும். க்ளோவர் மீண்டும் வளரும்.

ஜூன் மாதத் தொடக்கத்தில், க்ளோவரின் அபரிமிதமான வளர்ச்சி இளம் அரிசி நாற்றுகளை மூச்சுத் திணறடிப்பதைப் போலத் தோன்றும். சேறு நிரம்பிய நிலத்தைச் சுற்றிலும் மேடுகளை ஏற்படுத்தி, க்ளோவர் தளர்வதற்காக 4 முதல் 7 நாட்கள் வரை நிலத்தில் நீரைத் தேக்கி வைத்தேன். இதன்பிறகு, தாவரங்கள் திடமாக வளர்வது சாத்தியமாவதற்காக நிலத்தில் உள்ள நீரை வடிகட்டிவிட்டேன். அரிசி வளரும் பருவத்தின் முதல் பாதியின்போது நீர்ப்பாசனம் செய்தேன். நீர் பாய்ச்சுவது கண்டிப்பாக அவசியம் கிடையாது; ஆனால் அந்தத் தாவரங்களின் வளர்ச்சி எப்படி இருக்கிறது என்பதைப் பொறுத்து, 7 முதல் 10 நாட்களுக்கு ஒருமுறை என நிலத்திற்குச் சிறிதளவு நீர் பாய்ச்சலாம். தலைவிடும் நிலையின்போது இடைவெளி விட்டுவிட்டு நீர்ப் பாய்ச்சுதலைத் தொடர்ந்தேன். ஆனால் நீரைத் தேக்கி வைத்தலை 5 நாட்களுக்கு அதிகமாக நீட்டிக்கக் கூடாது. மண்ணின் ஈரப்பத அளவானது 80% என்பதே போதுமானதாகும்.

பயிர் வளரும் பருவத்தின் முதல் பாதியின்போது, மேட்டுநில அரிசிப் பயிர் செய்தலில் உள்ளதைப் போன்ற சூழ்நிலைகளின் கீழே அரிசி நன்றாக வளர முடியும். ஆனால் பருவத்தின் இரண்டாம் பாதியில் நீர்ப்பாசனம் செய்வது தாவரத்தின் வளர்ச்சியுடன் அதிகரிக்கப்பட வேண்டும். தலைவிட்டதன் பிறகு, அரிசிக்கு அதிக அளவு நீர் தேவைப்படும்; எச்சரிக்கையாக கவனிக்காவிட்டால், நீர்ப்பசை இல்லாமல் போய்விடும். கால் ஏக்கருக்கு 1 டன் அளவு மகசூல் என்பதற்கு நீர் தேங்கி நிற்பதை நான் உபயோகிக்க மாட்டேன். ஆனால் நீரை திறமையாக நிர்வகிப்பது முக்கியமானதாகும்.

பண்ணை வேலை : இந்த முறையில் அரிசி பயிர் செய்தல் முற்றிலும் எளிமையானது. ஆனால் இது மிகவும் மேம்படுத்தப்பட்ட தொழில்நுட்ப மாகும். முற்றிலும் விசாலமான வேளாண்மையைப் போல இல்லாமல்

ஒவ்வொரு செயலையும் மிகவும் நுட்பத்துடன் செய்ய வேண்டும். அரிசி அறுவடையின்போது தொடங்க வேண்டிய செயல்களுடைய ஒவ்வொரு நிலையின் விவரங்களும் இங்கே தரப்படுகின்றன.

1. வடிகால் பாதைகள் தோண்டுதல் : உழாமல் நேரடியாக விதைத்து அரிசி மற்றும் பார்லி பயிர் செய்யும் முறைக்கு நெல் நிலத்தைத் தயார் செய்ய ஒருவர் முதலில் செய்ய வேண்டியது வடிகாலுக்கான பாதையைத் தோண்டுவ தாகும். அரிசி வளரும் பருவம் முழுவதும் நிலத்தில் நீரைத் தேக்கி வைத்திருப்ப தானது அந்த மண்ணை மிருதுவான சேறாக மாற்றுகிறது. அறுவடை நேரம் நெருங்கும்போது, அந்த மேற்பரப்பு வடிகட்டப்பட்டு, அறுவடைச் செயல்களை எளிமையாக்குவதற்காக காய வைக்கப்படும். அரிசியை வெட்டுவதற்கு 2 அல்லது 3 வாரங்கள் முன்னதாக, நிலத்தைச் சுற்றியுள்ள மேட்டில் நீர் வெளியேற வெட்டி, வழி செய்யவேண்டும். ஒரு வரிசை அரிசியின் சுற்றளவுக்கு கல்டிவேட்டர் இயந்திரத்தைக் கொண்டு, உள்ளே உள்ள தண்ணீர் வெளியே செல்லும்படியாக வடிகால் தோண்டவேண்டும்.

நல்ல வடிகால் வேண்டுமென்றால், ஆழமாக, கவனமாக தோண்ட வேண்டும். இதைச் செய்வதற்கு நீண்ட கைப்பிடி உடைய அரிவாளால் மண்ணில் பள்ளம் ஏற்படுத்தி, அந்தப் பள்ளத்தின் நெடுகிலும் உள்ள அரிசித் தாவரங்களை தோண்ட வேண்டும். அதன்பிறகு 8 அங்குலம் ஆழம் 8 அங்குலம் அகலத்தில் பாதையை உருவாக்கி, அங்கேயுள்ள மண்ணைச் சிறு மண் வெட்டியைக் கொண்டு அகற்றி எடுக்க வேண்டும்.

அரிசி அறுவடை செய்து முடிக்கப்பட்ட பிறகு, 12 முதல் 15 அடி இடை வெளியில் அதேபோன்ற வடிகால் பாதையை உருவாக்க வேண்டும். ஈரமான நிலத்தில்கூட, பசுந்தழைப் பயிர்களும் பார்லியும் நன்றாக வளரப் போதுமான வடிகால் நீரை இது வழங்குகிறது. இத்தகைய வடிகால் பாதைகள் ஒரு முறை தோண்டப்பட்டுவிட்டால், பல வருடங்களுக்கு அரிசி மற்றும் பார்லி பயிர் செய்தலின்போது பயன்படுத்தப்படுகிறது.

2. அறுவடை செய்தல், அடித்துப் பிரித்தெடுத்தல், அரிசியைச் சுத்தம் செய்தல்: க்ளோவர் மற்றும் இரண்டிலிருந்து மூன்று இலைகள் உடைய பார்லியின் முளைகள்மீது நடந்து சென்று அரிசியை வெட்ட வேண்டும். அரிசியை இயந்திரத்தால் வேண்டுமானாலும் அறுவடை செய்யலாம். ஆனால் அதற்கு நிலத்தின் அளவு அனுமதிக்க வேண்டும். அரிவாளால் அறுவடை செய்து, பெடல் சக்தி உடைய இயந்திரத்தில் அடித்துப் பிரித்தெடுப்பதே போதுமானதும் பொருளாதார சிக்கனமானதும் ஆகும்.

3. க்ளோவர், பார்லி, அரிசி விதைத்தல் :

விதைக்கும் முறை : அதிகமான ஈரப்பதம் உள்ள மண்ணின் காரணமாக நிமிர்ந்து நிற்கும் அரிசித் தலைகளின் மேலே, க்ளோவர் மற்றும் பார்லி விதையானது முளைவிடத் தயாராக இருக்கும். குளிர்கால களைகள் இன்னமும் தோன்றியிருக்காது. ஆகையால் களைகளைக் கட்டுப்படுத்துவதற்கு இது உதவி

அட்டவணை 4.4 நேரடியாக விதைக்கப்பட்ட அரிசி மற்றும் பார்லி/கோதுமை பயிர்செய்தலின் வளரும் பருவங்கள்

பயிர்செய்யும் முறை	முந்தையப் பயிர்	மாதங்கள் (நவ. டிச. ஜன. பிப். மார். ஏப். மே ஜூன் ஜூலை ஆக. செப். அக். நவ.)	அரிசி	பயிர்
1. பார்லி/கோதுமை அறுவடைக்குப் பிறகு அரிசியை நேரடியாக விதைத்தல்	அல்லியின பார்லி கோதுமை	O ——— X O ——— X ——— X O ——— X	முன்னதாக முன்னதாக	தாமதமாக தாமதமாக
2. வளர்ச்சியடைந்த பார்லி/கோதுமை இடையே நேரடியாக அரிசியை விதைத்தல்	அல்லியின பார்லி கோதுமை	O ——— X OO ═══ X	முன்னதாக	தாமதமாக
3. ஒரே சமயத்தில் அரிசி மற்றும் பார்லி/கோதுமை நேரடியாக விதைத்தல் (இலையுதிர்காலம்)	அல்லியின பார்லி (முன்னதாக)	OO ——— X OO ═══ X	முன்னதாக	(தாமதமாக)
4. குளிர்/வசந்தத்தில் நேரடியாக அரிசி விதைத்தல்	இலையுதிர் கால காய்கறிகள்	OO ═══ XXX OO ═══ X	முன்னதாக	(தாமதமாக)
5. க்ளோவர் நிரம்பிய நிலத்தில் அரிசி மற்றும் பார்லி/ கோதுமை நேரடியாக விதைத்தல்	அல்லியின பார்லி க்ளோவர்	═══ X O ═══ X		தாமதமாக

O......... விதைக்கும் தேதி X .... அறுவடை செய்யும் தேதி

யாக இருக்கும். அரிசி அறுவடையைத் தொடர்ந்து பார்லியானது, அரிசி விதைகள் துவாரத்தில் இடப்பட்டு அல்லது தனித்தனியான நேர் வரிசைகளில் விதைக்கப்படும். ஆனால் வளர்ச்சியடைந்த அரிசித் தலைகளின்மேலே நேரடியாக வாரி இறைத்தலானது குறைந்த வேலையை உடையது; முளை விடுவதற்கும், நாற்றுகளின் வளர்ச்சிக்கும், களைகளைக் கட்டுப்படுத்தவும் அனுகூலமானதாகும்.

கால் ஏக்கருக்கு விதைக்கும் நேரம் மற்றும் அளவு :

க்ளோவர்	1 lbs	செப்-அக் மற்றும் மார்ச் - ஏப்ரல்
பார்லி	6.5-22 lbs	அக். இறுதி - நவ. மையம்
அரிசி	6.5-22 lbs	நவ. மையம் - டிசம்பர்

அதிகமான மகசூலைக் குறிக்கோளாகக் கொண்டிருந்தால், விதைகளைப் பரவலாக சமச்சீராக விதைப்பது நல்ல யோசனையாகும். ஆனால் தொடக்கத்தில் பார்லி மற்றும் அரிசி என இரண்டையும் 22 பௌண்ட்களுக்கு விதைக்க வேண்டும்.

வகை : சாதாரண மகசூல்களுக்கு உங்களுடைய இடத்துக்கு தகுந்த வகையை உபயோகிக்க வேண்டும். ஆனால் அதிகமான மகசூல்களுக்கு சிறந்த, நேராக நிமிர்ந்து நிற்கும் இலைகளை உடைய, கனத்த கதிர் வகைகளை உபயோகிக்க வேண்டும்.

குளிர்காலத்தைக் கடந்து அரிசி : விதையின் மீது மேல்பூச்சு பூச வேண்டும். களைக்கொல்லிகளையும் பூச்சிக்கொல்லிகளையும் உடைய செயற்கையான பிசினைப் பூசினால், இலையுதிர்காலத்தில் விதைக்கப்படும் விதைகள் குளிர் காலத்திலும் நீடித்திருக்கும். பூச்சிக்கொல்லிகள் உபயோகிப்பதைத் தவிர்க்க விதைகளை, களிமண் உருண்டைக்குள் வைத்து மூடி, நிலம் முழுவதும் பரவலாகத் தூவ வேண்டும்.

களிமண் உருண்டைகளைத் தயார் செய்தல் : நன்கு பொடியாக்கப்பட்ட, 5 முதல் 10 மடங்கு அளவு களிமண் அல்லது செம்மண்ணில் விதைகளைக் கலந்து, நீரைச் சேர்த்து, காலால் மிதித்து இறுகும்படியாக நன்றாகப் பிசைய வேண்டும். பிசையப்பட்ட அந்தக் கலவையை பாதி நிழலின் வழியாக அரை நாளுக்கு காய வைக்க வேண்டும். அதன்பிறகு அந்தக் களிமண் கலவையை அரை அங்குல உருண்டைகளாக கைகளால் உருட்டி அல்லது கலவையில் வைத்துத் தயார் செய்யவேண்டும். ஒவ்வொரு உருண்டைக்குள்ளும் பல்வேறு (4-5) விதைகள் இருக்கக்கூடும். ஆனால் அனுபவப்படி பார்த்தால் ஓர் உருண்டைக்குள் ஒரு விதை வைப்பதே சிறந்தது என்ற எண்ணத்துக்கு வரமுடியும்.

ஒற்றை விதை உருண்டைகளைத் தயாரிக்க, நீரில் நனைக்கப்பட்ட விதையை மூங்கில் கூடைக்குள் அல்லது கலவை இயந்திரத்துக்குள் வைக்க வேண்டும். விதையின்மீது களிமண் பவுடரைத் தூவி நீரைத் தெளித்து கலவை தயார் செய்து, கூடையைச் சுழல் வடிவில் சுற்ற வேண்டும். அந்த விதைகளில் களிமண் பூசப்பட்டு பெரிதாகி, கால் முதல் அரை அங்குலம் அளவுடைய சிறிய உருண்டைகளாக ஆகிவிடும். அதிக அளவில் உருண்டைகள் தயார் செய்யப் படும்போது, சிமெண்ட் கலவை செய்யும் இயந்திரத்தைக் கொண்டு கலப்பது மற்றொரு சிறந்த வழியாகும்.

உருண்டைகள் செய்வதற்கு களிமண் உடைய மேல்மண்ணை உபயோகப்

படுத்தப்படலாம். ஆனால் வசந்த காலத்தில் மிக சீக்கிரமாகவே உருண்டைகள் சிதைந்துவிட்டால், அந்த விதைகள், கொறித்துத் தின்னும் பிராணிகள் மற்றும் தொந்தரவு தரும் பூச்சிகளால் உட்கொள்ளப்பட்டுவிடும். அறிவியல் முறையை சௌகரியமானதாக தேர்ந்தெடுப்பவர்கள், தேவையான பூச்சிக்கொல்லிகளை உடைய செயற்கைப் பிசினை அந்த விதையின் மீது பூசலாம்.

ஒற்றைப் பயிர்முறை : அரிசி என்பது பார்லியுடன் மாற்றிப் பயிரிடப் படாமல் ஒற்றைப் பயிராக இருக்கும்போதும்கூட, இலையுதிர் காலத்துக்குச் சிறிது முன்பாக க்ளோவர் விதை விதைக்கப்படலாம். தொடர்ந்து வரும் வசந்த காலத்தில் அரிசி விதையை க்ளோவரின்மீது சிதறடிக்கலாம். அரிசிக்கு அனுகூல மாக இருக்க நிலத்தில் நீர் பாய்ச்ச வேண்டும். மற்றுமொரு சாத்தியம் என்ன வென்றால், பார்லியின் தொடக்க நிலையில் சீன மில்க் வெட்ச்சை விதைப்ப தாகும். அதன்பிறகு வசந்தத்தின் தொடக்கத்தில் (பிப்ரவரி அல்லது மார்ச்) அவற்றை வெட்டி கால்நடைகளுக்குத் தீனியாகப் போடவேண்டும். அதன்பிறகு கால் ஏக்கருக்கு 11 முதல் 13 பஷெல்கள் அளவு மகசூலுக்குப் பார்லி இயன்றதாகி விடும். வறண்ட நிலத்தில் ஒற்றைப் பயிராக அரிசியைப் பயிர் செய்யும்போது பர் க்ளோவர் அல்லது சீன மில்க் வெட்சை உபயோகிக்கலாம்.

ஆழமில்லாமல் உழுதல், நேரடியாக விதைத்தல் : இலையுதிர் காலத்தில் 22 பௌண்ட் அளவு பார்லி மற்றும் அரிசி விதைகளை விதைத்து வைக்கோலைப் பரப்பலாம்; மற்றொரு மாற்றுமுறை அந்த நிலத்தை 2 அங்குலம் ஆழத்துக்கு உழவுகாலைக் கொண்டு லேசாகக் களைய வேண்டும். அதன்பிறகு க்ளோவர் மற்றும் பார்லி விதையை விதைத்து, பின்னர் அந்த நிலம் முழுவதும் அரிசி வைக்கோலைப் பரப்ப வேண்டும். அல்லது லேசாக உழுத பிறகு, பயிரிடு பவர், தாவர விதைகளைத் தனித்தனியாக அல்லது துவாரமிட்டு விதைப்பதை உபயோகிக்கலாம். நீர் கசியக்கூடிய நெல் நிலங்களில் முதலில் இந்த முறையை உபயோகித்தால் நல்ல விளைவு கிடைக்கும். அதன்பிறகு உழாமல் பயிர் செய்தல் முறைக்கு மாற்றிக் கொள்ளலாம். ஆழமில்லாமல், சீராக விதைக்கப் பட்ட விதைகள் எவ்வளவு நன்றாக முளைவிடுகின்றன என்பதைப் பொறுத்துத் தான் இயற்கை வேளாண்மையின் வெற்றி இருக்கிறது.

4. உரமிடுதல் : அரிசி அறுவடையைத் தொடர்ந்து 650 - 900 பௌண்ட் கோழி எருவை கால் ஏக்கர் நிலத்துக்கு பரப்ப வேண்டும். அரிசி வைக்கோலை நிலம் முழுவதும் பரப்புவதற்கு முன்னரோ அல்லது பின்னரோ இதைச் செய்ய வேண்டும். பிப்ரவரியின் இறுதியில் பார்லி தலைவிடும் நிலையிலிருக்கும்போது கூடுதலாக 200 பௌண்ட்கள் சேர்க்க வேண்டும்.

பார்லி அறுவடைக்குப் பிறகு, அரிசிக்காக மீண்டும் எரு போடவேண்டும். அதிக மகசூல் வேண்டுகிறபோது, பார்லி வைக்கோலைப் போடுவதற்கு முன்பாக 450-900 பௌண்ட்கள் அளவு காய்ந்த, கோழி எச்சத்தை இட வேண்டும். புதிய எருவை இந்த இடத்தில் போடக்கூடாது. ஏனென்றால் அது அரிசி நாற்றுக்குத் தீங்கை ஏற்படுத்தக்கூடும். பொதுவாக பின்னர் உபயோகிப்பது தேவையற்றது. ஆனால் 24 நாட்களுக்கு முன்னதாக சிறிய அளவு (200-450 பௌண்ட்கள்)

கோழி எரு போடுவது தகுந்ததாகும். சிதைக்கப்பட்ட மனித மற்றும் விலங்குக் கழிவுகள் அல்லது மரத்தின் சாம்பல்களைக்கூட உபயோகிக்கலாம்.

எனினும், இயற்கை வேளாண்மையின் ஆதாரப் புள்ளியிலிருந்து நோக்கு கையில், கால் ஏக்கர் நிலத்தில் அரிசி நாற்றுகள் வளரத் தொடங்கும்போது பத்து வாத்துக்குஞ்சுகளை அங்கே மேய விடுவது தகுந்தது; மிகவும் எளிதானது. வாத்துகள் களைகளை மட்டும் எடுக்காது, நிலத்தில் உள்ள பூச்சிகளையும் கொத்தி எடுத்துவிடும்; மண்ணையும் சுழற்சி செய்துவிடும். ஆனால் சுற்றித் திரியும் நாய்கள் மற்றும் பருந்துகளிடமிருந்து அவை பாதுகாக்கப்பட வேண்டும். மற்றொரு சிறந்த யோசனை என்னவென்றால் கார்ப் மீன்களை விடுவதாகும். முழுமையான, முப்பரிமாண உபயோகமுடைய நிலத்தை இந்த வழியில் உருவாக்கலாம். அதே நேரத்தில் புரதச் சத்து உள்ள உணவையும் உற்பத்தி செய்யலாம்.

5. வைக்கோல் தூவுதல் : இயற்கையான அரிசி வேளாண்மை என்பது வைக்கோலுடன் தொடங்குகிறது. இது விதை முளைவிடுதலைச் சீர்படுத்து கிறது; குளிர்கால களைகளைத் தடை செய்கிறது; மண்ணை வளப்படுத்துகிறது. அறுவடை மற்றும் அரிசியைப் பிரித்தெடுக்கும்போது கிடைக்கிற வைக்கோல், உமி அனைத்தையும் வெட்டாமல் நிலம் முழுவதும் பரப்பிவிட வேண்டும்.

பார்லி அறுவடைக்குப் பிறகு கிடைத்த வைக்கோலையும்கூட மீண்டும் நிலத்திலேயே போட்டுவிட வேண்டும். ஆனால் அடித்துப் பிரித்தெடுத்தவுடன் எவ்வளவு சீக்கிரம் சாத்தியமோ அந்த அளவு சீக்கிரமாக செய்ய வேண்டும். ஏனென்றால் பார்லி வைக்கோல் காய்ந்தபிறகு மழையில் நனைந்துவிட்டால், வழக்கத்தை விட 5 மடங்கு கனமாகி, அதை எடுத்துச் செல்வது கடினமாக இருக்கும். மேலும் அந்த வைக்கோலிலிருக்கும் பொட்டாசியம் கரைந்து போய் விடும். கவனமாக செய்வதற்கு முயற்சிப்பதுகூட தோல்வி அடைந்துவிடும். வைக்கோலை வெட்டுவதிலும், அதற்காக இதர மோட்டார் பொருத்தப்பட்ட சாதனங்களை உபயோகிப்பதிலும் உள்ள சிரமங்களானது அந்த வைக்கோலை அப்படியே போட்டுவிடலாம் என்ற அளவுக்கு ஒருவரின் மன உறுதியை சோதித்துவிடும்.

கவனமாக ஒழுங்குபடுத்தப்பட்ட முறையின் பகுதிகளான ஒவ்வொரு செயலையும் ஒரு விவசாயி எவ்வளவு நேர்மையாக செய்தாலும் பயனில்லை. காலநிலையில் திடீரென ஒரு மாற்றமோ அல்லது வேலை செய்வதற்கான அட்டவணையில் ஒரு சிறு தவறோ ஏற்பட்டாலும்கூட, செயல்பாட்டின் நேரத்தைத் தாமதப்படுத்தி மிகப் பெரிய தோல்வி ஏற்பட போதுமானதாகி விடும். அரிசி பிரித்தெடுக்கப்பட்ட பிறகு அந்த வைக்கோலை நிலம் முழுவதும் உடனடியாக பரப்பினால் அந்த வேலையை 2 அல்லது 3 மணி நேரங்களிலேயே செய்து முடித்துவிடலாம். அந்த வேலையை எவ்வளவு விரைவாக அல்லது கவனக் குறைவாக செய்தாலும் அது பெரிய விஷயமில்லை.

புதிய வைக்கோலை அரிசி நிலம் முழுவதும் பரப்புவது பண்படாததாகவும் பின்தங்கியதாகவும் காணப்பட்டபோதும், அரிசி வேளாண்மையில் அது

உண்மையிலேயே முற்றிலும் தைரியமான, புரட்சிகரமான செயலாகும். அரிசி வைக்கோல் என்பது ஒன்றுமில்லை; எப்போதுமே, அது அரிசியின் நோய்கள் மற்றும் தொந்தரவு தரும் பூச்சிகளின் ஆதாரமாகும் என்று வேளாண் நிபுணர்கள் கூறுகிறார்கள். ஆகையால் வைக்கோல் முழுமையாக சிதைவடைந்து கலப்பு உரமாகிய பிறகு பயன்படுத்துவதே பொதுவான மற்றும் ஒத்துக் கொள்ளப்பட்ட செயல்முறையாக உபயோகிக்கப்படுகிறது. சில இடங்களில், அரிசி கொள்ளை நோயின் பிரதான ஆதாரமாகிய அந்த வைக்கோலைக் கண்டிப்பாக எரிக்க வேண்டும் என்பது நல்வாக்காக கூறப்படுகிறது. தாவர நோய் மூலம் அறியும் நிபுணர்களால் தூண்டப்பட்டு ஹோகொய்டாவில் அதிக அளவிலான அரிசி வைக்கோல் எரிக்கப்பட்டதாக விளக்கப்படங்கள் காட்டுகின்றன.

கலப்பு உரம் தயாரித்தல் என்பது தேவையில்லை என்று நான் நிதானமாக யோசித்துச் சொல்கிறேன். பார்லி பயிர் செய்தலின்போது புதிய, அரிசி வைக்கோல் அனைத்தையும் நிலம் முழுவதும் பரப்பிவிட வேண்டும். அரிசி பயிர் செய்தலின்போது நிலம் முழுவதும் பார்லி வைக்கோலைப் பரப்பிவிட வேண்டும். ஆனால் இது உறுதியான மற்றும் ஆரோக்கியமான தானியத்துடன் மட்டுமே சாத்தியமாகும். அதன்பிறகு, ஆரோக்கியமான அரிசி மற்றும் பார்லி உற்பத்தி செய்வதன் முக்கியத்துவத்தை மேற்பார்வையிடுவதும், வெட்டும் கருவியைக் கொண்டு புதிய வைக்கோலை வெட்டிய பிறகு உபயோகிப்பதை ஆய்வாளர்கள் ஊக்கப்படுத்தத் தொடங்கிவிடுவதும் எவ்வளவு துரதிர்ஷ்ட மானதாக இருக்கும்.

நிலங்களைப் பாதுகாக்கவும் மண்ணை வளப்படுத்தவும் பயன்படுகிற, ஜப்பானின் அரிசி நிலங்களில் உற்பத்தியாகும் வைக்கோலானது கரிம உரத்தின் ஆதாரமாக அதிக முக்கியத்துவம் உடையதாகும். இன்று அத்தகைய விலை உயர்ந்தப் பொருளை எரித்துச் சாம்பலாக்கும் முறை ஜப்பான் முழுவதும் பரவிக் காணப்படுகிறது. கோடையின் தொடக்கத்தில் அறுவடையின்போது, நிலங் களில் பார்லி வைக்கோல் எரிவதால் தோன்றுகிற புகையானது அந்தப் பகுதி முழுவதும் நிரம்பியிருப்பதைக் கண்டு எல்லோரும் வியப்படைவது நின்று போகவில்லை.

குறிப்பிட்ட ஆண்டுகளுக்கு முன், குறிப்பிட்ட குழுவிலான வேளாண் நிபுணர்கள் மற்றும் வேளாண் நிர்வாக உறுப்பினர்கள் இணைந்து, வைக்கோலைக் கொண்டு கலப்பு உரம் தயாரித்து மண்ணை வளப்படுத்த விவசாயிகளை தூண்டுகிற போர்க் காரியத்தை தொடங்கினார்கள். அவர்கள், கலப்பு உரம் தயார் செய்ய எவ்வளவு கடின உழைப்பு தேவைப்படும் என்பதைப் பற்றி ஒரு சிறிய யோசனைக்கூட இல்லாதவர்கள் ஆவர். ஆனால் இன்று, கிடைக்கக்கூடிய பெரிய இயந்திரங்களைக் கொண்டு அறுவடையின் அனைத்து வேலைகளும் உடனடியாக செய்யப்படுகின்றன. தானியத்தை எடுத்துக்கொண்ட பிறகு, வைக்கோல் முழுவதையும் எப்படி அப்புறப்படுத்துவது என்பதுதான் பலருக்கும் உள்ள பிரச்சனையாகத் தோன்றுகிறது. சிலர் அதை அப்படியே போட்டு விடுகிறார்கள். மற்றவர்கள் அதை எரித்துவிடுகிறார்கள். நமது நிலங்கள்

முழுவதும் நாம் வைக்கோலைப் பரப்புவது, நம்முடைய நாட்டில் உள்ள நிலங்களின் விதியைத் தீர்மானிக்கும் என்பதை எந்த விவசாயிகள், அறிவியலறிஞர்கள் அல்லது வேளாண் நிர்வாக அதிகாரிகள் அறிந்திருக்கிறார்கள்?

அத்தகைய சிறிய பொருளிலிருந்து மட்டுமே ஜப்பானிய வேளாண்மையின் எதிர்காலம் உருவாக முடியும்.

6. அறுவடை செய்தல் மற்றும் பார்லியை அடித்துப் பிரித்தெடுத்தல்: பார்லி விதைக்கப்பட்டவுடன் பாதுகாப்புக்காக அரிசி வைக்கோல் போடப்படுகிறது. அதன்பிறகு பார்லி அறுவடைக்குத் தயாராகும் வரை செய்வதற்கு வேறெந்த வேலையும் இருக்காது. இதற்கு அர்த்தம் என்னவென்றால் கால் ஏக்கர் நிலத்தில் அறுவடை செய்யும் வரை செய்ய வேண்டிய அனைத்து வேலைகளையும் ஒரு மனிதன் சமாளித்துவிட்டான் என்பதாகும். அறுவடை செய்தல் மற்றும் அடித்துப் பிரித்தெடுத்தல் என்ற செயல்களை செய்வதையும் சேர்த்துக்கூட, பார்லி பயிர் வளர்க்க 5 ஆட்களே போதுமானவர்கள் ஆவர். நிலம் முழுவதும் வாரி இறைத்திருந்தபோதும் பார்லியை அரிவாளால் வெட்டி எடுக்க முடியும். கால் ஏக்கர் நிலத்தில் தானியத்தின் மகசூலானது 22 பஷெல்களாக (1,300 பௌண்ட்கள்) இருக்கும்.

7. நீர்ப்பாசனம் மற்றும் வடிகால் திட்டம் : அரிசி மற்றும் பார்லி பயிர் செய்தலின் வெற்றியானது முளைவிடுதல் மற்றும் களைகளைக் கட்டுப்படுத்துதலைப் பொறுத்தேயிருக்கும். குறிப்பாக முதல் 10லிருந்து 20 நாட்கள் வரை சிக்கலானதாக இருக்கும்.

நீர்ப்பாசனம் மற்றும் வடிகால் திட்டத்தை உள்ளடக்கிய நீரை நிர்வகித்தல் என்பது அரிசிப் பயிர் செய்தலில் பயிரை நிர்வகிப்பதின் மிக முக்கியமானப் பகுதியாகும். குறிப்பாக, அரிசி வளரும் பருவத்தில் நீர்ப்பாசனத்தை நிர்வகிப்பதென்பது கற்றுக்குட்டி விவசாயிகளுக்குக் கலக்கத்தை ஏற்படுத்துவதாகவே இருக்கும். ஆகையால் அதில் சிறப்பு கவனம் தேவைப்படும்.

நேரடியாக விதைத்து அரிசி - பார்லி பயிர் செய்யும் இத்தகைய முறைகளை உபயோகிக்கும் விவசாயிகள் இருக்குமிடமானது, அரிசி விதையை விதைத்து நாற்றுக்களைப் பிடுங்கி நட்டு நீர்ப்பாசனத்தைக் குறிப்பிட்ட நேரத்தில் செய்யும் அதிகமான விவசாயிகள் இருக்குமிடத்திலிருந்து வேறுபட்டிருக்கிறது. குறிப்பாக, நீர்ப்பாசனம் செய்யும் வடிகால்கள் பொதுவாக கட்டுப்படுத்தப்படும் போது இது சச்சரவை நோக்கிக் கொண்டு செல்லும்; நீண்ட வடிகாலிலிருந்து ஒருவர் விரும்பும்போதெல்லாம் அதிகமான நீரை எடுத்துக்கொள்ள முடியாது. மேலும், நீங்கள் நீர்ப்பாய்ச்சும்போது, அருகிலுள்ள காய்ந்த நிலத்துக்குள் நீர் கசிந்து செல்வது அந்த விவசாயிக்குச் சிரமமாக இருக்கும். இதுபோன்ற ஒன்று நேரிடும்போது, உடனடியாக உங்களது கரைகளைச் சேற்றால் அடைக்க வேண்டும். விட்டுவிட்டு நீர்ப்பாய்ச்சுவதால் கரையில் பிளவுகள் உருவாகி நீர் கசிவதற்குக் காரணமாகிறது.

அதன்பிறகும்கூட, அகழெலிகள் பற்றிய பிரச்சனை எப்போதும் இருக்கும்.

கரையில் உள்ள குகைப்பாதை என்பது அதிகமாக கவலைப்படுவதற்கு உரிய ஒன்று கிடையாது என்று பெரும்பாலான மக்கள் விட்டுவிடுகிறார்கள். ஆனால் நீளமான, புதிதாக அடைக்கப்பட்ட மேட்டின் நெடுகிலும் ஓடும் அகழெலி ஓரிரவில் 40-50 அடி நீள குகைப் பாதையைத் தோண்டி, நல்ல நிலையில் உள்ள மேட்டை அழித்துவிடுகிறது. மேட்டின் வாயிலாக நேரடியாக தோண்டுவதால் அகழெலி அதைப் பலவீனப்படுத்துகிறது. ஆகையால் நீரானது பூச்சிகள் மற்றும் நிலப்புழுக்களின் துளைகளிலிருந்து வெளியே கசிகிறது. நீங்கள் அறிந்து கொள்வதற்கு முன்பாக, இது பெரிய அளவிலான துளைகளாக முன்னேறி விடுகின்றன. மேடுகளில் துளைகள் இருப்பதைக் கண்டறிவது எளிதாக இருப்பதுபோலத் தோன்றினாலும், மேடுகளின் மேல் பகுதியிலும் பக்கவாட்டுப் பகுதியிலும் புற்கள் எப்போதும் (கண்டிப்பாக வருடத்துக்கு 3 முறை) கவனமாக வெட்டப்பட வேண்டும். இல்லாவிட்டால் நுழைவாயில் எங்கே அல்லது வெளியேறும் வழி எங்கே என்பதைத் தெரிந்துகொள்ள முடியாது. பெரும் பாலும், ஒரு துவாரம் குறிப்பிடத்தக்க அளவுக்குப் பெரிதாகிய பிறகுதான் ஒருவர் அந்தத் துவாரத்தை முதன்முதலில் பார்க்கிறார்.

வெளியிலிருந்து பார்க்கும்போது, துளையானது சிறியதாக தோற்றமளித் தாலும் உள்ளுக்குள் அது அகலமாகி பெரிய பையாக இருக்கும். 1 அல்லது 2 கையளவு சேற்றைக் கொண்டு அந்தத் துளையை மூட முடியாது. அந்தத் துளையிலிருந்து ஓர் இரவு முழுவதும் குப்பை வெளியே எடுக்கப்பட்ட தென்றால், அந்தத் துளையைச் சீர்படுத்த 50 முதல் 100 பௌண்ட்கள் வரை மண்ணை நீங்கள் எடுத்துச் செல்ல வேண்டியிருக்கும். அந்தத் துளையை அடைக்க கனமான மண்ணை உபயோகிக்க வேண்டும். மிருதுவான மண்ணைக் கொண்டு அதை அடைக்க முயற்சி செய்தால் இரவு முழுவதும் வேலை செய்ய வேண்டியிருக்கும். தற்காலிகமாக சீர்செய்யும் ஏற்பாடுகளைத் தவிர்த்துவிட வேண்டும். ஏனென்றால் இது இறுதியாக மேடு அழிந்து போவதற்கே துணை புரியும்; அது உண்மையான தொந்தரவுக்கு வழிவகுக்கும்.

வெட்டிய புற்களையும் வைக்கோல் கட்டுக்களையும் மேட்டில் போட்டு வைக்கக் கூடாது. ஏனென்றால் இதனால் மண்புழுக்கள் தோன்றும். அவற்றை உண்ண அகழெலிகள் வரும். அகழெலிகள் தோன்றினால் எண்ணற்ற சாதனங் களைக் கொண்டு அவற்றை விரட்டியடிக்க வேண்டியிருக்கும். உதாரணமாக, இருபுறமும் மூடி உடைய ஒரு சிறிய மூங்கில் குழாயை, அகழெலியின் குகைப் பாதையின் முக்கிய இடத்தில் வைப்பதன் மூலமாகவே அவற்றை எளிதாகப் பிடித்துவிட முடியும். அகழெலிகளைப் பிடிப்பதற்கு ஒரு தந்திரம் இருக்கிறது. ஆனால் அதைப் பிடிப்பதில் மட்டும் நீங்கள் சாமர்த்தியம் உடையவராக இருந்துவிட்டால், அனைத்துத் துளைகளையும் அடைத்துவிட்டு உங்கள் நிலம் முழுவதும் நீரை நிரப்பி வைப்பதில் நீங்கள் இறுதியாக வெற்றி பெற இயலும். அதன்பிறகு நீங்களும்கூட முழுமையாக வளர்ச்சியடைந்த அரிசி விவசாயி ஆகிவிட முடியும்.

நீரை நிர்வகித்தலில் உள்ள சோதனைகளில் நீங்கள் வெற்றி பெற்றபிறகு, இயற்கை வேளாண்மையின் பெருந்துன்பங்கள் மற்றும் சிரமங்களை முழுமை

யாக ஏற்றுக்கொள்ள உங்களை நீங்கள் தயார்படுத்திக் கொள்வது நல்லதாகும்.

பின்னர், அதிக நிலம் உள்ள அரிசி விவசாயிகள் அவர்களுடைய கரைகளை கான்கிரீட்டால் கட்டிக் கொண்டிருக்கிறார்கள்; அல்லது வினைல் சீட்களால் மூடப்பட்ட நடைபாதைகளை உருவாக்குகிறார்கள். நீரைத் தேக்கி வைப்பதற்கு இது எளிதான வழி என்பதைப் போலத் தோன்றும். ஆனால் கான்கிரீட்டின் அஸ்திவாரத்துக்கு அடியில் உள்ள அல்லது வினைல் சீட்டின் அடியில் உள்ள மண்ணானது அகழெலிகள் வசிப்பதற்கு மிகச் சிறந்த இடமாகிவிடும். 2 அல்லது 3 வருடங்களுக்கு அவற்றை அப்படியே விட்டுவிட்டு, பிறகு பழுது நீக்குவது என்பது சாதாரண மண்ணால் ஆன கரைகளைவிட மிகக் கடினமானதாகும். இந்த நீண்ட ஓட்டத்தில், அத்தகைய முறைகள் விவசாயிகளின் வேலைகளை எளிதாக்காது.

அதன்பிறகு ஒருவர் செய்ய வேண்டியதெல்லாம் ஒவ்வொரு வருடமும் அந்தக் கரையை மீண்டும் கட்ட வேண்டும் என்பதுதான். நீர் கசியாதபடி கரையைக் கட்டுவதற்காக முதலில் பழைய கரையில் உள்ள புற்களை அரிவாளால் மிகக் கவனமாக வெட்டி எறிய வேண்டும். அதன்பிறகு அந்தக் கரையை ஒரு சிறு மண்வெட்டியைக் கொண்டு உடைக்க வேண்டும். அடுத்து, மேட்டின் அடிப்பகுதியில் மண்ணைத் தோண்டி, அதன்வழியாக சிறிது நீரை இழுக்க வேண்டும். 3 கொக்கிகளை உடைய கல்டிவேட்டரைக் கொண்டு மண்ணை உடைத்து பிசைந்த பிறகு கரையைக் கட்ட வேண்டும். இதை, சிறிது நேரத்திற்கு அப்படியே நிற்கவிட்டு, மேல்பகுதியையும் பக்கங்களையும் மண்ணால் அடைக்க வேண்டும்.

மண்ணாலான கரையைக் கட்டும்போது, ஜப்பானில் பழங்காலத்தில் உபயோகிக்கப்பட்ட பாரம்பரிய வேளாண் கருவிகள் அனைத்தும் உபயோகிக்கப்படும். நெல் நிலத்தில் உள்ள மண் துகள்களின் வரிசையை மாற்றி அமைக்கிற, திறமையான, சுத்திகரிக்கப்பட்ட வழிமுறைகளை உடைய இத்தகைய எளிய செயல்முறைகளை உற்று நோக்கினேன்; அவை எவ்வளவு நேர்த்தியாக வடிவமைக்கப்பட்டிருக்கின்றன, எவ்வளவு திறமை வாய்ந்தவையாக இருக்கின்றன என்பதைக் கண்டு மிகுந்த ஆர்வம் கொள்கிறேன். மண் பொறியியலிலும்கூட, இத்தகைய கருவிகளும் அவற்றின் உபயோகமும் தரத்தை மிகவும் உயர்த்தும் தொழில்நுட்பமாக இருக்கின்றன.

சிமெண்ட் கலவை ஊற்றுவது மற்றும் வினைல் போடுவதை விடவும் அத்தகைய தொழில்நுட்பம் தெளிவாக மேலானதாகும். நெல் நிலத்தில் நன்கு அமைக்கப்பட்ட கரையை எழுப்புவது என்பது கலை வேலைப்பாட்டை உருவாக்குவதை ஒத்ததாகும். சேறு பூசிய விவசாயி அவரது கரைகளை அடைப்பதையும், பண்படாத அறிவியலுக்கு முந்தைய காலத்தின் மூல மரபுக்குப் பின்னடைவதாக அவரது அரிசியைப் பிடுங்கி நடுவதையும் நவீன மனிதன் பார்க்கிறான். இந்தக் குறுகிய பார்வையை தோலுரிப்பதும், அத்தகைய வேலையை அதன் உண்மையான ஒளியில் கலைநயம் உடையதாகவும், ஒரு கொள்கையை பின்பற்றும் வேலையாகக் காட்டுவதும்தான் இயற்கை

வேளாண்மையின் குறிக்கோளாகும்.

8. நோய் மற்றும் தொந்தரவு தரும் பூச்சிகளைக் "கட்டுப்படுத்துதல்": பூச்சிக்கொல்லி இல்லாமல் 30 முதல் 40 வருடங்கள் வேளாண்மை செய்தபிறகு, மக்களுக்கு மருத்துவர்கள் ஏன் தேவைப்படுகிறார்கள் என்றால் தங்களுடைய உடல்நலத்தில் அவர்கள் அக்கறை இல்லாமல் இருப்பதால்தான் என்பதை நான் நம்புவதற்கு வந்தேன். சுயமாக வஞ்சனை செய்து கொள்வதற்கு பயிர்கள் அதிக இடம் கொடுக்காது. ஆரோக்கியமான பயிர்களை வளர்ப்பதற்கான முயற்சிகளில் ஒரு விவசாயி சிரத்தையுடன் இருந்தால், பூச்சிக்கொல்லிகளின் தேவை ஒருபோதும் இருக்காது.

அறிவியலில் நம்பிக்கை இல்லாதவர்களாயினும் இந்த விஷயத்தை மிக எளிதாக நம்பமாட்டார்கள். அவர்களுடைய சந்தேகங்களுக்கும் குறிப்பிட்ட கேள்விகளுக்குமான - இதுபோன்ற கேள்விகள் : அது வெற்றிக்கான வாய்ப்பு இல்லையா? அதிக அளவிலான நோய்கள் அல்லது தொந்தரவு தரும் பூச்சி சேதங்கள் உங்களுக்கு இல்லை அல்லவா? அது ஏன்? உங்களது அருகில் உள்ள நிலத்தினர் உபயோகிக்கும் பூச்சிக்கொல்லிகளின் பயன்களில் நீங்கள் அனுகூலம் அனுபவிக்கிறீர்களா? பிரச்சனையிலிருந்து நீங்கள் தப்பித்துக் கொள்ள வில்லையா? அதன்பிறகு, அப்படியானால், அந்தத் தொந்தரவு தரும் பூச்சிகள் எங்கே செல்கின்றன? - விடைகளை, பல ஆண்டுகளான எனது அனுபவம் எனக்குக் காட்டியது.

கடந்த 30 ஆண்டுகளாக, 2 அல்லது 3 சமயங்களில் இலை சுருட்டுப்புழுக்கள் ஓரிடத்தில் மட்டும் மிக அதிக அளவில் வேகமாகப் பரவிக் கொண்டிருந்தன. ஆனால் கோச்சி பிரிபெக்ஷர் வேளாண் சோதனை மையத்தின் பதிவுகளில் இருந்தது என்னவென்றால், கட்டுப்படுத்தும் உபாயங்கள் குறைவாக இருப்ப தால் எந்தத் தீங்கும் ஏற்படவில்லை என்பதாகும். அதுபோன்ற மேற்பார்வைகள் ஒவ்வொரு வருடத்தின் தொடக்கத்திலும் முடிவிலும் வழக்கமாக நடத்தப் பட்டால், மக்கள் மிக முழுமையாக சௌகரியமடைவார்கள் என்பதில் சந்தேகமேயில்லை. ஆனால் அதிகமாக வழங்கப்படும் முக்கியத்துவமும்கூட, அரிசி நிலத்தில் வாழும் சிறிய உயிர்களின் உலகத்தில் நிச்சயமாக சிக்கலை ஏற்படுத்திவிடும்.

உயிருள்ள நிலத்தில் பூச்சிக்கொல்லிகள் ஏற்படுத்தும் விளைவுகள் எவ்வளவு ஆழமானது என்பதை நான் ஏற்கனவே விளக்கிக் கூறிவிட்டேன். எனது நிலத்தில் பெரிய, ஆசிய கண்ட வெட்டுக்கிளிகளும் மரத் தவளைகளும் வாழ்கின்றன. இந்த நிலத்தில் மட்டுமே தும்பிகள் கூட்டமாக வட்டமிடுவதை நீங்கள் காண முடியும். சிட்டுக்குருவிகள் கூட்டத்தையும், தூக்கணாங்குருவிகள் பறப்பதையும் பார்க்க முடியும்.

பூச்சிக்கொல்லிகள் தெளிப்பது தேவை என்பதை நாம் கொண்டுவருவதற்கு முன்னர், உயிருள்ளப் பொருட்களின் உலகத்தில் மனிதனின் தேவையற்ற குறுக்கீடுகள் ஏற்படுத்துகிற ஆபத்துக்களை மனிதன் கண்டிப்பாக புரிந்து கொள்ள வேண்டும். தாவர நோய்கள் மற்றும் தொந்தரவு தரும் பூச்சிகளால்

அட்டவணை 4.5 சிறந்த அரிசித் தாவரங்களின் பரும அளவுகள்

(அலகு : அங்குலங்கள்)

	கல்டிவார்	அ	ஆ	இ
தலையின் நீளம்		6.9	6.5	5.9
உட்புறக்கணு நீளம்	முதலாம்	9.4	9.6	9.1
	இரண்டாம்	5.3	6.1	6.3
	மூன்றாம்	4.3	3.9	5.1
	நான்காம்	1.2	2.4	2.8
	ஐந்தாம்	0	0	1.2
தண்டின் நீளம்		20.2	22.0	24.5
இலைப்பரப்பின் நீளம்	முதலாம்	9.1	8.7	8.3
	இரண்டாம்	11.4	12.2	11.4
	மூன்றாம்	9.8	15.7	14.2
	நான்காம்	7.5	16.5	15.0
	ஐந்தாம்	-	-	11.8
கூடுதல்		37.8	53.1	60.7
இலையின் பொதிதாள் நீளம்	முதலாம்	9.4	9.1	8.7
	இரண்டாம்	7.1	7.1	6.7
	மூன்றாம்	6.5	7.1	6.7
	நான்காம்	5.5	7.5	7.1
	ஐந்தாம்	-	-	6.3
கூடுதல்		28.5	30.8	35.5

அட்டவணை 4.6 தண்டின் நீளம் மற்றும் முதல் உட்புறக்கணுவின் நீளம்

(அலகு : அங்குலங்கள்)

கல்டிவார்	அ	ஆ	இ
தண்டின் நீளம் (S)	20.3	22.0	24.4
முதல் உட்புறக்கணு நீளம் (F)	9.4	9.6	9.1
விகிதம் (F/Sx 100)	46	44	37

அட்டவணை 4.7 இலைப்பரப்பு + இலை பொதித்தாளின் நீளம்

(அலகு : அங்குலங்கள்)

கல்டிவார்	அ	ஆ	இ
முதல் இலை	18.5	17.7	16.9
இரண்டாம் இலை	18.5	19.3	18.1
மூன்றாம் இலை	16.1	22.8	20.9
நான்காம் இலை	13.0	24.0	22.0
ஐந்தாம் இலை	-	-	16.1

ஏற்படுகின்ற அதிகமான சேதமானது சுற்றுப்புறச் சூழ்நிலை சார்ந்த உபாயங்களால் தீர்க்கப்படுகிறது.

பார்லி மற்றும் அரிசியை அதிக மகசூலில் பயிர் செய்தல்

இயற்கை வேளாண்மையிலிருந்து பெறப்படும் மகசூலானது அறிவியல் வேளாண்மையிலிருந்து பெறப்படுவதைவிட குறைவாகவே இருக்கும் எனப் பலர் கருதுகிறார்கள். ஆனால் உண்மையோ மிகவும் தலைகீழானதாகும்.

அரிசி உற்பத்தியைக் குறிப்பிட்ட எண்ணிக்கையிலான பகுதி மூலப் பொருட்களாக உடைத்துக் கொண்டு, ஒவ்வொன்றையும் எப்படி முன்னேற்றம் செய்ய வேண்டும் என்பதில் ஆய்வு நடத்த வேண்டும்; பின்னர் அதில் முன்னேற்றம் செய்தபிறகு அந்த ஆதாரப் பொருட்களை ஒன்றிணைப்பதே அதிக மகசூலுக்கான சிறந்த வழி; இவ்வாறாக நாம் நம்புவதற்கு, பகுதியான மற்றும் அறிவியல் சார்ந்த விளக்கங்கள் நமக்குத் துணைநிற்கின்றன. ஆனால் இது அடர்ந்த இருட்டை உடைய இரவு முழுவதும் செல்வதற்கு ஒருவர் ஒரு சிறு லாந்தர் விளக்கைக் கொண்டு செல்வதைப் போன்றதாகும். ஒரு லாந்தர் விளக்குக்கூட இல்லாமல் நீண்ட தொலைவில் உள்ள ஒரு விளக்கின் ஒளியை மட்டும் கொண்டு ஒருவர் தனது பயணத்தைத் தொடர்வது குருட்டான, திசையற்ற முன்னேற்றமாகும். தொழில்நுட்பங்கள் தோன்றுகிற அறிவியல் ஆய்வின் நோக்கங்கள் ஒன்றாயிருப்பதில்லை; அதன் நோக்கங்கள் முற்றிலும் வேறுபட்டவையாகும். ஏனென்றால் கால் ஏக்கருக்கு 15 பஷெல் மகசூல் தரும் அரிசியில் நடத்தப்பட்ட ஆய்வின் மூலம் உருவாக்கப்பட்ட தொழில்நுணுக்கங்கள், 30 முதல் 40 பஷெல்கள் மகசூலைத் தருகிற அரிசிக்கு உபயோகப்படுத்த முடியாதவையாகும். 20 பஷெலுக்கான தடையை உடைப்பதற்குரிய விரைவான, உறுதியான வழியானது 30 - 40 பஷெல் அரிசியில் ஆய்வு செய்வது, தெளிவான இலக்கை நிர்ணயிப்பது, ஒருவருடைய தொழில்நுட்ப ஆதார விளக்கங்களையெல்லாம் அந்தத் திசையில் குவிப்பது ஆகியவையே ஆகும்.

தண்டின் அதிக அளவு நீள விகிதம் 8:1, 6:1 அல்லது 3:1 ஆகியவற்றை உடைய அரிசித் தாவரங்களை வளர்க்க ஒருமுறை தீர்மானம் தொடங்கியவுடனேயே விவசாயி உற்பத்தி செய்ய வேண்டிய அரிசியின் இலக்கை அது தெளிவுப் படுத்துகிறது. அதிக மகசூலை அடைவதை நோக்கிய எளிய பாதையை அது சாத்தியமாக்குகிறது.

அரிசித் தாவரத்தின் சீரிய வடிவம் : ஆய்வகத்தில் அரிசித் தாவரத்தை உடைத்து பகுத்தாய்ந்து, அத்தகைய பதில்களிலிருந்து தீர்மானங்களை அடைகிற செயல்முறையுடன் உள்ள முக்கியமான பிரச்சனைகளின் எச்சரிக்கையால், நான் முந்தைய எண்ணங்களைக் கைவிட்டுவிட்டு அரிசித் தாவரத்தைத் தொலைவிலிருந்து உற்றுநோக்குவதைத் தேர்ந்தெடுத்தேன். என்னுடைய அரிசி வளர்க்கும் முறையானது மோசமானதாகவும் அபத்தமானதாகவும் தோற்றமளிக்கலாம். ஆனால் அரிசியின் உண்மையான வடிவத்தை எல்லாவற்றிலும் நான் தேடுகிறேன். இயற்கையான அரிசியின் வடிவத்தைத் தேடுகிறேன்; ஆரோக்கியமான அரிசி என்றால் என்னவென்று கேட்கிறேன். பின்னர், அந்தக் காட்சியைப் பற்றிக் கொண்டு, மனிதன் துரத்திக் கொண்டிருக்கும் அதிக மகசூல்களுக்கான எல்லைகளைத் தீர்மானிக்க முயற்சிக்கிறேன்.

நான் அரிசி, பார்லி, க்ளோவர் மூன்றையும் இணைத்து வளர்த்தபோது சிறிய தண்டை உடைய அடர்த்தியான க்ளோவர்களின்மீது அரிசி வளர்ச்சியடைந்திருப்பதையும், ஆரோக்கியமான அடி இலைக்கு நேர்கீழாக தங்கநிறத் தலைகளை உடைய தானியத்தைத் தாங்கியிருப்பதையும் கண்டேன். இதை உற்றுக் கவனித்த பிறகு, இலையுதிர்காலத்திலும் குளிர்காலத்திலும் அரிசி விதைக்க நான் முயற்சித்தேன். வறண்ட, வடிகட்டப்பட்ட மண் போன்ற அச்சுறுத்தக்கூடிய சூழ்நிலைகளில் வளர்கிற அரிசிகூட வியக்கும்விதமாக அதிக மகசூலைத் தரும் என்பதை அறிந்தேன்.

தொடர்ந்து உழப்படாத நிலத்தில் அரிசி வளர்ப்பது சாத்தியமாகும் என்பதில் இந்த அனுபவம் எனக்கு நம்பிக்கையைத் தந்தது. ஆகையால் நிலத்தின் வகை, அதில் வளர்வதற்கு எந்த அரிசியின் வடிவம் சிறந்தது என்பதைப் பற்றி அறிந்துகொள்ள சோதனைகளைத் தொடங்கினேன். இறுதியாக அதிக மகசூலுக்கான அரிசி வடிவம் எது என்பதை நான் கண்டுகொண்டேன். அட்டவணைகள் 4.5 மற்றும் 4.7 ஆகியவை சிறந்த அரிசியின் பரும அளவுகளைத் தந்தன. குறிப்பிடப்பட்டிருக்கும் ஒவ்வொரு அளவும் சராசரியாக மூன்று தாவரங்களுக்கானதாகும்.

சீரிய வடிவத்தினைப் பகுத்தாய்ந்து அறிதல்: சீரிய வடிவமுடைய அரிசித் தாவரங்களின் மிகப் பெரிய சிறப்பியல்புகளின் விவரங்கள் பின்வருமாறு:

1. குறுகிய தண்டை உடைய குள்ள அரிசி திடமான தோற்றம் உடையதாகும். இலைகள் சிறிதாக, பரந்ததாக நேராக நிமிர்ந்து நிற்கும். நேராக நிமிர்ந்து நிற்கும் அயோ-ரிகி அரிசி முற்றிலும் சிறியத் தண்டை உடையதாகும். இந்தத் தண்டின் உயரம் வெறும் 21 அங்குலம் மட்டுமேயாகும். நிலத்தில் வளர்ந்திருக்கும்போது அந்த தாவரத்தைப் பார்க்கையில், அதன் சிறிய அளவானது

சுற்றிலும் உள்ள நிலங்களில் வளர்ந்திருக்கும் அரிசித் தாவரங்களைவிட குறைவானதாக தோற்றமளிக்கும். ஒரு தாவரத்துக்குக் கிட்டத்தட்ட 15 முதல் 22 பயிர்களை கொண்டிருக்கிறபோதும், வளர்ச்சியடைந்த நிலையில் இந்தத் தண்டுகள் பிரகாசமான தங்க நிற தலைகளை உடைய தானியத்துடன் கனமாக இருக்கும்.

2. உமி நீக்கப்படாத தானியத்தின் எடையானது ஒரு வைக்கோலுக்கு 150 முதல் 167 சதவிகிதம் இருக்கும். சாதாரண அரிசியில் இது 70 சதவிகிதத்துக்கும் குறைவாகவும், பொதுவாக 40 முதல் 50 சதவிகிதமும் இருக்கும். காய்ந்துபோன அரிசித் தண்டை விரல் நுனியில் வைத்துச் சமன் செய்ய முயலும்போது, சமநிலையின் புள்ளியானது தண்டின் கழுத்துக்கு அருகில் இருக்கும். இயல்பான அரிசியில் இது தண்டின் மையத்துக்கு அருகில் இருக்கும்.

3. தாவரத்தின் மேல் பகுதியில் உள்ள முதல் உட்கணுவின் நீளமானது, தண்டின் நீளத்தில் 50 சதவிகிதத்தைவிட அதிகமாக இருக்கும். தாவரமானது

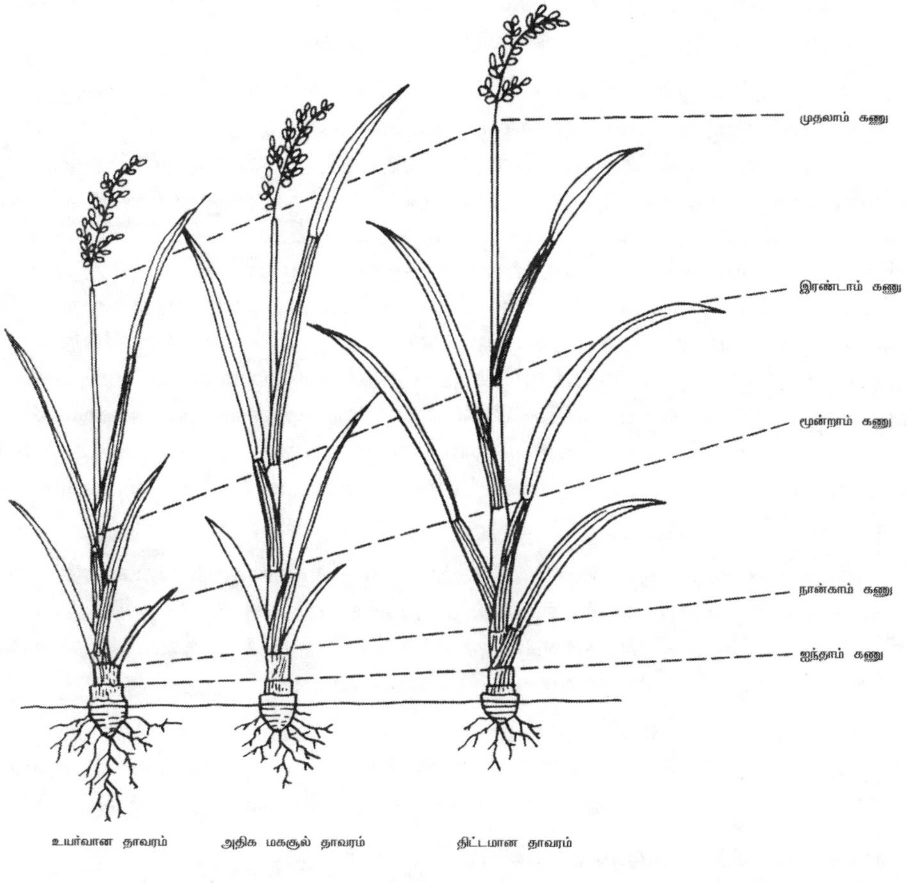

படம் 4.6 - அரிசி தாவரத்தின் உயர்வான வடிவம்

முதல்கணுவில் கீழ்நோக்கி வளைந்து இருக்கும்போது தண்டின் அடிப் பகுதிக்குக் கீழே வரை கதிர் நீண்டிருக்கும். இந்த முதல் உட்கணுவின் நீளம் அதிகமானதாகவும், தண்டின் மொத்த நீளத்தில் இந்த நீளத்தின் விகிதம் பெரியதாகவும் இருப்பது நல்லதாகும்.

4. முக்கியமான சிறப்பியல்பு எதுவென்றால், கீழே உள்ள இரண்டாவது இலையின் இலைபரப்பானது மற்ற எல்லா இலைகளையும்விட நீண்டதாக இருப்பதாகும். ஆகையால், தண்டை நோக்கிக் கீழே நகரும்போது இலைப்பரப்பு குறுகியதாகிவிடும்.

5. முதல் இலையில் பொதித்தாள் நீண்டதாக இருந்தால், எல்லா இலையின் பொதித்தாள்களும் அதற்கு இணையாக நீண்டதாக இருக்கும். பொதித் தாள்கள் தாவரத்தை நோக்கிக் கீழே நகரும்போது சீராக குறுகியதாகிக் கொண்டேயிருக்கும். இலையின் மொத்த நீளமானது, இலைப் பரப்பின் நீளம் மற்றும் பொதித்தாளின் நீளத்தின் கூடுதலாகும். முதல் மற்றும் இரண்டாம் இலைகளுக்கு அது நீண்டதாக இருக்கும். அதன்பிறகு கீழே குறைந்து போய் விடும். அரிசியில் இது அதிக மகசூல் கிடையாது. கீழேயுள்ள இலைகள் நீண்ட தாக, நான்காவது இலை மிக நீண்டதாக இருக்கும்.

6. மேலேயுள்ள நான்கு கணுக்கள் மட்டுமே வளரும். நான்காவது கணு நிலத்துக்குச் சமமாகவோ அல்லது தாழ்வாகவோ இருக்கும். அரிசியை வெட்டும்போது வைக்கோல் உட்பட, 2 அல்லது 3 கணுக்களுக்கு அதிகமான கணுக்களைக் கொண்டிருக்காது. இயல்பான அரிசி 5 அல்லது 6 கணுக்களைக் கொண்டிருக்கும். ஆகையால் அந்த வித்தியாசம் திடுக்கிடச் செய்கிறது. அரிசியை அறுவடை செய்யும்போது, நான்கு அல்லது ஐந்து இலைகள் மட்டுமே எஞ்சியிருக்கும். ஆனால் பார்க்கும்போது, முழுவதாக உருவாகிய மேல் 3 இலைகள் மட்டுமே தலைக்கு 100 முழு தானியங்களுக்கு அதிகமான மகசூலைத் தர போதுமானதாக இருக்கும். இல்லையென்றால் ஸ்டார்ச் கூட்டுப் பொருளுக்குத் தேவைப்படும் மேற்பரப்பின் அளவு குறைவாக எதிர் பார்க்கப்படும். ஒரு தானிய அளவு அரிசியை உற்பத்தி செய்ய அநேகமாக 0.1 சதுர அங்குலம் அளவிலான இலை மேற்பரப்பு மட்டுமே தேவைப்படும் என நான் கூறுகிறேன்.

7. இயற்கையாக ஒரு நல்ல தாவரத்தின் வடிவமானது தானியத்தை நன்கு நிரப்பப் போதுமானதாக இருக்கும். மெருகேற்றப்படாத 1000 அரிசி தானியங் களின் எடையானது, சிறிய தானிய அரிசிக்கு 23 கிராமாக இருக்கும். இயல்பான தானிய அரிசிக்கு 24.5-25 கிராமாக இருக்கும்.

8. சதுர கஜத்துக்கு 500 தண்டுகள் அடர்த்திகூட கடினமான, நேராக நிற்கும் குள்ள வகை அரிசியில் தலைக்கான தானியங்களின் எண்ணிக்கையில் அல்லது வளர்ச்சியடைந்த தானியங்களின் சதவிகிதத்தில் சரிவைக் காட்டுவதில்லை.

அரிசியின் சீரிய வடிவம் :

1. தாவரத்தின் உயரம் மற்றும் இலைப்பரப்பின் நீளம் என இரண்டுமே

சாதாரண வகைகளில் மிகக் குறைவாக இருக்கும். இது தற்செயலானது இல்லை. அரிசி உற்பத்தியில் பெரிய தாவரங்கள் தேவையற்றது என்ற சிந்தனை சில நேரங்களில் எனக்கு ஏற்பட்டது. தாவரத்தின் வளர்ச்சியை உயர்த்த கஷ்டப்பட்டு முயற்சி செய்வதைவிட அதை கட்டுப்படுத்தவே முயற்சி செய்தேன். வளரும் பருவத்தின் முதல் பாதியில் நான் நீர்ப்பாசனம் செய்ய வில்லை. அடிப்படையான உரம் உபயோகிப்பதற்கு மாறாக புதிய வைக்கோலை தாவரம் வளரும் நிலத்தில் பரப்பினேன். இது இப்படி நடந்து கொண்டி ருக்கையில் நான் கூறியது சரியானதாக இருந்தது. ஐந்து மற்றும் ஆறாம் கணுக் களுக்கு இடையே வளரும் கணுவின் வளர்ச்சி கட்டுப்படுத்தப்பட்டிருக்கும் என்ற நம்பிக்கைக்கு நான் வந்தேன். உண்மையில், சுற்றிலும் உள்ள வெறும் 3 கணுக்களை மட்டுமே கொண்டு அரிசியால் நன்கு செயல்பட முடியும் என்றுகூட நான் நம்புகிறேன்.

2. சீரிய வடிவமுடைய அரிசியில், ஒவ்வொன்றின் உட்கணு நீளமும் தாவரத்தின் மேலிருந்து கீழ்வரை பாதியாக குறைந்துவிடும். இது அரிசியின் ஒழுங்கான, திடமான வளர்ச்சியை மட்டும் குறிக்கவில்லை; இளம் கதிர்கள் உருவாகும் நிலையில் மட்டுமே உட்புறக் கணுவின் வளர்ச்சி ஆரம்பிக்கும் என்பதையும் குறிக்கிறது.

3. நீளமான இரண்டாவது இலை மற்றும் குறைந்துவரும் இலையின் நீளம் இரண்டும் தண்டை நோக்கிக் குனிந்து நகரும்போது, அரிசியின் சரியான வடிவம் என எது பொதுவாக எண்ணப்படுகிறதோ அது மிகவும் தலைகீழாக இருக்கும். ஆனால் இந்தத் தலைகீழான முக்கோண வடிவம், இலையுதிர் காலத்தில் நன்றாக வளரக்கூடிய அரிசித் தாவரத்தைத் தருகிறது என நான் நம்புகிறேன்.

எல்லா இலைகளும் நிமிர்ந்து நிற்கும்போது, பெரிய மேல் இலைகள் நல்ல மகசூலைத் தருகின்றன. ஆனால் இலைகள் ஆரோக்கியமற்றதாக வளைந்திருந் தால், நேராக நிமிர்ந்து நிற்கும் சிறிய மேல் இலையிலிருந்து அதிக மகசூல்கள் பெறப்படும்; அவை கீழே உள்ள இலைகளைச் சூரியனிடமிருந்து மறைக்காது. இவ்வாறாக, பெரிய மேல் இலைகளை உடைய தாவரங்கள் வளர்ந்தாலும் இத்தகைய இலைகள் வளைந்திருந்தால் மகசூல்கள் சரிந்திருக்கும். இது ஏனென்றால் இந்த அரிசித் தாவரம் ஆரோக்கியமற்றது, கீழே உள்ள இலைகள் மிகப் பெரியதாக இருக்கும்.

4. இலைப் பரப்புகளைவிட இலையின் பொதித்தாள்கள் பெரியதாக, தாவரத்தின் தண்டை மூடியிருக்கும். இளம் கதிர் உருவாகும் நிலையில், நீண்ட இலையின் பொதித்தாளும் இலைப்பரப்பும் மிகவும் சாத்தியமான போஷாக்கின் நிலையை உறுதி செய்கின்றன.

5. முளைவிடும் நிலைக்குப் பிறகு வளரும் நிலையின்போது, சீரிய அரிசித் தாவரம் சிறியதாக மஞ்சள் நிறத்தில் எஞ்சியிருக்கும். ஆனால் இனவிருத்தி செய்யக்கூடிய நிலையில் அந்த இலைகள் படிப்படியாக, பச்சையாக மாறும். உட்புறக்கணுவின் நீளங்களின் அளவுகள் காட்டப்படுகிறபோதும், போஷாக்கு

நிலையிலான மாற்றங்கள் திடமாக, முற்றிலும் குறிப்பிட முடியாததாக இருக்கும். உரத்தின் உபயோகம் தாவரத்தின் வளர்ச்சியுடன் அதிகரிக்கும். ஆனால் ஒருபோதும் மிகையாக இருக்காது.

அதன்பிறகு அரிசியின் தலைகள் பெரியதாகவும், தாவரம் சிறியதாகவும் இருக்கும்; நிலத்துக்கு மேலே வெறும் மூன்று அல்லது நான்கு கணுக்களை மட்டுமே கொண்டிருக்கும். இலைகள் மேல்பகுதியை நோக்கி ஏறுவரிசையில் பெரிதாகிக் கொண்டேயிருக்கும். கீழ்ப்பகுதியில் உள்ள நான்கு மற்றும் ஐந்தாம் கணுக்களுக்கு இடையேயுள்ள உட்புறக்கணுவின் நீளம் மிகக் குறைவாக இருக்கும். இந்தத் தாவரம் பெரிய தலையிலிருந்து உடம்பின் விகிதம் 6 அல்லது 8 என பெண்மைக்குரிய வடிவத்துடன் இருக்காது; அதற்கு மாறாக, மிக வலிமையாக, ஆண்மைக்குரியதாக, சிறிய காம்புடன், கதிரின் எடை வடிவ

அட்டவணை 4.8 அறுவடை மகசூல்களில் சீர்குலைவு

கல்டிவார்	அ	ஆ	இ
சதுர கெஜத்திற்குத் தாவரங்கள்	*20*	*20*	*20*
தாவரத்திற்குத் தலைகள்	*18*	*20*	*20*
தலைக்குப் பழுத்த தானியங்கள்	*115*	*70*	*53*
தலைக்குப் பழுக்காத தானியங்கள்	*10*	*18*	*21*
தலைக்கான மொத்த தானியங்களின் வரிசை	*90-150*	*62-128*	*56-116*
தாவரத்திற்கான பழுத்த தானியங்கள்	*2,070*	*1,400*	*1,060*
தாவரத்திற்கான உமி நீக்கப்படாத அரிசியின் எடை (கிராமில்)	*55.9*	*38.5*	*28.6*
தாவரத்திற்கான மெருகேற்றப்படாத அரிசியின் எடை (கிராமில்)	*47.6*	*32.2*	*24.4*
தாவரத்திற்கான வைக்கோலின் எடை (கிராமில்)	*33*	*46*	*45.6*
உமிநீக்கப்படாத அரிசிக்கும் வைக்கோலுக்கும் உள்ள எடை விகிதம் (%)	*167*	*83*	*62*
1000 தானியங்களுக்கான உமி நீக்கப் படாத அரிசியின் எடை (கிராமில்)	*27*	*27.5*	*27*
1000 தானியங்களுக்கான மெருகேற்றப் படாத அரிசியின் எடை (கிராமில்)	*23*	*23*	*23*
கால் ஏக்கருக்கு மகசூல் (கி.கி)	*1,165*	*787*	*597*
கால் ஏக்கருக்கு மகசூல் (எல்.பி.எஸ்.)	*2,568*	*1,735*	*1,316*

அட்டவணை 4.9 அதிக மகசூல் அரிசி பயிர் செய்தலின் விவரங்கள்

பிரிவு	மகசூல்* (கி.கி/1/4 ஏ)	விதைக்கும் அளவு (கி.கி/1/4 ஏ)	முளைத்த விதைகள்** மீ2க்கு	இடைவெளி / விதைகள்** (செமீ2)	தாவரத்தின் முளைகள்		மீ2.க்கான தாவரத்தின் தலைகள்		தலைக்கான தானியங்கள்		மீ2.க்கு மொத்த தானியங்கள்		குறிப்புகள்
					அதிக கன கனமான கதிர்வகை	கனமான கதிர்வகை	அதிக கன கனமான கதிர்வகை	கனமான கதிர்வகை	அதிக கன கனமான கதிர்வகை	கனமான கதிர்வகை	அதிக கன கனமான கதிர்வகை	கனமான கதிர்வகை	
1	1,500	1	10	30	25	40	200	350	300	-	-	-	முற்றிலும்
		1.4	15	27	20	30	250	400	270	-	68,000	-	அதிக மகசூல்
2	1,200	2	20	25	15	25	300	450	250	120	75,000	(5.4)	தீவிரமான
		3	30	17	12	20	350	500	200	110	70,000	(5.5)	அதிக மகசூல்
3	900	4	50	15	8	13	400	550	180	90	60,000	(5)	நிலையான
		6	100	10	4	10	450	600	160	80	50,000	(4)	அதிக மகசூல்
4	750	8	250	6	2	3	500	650	150	70	50,000	(4)	ஆட்குறைப்பு
		12	500	4	1.5	1.5	600	700	140	60	40,000	(4)	பயிர் செய்தல்
5	600	15	1000	3	1	1	700	700	130	55	40,000	(4)	விசாலமான
		20	1000	2	1	1	800	800	120	50	30,000	(3)	பயிர் செய்தல்

*1 கி.கி. = 2.2 எல்.பி. **1மீ2 = 1.2 மகசூல்2 ***1செ.மீ.2 = 0.155 அங்குலம்^{2}

அட்டவணை 4.10 அரிசி பயிர் செய்தலின் திட்டவரை

பிரிவு	வகை	திட்டமிடும் நேரம்	மண்	கோழி எரு*(கி.கி)	நீரை நிர்வகித்தல்	விதைக்கும் முறை
1	அதிக கனமான கதிர் வகை	இலையுதிர்காலம் (நவ-டிச)	வளமான மண்	600 அடிப்படை உபயோகம் -3, மண்பரப்பில் எரு விடல் -1, தலை விடும்போது - 2,	நீர் நிற்கக்கூடாது	விதைகளை தனியாக நடுதல்
2.	கனமான கதிர் வகை	குளிர்காலம் (டிச-மார்)	வளமான மண்	500 (3, 0, 2)	நீர் நிற்கக்கூடாது	1,2,3 விதைகளை ஒரே நேரத்தில் நடுதல்
3.	கனமான கதிர் வகை அல்லது நடுத்தர வகை	வசந்தகாலம் (ஏப்-மே)	சாதாரண மண்	400 (2, 0, 2)	விட்டுவிட்டு நீர்ப்பாய்ச்சுதல்	1 முதல் 6 விதைகளை ஒரே சமயத்தில் நடுதல்
4.	மேலே உள்ள அல்லது கதிர் எண் வகை	தாமத-விதைத்த	வளமற்ற மண்	300 (1, 0, 2)	நீரைப் பாதுகாத்து பயிர்செய்தல்	வாரி இறைத்தல்

*1கி.கி = 2.2 எல்.பி.

குறிப்பு (1) : அதிக கனமான கதிர் வகை - மகிழ்ச்சிக் குன்று எண்கள். 2, 3; ஒட்டிக்கொள்ளாத, ஒட்டிக்கொள்கிற.

கனமான கதிர் வகை - மகிழ்ச்சிக் குன்று எண். 1; ஒட்டிக்கொள்ளாத, ஒட்டிக்கொள்கிற

நடுத்தர வகை - ஜப்பானிய மற்றும் கொரிய கனமான கதிர் வகைகள்

கதிர் எண் வகை - தரமான ஜப்பானிய வகைகள்

(2) பார்லி மற்றும் கோதுமை பயிர் செய்தலுக்கும் இந்த அட்டவணையை உபயோகிக்கலாம்.

அமைப்பு உடையதாக இருக்கும்.

உண்மைதான். சீரிய தாவரமானது அரிசியின் வகையைச் சார்ந்து, நீண்ட காம்பையும் கதிர்களின் எண்ணிக்கையையும் பெற்றிருக்கலாம். சில சிறப்பம் சங்கள் விரும்பத்தகாதது எனத் தீர்மானிப்பதைவிட பலவீனமான, அதிகமாக வளரும் தலைகளை உற்பத்தி செய்வதை ஒருவர் கண்டிப்பாகத் தவிர்க்க வேண்டும். ஒடுக்குகிற மற்றும் சுருக்குகிற பயிர் செய்யும் முறைகளைப் பயிற்சி செய்ய எப்போதும் முயற்சி செய்ய வேண்டும். ஒருமுனைப்படுத்தப்பட்ட அரிசி, அதிக மகசூலைத் தருகிற சக்தியை பயங்கரமாக சேகரித்து வைக்கிறது. ஏனென்றால் அது ஒழுங்கான வடிவத்தைத் தக்க வைத்துக் கொள்கிறது. சூரிய ஒளியை எளிதில் பெறும் தன்மை உடையதாக, நன்கு வளர்ச்சி அடைந்ததாக, நோய் மற்றும் பூச்சித் தாக்குதலைத் தடை செய்யக்கூடியதாக, மிகவும் சிறந்த தரத்தை உடையதாக இருக்கிறது.

இந்த வகையான அரிசியை நிலம் முழுவதும் வளர்ப்பது எப்படி என்பது தான் அடுத்தப் பிரச்சனையாகும்.

சிறந்த அரிசியை இயற்கையாக பயிர் செய்தலைப் பற்றிய விவரங்கள்: நல்ல ஒளிச்சேர்க்கைத் திறனுடைய, அதிக மகசூல் தரக்கூடிய அரிசித் தாவரத்தை அதிகரிப்பது எளிதானது என்றபோதும் அத்தகைய அரிசியை முழுத் தரத்தில் வளர்ப்பதென்பது எளிதான செயலில்லை.

இயற்கையில் வளரும் ஆரோக்கியமான, தனித்த அரிசித் தாவரங்கள் வளர் வதற்கு அதிகமான இடங்கள் உள்ளன. விதைகளைத் தனித்து பரவலாக விதைப்பதென்பது அந்த அரிசி, தகுந்த, மிகச் சிறந்த இயற்கையான வடிவத்தைப் பெறவும், அதன் சக்தியை முழுமையாக உபயோகமுள்ளதாக ஆக்கிக் கொள்ளவும் அனுமதிக்கிறது. மேலும், அதன் இயற்கையான வடிவத்தில் வளரும் அரிசி இலைகளைச் சீராக, இலையடுக்கு முறையில் வெளியே விடுகிறது. இலைகள் திறந்தபடி மாறி மாறிப் பரவி சுழற்காற்றைத் தடுக்கின்றன. அந்தத் தாவரத்தின் வாழ்நாள் முழுவதும் சூரியஒளி ஊடுருவிச் செல்ல ஏதுவாகி, ஒவ்வோர் இலையும் ஒளியை நன்றாக பெறுவதைத் தக்க வைத்துக் கொள்கின்றன.

இதை அனைத்தையும் அறிந்துகொண்டு, தொடக்கத்திலிருந்து ஆரோக்கிய மான அரிசி வேளாண்மையை உருவாக்குவதை நான் எதிர்பார்த்தேன். ஆகையால் விதைகளை தனித்து, பரவலாக விதைத்தேன். ஆனால் உழாமல் நேரடியாக விதைத்துப் பயிர் செய்யத் தொடங்கியபோது, ஆரம்பத்தில் மோசமாக முளைவிடுதல் மற்றும் களையைக் கட்டுப்படுத்துதல் என்ற பாதிப்புக்கு உள்ளானேன். திடமான பயிரை வளர்க்க நெருக்கமாக விதைக்க வேண்டும் என்பதைத் தவிர எனக்கு வேறு வழியில்லை.

எனினும், அடர்த்தியாகப் பயிரிடுதல் மற்றும் விதைத்தலின் விளைவாக அடர்ந்த வளர்ச்சி ஏற்படுகிறது. தனித்த தாவரங்களின் மோசமான சூழ்நிலை அதன் வளர்ச்சியைத் திறனற்றதாக அடக்குவதற்கான முயற்சிகளை மேற்கொள்

கிறது. குளிர் காலங்களில் அந்தச் சூழ்நிலை இரு மடங்கு மோசமாகிறது. உயர மான, பலவீனமான தாவரங்களில் அரிசி முளைவிட்டுக் கிளம்பும்போது அந்தச் சூழ்நிலை அடிக்கடி தற்காலிகமாக ஏற்பட்டுப் பயிரை அழிக்கிறது. நிலையான அறுவடைகளான கால் ஏக்கர் நிலத்துக்கு 22 பஷெல் என்பதைப் பாதுகாக்க, பரவலாக விதைத்தலை நான் உயிர்ப்பித்தேன். அதிர்ஷ்டவசமாக களை கட்டுப் படுத்தும் பிரச்சனை மற்றும் மண்ணை வளப்படுத்துதல் ஆகியவற்றில் ஏற்பட்ட படிப்படியான முன்னேற்றங்களுக்கு நன்றி; அவை பரவலாக விதைப்பதை சாத்தியமாக்கக்கூடிய இடத்தில் இருந்தன. தனித்து விதைத்தலின் ஒரு வடிவமாகிய வாரி இறைத்தலை - 6 முதல் 12 அங்குலங்கள் சீரான இடை வெளியில் விதைத்தல் - நான் முயற்சித்தேன். அதற்கான என்னுடைய பதில்கள் அட்டவணைகள் 4.9 மற்றும் 4.10இல் உள்ளன.

பயிர் நிர்வகிக்கும் பிரச்சனைகள் சிலவற்றை நான் சமாளித்துக் கொண்டி ருந்தபோதும், பரவலாக விதைத்தல் ஆரோக்கியமான, இயற்கையான அரிசித் தாவரங்களைத் தருகிறது; அவை நன்றாக வளர்கின்றன; நான் எதிர்பார்த்த மகசூலைத் தருகின்றன என்பதையெல்லாம் நான் கண்டுகொண்டேன். இந்த வழியில், இயற்கையாக வளர்ந்த அரிசியைக் கொண்டு கால் ஏக்கருக்கு 1 டன் மகசூல்கள் கிடைப்பதென்பது எனக்கு இயன்றதாயிருந்தது. விதைக்கும் அளவு மற்றும் இடைவெளியைப் பற்றி பூஜிக்கத்தக்கதாக அல்லது பூரணமானதாக ஒன்றுமில்லை என்பதையும் நான் சேர்த்துக் கொள்ளவேண்டும். வளர்வ தற்கான இதர சூழ்நிலைகளுக்கு இணங்க இவையும் சரிசெய்து கொள்ளப்பட வேண்டும்.

அதிக மகசூல்களுக்கான அர்த்தமும் எல்லைகளும் : தாவரத்தால் இயற்கை சக்தியை எந்த அளவு உறிஞ்சி, சேமித்து வைத்துக்கொள்ள முடியும் என்பதைச் சார்ந்தே அதிக மகசூல்கள் இருக்கின்றன. இதற்காக பயிர், அதன் இயற்கையாக அமையப் பெற்ற சக்தியை முழுமையாக உபயோகிக்க சாத்திய மாக்கிக் கொள்ளவேண்டும். இயற்கையான விவசாயியின் சரியான பங்கு என்பது சூழ்நிலை சுற்றுப்புற அமைப்பை உற்சாகமூட்ட, விலங்குகள் மற்றும் தாவரங்களை மிக அதிகமாக உபயோகிக்காமல் இருப்பதாகும். பயிர்கள் பூமியி லிருந்து சக்தியை உறிஞ்சிக் கொள்கின்றன. சூரியனிடமிருந்து வெப்பத்தையும் ஒளியையும் பெறுகின்றன. ஏனென்றால் அவை உட்புறமாக சேமித்து வைத்தி ருக்கும் சக்தியைக் கூட்டுப் பொருளாகத் தயாரிக்க இவற்றையெல்லாம் உபயோகிக்கின்றன. அவைதான் மனிதன் உதவக்கூடிய எல்லைகளாகும். உண்மையில் அவனால் செய்ய முடிவதெல்லாம் பூமியில் நடப்பதை பார்த்துக் கொண்டிருப்பது மட்டும்தான்.

நிலங்களை உழுது பயிர்களை வளர்ப்பதைவிட புவியில் உயிர் வாழ்கிற அனைத்து அங்க ஜீவிகளின் உயிர்சக்தியைப் பாதுகாக்கவும், இயற்கையின் ஒழுங்கைக் காவல் காக்கவும் மனிதன் தன்னை ஈடுபடுத்திக் கொள்வது மிகவும் நல்லதாகும். ஆயினும், எப்போதுமே மனிதன்தான் சுற்றுப்புற சூழ்நிலை அமைப்பை அழிக்கிறான்; வாழ்க்கையின் இயற்கையான சுழற்சிகள் மற்றும் ஓட்டத்தைத் தகர்க்கிறான். நீங்கள் வேண்டுமானால் அவனை புவியின் பாது

காவலன் என்றும், மேற்பார்வையாளன் என்றும் அழைக்கலாம். ஆனால் புவியை நாசம் செய்பவர்கள் மற்றும் வீண் செய்பவர்கள் யாரென நெருக்கமாக கவனிக்கும் அளவுக்கு புவியைப் பாதுகாப்பது அவனுடைய மிக முக்கியமான கொள்கை இல்லை.

தர்பூசணி நிலத்தின் பாதுகாவலன் தர்பூசணிகளைக் காப்பது இல்லை, தர்பூசணி திருடர்களைத்தான் கவனிக்கிறான். இயற்கை தன்னைப் பாதுகாத்துக் கொள்கிறது; தன்னில் வாழ்கிற எண்ணற்ற உயிர்களின் வளர்ச்சியைப் பார்க் கிறது. அவற்றில் ஒன்றுதான் மனிதன்; அவன் கட்டுப்படுத்துபவனும் இல்லை, வெறுமனே வேடிக்கைப் பார்ப்பவனும் இல்லை. இயற்கையுடன் ஒன்றாயி ருத்தல் என்ற பார்வையை மட்டுமே அவன் பற்றியிருக்க வேண்டும். இது ஏனென்றால், இயற்கை வேளாண்மையில் ஒரு விவசாயி இயற்கையில் தனது இடத்தைக் கண்டிப்பாக பாதுகாக்க வேண்டும்; எது ஒன்றையும் ஒருபோதும் மனிதனின் விருப்பத்துக்குத் தியாகம் செய்யக்கூடாது.

மனிதனின் அடங்காத ஆவலுக்குத் தகுந்த, இயற்கையான உலகிலிருந்து குறிப்பிட்ட பயிர்களைத் தேர்ந்தெடுத்து உற்பத்தி செய்வதை அறிவியல் வேளாண்மை கொண்டிருக்கிறது. அங்க ஜீவிகளின் சுகவாழ்வுடனான இந்தக் குறுக்கீடுகள், பின்னர் பதிலுக்குத் தீங்கு செய்கிற நிலையை உண்டாக்குகின்றன.

நிலத்தில் அதிக மகசூல் தருகிற அரிசியைப் பயிர் செய்யத் திட்டமிடும் அறிவியலறிஞர்கள் தன்னுடைய காலுக்குக் கீழே வளர்ந்திருக்கும் களைகளை தொந்தரவு தருபவையாகவும், சூரிய ஒளி மற்றும் அரிசித் தாவரங்களில் உள்ள போஷாக்குகளை கொள்ளையடிப்பவைகளாகவும் பார்க்கிறார்கள். புரிந்து கொள்ளும்விதமாக, அத்தகைய “அத்துமீறி நுழைபவர்களை” மொத்தமாக நிர்மூலமாக்குவதால்தான் அதிகமான மகசூலை அடைவது சாத்தியமாகும் என அவர்கள் நம்புகிறார்கள். சூரியனிடமிருந்து நேரடியாக விழுகிற கதிர்களைப் பெறுகிற தனி உரிமையை அரிசித் தாவரங்கள் மட்டுமே பெறும் என உத்திர வாதமளிக்கிறார்கள். ஆனால் களைக்கொல்லிகளைக் கொண்டு களைகளை அழிப்பதென்பது இயற்கையின் நுண்மையான சமநிலையை சீர்குலையச் செய் கிறது. பூச்சிகளின் சுற்றுப்புறச் சூழ்நிலை அமைப்பையும், களைகளைச் சார்ந்தி ருக்கும் நுண்ணுயிரிகளையும் களைக்கொல்லிகள் அழிக்கின்றன. மண்ணின் உயிர்ப்பிரிவின் வாழ்க்கைப் போக்கை திடீரென மாற்றுகிறது. இந்த உயிருள்ள மண்ணில் ஏற்படுகிற சமநிலையின்மை, தவிர்க்க முடியாதபடி இதர அனைத்து உயிரினங்களையும் அதேபோன்ற சமநிலையின்மையில் தூக்கி எறிகிறது. ஆகையால் சமநிலைப்படுத்த முடியாத, நோயுற்ற அரிசியானது நோய் மற்றும் தொந்தரவு தரும் பூச்சிகளால் குவிக்கப்படுகிற தாக்குதலுக்கு மிக எளிதில் ஆளாகக்கூடியதாக இருக்கிறது.

களைகள் இல்லாவிட்டால், சூரியனின் கதிர்களைப் பெறுகிற தனிஉரிமை பெற்ற அரிசி அதிகமான, சாத்தியமான மகசூலை வழங்கும் என நம்புகிறவர்கள் வருத்தம் தரும்விதமாக தவறாக நினைத்திருக்கிறார்கள். மாறாக, சூரியனின் முழு ஆசீர்வாதத்தையும் உட்கிரகிக்க முடியாமல் நோயுற்ற அரிசி வீணாகிப்

போகிறது. அறிவியல் வேளாண்மையானது எல்லைக்குட்பட்ட அதன் பார்வையால், இயற்கையை முழுமையானதாக பார்க்கும் இயற்கை வேளாண்மையைப் போல சூரிய சக்தியை முழுவதுமாக உபயோகிக்க முடியாது.

அரிசித் தாவரங்களுக்கு அடியில் வளர்ந்திருக்கும் களைகளைப் பிடுங்குவதற்கு முன்பாக, அவை எதற்காக அங்கே இருக்கின்றன என்று இயற்கை வேளாண்மை கேட்கும். இத்தகைய புற்கள் மனித செயலால் தோன்றியவையா அல்லது சுயேச்சையாக, இயற்கையாக எழுந்தவையா எனக் கேட்கும்? இயற்கையாக தோன்றியவை என்றால் அதன்பிறகு அவற்றின் மதிப்பைப் பற்றி சந்தேகப்படாமல் அவற்றை வளரவிட்டுவிடும். இயற்கையான மண், தனது குறிக்கோளை செயல்படுத்துவதைப் பாதுகாக்கிற இயற்கைத் தாவரங்களை அனுமதிப்பதில் இயற்கையான விவசாயி கவனம் எடுத்துக் கொள்கிறார்.

அரிசித் தாவரங்களுக்கு அடியில் வளர்ந்திருக்கும் பசும் தழைகள், நீர் நிறைந்த நிலத்தில் வளரும் பாசி ஆகியவை மகசூலை குறைப்பவையாக கருதப்படுகின்றன. ஏனென்றால் அவை நேரடியாகவும் மறைமுகமாகவும் சூரியனை மறைத்து, அரிசித் தாவரங்களால் பெறப்படும் ஒளியின் அளவைக் குறைக்கின்றன. ஆனால் இவற்றையெல்லாம் இயற்கையான நிலைக்கு அருகில் பார்த்தால் நாம் வேறுபட்ட தீர்மானத்தை அடைவோம். அரிசி, பசும்தழைகள், பாசி மற்றும் புவியால் உட்கிரகிக்கப்படும் மொத்த சக்தியானது சூரியனின் கதிர்களிலிருந்து அரிசித் தாவரங்களால் சேகரித்து வைக்கப்படும் சக்தியைவிட அதிகமானதாகும். கலோரிகளின் எண்ணிக்கையைக் கணக்கிடுவதன் மூலமாக மட்டும் சக்தியின் உண்மையான மதிப்பைத் தீர்மானிக்க முடிவதில்லை. தாவரத்திற்குள் உட்கிரகிக்கப்பட்ட சக்தியிலிருந்து உருமாற்றப்பட்டு உருவாகும் சக்தியின் தரமும்கூட கணக்கில் எடுத்துக் கொள்ளப்படும். அரிசித் தாவரத்தால் பெறப்படும் சக்தியின் அளவை மட்டும் நாம் பார்க்கிறோமா, அல்லது சூரியனின் ஒளிக்கதிர்களிலிருந்து பெறப்படும் சக்தியை தரம் மற்றும் எடை சம்பந்தப்பட்ட உபயோகமுடைய முப்பரிமாணத்தில் பார்ப்பதை எடுத்துக் கொள்கிறோமா என்பதற்கு இடையே அதிகமான வேறுபாடு உள்ளது.

பசும்தழை தாவரங்களால் சூரியனிடமிருந்து சக்தி உட்கிரகிக்கப்படுகிறது. நிலத்தில் நீர் பாய்ச்சும்போது அவை நீரில் மூழ்கி இறந்து, அவற்றின் நைட்ரஜனை பாசிக்கு அனுப்புகின்றன. அது பின்னர் பாஸ்பேட்டின் ஆதாரமாக மாறுகிறது. இந்த பாஸ்பேட்டை போஷாக்கு ஆதாரமாக உபயோகிக்கும் மண்ணில் உள்ள நுண்ணுயிரிகளானது அரிசித் தாவரங்களின் வேர்களால் உறிஞ்சப்பட்ட போஷாக்குகளை விடுத்து, வளர்ச்சியடைந்து இறந்துவிடுகின்றன. சக்தியின் இத்தகைய சுழற்சிகள் மற்றும் மூலப்பொருட்களை ஒருமுறை வரிசைப்படுத்த இயன்றுவிட்டால், அதுதான் மற்ற எல்லாவற்றையும்விட மிகச் சிறந்த அறிவியலாக இருக்கும். இயற்கையில் மீதமுள்ள அனைத்தையும் விலக்கிவிட்டுச் சூரிய சக்தியில் மட்டும் கவனத்தைக் குவிப்பதும், அரிசித் தாவரங்களின் இலைகளில் உள்ள ஸ்டார்ச் கூட்டுப் பொருளின் அளவை மட்டும் பரிசோதித்து சூரிய சக்தியின் உபயோகத்தை மதிப்பிட ஒருவரால் முடியும் என எண்ணுவதும் எவ்வளவு முட்டாள்தனமானது.

இயற்கையின் தெரிந்த துண்டுகள் மற்றும் துணுக்குகளின் பயனின்மையைப் புரிந்துகொள்வதில் மக்கள் தொடங்க வேண்டும்; பிரித்துத் தனியாக வைக்கப் பட்ட நிகழ்வுகள் மற்றும் பொருட்களின் மதிப்பைத் தீர்வு செய்வதன் மூலமாக முழுமையின் பொதுவான புரிந்துகொள்ளலை அடைய முடியாது. காற்று அல்லது சூரியனின் சக்தியை உபயோகித்து அதிக மகசூலை அடைய அறிவிய லறிஞர்கள் கஷ்டப்பட்டு முயற்சி செய்யும் கணத்தை அவர்கள் கண்டிப்பாக பார்க்க வேண்டும். காற்றின் வலிமை மற்றும் சூரிய ஒளியின் முழுமையான தோற்றத்தைப் பார்ப்பதை அவர்கள் இழந்துவிடுகிறார்கள்; சக்தியின் திறன் சரிந்துவிடுகிறது. காற்று மற்றும் ஒளியை ஒரு விஷயமாக யோசிப்பதென்பது தவறானதாகும்.

நானும்கூட அரிசி வளர்க்கிறேன்; அதன் வளர்ச்சியைப் பகுத்தாய்கிறேன். ஆனால் ஒருபோதும் மனித அறிவின் மூலமாக அதிக மகசூலை அடைய தேட வில்லை. இல்லை, இன்றைய நாளில் நாம் பெற்றுள்ள சூழ்நிலையை நான் பகுத்தாய்கிறேன். நிகழ்வுகளின் இயற்கையான வரிசையை மனிதன் சீர்குலைத்து விடுகிறான். பின்னர் அறுவடை இழப்புகளைத் தடுப்பதற்காக இரண்டு மடங்கு கடினமாக உழைக்கிறான். மக்களுடைய பாதையில் உள்ள தவறுகளை அவர்கள் பார்ப்பதை நான் ஊக்குவிக்க முயற்சிக்கிறேன்.

இயற்கையின் உற்சாகமான செயலின் மூலமாகவே உண்மையான அதிக மகசூல்கள் கிடைக்கும்; இயற்கையிலிருந்து விலகி இருப்பதில் கிடைக்காது. செயற்கையான சுற்றுப்புறச் சூழ்நிலையில் உற்பத்தியை அதிகரிக்க மேற் கொள்ளும் முயற்சிகளெல்லாம் எப்போதுமே உருக்குலைந்த, தரம்குறைந்த பயிர்களையே தரும். மகசூல்களும் தரமும் மட்டுமே உயர்வானதாகத் தோன்றும். இது ஏனென்றால் மனிதனால் இயற்கையில் எதையும் சேர்க்கவோ அல்லது பங்கு பெறச் செய்யவோ முடியாது.

அரிசி நிலத்தால் பெற முடிகிற சூரிய சக்தியின் அளவு வரையறைக்குட் பட்டதானபோதும், இயற்கை வேளாண்மையின் வாயிலாக அடையப்படுகிற மகசூலுக்கு எல்லை இருக்கிறது. சக்திக்கான வேறு ஆதாரங்களை உருவாக்கவும் மேம்படுத்தவும் மனிதனுக்குத் திறமை இருக்கிறது எனப் பலர் நம்புகிறார்கள். அறிவியல் முன்னேற்றத்துக்கும் அறுவடையில் அதிகரிப்புக்கும் முழுமையான உயர் எல்லை இல்லை என்றும் அவர்கள் நம்புகிறார்கள். ஆனால் எதுவுமே இயற்கையிலிருந்து அதிக தூரத்தில் இல்லை. மு என்ற நிலையானப் புள்ளியிலிருந்து பார்க்கும்போது சூரியனின் சக்தி பரந்தது, எல்லையற்றது. ஆனால் மனிதனின் தேவைகள் மற்றும் அடங்காத ஆசைகள் என்ற நோக்கம் உருவாகும்போது, சூரியனின் சக்திகூட சிறியதாக வரையறைக்குட்பட்டதாக ஆகிவிடுகிறது. இயற்கையால் சாத்தியமாவதற்கும் அதிகமான மகசூலை அறிவியலால் உற்பத்தி செய்ய முடியாது. மனித அறிவில் வேர் விட்டிருக்கும் முயற்சி பயன் தராதது. எஞ்சியிருக்கும் ஒரே மார்க்கமானது செயல்கள் மற்றும் திட்டங்களை கைவிட்டுவிடுவதுதான் ஆகும்.

உழாமல், பசும்தழைகள் நிரம்பிய நிலத்தில் அரிசியும் பார்லியும் தொடர்ந்து

நேரடியாக விதைக்கப்படுதல் என்ற பயிர் செய்முறையைப் பற்றி நான் கூறியுள்ளேன். அது இயற்கையின் உண்மையான ஒரே மூலமுன்மாதிரியா என்ற கேள்வியானது, அது இயற்கையை நெருக்கமாக அணுகுவதற்கான முறைகள் இல்லாத முறையா என்பதற்கிணங்க தீர்க்கப்படவேண்டும்.

ஜப்பானிய மண்ணுக்கு முதல் பயிராக அரிசியும் இரண்டாவது பயிராக பார்லி அல்லது கோதுமையும் தகுந்ததாக இருந்தபோதும், அரிசி மற்றும் பார்லி அல்லது கோதுமை எனத் தொடர்ச்சியாக பயிர் செய்தல் அதிகமான கலோரியைத் தரும்; அதன் மூலமாக இயற்கையின் முழுமையான சக்தியை உபயோகித்து ஜப்பானிய நிலங்களை நன்றாக உபயோகப்படுத்த முடியும் என நான் நம்புகிறேன். இரண்டாண்டுகளுக்கு ஒருமுறை பயிர் செய்யும் முறையில் நான் கவனம் செலுத்தினேன்; இலையுதிர் காலத்தில் அரிசி விதையை விதைப் பதில் தொடங்கி அரிசியின் வளர்ச்சிக்காக முழு வருடத்தையும் அர்ப்பணித் தேன். ஏனென்றால் வருடம் முழுவதும் அதிகமான இயற்கை சக்தியை அரிசி உட்கிரகிப்பதை அது சாத்தியமாக்குகிறது என நான் எண்ணினேன்.

பசும்தழைகள் நிரம்பியிருப்பது நிலத்தின் உபயோகத்தை முப்பரிமாண உபயோகமுடையதாக உருவாக்குகிறது. வைக்கோல் தூவுதல் மற்றும் மண்ணில் உள்ள பொருட்கள் முறிவதானது, இயற்கையான சுற்றுப்புறச் சூழ்நிலை அமைப்பு மீண்டும் உயிர்பெற ஊக்குவிக்கிறது. இயற்கையின் “ஒன்றும் செய்யாதே'' என்ற உச்ச இலக்கை நெருங்குவதற்கான முயற்சியின் அவதாரங் களாக இவை எண்ணப்படலாம். இந்தப் புத்தகத்தின் தொடக்கத்தில் குறிப்பிடப் பட்டுள்ள, அரிசி பயிர் செய்வதற்கான என்னுடைய ஆய்வில் மையத்தை நோக்கிச் செல்லக்கூடிய, ஒடுங்கும் தன்மையை விவரிக்கிற படம் 1ஐ ஒருவர் பார்க்க வேண்டும். தொடக்கத்திலிருந்து நான் எதைக் குறிக்கோளாகக் கொண்டி ருந்தேன், என்னுடைய முயற்சிகள் என்னைக் கொண்டு வந்த இடம் எங்கே என்பதை அது உடனடியாக தெளிவாக்கிவிடும்.

எல்லா அம்சங்களையும் உள்ளடக்கிய ஆதாரப்புள்ளியிலிருந்து பார்க்கும் போது நான் கூறிய வேளாண் முறை நிச்சயமாக இயற்கைக்கு ஓர் அடி நெருக்க மானதாக இருக்கிறது என்பது தெரியும். ஆனால் அறிவியலறிஞருக்கு பல்வேறு வழியிலான வேளாண்மையில் இந்த முறையும் ஒன்றாகும்.

3. பழமரங்கள்

பழத் தோட்டம் அமைத்தல்

காடுகளை மீண்டும் அமைத்தலுக்கு உபயோகிக்கப்பட்ட அதே பொது முறைகளையே பழமரங்களை வளர்ப்பதற்கும், பழத்தோட்டம் அமைக்கவும் உபயோகிக்கமுடியும். புல்டோசரைக் கொண்டு நிலத்தைச் சுத்தம் செய்யவோ சமன் செய்யவோ கூடாது. ஏனென்றால் நீண்ட காலமாக மேல்மண்ணில் உருவாகிய வளமான தாவர மக்கை இது தொந்தரவு செய்கிறது. புல்டோசரை வைத்து மேம்படுத்தப்பட்டு, பத்து வருடங்களுக்கு அப்படியே விடப்பட்ட நிலத்தின் மேல்மண் அடித்துச் செல்லப்படுகிறது. அது பண்ணையின் பொருளா

தார வாழ்க்கையை மிகவும் சுருக்குகிறது. பழத்தோட்டத்தில் விழுந்த மரங்களின் அடிமரங்கள், கிளைகள், இலைகள் போன்றவற்றை வண்டியில் எடுத்துச் செல்வதைவிட, தோட்டத்தின் எல்லைக் கோடுகள் நெடுகிலும் இந்தப் பொருட்களை அடுக்கி அவை இயற்கையாக சிதைவுறக் காத்திருப்பது மிகவும் சிறந்ததாகும். பல வருடங்களுக்குப் பிறகு அந்த மரங்களின் இலைகள், கிளைகள், வேர்கள் சிதைவடைந்து, கரிம உரத்தின் ஆதாரமாகி வளரும் பழமரங்களுக்குப் போஷாக்குகளை வழங்கும். அதே நேரத்தில், கரிமப் பொருட்கள் நிரம்பியிருப்பது களைகள் வளர்வதையும், மண் அடித்துச் செல்லப்படுவதையும் தடுக்கிறது. நுண்ணுயிரிகள் வேகமாக பரவி பல மடங்கு பெருகுவதைத் தூண்டுகிறது. மண்ணை வளப்படுத்தவோ அல்லது மேம்படுத்தவோ சேவை புரிகிறது.

ஏனென்றால் நிலத்தைச் சுத்தம் செய்கிறேன் என வேளாண் செயல்களால் குறுக்கிடும்போது மரக் கிளைகள் மற்றும் இலைகள் வெட்டப்பட்டுக் கீழே விழுகின்றன; இவை பொதுவாக எரிக்கப்படுகின்றன. ஆனால் சிதைத்து எரிக்கும் வேளாண்மையைப் போல இது நிலத்தின் வளத்தை தீ ஜுவாலையில் அனுப்பி விடுகிறது. மரத்தின் வேர்களைப் பொருத்தவரையில், அவை மண்ணின் ஆழமான அடுக்கு வரை வேலை செய்கின்றன. மண்ணின் அமைப்பிலும் அதைத் திரட்டுவதிலும் பங்கேற்கின்றன. கூடுதலாக, அவை போஷாக்கு ஆதாரமாகவும் செயல்படுகின்றன. மண்ணில் உள்ள கரையாத போஷாக்குகளைக் கரைக்கிற செயலைச் செய்கின்றன. அத்தகைய விலையுயர்ந்த கரிமப் பொருள், நிலத்தைச் சுத்தம் செய்யும்போது தோண்டியெடுக்கப்பட்டு முடிவு கட்டப் பட்டால், இது இயற்கையான சூழ்நிலைகளை பலமாக மாற்றுகிறது. ஆகையால் மண்ணில் உள்ள சேதங்களை அறிய இயலாமல் போகிறது. பின்னர் பூமியில் துளைகள் தோண்டப்பட்டாலும்கூட அதே அளவான பண்படாத கரிமப் பொருட்கள் திரும்பக் கிடைக்கின்றன.

பொதுவாக, ஓரடி வளமான மேல் மண்ணானது பழமரங்கள் 10 வருடங்களுக்கு உரமில்லாமல் வளர்வதற்கு போதுமான அளவு போஷாக்குகளைக் கொண்டிருக்கிறது. அதேபோல, 3 அடி வளமான மண்ணானது அநேகமாக 30 வருடங்களுக்குப் போதுமான போஷாக்குகளை வழங்குகிறது. நல்ல வளமான, சிறந்த இயற்கைக் காட்டின் மண்ணை அதன் இயற்கையான வடிவத்தில் நாற்றங்காலாக உபயோகிப்பது சாத்தியமாக இருந்தால் உரமில்லாமல் பயிர் செய்தல்கூட சாத்தியமாகும்.

நிலத்தை ஒருபோதும் சுத்தம் செய்யாமல் பழமரங்களைப் பயிரிடுவது மரத்தின் வளர்ச்சியையும் பழத்தை அறுவடை செய்வதையும் பாதிக்கக்கூடும் என மக்கள் சந்தேகப்படலாம். ஆனால் உண்மையில் இவை அனுகூலமான, பொருளாதார ரீதியாக பாதுகாப்பான வாழ்நாளை மட்டும் நிலத்துக்குத் தரவில்லை; அதன் போஷாக்கையும் அதிகப்படுத்துகிறது.

பழத்தோட்ட மண்ணைத் தயார் செய்தபிறகு, அடுத்த கவனமானது பயிரிடுவதாகும். கண்டிப்பாக குன்றின் அமைப்பு நெடுகிலும் ஒரே அளவிலான இடைவெளியில் பழக் கன்றுகள் நடப்படவேண்டும். நன்கு ஆழமான

பள்ளத்தைத் தோண்டி, அதில் பண்படாத கரிமப் பொருளை நிரப்பி, அதன்மீது கன்றை நடவேண்டும்.

இயற்கையாக நாற்று வளர்த்தல் மற்றும் நாற்றங்காலில் வளர்க்கப் பட்ட செடியைப் பிடுங்கி நட்டு வைத்தல் : இயற்கை வேளாண்மை என்ற ஆதாரப் புள்ளியிலிருந்து பார்க்கும்போது, செடி வளர்க்குமிடத்திலிருந்து பிடுங்கி நடுவதைவிட விதையிலிருந்து மரங்களை நேரடியாக வளர்ப்பதே தகுந்தது என்பது தெளிவாகும். வழக்கமாக, செயற்கையாக ஒட்ட வைத்த செடி களை வளர்ப்பதற்கான காரணங்கள் என்னவென்றால் அந்தத் தாவரம் விரை வாக பழங்களைச் சுமக்க செய்யலாம்; அவை சீரான பழ அளவையும் தரத்தை யும் வழங்கும்; விரைவாக பழுக்கும் பழங்கள் கிடைக்கும் என்பனவாகும். ஆயினும், ஒரு மரத்தைச் செயற்கையாக நடும்போது செடிக்கன்றின் போக்கு ஒட்ட வைத்த செடியின் இணைவு பகுதியில் தடை ஏற்படுகிறது. அதன் விளைவாக அதிகமாக உரமிடப்பட்ட குள்ளமான மரங்களைத் தரும் அல்லது அதிகமான வெப்பநிலையைக் குறைவாக தடை செய்கிற, குறைந்த வாழ்நாள் உடைய மரத்தைத் தரும்.

மாண்டரின் ஆரஞ்சு விதையை நேரடியாக பயிரிட நான் முயற்சித்தபோது, விதையிலிருந்து முளைக்கும் மரங்கள் தரம் குறைந்தவையாகவும் பொதுவாக பயனற்றவையாகவும் இருந்தன என்பதைக் கண்டுகொண்டேன். ஏனென்றால் அவை பழைய அல்லது தாழ்வான நிலையை அடைபவையாகும். மரத்தின் இயற்கையான வடிவம் மற்றும் அதன் வளர்ச்சியின் இயற்கையான விகிதம் பற்றிய தடயத்தை இது எனக்குத் தந்தது. இந்த விஷயத்துக்கு நான் பின்னர் வருகிறேன்.

விதையிலிருந்து வளர்கிற இளம் மரமானது ஒட்ட வைத்த மரத்தைவிட வேகமாக வளரக் கூடியது என்ற கொள்கையிலிருந்து, செயற்கையான செடி களைப்போல இயற்கையான செடிகள் முதல் 2 அல்லது 3 வருடங்களுக்கு வேகமாக வளராது என்பதை நான் அறிந்துகொண்டேன். தொடக்கத்தில் 1 முதல் 2 வருடம் வயது உடையதாக இருக்கும்போது அதைக் கவனித்துக் கொள்வதும் கடினமானதாகும். எனினும், மிகுந்த கவனத்துடன் வளர்க்கும் போது விதையிலிருந்து வளரும் மரங்கள் மிக வேகமாக வளரும். குழிவான வேர்களை உள்ளே அனுப்புவதற்கு சிட்ரஸ் மரங்கள் அதிக நேரத்தை எடுத்துக் கொள்ளும்.

குழிவான வேர்களை உடைய, குளிரைத் தடை செய்யும் சிட்ரஸ் மரங்கள் பொதுவாக செடி வளர்க்கும் இடங்களில் இருந்து வேருடன் எடுத்து வளர்க்கப் படலாம். குள்ளமான அடிமர வேரை உபயோகிப்பதன் மூலமாக ஆப்பிள் மரங்களுக்கு குள்ளமான மரங்களாக வளர்வதற்கு பயிற்றுவிக்க முடியும். ஆனால் சில சமயங்களில் நேரடியாக விதைப்பதும், அந்த இளம் செடிக் கன்று களைப் பெரிய மரங்களாக அவற்றின் இயற்கை வடிவத்துடன் வளர்ப்பதும் சுவாரசியத்திற்கு உரியதாக இருக்கக்கூடும். அத்தகைய மரங்கள் பரந்த, வேறுபட்ட அளவிலான மற்றும் வடிவிலான பழங்களைத் தாங்கியிருக்கும்.

அவை சந்தைக்குத் தகுந்தவை கிடையாது. எனினும், மற்றொரு விதத்தில், விதையிலிருந்து வழக்கமற்ற பழம் உருவாவதற்கான சாத்தியமும் எப்போதும் நீடித்து இருக்கிறது. உண்மையில், பல்வேறு வகைகளும் ஆச்சரியங்களும் நிரம்பிய இயற்கையான பழத்தோட்டத்தை உருவாக்குவதன் மூலமாக வாழ்வின் மகிழ்ச்சியை ஏன் கூட்ட முடியாது?

பழத் தோட்டத்தை நிர்வகித்தல் : இயற்கையான பழத்தோட்டத்தை அமைக்க, விழுந்த மரத்தின் அடிக்கட்டைகளுக்கு இடையே அங்கேயும் இங்கேயுமாக பெரிய குழிகளைத் தோண்டி, வெட்டி சீர்ப்படுத்தப்படாத செடிக் கன்றுகளை நடவேண்டும்; அந்த நிலம் முழுவதும் பழ விதைகளை விதைக்க வேண்டும். அங்கே மறுபடியும் காடாகும் வகையில் மரங்கள் வளரும் வரை அதைக் கவனிக்காமல் அப்படியே விட்டுவிட வேண்டும். வெட்டப்பட்ட மரங் களின் அடிக்கட்டைகளிலிருந்து ஒட்டுண்ணிகளும், களைகளும் அபரிமிதமாக தோன்றியிருக்கும். இந்த நிலையில் பழத் தோட்டத்தை நிர்வகிப்பதென்பது வரும் வருடத்தில் இரண்டு முறை களைகளை வெட்டுவதையும், அடியில் உள்ள புல் புதர்களை பெரிய அரிவாளால் வெட்டுவதையும் உள்ளடக்கியிருக்கும்.

1. மரத்தின் வடிவத்தைச் சரிப்படுத்துதல் : பொதுவாக இளம் செடியைப் பிடுங்கி நடும்போது கிளைகளின் வரிசையை ஒழுங்குபடுத்த சில கிள்ளுதல்கள் அவசியமாகிறது. நுனியில் இறந்து போதல் நேரிட்டால் அல்லது வேர் அமைப்பு மிக அதிகமாக கத்தரிக்கப்பட்டிருந்தால் செயற்கையான, அதிக எண்ணிக்கையிலான ஒட்டுண்ணிகள் தோன்றி கிளைகள் சிக்கலாவதற்குக் காரணமாகின்றன. அதற்காகவே அந்த கிள்ளுதல்கள் செய்யப்படுகின்றன. ஒரு பெரிய மரத்தின் நிழலில் ஓர் இளம் மரம் வளர்ந்திருக்கும்போது, அது நீண்டு ஒடுங்கிய அடிமரத்தை உடையதாக இருக்கும். அதுபோன்ற சமயத்தில் கீழே உள்ள கிளைகள் அடிக்கடி இறந்து போய்விடும். அதை அப்படியே விட்டு விட்டால் அந்த மரம் செயற்கையான வடிவத்தைப் பெறும். அதன் விளைவாக வரும் வருடங்களில் அதை வளர்ப்பதற்கு முடிவற்ற வேலையைத் தரும். அந்த மரம் மிகவும் இயற்கையான வடிவத்தை அணுகுவதை வேகப்படுத்த, செயற்கை யான இடங்களில் தோன்றுகிற மொட்டுகள் மற்றும் குருத்துகளை எவ்வளவு விரைவாக முடியுமோ அவ்வளவு விரைவாகக் கிள்ளி எறிய வேண்டும்.

தொடக்கத்திலிருந்து இயல்பான, திடமான வளர்ச்சியைக் காட்டுகிற மரங்கள் கிட்டத்தட்ட இயற்கையான வடிவத்தில் வளர்கின்றன எனக் கருதி, அவற்றை அப்படியே விட்டுவிட வேண்டும். ஆயினும் முதல் 1 அல்லது 2 முளைகளை வெட்டுவது மிக முக்கியமானதாகும். இது எந்த அளவு நன்றாக வடிவமைக்கப்படுகிறதோ அதுவே, மரத்தின் முழு வாழ்நாள் வரையிலும் இருக்கப்போகிற இறுதி வடிவத்தைத் தீர்மானிக்கும். பழத் தோட்டத்தின் வெற்றி அல்லது தோல்வியில் இது மிக முக்கிய காரணியாகும்.

எனினும் எந்த முளைகளை விட்டுவிட வேண்டும், எவற்றைக் கிள்ளி எறிய வேண்டும் என்பதைச் சொல்வது சமயங்களில் கடினமானதாகும். அந்த மரம் இன்னும் இளம் மரமாக இருக்கும்போதே எந்தக் கிளைகள் பிரதான சாரம்,

எவை இரண்டாம் பட்ச சாரம் என்பதை வளர்ப்பவர் தீர்மானிக்கலாம். பின்னர் கண்டறியப்பட்டால் இத்தகைய கிளைகள் மற்றவற்றின் கீழே சிக்கி, எதிர் பாராத வளர்ச்சி நிலைகளை ஏற்படுத்திவிடும். தொடக்கத்திலேயே வெட்டிச் சீர்படுத்துதல் என்பது புத்திசாலித்தனம் இல்லாமல் செய்யப்படும்போது தேவையற்றதாகவும் தீங்கு விளைவிக்கக்கூடியதாகவும் ஆகிவிடும்.

இயற்கையான நிலையில் வளரும் மரமானது மிக எளிதாக இயற்கையான வடிவத்தை எந்த வழியிலும் அடைந்துவிடும் எனக் கருதுவது மிக எளிதான தாகும். பயிர் செய்த மரத்தை முற்றிலும் கைவிடுவதன் மூலமாக மட்டும் அது தன் இயற்கையான வடிவத்தைப் பெறாது. மிக கவனமாக பார்த்துக் கொள்ளல் மற்றும் பாதுகாத்தலின் மூலமாகவே அது தன்னுடைய இயற்கையான வடிவத்தை அடைய முடியும்.

2. களைகள் : இயற்கையான பழத் தோட்டத்தில் இதர மரங்கள் மற்றும் கிளைகளை வளர்க்கவும் கட்டுப்படுத்தவும் நான் தனிப்பட்ட முறையில் ஆர்வமாக இருந்தேன். ஆரம்பத்தில், பழ மரங்களைப் பயிரிட்டு 4 முதல் 5 வருடங்களில், பல ரகங்களைச் சேர்ந்த மரங்கள் மற்றும் புதர்களுக்கிடையில் யூளாலியா மற்றும் இதர களைகள் வளர்ந்திருப்பதைக் கண்டேன். களை யெடுத்தல் என்பது எளிதானது இல்லை. சில நேரங்களில் பழமரங்களின் இடத்தை அடையாளம் கண்டுகொள்வது கூட கடினமாக இருக்கும்.

இந்த, இதர தாவரங்களுக்கு இடையே பழ மரங்களின் வளர்ச்சி ஒழுங்கற்ற தாக, சில சமயங்களில் மோசமான அறுவடை தரக் கூடியதாக இருந்தபோதும் நோய் மற்றும் பூச்சிகளால் குறைந்த சேதம் மட்டுமே ஏற்படும். நம்புவதற்கு அரிய விதமாக, எனது பழத் தோட்டத்தில் விநோதமான பல ரகங்கள் இருப் பதையும், சில பழ மரங்கள் இதர மரங்களின் நிழலில்கூட வளர்ந்திருப்பதையும், நோய்கள் மற்றும் தொந்தரவு தரும் பூச்சிகளால் தாக்கப்படாமல் தடுக்கப் பட்டிருப்பதையும் நான் கண்டுகொண்டேன்.

பின்னர், அடியில் உள்ள புதர்களைத் தொடர்ந்து வெட்டுவதால் பழமற்ற மரங்கள் மறைந்துவிடும். பிரெக்கன்*, மக்வார்ட், குட்சு போன்ற களைகள் அதன் இடத்தில் வளரும். இந்த நிலையில் பழத்தோட்டம் முழுவதும் க்ளோவர் விதையை வாரி இறைத்தல் மூலமாக களையின் வளர்ச்சியை அடக்கவும் கட்டுப் படுத்தவும் என்னால் இயன்றது.

3. சமப்படுத்துதல் : பயிரிட்டு 5 முதல் 6 வருடங்களுக்குப் பிறகு மரங்கள் பழத்தைச் சுமக்கத் தொடங்கும்போது பழ மரங்களின் ஏற்றமான பகுதிகளில் சிறு மண்வெட்டியால் பள்ளம் தோண்டி, மொட்டை மாடி படிக்கட்டுகளைப் போன்ற சாலையை அமைப்பது நல்ல யோசனையாகும். இத்தகைய படிக் கட்டுகள் ஒருமுறை உருவாக்கப்பட்டவுடன் முதலில் பிஞ்சுக் களைகள், சிக்க லான களைகள், சிக்கலான புல் போன்ற மென்மையான களைகள் தோன்றும். அதன்பிறகு க்ளோவர் களைகள் அந்த இடத்தில் தோன்றும். அப்போது அந்தப்

---

*பிரெக்கன் - காட்டுப் புதர் வகை.

பழத்தோட்டமானது உண்மையான பழத்தோட்டம் போல தோற்றமளிக்கும்.

இயற்கையான முப்பரிமாண பழத்தோட்டம்

இயற்கையான பழத்தோட்டத்தை உருவாக்க, சரியான நிலத்துக்குச் சரியானப் பயிரைத் தேர்ந்தெடுத்தல் என்ற கொள்கையை ஒருவர் கண்டிப்பாக கவனிக்க வேண்டும். குன்றுப் பகுதி நிலம் மற்றும் பள்ளத்தாக்கு நிலங்கள் அத்தகையதாகவே நடத்தப்பட வேண்டும்.

பழமரங்களை ஒற்றைப் பயிர் செய்தல் முறையில் வளர்ப்பதைத் தவிர்க்க வேண்டும். குறித்த பருவத்தில் இலை உதிர்க்கிற பழ மரங்களை என்றும் பசுமையான பழமரங்களுடன் இணைத்துப் பயிரிட வேண்டும். பசும்தழை மரங்களுக்கு இடையே பயிரிடுவதை ஒருபோதும் மறக்கக்கூடாது. நைட்ரஜன் கலந்த உரத்தை உற்பத்தி செய்கிற பட்டாணி குடும்ப உறுப்பினராகிய வேல மரங்கள், பாஸ்போரிக் அமிலம் மற்றும் பொட்டாஸ் போன்ற போஷாக்குகளை வழங்குகிற மிர்டில், அல்டர் மற்றும் பொடோகார்பஸ் ஆகிய மரங்களும் கூட அதில் உட்பட்டிருக்கும். படர்கொடியில் ஏறக்கூடிய கிரேப்ஒயின், அக்பியா, சீன கூஸ்பெர்ரி போன்றவை உட்பட சுவாரசியமான விளைவை தரக்கூடிய சில பெரிய மரங்கள் மற்றும் சிறுசெடிகளையும் நீங்கள் இணைத்துப் பயிரிடலாம்.

பழத்தோட்ட மண்ணை வளப்படுத்துவதற்காக பயிரினம் சார்ந்த பசும்தழை தாவரங்கள் மற்றும் இதர மூலிகைகளை பழத்தோட்டத்தின் அடியில் பயிரிடலாம். தீவனப் பயிர்கள் மற்றும் பாதி-வனக் காய்கறிகளையும் அபரிமிதமாக வளர்க்க முடியும். கோழி, வாத்து, மற்றும் கால்நடைகளை பழத்தோட்டத்தில் சுதந்திரமாக புல்மேய விடவேண்டும்.

உயர்தர உற்பத்தித் தொழில்நுட்பங்களைப் பயன்படுத்தி சம்பிரதாயமாக உருவாக்கப்பட்ட பழத்தோட்டத்திலிருந்து, முழுமையான, முப்பரிமாண உபயோகமுடைய இயற்கையான பழத்தோட்டத்தை இந்த வழியில் உருவாக்குவது முற்றிலும் மாறுபட்டதாகும். இயற்கையுடன் இணைந்து வாழ விரும்பும் தனி மனிதர்களுக்கு இது புவியில் உள்ள உண்மையான சொர்க்கமாகும்.

உரம் இல்லாமல் பழத்தோட்ட நிலத்தை நிர்மாணித்தல்

மண் நிர்வகித்தலின் பயன் என்னவென்றால் வண்டல் படிந்த பாறைகள் மற்றும் கல்லிலிருந்து காலநிலை சார்ந்தப் பொருட்களை, பயிர்களை வளர்ப்பதற்குத் தகுந்ததாக்குவதும் மண்ணை வளப்படுத்த முன்னேற்றுவதும் ஆகும். அந்த மண் கண்டிப்பாக இறந்த, கனிமப் பொருளை உயிருள்ள கரிமப் பொருளாக ஆக்குவதாக இருக்க வேண்டும்.

எதிர்பாராதவிதமாக, இன்றைய நாளில் இயல்பாக பயிற்சி செய்யப்படும் மண் நிர்வகித்தல் என்பது சுத்தமான பயிர் செய்தலை அடிப்படையாகக் கொண்டுள்ளது. அது மண்ணை வெறும் தாதுப் பொருளாக மாற்றுகிறது. உண்மைதான், இதற்குக் காரணங்கள் இருக்கின்றன. திரும்ப திரும்ப

களையெடுத்தல், இரசாயன உரங்களை உபயோகித்தல், மகசூலை உயர்த்தவும் நல்ல பொருளைத் தரவும் கவனமாக நிர்வகித்தல் போன்றவைதான் அந்தக் காரணங்களாகும்.

அதிகமான பழத்தோட்டங்களில் உள்ள மண்ணானது, தொடர்ச்சியாக உழுதல் மற்றும் களையெடுத்தலால் வடிகட்டப்படுகிறது. ஆகையால் சில விவசாயிகள் அரிசி மற்றும் பார்லி வைக்கோலை அவர்களது நெல் நிலத்திலிருந்து இழுத்துக்கொண்டு சென்று குன்றுப் பகுதியில் உள்ள அவர்களது பழத் தோட்டத்தில் பழமரங்களுக்கு கீழே பரப்புகிறார்கள். மண் நிர்வகித்தலில் அடிப்படையான மாற்றத்தை ஏற்படுத்துவதைவிட களையெடுக்கும் வேலையைக் குறைக்கும் உபாயமாக இது தொடங்கியது. எனினும், அதே சமயத்தில் நிலம் நிரம்பியிருப்பதற்கு நெல் நிலத்தில் உள்ள வைக்கோலைச் சார்ந்திருப்பது சிறந்த அணுகுமுறையாக இருக்காது. அது செய்வதெல்லாம் நிலத்திலிருந்து வைக் கோலை குன்றுக்கு எடுத்துச் செல்வதும், குன்றிலிருந்து களைகளை நிலத்துக்கு எடுத்துச் செல்வதும் என அலைய வைப்பது மட்டும்தான்.

நிலம், தோட்டம் மற்றும் குன்று பகுதியிலிருந்து விலகிய மண் நிர்வகித்தல் என்பது அர்த்தமற்றது; எல்லாவற்றையும் ஒரே நேரத்தில் வளப்படுத்துகிற முறை மட்டுமே பயனுள்ளதாகும்.

நான் ஏன் நிலம் நிரம்பியிருப்பதை உபயோகித்தேன் : மண்ணை முற்றிலும் பயன் உள்ளதாக ஆக்க, மண்ணை நிர்வகித்தலை நிலம் முழுவதும் நிரம்பியிருப்பதன் அடிப்படையில் செய்ய வேண்டும். நிலம், தோட்டம், மற்றும் குன்றுப் பகுதி பழத்தோட்டத்தில் உள்ள மண் அனைத்தையும் இயற்கை யாகவே வளமானதாக ஆக்க இது ஏற்றதாகும். பசும்தழை மரங்களைப் பயிரிடுவதும், உரங்கள் உபயோகிப்பதைவிட பழத்தோட்டத்தில் உள்ள மண் இயற்கையாகவே வளமானதாக ஊக்குவிப்பதும் அதிக புத்திசாலித்தனமானது ஆகும்.

இரண்டாம் உலகப் போருக்குப் பிறகு எனது தந்தையின் பழத்தோட்டத்தில் இருந்த பழைய சிட்ரஸ் மரங்களுக்குப் புத்துயிர் அளிக்கச் சென்றபோது, மண்ணின் நிலைகளைப் படிப்பதில் நான் தொடங்கினேன். குறிப்பாக நிலம் நிரம்பிய பயிர் செய்தலை பின்வரும் காரணங்களுக்காக படிக்கத் தொடங்கினேன்.

எல்லாவற்றிலும் முதலாக, மேல்மண் அடித்துச் செல்லப்பட்டு சிவப்புக் களிமண் மட்டுமே எஞ்சியிருக்கும் நிலையில் பழைய மரங்களை மீண்டும் திடமுடையதாக ஆக்க அதிக அளவிலான உரம் உபயோகித்தல், வேரைச் செயற்கையாக ஒட்ட வைத்தல், மலர்க் கொத்துகளை இடையிடையே பிடுங்கி விடுதல் போன்ற மந்தமான முயற்சிகளை மேற்கொள்ளுதலானது மரங்களில் மேலும் சரிவையே ஏற்படுத்தும். இந்த மோசமான மண்ணில் இவை உயிர் பிழைத்திருக்காது என்பதால் புதிய செடிகளைப் பயிரிடுவதும் பயன் உள்ளதாக இருக்காது.

அட்டவணை 4.11 பழத்தோட்டம் நிரம்பிய பயிர்களாக உபயோகிக்கப்படும் சிறுசெடிகள்

சிறுசெடிகள்	வளரும் பருவங்கள்	பயன்கள்
புல் குடும்பம்		
இத்தாலிய காட்டுப்புல்	வசந்தம், கோடை	இலையுதிர்க்கும் பழமரங்களின்
பழத்தோட்ட புல்		அடியில் வளர்கின்றன
திமோதி தீனிப்புல்	கோடை/குளிர்,	பழக் கொடிகளுடன்
காட்டு ஓட்ஸ்	வசந்தம்	(கோடை களைகளை
குளிர்கால தானியங்கள்		கட்டுப்படுத்துதல்)
பட்டாணி குடும்பம்		
காமன் வெட்ச்	குளிர், வசந்தம்	என்றும் பசுமையான மரங்கள்,
ஹெய்ரி வெட்ச்*		இலையுதிர்க்கும் மரங்கள்
காமன் வெட்ச், சாட்விக்*		(வசந்தகால களைகளை
		கட்டுப்படுத்துதல்
மன்க் பீன்	வசந்தம், கோடை	பெரிய என்றும் பசுமையான
மொச்சைச் செடி		மரங்கள் (கோடைக் காலக்
குட்சு		களைகளைக் கட்டுப்படுத்துதல்)
லூதினா க்ளோவர்*		
சிவப்பு/வெள்ளை க்ளோவர்	வருடம் முழுவதும்	அனைத்துப் பழ மரங்களின்
அல்பால்பா*		களைகளையும் வருடம்
செந்நிற க்ளோவர்		முழுவதும் கட்டுப்படுத்துதல்
இனிப்பு க்ளோவர்		
சப் க்ளோவர்		
பர் க்ளோவர்*	குளிர், வசந்தம்	பழமரம், கோடைக்காய்கறிகள்
சீன மில்க் வெட்ச்*	வசந்தம்	(வசந்த காலக் களைக்
		கட்டுப்படுத்தல்)
மணிலாக்கொட்டை*		
சோயாபீன்*	வசந்தம், கோடை	கோடைக் காலக் களைக்
அட்சுகி பீன்*		கட்டுப்படுத்தல்
		(பசும்தழை)
லுபின்*		
பராட் பீன்*	குளிர், வசந்தம்	வசந்தகாலக் களைக்
தோட்டத்துப் பட்டாணி*		கட்டுப்படுத்தல் (பசும்தழை)
ஜப்பான் க்ளோவர்	வசந்தம்	வசந்தகாலக் களைக்
பஷ் பீன்		கட்டுப்படுத்தல்
கடுகுக் குடும்பம்		
டைகான்*		
சிவப்பு முள்ளங்கி*		
இந்தியக் கடுகு*		
இதர கடுகுகள்	இலையுதிர்,வசந்தம்	அனைத்துப் பழ மரங்களின்
சீன முட்டைக்கோஸ்		குளிர்கால களைகளை
காட்டுக்கடுகு		கட்டுப்படுத்தல்
இதர காய்கறிகள்		

*முக்கியமான நிரம்பிய பயிர்கள்

இரண்டாவது காரணம் என்னவென்றால், என்னுடைய தந்தை பழத் தோட்டத்தில் எவ்வளவு பொருளாதாரத்தை செலவழித்தார் என்பதைப் பார்த்தபோது, முதல் 13 வருடங்களுக்கு அந்தப் பழத்தோட்டம் நஷ்டத்தில் ஓடிக் கொண்டிருந்தது; அடுத்த 20 வருடங்களில் அது பணத்தைத் தந்தது; பின்னர் வந்த 10 வருடங்களில் மீண்டும் அபாயத்திலேயே ஓடியது என்பதை யெல்லாம் நான் கண்டுகொண்டேன். போர்க்காலம் அந்தப் பழத் தோட்டத்துக்கு கடுமையான அடி தந்திருந்தபோதும், ஒரு காலத்தில் சிறந்த, உள்நாட்டு பழத்தோட்டங்களில் ஒன்றாக அது இருந்திருக்கிறது; 40 ஆண்டு காலத்துக்கும் மேலான செயல்பாடுகளில் கணிசமாக லாபத்தைத் தருவதில் தோல்வி அடைந்து விட்டது என்பதைப் பார்க்கும்போது நான் வியப்படைந்தேன்.

ஏன்? அதற்கான விடை எளிதானது. என்னுடைய தந்தை அவருக்கு லாபம் தரும் சிட்ரஸ் பயிர்கள், உறுதியான மரங்கள், அவருடைய வளரும் செல்வநிலை ஆகியவற்றைக் கொண்டாடியதில் பழத்தோட்டத்தின் மண் வடிகட்டபட்ட தாக ஆகிவிட்டது என்பதுதான் அந்தக் காரணமாகும்.

எனவே மண்ணை வளப்படுத்தக்கூடிய பழமரங்களை வளர்க்க நான் தயாரானேன். நான் ஏன் நிலம் நிரம்பிய பயிர்களை வளர்த்தேன் என்பதற்கான முக்கிய காரணங்களில் இதுவும் ஒன்றாகும்.

லூதினா க்ளோவர், அல்பால்பா, வேலமரம் : வடிகட்டப்பட்ட மண்ணைத் திரும்பவும் பழைய நிலைக்குக் கொண்டுவர எது உதவுகிறது? சிலுவை போன்ற மலர்ச்செடி, பயிரினச் செடி மற்றும் புற்கள் என 30 விதைகளை எனது பழத்தோட்டம் முழுவதும் விதைத்தேன். இவற்றையெல்லாம் நெருக்க மாக கவனித்ததன் மூலமாக நான் ஒரு பொதுவான தீர்மானத்துக்கு வந்தேன். லூதினா க்ளோவரை பிரதானப் பயிராகவும், அல்பால்பா, லுபின், பர் க்ளோவர் போன்ற சிறுசெடிகளை இரண்டாம்பட்சப் பயிராகவும் கொண்டு நிரம்பிய களைகளை நான் வளர்க்க வேண்டும் என்பதே அந்தத் தீர்மானமாகும். உரம் தரக்கூடிய மரங்களான பிளாக் வெர்டில், மிர்டில், பொடோகார்பஸ் போன்ற வற்றையும் இணைத்துப் பயிரிட்டேன். கடினமான, வடிகட்டப்பட்ட மண்ணின் ஆழமான மண் அடுக்கை வளப்படுத்துவதற்கு அவை உதவியாக இருந்தன.

லூதினா க்ளோவரின் அம்சங்கள் :

1. பயிர் நிரம்பியிருத்தலை உபயோகித்தல் களைகளைத் தவிர்க்கிறது. வருடாந்திர களைகள் ஒரே வருடத்தில் அந்த இடத்திலிருந்து வேறு இடத்துக்கு நீக்கப்பட்டுவிடும்; இரண்டு வருடங்களில் மறைந்துவிடும். 2 முதல் 3 வருடங்களுக்குப் பிறகு, க்ளோவர் நிரம்பிய நிலமாக விட்டுவிட்டு, கிட்டத்தட்ட தோட்டத்தில் உள்ள களைகள் எல்லாமே மறைந்து போய்விடும்.

2. மண்ணின் ஆழத்தை 16 முதல் 18 அங்குலங்கள் முன்னேற்றுகிறது.

3. அடுத்த 6 முதல் 8 வருடங்களுக்கு மீண்டும் விதை விதைக்கத் தேவையில்லை.

4. உரம் அல்லது ஈரப்பதத்துக்காக பழமரங்களுடன் கடுமையாக போட்டி போடத் தேவையில்லை.

5. வெட்டப்பட்ட பிறகு மீண்டும் எளிதாக வளர்ந்துவிடும். அதன்மீது காலால் மிதித்து நடந்து செல்லும்போதும் ஆரோக்கியமாக வளரும்.

6. வேளாண் செயல்பாடுகளைத் தடை செய்யாது.

வெப்பமான, வறண்ட, காலநிலையின்போது ஸ்கெலரோடியம் நோயால் எளிதில் தாக்கப்படக்கூடியது; அதன் வளர்ச்சி மரங்களின் கீழேயும் நிழலிலும் தடைபடக் கூடியது என்பவையே லூதினா க்ளோவரின் ஒரே குறையாகும்.

லூதினா க்ளோவரை விதைத்தல் : விதையை இலையுதிர் காலத்தின் ஆரம்பத்தில் விதைக்க வேண்டும். தாமதமாக விதைப்பது பூச்சி சேதத்தை ஏற்படுத்தும். விதைகளை மண்ணால் மூடக்கூடாது; ஏனென்றால் அது முளை விடுதலைத் தடை செய்துவிடும். துவாரமிட்ட பிறகு மட்டும் மண்ணை திடப் படுத்தவேண்டும். இலையுதிர் காலத்தின் இறுதியில் இறந்துபோன களைகள் மீதும், சாலையோரத்திலும் கரைகளிலும் உள்ள புற்களின்மீதும் க்ளோவர் விதையை வாரி இறைத்தால், அது படிப்படியாக அடர்த்தியாக வளரும். வசந்த காலத்தின் ஆரம்பத்தில் களைகளுக்கு இடையே க்ளோவர் விதைக்கப்படும் போது, ஒரு வருடத்துக்குப் பின்னர் வளர்ச்சியைத் தூண்டிவிடுவதற்காக அதை மீண்டும் வெட்ட வேண்டும். கூடுதலாக, இனிப்பு உருளைக் கொடியைப் போன்ற முறையிலேயே லூதினா க்ளோவர் கொடியையும் வசந்த காலத்திலும் பயிரிடலாம். அதன்மூலமாக கோடையில் க்ளோவர் நிரம்பியிருப்பதற்கு உத்திரவாதமளிக்கலாம்.

லூதினா க்ளோவரை நிர்வகித்தல் : க்ளோவர் இதர தாவரங்களைத் தடை செய்யாது. ஆனால் படிப்படியாக மிக அடர்த்தியாக வளர்ந்து, இதர களைகள் முளைவிடுதல் மற்றும் உருவாதலைத் தடுத்தல் என ஆதிக்கம் செலுத்தத் தொடங்கிவிடும். மேலும், களைகள்மீது நடந்து சென்று வெட்டும் போது அதிகமானவை பலவீனமாகிவிடும். ஆனால் க்ளோவர் மிக வலிமையாக வளரும். இதைப் புரிந்துகொள்ளாமல், க்ளோவரை முறையாக கட்டுப் படுத்துவது உறுதியாக தோல்வியை நோக்கி அழைத்துச் செல்லும். முதலில், களைகளுடன் இணைந்து க்ளோவர் நீடித்திருக்கும்போது கவலைப்படுவதற்கு எந்தக் காரணமும் இருக்காது. ஆனால், க்ளோவர் நன்றாக வளர்ந்து செழித்த பிறகு அதை அப்படியே விட்டுவிட்டால், அது மிக அதிகமாக அபரிமிதமாகி விடும். இலைப் புள்ளி போன்ற நோய்களால் தாக்கப்படுவதற்குத் தயாராக திறந்திருக்கும். 5 முதல் 6 வருடங்களில் களைகள் மீண்டும் தோன்றவும் இறுதி யாக ஆதிக்கம் செலுத்தவும் வழிவகுக்கும். வருடங்கள் கடந்து பராமரிப்பதற்கு, புல் மைதானத்துக்கு தருவதைப்போன்ற சர்வ ஜாக்கிரதை க்ளோவருக்கு தேவைப்படும். வருடம் முழுவதும் இருக்கக்கூடிய களைகளான சோரெல் மற்றும் டான்டிலியன் உள்ள இடங்கள், பின்ட்வீட், கோகன், பிரெக்கன் போன்ற சுற்றிக் கொள்ளும் தாவரங்கள் மற்றும் இதர சிறுசெடிகள் அபரிமித மாக வளர்ந்திருக்கும் மற்ற இடங்களைவிட இங்கே அடிக்கடி வெட்டுதல்

வேண்டும். காட்டுச் சாம்பல் அல்லது கரி சாம்பலைச் சிதறடிக்கவேண்டும்.

அதன்பின் வளரும் க்ளோவரின் விகிதம் மெதுவாக இருக்கும். ஆகையால் பழத் தோட்டத்தைத் தொடங்கும்போது, தோட்டத்தின் ஒரு முனையிலிருந்து மற்றொரு முனை வரை விதையை விதைக்க வேண்டும். சரியான நிர்வகித்த லுடன், இந்தக் க்ளோவர் நிரம்பியிருப்பது களையெடுக்கும் தேவையை நீக்கி விடும். களைகளுடன் மிஞ்சியிருக்கும் பழத் தோட்டத்தைவிட இது அறுவடை செய்வதற்கும் ஒப்பிட முடியாத அளவு எளிதானதாகும். சிட்ரஸ் பழத் தோட்டங்கள் மற்றும் குறித்த பருவத்தில் இலை உதிர்க்கும் மரங்களை உடைய பழத்தோட்டங்களிலும் லூதினா க்ளோவரைக் கண்டிப்பாக விதைக்க வேண்டும்.

வறண்ட நிலத்துக்கு அல்பால்பா : களைகளைச் சமாளிப்பதில் லூதினா க்ளோவரை மிஞ்சியது எதுவுமில்லை. ஆனால் வெப்பமான பிரதேசங்களில், கோடை காலத்தின்போது அது தனது ஜீவனை இழந்துவிடுகிறது. குளிர்ந்த, வறண்ட இடங்களில் விதைகளுடன் கலந்து அல்பால்பா விதைப்பது விரும்பத் தக்கது. உதாரணமாக, இந்த வேலை குறிப்பாக மண்ணாலான கரைகளில் சிறந்ததாகும்.

அல்பால்பா என்பது மிகவும் ஆழமான வேரை உடையது. 6 அடி அல்லது அதற்கும் அதிகமான ஆழத்துக்கு வேர்களை அனுப்பக் கூடியது. இந்தக் காரணத்தால் மண்ணின் ஆழமான அடுக்கை மேம்படுத்த இது சிறந்ததாக கருதப்படுகிறது. வருடம் முழுவதும் வளரக்கூடியதான இது சிறந்த செயல்முறை மதிப்புடையதாகும். அதிக வெப்ப நிலையைப் போலவே வறட்சியையும் குளிர்ந்த சூழ்நிலைகளையும் தடுக்கக்கூடியது. இதர சிறுசெடிகள் மற்றும் புற் களைத் தவிர்ப்பதற்கு க்ளோவருடன் கலந்திருக்கும்போது அல்பால்பா உதவு கிறது. இந்தச் சிறந்த பயிர், ஜப்பானிய மண்ணை வளப்படுத்தவும் தீவனப் பயிராகவும் பரவலாக உபயோகப்படுத்தப்பட வேண்டும். லூபின் (கோடைப் பயிர்) போன்றவையும் நல்ல விளைவுடன் உபயோகிக்கப்படலாம்.

வசந்த காலக் களைகளை கட்டுப்படுத்துவதில் பர் க்ளோவர் பயனுள்ளதாக இருக்கிறது. கோடையில் வாடிப் போய்விடும். ஆனால் இலையுதிர்காலத்தில் மீண்டும் வளரத் தொடங்கிவிடும். அதேபோல குளிர்காலக் களைகளையும் தடை செய்துவிடும். பயனுள்ள, பழத்தோட்டம் நிரப்பும் பயிராகவும் கோடை காலக் காய்கறிகளுக்கு முந்தையப் பயிராக சுழற்சி செய்யவும் மதிப்புடையதாகும்.

பிளாக் வெட்டில் : வேல மரத்தின் வகையான பிளாக் வெட்டில் உரம் தரும் மரமாக சேவை செய்கிறது. நிலம் நிரம்பிய பயிர் செய்தலில் அது இணைந்து பங்காற்றுவதால் அதை நான் இங்கே சேர்க்க விரும்புகிறேன். கால் ஏக்கர் நிலத்தில் பழமரங்களுக்கு நடுவே இந்த வகை மரங்களில் 10ஐ பயிரிட வேண்டும். பட்டாணி குடும்பத்தின் உறுப்பினராகிய இந்த மரம் பின்வரும் வழியில் பயனுள்ளதாக இருக்கிறது :

1. ஆழமான மண் அடுக்குகளை வேகமாக முன்னேற்றுகிறது.

2. பாதுகாப்பு வளையத்தை உருவாக்க உபயோகிக்க முடியும். ஆனால் பழ மரங்களுக்கு இடையே பயிரிடும்போது சுழற்காற்றைத் தடை செய்வதாக வேலை செய்கிறது.

3. கோடை காலத்தில் வெப்பமான பிரதேசங்களில் நிழல் தரும் மரமாக பங்காற்றுகிறது. மண் வடிகட்டப்படுதலைப் பாதுகாக்கிறது.

4. பழத் தோட்டத்தில் தோன்றுகிற தொந்தரவு தரும் பூச்சிகளை, குறிப்பாக தும்மிகள் தோன்றுவதைத் தடை செய்வதில் திறனுடையதாக இருக்கிறது.

இது மட்டும் இல்லை. இந்த மரத்தின் பட்டையில் பதத் துவர் அதிகமாக இருப்பதால் நல்ல விலைக்கு விற்க முடியும். மேலும், மேசைகள் மற்றும் நாற்காலிகள் செய்வதற்கு இந்த மரம் மிகச் சிறந்ததாகும். அதன் மலர்களில் உள்ள மது தேனுக்கான ஆதாரமாக இருக்கிறது.

பட்டாணி குடும்பத்தைச் சேர்ந்த, என்றும் பசுமையான வேறெந்த மரமும் பிளாக் வெட்டிலைப் போல வேகமாக வளராது. இது ஒரு வருடத்தில் 5 அடி அல்லது அதற்கு அதிகமாக வளர்கிறது. 3 முதல் 4 வருடங்களில் பாதுகாப்பு வளையத்தை உருவாக்குகிறது. 7 முதல் 8 வருடங்களில் தொலைபேசி கம்பத்தைப் போன்ற அளவுடையதாக ஆகிறது.

5 முதல் 6 வருடங்கள் வளர்ச்சிக்குப் பிறகு அவற்றை வெட்டி, அடிமரங்கள் மற்றும் மேல் பகுதியை பழத் தோட்டத்தில் உள்ள குழியில் புதைத்தேன். செடிக் கன்றுகள் வளர்ந்து வரவில்லை. ஆகையால் விதையை நேரடியாக விதைப்பதே நல்லது. ஒருவர் செய்ய வேண்டியதெல்லாம் அங்கேயும் இங்கேயும் என, பழத்தோட்டம் முழுவதும் விதையை விதைக்க வேண்டும். 6 அல்லது அதற்கு அதிகமான வருடங்களில் ஒருவர் தொலைவிலிருந்து பார்க்கும்போது ஒரு சிட்ரஸ் சோலையைப் பார்க்கிறாரா அல்லது ஒரு காட்டைப் பார்க்கிறாரா என்பதைச் சொல்வது கடினமாகிவிடும்.

வளர்ந்து நிரம்பியிருக்கும் பயிர்களினூடே, நான் முன்னதாக பள்ளங்கள் தோண்டத் தொடங்கிவிட்டேன். மண்ணை வளப்படுத்தும் செயலை வேகப் படுத்துவதற்காக அதில் கரிமப் பொருட்களைச் சேர்த்தேன். வைக்கோல், சுள்ளிகள், சிறு கிளைகள், பெரணிகள் மற்றும் மரப்பட்டைச் சீவல்கள், மரத் துண்டுகள் போன்ற பல்வேறு வகையான கரிமப் பொருட்களை உபயோகித்து முயற்சித்தேன். விளைவுகளை ஒப்பிட்டுப் பார்த்தேன். குறைந்த செலவுடைய தாக இருக்கும் என நான் எதிர்பார்த்த வைக்கோல், பெரணி போன்றவை உண்மையில் மிக விலை உயர்ந்தவை என்பதையும், மரச் சீவல்கள் விலை குறைந் தவை என்பதையும் கண்டுகொண்டேன். இதில் இருந்த ஒரே ஒரு பிரச்சனை என்னவென்றால், அந்தப் பொருட்களை இழுத்துச் செல்வது மட்டும்தான். இவ்வாறாக மாறுகையில், சிறந்த பொருளானது மரத்துண்டுகள்தான்; ஏனென் றால் அது விலைகுறைவானது. ஆனால் அதுவும்கூட சுமந்து செல்வதற்குக் கடினமானதாகும். அப்போதுதான் என்னுடைய பழத்தோட்டத்தில் மரத்

துண்டுகளைத் தயார் செய்ய தீர்மானித்தேன். மிகவும் அனுகூலமான, எளிய வழி எதுவென்றால் மரங்கள் வளரும் பழத்தோட்டத்துக்குத் திரும்புவதுதான் என்பேன். அதற்காக நான் பல்வேறு வகையான மரங்களை வளர்த்து முயற்சித்தேன்; அந்த நோக்கத்துக்குப் பிளாக் வெட்டில் மரம் சிறந்த பயனுடையது என்பதைக் கண்டுகொண்டேன்.

100 சதுர கஜத்துக்கு அதிகமான இடத்தில் வேலமரங்களைப் பயிரிட்டேன். ஒவ்வொரு மரத்திற்கும் கடினமானதாக, அதிக லாபம் தராததாக இருந்த மண்ணானது 5 அல்லது 6 வருடங்களுக்குப் பிறகு மிருதுவாக, திரவம் ஊறி வெளியேறும் தன்மை உடையதாக ஆகிவிட்டது. வெடி வைத்து வெடித்துக் கரிமப் பொருட்களைத் தோண்டி எடுப்பதைவிட இது எளிமையானதாகவும், அதிக திறனுடையதாகவும் இருந்தது. மேலும் வெட்டும்போது, ஒவ்வொரு மரமும் அரை டன்னுக்கும் அதிகமான அளவு அதிக தரமுடைய கரிமப் பொருளைப் புதைப்பதற்காகத் தந்தது. புதைப்பதற்கு ஒன்றும் இல்லை என்னும் போது, பள்ளங்கள் தோண்ட ஆர்வம் காட்டுவதும் கடினமாக இருந்தது. ஆனால் கரிமப் பொருள் கையில் இருக்கும்போது பள்ளங்கள் தோண்டப் பட்டன.

இயற்கையான எதிரிகளை பிளாக்வெட்டில் பாதுகாக்கிறது : புழக் கத்தில் உள்ள, பழமையான பழத்தோட்டத்தில் பிளாக் வெட்டில் மரத்தை மீண்டும் நடலாம் என நான் பரிந்துரை செய்கிறேன். உதாரணமாக, 40 முதல் 50 வருடங்கள் வயதுள்ள பழத்தோட்டத்தில், பழமரங்களுக்கு இடையே இத்தகைய மரங்களை அதிக எண்ணிக்கையில் பயிரிட முடியும். 5 அல்லது 6 வருடங்களுக்குப் பிறகு எல்லாப் பழமரங்களும் விழும்போது இந்த மரங்களும் உடனே விழுந்துவிடும். அதன்பிறகு முழு பழத்தோட்டத்தையும் 3 முதல் 4 வருட செடிக் கன்றுகளால் பயிரிட வேண்டும். புல்டோசர்களைக் கொண்டு பழத்தோட்டம் முழுவதும் மண்ணைச் சமன் செய்து மீண்டும் பயிரிடுவதைவிட இந்த முறை மிக சிறந்தது மட்டுமில்லை, இது நிலத்தையும் பொலிவாக்குகிறது.

பிளாக் வெட்டில் வருடம் முழுவதும் தொடர்ந்து வளர்கிறது. எப்போதும் புதிய முளைகளை வெளியே அனுப்புகிறது. இவை செடிப் பேன்களையும் செதிற்பூச்சிகளையும் இழுத்துக் கொள்கிறது. மேலும், லேடிபக்ஸ் என்ற பூச்சி களின் எண்ணிக்கை அதிகமாக ஆதரவளிக்கிறது. பிளாக் வெட்டிலின் மிக முக்கியமான பங்கு என்னவென்றால் அனுகூலம் தரும் பூச்சிகளுக்குப் பாதுகாப் பான மரமாக இருக்கிறது. கால் ஏக்கர் நிலத்துக்கு 5 அல்லது 6 மரங்களைப் பயிரிடுவது செதிற்பூச்சி மற்றும் ஒட்டுண்ணிகளின் எண்ணிக்கையைக் குறைக் கிறது. மேலும் கூடுதலாக, அனுகூலம் தரும் பூச்சிகளின் எண்ணிக்கை அதிக மாவதை ஆதரிக்கிற இதர மரங்கள் எதிர்காலத்தில் நிச்சயமாக உருவாக்கப்படும்.

நிலம் முழுவதும் நிரம்புதலை அமைப்பது பற்றிய சில அடிப்படைக் கருத்துகள் : பயிர்கள் நிரம்பிய மண்ணை உருவாக்குவதற்கான உண்மையான செயல்முறைப் பற்றிய கூடுதலான சில தகவல்களை நான் இங்கே தர விரும்புகிறேன்.

ஒருமுறை விதைக்கப்பட்டுவிட்டால், க்ளோவர் நிரம்பி இருப்பது கிட்டத் தட்ட 6 முதல் 7 வருடங்கள் வரை பலம் பொருந்தியதாக இருக்கும். அதன்பிறகு அதன் வளர்ச்சி படிப்படியாக குறைந்துவிடும். நன்றாக நிர்வாகித்தால், க்ளோவரின் வாழ்நாளை நீடிக்க செய்ய முடியும் என்றபோதும், கிட்டத்தட்ட பத்து வருடங்கள் கடந்தபிறகு அந்தப் பயிர் சரிவடைந்து களைகள் மீண்டும் தோன்றுகிற நிலைக்கே வந்துவிடும். படரும்கொடி மற்றும் பற்றி ஏறும் சிறு செடிகளான பின்ட்வீட் மற்றும் குட்சு போன்றவையும், களைப்பூண்டு போன்ற வருடாந்திர பயிர்களும் இத்தகைய களைகளில் பிரதானமாக அடங்கியவை யாகும். என்ன நேரிடுகிறது என்றால் அத்தகைய சிறுசெடிகள் க்ளோவர் நீடித்து இருப்பதையும் மீண்டும் தோன்றுவதையும் தடை செய்கின்றன.

இவ்வாறாக, அநேகமாக க்ளோவரைப் பயிரிட்டுப் பத்து ஆண்டுகளுக்குப் பிறகு அந்தப் பழத் தோட்டத்தில் மீண்டும் களைகள் நிரம்பியிருக்கும். ஆனால் வேளாண் செயல்களில் களைகள் குறுக்கிடாத வரை இது ஒரு பிரச்சனை கிடையாது. உண்மையில், ஒரே வகையான தாவரம் ஒரு நிலத்தில் ஒவ்வொரு வருடமும் வளரும்போது ஒருவர் அதைப் பற்றி யோசிப்பதை நிறுத்திவிட்டால், அந்த மண் சமநிலையற்றதாக ஆகிவிடும். வேறுபட்ட களைகள் தோன்றுவதும் தொடர்வதும் மிகவும் இயற்கையானது; மண்ணை வளப்படுத்தவும் பண் படுத்தவும் அது மிகவும் உதவக்கூடியது.

க்ளோவர் நிரம்பியிருக்க வேண்டும் என வற்புறுத்துவது எனது எண்ணம் கிடையாது. களை நிரம்பியிருப்பதுகூட அநேகமாக அதே செயலைச் செய்ய லாம். எனக்கு இருக்கும் ஒரே கவலையானது களையின் வளர்ச்சி அடர்த்தியாக இருந்தால் தேவைப்படும்போது வெட்டுவதற்குக் கடினமாக இருக்கும் என்பது மட்டும்தான். இது நேரிட்டால், அதன்பிறகு ஒருவர் க்ளோவர் விதையை மீண்டும் விதைக்க வேண்டும் அல்லது காய்கறித் தாவரங்கள் நிரம்பியி ருப்பதற்கு மாற வேண்டும்.

மண்ணை வளப்படுத்த எந்தப் பயிர்கள் நிரம்பியிருக்க வேண்டும், எவை நிரம்பியிருக்கக் கூடாது என்பது அந்த இடத்தின் சூழ்நிலைகளைச் சார்ந்தே பெரிதும் அமைந்திருக்கும். எல்லா தாவரங்களும் ஏதோ ஒரு காரணத்துக்காக தோன்றுகின்றன. வேறுபட்ட சிறுசெடிகளை தொடர்ச்சியாகப் பயிரிடுவதால் வருடங்கள் கடந்தும் அந்த மண் வளமுடையதாக ஆகிறது. களைகள் வளர்ந்தி ருக்கும் பழத்தோட்டத்தில் ஒரே குடும்பத்தைச் சேர்ந்த காய்கறி வகைகளை விதைப்பதன் மூலமாக, காய்கறித் தாவரங்களை களைகளுக்கு மாற்றாக வைக்க முடியும்.

என்னுடைய பழத் தோட்டத்தின் குடிசைகளில் இயற்கையான உணவை உட்கொண்டு வாழும் இளம் மனிதர்களுக்கு இத்தகையவை தகுந்த உணவாகும். பெரிய, திடமான காய்கறிகளின் விதைகளைத் தூவி எளிதாக வளர்க்க முடியும். இலையுதிர் காலத்தில் நான்கு இதழ் உடைய காய்கறிகளையும், வசந்த காலத்தில் தோட்டச் செடியினக் காய்கறிகளையும், கோடையின் தொடக்கத்தில் பயிரினக் காய்கறிகளையும் பழத்தோட்டத்தின் களைகளுக்கு இடையே பயிரிட

வேண்டும். நான் இந்த விஷயத்துக்குப் பின்னர் வருகிறேன். ஆனால் இங்கே இதைச் சொன்னதே போதுமானதாகும்; களைகளைக் கட்டுப்படுத்துவதற்குத் திறன் வாய்ந்தது என்பதற்கும் கூடுதலாக, களைகளுக்கு நடுவே காய்கறி விதை களை விதைப்பதென்பது சக்தி வாய்ந்த, மண்ணை வளப்படுத்தும் ஒரு தொழில் நுட்பமாகும்.

மண்ணைப் பரிசோதிப்பதைவிட, அதில் வளரும் களைகளைப் பரிசோதிப் பதன் மூலமாக அந்த மண்ணின் இயற்கையை ஒருவரால் மிக சீக்கிரமாகப் புரிந்துகொள்ள முடியும். மண் மற்றும் களைகள் என்ற இரண்டு பிரச்சனை களையும் களைகளே தீர்க்கின்றன. நான் செய்ததெல்லாம், கைவிடப்பட்ட மண்ணை மீண்டும் நிலை பெறச் செய்யவும், பல வருடங்களாக அறிவியல் முறைகளால் பார்க்கப்பட்ட பழத்தோட்ட நிலம் மற்றும் மரங்களை மீண்டும் அமைக்கவும் இந்த மண்ணை உபயோகித்தது மட்டும்தான். அதற்கு 40 ஆண்டு களுக்கும் அதிகமான நேரத்தை எடுத்துக் கொண்டேன். அதில் நான் அதிகமான வற்றை உபயோகிக்காமல்கூட இருந்திருக்கலாம். ஆனால் மண்ணை எப்படி இயற்கையாக ஈடு செய்ய வேண்டும், சிட்ரஸ் மரங்களின் இயற்கையான வடிவம் என்ன என்பதையெல்லாம் இயற்கை வேளாண்மையின் மூலமாக நான் அறிந்து கொண்டேன்.

மண்ணை நிர்வகித்தல் : மண்ணை வளப்படுத்த இயற்கை வேளாண்மை அதிக நேரத்தை எடுத்துக் கொள்ளும். இன்றைய நாளில் பெரிய புல்டோசர் களைக் கொண்டு எல்லாவற்றையும் கிழித்தெறிந்து, அதிக அளவிலான பண் படாத கரிமப் பொருளைத் தூக்கியெறிந்து, கரிம உரத்தை நிலத்தில் உப யோகித்து என குறைவான நேரத்திலேயே மண் மாற்றி அமைக்கப்படுகிறது என்பது உண்மைதான். ஆயினும் சாதனங்கள் மற்றும் பொருட்களுக்காக இதற்கு மிக அதிக அளவு பொருளாதாரம் தேவைப்படுகிறது.

பயிர்கள் நிரம்பியிருத்தல் என்ற பயிர் செய்தல் முறை மூலமாக ஆறு அங்குலம் மேல் மண்ணை வளப்படுத்த 5 முதல் 10 வருடங்கள் தேவைப்படும். தற்போதைய பொருளாதார பார்வையில், இயற்கை வேளாண்மை முறைகளில் உள்ள ஒரே குறை அது அதிகமான நேரத்தை எடுத்துக் கொள்கிறது என்பது மட்டும்தான். உலகின் நெருக்கடியான நேரத்தில் அநேகமாக இது தாழ்ந்ததாகத் தெரியலாம். ஆனால் அந்த வேளாண் நிலம் எதிர்கால தலைமுறைக்குப் பரம் பரைச் சொத்தாக கொடுக்கப்பட வேண்டியது என்பதைச் சரியாகப் புரிந்திருந் தால், இயற்கை வேளாண்மை பற்றிய பொதுவான கருத்து மேம்படுத்தப்படும். உழாமல், களையெடுக்காமல் அல்லது இரசாயன உரம் உபயோகிக்காமல் நீண்ட நாட்களாக வளமாக இருக்கும் நிலமானது மூலதனத்தையும் வேலையை யும் மட்டும் சேர்த்து வைக்கவில்லை; அதேபோல புரிந்துகொள்ள முடியாததும் அதிகரிக்கிறது.

இயற்கைக்குரிய முன்னேற்றமும் மனித முயற்சியை உபயோகிப்பதும் தற்காலிகமான பயனாக மட்டுமே இருக்கும். பௌதீக ரீதியாகவும் இரசாயன ரீதியாகவும் மண்ணை வளப்படுத்த உயிருள்ளப் பொருட்களின் வலிமையை

அட்டவணை 4.12 பழ மரங்களின் நோய் மற்றும் தொந்தரவு தரும் பூச்சிகளைத் தடுத்தல்

என்றும் பசுமையான மரங்கள்	அதிக தொந்தரவுதரும் பூச்சிகள்	கட்டுப்படுத்துதல்
உறுதியாக தடுப்பவை		
வாக்ஸ் மிர்டில்		
கும்வாட்		
மிதமாக தடுப்பவை		
லாக்வாட்	நீண்ட கொம்புள்ள வண்டுகள், அந்துப்பூச்சிகள்	கையால் எடுத்தல்
ஜப்பானிய கோடை ஆரஞ்சு	செதிற்பூச்சி	பழங்கள், இயற்கையான எதிரிகள்மீது பையைக் கட்டுதல்
அயோ ஆரஞ்சு, பப்ளிமாஸ்	செதிற்பூச்சி	இயற்கையான எதிரிகள்
பலவீனமாக தடுப்பவை		
சாட்சுமா ஆரஞ்சு	செதிற்பூச்சிகள், தும்மிகள்	இயற்கையான எதிரிகள்
இனிப்பு ஆரஞ்சு	நீண்ட கொம்புள்ள வண்டுகள்	கையால் எடுத்தல்

இலையுதிர்க்கும் மரங்கள்	அதிக தொந்தரவுதரும் பூச்சிகள் மற்றும் நோய்கள்	கட்டுப்படுத்துதல்
உறுதியாக தடுப்பவை		
பிளம், வாதுமை மரம், சீன க்வின்ஸ், ஜப்பானிய வாதுமை	கருப்புப் புள்ளிகள்	இணையான பயிரிடல்
அத்திமரம்	குளவிகள்	
அக்பியா, சீன கூஸ்பெரி, காட்டு திராட்சை		
செர்ரி		
ஈச்சம்பழம் (துவர்ப்பான)		
மாதுளை, இலந்தை, காட்டு நெய்ம மரம் கருமுந்திரிப் பழமரம்		
ஜின்கோ, வால்நட்		
மிதமாக தடுப்பவை		
நெக்டரின்	மரத்தைத் துளைக்கும் பூச்சி	இணையான பயிரிடல்
செஸ்ட்நட்	மரத்தைத் துளைக்கும் பூச்சி	மரத்தைச் சுற்றிச் சுத்தம் செய்தல்
	செஸ்ட்நட் கரணை குளவி	எதிர்க்கும் வகைகள்
ஈச்சம்பழமரம் (இனிப்பு)	ஈச்சம்பழப் புழு	மரத்தைச் சுற்றிச் சுத்தம் செய்தல்
பலவீனமாக தடுப்பவை		
பீச்	மரத்தைத் துளைக்கும் பூச்சி	இணையாகப் பயிரிடல் (அ) பழங்களில் பைகள் கட்டுதல்
ஆப்பிள்	மரத்தைத் துளைக்கும் பூச்சி	இணையாகப் பயிரிடல்
பேரிக்காய்	பூஞ்சை	எதிர்க்கும் வகைகள்
திராட்சை	ஸ்கேரப் வண்டு	வசப்படுத்திக் கொல்லுதல்

இயற்கை வேளாண்மை உபயோகிக்கிறது. பழம் வளர்ப்பதன் ஒட்டுமொத்தச் செயலுடன் இந்தச் செயலும் இணைந்து செல்கிறது. இந்த அணுகுமுறையின் அனுகூலமான விளைவானது, இறுதியாக பழமரங்களின் ஆயுட் காலத்தை நீண்டதாக காட்டுவதாகும். அநேகமாக அறிவியல் முறையில் வளர்க்கப்படும் பழமரங்களைவிட 2 முதல் 3 தடவைகள் அதிகமாக இருக்கலாம்.

இது ஏனென்றால் கோழிக்குஞ்சு, காட்டுப்பன்றி, கால்நடை போன்றவை குறுகிய பேட்டரிகள் மற்றும் பட்டிகளில் வைத்து செயற்கையாக அதிகரிக்கப் படுகின்றன; அதைப் போல, செயற்கையாக தயாரிக்கப்பட்ட மண்ணில் செயற்கையான உரங்களை உபயோகித்து வளர்க்கப்படும் பழமரங்களானது தவிர்க்க முடியாதபடி பலவீனமாகி, குட்டையாகவோ அல்லது மெலிந்து நீண்டோ வளர்ந்து இயற்கையான வாழ்க்கையை வாழ முடியாததாகி விடுகிறது.

மற்றொரு பிரச்சனை மண்ணின் தர அளவில் முன்னேற்றம் ஏற்படுத்துவ தாகும். தெளிவாக, அறிவியல் வேளாண்மை மோசமான மண்ணை வளப்படுத்த குறிப்பிட்ட முறைகளை உபயோகிக்கிறது. உதாரணமாக, மண் அமிலத் தன்மை உடையதாக இருந்தால் ஒருவர் சுண்ணாம்பை உபயோகிப்பார்; அல்லது மாங்கனீசு அதிக அளவில் உட்கொள்ளப்படுவதைத் தடுக்க நடவடிக்கை எடுப்பார் அல்லது பாஸ்பேட்டோ அல்லது மெக்னீசியமோ பற்றாக்குறையாக இருப்பதை தடுக்க நடவடிக்கை எடுப்பார். மண் காற்றுடன் கலப்பது குறைவாகி வேரின் வளர்ச்சி மோசமானால் அல்லது துத்தநாகம் பற்றாக்குறையாக இருந்தால், துத்தநாகத்தை ஈடுசெய்தல் போன்ற அதற்கேற்ற நடவடிக்கைகளை எடுப்பார். மற்றொரு வகையில், மண்ணானது காரத்தன்மை உடையதாக இருந்தால் இது மீண்டும் மாங்கனீசு மற்றும் துத்தநாகம் பற்றாக்குறையை ஏற்படுத்திவிடும்.

ஆனால் மண்ணின் தரத்துக்கு அதன் அமிலத் தன்மையைவிட அதிக மானவை காரணங்களாக இருக்கின்றன; முடிவற்ற எண்ணிக்கையிலான காரணிகளும் சூழ்நிலைகளும் - பௌதீக, இரசாயன, உயிரியல் - இருப்பது ஒட்டுமொத்த மதிப்பீட்டில் தெரிகிறது. ஒரு மண்ணை ஆரோக்கியமானது என்றோ அல்லது நோயுற்றது என்றோ ஒருவர் அழைக்க முடியாது. ஏனென்றால் கையளவு மண்ணானது சரியான எண்ணிக்கையிலான குறிப்பிட்ட நுண்ணுயிரி களையும், கரிமப் பொருளையும், சரியான விகிதத்தில் காற்றையும் நீரையும் கொண்டிருக்கிறதா எனத் தீர்மானிக்க அலகு இல்லை.

சௌகரியத்துக்காகவும் அல்லது வேறு எந்தக் காரணத்துக்காகவும் இயற்கை யான பழத் தோட்டத்தின் மண்ணுடன் அறிவியல் வேளாண்மை மூலமாக கிடைக்கும் மண்ணை நாம் ஒப்பிடலாம்; மரத்தின் வளர்ச்சி, அறுவடை செய்யப்பட்ட பழத்தின் அளவு மற்றும் தரம், அந்த மரங்கள் ஒவ்வொரு வருடத்திலும் பழங்களைத் தாங்கியிருக்கிறதா அல்லது ஒரு வருடம் விட்டு மற்றொரு வருடத்தில் பழங்களைத் தாங்கி இருக்கிறதா என்ற நன்மைகளை வைத்து ஒப்பிடலாம். அத்தகைய அலகின்கீழ்கூட, 30 வருடங்களான எனது இயற்கைப் பண்ணையை அறிவியல் பண்ணையுடன் ஒவ்வொரு கோணத்திலும்

அனுகூலமாக ஒப்பிடமுடியும். உண்மையான ஒப்பீடானது, இயற்கை வேளாண்மையைவிட அறிவியல் வேளாண்மைக்கு அதிக வேலையாட்கள் தேவைப்படுகின்றனர், திறன் குறைவாக இருக்கிறது என்ற கருத்தை உறுதியாக விட்டுச் செல்லும்.

சுண்ணாம்போ அல்லது எந்த வகையான சிறு போஷாக்கோ நான் உபயோகிக்கவில்லை; எந்தக் குறைபாட்டையும் கவனிக்கவும் இல்லை. எந்த நேரத்திலும் இது ஒரு பிரச்சனையாக இருக்கவில்லை. பழத்தோட்டத்தில் பயிர்கள் நிரம்பியிருக்கும் சூழ்நிலைகளில் ஏற்படும் தொடர்ச்சியான மாற்றமானது மண் தொடர்ந்து மாறுவதையே காட்டியது. அந்த மண்ணில் வளரும் பழமரங்கள் அத்தகைய மாற்றங்களுக்கு ஏற்ப தொடர்ந்து தங்களை மாற்றிக் கொண்டன.

நோய் மற்றும் பூச்சிகளைக் கட்டுப்படுத்துதல்

இயற்கையில், பூச்சிகளாலும் நோய்களாலும் மரங்கள் தொடர்ந்து தாக்கப்படுகின்றன மற்றும் சுரண்டப்படுகின்றன. ஆனால், மரம் வளர்ப்பவர் அவரது மரங்களுக்கு பூச்சிக்கொல்லிகளைத் தெளிக்கவில்லை என்றால் அவை இயற்கையான சூழ்நிலைகளைப் பற்ற முடியாமல் இறந்துவிடும் என்று பரவலாக ஒப்புக் கொள்ளப்பட்ட நம்பிக்கை இருக்கிறது. அத்தகைய தாக்குதலுக்குப் பயிர்கள் எளிதில் ஆளாகக் கூடியவை. ஏனென்றால் அவை செயற்கையாக வளர்க்கப் பட்டுக் கொண்டிருப்பவை; அவற்றின் இயற்கையான தடுப்புச் சக்தி குறைந்து விடும். அவை வளரும் சூழ்நிலையும் செயற்கையானதாக இருக்கும். பல்வேறு வகையான பழ மரங்கள் அவற்றின் இயற்கையான முன்னோர்களுக்கு நெருக்கமான, தேர்வு செய்யப்பட்ட முறையில் வளர்க்கப்பட்டால் பூச்சிக்கொல்லிகள் என்பது தேவையற்றதாகிவிடும். ஆனால் சில வகையான பழ மரங்களில் குறிப்பிட்ட பூச்சிகள் மற்றும் நோய்கள் தோன்றுவது சிக்கலான பிரச்சனையாக இருக்கிறது. பல்வேறு வகையான பழமரங்களுக்கு ஏற்படுகிற நோய்கள் மற்றும் தொந்தரவு தரும் பூச்சிகளைத் தடுப்பது பற்றி அட்டவணை 4.12 கூறுகிறது.

“நடுத்தரமாக'' மற்றும் “உறுதியாக எதிர்த்தல்'' என்பதற்குக் கீழே உள்ள மரங்கள் பூச்சிக்கொல்லிகளின் உபயோகம் இல்லாமலே வளர முடியும். சில குறிப்பிட்ட நோய்கள் மற்றும் தொந்தரவு தரும் பூச்சிகளுக்கு மட்டும் சிறிது கவனம் செலுத்த வேண்டியிருக்கும். இத்தகைய முக்கியமான நோய்கள் மற்றும் தொந்தரவு தரும் பூச்சிகளின் குண இயல்புகள் மற்றும் செயல்பாடுகள் பற்றி பழம் வளர்ப்பவர் நன்றாக அறிந்திருக்க வேண்டும். அவை தோன்றுவதைத் தடுப்பதற்காக, தடை செய்யும் பழ மரங்களின் வகைகளைத் தேர்ந்தெடுத்தல் போன்ற நடவடிக்கைகளை எடுக்க வேண்டும்.

மேலும், நோய்கள் மற்றும் தொந்தரவு தரும் பூச்சிகளைக் கட்டுப்படுத்துவது தான் இயற்கையாக பழங்களை வளர்க்கும் ஒருவர் எதிர்கொள்ளும் முக்கியமான பிரச்சனை என்பது சந்தேகத்திற்கு இடமில்லாததாகும். பூச்சிக்கொல்லிகளை உபயோகிக்காமல் வளர்க்க முடிகிற அதிக எண்ணிக்கையிலான பழ

மரங்களும் இருக்கின்றன. பீச், பேரிக்காய், திராட்சை, சாட்சுமா ஆரஞ்சு போன்ற மரங்களுக்கு சக்தி வாய்ந்த பூச்சிக்கொல்லிகள் தேவைப்படாது. ஆயினும் குறிப்பிட்ட தொந்தரவு தரும் பூச்சிகளுக்கு கவனம் செலுத்த வேண்டியிருக்கும். மிக முக்கியமான பல்வேறு விஷயங்களைப் பற்றி என்னுடைய சில குறிப்புகளை இங்கே தருகின்றேன்.

கூர்மையான முனை உடைய செதிற்பூச்சி : *சாட்சுமா ஆரஞ்சு, அயோ ஆரஞ்சு, பப்ளிமாஸ் போன்ற மரங்களை மொய்த்துக் கொண்டிருக்கும் இந்தச் செதிற்பூச்சி மிகவும் தீவிரமானதாகிவிடும் என்பதால், சிட்ரஸ் மரங்களுக்கு பூச்சிக்கொல்லிகள் அடிப்பதை உடனடியாக நிறுத்துவது மிகவும் கடினமான தாகும். ஆனால் இந்தப் பூச்சியால் ஏற்படுகிற சேதத்தை இயற்கையான, பிற பிராணிகளைத் தின்கிற பூச்சிகளாலும், மரங்களின் வடிவத்தைச் சீர் செய்வ தாலும் சரிப்படுத்த முடியும். புல்லுருவி போன்ற வண்டுகள், 4 அல்லது 5 வேறுபட்ட வகையான லேடிபக் பூச்சிகள் எனது இயற்கையான பழத் தோட்டத்தில் தோன்றின. இத்தகைய பூச்சிகள் அதிக எண்ணிக்கையிலான செதிற்பூச்சிகளை உட்கொண்டன. நான் பூச்சிக்கொல்லி தெளிக்கவில்லை; எனினும் மரங்கள் அதிகமான பாதிப்பிலிருந்து தப்பிவிட்டன. ஆனால் இத்த கைய இயற்கையான எதிரிகள் இருக்கும்போதுகூட, கிளைகள் சிக்குமுக்கான இடங்கள் மற்றும் நெருக்கமாக சேர்ந்திருக்கும் இடங்களை வெட்டி சீர் படுத்தாவிட்டால், மரம் குறிப்பிடத்தக்க சேதத்தைத் தாங்கியிருக்கும். மரங்களின் அதிகமான கிளைகள் மற்றும் இலைத் தொகுப்புகளில் உள்ள இந்தப் பூச்சிகளை அழிப்பதில் எந்தப் பூச்சிக்கொல்லியும் திறனுடையதாக வெற்றி பெறவில்லை.*

மரத்தின் ஒழுங்கற்ற வடிவம் நீடித்தல், நிழல் மற்றும் சூரியஒளியின் கோணம் ஆகியவை இந்தப் பூச்சிகள் அதிகமாக பரவுவதிலும், தொடர்ந்து இருப்பதிலும் பெரிய விளைவை ஏற்படுத்துகின்றன. ஆயினும், இந்தப் பூச்சிகளை உண்ணுகிற இயற்கையான பிராணிகளைப் பாதுகாப்பதும் சுற்றுப்புறச் சூழ்நிலையை மேம்படுத்துவதும்தான் இதற்கான வேகமான, மிகவும் திறன் வாய்ந்த தீர்வாகும்.

முதனிலைப் புழு நிலையில் இருக்கும்போதே, குளிர்காலத்தில் இயந்திரத்தில் உள்ள எண்ணெய்த் திரவத்தை மரங்களில் தெளிப்பது அல்லது கோடை காலத்தில் சுண்ணாம்பு-சல்பர் கலவையைத் தெளிப்பது திறனுடையதாகும். இரண்டாம் முறை உபயோகிப்பது தும்மிகளையும் அழித்துவிடும். இதைவிட வலிமையான எதையும் உபயோகிக்க தேவையில்லை. உண்மையில், மரத்தின் தோற்றத்தில் உள்ள சிறு குறைகளைப் பற்றி நீங்கள் கவலைப்படவில்லை என்றால், உங்களால் நிச்சயமாக பூச்சிக்கொல்லி தெளிக்காமல் பயிர் வளர்க்க முடியும்.

தும்மி பூச்சிகள் : *கிட்டத்தட்ட 20 முதல் 30 வருடங்களுக்கு முன்னர் வரை, சுண்ணாம்பும் சல்பரும் கலந்த கலவையே பழப் பூச்சிகளுக்கு எதிராக திறன் வாய்ந்ததாகக் கருதப்பட்டது. ஆகையால் ஜப்பானில் உள்ள பழமரங்கள் வளர்ப்பவர்கள் அவர்களுடைய பழமரங்களில் ஒவ்வொரு கோடை*

காலத்திலும் இதை இருமுறை தெளித்தனர். அதன் விளைவாக தும்மிகள் ஒருபோதும் முக்கிய, தொந்தரவு தரும் பூச்சியாக இருக்கவில்லை.

அதன்பின் இரண்டாம் உலகப் போருக்குப் பிறகு, பழத்தோட்டக்காரர்கள் சக்தி வாய்ந்த ஆர்கானோ பாஸ்பேட் மற்றும் ஆர்கானோகுளோரின் பூச்சிக் கொல்லிகளை உபயோகிக்கத் தொடங்கினார்கள். இவை தொந்தரவு தரும் அனைத்துப் பூச்சிகளையும் அழிப்பதாக மகிழ்ச்சி அடைந்தார்கள். ஆனால் எவ்வளவு அடிக்கடி அதைத் தெளித்தாலும் பயன் இல்லை என்பதை நீண்ட நாட்கள் ஆவதற்கு முன்பாகவே பலர் கண்டுகொண்டார்கள். தும்மிகள் அதிகமாக வெடித்துப் பரவுதல் மீண்டும் நேரிடுவதை அவர்களால் தடுக்க இயலவில்லை.

ஆய்வாளர்கள் இதற்கு வேறுபட்ட விளக்கங்களைத் தந்தார்கள். பூச்சிக் கொல்லிகளை தடை செய்பவற்றை தும்மிகள் உருவாக்குகின்றன என்று சிலர் கூறினார்கள். வேறுபட்ட இனங்களான தும்மிகள் தோன்றுகின்றன என்று சிலர் கூறினார்கள். இயற்கையான எதிரிகள் மறைந்துவிட்டதால் அதிகமாக தோன்றுகின்றன என்று சிலர் கூறினார்கள். ஒன்றன்பின் ஒன்றாக புதிய பூச்சிக் கொல்லிகள் கண்டுபிடிக்கப்பட்டன. ஆனால் இது தொந்தரவு தரும் பூச்சிகளைக் கட்டுப்படுத்தும் பிரச்சனையை அதிகரித்தது; மாசுபடுதலை ஏற்படுத்தியது.

இத்தகைய வெடித்துப் பரவுதலுக்கான காரணங்களைக் கண்டறிவதற்கு மாறாக, தும்மிகள் அதிகமாக இருப்பது பிரச்சனைக்குரியது அல்ல என்ற உண்மையில் கவனம் செலுத்துவதை நான் விரும்புகிறேன். தும்மிகளில் பல வகைகள் இருக்கின்றன. ஒவ்வொன்றும் வேறுபட்ட சூழ்நிலைகளில் தோன்று கின்றன. ஆனால் ஒரு விஷயம் நமக்கு உறுதியாக தெரிந்ததாகும். வருடம் முழுவதும் முற்றிலும் தும்மிகள் இல்லாமல் பயிர் செய்வது சாத்தியமற்றதாகும். தும்மிகளால் ஏற்படும் சேதத்தின் அளவைக் குறைப்பதுதான் நமது இலக்காக இருக்க வேண்டும்; அவற்றை முழுமையாக நீக்குவது இலக்காகக் கூடாது.

அருகில் உள்ள மரங்களில், பாதுகாப்பு வளையங்களில், களைகளில் தும்மிகள் தோன்றுவதற்கான வாய்ப்பு எப்போதும் இருக்கிறது என்றபோதும், மரங்கள் மற்றும் புற்களைக் கொல்லுதல் என்ற மிகப் பெரிய தாக்குதலை ஒரு போதும் யாரும் பார்க்கவில்லை. தும்மிகள் தற்போது அதிகமாக இருப்பதற்கும், பழமரங்களுக்கு அதிகமான சேதம் ஏற்படுவதற்கும் காரணங்கள் தும்மியிடம் இல்லை; மனித செயல்களில்தான் இருக்கின்றன.

மரத்தில் ஏற்படுகிற சிறிய காலநிலை மாற்றங்களுக்கு செதிற்பூச்சிகளைவிட தும்மிகள் மிக அதிகமாக பாதிப்புக்கு உள்ளாகும். காற்றைத் தடை செய்வதாக அல்லது நிழல் தரும் மரமாக பிளாக் வெட்டில் உபயோகிக்கப்படும்போது, சூரிய ஒளியின் அளவு மற்றும் அந்த மரம் வெளிப்படுத்தும் தென்றல் காற்றைச் சார்ந்து தும்மிகள் மற்றும் செதிற்பூச்சிகளின் எண்ணிக்கை திடீரென குறைந்து விடும் அல்லது கிட்டத்தட்ட முற்றிலும் மறைந்துவிடும். நிச்சயமாக அதற்குரிய ஒரு பகுதியான காரணம் என்னவென்றால், பூச்சிகளை துரத்தக்கூடிய டனின்

என்ற ஒரு பொருளை பிளாக் வெட்டில் மரம் வெளியேற்றுகிறது என்பதுதான். ஆனால் தும்மிகளின் எண்ணிக்கையில் வேகமான மாற்றம் ஏற்படுவதற்கு, காலநிலையில் ஏற்படுகிற சிறிய மாற்றமே மிகவும் நேரடியான காரணமாக இருக்கிறது.

குறித்த பருவத்தில் இலை உதிர்க்கிற மரங்களுடன் சேர்த்து, என்றும் பசுமை யான மரங்களை நடுவதுகூட இத்தகைய தொந்தரவு தரும் பூச்சிகளைத் தடுப்ப தற்கான பயனுள்ள வழியாகும்.

தும்மிகள் அதிகமாக இருப்பதில் சூரிய ஒளி, காற்று வசதி, வெப்பநிலை, ஈரப்பதம் போன்றவை ஏற்படுத்தும் விளைவுகளைப் பற்றி மிகவும் அடிப்படை யான ஆய்வைக்கூட நடத்தாமல், அவற்றைப் பூச்சிக்கொல்லிகளைக் கொண்டு கட்டுப்படுத்த முயற்சி செய்வது எவ்வளவு அஜாக்கிரதையானது. பூச்சிக் கொல்லிகளுக்கும், இயற்கையாக பிராணிகளைக் கொன்று தின்கிற உயிர் களுக்கும், இத்தகைய தும்மிகளை உட்கொள்கிற அனுகூலம் தருகிற காளான் களுக்கும் இடையேயுள்ள உறவைப் பற்றி எதுவும் புரிந்துகொள்ளாமல் நாம் சக்தி வாய்ந்த பூச்சிக்கொல்லிகளை உபயோகிக்கிறோம். வண்டியில் குதிரையைப் பூட்டுகிறோம்.

இந்த அடிப்படைப் பிரச்சனை அறிவியலறிஞர்களால் தீர்க்கப்படும் என்று நான் எதிர்பார்க்கவில்லை. அனுகூலம் தருகிற பூச்சிகளுக்குக் குறைவான பாதிப்பையும், தொந்தரவு தரும் பூச்சிகளை அழிக்கவும் கூடிய புதிய பூச்சிக் கொல்லிகளை உருவாக்குவதற்கான திட்டங்கள் என அவர்கள் வேறு திசையில் செல்கிறார்கள்.

தும்மிகளை மனிதன் அப்படியே விட்டுவிட்டால், அது ஒருபோதும் பெரிய, தொந்தரவு தரும் பூச்சியாக ஆகாது. எனது பழத்தோட்டத்தில் சிட்ரஸ் மரங் களில் உள்ள தும்மிகளால் எந்தப் பிரச்சனையும் ஒருபோதும் எனக்கு ஏற்பட வில்லை. அல்லது அப்படியே நான் விட்டிருந்தாலும் அந்தப் பிரச்சனை அதுவாகவே சரியாகிவிட்டது.

பஞ்சு போன்று மென்மையான செதிற்பூச்சி : ஒரு நேரத்தில் ஜப்பானின் சிட்ரஸ் மரங்களில் இருந்த, பெரிய தொந்தரவு தரும் மூன்று பூச்சிகளில் இதுவும் ஒன்றாகக் கருதப்பட்டது. ஆனால் 40 வருடங்களுக்கு முன்னதாக லேடிபக் பூச்சியின் வகையான வெடலியா வந்தபோது இது இயற்கையாக மறைந்துவிட்டது. போருக்குப் பிறகு, நிறைய பழத்தோட்டங்களில் இந்தப் பூச்சி மிக அதிகமாக பரவியது; ஆர்கானோபாஸ்பேட் பூச்சிக்கொல்லிகளும் தெளிக்கப்பட்டன. அவற்றைக் கட்டுப்படுத்த பூச்சிக்கொல்லிகளால் இயல வில்லை. எனது இயற்கையான பழத்தோட்டத்தில், நான் சக்தி வாய்ந்த பூச்சிக் கொல்லிகளை உபயோகிக்காத லேடிபக்கின் பல்வேறு இனங்களுக்கு இவை இரையாகத் தொடங்கிவிட்டன. அதனால் நான் எந்தவித சேதத்தையும் காணவில்லை.

சிவப்பு மெழுகு செதிற்பூச்சி : சிட்ரஸ் மரத்தில் தொந்தரவு தரும் மூன்று

பெரிய பூச்சிகளில் ஒன்றாக கருதப்பட்ட இந்தச் செதிற்பூச்சியானது பைன் குங்கிலிய கலவையைத் தெளித்து அழிக்கப்பட்டது. அதன்பின், அநேகமாக நல்லதிர்ஷ்டம் கதவைத் தட்டியது. குங்கிலியப் பொருளில் போர்க்கால பற்றாக் குறை ஏற்பட்டதன் காரணமாக இந்தக் கலவை உபயோகிப்பு நிறுத்தப்பட்டது. புல்லுருவி போன்ற குளவிகள் தோன்றி இவற்றைக் கொன்று தின்றன; அவற்றை அழிக்க வேண்டும் என்ற அவசியத்தை நீக்கின.

ஆனால் போருக்குப் பிறகு, இந்தப் பூச்சி ஒரு பெரிய பிரச்சனையாக இல்லாதபோதும், சக்திவாய்ந்த புளோரின் பூச்சிக்கொல்லிகளை இந்தப் பூச்சிக்கு எதிராக திறனுடையதாக விவசாயிகள் உபயோகிக்கத் தொடங்கி னார்கள். உடனே இந்தப் பூச்சி மீண்டும் கடுமையாக பரவியது. இந்தப் பூச்சிக் கொல்லி அதிக விஷமுடையதாக இருந்ததால் குறிப்பிட்ட எண்ணிக்கையிலான உள்நாட்டு இறப்புகளுக்கும் பொறுப்பானது. எனவே பின்னர் அதன் உப யோகம் தடை செய்யப்பட்டது. உடனடியாக அந்தப் பூச்சிகளின் எண்ணிக்கை கிட்டத்தட்ட குறைந்துவிட்டது. இந்த குறிப்பிட்ட பூச்சியைக் கட்டுப்படுத்த எதுவும் தெளிக்காமல் இருப்பதே புத்திசாலித்தனமான வழி என்பதை விளக்கிக் காட்டியது.

இதர தொந்தரவு தரும் பூச்சிகள் : பழமரத்தில் தொந்தரவு தரும் பூச்சிகள் முடிவற்ற எண்ணிக்கையில் இருக்கின்றன. செடிப்பேன், மரத் துளைப்பான், திராட்சைக் கொடியை உட்கொள்ளும் வண்டுகள், இலைகளைத் தாக்குகிற இலைச் சுருட்டுப் பூச்சிகள், பழத்தைச் சாப்பிடுகிற ஸ்பிரிங்டெயில், கிரப்ஷ் போன்ற பூச்சிகளும் இருக்கின்றன. பழமரங்களுக்கு நல்ல சூழ்நிலை வழங்க அல்லது அவற்றின் வடிவத்தை மேம்படுத்த என்ன முயற்சி மேற்கொண்டாலும் பயனில்லாமல், கைவிடப்பட்ட பழத்தோட்டங்களில் இது ஒரு பிரச்சனையாக இருந்தது. அந்தப் பழத்தோட்டத்தைச் சுத்தமாக வைத்திருப்பதும், குளிர் காலத்தில் முதனிலைப் புழுவாக இருக்கும்போதே அந்தப் பூச்சிகளை அடக்கி விடுவதும் எவ்வளவு புத்திசாலித்தனமாக இருக்கும். உதாரணமாக, நீண்ட கொம்பு உடைய வண்டுகள் சிட்ரஸ் மற்றும் செஸ்ட்நட் மரங்களின் அடியில் நுழைவதற்கு முன்பாக, அவை முதனிலைப் புழுவாக இருக்கும்போதே அவற்றை நேரடியாக எடுத்து அழித்துவிடுவது அவசியமானதாகும்.

அயல்நாட்டிலிருந்து தோன்றி ஜப்பானில் பிரச்சனைக்கு உரியதாக இருந்த தொந்தரவு தரும் பூச்சிகள் இரண்டைப் பற்றி நான் இப்போது பார்க்க விரும்புகிறேன்.

மெடிடரேனியன் பழ ஈ மற்றும் காட்லிங் அந்துப் பூச்சி : தற்போதைய சர்வதேச பழ வர்த்தகத்தின் "தாராளமயமாக்குதலால்" ஐரோப்பா மற்றும் ஆப்பிரிக்காவிலிருந்து ஆரஞ்சுகளும் திராட்சைகளும், வடக்கிலுள்ள நாடு களிலிருந்து ஆப்பிள்களும் தடையில்லாமல் ஜப்பானில் இறக்குமதி ஆவதை நாம் பார்க்கிறோம். இத்தகைய பழத்துடன் இந்தப் பூச்சிகளும் உள்ளே நுழை வதை நாம் பார்ப்பதென்பது கிட்டத்தட்ட தவிர்க்க முடியாதது என்பது போல தோன்றுகிறது. பழம் இறக்குமதி செய்வதற்காக பயப்படுவதைவிட இந்தத்

தொந்தரவு தரும் பூச்சி ஜப்பானிய விவசாயிகளுக்கு பெரிய தலைவலியாக இருக்கிறது.

இந்த ஈயின் புழுப்பருவ புழுவானது ஜப்பானின் சிட்ரஸ் மரங்கள், பேரிக்காய், பீச், ஆப்பிள், மெலன்களைத் தாக்குவதோடு மட்டுமல்லாமல் கத்தரிச் செடி, தக்காளி, வெள்ளரி போன்றவற்றையும் தாக்கியது. உண்மையில், அவையெல்லாம் மிகப் பெரிய பழம் மற்றும் காய்கறி பயிர்களாகும். ரோஜா குடும்ப பழங்களான ஆப்பிள்கள், பேரிக்காய் மற்றும் இதர பழங்களை அந்துப் பூச்சிகள் சூறையாடின. சாத்தியம் இல்லாவிட்டால் அவற்றை நிர்மூலமாக்குவது மிகவும் கடினமானதாகும். அவை ஒருமுறை ஜப்பானில் நுழைந்துவிட்டால் நம்ப முடியாத அளவு சேதத்துக்கு முக்கிய காரணிகளாக இருக்கின்றன. இத்தகைய பூச்சிகள் ஜப்பானுக்குள் நுழைவதை தடை செய்ய, நோய் பரவாமல் குறிப்பிட்ட காலத்துக்கு விலக்கி வைத்திருத்தல் செயலை ஜப்பானிய பாதுகாப்பு சபை செய்ய வேண்டும் என்பது இன்றியமையாத ஒரு குறிக்கோள் எனக் கூறுவது மிகையாகாது. இத்தகைய செயல்முறைகள் அவற்றின் பூரணத் துவத்துடன் இருந்தால் நிச்சயமாக வெற்றி பெறக் கூடியவையாகும்.

இத்தகைய இரண்டு பூச்சிகளும் நுழைவதைத் தடை செய்ய, ஐரோப்பாவின் மெடிடரேனியன் கடற்கரை மற்றும் ஆப்பிரிக்காவில் வளரும் பழங்கள் மற்றும் காய்கறிகளையும், மஞ்சூரியா மற்றும் இதர வடக்கத்திய நாடுகளிலிருந்து வரும் ஆப்பிள்களையும் தடை செய்ய வேண்டும். இப்போது வரை, இத்தகைய இடங்களிலிருந்து இத்தகைய பழங்கள் இறக்குமதி செய்வதை தடை செய்யும் சட்டம் அமலில் இருந்து கொண்டிருக்கிறது. ஆனால் எதிர்காலத்தில் தடை செய்யாமல் இதுபோன்ற பழங்களை இறக்குமதி செய்தால், இத்தகைய பூச்சிகள் ஜப்பான் மண்ணில் நுழைவது கிட்டத்தட்ட தவிர்க்க முடியாதது ஆகிவிடும். தாவரத்தை ஆய்வு செய்யும் அதிகாரிகளின் வேலைகளை வெறுமனே குறைப்பதைவிடவும் இந்த முடிவு நிச்சயமாக அதிக பயன் தரக்கூடியதாகும்.

இத்தகைய பூச்சிகளின் முதனிலைப் புழுக்களும், புழுப்பருவ புழுக்களும் பழத்திற்குள்ளே ஆழமாகப் புதைந்து இருக்கும். ஆகையால் வெளிப்புறத்தில் மருந்து தெளிப்பதும் புகைபோடுவதும் எந்தப் பயனையும் தராது. குளிர்ச்சியான இடத்தில் சேமித்து வைத்தல் என்பது போன்ற இயற்கையான உபாயங்கள் மட்டுமே இதற்கான ஒரே சாத்தியமாகும். ஆனால் இது பழத்தின் தரத்தை சேதப்படுத்தாமல் திறனுடையவையாக இருக்காது. இத்தகைய பூச்சிகள் ஜப்பானிய நிலங்களிலும் பழத்தோட்டங்களிலும் பரவுவது ஜப்பானிய விவசாயிகளுக்குக் கடுமையான அடியாகவும், மிகப் பெரிய சுமையாகவும் ஆகிவிடும்.

பழங்களில் சுதந்திரமாக செயல்படுவது என்பது மக்களின் அதிகமான விருப்பங்களை வேண்டுமானால் திருப்தி செய்யலாம். ஆனால் அதற்காக நாம் செலுத்த வேண்டிய விலை மிகப் பெரியதாக இருக்கும் என நான் எச்சரிக்க விரும்புகிறேன். சமீபத்தில், அமெரிக்காவில் இந்தப் பூச்சியால் மிகச் சரியாக இதுதான் நடந்து கொண்டிருக்கிறது.

கத்தரித்தலுக்கு எதிரான விவாதம்

பழம் வளர்ப்பவர்கள் பயிற்சி செய்யும் மிகக் கடினமான திறமையானது கத்தரித்தலாகும். பழமரங்களை வடிவமைப்பதற்காக வளர்ப்பவர்கள் அதைக் கத்தரிக்கிறார்கள்; மரத்தின் வளர்ச்சிக்கும் பழத்தை நிர்மாணித்தலுக்கும் இடையே சமநிலையைத் தக்க வைக்க மரத்தின் பலம் சரி செய்யப்படுகிறது. அறுவடை செய்யப்படும் பழத்தின் தரம் மற்றும் மகசூலை அதிகரிக்கவும், பழத் தோட்டத்தை நிர்வகிப்பதை எளிதாக்கவும், பூச்சிக்கொல்லி தெளித்தல், உழுதல், களையெடுத்தல், உரமிடுதல் போன்ற செயல்களை எளிதாக்கவும் மரங்கள் கத்தரிக்கப்படுகின்றன.

அடிப்படை முறைகள் இல்லை : பழம் வளர்ப்பதில் கத்தரித்தல் என்பது மிகவும் முக்கியமான செயலாக இருந்தபோதும், எந்த ஒரு சிறிய அடிப்படை முறையும் பயிற்சி செய்யப்படவில்லை. மேலும், எந்த அளவு கத்தரித்தல் போது மானது என்பதை அறிந்துகொள்வதும் கடினமானதாகும். வழக்கமாக, அப்போதைய சந்தர்ப்ப நிலைக்கு ஏற்ப பல்வேறு வகையான கத்தரித்தல் முறை களுக்கு இடையே, பழம் வளர்ப்பவர்கள் முன்னும் பின்னும் செல்வதைத் தவிர வேறு வழியில்லை. அநேகமாக முறைகள் மற்றும் கருத்துக்களில் உள்ள மாறு பாடுகளுடன், பல்லாண்டுக் கால அனுபவமும் பரிசோதனை அர்ப்பணிப்பும் தேவைப்படுவதால், பழத் தோட்டம் வளர்ப்பதின் மற்ற எந்தச் செயலையும்விட கத்தரித்தல் என்பது வளர்ப்பவர்களைக் குழப்பத்துக்கு உள்ளாக்கியது. பழம் வளர்ப்பதில் கத்தரித்தல் என்பது உண்மையிலேயே தேவைதானா என்ற கேள்வி இதற்குத் தகுந்தது. கத்தரித்தலைத் தொடங்குவதில் விவசாயிகளை ஈடுபடச் செய்த காரணங்கள் மற்றும் உத்தேசங்களைப் பற்றி நாம் இப்போது பரிசோதிப்போம்.

பழமரத்தில் கத்தரித்தலை நிறுத்திவிட்டால் மரத்தின் வடிவம் சிக்கலாக ஆகிவிடும். பிரதான சார கிளைகள் சிக்கலாகி, இலைத் தொகுப்பு அடர்த்தியாக வளர்ந்து, பழத்தோட்ட நிர்வாகத்தின் அனைத்தையும் சிக்கலாக்கிவிடும். பூச்சிக்கொல்லிகளை அதிகமாக உபயோகிப்பது திறனற்றதாக ஆகும். மரம் பெரிதாக வளரும்போது கிளைகள் கேலிக்குரியதாக நீண்டு, அருகில் உள்ள மரங்களின் கிளைகளுடன் சிக்கி இருக்கும். கீழே உள்ள கிளைகளின் மேல் பகுதியில் சூரிய ஒளி ஊடுருவுவது நிறுத்தப்படும்; அதன் விளைவாக அது பலவீனமாகிவிடும். காற்று வசதி குறைவாகி, நோய் மற்றும் பூச்சிகள் அதிக மாவது ஊக்குவிக்கப்படும். இறந்த மற்றும் இறந்து கொண்டிருக்கும் கிளைகள் மிகுதியாக இருக்கும். பழங்கள் இருப்பது மரத்தின் மேற்பாகத்துடன் மட்டும் நின்றுவிடும். தங்களுடைய பழத் தோட்டங்களில் இவ்வாறு நேரிடுவதைப் பார்த்துக் கொண்டிருக்கும் வளர்ப்பவர்கள் கத்தரித்தல் என்பது அவசியமானது எனக் கருதுவது முற்றிலும் சாத்தியமானதாகும்.

கத்தரித்தல் செய்வதற்கான மற்றொரு உத்தேசமானது, மரத்தின் வளர்ச்சி மற்றும் பழத்தைத் தாங்கும் விளைவுகளுக்கு இடையே உள்ள உறவின் தலை கீழியைச் சார்ந்ததாகும். மரத்தின் வளர்ச்சி மிக சுறுசுறுப்பாக இருந்தால், அந்த

மரம் குறைவான பழங்களையே சுமந்திருக்கும். மற்றொரு வகையில், மரம் மிகப் பெரிய பழங்களைச் சுமந்திருக்கும்போது அதன் வளர்ச்சி சரிந்துவிடும். இவ்வாறாக, வரும் வருடங்களில் ஒரு பலவீனமான பயிர் எதிர்பார்க்கப்படும் போது, பழம் உருவாவதை அதிகரிக்கவும் அதிக தரமுடைய பழத்தை சுமந்தி ருக்கவும் கத்தரிக்கப்படுகிறது. ஆனால் வருடங்களில் ஒரு மரம் அதிகமாக பழங்களைச் சுமந்திருப்பதைப் போல தோற்றமளிக்கும்போது, அதன்பிறகு பலம் மற்றும் வளர்ச்சியை அதிகரிப்பதற்காக அது கண்டிப்பாக கத்தரிக்கப்படும். மரம் ஒழுங்கற்ற வடிவில் சிக்கலாக வளர்வதையும், ஒரு வருடம் விட்டு வருடம் மட்டுமே முழுமையாக பழங்கள் சுமந்திருப்பதைத் தடுக்கவும் வளர்ப்பவர் தொடர்ச்சியாக மரத்தின் வளர்ச்சியையும் பழம் உருவாவதையும் சரிசெய்து கொண்டிருக்க வேண்டும். சிக்கலான கத்தரித்தல் தொழில்நுட்பங்கள் உருவா வதை, இது உறுதியாக நியாயமென நிரூபிப்பதுபோலத் தோன்றும்.

ஆனால் கைவிடுதல் அல்லது ஒதுக்குதலுக்கு மாறாக, அந்த மரம் அதன் இயற்கையான வடிவத்தில் வளர்வதற்கு விட்டுவிட்டால் இதுவும் இணைந்து ஒரு வித்தியாசமான பொருளாகிவிடும். முற்றிலும் இயற்கையான பழ மரத்தை யாரும் ஒருபோதும் பார்த்திருக்கவில்லை அல்லது இயற்கையான பழ மரம் எப்படி இருக்கும் என யாரும் எந்தச் சிந்தனையும் செய்யவில்லை. இயற்கை என்பது எளிமையான, கைக்கு அருகே உள்ள உலகமாகும்; அதே நேரத்தில் தூரத்தில் உள்ளதும், எட்டிப் பிடிக்க முடியாததும் ஆகும். உண்மையிலேயே இயற்கை யான மரம் என்றால் என்ன என்பது மனிதனுக்குத் தெரியாது. ஆயினும், மரம் அதன் இயற்கையான வடிவத்துக்கு அருகே வர அவனால் தேட முடியும்.

ஒரு மரத்தை இயற்கையான சந்தர்ப்பநிலைக்குக் கீழ் வளர விடும்போது, அதன் பிரதான சார கிளைகள் எப்படி சிக்குமுக்காகி இருக்கும்? அதன் சிறிய கிளைகள் மற்றும் இலைத் தொகுப்புகள் எப்படிக் கூட்டமாக சேர்ந்திருக்கும்? சூரியனால் தொட முடியாதபடிக்கு இலைகளையும் கிளைகளையும் அந்த மரம் வெளியே அனுப்புகிறது எனக் கருதுவது காரணத்திற்குரியதா? கீழ் மற்றும் உட்புறக் கிளைகள் இறந்துபோவது இயல்பானதாக தோன்றுகிறதா? கிளைகளின் நுனியில் மட்டும்தான் பழங்கள் உருவாகிறதா? இது இயற்கையான மரம் எடுத்துக்கொள்ளும் வடிவம் இல்லை. ஆனால், மனம்போன போக்கில் கத்தரித்தலையும், அதன்பிறகு கைவிட்டதையும் ஒருவர் மிக பொதுவாக மரங்களில் பார்க்க முடியும்.

இயற்கையான காடுகளில் வளரும் பைன் மற்றும் தேவதாரு மரங்களை எடுத்துக்கொள்ள வேண்டும். இத்தகைய மரங்களை வெட்டவோ அல்லது துன்புறுத்தவோ செய்யாததால், அவற்றின் அடிமரங்கள் ஒருபோதும் பிரிந்தோ அல்லது முறுக்கியோ இருப்பதில்லை. மரத்தின் வலது மற்றும் இடது பக்கங் களில் உள்ள கிளைகள் ஒன்றுக்கு எதிராக அல்லது குறுக்காக வளர்வது இல்லை. இங்கே அடர்த்தியான கீழ்க் கிளைகள் இறந்து போவதில்லை. சூரியஒளி சில இலைகளை அடையமுடியாதபடி, மேல் மற்றும் கீழ்க் கிளைகள் மிக நெருக்கமாக வளர்வதில்லை. எவ்வளவு சிறிய தாவரமாக அல்லது பெரிய

மரமாக இருந்தாலும் விஷயம் இல்லை; ஒவ்வோர் இலையும், ஒவ்வொரு முளையும், கிளையும் தண்டிலிருந்து அல்லது அடிமரத்திலிருந்து சீராகவும் ஒழுங்கான வரிசையிலும் வெளியே வருகின்றன. தாவரத்தின் எந்தப் பகுதியும் குழப்பமாக அல்லது சீரற்றதாக இருக்கவில்லை.

உதாரணமாக, கொடுக்கப்பட்ட தாவரத்தில் இலைகள் எப்போதும் மாறி மாறி அல்லது எதிர் எதிராக வளர்ந்திருக்கும். இலை வளர்ந்திருக்கும் திசையும் கோணமும்கூட எப்போதும் ஒன்றாக இருக்கும். சிறிய அளவு வழி தவறுதல்கூட ஒருபோதும் இருக்காது. பழமரக் கிளையின் ஓர் இலைக்கும் அடுத்த இலைக்கும் இடையேயுள்ள கோணம் 72 டிகிரியாக இருந்தால், அதன்பிறகு அடுத்த இலைக்கும் மற்றும் இதர இலைகளுக்கும் இடையேயுள்ள கோணங்கள் அதேபோல 72 டிகிரியாகவே தோன்றும். தாவரத்தில் உள்ள இலைகளின் வரிசை எப்போதும் தவறாததாக, இலையடுக்குமுறை என்று அழைக்கப்படும் மாறாத விதிக்குக் கீழ்ப்படிவதாக இருக்கும். இவ்வாறாக பீச், ஈச்சம்பழம், மாண்டரின் ஆரஞ்சு, செர்ரி மரங்களின் கிளைகளில் உள்ள ஆறாவது இலை எப்போதுமே முதல் இலைக்கு நேர் மேலாக அமைந்திருக்கும். பதினோராவது இலை ஆறாவது இலைக்கு நேர் மேலாக இருக்கும். இரண்டு தொடர்ச்சியான மொட்டுகளுக்கு இடையேயுள்ள கிளையின் நீளம் ஓர் அங்குலமாக இருந்தால், ஓர் இலைக்கும் மற்றொரு இலைக்கும் நேர் மேலே உள்ள தூரம் எப்போதும் 5 அங்குலங்களாக இருக்கும். இரு இலைகள் ஒருபோதும் ஒன்றுடன் ஒன்று சேர்ந்திருக்காது அல்லது கிளையின் நெடுகிலும் உள்ள நீளம் 5 அங்குலத்துக்குள் இருக்கும் வரை இரு கிளைகள் தோன்றாது.

கிளையின் அல்லது குருத்தின் திசை, கோணம், ஒவ்வாமை ஆகியவை ஒழுங் காகவும் சீராகவும் இருக்கும். ஒரு கிளை மற்றொரு கிளையுடன் ஒருபோதும் சிக்கிக் கொள்ளாது. கீழ் மற்றும் மேல் கிளைகள் அவற்றின் முழு நீளம் வரை ஒரே தொலைவைத் தக்க வைத்துக் கொள்ளும்; ஒருபோதும் ஒன்றுடன் ஒன்று சிக்கியிருக்காது. இது ஏனென்றால் இயற்கையான தாவரத்தின் கிளைகளும் இலைகளும் சமமான காற்றையும் சூரிய ஒளியையும் பெறுகின்றன. ஒரு சிறு இலைகூட வீணானதாக இருக்காது, ஒரு சிறு கிளை கூட பற்றாக்குறையாக இருக்காது - இதுதான் தாவரத்தின் உண்மையான வடிவமாகும்.

மலையில் உள்ள பைன் மரத்தை ஒருவர் கவனமாகப் பார்க்கும்போது இது முற்றிலும் தெளிவாகும். நடு அடிமரம் நேராக, உண்மையாக வளர்ந்திருக்கும். வட்ட வடிவ அமைப்பில் செங்குத்தான இடைவெளியில் கிளைகளை வெளியே அனுப்பும். கிளை தோன்றுவதன் காலவரிசை முறை, இடைவெளி மற்றும் கிளைகளின் கோணம் ஆகியவை ஒழுங்கானதாக, சீராக இருக்கும். ஒரு கிளை மற்றொரு கிளையுடன் ஒருபோதும் குறுக்கிட்டு அல்லது நீண்டதாக வளராது.

மூங்கிலின் விஷயத்தில், கிளை அல்லது ஓர் இலை தோன்றுவதும் மூங்கில் வகைக்கான நிலையான விதியின் அடிப்படையிலேயே ஏற்படும். அதேபோல கிரிப்டோமெரியா, ஜப்பானிய சைப்ரஸ், கற்பூரம், கேமிலியா, ஜப்பானிய மேபிள் மற்றும் இதர மரங்கள் இலையடுக்கு முறையை கவனித்து அந்த

வகைகளுக்கு ஏற்ப வித்தியாசப்படும்.

பழ மரங்களையும் காட்டில் உள்ள பைன்களையும் இயற்கையான சூழ் நிலையின்கீழ் அவற்றின் முழு அளவுக்கு வளரவிட்டால் என்ன நேரிடும்? தோட்டம் வைத்திருப்பவர் அல்லது பழம் வளர்ப்பவரின் குறிக்கோளானது பிணைந்திருக்காத, தொகுதியாக இருக்காத அல்லது கிளைகள் இறந்துவிடாத இயற்கையான மரத்தைக் கத்தரித்தல் மூலமாக அடைய வேண்டும் என்பதாகும். ஈச்சம் பழம், பீச் மற்றும் சிட்ரஸ் மரங்களை அவற்றின் சொந்த முயற்சிப்படி வளரவிட்டுவிட்டால், அதன் கண்டிக்கத்தக்க வளர்ச்சியை கட்டுப்படுத்த அடி மரத்தை வெட்டுவதோ அல்லது கிளைகளை வெட்டிச் சாய்ப்பதோ ஒருபோதும் தேவைப்படாது.

தனது வலது கையால் இடது கையை அடிக்கும் அளவுக்கு யாரும் முட்டாள் இல்லை. ஈச்சம் அல்லது செஸ்ட்நட் மரம் வலது பக்கம் உள்ள கிளைகளுக்குப் போட்டி போடக்கூடிய கிளைகளை இடது பக்கத்தில் அனுமதிக்காது. ஆகவே அது பெரிதாக வளர்வதற்கு முன்பே வெட்டப்பட்டுவிடும். கிழக்குப் பகுதியில் உள்ள மரம் தெற்குப் பகுதியை நோக்கி போகாதபடி அதை லேசாக வெட்டி விட வேண்டும். சூரியஒளியைப் பெறாததால், உட்புறக் கிளைகளை மட்டும் ஒன்றன்பின் ஒன்றாக இறந்து போக விட்டுவிட்டு எந்த மரங்கள் வளரும்? ஒவ்வொரு வருடமும் முழுமையாக பழங்களைத் தாங்குவதற்காக அல்லது பழம் உருவாதலுடன் மரத்தின் வளர்ச்சியை சமநிலைப்படுத்துவதற்காக ஒரு மரத்தை கத்தரித்து சீர்படுத்துவது சிறிது விந்தையானதாகும்.

பைன் மரங்கள் பைன் கூம்புகளை உருவாக்குகின்றன. இந்த மரத்தின் வளர்ச்சியை மேம்படுத்துவதற்காக அல்லது தாமதமான பழ உருவாதலுக்காக யாரேனும் அதைக் கத்தரித்தால், அதன் விளைவு மிகவும் ஆச்சரியத்துக்கு உரியதாக இருக்கும். இயற்கையான சூழ்நிலையின்கீழ் பைன் மரம் மிக நன்றாக வளர்கிறது. கத்தரித்தல் தேவைப்படவில்லை. அதே வழியில், ஒரு மரம் தொடக்கத்திலிருந்து இயற்கையான சூழ்நிலையின்கீழ் வளர்ந்தால் கத்தரித்தல் என்பது ஒருபோதும் தேவையில்லை.

இயற்கை வடிவத்தைப் பற்றிய தவறான கருத்து : பழத் தோட்டக் காரர்கள் பழமரங்களை அவற்றின் இயற்கையான வடிவத்தில் வளர்க்க ஒருபோதும் முயற்சி செய்வதில்லை. தொடக்கத்தில், இயற்கையான வடிவம் என்றால் என்னவென்ற சிந்தனையைக்கூட ஒருபோதும் கொடுப்பதில்லை. தோட்டக்கலை நிபுணர்கள் இதை மறுப்பார்கள்; அவர்கள் பழ மரங்களின் இயற்கையான வடிவத்துடன் வேலை செய்கிறார்கள்; அதை மேம்படுத்துவதற் கான வழிகளைத் தேடிப் பார்க்கிறார்கள் என்று கூறுவது உண்மைதான். ஆனால் அவர்கள் இயற்கையான வடிவத்தை உண்மையான ஆர்வத்துடன் பார்க்கவில்லை என்பது தெளிவானதாகும். சிட்ரஸ் மரத்தின் இலையடுக்கு முறை அல்லது பிரதான மற்றும் இரண்டாம்பட்ச சார கிளைகளின் எக்ஸ் டிகிரி கோணத்துடன் இந்தந்த விதமான இயற்கையான வடிவம் தோன்றும் என்ற மாறுபாடுகளைப் பற்றி விளக்கம் கூறுகிற அடிப்படைக் காரணிகளை

அடிப்படையாகக் கொண்டு கத்தரித்தலில் செய்யப்பட்ட கலந்தாய்வுகள் எந்த ஒரு புத்தகத்திலோ அல்லது தகவலிலோ வெளியாகவில்லை.

இயற்கையான வடிவம் என்பது ஒதுக்கப்பட்ட மரத்தின் வடிவத்துடன் தொடர்புடையது என்று பலர் சந்தேகமான யோசனையைக் கொண்டிருக் கிறார்கள். ஆனால் இந்த இரண்டுக்கும் இடையே நிறைய வித்தியாசம் உள்ளது. மரத்தின் உண்மையான இயற்கை வடிவம் மனிதனுக்குத் தெரியாததாக இருக்கக் கூடும். பைன் மரம் என்பது இதைப்போல இருக்கும், சைப்ரஸ் அல்லது தேவதாரு மரம் இதைப்போல இருக்கும் என்று மக்கள் சொல்லமுடியும். ஆனால் பைன் மரத்தின் உண்மையான வடிவத்தைத் தெரிந்துகொள்வது எளிதானது இல்லை. கடற்கரையில் தாழ்ந்ததாக, பின்னிப் பிணைந்திருக்கும் பைன் மரம் இயற்கையான வடிவத்தில் இருக்கிறதா என மக்கள் கேட்பது பொதுவானதாகும். எல்லாத் திசைகளிலும் கீழ்நோக்கி குனிந்திருக்கும் கிளை களுடன், புல்வெளியில் தனியாக உயரமாக நிற்பது கிரிப்டோமெரியா மரத்தின் உண்மையான வடிவமா? அல்லது கிளைகள் மேல்நோக்கி 50 டிகிரி சாய்ந்து, மலைப் பைனைப் போன்று அடிமரத்துக்கு மேலே வட்ட வடிவம் இருப்பது அதன் இயற்கையான வடிவமா என்று மக்கள் குழம்புகிறார்கள்.

வெளிச்சமான கடற்கரையில் உள்ள பூக்கள் நிறைந்திருக்கும் கேமெலியா மரமானது தோட்டத்தில் பிடுங்கி நடப்பட்ட கற்பூர மரத்தைப்போல அதிகமான காற்றால் தாக்கப்படுகிறது. ஜப்பானிய மேபிள் நீர்வீழ்ச்சிக்கு மேலே அமர்ந்துள்ளது. இதர மரங்களானது பறவைகள், விலங்குகள், பூச்சிகளால் கொத்தப்படுகின்றன, சுரண்டப்படுகின்றன, தாக்கப்படுகின்றன. நம்பமுடி யாதபடி மாறுபட்ட சூழ்நிலையில் தாவரங்கள் வளர்கின்றன. ஆகையால்தான் அது பழமரங்களுடன் இருக்கிறது. பீச் மரம் அல்லது சிட்ரஸ் மரம் அல்லது திராட்சைக்கொடி போன்றவற்றின் இயற்கையான வடிவத்தைத் தேடிச் செல்வதென்பது முற்றிலும் ஒரு விஷயத்தைத் தவற விடுகிறது.

சிட்ரஸ் மரத்தின் இயற்கையான வடிவம் அரைகோளம்; விசிறியின் நரம்புகள் 40 முதல் 70 டிகிரி வரை இருப்பதைப் போல பல்வேறு பிரதான சார கிளைகள் அதிலிருந்து வெளியே நீட்டிக் கொண்டிருக்கின்றன என்று அறிவியலறிஞர்கள் கூறுகிறார்கள். ஆனால் உண்மையில் சிட்ரஸ் மரம் என்பது பெரிய, நேரான மரமா அல்லது தாழ்ந்த புதரா என்பது உண்மையில் யாருக்கும் தெரியாது. இது உயரமான கிளையை உடைய கிரிப்டோமெரியா போல வளருமா, கேமெலியா அல்லது ஜப்பானிய மேபிள் போல வளருமா அல்லது வட்டமாக பேப்பர்பஷ் போல வளருமா என்பது தெரியாது. ஈச்சம், செஸ்ட்நட், ஆப்பிள் மற்றும் திராட்சை ஆகியவற்றின் இயற்கையான வடிவம் எப்படி இருக்கும் என்ற சிறிய யோசனைக்கூட இல்லாமல் அதை வளர்ப்பவர்களால் அவை கத்தரிக்கப்படுகின்றன.

மரத்தின் இயற்கையான வடிவத்தைப் பற்றியோ எதிர்காலத்தில் அது எதைப் போல ஆகும் என்றோ பழம் வளர்ப்பவர்கள் உண்மையிலேயே ஒருபோதும் கவலைப்படுவதில்லை. இதற்குக் காரணம் இருக்கிறது. களையெடுத்தல், உழுதல்,

உரமிடுதல், நோய் மற்றும் பூச்சிக்கொல்லி ஆகிய அதிகமான செயல்பாடுகளை அடிப்படையாகக் கொண்ட பயிர் செய்யும் முறையில், மனிதனின் இத்தகைய பல்வேறு செயல்பாடுகள் மற்றும் அறுவடைக்கு மிகவும் தகுந்த வடிவமே மரத்தின் சிறந்த வடிவமாகும். இவ்வாறாக, தோட்டக்காரர்கள் மற்றும் வளர்ப்பவர்கள் தேடிய இது மரத்தின் இயற்கையான வடிவம் கிடையாது; இது வளர்ப்பவரின் வசதிக்காகவும் அனுகூலத்துக்காகவும் செயற்கையாக கத்தரிக்கப்பட்ட வடிவமாகும். ஆனால் மரத்தின் இயற்கையான வடிவம் எப்படி இருக்கும் அல்லது இயற்கை சக்தியின் சூசகம் மற்றும் நுணுக்கம் பற்றிய சிறிய யோசனைக்கூட இல்லாமல், அஜாக்கிரதையாக மரத்தைக் கத்தரிப்பது என்பது உண்மையிலேயே விவசாயிகளுக்கு அதிக ஆர்வத்திற்குரியதா?

பழத்தை அறுவடை செய்தல், பூச்சிக்கொல்லி தெளித்தல், புகை போடுதல் போன்ற செயல்பாடுகளை ஒருவர் பரிசீலித்தால், குன்றுபகுதியின் பழத் தோட்டத்தில் வளர்ந்திருக்கும் சிட்ரஸ் மரங்களின் சீரிய வடிவமானது உருண்டையாக, தட்டையான மேல்பகுதி உடையதாக, கிட்டத்தட்ட 9 அடி உயரத்திலும் 14 அடி விட்டத்திலும் இருக்கும். பழ உற்பத்தியை அதிகப்படுத்த, மரங்களை வளர்ப்பவர்கள் அதை அடர்த்திக் குறைந்ததாக ஆக்குகிறார்கள்; மரத்தைச் சீர்படுத்துவதாக அங்கேயும் இங்கேயும் என சில கத்தரித்தல்கள் செய்கிறார்கள். திராட்சைக் கொடியானது ஒரு சிறிய பிரதான அடிமரம் அல்லது இரண்டு பக்கவாட்டு கிளைகளை உடைய அடிமரத்தில் வளர்க்க பயிற்றுவிக்கப்பட வேண்டும் எனத் தீர்மானித்து அனைத்துக் கிளைகளையும் கத்தரிக்கிறார்கள். பீச் செடிக் கன்றுகள் இருக்கும் இடத்துக்கு ஒரு ரம்பத்தை எடுத்துச் செல்வார்கள்; “இயற்கையான” திறந்த மையமுடைய, உறுதியான மூன்று கிளைகளை சாரமாக உடையதாக பீச் மரம் இருப்பதே சிறந்தது என்று சொல்வார்கள். பேரிக்காய் மரங்களில், இரண்டு அல்லது மூன்று பிரதான கிளைகள் 40 அல்லது 50 டிகிரியில் அமைந்திருக்கும் அல்லது படுக்கைவாட்டில் வெளியே நீட்டியிருக்கும். இதர சிறிய கிளைகள் எல்லாம் குளிர்காலத்தின்போது கத்தரிக்கப்பட்டுவிடும். மாற்றியமைக்கப்பட்ட தலைமை அமைப்பு ஈச்சம்பழ மரத்துக்கு சிறந்ததாக சொல்லப்படுகிறது. ஆகையால் தலைமையின் முனையைக் கிள்ளுவதன் மூலமாக அதன் வளர்ச்சி பரிசோதிக்கப்படுகிறது. அதில் பல கிளைகள் வெட்டப்படுகின்றன அல்லது முற்றிலும் நீக்கப்படுகின்றன.

கத்தரித்தல் உண்மையிலேயே தேவைதானா? : நான் இப்போது திரும்பிச் சென்று கத்தரித்தல் ஏன் அவசியமானது என்பதையும், வளர்ப்பவர்கள் ஏன் நிறைய கிளைகளையும் இலைகளையும் கண்டிப்பாக நீக்க வேண்டும் என்பதையும் பார்க்க விரும்புகிறேன். உழுதல், களையெடுத்தல், உரமிடுதல் என்ற செயல்களில் கீழே உள்ள கிளைகள் குறுக்கிடுகின்றன என்பதால் கத்தரித்தல் அவசியமானது என்று நாம் சொல்கிறோம். ஆனால் களையெடுத்தல் மற்றும் உழுது பயிரிடல் போன்றவற்றை நாம் தவிர்த்துவிடும்போது என்ன நேரிடும்? பழத்தைப் பறிப்பதைத் தவிர வேறு எந்தச் செயல்முறைக்காகவும் நாம் மர அமைப்பின் வசதியைப் பற்றி கவலைப்படத் தேவையில்லை. பழமரம் வளர்ப்பவர்கள் பழத் தோட்டத்தின்

அனைத்துச் செயல்களுக்கும் சிறந்தது என்று அவர்கள் கற்பனை செய்து வைத்திருந்த ஏதோ ஒரு வடிவத்துக்கு பழமரங்களைக் கொண்டு வருவதற்காக எப்போதும் செய்ய நினைக்கிற செயலே கத்தரித்தலாகும்.

அதேபோல மற்றொரு காரணத்துக்காகவும் கத்தரித்தல் தேவையானதாகும். பிடுங்கி நடப்பட்ட மலைப் பைனைப் போல தோட்டக்காரர் ஒன்றின் உச்சியில் அவரது கத்தரிக்கோலை வைத்து கத்தரித்துவிட்டால், அதன்பிறகு தொடர்ந்து அந்த மரத்தை மேற்பார்வையிடாமல் விட்டுவிட முடியாது. இயற்கையாக வளரும் மரத்தின் கிளைகள் ஒருபோதும் பின்னிப் பிணைந்து அல்லது சிக்கு முக்காகி விடாது. ஆனால் ஒரு புதிய குருத்தின் சிறிய பகுதி சேதம் அடைந்து விட்டால், அந்தக் காயம் மரத்தின் வாழ்க்கைக்கான குழப்பத்தின் ஆதாரமாக ஆகிவிடும்.

அந்தந்த இனங்களுக்கான இயற்கையான விதிக்கு இணங்க ஒழுங்கான முறையில் மரத்தில் முளைகள் தோன்றிய உடனேயே, முன்னும் பின்னும் மற்றும் வலது, இடது பக்கத்திலும் சரியான கோணத்தைப் பாதுகாக்கும்; அங்கே கிளைகள் சிக்கிக் கொள்வதோ அல்லது குறுக்கிடுவதோ கிடையாது. ஆனால் இத்தகைய கிளைகளில் ஒன்றின் நுனியை கிள்ளி எறிந்துவிட்டால், தற்செயலாக பல்வேறு மொட்டுகள் அந்தக் காயத்தில் தோன்றி கிளைகளாக வளர்கின்றன. இத்தகைய மிதமிஞ்சிய கிளைகள் கூட்டமாகி, மற்ற கிளைகளுடன் சிக்கி, வளைந்து, முறுக்கி, வளரும்போது குழப்பமாக பரவுகின்றன.

ஏனென்றால் பைன் செடியின் புதிய முளைகளை லேசாகக் கிள்ளினாலும், தோன்றுகிற கிளைகளின் உருவத்தை மொத்தமாக மாற்றிவிடுகிறது. அந்த இளம் மரத்தை தோட்டத்துப் பைனாக அல்லது கிட்டத்தட்ட செயற்கையாக குட்டையாக்கப்பட்டதாக வளர பயிற்றுவிக்க முடியும். ஆனால் பைன் மரத்தை ஒருமுறை கிள்ளுவதால் செயற்கையாக குட்டைச் செடியாக்கிவிட முடியும் என்றபோதும், ஒருமுறை குட்டைச் செடியாக ஆக்கப்பட்டுவிட்டால் பைனால் மீண்டும் அதன் முழுமையான மர வடிவத்தைத் திரும்பப் பெற முடியாது.

தோட்டத்தில் நடப்பட்டிருக்கும் பைன் மரத்தின் இளம் முளைகள் தோட்டக்காரரால் வெட்டிச் சீர்படுத்தப்பட்டால், இரண்டாவது வருடத்தில் இத்தகைய காயங்கள் ஒவ்வொன்றிலிருந்தும் பல்வேறு முளைகள் வளரும். இத்தகையவற்றின் முளைகளை அவர் மீண்டும் வெட்டுவார், மூன்றாவது வருடத்திலே பல்வேறு முளைகள் வளரும். பைன் மரத்தின் கிளைகள் பின்னிப் பிணைந்து, வளைந்து, நம்ப முடியாத அளவுக்குச் சிக்கலான அமைப்பை எடுத்துக்கொள்ளும். தோட்டத்து மரமாக அதன் மதிப்பு என்னவோ அந்த மதிப்பை அது தருவது என்பது உறுதியென்றாலும், வளர்ப்பவர் குழப்பத்தின் உச்சியை அடைவார்.

சிக்கலான முறையில் தோன்றியிருக்கும் மரத்தின் கிளைகளை வெட்டுவதற்காக ஒருமுறை கத்தரிக்கோலை கையில் எடுத்துவிட்டால், அதன்பிறகு ஒருபோதும் அந்த மரத்தை அப்படியே விட்டுவிட முடியாது. ஒவ்வொரு வருடமும் கவனமாகப் பார்வையிட்டு, ஒவ்வொரு கிளையையும் ஜாக்கிரதை

யாக பயிற்சித்து கத்தரிக்காவிட்டால் கிளைகள் சிக்கிக்கொள்ளும்; சில கிளைகள் பலவீனமடைந்து இறந்துபோகக்கூட இது காரணமாகும். தொலைவி லிருந்து பார்க்கும்போது தோட்டத்து பைனுக்கும் மலை பைனுக்கும் இடையே அதிக வித்தியாசம் இருப்பது போல தோன்றாது. ஆனால் நெருக்கமாக பரி சோதிக்கும்போது, ஒவ்வோர் இலையிலும் கிளையிலும் சூரிய ஒளிபடும் படியாக செயற்கையான முறையில் திருத்தம் செய்யப்பட்ட தோட்டத்துப் பைன் மரமானது குழப்பமான, சிக்கலான உருவம் உடையதாக இருப்பதைப் பார்க்க முடியும். அதே நேரத்தில் இயற்கையான பைன் மரம் மனிதனின் உதவியின்றி அதே குறிக்கோளை அடைய முடியும்.

பழமரம் இயற்கையான வடிவத்தில் இருக்க வேண்டுமா அல்லது செயற்கை யான வடிவத்தில் இருக்க வேண்டுமா என்ற கேள்வி, தோட்டத்துப் பைன் சிறந்ததா அல்லது இயற்கையான பைன் சிறந்ததா என்ற கேள்வியுடன் நேரடித் தொடர்புடையதாக இருக்கிறது. பழ மரச் செடிகள் முதலில் தோண்டி எடுக்கப் பட்டு, வேர்கள் கத்தரித்து சீர் செய்யப்படும். அதன்பிறகு தண்டு 1 அல்லது 2 அடி நீளத்துக்கு வெட்டப்பட்டுச் செடி பயிரிடப்படும். இந்த முதல் கத்தரித்தல் செயல் மட்டுமே மரத்தின் இயற்கையான வடிவத்தைக் கொள்ளையடிக்கிறது. அந்த செடி சிக்கலான, குழப்பமான முறையில் மொட்டுகளையும் குருத்துக்களை யும் வெளிவிடத் தொடங்கும். அதனால் பழம் வளர்ப்பவர்கள் அவர்களுடைய கத்தரிக்கோலை எப்போதும் தயாராக வைத்திருக்க வேண்டியிருக்கும்.

மக்கள் சிட்ரஸ் மரங்களின் முன்பாக நின்றுகொண்டு இங்கே இத்தகைய கிளைகள் மிக நெருக்கமாக வளர்ந்திருக்கின்றன; அதனால் அவற்றுக்கு சூரிய ஒளி கிடைக்காது எனக் காரணம் கூறி உடனடியாக சிலவற்றைக் கத்தரித்து விடுகிறார்கள். ஆனால் மரத்தில் ஏற்படுகிற, இந்த மோதலின் மிகப் பெரிய விளைவைப் பற்றி திட்டமிடுவதை அவர்கள் ஒருபோதும் நிறுத்துவதில்லை. ஏனென்றால் இந்தச் சிறு கத்தரித்தலானது மரத்தின் மீதமுள்ள ஆயுட்காலம் வரை அதைக் கத்தரித்து சீர்படுத்துவதைத் தொடர வைக்கிறது.

செடியில் ஒரு மொட்டின் நுனியை மட்டும் கிள்ளுவது மட்டுமே, நேரான ஓர் அடிமரத்துடன் வளர வேண்டிய பைனை பல்வேறு தலைமைகள் உள்ள சிக்கலான மரமாக உருவாக்குகிறது. ஈச்சம்பழ மரம் செஸ்ட்நட் மரத்தை ஒத்த தாக இருக்கிறது. செஸ்ட்நட் மரம் பீச் மரத்தின் வடிவத்தை எடுத்துக் கொள் கிறது. பேரிக்காய் மரத்தின் கிளைகள், நிலத்திலிருந்து 7 அடியில் கம்பிவலை போன்ற தட்டி நெடுக ஊர்ந்து செல்லும்படி அமைந்திருந்தால் அதன்பிறகு கத்தரித்தல் என்பது முற்றிலும் தவிர்க்கமுடியாததாகும். ஆனால் தேவதாரு மரம் போல நேராக, உயரமாக வளர அந்த மரத்தை அனுமதித்தால், தொடக் கத்தில் கத்தரித்துச் சீர்படுத்துதல் என்பது ஒருபோதும் தேவையற்றதாகும். திராட்சைக் கொடிகள் உலோக கம்பிகளின்மீது வளர்கின்றன. ஆனால் தொங்கிக் கொண்டிருக்கிற கிளைகளை உடைய வில்லோ மரங்களைப் போல அவற்றால் செங்குத்தாக வளர முடியும். கொடியின் அமைப்பு மற்றும் கத்தரிக்கும் முறையைத் தீர்மானிக்க முதல் தலைமை இப்படித்தான் பயிற்று விக்கப்படுகிறது.

ஒரு மரம் இளம் மரமாக இருக்கும்போது கிளைகளில் சிறிய மாற்றம் செய்வது அல்லது கத்தரிப்பதுகூட பின்னர் மரத்தின் வளர்ச்சியிலும் வடிவத்திலும் மிகப் பெரிய விளைவை ஏற்படுத்துகிறது. தொடக்கத்திலிருந்து இயற்கையாக வளரவிட்டு விட்டால் பின்னர் சிறிய கத்தரித்தல் மட்டுமே தேவைப்பட்டிருக்கும். ஆனால் அந்த மரத்தின் இயற்கையான வடிவம் மட்டும் மாறிவிட்டால் சிக்கலான கத்தரித்தல் என்பது அதன்பிறகு அவசியமாகிவிடும். தொடக்கத்திலேயே மரத்தின் இயற்கையான வடிவத்துக்கு நெருக்கமாக வளர கிளைகளுக்குப் பயிற்சி அளித்துவிட்டால் கத்தரித்துச் சீர்செய்தல் தேவையற்ற தாகிவிடும்.

மரத்தின் இயற்கையான வடிவத்தைப் பற்றி நீங்கள் கற்பனையாக ஒரு படம் வரைந்துகொண்டு, அங்குள்ளச் சுற்றுப்புற சூழ்நிலையிலிருந்து மரத்தைப் பாது காக்க ஒவ்வொரு முயற்சியையும் உருவாக்கினால், அதன்பிறகு அது வளம் பெறும்; ஒவ்வொரு வருடமும் நல்ல பழத்தைத் தரும். கத்தரித்தல் என்பது மேலும் அதிகமாக கத்தரிக்க வேண்டும் என்ற தேவையையே உருவாக்கும். ஆனால் கத்தரித்தல் தேவைப்படாத மரமும் இந்த உலகில் நீடித்திருக்கின்றன என்பதை வளர்ப்பவர்கள் உணர்ந்து கொண்டு அத்தகைய மரங்களை வளர்க்க தீர்மானித்தால், அவை கத்தரித்தல் இல்லாமலேயே பழங்களைச் சுமந்திருக்கும். ஒவ்வொரு வருடமும் அதிகமான கத்தரித்தல் தேவை என்ற முறையில் மரம் வளர்க்க பயிற்சி செய்வதைவிட வேண்டும். முறையான கத்தரித்தலைக் குறைந்த அளவில் செய்வதை மட்டுமே குறிக்கோளாகக் கொண்டு, மரத்தை அதன் இயற்கையான வடிவத்துக்கு நெருக்கமாக மட்டும் வளர்ப்பது மிகவும் எளிதாகவும் புத்திசாலித்தனமாகவும் இருக்கும்.

பழமரத்தின் இயற்கையான வடிவம்

பழமரங்களைக் கத்தரித்துச் சீர்படுத்துதல் என்பது பழத் தோட்டம் வளர்ப் பதில் மிகவும் முன்னேற்றமான ஒரு திறமையாகும்; அது மோசமான விவசாயியி டமிருந்து நல்ல விவசாயியைப் பிரிப்பதாகக்கூட சொல்லப்படுகிறது. கத்தரித்தல் இல்லாமல் பழமரங்கள் வளர்ப்பதை முந்தையப் பிரிவில் நான் ஆதரித்துப் பேசியபோதும், அதைச் செயல்படுத்துவது மிகவும் கடினமானது என்பதை ஆரம்பத்திலேயே கண்டுகொண்டேன். ஏனென்றால் வேறுபட்ட வகையான பழமரங்களின் இயற்கையான வடிவம் எப்படி இருக்கும் என்பது எனக்குத் தெரியாது. பல்வேறு செடிகளையும் பழமரங்களையும் உற்றுநோக்கத் தொடங்கினேன்.

பத்திரிகைகளில் அவ்வப்போது பழமரத்தின் இயற்கையான வடிவங்களைப் பற்றி போடப்பட்ட செய்திகளில் காட்டியுள்ளது போல அவை ஒருபோதும் இல்லை. அவையெல்லாம் முதலில் கத்தரிக்கப்பட்டு இல்லையென்றால் கவனிக்கப்பட்ட பிறகு, பார்வையிடாமல் அப்படியே வளர்வதற்கு விடப்பட்ட, குழப்பமான வடிவமுடைய, கைவிடப்பட்ட மரங்களாகும். மிகவும் இலை உதிர்க்கக்கூடிய பழமரங்கள் மையத் தலைமை முறையை உடையதாக இருக்கும் என அதன் இயற்கையான உருவத்தைத் தீர்மானிப்பது எளிதானதாகும். ஆனால்

சிட்ரஸ் மரங்கள், குறிப்பாக சாட்சுமா ஆரஞ்சு மரத்தின் இயற்கையான உருவத்தைத் தீர்மானிப்பதில் எனக்கு மிகுந்த சிரமம் இருந்தது.

முதலில், ஒரு ஏக்கர் நிலத்தில் 200 சாட்சுமா ஆரஞ்சு மரங்கள் உள்ள சோலையை இயற்கை வேளாண் முறையை உபயோகித்து வளர்க்க நான் முடிவு செய்தேன். அந்த நேரத்தில் மரங்கள் ஒயின் கோப்பை வடிவில் கத்தரிக்கப் பட்டு 6 அல்லது 7 அடி உயரத்தில் இருந்தன. இந்த மரங்களில் கத்தரித்தலை நிறுத்திவிட்டு, மேற்பார்வையிடாமல் அப்படியே வளர விட்டுவிட்டேன்; அதிக எண்ணிக்கையிலான சார கிளைகளும் பக்கவாட்டுக் கிளைகளும் உடனடியாக தோன்றின. நான் அறிந்துகொள்வதற்கு முன்பாக இவை பின்னிப்பிணைந்து, இரண்டாகி, முறுக்கிய வடிவத்தில் வித்தியாசமாக வளரத் தொடங்கியிருந்தன. கிளைகளும் இலைகளும் சிக்கலாக வளர்ந்திருந்த இடங்கள் நோய் தாக்கும் மற்றும் பூச்சிகள் தோன்றும் இடமாயின. இறந்து கொண்டிருக்கும் ஒரு கிளை யானது மற்ற கிளைகள் வாடி இறந்துபோக காரணமாகிறது. மரத்தின் குழப்ப மான வடிவம் ஒழுங்கற்ற பழ உருவாதலைத் தந்தது. பழங்கள் மிக நெருக்க மாகவோ அல்லது மிக தொலைவிலோ வளர்ந்திருந்தன. ஒரு வருடம் விட்டு ஒரு வருடம்தான் பழமரம் முழுமையாக பழங்களைத் தந்தது. இந்த அனு பவத்துக்குப் பிறகு, மரங்களை அவற்றின் போக்கிலேயே வளர்வதற்கு நான் விட்டுவிட்டால் நிச்சயமாக அழிவை நோக்கியே செல்லும்.

இத்தகைய மொத்த ஒழுங்கீனத்தையும் சரிசெய்ய நான் தலைகீழானதை முயற்சி செய்தேன்; கடுமையாக கத்தரித்தேன் மற்றும் அடர்த்தி குறைத்தேன். எழுகிற பல்வேறு முளைகள் மட்டும் எஞ்சியிருந்தன. ஏனென்றால் இப்போது 4 அல்லது 5 பிரதான சாரக் கிளைகள் இருப்பதே அதிகமானதாகும். அடுத் துள்ள கிளைகளுக்கு இடையே மிகக் குறைவான இடைவெளியே இருந்தது. மிக அதிகமான பக்கவாட்டுக் கிளைகளும் இருந்தன. எந்த ஒரு விஷயத்திலும் மரங்களின் மையத்தில் மோசமான வளர்ச்சியும் உட்புறக் கிளைகள் படிப்படி யாக வாடிப் போதலும் இருப்பது, மரங்களின் உட்பகுதிகளில் பழம் உற்பத்தி யாவது குறைவதற்குக் காரணமாகும். நல்லது. மரங்கள் அவற்றின் இயற்கையான வடிவத்தை அடைய அவற்றைக் கைவிட்டுவிட வேண்டும் என்பது தவறான வழி என்ற அனுபவத்தை இது கற்பித்தது.

போரின் முடிவைத் தொடர்ந்து இயற்கையான, திறந்த மைய அமைப்பைத் தொடங்குவது குறித்து அறிவியலறிஞர்கள் பேசினார்கள். மரத்தின் மையத்தில் உள்ள சாரக் கிளைகளை நீக்குவதும், ஆனால் 42 டிகிரி கோணத்தில் வெளி நோக்கி துருத்திக் கொண்டிருக்கும் பல்வேறு சாரங்களையும், ஒவ்வொரு சார கிளையிலும் தோன்றியிருக்கும் 2 அல்லது 3 பக்கவாட்டுக் கிளைகளை விட்டு விடுவதும் இதில் அடங்கியதாகும். கைவிடப்பட்ட, ஒயின் கோப்பை வடிவ மரங்களில் எழுந்திருந்த சார கிளைகள் மெலிந்து நெருக்கமாக இருப்பதானது, திறந்த மைய அமைப்பை ஒத்ததாக இருந்தபோதும் இந்தத் திசையில் செல்ல நான் சிறிது யோசனை செய்தேன்.

ஆயினும் எனது உச்ச இலக்கான இயற்கை வேளாண்மையைப் பயிற்சி

செய்வதென்பது எஞ்சியிருந்தது. ஆகையால் கத்தரித்தல் இல்லாமல் அதைச் சாத்தியமாக்குவது எப்படி என்ற கேள்வியை நான் சந்திக்க வேண்டியிருந்தது. மரம் அதன் இயற்கையான வடிவத்தைப் பெற்றிருந்தால் கத்தரித்தல் என்பது தேவையில்லை என்று நான் எண்ணினேன். சரியான கத்தரித்தலுக்காக, ஒயின் கோப்பை வடிவிலிருந்து ஒதுக்கப்பட்ட மரத்தின் வடிவத்துக்கு நான் சென்ற போது, சிட்ரஸ் மரத்தின் இயற்கையான வடிவம் என்ன என்று உண்மையி லேயே என்னை நான் கேட்கத் தொடங்கினேன். நீடித்திருக்கும் பார்வைக்கான என்னுடைய சந்தேகங்களுக்கு என்னை இது அழைத்துச் சென்றது.

தொழில்நுட்பப் புத்தகங்கள் மற்றும் பத்திரிகைகளில் படத்துடன் காட்டப் பட்டிருந்த இயற்கையான வடிவங்கள் அனைத்தும், மேல்நோக்கி அலைந்து திரியும் பல்வேறு சாரக் கிளைகளுடன் அரைக்கோள வடிவம் உடையதாக காட்டியது. ஆனால், இயற்கையான வடிவம் என்று அழைக்கப்பட்ட இத்தகை யவை உண்மையான இயற்கை வடிவம் கிடையாது என்பதை என்னுடைய சொந்த, மகிழ்ச்சியற்ற அனுபவங்கள் மிகத் தெளிவாக எனக்குக் கற்றுத் தந்தன. அவையெல்லாம் கைவிடப்பட்ட மரங்களின் வடிவங்களாகும். இயற்கையான ஒரு மரம் அதன் சொந்த முயற்சியாலேயே இறந்து போகாது. இயற்கையற்ற சில பொருட்களின் விளைவு இதுதான். சில காரணங்களுக்காக நான் பின்னர் இதற்குள் வருகிறேன். இயற்கையான வடிவத்துக்கான எனது தேடலில், நான் மேலும் 400 சிட்ரஸ் மரங்களை - என்னுடைய கவனிப்பில் இருந்ததில் கிட்டத்தட்ட பாதி மரங்களை - தியாகம் செய்தேன்.

ஒரு மரத்தைக் கத்தரிக்காமல் விடும்போது அது இறந்துவிட்டால், பக்க வாட்டில் மற்றும் அடுத்தடுத்து உள்ள சாரக் கிளைகளின் இடையே அதிக நெருக்கம் இருப்பதால் இவ்வாறாக நேர்ந்தது என அதற்கான காரணம் அறிவியல் ரீதியாக விளக்கப்படுகிறது. அதாவது இத்தகைய கிளைகளுக்கு இடையே போதுமான இடைவெளி தேவை என்பதைக் கூறுகிறது. பரிசோதனை கள், மனித அறிவை உபயோகித்தல், கொடுக்கப்பட்ட சூழ்நிலைகளுக்குத் தகுந்த அங்குலங்களின் எண்ணிக்கையைக் கணக்கிடுதல் மூலமாக இத்தகைய இடை வெளிகள் இறுதியாக தீர்மானிக்கப்படலாம் - அல்லது அப்படி நினைக்கப் படலாம். ஆனால் எல்லா சூழ்நிலைகளுக்கும் தகுந்த நிச்சயமான இடை வெளியை நம்மால் ஒருபோதும் பெற முடியாது. ஒயின் கோப்பை வடிவ மரங்களுக்கு, இயற்கையான திறந்த மைய வடிவமுடைய மரங்களுக்கு, மற்றும் இதர வடிவத்துக்கு என வேறுபட்ட பதில்கள் கிடைக்கின்றன. அதன் நன்மை தீமைகளைப் பெற்றிருக்கிற ஒவ்வொன்றும் கடந்து போகும் ஒவ்வொரு வயதுடனும் தொடர்ச்சியான மாற்றத்திற்குக் கதவைத் திறந்து வைத்திருக்கிறது என்பது தீர்மானமாகிறது. இதுதான் அறிவியல் வேளாண்மையின் வழியாகும்.

இயற்கை வேளாண்மையின் கருத்தை ஒருவர் எடுத்துக் கொண்டால், இயற்கை வடிவம் உடைய மரத்தின் கிளைகளும் இலைத் தொகுப்பும் ஏன் எப்போதும் சிக்கலுடையதாக ஆகி வாடிப் போகின்றன என்பதற்கு எந்தக் காரணமும் இல்லை. இயற்கையான வடிவத்தை மரம் பெற்றிருந்தால் அதன்

பிறகு விரும்பத்தக்க எண்ணிக்கையிலான சாரக் கிளைகள், பக்கவாட்டுக் கிளைகளுக்கான எண்ணிக்கை மற்றும் கோணம், அடுத்தடுத்த கிளைகளுக்கு இடையேயுள்ள போதுமான இடைவெளி ஆகியவைப் பற்றிய ஆய்வு தேவையில்லை. இதற்கான விடைகள் இயற்கைக்குத் தெரியும்; இத்தகைய விஷயங்களை மிக நன்றாக கவனித்துக்கொள்ள இயற்கையால் முடியும்.

இயற்கை வேளாண்மை மூலமாக மரம் அதன் இயற்கையான வடிவத்தை அடைய விட்டுவிட்டால் அதன்பிறகு எல்லாமே தீர்மானிக்கப்படுகிறது. மரம் அதன் இயற்கையான வடிவத்தில் வளரத் தூண்டிவிடுவது எப்படி என்பதுதான் எஞ்சியிருக்கும் ஒரே பிரச்சனையாகும். வெறுமனே கைவிட்டுவிடுவது என்பது அதைத் தோல்வியை நோக்கியே அழைத்துச் செல்லும். கைவிடப்படுவதற்கு முன்பாக எனது சிட்ரஸ் மரங்கள் ஒயின் கோப்பை வடிவத்திற்கு கத்தரிக்கப்பட்டு பயிற்சி செய்விக்கப்பட்டன. செடிக் கன்றுகளாக பிடுங்கி நடப்பட்ட அந்தக் கணத்திலிருந்து மரங்கள் செயற்கையான வடிவத்தைப் பெற்றிருந்தன. இது ஏனென்றால், மரத்தைக் கத்தரிக்காமல் விட்டுவிடும்போது அது இயற்கையான வடிவத்துக்கு திரும்பாது; ஆனால் உருக்குலைந்த வடிவமாக மாறுவது அதிகரிக்கும்.

தெளிவாக, சிட்ரஸ் மரம் இயற்கையான வடிவத்தைப் பெறுவதற்கு பழத் தோட்டத்தில் விதையை நேரடியாக விதைப்பதுதான் தகுந்த வழியாகும். ஆனால் அந்த விதைகள் உண்மையில் இயற்கையானதாக இருக்காது என்பதை இந்த இடத்தில் அழுத்திச் சொல்ல வேண்டியிருக்கலாம். இந்த விதைகள், செயற்கையாக பயிர் செய்யப்பட்ட வேறுபட்ட வகையிலான சிட்ரஸ் மரங்களின் விஸ்தாரமான கலப்பினப் பொருளாகும்; அதை வளர்ச்சியடைய விட்டுவிட்டால், அது தன் முன்னோர் வடிவத்துக்கு திரும்பும் அல்லது தரம் குறைந்த கலப்பு இன பழத்தை உற்பத்தி செய்யும். ஆகையால் நேரடியாக விதைத்து பயிரிடுதல் என்பது பழ உற்பத்திக்கான சரியான தேர்வு கிடையாது. ஆயினும் சிட்ரஸ் மரத்தின் இயற்கையான வடிவத்தைப் பற்றி ஒரு யோசனையைப் பெற அது மிகவும் பயனுடையதாகும்.

நான் சிட்ரஸ் விதையைப் பயிரிட்டேன்; அதிலிருந்து வளரும் மரங்களை உற்றுநோக்கினேன். அதே நேரத்தில், அதிக எண்ணிக்கையிலான பல்வேறு வகை சிட்ரஸ் மரங்களைக் கத்தரிக்காமல் வளர அனுமதித்தேன். கிடைத்த இந்தப் பதிலிலிருந்து, சிட்ரஸ் மரத்தின் இயற்கையான வடிவத்தைப் பற்றி குறிப்பிடத்தக்க நிச்சயத்துடன் என்னால் யூகிக்க இயன்றது.

எஹிம் பிரிபெக்ஷர் பழம் வளர்ப்பவர்கள் சங்கத்தில், சிட்ரஸ் மரத்தின் இயற்கையான வடிவம் என்பது எதுவாக கருதப்படுகிறதோ அது கிடையாது, அதன் வடிவம் மையத் தலைமை வடிவம் என்று என்னுடைய கண்டுபிடிப்புகள் பற்றி நான் தகவல் தெரிவித்தேன். இது அங்கே கூடியிருந்த அறிவியலறிஞர்கள் இடையே கலக்கத்தை ஏற்படுத்தியது; ஆனால் மிகப் பெரிய முட்டாள்தனம் என்று விவசாயிகளுக்குச் சிரிப்பை ஏற்படுத்தியது.

இயற்கை வேளாண்மையில் சிட்ரஸ் மரத்தின் இயற்கையான வடிவம் என்பது நிலையானது; மாறாதது; கத்தரித்தலைக் கைவிட அனுமதிப்பது. எதிர் காலத்தில் கத்தரித்தலில் எத்தனை புதிய தொழில்நுட்பங்கள் தோன்றினாலும், சிட்ரஸ் மற்றும் இதர மரங்களின் உண்மையான இயற்கை வடிவத்தை அறிந்து கொள்வதும், மரத்தை அதன் இயற்கையான வடிவத்தில் வளர்ப்பது எப்படி என்பதைத் தெரிந்துகொள்வதும் ஒருபோதும் தீமையாக இருக்காது.

உதாரணமாக இயந்திரமயமாக்கப்பட்ட பழத் தோட்டத்தில் ஒரு மரத்துக்கு அறுவை சிகிச்சை செய்யும்போதும்கூட, மரத்தால் எந்த அளவு முடியுமோ அந்த அளவு வளரவிட்டுவிட்டுப் பின்னர் ரம்பத்தால் வெட்டி எடுப்பதைவிட, ஒரு சிறு தண்டில் வளர பயிற்றுவித்தல் என்பது மிகவும் புத்திசாலித்தனமான தாகும். மரத்தின் வடிவம் இயற்கைக்கு நெருக்கமாக இருப்பது எல்லா விதத்திலும் மிகவும் நியாயமானதாகும். முற்றிலும் மனித காரணங்களுக்காக அதற்கு வேறு மாற்றுவழி இல்லை எனும்போது, மரத்தை அதன் அடிப்படை யான இயற்கை வடிவத்தை எடுக்க விட்டுவிடுவதுதான் மிகவும் புத்திசாலித் தனமான தேர்வாகும்; ஆனால் அதற்கும் சில சமாதானங்கள் செய்துகொள்ள வேண்டும்.

ஒரு பழமரத்தின் வகையை இயற்கை வேளாண்மை முறைகளால் வளர்க்கத் தயாராகும்போது, கண்டிப்பாக அந்தப் பழ மரத்தின் இயற்கையான வடிவம் என்ன என்பதை அறிந்துகொள்வதே முதலில் செய்ய வேண்டிய செயலாகும். சாட்சுமா ஆரஞ்சு மரங்கள் விஷயத்தில், அதன் சாரக் கிளைகள் அனைத்தும் நேராக வளர்ந்திருக்காது; ஏனென்றால் அந்த மரம் மிகவும் திடமானது கிடையாது. அதன் விளைவாக, மரங்களின் இடையே தனிப்பட்ட வேறுபாடு இருப்பது பெரிய விஷயமாகும்; இது மரத்தின் இயற்கையான வடிவத்தைப் பகுத்துணர்வதை மிகவும் கடினமாக்குகிறது. மனிதனின் சிறிய குறுக்கீடு அல்லது காயத்தால் பல்லாயிரக்கணக்கான வேறுபட்ட வடிவங்களை எடுக்கும்படியாக சில மரங்கள் உணர்ச்சிமயமானவையாகும். சிட்ரஸ் மரங்களின் இயற்கையான வடிவத்தைத் தீர்மானிக்க, சாட்சுமா ஆரஞ்சைவிட மிகவும் திடமான மற்றும் அரிய, கலப்பின சிட்ரஸ் வகைகளைப் பார்க்கத் தேர்ந்தெடுத்தேன். இந்த வகையில் கோடை கால ஆரஞ்சும் பப்ளிமாசும் பிரத்தியேகமாக பயனுடைய தாகயிருந்தது. இரண்டுமே தெளிவாக மையத் தலைமை வகையைச் சேர்ந்ததாகும்.

ஈச்சம், செஸ்ட்நட், பேரிக்காய், பீச் மற்றும் இதர மரங்களின் இயற்கை யான வடிவத்தைத் தீர்மானிக்க அவற்றைப் பரந்த தோற்றத்தில் பார்க்க வேண்டும் என்பது அவசியமானதாகும். ஒவ்வொன்றும் பல வேறுபட்ட வடிவங்களில் வளர்கின்றன; ஆனால் அடிப்படையில் அனைத்துமே மையத் தலைமை வகை மரங்கள் என்பது உண்மையாகும். மையத் தலைமையிலிருந்து வளர்ந்திருக்கும் சாரக் கிளைகளின் வேறுபட்ட எண்ணிக்கை, கோணம், திசை ஆகியவற்றை பிரதானமாகக் கொண்டு அவற்றின் வடிவங்கள் வேறுபடுகின்றன. அவை கிரிப்டோமெரியா, ஜப்பானிய சைப்ரஸ், பைன், லிவ் ஓக் போன்ற காட்டு மரங்களின் வடிவத்தை ஒத்திருக்கின்றன. இத்தகைய மரங்கள் மனிதனின்

குறுக்கீடு மற்றும் அவற்றின் சுற்றுப்புறச் சூழ்நிலையால் தொந்தரவுக்கு உள்ளாகி, பல்வேறு வடிவங்களை எடுக்க மக்கள் அவற்றைத் தவறாக வழி நடத்துகிறார்கள்.

இயற்கையான வடிவங்களின் உதாரணங்கள் :

சீக்கிரமாக பழுக்கும் சாட்சுமா	குட்டையான, பிரமிடு வடிவம்
தாமதமாக பழுக்கும் சாட்சுமா	உயரமான, சைப்ரஸ் போன்ற கூம்பு வடிவம்
கோடை ஆரஞ்சு, பப்ளிமாஸ், ஈச்சம்பழம், செஸ்ட்நட், பேரிக்காய், ஆப்பிள், லாக்வாட்	உயரமான, தேவதாரு போன்ற கூம்பு வடிவம்

இயற்கையான வடிவத்தை அடைதல் : பப்ளிமாஸ் மற்றும் கோடை ஆரஞ்சு ஆகியவை செங்குத்தான, மைய அடிமரத்தையும் அகலத்தைவிட அதிகமான உயரத்தையும் பெற ஏதுவாயிருக்கும். இவை பார்வைக்கு தேவதாரு மரத்தை ஒத்ததாகக்கூட இருக்கும்;. பொதுவாக சாட்சுமா ஆரஞ்சு சீரற்ற, சமதள அல்லது அரைக்கோள வடிவத்தைப் பெற்றிருக்கும். மரத்தின் வகை மற்றும் பயிர் செய்யும் சூழ்நிலைகளை அடிப்படையாகக் கொண்டு ஏற்படும் முடிவற்ற எண்ணிக்கையிலான மாறுபாடுகளில், இந்த மரத்திற்கு அடிப்படை மையத் தலைமை வகைக் கூம்பு வடிவம் நேரிடக்கூடும். சில மாண்டரின் ஆரஞ்சு மரங்கள் மையத் தலைமை வடிவத்தை அவற்றின் இயற்கையான வடிவமாக எடுத்துக்கொண்டு வளர்கிறது என்பது உண்மைதான். ஆனால், இத்தகைய மரங்கள் பலவீனமான, குறித்த பருவத்தில் மொட்டு விடும் ஆதிக்கத்தைப் பெற்றிருக்கின்றன; மற்றும் திறந்த உச்சியை உருவாக்க ஏதுவாயிருக்கின்றன; இவற்றையெல்லாம், இவை பல்வேறு மாற்றங்களைப் பின்பற்றிக் கொள்ளுத லானது சுட்டிக்காட்டுகிறது. இவை பூரணமற்ற புதர்களாக இருக்கின்றன; சம மான பலத்துடன் நீண்டிருக்கும் பல்வேறு சாரக் கிளைகளைப் பெற்றிருப்பதால் குழப்பமான வடிவத்தை ஏற்படுத்துகின்றன. அதன்பிறகு, பல வகையான மரங்கள் அவற்றின் இயற்கையான பண்புகளை முழுமையாக தக்க வைத்திருக்கிற வேளையில், இதர மரங்கள் பயிர்செய்தலின்போது எளிதில் பாதிக்கப்படக் கூடிய இயற்கை வடிவங்களைப் பெற்றிருக்கின்றன என்பது மிகவும் தெளிவானதாகும்.

பழமரம் பயிர் செய்தலில் இயற்கையான வடிவம் : சிட்ரஸ் பயிர் செய் தலில் மரத்தின் அடிப்படை வடிவத்துக்கான மாதிரியாக மரத்தின் இயற்கை யான வடிவத்தை நான் எடுத்துக்கொண்டேன். மரம் அதன் இயற்கையான வடிவத்திலிருந்து விலகி அல்லது சுற்றுப்புறச் சூழ்நிலைக்குத் தகுந்த வேறு வடிவத்தை எடுத்துக்கொள்ள ஏதோவொன்று காரணமாக இருக்கும். அப் போது, மரம் அதன் இயற்கையான வடிவத்துக்குத் திரும்ப முயற்சிக்க கத்தரித்தல் மற்றும் பயிற்றுவித்தல் செய்ய வேண்டும். இதற்குப் பல்வேறு காரணங்கள் இருக்கின்றன.

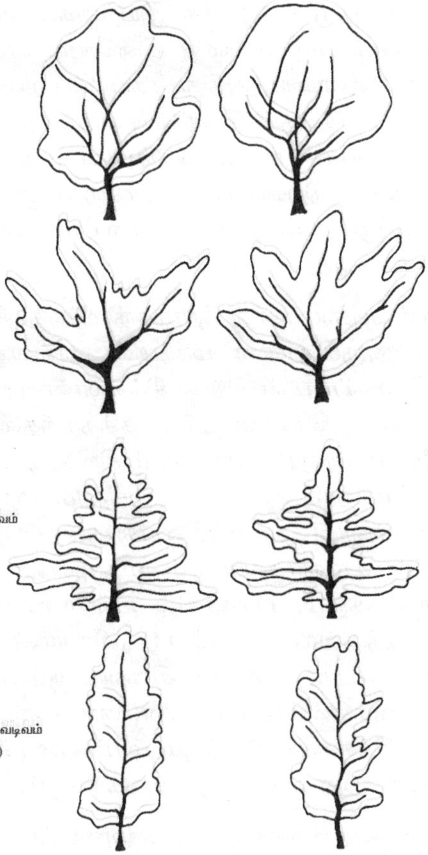

படம் 4.7 - பழ மரங்களின் வடிவங்கள்

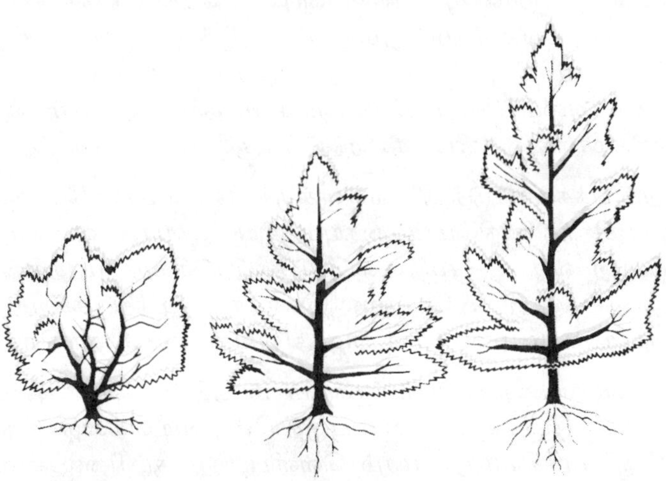

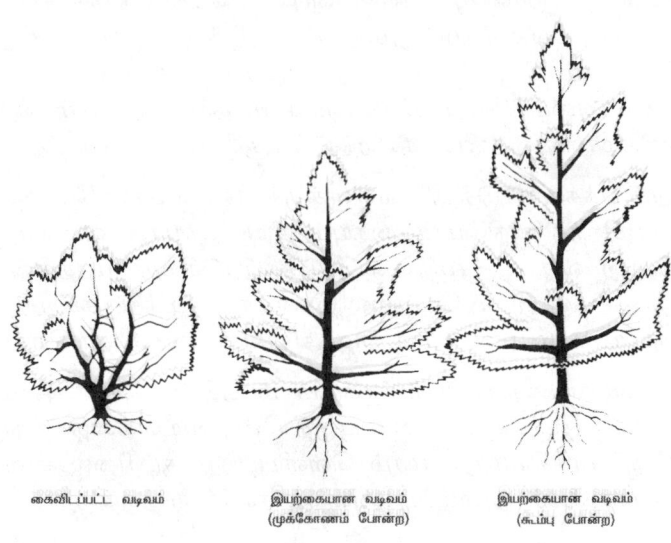

படம் 4.8 - மான்டரின் ஆரஞ்ச் மரத்தின் வடிவங்கள்

1. பயிர் செய்யும் சூழ்நிலை மற்றும் சுற்றுப்புறத்திற்குத் தகுந்தவாறு மரத்தின் வளர்ச்சியும் முன்னேற்றமும் இருக்க இயற்கையான வடிவம் அனுமதிக்கிறது. அதில் எந்த ஒரு கிளையும் அல்லது இலையும் வீணாகாது. அதிகபட்சமான வளர்ச்சிக்கும், சூரிய ஒளியை அதிகமாகப் பெறுவதற்கும், அதன் விளைவாக அதிக மகசூல் கிடைப்பதற்கும் இந்த வடிவம் ஏதுவாக இருக்கிறது. மற்றொரு வகையில், செயற்கையாக உருவாக்கப்பட்ட இயற்கையற்ற வடிவமானது மரத்தின் இயற்கையான திறனைப் பாதிக்கிறது. இது மரத்தின் இயற்கையான சக்தியைக் குறைக்கிறது; மரம் வளர்ப்பவரை முடிவில்லாமல் வேலை செய்யும் நிலைக்கு உள்ளாக்குகிறது.

2. இயற்கையான வடிவமானது நேராக நிமிர்ந்து நிற்கும் மைய அடிமரத்தைக் கொண்டிருக்கும்; அருகிலுள்ள மரங்கள் அல்லது கூட்டமான கிளைகள் மற்றும் இலைத் தொகுப்புடன் சிறிது சிக்கலான உறவைக் கொண்டிருக்க இது காரணமாக இருக்கும். தேவைப்படும் கத்தரித்தலின் அளவு படிப்படியாக குறைந்துவிடும்; நோய் மற்றும் பூச்சிசேதம் சிறிது ஏற்படும்; சிறிய அளவு கவனம் மட்டுமே அவசியமானதாக இருக்கும். ஆயினும், மரத்தின் மையத்தில் வளர்ந்திருக்கும் சாரக் கிளைகளின் அடர்த்தியைக் குறைப்பதால் இயற்கையான திறந்த மைய அமைப்புகள் உருவாக்கப்படும். மீதமுள்ள சாரக் கிளைகள் மரத்தின் உச்சி வரை நீண்டிருக்கும்; பக்கத்தில் உள்ள மரங்களுடன் விரைவிலேயே சிக்கலாகிவிடும். கூடுதலாக, பல்வேறு பிரதான சாரக் கிளைகளிலிருந்து தோன்றிய இரண்டாம்பட்ச சாரக் கிளைகளும் பக்கவாட்டுக் கிளைகளும் இயற்கையற்ற கோணத்தில் (மூன்று தண்டுகள் உடைய அமைப்பைப் போன்ற) பின்னிப்பிணைந்து சிக்கலாக இருக்கும். மரம் வளர்ச்சி அடைந்த பிறகு வெட்டி சீர்படுத்த வேண்டிய அளவை இது அதிகரிக்கும்.

3. கூம்பு வடிவ மையத் தலைமை வகை அமைப்புகளில் மரத்தின் உட்பகுதிக்கு சூரிய ஒளி சாய்வாக ஊடுருவிச் செல்லும். திறந்த மைய அமைப்புகளில் மரத்தின் உச்சி எதிரிடையான முக்கோண வடிவில் வெளிநோக்கி நீண்டிருக்கும்; அது மரத்தின் அடிப்பகுதி மற்றும் உட்பகுதிக்கு சூரிய ஒளி ஊடுருவி செல்வதைக் குறைக்கும். இது, நோய் மற்றும் பூச்சியால் தாக்கப்பட்டு கிளைகள் வாடிப் போவதை அழைக்கிறது. இவ்வாறாக மரத்தின் வடிவம் விரிவாவதன் விளைவாக அதிகமானவதைவிட குறைந்த மகசூலே கிடைக்கிறது.

4. சார மற்றும் பக்கவாட்டுக் கிளைகளுக்குத் தேவையான போஷாக்குகளை வழங்குவதையும், சிறந்த விநியோகத்தையும் இயற்கையான வடிவம் தருகிறது. மேலும் வெளிப்புற வடிவம் சமநிலைப்படுத்தப்படுகிறது. மரத்தின் வளர்ச்சி மற்றும் பழ உற்பத்திக்கு இடையே நல்ல இணக்கம் நீடித்திருக்கிறது. அதனால் ஒவ்வொரு வருடமும் முழுமையான பழ அறுவடையைத் தருகிறது.

5. இயற்கை வடிவத்தைப் பெற்றிருக்கும் மரத்தின் வேர் அமைப்பானது நிலத்திற்கு மேலே இருக்கும் மரப் பகுதியின் வடிவத்தை நெருக்கமாக ஒத்திருக்கிறது. ஆரோக்கியமான மரம் வெளிப்புறச் சூழ்நிலைகளைத் தடுக்க, மரத்தின் ஆழமான வேர் அமைப்பு அதைத் தயார்படுத்துகிறது.

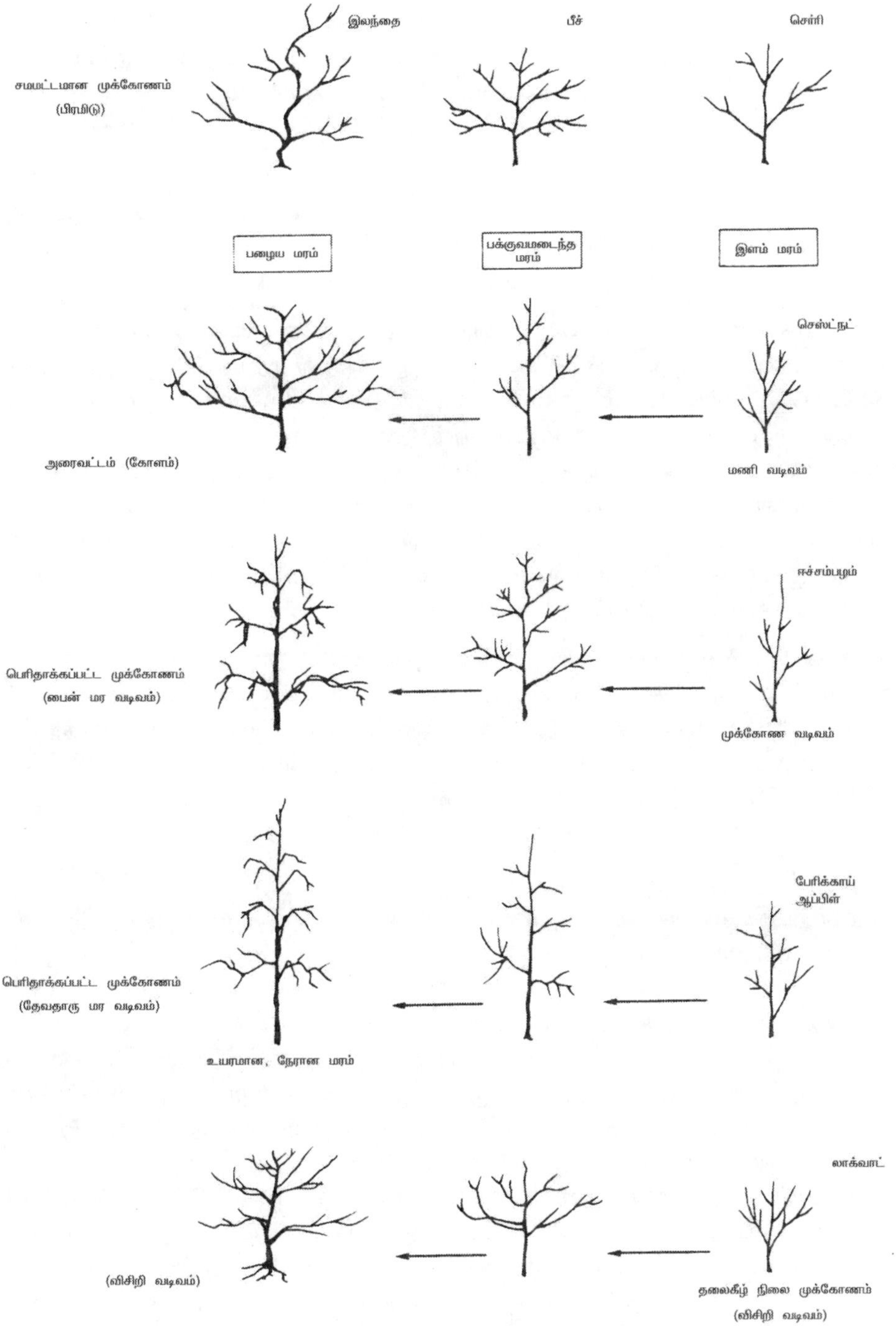

படம் 4.9 - குறிப்பிட்ட பருவத்தில் இலை உதிர்க்கும் பழ மரங்களின் இயற்கையான வடிவங்கள்

இயற்கை வடிவத்துடன் உள்ள பிரச்சனைகள் : பழ மரம் வளர்ப்பதில் இயற்கையான வடிவம் அதிகமான நன்மைகளைப் பெற்றிருந்தபோதும், பிரச்சனைகளையும் பகிர்ந்துகொள்ளாமல் இருக்கவில்லை.

1. இளம் திராட்சைக் கொடிகள், ஈச்சம், பேரிக்காய் மற்றும் ஆப்பிள் மரங்கள் குறைவான கிளை, இலை மற்றும் பழத்தின் அடர்த்திகள் என்ற இயற்கை வடிவங்களைப் பெற்றிருப்பதால் குறைவான மகசூலையே உற்பத்தி செய்கின்றன. பழத்தின் அடர்த்தி மற்றும் கிளை உருவாதலை அதிகரிக்க ஜாக்கிரதையான கத்தரித்தல் மூலமாக தீர்வு காணப்படுகிறது.

2. மையத் தலைமை அமைப்பு உடைய பழ மரங்கள் நன்கு உயரமாக வளர் கின்றன; அதனால் பழத்தைப் பறிக்க வேண்டியபோது மரத்தில் ஏறுவது குறித்த பிரச்சனைகள் ஏற்படலாம். இளம் மரமாக இருக்கும்போது இது உண்மை யாகிறது; மரம் வளர்ச்சி அடைந்ததும் தலைமையில் இருந்து, 20 டிகிரி கோணத்தில் படுக்கைவாட்டில் ஒழுங்காக, சுருள் வடிவ அமைப்பில் சாரக் கிளைகள் வளர்கின்றன. இவை மரத்தில் ஏறுவதை எளிதாக்குகின்றன. ஈச்சம், பேரிக்காய், ஆப்பிள் மற்றும் லாக்வாட் போன்ற உயரமான பழமரங்களில் இருக்கும் இத்தகைய வடிவங்களானது சுருள் படிக்கட்டு உள்ள மாடிப் படியில் ஏறுவதைப் போல மரத்தில் ஏறுவதற்கு உதவுகின்றன.

3. தூய இயற்கை வடிவத்தை உருவாக்குவதென்பது எளிதானது இல்லை. முளைவிடும் பருவத்திலேயே பாதுகாப்பு தருவதில் போதுமான கவனம் செலுத்தவில்லையென்றால் அந்த மரம் திசைமாறிப் போய்விடும். மரத்திற்கு திருத்தப்பட்ட மையத் தலைமை வடிவத்தைத் தருவதன் மூலமாக அதைப் பகுதியாக சரிசெய்ய முடியும். மரம் அதன் சிறந்த இயற்கை வடிவத்தைப் பெற, கண்டிப்பாக விதையிலிருந்து வளர்க்கப்பட வேண்டும் அல்லது மரத்தின் வேர்த் தண்டுகள் நாற்றங்காலிலும் ஒட்டு நிலத்திலும் வளர்க்கப்பட வேண்டும்.

4. நாற்று திடமான, நேரான தலைமையை வழங்க சக்தியளிப்பது இயற்கை யான வடிவத்தை வெற்றிகரமாக அடைவதற்கான சாவியாக இருக்கிறது. பிரதான மற்றும் இரண்டாம்பட்ச சாரக் கிளைகள் எங்கிருந்து, என்ன கோணத்தில் தோன்றுகின்றன என்பதை வளர்ப்பவர் கண்டிப்பாக கவனிக்க வேண்டும்; இயற்கையற்ற கிளைகள் எதுவும் இருந்தால் நீக்கிவிட வேண்டும். இயல்பாக 5 அல்லது 6 வருடங்களுக்குப் பிறகு, நாற்று 6 முதல் 10 அடி உயரத்தை அடைகிறது. அநேகமாக 5 அல்லது 6 எண்ணிக்கையிலான இரண் டாம்பட்ச சாரக் கிளைகள் சுருள் வடிவில், 6 முதல் 12 அங்குல இடைவெளியில் வெளியே நீட்டிக் கொண்டிருக்கின்றன; ஆறாவது இரண்டாம்பட்ச சாரக் கிளை முதலாவது கிளையுடன் செங்குத்தாக பிணைந்திருக்கிறது. பிரதான சாரக் கிளை மைய அடிமரத்திலிருந்து படுக்கைவாட்டில் 40 டிகிரி கோணத்தில் தோன்றும்; அது 20 டிகிரி கோணத்தில் வெளிநோக்கி நீட்டிக் கொண்டிருக்கும். மரத்தின் அடிப்படை வடிவம் ஒருமுறை அமைக்கப்பட்டுவிட்டால் அதன்பிறகு கத்தரித்தல் மற்றும் பயிற்சி செய்தலின் தேவை குறைந்து போய்விடும்.

5. மையத் தலைமை சாய்ந்து, அதன் நுனி பலவீனமாக இருந்தால் அல்லது அந்த மரம் காயத்தைத் தாங்கியிருந்தால் மரம் தன் இயற்கையான வடிவத்திலிருந்து பிரிந்து திறந்த - மைய வடிவத்தை எடுத்துக் கொள்ளும். இதனால் எந்தப் பிரச்சனையும் இல்லை என்றபோதும் வளர்ப்பவர் மனதில் தூய இயற்கையான வடிவத்தைக் கற்பனை செய்து வைத்திருப்பதால், மரத்தைக் கத்தரித்து அது தன் இயற்கை வடிவத்தை நெருங்குவதை சாத்தியமாக்க பயிற்சி அளிப்பார். இளம் செடியாக இருக்கும்போது முழுமையாக வடிவமைக்கப்பட்ட மரத்திற்கு வளர்ந்ததும் அதிகமான கத்தரித்தல் தேவைப்படாது. ஆயினும், இளம் செடியாக இருக்கும்போது பார்க்காமல் வளர விட்டுவிட்டால் ஒவ்வொரு வருடமும் மெலிதாக்குவதும், கத்தரித்தலும் அதிகமான அளவில் தேவைப்படலாம். முழுமையாக வளர்ந்தபிறகு பெரிய அறுவை சிகிச்சை செய்து மீண்டும் உருவாக்குதல்கூட வேண்டியிருக்கலாம். பல வருட கடும் உழைப்பும் இழப்புகளும் அதிகரித்தபிறகு அது நேரிடலாம். ஆகையால் வழக்கமான சில கத்தரித்தலைத் தொடக்கத்திலேயே செய்துவிட தேர்ந்தெடுப்பதே தகுந்ததாகும்.

இத்தகைய பழ மரங்களின் இயற்கையான வடிவத்தைப் பற்றி எனது புரிந்துகொள்ளுதலில் உள்ள நம்பிக்கையை ஆயுதமாகக் கொண்டு, நான் எடுத்துக் கொண்ட பழங்கள் பயிர்செய்தலின் அடிப்படை அணுகுமுறையை தெளிவாகப் பார்த்தேன். பின்னர், புதிய சரிவில் பழ மரங்களைப் பயிரிட்டு என்னுடைய பழத் தோட்டத்தை நான் விரிவுபடுத்தியபோது, இந்த இயற்கை வடிவத்தை எல்லா மரங்களிலும் அடைய வேண்டும் என்ற இலக்குடன் தொடங்கினேன். ஆனால் கிட்டத்தட்ட ஒரே ஆளாக இருந்து பல்வேறு, ஆயிரக்கணக்கான கூடுதல் மரங்களைப் பயிரிடுவதும் இதில் அடங்கியிருந்த காரணத்தால் நான் திட்டமிட்டப்படி இயற்கையான வடிவத்தை என்னால் நிர்மாணிக்க இயலவில்லை. இன்னமும், இத்தகையவை முந்தைய மரங்களைவிட இயற்கையான வடிவத்திற்கு அருகிலேயே இருக்கின்றன. குறைந்த கத்தரித்தலே அதிகமாக தேவைப்படுகிறது. உண்மையில், கத்தரித்தலே ஒருபோதும் தேவைப்படாத முறையைப் பெறுவதற்குத்தான் நான் முயற்சிக்கிறேன்.

பழ மரம் வளர்த்தலில் இயற்கையான வடிவத்தை உபயோகிக்கும்போது உள்ள மிகப் பெரிய நன்மைகள் கீழே தரப்படுகின்றன :

1. தொடக்கத்திலேயே வழக்கமான சம்பிரதாய கத்தரிப்புகளை செய்வதன் மூலமாக இயற்கையான வடிவத்தை அடைவது எல்லா விதத்திலும் சேதத்தையும் வேலையையும் குறைக்கிறது. அதிக பழ உற்பத்திக்குச் சக்தி அளிக்கிறது.

2. ஆழமான வேரை உடைய மரமானது அந்தச் சுற்றுப்புறச் சூழ்நிலைக்கு தகுந்ததாக இருக்கும். அதனால் நிலத்துக்கு மேலே உள்ள மரப்பகுதிக்கும் வேர் அமைப்புக்கும் இடையே நல்ல சமநிலை இருக்கும். மரம் வேகமாக வளரும்; ஆரோக்கியமானதாக, குளிரைத் தாங்கக் கூடியதாக, பனி மற்றும் வறட்சியைத் தடை செய்யக்கூடியதாக, இயற்கையான பேரிடர்களிலும் நன்கு சமாளித்து நிற்கக்கூடியதாக இருக்கும்.

3. தேவையற்ற கிளைகள் இல்லாதது கத்தரித்தலின் அளவைக் குறைக்கிறது.

மரம் வருடம் விட்டு வருடம் தான் முழுமையாக பழங்களைத் தாங்கும் என்பதை நல்ல ஒளி ஊடுருவல், காற்று வசதி ஆகியவை குறைக்கிறது. நோய் மற்றும் பூச்சிகளால் தாக்கப்படுவதையும் குறைக்கிறது.

4. இயந்திரமயமாக்கப்பட்ட செயல்முறைகள் அல்லது அந்த இட அமைப்புக்குத் தக்கபடி மாற்றிக் கொள்ளக்கூடிய வகையில் மரத்தின் வடிவம் இருக்க வேண்டும். அதனால் கத்தரித்தல் மீண்டும் தேவைப்பட்டால், எளிதாக அதிக கஷ்டம் இல்லாமல் செய்ய முடியும்.

5. பழ மரம் வளர்ப்பதில் உபயோகிக்கப்படும் கத்தரித்தல் தொழில்நுட்பங்கள் நேரத்துக்கு ஏற்ப மாறுபடும்; ஆனால் மரத்தின் இயற்கையான வடிவம் எப்போதும் ஒரே மாதிரி இருக்கும். இயற்கையான வடிவத்தை உபயோகிப்பது நிலையான, வேலை குறைந்த, அதிக மகசூல் தரக்கூடிய பழப் பயிர் செய்தலை சாத்தியமாக்குவதற்கான சிறந்த அணுகுமுறையாகும். குறிப்பாக ஈச்சம், செஸ்ட்நட், ஆப்பிள், பேரிக்காய், லாக்வாட் போன்ற மரங்கள் இயற்கையான வடிவத்துக்கு வர தயாராக பயிற்றுவிக்கப்பட்டவையாகும். சீன கூஸ்பெர்ரி மற்றும் திராட்சை போன்ற கொடிகளிலும் இதில் குறிப்பிடத்தக்க வெற்றியைப் பெற முடியும்.

தீர்மானம்

இன்றைய நாளில் பழ மரம் வளர்த்தலானது அதிகமாக களையெடுத்தல், உழுது பயிரிடல், உரமிடுதல், கத்தரித்தல் போன்றவற்றையே சார்ந்திருக்கிறது. பழத் தோட்டத்திற்கான மாற்று வழியின் அடிப்படைகளைப் பற்றி நான் முன்னதாக விவரித்திருக்கிறேன். அது இயற்கைக்குத் திரும்பிச் செல்லும் இயற்கையான முறையாகும்; இளம் செடிகள் அதன் இயற்கையான வடிவத்திற்கு நெருக்கமான மரமாக வளர்வதையும் அனுமதிக்கிறது. களையெடுத்தல் உபயோகிக்கப்படுவதில்லை; மாறாக, உயிருள்ள பழத்தோட்ட மண் தகுந்ததாக வளமுடையதாக இருக்கிறது. பழ மரங்கள் உரமில்லாமலே அடர்த்தியாக, ஆரோக்கியமாக வளர்கின்றன; கத்தரித்தல் இல்லாமலே சீராகவும் அழகாகவும் வளர்கின்றன. களையெடுத்தல், உரமிடுதல், நோய் மற்றும் பூச்சிக்கொல்லி உபயோகித்தல், கத்தரித்தல் ஆகிய செயல்முறைகள் இல்லை என்ற இத்தகைய கொள்கைகளைத் தனித்தனியாக அடைய முடியாது. அவை விடுவிக்க முடியாதபடி, நெருக்கமாக ஒன்றுடன் மற்றொன்று இணைந்திருக்கிறது.

பசும்தழை மற்றும் புல் பத்தை பயிர் செய்தல் போன்ற மண்ணை நிர்வகிக்கும் தொழில்நுட்பங்களானவை களையெடுத்தல் மற்றும் உழுது பயிரிடலின் தேவையை நீக்குகின்றன. அதே நேரத்தில் உரமில்லாமல் பயிர் செய்தலும் சாத்தியமாகிறது. ஆனால் உரமிடுதல் அல்லது களையெடுத்தலிலிருந்து திடீரென விலகி முயற்சி செய்வதும் வெற்றியைத் தராது.

நோய் மற்றும் பூச்சிகளைக் கட்டுப்படுத்துதலும் அதேபோலத்தான் ஆகும். கட்டுப்படுத்துவதற்கான சிறந்த முறைகூட ஒருபோதும் எதையும் கட்டுப் படுத்தாது. அடிப்படைக் கொள்கையில், பூச்சி மற்றும் நோய் சேதம் நீடித்து

இருக்காது. களையெடுத்தல், உரமிடுதல் அல்லது கத்தரித்தல் இல்லாத வேளாண்மை முறை நிர்மாணிக்கப்பட்டால், நோய் மற்றும் பூச்சியால் ஏற்படும் பயிர்ச் சேதம் படிப்படியாக குறைந்துவிடும்.

காடுகளைப் பாதுகாக்கும் பிரிவின் அலுவலர்கள் மலைக் காடுகளில் வளர்ச்சியைத் தூண்டுவதற்காக உரங்களையும், களைக்கொல்லிகளையும் தூவுவதைப் பற்றி நாம் இன்றைய நாட்களில் பத்திரிகைகளில் படிக்கிறோம். ஆனால் இது நோய் மற்றும் பூச்சி சேதத்தைத் தூண்டுகிற விரும்பத்தகாத விளைவைப் பெற்றிருக்கும். மிகவும் சிக்கலான உரமிடுதல் மற்றும் தூவுதல் செயல்முறைகளை அவசியமானதாக்கிவிடும். உரமில்லாமல் நல்ல வளமான மண்ணில் வளரும் தாவரங்கள் உறுதியான, ஆரோக்கியமான வேருடனும் அதன் நுனிகள் நோயைத் தடுக்கக்கூடியதாகவும் வளரும். களையெடுத்தல், உரமிடுதல், கத்தரித்தல் ஆகியவை மண்ணையும் மரத்தையும் குழப்புகின்றன. மரத்தின் நோய்த் தடுக்கும் சக்தியைக் குறைக்கின்றன. அதன் விளைவாக போதிய காற்று வசதி இல்லாமை, கிளைகள் மற்றும் இலைகள்மேல் சூரியஒளி படாமல் இருப்பது, நோய்க் கிருமிகள் மற்றும் பூச்சிகள் பரவியிருத்தல் போன்றவை ஏற்படுகின்றன. இதனால் நோய் மற்றும் பூச்சியைக் கட்டுப்படுத்த வேண்டிய தேவை ஏற்படுகிறது. இன்று, தங்களுடைய பழத் தோட்டங்களில் பூச்சிக்கொல்லி தெளிப்பதால் பழ மரம் வளர்ப்பவர்கள் நோய் மற்றும் பூச்சி சேதத்தை அதிகப்படுத்துகிறார்கள். கத்தரித்தலால் விநோதமான, உருவமற்ற மரங்களை உண்டாக்குகிறார்கள். உரமிடுதலால் போஷாக்குப் பற்றாக்குறையை அதிகரிக்கின்றனர்.

மனிதன் தேடுகிற ஒன்று முற்றிலும் அறிவியல் வேளாண்மையைச் சார்ந்து இருக்கிறதா அல்லது இயற்கை வேளாண்மையைச் சார்ந்து இருக்கிறதா என்ற இறுதி முடிவை மனிதனே தீர்மானிக்கட்டும்.

4. காய்கறிகள்

காய்கறிகளின் இயற்கையான சுழற்சி

மனிதனுடைய சொந்த விருப்பங்களுக்காக மட்டும் செயற்கையான சூழ் நிலைகளின்கீழ் மனிதனால் பயிர்கள் வளர்க்கப்படுவதைவிட, கிட்டத்தட்ட இயற்கையான நிலையில் இயற்கையின் கவனத்தில் வளரவிடுவதே சிறந்ததாகும். எங்கே, எப்போது, எப்படி வளர வேண்டும் என்பது பயிர்களுக்குத் தெரியும். பலவித நிலப் பயிர்களைக் கலந்து விதைத்து அவற்றை இயற்கையாக வளர விட்டு எது உயிருடன் இருக்கிறது, எது இறந்துவிடுகிறது என்பதை உற்றுநோக்க வேண்டும். அதன்மூலமாக, பயிர்கள் இயற்கையின் கையில் வளரும்போது, இயல்பாக அதைப் பற்றி என்ன கற்பனை செய்திருந்தோமோ அதைவிடச் சிறந்தது என்பதை ஒருவர் கண்டறியலாம்.

உதாரணமாக வேறுபட்ட தானியங்கள் மற்றும் காய்கறிகளின் விதைகளை ஒன்று கலந்து, வளர்ந்திருக்கும் களைகள் மற்றும் க்ளோவரின்மீது அவற்றைத்

தூவும்போது சில மறைந்து போகும்; சில உயிருடன் இருக்கும். ஒரு சில செழித்துக்கூட வளர்ந்திருக்கும். இத்தகைய பயிர்கள் பூ பூத்து, விதை விடும். அந்த விதை நிலத்தில் விழுந்து மண்ணில் புதைந்துபோகும். நிலத்தில் விழுந்த விதையானது அங்கேயே சிதைவுற்று முளைவிடும். அந்த முளை மற்ற தாவரங் களுடன் போட்டி போட்டுக்கொண்டு அல்லது அவற்றின் உதவியுடன் வளரும். வளர்ச்சி செயல்முறைக்கான இந்த வியப்பிற்குரிய இயற்கை நாடகமானது முதலில் ஒழுங்கற்றதாகத் தோன்றினாலும், முதல் தரமாக நியாயமானதும் ஒழுங்கானதும் ஆகும். இயற்கையின் அற்புதமான கைகளிலிருந்து கற்றறிந்து கொள்ள நிறைய இருக்கிறது.

விதைகளைக் கலந்து பாதி-வனத்தில் பயிர் செய்தல் முறை என்பது முதலில் அஜாக்கிரதையாக தோன்றியபோதும், சுய தேவையின் கீழ் வாழத் தேடுகிற வர்கள், கைவிடப்பட்ட நிலத்தில் காய்கறித் தோட்டம் வளர்ப்பதற்கு அல்லது சிறிய குடும்பத் தோட்டத்திற்கு இது தேவைக்கும் அதிகமானதாகும்.

எனினும், அதிகமான ஏக்கர் நிலங்களில் நிரந்தரமாக பயிர் செய்தலுக்கு இந்த வகை இயற்கையான பயிர் செய்தல் ஓர் அடி முன்னோக்கிச் செல்ல வேண்டும். முறையான சுழற்சித் திட்டங்கள் அமைக்கப்பட வேண்டும்; இத்தகைய திட்டங்களுக்கு இணங்க பயிர் செய்தல் திட்டமிடப்பட்டு நடத்தப்பட வேண்டும். இந்த அத்தியாயத்தின் தொடக்கத்தில் உள்ள படம் 4.2 மற்றும் 4.3 ஆகியவை இந்த இயற்கையான பயிர் சுழற்சிக்கு வழிகாட்டிகளாக உதவும் எனக் கருதப்படுகின்றன. இயற்கையான பயிர் செய்தலிலிருந்து சில கருத்துக்களைக் கடன் வாங்கும் இத்தகைய முறையின் அடிப்படைக் குறிக்கோளானது, நிரந்தரமாக இயற்கைக்குத் தகுந்ததாக ஆவதாகும். ஆனால் எதிர்பார்த்ததைவிட இயற்கை குறைந்து போகும்போது, அத்தகைய சூழ்நிலையின்கீழ் எந்த உபாயங்களும் ஆதாரங்களும் அழைக்கப்படுகிறதோ அவற்றைக் கொண்டு பூர்த்தி செய்யப்பட வேண்டும்.

மண்ணை வளப்படுத்துவதற்கான சுழற்சிகள் இத்தகைய வரைபடங்களில் தரப்பட்டுள்ளன. அவை : பயிரினம் சார்ந்த பசும்தழை தாவரங்களைப் பயிரிடல். கனிமப் பொருட்களை பூர்த்தி செய்வதற்காக புல்போன்ற தாவரங்களைப் பயிரிடல்; வேர்க் காய்கறிகளைக் கொண்டு மண்ணில் ஆழமாக வேலை செய்தல் மற்றும் தகுந்த நிலையில் வைத்திருத்தல்; அத்தியாவசிய காய்கறி களான உருளை, பூசணி, கடுகு இனங்களைப் பிரித்து வைத்தல் மூலமாக ஒருங் கிணைந்த விளைவுகளை ஏற்படுத்துதல் மற்றும் நோய் மற்றும் பூச்சி சேதத்தைக் குறைத்தல்; காய்கறிகளையும் அல்லி, கேரட், புதினா மற்றும் கலப்பு இனங் களையும் கலந்து மாற்றி மாற்றிப் பயிரிடுதல் ஆகியவையாகும். இவைதான் இயற்கையான சுழற்சி முறைக்கு நான் செய்த அடிப்படைகளாகும்.

இயற்கை என்ற ஆதாரப் புள்ளியிலிருந்து பார்க்கும்போது படங்களில் உள்ள எந்தச் சுழற்சித் திட்டங்களும் சிறந்தது இல்லை. என்றபோதும் முக்கியமாக, மனிதனுக்குப் பயன் தந்த குறுகிய கால சுழற்சித் திட்டங்களிலிருந்து விலகி, புவிக்கு பயன் தரக்கூடிய முறையை நோக்கி அவை திட்டமிடப்பட்டன.

அவற்றின் உச்ச இலக்கானது களையெடுத்தல், உரமிடுதல், நோய் மற்றும் பூச்சிக்கொல்லி, கத்தரித்தல் ஆகியவற்றிலிருந்து விலகி இருத்தலாகும்.

உழுது பயிரிடல் இல்லை: முதலாம் ஆண்டில் 3 முதல் 6 அடி வரை இடைவெளிகளில் வரப்பு கட்டுதல் அல்லது ஒவ்வொரு 13 முதல் 16 அடி வரையிலும் வாய்க்கால் பாதை தோண்டுதல் ஆகியவற்றை உள்ளடக்கியதாகும். அதன்பிறகு, அடுத்த ஆண்டில் நிலத்தை உழாமல் அல்லது கிட்டத்தட்ட லேசாக உழுது, விதை விதைத்து, முறைப்படியாக பயிரிடலாம்.

உரமிடுதல் இல்லை': ஒவ்வொரு வருடமும் பயிரினம் சார்ந்த பசும்தழையை அடிப்படைப் பயிராக வளர்க்க வேண்டும். பூச்சு பூசப்பட்ட, கலப்பு விதைகளை விதைக்க வேண்டும். நேரடியாக விதைத்தல் சாத்தியம் இல்லையென்றால் நாற்றுகளைப் பிடுங்கி நடலாம். கூடுதலாக, முழுவதுமாக வேர்ப் பயிர்களைப் பயிரிடுவதன் மூலமாக உழுதல் அல்லது உழுது பயிரிடல் இல்லாமல் மண்ணை வளப்படுத்தலாம்.

களையெடுத்தல் இல்லை : முதல் பயிர் வளர்ச்சியடைந்ததும் இரண்டாவது பயிர் விதைக்கப்பட வேண்டும் அல்லது அறுவடை செய்வதற்கு முன்பாக நாற்றுப் பிடுங்கி நடப்படவேண்டும். அதனால் நிலம் பயிரிடப்படாமல் இருக்கும் கால அளவு குறையும். அறுவடை செய்யப்பட்ட பயிர்களின் இரண்டாவது பயிர் இன்னமும் இளம் பயிராக இருக்கும்போது களை தோன்றுவதைத் தடுக்க, பயிர்களிலிருந்து வரும் வைக்கோல் மற்றும் இலைகளைப் பாதுகாப்புக்குப் பயன்படுத்தலாம்.

பூச்சிக்கொல்லிகள் இல்லை : நோய் மற்றும் தொந்தரவு தரும் பூச்சிகள் தோன்றுவதைத் தடுக்கிற அல்லது அடக்குகிற தாவரங்களை உபயோகிப்பதன் மூலமாக இதை அடைய முடியும். ஆனால் அனைத்து வகையான பூச்சிகளும் நுண்ணுயிரிகளும் இருக்கும்போதுதான், கட்டுப்படுத்துதல் இல்லை என்பதை உண்மையாக அடைய முடியும்.

ஆகையால் திறன்வாய்ந்த பயிர் சுழற்சித் திட்டமானது, அனைத்து வகையான தாவரங்களும் நீடித்திருக்க அனுமதிக்கிறது. மண் தானாகவே வளமாக ஏதுவாகிறது. மண்ணில் உள்ள நுண்ணுயிரிகள் வாழ்வதற்கேற்ற நல்ல சுற்றுப்புறச் சூழ்நிலையைத் தருகிறது.

பாதி - வன நிலையில் காய்கறிகளைப் பயிர் செய்தல்

இயற்கையாக வளரக்கூடிய காய்கறிகளை உற்பத்தி செய்து, இயற்கையான உணவுப் பொருளாக சந்தையில் விற்க அனுப்புவது அவ்வளவு எளிதானதல்ல. உற்பத்தியாளர், நுகர்வோர், சந்தை என மூன்றிலுமே பிரச்சனைகள் இருக்கின்றன. எனினும், விவசாயி இயற்கையான காய்கறி சுழற்சித் திட்டத்தை நெருக்கமாக கடைபிடிக்கும்போது பின்வரும் விஷயங்களில் கவனம் செலுத்தும் வரை உற்பத்தித் திறன் அதிகமாக இருக்கும்.

தோட்டத்துக் காய்கறிகளை இயற்கையான வழியில் வளர்த்தல் : அநேகமாக, வீட்டுக்கு அடுத்துள்ள சிறிய 100 சதுர கஜ நிலம் அல்லது பெரிய நிலத்தில் வீட்டு உபயோகத்துக்காக வளர்க்கப்படும் காய்கறிகள் கிட்டத்தட்ட 5 அல்லது 6 உறுப்பினர்கள் உள்ள குடும்பத்துக்குப் போதுமானதாகும். சிறிய தோட்டத்து நிலத்தில் காய்கறிகளை வளர்க்கும்போது, கரிமப் பொருள் மற்றும் எரு சேர்த்து உருவாக்கப்பட்ட வளமான மண்ணில் தகுந்த நேரத்தில் தகுந்த பயிரை வளர்க்க வேண்டும்.

விலங்குக் கழிவையும் மனிதக் கழிவையும் நிலத்தில் உபயோகிப்பதற்குச் சில மக்கள் ஆட்சேபணை கொண்டிருக்கிறார்கள்; ஆனால் இதற்கான பதில் மிக எளிதானதும் தெளிவானதும் ஆகும். இயற்கையில் வாழ்க்கை என்பது விலங்குகள் (மனிதன் மற்றும் கால்நடை), தாவரங்கள் மற்றும் நுண்ணுயிரிகள் என்ற மூன்றுக்கும் இடையே தொடர்ச்சியான சுழற்சியைக் கொண்டிருக்கிறது. விலங்குகள் தாவரங்களை உட்கொண்டு வாழ்கின்றன. இத்தகைய விலங்கு களால் தினமும் கழிவுகள் வெளியேற்றப்படுகின்றன; அவை இறந்து அழிந்து போகும்போது மண்ணில் புதைந்து - அழுகி, சிதைந்து போகும் செயல்முறை- மண்ணில் உள்ள நுண்ணுயிரிகளுக்கும் சிறிய விலங்குகளுக்கும் உணவாகின்றன. மண்ணில் மிகுதியாக நிரம்பியிருக்கும் நுண்ணுயிரிகளும் வாழ்ந்து இறந்து போகின்றன; வளரும் தாவரங்களுக்கு அவற்றின் வேர்களால் உறிஞ்சப்படுகிற போஷாக்கை வழங்குகின்றன. இந்த மூன்றும் - விலங்குகள், தாவரங்கள் மற்றும் நுண்ணுயிரிகள் - ஒன்றே; அவை ஒன்றுக்கொன்று இரையாகின்றன; இணைந்து நீடித்திருக்கின்றன; ஒன்றுக்கொன்று பரஸ்பர அனுகூலம் தருகின்றன. இது தான் நிகழ்வுகளின் இயற்கையான திட்டம்; இயற்கையின் சரியான ஒழுங்காகும்.

மனிதன் - இயற்கையின் ஓர் உயிரினம் - மட்டுமே மாறுபட்ட கருத் துள்ளவன் என்றழைக்கப்படுகிறான். இதைச் சுத்தமற்றதாக அவன் கருதினால், அதன்பிறகு அநேகமாக இயற்கையான வரிசையிலிருந்து அவன் நிச்சயமாக வெளியே அனுப்பப்படுவான். ஆனால் ஆழ்ந்து யோசித்துப் பார்த்தால், ஒரு பாலூட்டி இனமான மனிதனும் அவனது கழிவுகளும் இயல்பான இயற்கையின் பகுதிகளாக, இயற்கையின் வேலைகளில் பங்குபெற கண்டிப்பாக அனுமதிக்கப் பட வேண்டும். புராதன சமூகத்தினர் அவர்களுடைய வீடுகளுக்கு அடுத்து உள்ள இடங்களில் காய்கறிகளை இயற்கையாக வளர்த்தார்கள். தோட்டத்தில் உள்ள பழ மரங்களுக்கு கீழே குழந்தைகள் விளையாடினார்கள். பன்றிகள் வந்து அங்கே கிடக்கும் மலங்களில் மூக்கை நுழைத்து நிலத்தை களைந்தன. இந்த பன்றிகளை அங்கிருந்து நாய் துரத்தியடித்தது; இந்த வளமான மண்ணில் மக்கள் காய்கறி விதையைத் தூவினார்கள். இங்கே புதிய, பசுமையான காய் கறிகள் வளர்ந்து பூச்சிகளைக் கவர்ந்திழுத்தன. அங்கே கோழிகள் வந்து அந்தப் பூச்சிகளைக் கொத்தித் தின்றுவிட்டு, அந்தக் குழந்தைகள் சாப்பிடுகிற முட்டை களை இட்டன. கிட்டத்தட்ட ஒரு தலைமுறைக்கு முன்பு ஜப்பான் முழுவதும் உள்ள வேளாண் கிராமங்களில் இது ஒரு பொதுவான காட்சியாக இருந்தது. இது இயற்கைக்கு அருகே வாழ்வதற்கான வழி மட்டுமில்லை; இயற்கை வீணாதலைக் குறைந்த அளவாக்குகிற, மிகவும் அறிவார்ந்த வழியும் ஆகும்.

இத்தகைய விசாலமான காய்கறி வளர்த்தலைப் புராதனமானதாகவும், பகுத்தறிவில்லாததாகவும் பார்ப்பது இலக்கைத் தவறவிடுகிறது. பின்னர், மண் இல்லாத இயற்கையான தாவர வீடுகளில் "சுத்தமான'' காய்கறிகளை வளர்ப்பது புகழ்பெறத் தொடங்கியது. கப்பி மண்ணில் வளர்த்தல், மணலில் வளர்த்தல், மண்ணில்லாமல் வளர்த்தல், திரவ போஷாக்கில் வளர்த்தல், போஷாக்கு உள்ள நீரைத் தெளித்து அல்லது பாசனம் செய்து வளர்த்தல் ஆகிய முறைகளை உபயோகித்துத் தாவரங்கள் வளர்க்கப்படுகின்றன. இந்த வழியில் "சுத்தமான'', நுண்ணுயிரிகள் குறைந்த, பூச்சி சேதம் இல்லாத, மனித மற்றும் விலங்குக் கழிவுகளை உபயோகிக்காத தாவர வளர்ச்சியை மக்கள் அனுமதிப்பதன் மூலமாக அவர்கள் பெரிய தவறைச் செய்து கொண்டிருக் கிறார்கள்.

இரசாயன உரங்களை உபயோகித்து, கண்ணாடி அல்லது வினைல் பலகையின் வழியாக சூரிய ஒளியை வடிகட்டி, காய்கறிகளை வளர்ப்பதைவிட வேறு எதுவும் அதிகமான அறிவியல் சார்ந்ததாக இருக்காது. பூச்சிகள், நுண்ணுயிரிகள் மற்றும் விலங்குகளின் உதவியுடன் வளர்கிற காய்கறிகள் மட்டுமே உண்மையிலேயே சுத்தமானவையாகும்.

உபயோகிக்காத நிலத்தில் விதையைச் சிதறச் செய்தல் : காய்கறிகளை "பாதி-வன'' நிலத்தில் பயிர் செய்தல் என்று நான் சொல்வதன் அர்த்தமானது நிலங்கள், பழத்தோட்டங்கள், மண்ணாலான கரைகள் அல்லது எந்த வகையான திறந்த, உபயோகிக்காத நிலத்திலும் விதைகளை எளிமையாக சிதறடித்துப் பரவச் செய்யலாம் என்பதாகும். அதிகமான காய்கறிகளை, லூதினா க்ளோ வருடன் கலந்து விதைக்கும்போது படிப்படியாக க்ளோவர் நிரம்பிய காய்கறி தோட்டத்தைப் பெற முடியும். விதைக்கும் பருவத்தில் தகுந்த நேரத்தைத் தேர்ந் தெடுத்து, களைகளுக்கிடையே விதைகளைச் சிதறடித்துப் பரவச் செய்ய வேண்டும் அல்லது க்ளோவர் மற்றும் காய்கறி விதைகளைச் கலந்து குழி தோண்டி விதைக்க வேண்டும். இதில் மகசூலானது வியக்கும்விதமாக பெரிய காய்கறிகளைத் தரும்.

இலையுதிர் காலத்தில் கிராப்கிராஸ், க்ரீன் பாக்ஸ்டெயில், வீட்கிராஸ், கோகன் போன்ற களைகள் வளர்ச்சியடைந்து மங்கத் தொடங்கும்போதும், ஆனால் குளிர்கால களைகள் முளைவிடுவதற்கு முன்பாகவும் காய்கறிகளை விதைப்பதே தகுந்த நேரமாகும். குளிர்கால களைகள் அவற்றின் வாழ்வின் சிறந்த பகுதியைக் கடந்தபிறகு, ஆனால் கோடை களைகள் முளைவிடுவதற்கு முன்பாக, மார்ச் இறுதி மற்றும் ஏப்ரலில் வசந்த கால காய்கறிகளை விதைக்க வேண்டும். வாட்டர் பாக்ஸ்டெயில் மற்றும் வருடாந்திர ப்ளூகிராஸ் போன்ற நெல் நில களைகள் மற்றும் டக்வீட், பாக் ஸ்டிட்ச்வீட், ஸ்பீட்வெல், காமன் வெட்ச், ஹெய்ரிவெட்ச் போன்ற நிலக் களைகளும் குளிர்கால களைகளில் அடங்கும். பசுமையாக இருக்கும் களைகளின்மீது காய்கறி மற்றும் க்ளோவர் விதையைச் சிதறடித்தால், விதைக்கப்பட்ட விதைகள் முதல் மழையின்போது முளை விடுவதற்கு இவை பாதுகாப்புப் பொருட்களைப் போல செயல்படும். ஆயினும், போதுமான அளவு மழை பெய்யாவிட்டால், நாற்றுகள்

முளைவிடுவது வெப்பமான, வறண்ட காலநிலை உள்ள நாளில் நடக்கலாம். அதன்பிறகு இங்கே செய்ய வேண்டிய ஒரு தந்திரமானது மழைக் காலத்தில் விதை விதைப்பதாகும். குறிப்பாக பயிரினம் சார்ந்த தாவரங்கள் தோற்றுப் போகும் சுபாவமுடையவையாகும். பறவைகள் மற்றும் பூச்சிகளால் விழுங்கப்படாவிட்டால் அவை வேகமாக வளரும்.

பொதுவாக நினைக்கப்பட்டதைவிட, அதிகமான காய்கறி விதைகள் முற்றிலும் எளிதாக முளைவிடும்; இளம் நாற்றுகள் மிக வேகமாக வளரும். விதைகள் களைகளுக்கு முன்பாக முளைத்துவிட்டால், களைகளுக்கு முன்னதாக காய்கறிகள் உருவாகி அவற்றை அடக்கிவிடும். சீமைச் சிவப்பு முள்ளங்கி, சிவப்பு முள்ளங்கி மற்றும் சிலுவைச் செடி போன்ற இலையுதிர்கால காய்கறிகளை நல்ல அளவு விதைப்பது குளிர்கால மற்றும் வசந்தகால களைகள் தோன்று வதை நிறுத்தி வைக்கும்.

வசந்தம் தொடரும் வரை மட்டும் பழத் தோட்டத்தை விட்டுவிட்டபோதும், இந்த மலர் மற்றும் காலம், தோட்ட வேலைகளில் ஏதோ ஒரு தொந்தரவு தருவதாக ஆகிவிடும். இந்தக் காய்கறிகளில் சிலவற்றை அங்கேயும் இங்கேயும் என வளர்ப்பதால் அவை பூ தரும்; விதைகள் கீழே விழும். வரும் ஜூன் அல்லது ஜூலையில் அந்த விதைகள் முளைவிடும். உண்மையான தாவரங்களுக்கு நெருக்கமான முதல் தலைமுறை கலப்பினங்கள் பலவற்றை இவை தரும். இந்தக் கலப்பினங்கள்தான் பாதி-வன நிலத்தின் காய்கறிகளாகும்; இவை உண்மையான காய்கறிகளைவிட நல்ல சுவையைக் கொண்டிருப்பதுடன் கூடுதலாக, முற்றிலும் வேறுபட்ட வடிவத்தையும் பெற்றிருக்கும். பொதுவாக மிகவும் பொருத்தமில் லாத அதிக விகிதத்தில் வளரும். மிகப் பெரிய ஜப்பானிய முள்ளங்கி, குழந்தை களால் பிடுங்கி இழுக்க முடியாதபடி மிகப் பெரிய சிவப்பு முள்ளங்கிகள், மிகப் பெரிய சீன முட்டைக்கோஸ், கருப்புக் கடுகு மற்றும் இந்தியக் கடுகுக்கு இடையேயான கலப்பு இனங்கள், சீனக் கடுகு மற்றும் இந்தியக் கடுகு... எனத் தோட்டம் முழுவதும் ஆச்சரியம் நிரம்பியிருக்கும். உணவுப் பொருளாக, அவை வெற்றி கொண்டு விடுவதுபோல இருப்பதால் அவற்றைச் சோதனை மாதிரி யாக செய்வதில் மக்கள் தயங்கலாம். ஆனால் அவை எப்படி தயார் செய்யப்படு கின்றன என்பதைச் சார்ந்து, இத்தகைய காய்கறிகளைச் சாப்பிடுவதற்கு மிகவும் சுவையானதாகவும் சுவாரசியமானதாகவும் ஆக்க முடியும்.

மோசமான, ஆழம் குறைந்த மண்ணில் வளர்கிற ஜப்பானிய முள்ளங்கி மற்றும் சிவப்பு முள்ளங்கிகள் சில நேரங்களில், குன்றிலிருந்து கீழே உருண்டு ஓடுவதற்கு தயாராக இருப்பதைப்போல தோற்றமளிக்கும். கேரட் மற்றும் பர்டாக் ஆகியவை மட்டும் சிறிதான, அடர்த்தியான, அதிகமான வேர் முடிகள் நிரம்பிய பலமான வேர் உடையவையாக வளரும். ஆனால் அவற்றின் உறுதி யான, காரசாரமான சுவையால் இத்தகையவை மிகச் சிறந்த காய்கறிகளாக இருக்கின்றன. பூண்டு, சாம்பார் வெங்காயம், லீக், ஹோான்வார்ட், டிரப்வார்ட் மற்றும் ஷெப்பர்ட் பர்ஸ் போன்ற திடமான காய்கறிகளை இருமுறை விதைத்து விட்டால் அதை தக்க வைத்துக் கொண்டு வருடா வருடம் உற்பத்தி செய்யும்.

வசந்தத்திலிருந்து கோடையின் தொடக்கம் வரை களைகளுக்கு இடையே விதைக்கப்படும் விதைகளில் கண்டிப்பாக பயிரினம் சார்ந்த காய்கறிகளும் சேர்க்கப்பட வேண்டும். இவற்றில் அஸ்பராகஸ் பீன், பட்டாணி, மன்க் பீன் போன்ற காய்கறிகள் குறிப்பாக நல்ல தேர்வுகளாகும். ஏனென்றால் அவை விலை குறைந்தவை மற்றும் அதிக மகசூல் தரக் கூடியவையாகும். அட்சுகிபீன்ஸ் மற்றும் கிட்னி பீன்ஸ் போன்றவை பறவைகளால் உட்கொள்ளப்படும். ஆகையால் இத்தகையவை மிக விரைவாக முளைவிட ஊக்குவிக்கப்பட வேண்டும். இவற்றை விதைப்பதற்கான சிறந்த வழியானது இவற்றைக் களிமண் உருண்டைகளில் வைத்து விதைப்பதே ஆகும்.

தக்காளிகள் மற்றும் கத்தரிச் செடிகள் போன்ற பலவீனமான காய்கறிகள் முதலில் களைகளால் வெற்றி கொள்ளப்படுவதற்கு ஏதுவாயிருக்கும். இந்தத் தாவரங்களை வளர்க்க பாதுகாப்பான வழியானது விதையிலிருந்து இளம் செடிகளை வளர்த்து, களைகள் மற்றும் க்ளோவர் நிரம்பிய இடத்தில் அவற்றைப் பிடுங்கி நடுவதேயாகும். பிடுங்கி நடப்பட்ட பிறகு, தக்காளிகள் மற்றும் கத்தரிச் செடிகளை ஒரே தண்டு தாவரமாக வளர பயிற்றுவிப்பதைவிட புதர்களாக வளரும்படி தனியே விட்டுவிட வேண்டும். ஒரு கழியை வைத்து அந்தத் தாவரம் செங்குத்தாக வளர ஆதரவு வழங்குவதற்கு மாறாக, அந்தத் தண்டை நிலம் நெடுகிலும் படர விடவேண்டும். இது அதன் முழு நீளத்துக்கும் வேர்களை உள்ளே அனுப்பும். அதிலிருந்து புதிய தண்டுகள் தோன்றி பழத்தைத் தாங்கியிருக்கும்.

உருளைக்கிழங்குகளை பொருத்தவரையில் இத்தகையவற்றை ஒருமுறை பழத் தோட்டத்தில் பயிரிட்டால், அவை ஒவ்வொரு வருடமும் அதே இடத்திலிருந்து மீண்டும் வளரும். நிலம் நெடுக 5 அடி அல்லது அதற்கும் அதிகமான தூரத்துக்கு வேகமாக ஊர்ந்து செல்லும். உணவுக்காக சிறிய உருளைகளை மட்டும் தோண்டியெடுத்தாலும் சில கிழங்குகள் எப்போதுமே பூமியில் விடப்பட்டிருக்கும். உருளைக்கிழங்கு விதைகளை மீண்டும் பூமியில் விதைக்க வேண்டும் என்ற தேவை ஒருபோதும் இருக்காது.

சுரைக் குடும்ப உறுப்பினர்களாகிய பூசணிக்காய் மற்றும் சாயோட் போன்றவை சாய்வான நிலத்தில் வளரக்கூடும்; மரத்தின் அடிமரங்களில் பற்றி ஏறும். குளிர்காலம் கடந்திருக்கக்கூடிய, ஒரு குவியலான சாயோட் 100 சதுர கஜ அளவையும் தாண்டி பரந்து இருக்கும்; 600 பழங்களைத் தாங்கும். வெள்ளரியும் இந்த வகையிலேயே நிலம் முழுவதும் அடிச்சுவட்டைப் பின்பற்றிச் செல்லும். முலாம்பழம், ஸ்குவாஷ், தர்பூசணி போன்றவற்றிற்கும் இதுவே பொருந்தக்கூடியதாகும். இத்தகையவை, முளைவிடும் நிலையில் களைகளிலிருந்து பாதுகாக்கப்பட வேண்டியவையாகும். ஆனால் அவை சிறிது பெரிதாகிய உடனே உறுதியான பயிர்களாகிவிடும். அவை, பற்றி ஏறுவதற்கு அவற்றைச் சுற்றி எதுவும் இல்லாவிட்டால் மூங்கில் தண்டுக் கழிகளை அல்லது விறகுக்கட்டைகளைக்கூட அங்கே சிதறவிடலாம். இது அவற்றிற்கு பற்றிக் கொள்ளவும் பிடித்து ஏறவும் ஓர் ஆதாரத்தைத் தரும்; இது தாவரத்தின் வளர்ச்சிக்கும் பழ உற்பத்திக்கும் அனுகூலத்தைத் தருகிறது.

பழத்தோட்டப் பாதுகாப்பு வளையத்தின் அடியில் கருணைக்கிழங்கு மற்றும் இனிப்பு உருளை நன்றாக வளரும். இத்தகையவை குறிப்பாக மகிழ்ச்சி தரக் கூடியவையாகும்; ஏனென்றால் இந்தக் கொடிகள் மரங்களில் பற்றி ஏறி அழகான, பெரிய கிழங்குகளைத் தரும். நான் தற்போது அதிகமான அறுவடை பெறுவதற்காக குளிர்காலத்தைக் கடந்து இனிப்பு உருளைக் கொடிகளை வளர்க்கிறேன். அதில் நான் வெற்றி அடைந்துவிட்டால் குளிர்காலத்திலும்கூட இனிப்பு உருளைகளை வளர்க்க முடியும் என்பதே இதற்கு அர்த்தமாகும்.

பசலைக் கீரை, கேரட், பர்டாக் போன்ற காய்கறிகளின் விதைகள் முளை விடுவதில் அடிக்கடிப் பிரச்சனை உள்ளது. இதற்கு எளிய மற்றும் திறன் வாய்ந்த தீர்வானது, காட்டுச் சாம்பல் மற்றும் களிமண் கலவையை விதையின் மீது பூசி அல்லது களிமண் உருண்டைகளில் வைத்து விதைப்பதாகும்.

கவனிக்க வேண்டிய அம்சங்கள் : நான் இப்போது விவரித்துக் கூறிய பாதி-வன நிலத்தில் காய்கறிகளைப் பயிர் செய்தல் என்பது பிரதானமாக பழத் தோட்டங்கள், மண்ணாலான கரைகள், தரிசு அல்லது உபயோகிக்காத நிலங்களில் பயிரிடுவதற்கு ஏற்றதாகும். குறிப்பிட்ட அளவு நிலத்தில் அதிகமான மகசூலை இலக்காகக் கொண்டிருந்தால், தோல்விக்கான சாத்தியத்திற்கு ஒருவர் கண்டிப்பாக தயாராக இருக்க வேண்டும். ஒரே வகையான காய்கறியை நிலத்தில் வளர்ப்பது இயற்கையற்றதும், நோய் மற்றும் பூச்சித் தாக்குதலுக்கு உதவி செய் வதும் ஆகும். காய்கறிகளை இணையாகப் பயிரிடும்போதும், களைகளுடன் சேர்த்து வளரவிடும்போதும் சேதம் குறைவாக ஆகிவிடும். பூச்சிக்கொல்லி களைத் தெளிக்க வேண்டிய தேவை இருக்காது.

பொதுவாக, வளர்ச்சி மோசமாக இருக்கும் இடங்களில்கூட காய்கறி களுடன் க்ளோவரை இணைத்து விதைத்தல் மற்றும் கோழி எச்சம், எரு, நன்கு அழுகிய மனிதக் கழிவுகளை உபயோகித்தல் மூலமாக மண்ணை வளப்படுத்த முடியும். பொதுவாக, களை வளர்ச்சிக்கான வெப்பத்தைக் கடத்தாத இடங்கள் காய்கறிகள் வளர்வதற்கு அனுகூலமற்றவையாகும். இயற்கையாக வளர்ந்தி ருக்கும் களையின் வளர்ச்சி அளவு, வகை ஆகியவற்றைப் பார்த்தே அந்த மண்ணின் வளத்தைச் சொல்லிவிட முடியும்; அந்த மண்ணில் பெரிய அளவில் ஏதாவது பிரச்சனை இருக்கிறதா என்பதையும் தீர்மானிக்க முடியும். எந்த ஒரு பிரச்சனைக்கும் இயற்கையான தீர்வைக் கொண்டு வருவதற்குரிய உபாயங்களை எடுப்பதானது பெரிய காய்கறிகள் வியக்கும் விதமாக நன்றாக வளர்வதைச் சாத்தியமாக்கும். பாதி-வன நிலத்தில் காய்கறிகள் காரசாரமான சுவையும் நல்ல உடலும் உடையவையாக இருக்கும். ஏனென்றால் இவற்றுக்குத் தேவையான அனைத்து போஷாக்குகளும் நிரம்பிய ஆரோக்கியமான மண்ணில் இவை வளர்க்கப்படுகின்றன. மனிதன் உண்பதற்கு மிகவும் ஆரோக்கியமான, சக்தி வாய்ந்த உணவாக அவை இருக்கின்றன.

முன்னதாக விவரிக்கப்பட்ட பயிர் சுழற்சித் திட்டங்களைத் தொடர்வது, தகுந்த நேரத்தில் தகுந்த பயிரை வளர்ப்பது ஆகியவை பெரிய நிலத்தில்கூட பாதி-வன நிலையில் காய்கறிகள் வளர்வதைச் சாத்தியமாக்கலாம்.

ஜப்பானிய பாரம்பரியத்தில் காய்கறி வளர்த்தல் என்பது வீட்டு உபயோகத் திற்காக சிறிய தோட்டத்து நிலங்களில் வளர்க்கும் ஊக்கம் மிக்க பயிர் செய் தலை கொண்டிருந்தது. உரத்திற்கான முக்கிய ஆதாரங்களாக கோழி எச்சம், கால்நடை எரு, மனிதக் கழிவுகள், உலையிலிருந்து வரும் சாம்பல், சமையலறை குப்பைகள் ஆகியன இருந்தன. பூச்சிக்கொல்லிகள் எப்போதாவதென அரிதாகத் தான் உபயோகிக்கப்பட்டன. இன்றைய நாளில் உபயோகிக்கப்படும் பூச்சிக்கொல்லியின் அளவு உண்மையிலேயே மிகவும் அதிசயமான காட்சியாக இருக்கிறது.

நான் எழுதிய பழைய, தூசி படிந்த தகவல் குறிப்பு ஒன்றை - கிட்டதட்ட அதைப்பற்றி நான் மறந்துவிட்ட - சமீபத்தில் பார்த்தேன். அது, நீண்ட நாட் களுக்கு முன் போரின்போது கோச்சி பிரிபெக்ஷர் வேளாண் சோதனை நிலை யத்தில் நான் இருந்தபோது எழுதிய குறிப்பாகும். அது, “காய்கறிகளில் நோய் மற்றும் தொந்தரவு தரும் பூச்சி சேதத்தைக் கட்டுப்படுத்துவதற்கான திட்டம்” என்ற தலைப்பை உடையது.

நோய் மற்றும் தொந்தரவு தரும் பூச்சி சேதத்தைத் தாங்களாகவே பார்க்க விரும்புகிறவர்களுக்கு ஏதுவாக இருப்பதற்காக இந்தச் செயல்முறைப் புத்தகத்தை நான் எழுதியிருந்தேன். பல்வேறு காய்கறிகளின் நோய்கள் மற்றும் பூச்சிகளுக்கான ஆலோசனை அட்டவணைகள், தனிப்பட்ட நோய்கள் மற்றும் பூச்சிகளுக்கான மிகத் தெளிவான விவரங்கள், நோய்மூலம் பரப்பும் நுண்ணுயிரி களின் பண்புகள், தாவரங்களில் தொற்றுநோய், தொந்தரவு தரும் பூச்சிகள் உருவாகும் நிலைகள் மற்றும் அவற்றின் நடத்தைகள் போன்றவற்றின் தகவல்கள் அந்தப் புத்தகத்தில் அடங்கியிருந்தன. நோய் மற்றும் பூச்சியைக் கட்டுப்படுத்து வதற்காக இந்தப் புத்தகத்தில் நான் விவரித்துக் கூறியிருந்த முறைகள் அனைத்தும் புராதனமானவையாகும்; கிட்டத்தட்ட, திறன் வாய்ந்த கண்ணி வைத்துப் பிடித்தல் அல்லது சில விதமான துரத்துதல் போன்ற முறைகளே இருந்தன. பூச்சிக்கொல்லிகளைப் பற்றி எழுதுவதற்கு கிட்டத்தட்ட எதுவும் இல்லை. அந்த நேரத்தில் புகையிலை, பைரித்ரம், டெர்ரிஸ் வேர் போன்ற சிறு செடிகளே மிகப் பரவலாக உபயோகிக்கப்பட்ட பூச்சிக்கொல்லிகள் ஆகும். இதற்கும் அப்பால், தாமிர ஆர்சினேட் மிகக் குறைந்த அளவில் உபயோகிக்கப் பட்டது. பாக்டீரியா மற்றும் காளான் நோய்க்கு எதிராக போர்டியக்ஸ் கலவை உலக அளவில் மருந்தாக இருந்தது. குறிப்பிட்ட நோய்கள் மற்றும் தும்மிகளுக்கு எதிராக அவ்வப்போது கந்தக அமிலக் கரைசல் இருந்ததைப் பார்க்க முடிந்தது.

இப்போது நான் அதைச் சிந்தித்துப் பார்க்கிறேன். அந்த நேரத்தில் பூச்சிக் கொல்லி எதுவும் அங்கே இல்லை என்பது அதிர்ஷ்டமானதாகும். பயிர் நோய்கள் மற்றும் பூச்சிகளின் குணாதிசயங்களைப் பற்றி அறிந்து கொள்ளவும், துரத்துதல் மற்றும் கடுமையான வேளாண் பயிற்சிகளின் மூலமாக நோயைத் தடுப்பதற்கு கவனத்தைக் குவிக்கவும் விவசாயிகள் மற்றும் வேளாண் நிபுணர் களை அது அனுமதித்தது. இன்றைய நாளில் அதிக அளவில் சீராக உற்பத்தி

செய்யப்படும் பூச்சிக்கொல்லிகளுடன், பூச்சிக்கொல்லி இல்லாமல் வளரும் காய்கறிகளைப் பற்றி யோசிப்பது நினைத்துப் பார்க்க முடியாததாக தோன்று கிறது. அதிக தொலைவில் இல்லாத, பூச்சிகளைக் கட்டுப்படுத்தும் உபாயங் களை உயிர்ப்பித்தல், பாதி-வன நிலத்தில் பயிர் செய்தலை உபயோகித்தல் ஆகியவற்றின் மூலமாக மக்கள் அவர்களது தேவைக்கும் அதிகமான அளவு காய்கறிகளை எளிதாக வளர்க்க முடியும் என்று நான் சமாதானம் அடைந்தேன்.

அதிக எண்ணிக்கையிலான நோய் மற்றும் தொந்தரவு தரும் பூச்சிகளை, தகுந்த நிபுணர்களும் பூச்சிக்கொல்லிகளும் இல்லாமல் கட்டுப்படுத்துவது சாத் தியம் இல்லை எனப் பல விவசாயிகள் நம்புகிறார்கள். 10 முதல் 20 வகையிலான நோய் மற்றும் தொந்தரவு தரும் பூச்சிகளானது பொதுவாக எல்லா வகையான தாவரங்களையும் தாக்குகின்றன. அவற்றில் உண்மையிலேயே மிகப் பெரிய தொந்தரவு தரும் பூச்சிகளாக வெட்டுக்கிளி, துளைப்பான் புழு, இலை வண்டுகள், குறிப்பிட்ட வகையான லேடிபக் பூச்சிகள், சீட்கார்ம் புழுப் பருவப் புழு மற்றும் செடிப்பேன் ஆகியவை இருக்கின்றன. மற்றவை பொதுவாக தகுந்த நிர்வகித்தலால் கட்டுப்படுத்தப்படுகின்றன.

சிறிது காலத்துக்கு முன்பு வரை விவசாயிகள் அவர்களுடைய சமையலறைத் தோட்டக் காய்கறிகளுக்கு ஒருபோதும் பூச்சிக்கொல்லிகள் உபயோகிக்க வில்லை. அவர்கள் செய்ததெல்லாம் உடைந்த மூங்கில் கழியின் நுனியில் கோந்து பிசினை தடவி காலையிலும் மாலையிலும் வைத்துப் பூச்சிகளைப் பிடித்தது மட்டும்தான். முட்டைக்கோஸ் மற்றும் இதர காய்கறிகளின் இலை களைச் சாப்பிடுகிற கம்பளிப் பூச்சிகள், தர்பூசணிகள் மற்றும் வெள்ளரிகளைச் சாப்பிடுகிற ஈக்கள், கத்தரிச்செடி மற்றும் உருளைக்கிழங்குகளில் இருக்கும் லேடிபக் பூச்சிகள் போன்றவற்றிற்கு இந்த முறை தகுந்ததாக இருந்தது. வழக்கமாக காய்கறிகளின் நோய் மற்றும் பூச்சி சேதங்களானது, இயற்கையை நன்கு அறிந்தவற்றையும் மற்றும் அத்தகைய சேதத்தைக் கட்டுப்படுத்துவதற்கான முறைகளைவிட சேதத்தின் அம்சங்கள் மூலமாகவுமே தடுக்கப்பட்டன. ஆரோக்கியமான காய்கறி என்றால் என்னவென்று சிறிது சிந்தித்து இயற்கை வேளாண்மை முறையில் அதை வளர்க்க பயிற்சி செய்வதன் மூலமாக அதிக மான பிரச்சனைகளைத் தீர்க்க முடியும். ஏனென்றால் திடமான வகைகள் உப யோகிக்கப்பட்டு, ஆரோக்கியமான மண்ணில் தகுந்த நேரத்தில் தகுந்த பயிர்கள் வளர்க்கப்பட்டன; ஒரே வகையான தாவரங்கள் இணைத்து வளர்க்கப்பட வில்லை. பழத்தோட்டத்தில் உள்ள களைகளின் இடத்தில் அல்லது உப யோகமற்ற நிலத்தில், வேறுபட்ட வகையான பல காய்கறிகளை இணைத்து வளர்ப்பது மிகச் சிறந்த நியாயமான பயிர் செய்யும் முறையாகும்.

கூடுதல் முன்னெச்சரிக்கையாக, தோட்டத்தின் எல்லையில் பைரித்ரம் மற்றும் டெரிஸ் வேரைப் பயிரிட நான் பரிந்துரைக்கிறேன். போருக்கு முன்பு கோச்சி சோதனை மையத்தில் டெர்ரிஸ் வேரின் வேறுபட்ட வகைகளில் சோதனைகள் நடத்தப்பட்டன. அத்தகைய வகைகளில் குளிரைத் தாங்கக்கூடிய, வெட்டவெளியில் பயிர் செய்தலுக்குத் தகுந்த, பயனுள்ள பகுதிப் பொருட் களை அதிக அளவில் கொண்டவை உபயோகத்திற்கு தேர்ந்தெடுக்கப்பட்டன.

பைரித்ரம் மலர்கள் மற்றும் டெர்ரிஸ் வேர்கள் காய வைக்கப்பட்டு பவுடராக சேமித்து வைக்கப்படுகிறது. செதிற்பேன் மற்றும் கம்பளிபூச்சிகளுக்கு பைரித்ரம் திறன் வாய்ந்த எதிரியாகும். முட்டைக்கோஸ் சாஃப்ளை பூச்சிகள் மற்றும் இலை வண்டுகளுக்கு எதிராக டெர்ரிஸ் வேர் நன்றாக வேலை செய்யும். எனினும் இதை முலாம்பழ ஈக்கள் உட்பட, அனைத்துத் தொந்தரவு தரும் பூச்சிகளுக்கு எதிராகவும் உபயோகப்படுத்தலாம். இந்தப் பொருளை நீரில் கரைத்து அந்தக் கரைசலை காய்கறிச் செடிகள்மீது தெளிப்பதன் மூலமாக இதைச் செய்ய முடியும். இரண்டு பொருட்களுமே மனிதனுக்கும் காய்கறிகளுக்கும் தீங்கு செய்யாதவையாகும்.

கோச்சி பிரிபெக்ஷரில் வேலை செய்யும்போது, அண்டங்காக்கைப் போல கருப்பாக இருக்கும் கோழிக்குஞ்சுகள் பண்ணைமுற்றத்தில் உள்ள காய்கறி வரிசைகளுக்கு இடையே கர்வத்துடன் நடந்து செல்வதையும், அவை பூமியைச் சுரண்டாமல் அல்லது காய்கறிகளுக்குத் தீங்கு ஏற்படுத்தாமல் பூச்சிகளைக் கொத்தி எடுப்பதைப் பார்த்ததையும் நான் நினைவு கூர்ந்தேன். காய்கறி வரிசை களில் கோழியை அலைய விடுவது தொந்தரவு தரும் பூச்சிகளைத் தவிர்ப்பதற்கு மிகவும் திறன் வாய்ந்த ஒரு வழியாகும்.

பழத்தோட்டத்தின் அடியில் களைகள் வளர்ப்பது மற்றும் உள்நாட்டுக் கோழிகளைப் பழத்தோட்டத்தில் சுதந்திரமாக அலைய விடுவது ஆகியவற்றின் மூலமாக காய்கறி வளர்க்க முயற்சிக்கலாம். பறவைகள் பூச்சிகளை உட்கொள்ளும்; அவற்றின் எச்சங்கள் பழமரங்களுக்குப் போஷாக்கு அளிக்கும். இயற்கை வேளாண்மையின் செயல்முறைக்கு இது ஒரு தகுந்த உதாரணமாகும்.

காய்கறிகளில் நோய் மற்றும் பூச்சிகளைத் தடைசெய்பவை :

அதிகமாக தடைசெய்பவை *(பூச்சிக்கொல்லிகள் தேவையில்லை)*

கொடிவள்ளிக் குடும்பம்	: சீனக் கொடிவள்ளி, ஜப்பானியக் கொடிவள்ளி
சேம்பையின செடிக் குடும்பம்	: சேம்பைக் கிழங்கு
அக்காரக் கிழங்குக் குடும்பம்	: பசலைக்கீரை, சார்ட், சீன முட்டைக்கோஸ்
கேரட் குடும்பம்	: கேரட், ஹோன்வார்ட், செலரி, பார்சிலி
சூரியகாந்தி குடும்பம்	: பர்டாக், பட்டர்பர், பச்சடிக்கீரை, கார்லண்ட் கிரைசான்திமம்
புதினா குடும்பம்	: பெர்ரிலா, ஜப்பானிய புதினா
மருந்துவேர்க் குடும்பம்	: யுடு, மருந்துவேர், ஜப்பானிய ஏன்ஜலிகா
இஞ்சிக் குடும்பம்	: இஞ்சி, ஜப்பானிய இஞ்சி

மார்னிங் குளோரி குடும்பம் : இனிப்பு உருளை

அல்லிக் குடும்பம் : சீன வெங்காயப் பூண்டு, பூண்டு, ஸ்கேலியன், நான்கிங் ஷாலட், வெல்ஷ் வெங்காயம், வெங்காயம், டாக்டூத் வயலட், அஸ்பராகஸ், அல்லி, தூலிப்

மிதமாக தடைசெய்பவை (குறைந்த அளவு பூச்சிக்கொல்லி தேவை)

பட்டாணிக் குடும்பம் : தோட்டத்துப் பட்டாணி, பராட் பீன், அட்சுகி பீன், சோயாபீன், நிலக்கடலை, கிட்னி பீன், அஸ்பராகஸ் பீன், எகிப்தியன் கிட்னி பீன், ஸ்வார்ட் பீன்

கடுகுக் குடும்பம் : சீன முட்டைக்கோஸ், முட்டைக்கோஸ், டைகான், சிவப்பு முள்ளங்கி, இந்தியக் கடுகு, எள் செடி, இலைக் கடுகு, போதெர்ப் கடுகு, சீ-கேல், கருப்புக் கடுகு

குறைவாக தடைசெய்பவை (பூச்சிக்கொல்லிகள் தேவை)

சுரைக்காய்க் குடும்பம் : தர்பூசணி, வெள்ளரி, கிழக்கத்திய முலாம்பழம், உவர்ப்பு முலாம்பழம், ஸ்குவாஷ், வெள்ளைச் சுரைக்காய், சாயோட், சுரைக்காய்

உருளைக் குடும்பம் : தக்காளி, கத்தரிச்செடி, உருளை, சிவப்பு மிளகு, புகையிலை

பூச்சிக்கொல்லிகளைக் குறைவாக உபயோகித்தல் : இயற்கை வேளாண்மையின் கொள்கைப்படி பூச்சிக்கொல்லிகளை உபயோகிக்கக் கூடாது. ஆனால் அதே நேரத்தில் அதற்கு வேறு மாற்று வழிகள் இல்லை. கலப்புப் பூச்சிக்கொல்லிகள் மற்றும் அவற்றின் தகுந்த பாதுகாப்பான உபயோகத்திற்கு, பின்வரும் படம் எளிமையான உதவியாக இருக்கும்.

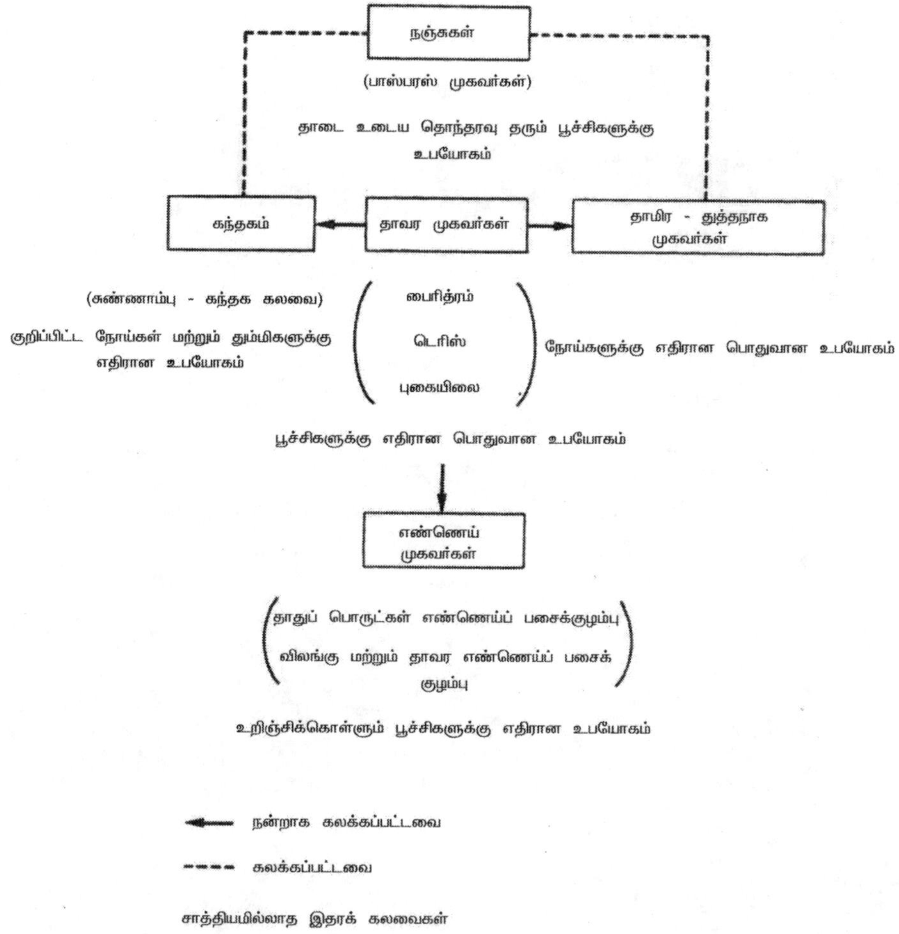

படம் 4.10 - பூச்சிக்கொல்லிகளை ஒன்றுபடுத்தலுக்கான விவர அட்டவணை

மனிதன் பின்பற்ற வேண்டிய பாதை

5

1. இயற்கையான ஒழுங்குமுறை

அனைத்து வகையான மற்றும் வடிவிலான உயிர்களும் புவியின் மேற்பரப்பில் உயிர் வாழ்கின்றன. இத்தகைய உயிர்களானது விலங்குகள், தாவரங்கள், மற்றும் நுண்ணுயிரிகள் என விரிவாகப் பிரிக்கப்படுகின்றன. அவை ஒன்றிலிருந்து ஒன்று வேறுபட்டிருந்தாலும் கரிம பரஸ்பர உறவு என்ற ஒரு பொதுப் பிரிவில் ஒன்றுபட்டு இருக்கின்றன. இத்தகைய பரஸ்பர உறவை, ஆதிக்கம் செலுத்துவதற்கும் உயிர் வாழ்வதற்குமான போட்டிக்குரிய போராட்டம் அல்லது ஒத்துழைப்பு மற்றும் பரஸ்பர அனுகூலம் என்று மனிதன் விவரித்துக் கூறுகிறான். எனினும் முழுமையான தோற்றத்திலிருந்து பார்க்கும்போது, அவை போட்டியிடுபவையோ அல்லது கூட்டுறவோ கிடையாது; ஆனால் மாறுபாடில்லாத ஒரே பொருளாகும்.

உயிருள்ளப் பொருட்கள் அனைத்தும் முடிவற்ற உணவுச் சங்கிலியில் இணைந்துள்ளன. அனைத்தும் ஏதோவொன்றை உட்கொண்டும், அந்த ஏதோவொன்று இல்லாவிட்டால் இறந்தும் போகின்றன. இதுதான் உயிருள்ள இயற்கையின் சரியான ஒழுங்கு முறையாகும். பூமியின் மேற்பரப்பில் உள்ள பொருட்களும் சக்தியும் நிலையான ஓட்டத்தில் இருக்கின்றன. பிறப்பு அல்லது இறப்பு இல்லாத தொடர்ச்சியான சுழற்சிகளின் வழியாக கடந்து செல்கின்றன. இதுதான் பிரபஞ்சத்தின் உண்மையான தோற்றமாகும்.

புவியில் வளரும் தாவரங்களானது பறவைகள் மற்றும் விலங்குகளால் உட்கொள்ளப்படுகின்றன. இந்த விலங்குகளில் சில இதர விலங்குகளுக்கு இரையாகின்றன. அதே நேரத்தில் மற்றவை நோய் மற்றும் வயது முதிர்ச்சியால் உட்கிரகிக்கப்படுகின்றன. அவற்றின் கழிவுகளும் எஞ்சியிருப்பவையும் நுண்ணுயிரிகளால் உடைக்கப்பட்டு பல மடங்காக பெருகி இறந்து போகின்றன. தாவரங்களால் எடுத்துக் கொள்ளப்படும் போஷாக்குகளாக மீண்டும் புவிக்குத் திரும்புகின்றன.

இந்த நுண்ணுயிரிகளுக்கிடையே பாக்டீரியா, காளான்கள் (உண்மையான காளான்கள் மற்றும் மோல்ட்கள் உட்பட), ஸ்லைம் மோல்ட் மற்றும் ஈஸ்ட்கள்

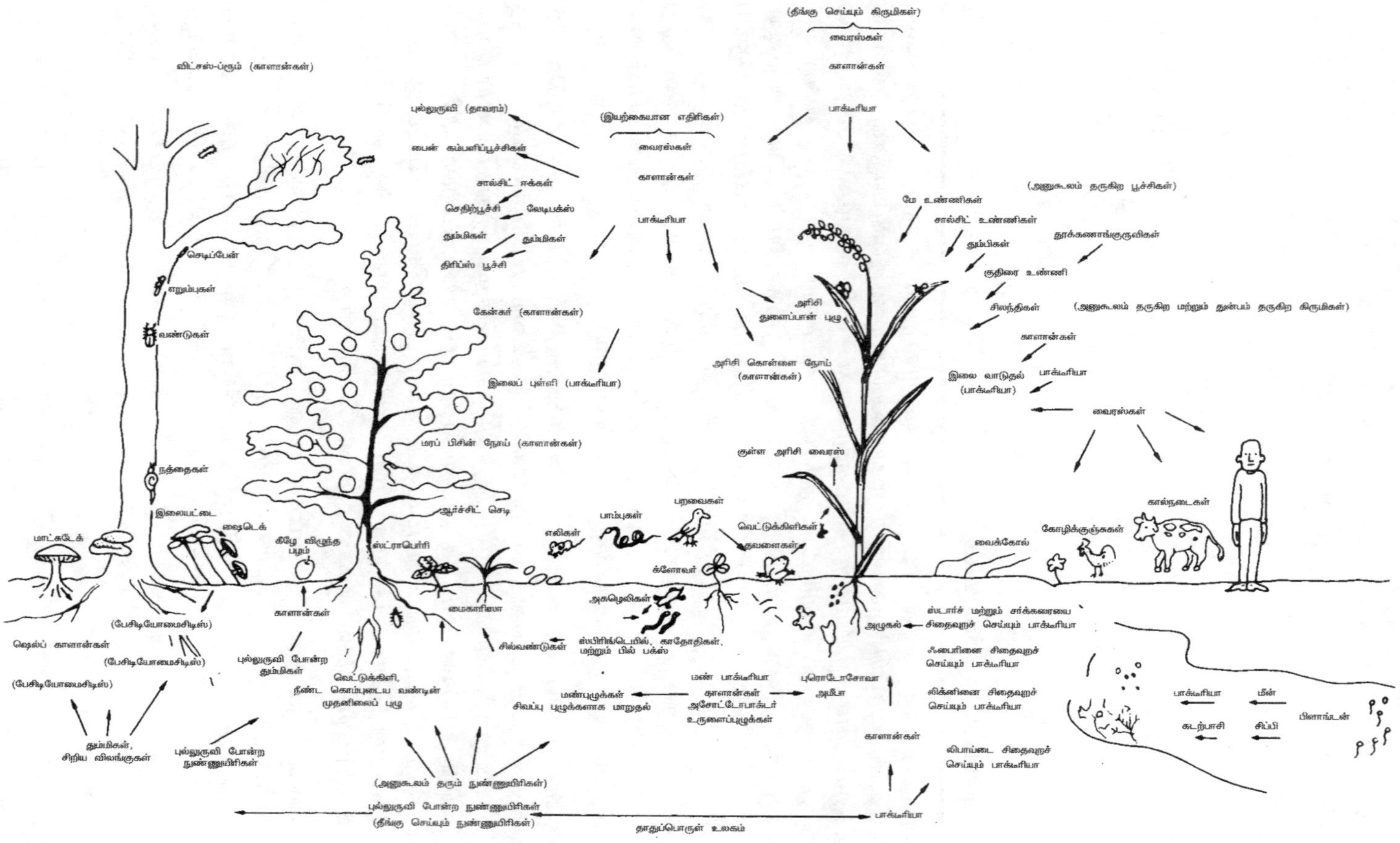

படம் 5.1 - இயற்கையான உலகின் சுழற்சிகள்

இருக்கின்றன. இந்தப் பரந்த பிரிவின் உறுப்பினர்களுக்கிடையே பிற பிராணி களைக் கொன்று தின்கிற உறவு நீடித்திருக்கும். தங்களுடைய இரையைச் சுற்றி மைசீலியாவை போர்த்தியிருக்கும் காளான்களும் உள்ளன; இவை திரவமாக்கு தலில் கொல்லப்படுகின்றன. பாக்டீரியாவில் உள்ள இரகசியப் பொருட்கள் காளான்களைக் கொல்கின்றன. பாக்டீரியாபேஜஸ்கள் பாக்டீரியாக்களைக் கொல்கின்றன. பாக்டீரியா, காளான் என இரண்டையுமே வைரஸ்கள் கொல் கின்றன. சில வைரஸ்கள் இதர வைரஸ்களைக் கொல்கின்றன. ஒட்டுண்ணி களாக இருந்து தாவரங்களையும் விலங்குகளையும் கொல்கிற வைரஸ்கள், பாக்டீரியாக்கள் மற்றும் காளான்களும் உள்ளன.

விலங்குகளுக்கிடையே உயிர்த்திருத்தலுக்கான போராட்டம் ஒரே மாதிரி யாக இருக்கும். அரிசியை உண்ணுகிற வெட்டுக்கிளி மற்றும் அரிசித் துளைப் பான் புழுக்களை சிலந்திகள் கொல்கின்றன. இந்தச் சிலந்திகளைச் சிறு பூச்சிகள் கொல்கின்றன. பிற பிராணிகளைத் தின்னும் சிறு பூச்சிகள் இத்தகைய சிறு பூச்சிகளைத் தின்கின்றன. பிற பிராணிகளைத் தின்னும் சிறு பூச்சிகளை லேடிபக் பூச்சிகள் உட்கொள்கின்றன. காதோதிகள் லேடிபக் பூச்சிகளை உட்கொள் கின்றன. காதோதிகளின் முட்டைகளை மரவட்டைகளும் சிள்வண்டுகளும் உட் கொள்கின்றன. மரவட்டைகளைத் தூக்கணாங்குருவிகள் உட்கொள்கின்றன. தூக்கணாங்குருவிகளைப் பாம்புகள் உட்கொள்கின்றன. வல்லூறுகளும் நாயும் பாம்புகளைக் கொல்கின்றன.

இந்த பறவைகள், விலங்குகள் மற்றும் பூச்சிகளைப் பாக்டீரியாக்களும் வைரஸ்களும் தாக்குகின்றன. அமீபாக்களும் உருளைப்புழுக்களும் பாக்டீரியாக் களால் உட்கொள்ளப்படுகின்றன. எஞ்சியிருக்கும் உருளைப்புழுக்களை மண் புழுக்கள் உட்கொள்கின்றன; அவை அகழெலிகளால் உண்ணப்படுகின்றன. அகழெலிகளை மரநாய்கள் உட்கொள்கின்றன. மரநாய்களின் மாமிசப் பிண்டங்கள் நுண்ணுயிரிகளால் உடைக்கப்படுகின்றன; அது தாவரங்களுக்கான போஷாக்கு ஆதாரத்தை வழங்குகிறது. பல்வேறு நோய் மூலக் கிருமிகள், காளான்கள் மற்றும் தொந்தரவு தரும் பூச்சிகளால் இந்தத் தாவரங்கள் உறிஞ்சப் படுகின்றன; மனிதனுக்கும் விலங்குகளுக்கும் உணவாக வேலை செய்கின்றன. ஆகையால் இயற்கையான சூழ்நிலைச் சுற்றுப்புற அமைப்பு என்பது பரஸ்பர உதவியை நாடுகிற, தொடர்புடைய உயிர்களின் நம்ப முடியாதபடியான சிக்கலான அணியாகும்; எது ஒன்றையும் மற்றவற்றிலிருந்து பிரிக்க முடியாது. எது ஒன்றும் வெறுமனே இறந்து போகாது; அப்படி போகவும் முடியாது. இது உயிர்த்திருத்தலுக்கான கடுமையான போட்டியை உடைய உலகமாகவோ அல்லது பலவீனமானதை பலமானது உட்கொள்கிற உலகமாகவோ பார்க்கப்படக்கூடாது; ஆனால் ஒரே இணக்கத்துடன் ஒன்றிணைந்து வாழும் பல உறுப்பினர்களை உடைய குடும்பமாக பார்க்கப்பட வேண்டும்.

நுண்ணுயிரிகள் சுத்தம் செய்பவையாக இருக்கின்றன

ஒரு விவசாயி சோம்பித் திரிந்து மற்றவர்களால் வெறுக்கப்பட்டு, அவர்கள் அவனைப் பார்த்துச் சொல்கிற வார்த்தைகளைத் தவிர வேறொன்றுக்கும்

அவன் பயப்பட மாட்டான். “நீ தனியாகவே வாழ்ந்துவிட முடியும் என்று நினைக்காதே. உனக்கு இருட்டு நாட்களும் உண்டு. நீ இறந்து போகும்போது உன்னுடைய பாடையைச் சுமந்து செல்ல 4 பேர் உனக்குத் தேவைப்படுவார்கள்'' என்பதே அந்த வார்த்தைகளாகும். எப்போதுமே வாழ்க்கை முழுவதும் யாருடைய உதவியும் இல்லாமல் எப்படியோ சமாளித்துக் கொண்டு நாம் வாழ்ந்துவிட்டாலும் நமது இறுதிச் சடங்கின்போது பாடையைச் சுமந்து செல்ல நான்கு பேரின் உதவி வேண்டும்.

உண்மையில் ஒரு பிணத்தை அனுப்பி வைக்க நான்கு பேர்களுக்கு அதிகமானோர் தேவைப்படுகிறார்கள். ஓர் உடலை அழித்து, சிதைவுறச் செய்து, அழுக செய்து, புளித்துப் பொங்கச் செய்தல் என்ற செயல்கள் இணையான வரிசையில் அடங்கியிருக்கின்றன. அதில் மண்ணில் உள்ள எண்ணற்ற நுண்ணுயிரிகளும் சிறிய விலங்குகளும் ஈடுபடுகின்றன. ஒரு பிணத்தை முழுமையாக அந்த மண்ணுக்குத் திரும்பத் தர கோடானு கோடிக்கணக்கான நுண்ணுயிரிகள் ஒன்றன்பின் ஒன்றாகத் தோன்றுகின்றன; மனித உடலுக்குச் செய்ய வேண்டிய இறுதிச் செயல்களைச் செய்கின்றன.

மனிதனின் நாட்கள் பிறப்பு இறப்பால் நிரம்பியிருக்கிறது. ஒரு மனிதனின் செல்கள் அவனது குழந்தைகள் மற்றும் பேரக் குழந்தைகளிடம் உயிர் வாழ்கின்றன. ஒவ்வொரு நாளும் அது பெருகிக் கொண்டிருப்பது இங்கே தொடர்கிறது. அதே நேரத்தில், அந்த உடல் படிப்படியாக உடைந்து, முதிர்ந்து, உறுதியற்றதாகிறது. இறப்புக்குப் பிறகு, அந்தப் பிணம் பாக்டீரியாக்களால் உணவாக சிதைக்கப்படுகிறது. ஆகையால் ஒருவரின் உச்ச வடிவமானது கிருமி செல்லாக ஆவதாக இருக்கலாம். ஆகையால் இறுதியாக புறப்படுகிற ஆன்மாவுக்கு சாம்பிராணி போன்ற தூபம் போடுவது என்பது லாக்டிக் அமில பாக்டீரியாவுக்குத் தான் ஆகும்; இனிய கடுமையான மணத்திற்கு லாக்டிக் பொங்கி நுரைப்பதன் மூலமாக அது காணாமல் போகிறது.

விலங்குகள் மற்றும் தாவரங்களின் எஞ்சியிருப்பவற்றை அனுப்பி வைக்கிற நுண்ணுயிரிகளுக்கு நாம் நன்றி சொல்ல வேண்டும்; அதனால் புவியின் மேற்பரப்பு எப்போதுமே சுத்தமானதாகவும் அழகானதாகவும் இருக்கிறது. விலங்குகள் இறந்து அதனுடைய மாமிசப் பிண்டம் மட்டும் சிதைவுறாமல் எஞ்சியிருந்தால், இரண்டு நாட்களில் அவையனைத்தும் இந்த உலகத்தைச் சகிக்க முடியாத இடமாக ஆக்கிவிடும். நுண்ணுயிரிகளாலும் சிறிய விலங்குகளாலும் நடக்கும் இந்தச் செயலை மக்கள் எப்போதாவது பார்க்கிறார்கள். ஆனால் இந்த உலகம் முழுவதும் இதைவிட சிறந்த நாடகம் வேறு எதுவும் கிடையாது.

ஆகாயத்தில் பறக்கும் பறவை இனங்கள் எதுவும் அழிந்து போகாது. மண்ணில் துளையிட்டுக் கொண்டு போகும் மண்புழுக்கள் மறைந்து போகாது. மிக அதிகமாக பரவிப் பெருகும் சுண்டெலிகளும் சிலந்திகளும் அழிந்து விடாது. ஒரு வகையான காளான்கள் சிறிது நன்றாக உயிர்த்திருந்தாலும்கூட இவை அனைத்தையும் சமநிலையின்மையில் தூக்கி எறிந்துவிடும். இலட்சக்கணக்கான

வகைகள் அதிகரிக்காமல் அல்லது குறையாமல் சிறந்த இணக்கத்துடன் வாழ்கின்றன. மனிதன் பார்க்காமலேயே அவை பிறக்கின்றன, இறக்கின்றன. ஏதோ ஒரு காரணத்தாலும் தீவிரத்தாலும் திடீரென ஏற்படுகிற இந்த இயற்கையான உருமாற்ற நாடகத்தை நடத்துபவரின் திறமையானது உண்மையிலேயே கவனித்துப் பார்க்க வேண்டிய ஒன்றாக இருக்கிறது. உலகில் உள்ள அனைத்து உயிர்களும் ஒரு குறிப்பிட்ட அளவில் -மிக அதிகமாக அல்லது மிகக் குறைவாக- இனப்பெருக்கம் செய்யும் அந்த நுட்பம் என்னவாக இருக்க முடியும்? இயற்கையான, சுய ஆதிக்கமான அத்தகைய முன்னெச்சரிக்கை உண்மையிலேயே மனித அறிவுக்கு எட்டாததாகும்.

ஆனால் இயற்கையின் இந்த ஒழுங்குமுறையைச் சிதைக்கும் ஒருவன் இருக்கிறான். அவன்தான் மனிதன். இயற்கையான ஒழுங்குமுறைக்கு மாறுபட்ட கருத்துள்ளவன் மனிதன் மட்டுமே ஆவான். அவனுடைய விருப்பப்படி அவன் செயல்படுகிறான். அவனது பிணங்களைப் புவியில் புதைப்பதற்கு மாறாக எண்ணெயைக் கடுமையாக ஊற்றி தகனம் செய்கிறான். தகனம் செய்யும் இடத்தில் உள்ள புகைபோக்கியிலிருந்து கந்தக வாயுக்கள் வெளித்தோன்றும். ஆனால் அந்த மாசுபடுதலானது நிச்சயமாக மனிதர்களைவிட சிறிய விலங்குகள் மற்றும் பறவைகளிடம் அதிகமான விளைவை ஏற்படுத்துகிறது. தகனம் செய்தல் வேகமானது, சௌகரியமானது, ஆரோக்கியமானது என்று மக்கள் நினைக்கிறார்கள். ஏனென்றால் இரண்டு மணி நேரத்திலேயே முழு பிணத்தையும் முற்றிலுமாக அழித்துவிட முடியும். ஆனால் தகனம் செய்யும் உலையில் ஊற்றப்படும் எண்ணெயைத் தோண்டியெடுப்பது, கொண்டு வருதல் மற்றும் எரித்தலுக்கு ஆகும் செலவு என்ன? இத்துடன், மாசுபடுதலை தடுப்பதற்கான வாயுக்களையும் கணக்கில் எடுத்துக் கொண்டால் தகனம் செய்வதென்பது வேகமானதோ அல்லது சுத்தமானதோ கிடையாது. அநேகமாக குறுகிய பார்வையில் பார்க்கும்போது பிணத்தைப் பல பொருட்களாக ஆகும்படியாக எளிமையாக அல்லது திறந்தவெளியில் புதைக்க வேண்டும். இவ்வாறு செய்வதென்பது பழைய முறையாக, திறனற்றதாக காணப்பட்டபோதும், பிணத்தை முழுமையாக அனுப்பி வைப்பதற்கு இதுதான் சிறந்த அறிவுப்பூர்வமான வழியாகும்.

இயற்கையால் முடிவற்ற, நேர்த்தியான முறைகளில் குப்பைகள் பதனிடுப்படுவதுடன் ஒப்பிடுகையில், தாவரங்களை நிராகரிப்பதற்கான மிகவும் மேம்படுத்தப்பட்ட நுட்பங்கள் எல்லாம் சிறுபிள்ளை விளையாட்டைப் போன்றதாகும். சமையலறையிலிருந்து வரும் குப்பைகளைக் கையாளுவதற்கே மனித சமூகம் தேவைக்கு அதிகமான நுட்பங்களைக் கொண்டிருக்கிறது; ஆனால் இயற்கை முற்றிலும் வேறுபட்ட அளவில் அதைச் செயல்படுத்துகிறது.

ஒரு பாக்டீரியாவை அல்லது ஈஸ்ட்டை இரண்டாக்குவதற்கு 20 நிமிடத்திலிருந்து ஒரு மணி நேரம் வரை தேவைப்படும். இரண்டை நான்காக்காவும் அதே அளவு நேரம் தேவைப்படும். உணவின் முன்னிலையில், தகுந்த வெப்பநிலை மற்றும் ஈரப்பதத்தில், பரிசோதிக்கப்படாமல் அவைப் பெருகுவதாக கருதினால், இரண்டு அல்லது மூன்று நாட்களுக்குப் பிறகு ஈஸ்செரிசியா கோலி

போன்ற ஒரு சிறு பாக்டீரியாவின் பொருண்மையானது புவியின் மேற்பரப்பில் உள்ள அனைத்து உயிரினங்களின் மொத்த பொருண்மைக்கு சமமாக இருக்கும். இதற்கு அர்த்தம் என்னவென்றால் ஒரு வகை பாக்டீரியாவின் இனப்பெருக்க சக்தியை கட்டுப்படுத்தும் மற்றும் சீர்படுத்தும் இயற்கையின் சுய ஆதிக்க நுட்பம் செயல்படுவதை பல நாட்களுக்கு நிறுத்தப்பட வேண்டியதாகிவிடும்; புவி என்பது பாக்டீரியாக்கள் மட்டுமே எஞ்சியிருக்கும் சதுப்பு நிலம் ஆகிவிடும். புவியில் உயிரினங்கள் பெருகுவதற்கான திறனானது மக்கள் கற்பனை செய்து வைத்திருப்பதைவிட அதிக சக்தி வாய்ந்ததாகும். அதே நேரத்தில், உயிரினங் களை அழிப்பதற்கும், அவற்றை முழுமையாக அனுப்பி வைப்பதற்குமான திறனும்கூட மிகச் சிறந்ததாகும்.

பெருக்குதல் மற்றும் அழித்தலுக்கு இடையே உள்ள சரிகட்டுதல், உற்பத்தி மற்றும் உட்கொள்ளல் இடையேயுள்ள சமநிலை ஆகியவற்றிற்கான காரண மானது உயிரினங்களின் வளர்ச்சி மற்றும் இனப்பெருக்கம் செய்தலையும், அவற்றின் கழிவுகள் மற்றும் எஞ்சியிருப்பதை பதனிடுதலையும் இயற்கை பார்த்துக் கொண்டிருக்கிறது என்பதாகும். இயற்கையானது இரண்டையுமே பல்லாயிரக்கணக்கான வருடங்களாக வேகமாகவும் இணக்கத்துடனும் சிறு தடங்கலும் இல்லாமல் செய்து வருகிறது. இவை அனைத்தும் மிகப் பெரிய முக்கியத்துவம் வாய்ந்ததாகும். இங்கே மனிதனின் சக்தியையும் இயற்கையின் சக்தியையும் வெறுமனே ஒப்பிடுவதை ஒருவர் கண்டிப்பாக செய்ய வேண்டும்.

ஒரு விலங்கின் மாமிசப் பிண்டத்தை இயற்கை எப்படி அனுப்பி வைக்கிறது என்பதானது அது எல்லாவிதத்திலும் சிறந்த ஒரு முறை - உயிரியல், இயற்பியல், வேதியியல் ரீதியாக - என்பதைக் காட்டுகிறது. அதே விஷயத்தை மனிதன் செய்ய முயற்சித்தால், அவனது முறைகள் பிரச்சனைகளால் பீடிக்கப்படும். ஏதோ ஒரு சில வடிவத்தில் மாற்ற முடியாத மாசுபடுதலை உண்டாக்கும்.

அங்கே கசிந்து வெளிப்படுவது என்ன என்பதை நாம் தற்செயலாகப் பார்க்க எடுத்துக் கொள்ளும்போது, இயற்கை எந்த அளவு வியக்கத்தக்கது என்பதைப் பற்றி இன்னும் ஓர் உதாரணம் தர நான் விரும்புகிறேன். கோச்சி பிரிபெக்ஷர் வேளாண் சோதனை மையத்தில் நான் இருக்கும்போது, வைக்கோல் மற்றும் புதர்க் குவியலிலிருந்து கலப்பு உரம் தயாரிக்க அனுகூலமான பாக்டீரியாவாக எது இருந்தது என்பதை நினைவு கூர தேடிப் பார்த்தேன். வைக்கோலையும், இதர பண்படாத தாவரப் பொருட்களையும் விரைவாகச் சிதைவுறச் செய்கிற திறன் உடைய ஓர் உயிரி எனக்குத் தேவைப்பட்டது. உரமாக உபயோகிப்பதற் காக, குப்பைகளையும் சகதிகளையும் செயற்கை உரமாக மாற்ற, அறிவியலறி ஞர்கள் இன்று தேடி கொண்டிருக்கிற அனுகூலம் தரும் பாக்டீரியாவை போன்றதாகும் அது.

அழுக்குத் தொட்டி துவாரங்களில் ஒதுக்கப்பட்ட குப்பைகளையும் கால் நடைகள், பன்றி, கோழிக்குஞ்சு, முயல் மற்றும் செம்மறியாடுகளின் சாணங் களையும் சேகரித்தேன். இதிலிருந்து, நுண்ணுயிரிகளைப் பிரித்து வளர்த்தேன். வேறுபட்ட பல பாக்டீரியாக்கள், காளான்கள், ஸ்லைம் மோல்ட்கள் மற்றும்

ஈஸ்ட்களுக்கான மாதிரிகளைப் பெற்றேன். கலப்பு உரம் தயாரிக்க தேவையான அதிக எண்ணிக்கையிலான நுண்ணுயிரிகளை என்னால் இந்த வகையில் சேகரிக்க இயன்றது. அதன்பிறகு குழாய்களில் அல்லது கான்கிரீட் தடுப்புகளுக் குள்ளே வைக்கோலை இட்டு, இத்தகைய நுண்ணுயிரிகளில் ஒவ்வொன்றின் மாதிரியையும் அதில் சேர்த்தேன்; வைக்கோல் அழுகிப் போகும் விகிதத்தை உற்றுநோக்கினேன்.

எனினும், பின்னர் இத்தகைய சோதனைகள் உண்மையிலேயே பயனற்றது என்பதை நான் உணர்ந்துகொண்டேன். பொருட்கள் எவ்வளவு நேரம் எடுத்துக் கொள்கிறது என்று கவனிப்பதற்குச் செய்யப்படும் இதுபோன்ற ஆய்வுகள் பயனுள்ளது போலத் தோன்றலாம். ஆனால் குப்பைகளை உபயோகித்துக் கலப்பு உரம் தயாரிக்க இயற்கை இன்னும் சிறந்த முறைகளை உபயோகப்படுத்து கிறது என்பது நெருக்கமாக பார்க்கும்போது வெளிப்படும்.

அனுகூலம் தருகிற நுண்ணுயிரிகளைப் பிரிப்பது, வைக்கோலுடன் அவற்றைக் கலந்து "புளித்துப் பொங்கச் செய்யும்" செயல்களைப் புரிதல் போன்ற சிரமங்களுக்குப் போவதைவிட, நான் செய்ய வேண்டியதெல்லாம் கையளவு கோழி எச்சத்தை அல்லது மண்ணில் உள்ள பொருட்களை வைக்கோல்மீது சிதறடிப்பதுதான் ஆகும். இது விரைவான வழி மட்டுமில்லை; முழுமையாக அழுகிய கலப்பு உரத்தைத் தரக்கூடியதாகும்.

"ஜீவ அணுக்கள் நிறைந்த" மற்றும் "என்சைம் நிறைந்த" வேளாண் முறை களில் வேண்டாத பரபரப்பை அதிகமாக உருவாக்குவது தேவையற்றதாகும். புவியில் இயல்பாக போடப்பட்ட அரிசி வைக்கோலில் பின்வரும் உரு மாற்றங்கள் நடைபெறுகின்றன.

வைக்கோல் அதிகமான ஈக்களையும் இதர சிறு பூச்சிகளையும் கவர்கிறது. அவை முட்டையிடுகின்றன; அதிலிருந்து புழுப்பருவ புழுக்களும் முதனிலைப் புழுக்களும் தோன்றுகின்றன. எனினும், இது நடப்பதற்கு முன்னதாக அரிசி கொள்ளை நோய், இலைக் கொப்புளங்கள், அரிசி இலைகளில் முன்னதாக இருக்கிற வேர் அழுகுதல் ஆகியவற்றிற்குக் காரணமான காளான்கள் எல்லாம் வைக்கோல் முழுவதும் பரவிவிடும். ஆனால் விரைவிலேயே இந்தக் காளான் வளர்ச்சியின்மீது உடனே சிலந்தி சிறு பூச்சிகள் ஊர்ந்து வந்துவிடும். அடுத்து, உடனடியாக வேறுபட்ட நுண்ணுயிரிகள் உருவாகி பல மடங்காக பெருகும். அவற்றில் மிக பொதுவாக நோய்மூலக் கிருமிகளை அழிக்கக்கூடிய ஈஸ்ட்கள், ப்ளூ மோல்ட், பிரட் மோல்ட் மற்றும் டிரைகோடெர்மா காளான்கள் போன்றவையும் அடங்கும்; பின்னர் வைக்கோல் சிதைவுறத் தொடங்கும். இந்த நிலையில், வைக்கோலுக்குக் கவர்ந்திழுக்கப்படும் நுண்ணுயிரிகளின் எண்ணிக்கையும் வகைகளும் அதிகரிக்கும். இதில் காளான்களை உட்கொள்கிற உருளைப் புழுக்கள், உருளைப்புழுக்களை உட்கொள்கிற பாக்டீரியாக்கள், பாக்டீரியாக்களை உட்கொள்கிற தும்மிகள், தும்மிகளை உட்கொள்கிற பிற உயிர்களைத் தாக்குகிற தும்மிகள், மேலும் சிலந்திகள், நில வண்டுகள், காதோதிகள், சிள்வண்டுகள், இலையட்டைகள் போன்றவையும் அடங்கும்.

இவையும் மற்ற உயிரினங்களும் இணைந்து வைக்கோலில் வாழ்கின்றன. வைக்கோல் படிப்படியாக சிதைவடைந்து கொண்டிருக்கையில் இவை "வாடகையாளர்களாக" வெற்றி பெறுகின்றன.

ஃபைப்ரின் - சிதைவுறச் செய்யும் காளான்கள் உணவிலிருந்து ஒருமுறை வெளியேறியதும், அவை வளர்வது நின்றுவிடும். லிபோய்ட் மற்றும் லிக்னின்-சிதைவுறச் செய்யும் பாக்டீரியாக்கள் அந்த இடத்தில் வைக்கப்படும். காளானால் உட்கொண்டது போக எஞ்சி விடப்பட்ட துண்டு துணுக்குகளை இவை உட்கொள்ளும். நீண்ட நேரம் ஆவதற்கு முன்பாக, ஆக்சிஜன் தேவைப்படுகிற பாக்டீரியாக்களுக்கிடையே நர மாமிசத்தை உண்ணும் பழக்கமும், பிறரைச் சுரண்டி வாழும் பழக்கமும் தோன்றும். படிப்படியாக அந்த இடத்தில் ஆக்சிஜன் தேவைப்படாத பாக்டீரியாக்கள் வைக்கப்படும். லாக்டிக் அமிலம் புளித்துப் பொங்கும் செயலானது லாக்டிக் அமில பாக்டீரியாக்களால் சூழ்ந்து கொள்ளப்படும். இந்த இடத்தில் வைக்கோலுக்கான எல்லா தடமும் மறைந்து போய்விடும். இது, நிலத்தில் போடப்பட்ட ஒரு சிறு வைக்கோல் துண்டு முழுவதுமாக சிதைவுறுதலுக்குப் பல நாட்களாக நடக்கும் செயல்களின் ஒரு சுருக்கமான பார்வை மட்டுமேயாகும்.

இயற்கை உலகில் குப்பைகளை உடைத்து, அழுகச் செய்து, சிதைவுற வைக்கும் செயல்முறை எவ்வளவு வேகமாக, துல்லியமாக நடைபெறுகிறது என்பதைப் பற்றி நுண்ணுயிரியியல் நிபுணர்கள் நன்றாக அறிந்திருக்கிறார்கள். ஆயினும், கலப்பு உரம் தயாரிக்க வைக்கோலை அழுகச் செய்வதை வேகப் படுத்துவதற்கான அனுகூலமான நுண்ணுயிரிகளைத் தன்னால் தீவிரமாக உபயோகிக்க முடியும் என்று மனிதன் நம்புகிறான்; அல்லது பாக்டீரியாக்களின் வளர்ச்சியை மேம்படுத்தத் தேவையான வெப்பநிலையைத் தன்னால் அதிகரிக்க முடியும் என்றும் நம்புகிறான். அத்தகைய முயற்சிகள் எவ்வளவு பயனற்றவை, விரும்பத்தகாதவை என்பதை அறிந்து அவன் அவற்றைக் கண்டிப்பாக நிறுத்தி விட வேண்டும். தெளிவாக, அவன் செய்கிற எந்த ஒரு செயலும் துல்லிய மாகவும், வேகமாகவும் இருக்கிற இயற்கைச் செயல்முறைகளைத் தொந்தரவு செய்கிறது.

வைக்கோல் அழுகிப் போவதைப் பார்த்தல், உரத்தின் விளைவைப் பார்த்தல், மண்ணின் வளத்தைப் பார்த்தல் மற்றும் இயற்கையில் நடைபெறும் அனைத்துச் செயல்முறைகளையும் பார்த்தல் ஆகியவற்றின் மூலமாக மனிதன் அறிந்திருப்பதென்பது இயற்கையின் முடிவற்ற அளவிலான ஒழுங்குமுறையில் மிகச் சிறிய அளவு மட்டுமே என்பதை மக்கள் கண்டிப்பாக மறந்துவிடக் கூடாது. கண்ணுக்குத் தெரிந்த மிகக் குறைவான தலைமை வேலைகளைச் செய் வதுடன் கூடுதலாக, இன்னமும் அறிந்திராத, முடிவற்ற எண்ணிக்கையிலான, முக்கியமான ஆதாரம் வழங்கும் வேலைகளையும் அது செய்து வருகிறது. மனிதன் தலைமை இடத்திற்குச் சென்று, எதுவுமே அறியாத இயக்குநரைப் போல வழிகாட்டத் தொடங்கினால், அந்தச் செயல் அழிந்து போய்விடும். இயற்கையில் ஏதோவொன்று தவறாக போகும்போது உயிரியல் அமைப்பின் பாதை மாறிவிடும். தொழிற்சாலையில் சேதம் என்பது எந்தப் பாகத்தில் பழுது

ஏற்படுகிறதோ அங்கு மட்டுமே இருக்கும் என்பதைப் போல அல்லாமல், இயற்கையில் ஏற்படும் ஒரு தொந்தரவானது முடிவற்ற வரிசையிலான எதிர் விளைவுகளைத் தருகிறது.

உயிரியல் அமைப்பில் பூச்சிக்கொல்லிகள்

தாவரங்களும் விலங்குகளும் எந்த வகையான பிரயாசையும் செய்யாமல் சுதந்திரமாக வாழ்வதைப் போலத் தோன்றினாலும் உண்மையில் அவை அனைத்தும் நெருக்கமாக பின்னப்பட்ட வரிசையில் இருக்கின்றன. இந்த வரிசையில் மனிதன் கல்லெடுத்து வீசுகிறான். அதில் பெரியது எதுவென்றால் பூச்சிக்கொல்லிகள், உரங்கள் மற்றும் வேளாண்மைக்கான இயந்திரங்களை உப யோகித்தல் போன்றவையாகும். எனினும் அவன் தொடர்ந்து முன்னோக்கிச் சென்று பூச்சிக்கொல்லிகளை உபயோகித்தான். உதாரணமாக, அவை தொந்தரவு தரும் குறிப்பிட்ட பூச்சிகளை அல்லது நோய் மூலக்கிருமிகளை அழிக்கும் திறன் உடையவை என்பதால் அவற்றை உபயோகித்தான். ஆனால் அந்தப் பூச்சிக்கொல்லிகள் உயிரியல் உலகில் எஞ்சியிருப்பவற்றின்மீது சிறிய விளைவுகளை ஏற்படுத்துவதையும் முற்றிலுமாகத் தவிர்க்கவில்லை.

இங்கே, உள்ளூரில் நிகழ்ந்த ஒரு நிகழ்வை இதற்கான ஒரு சிறு உதாரணமாக தருகிறேன். என்னுடைய கிராமம் அதில் உள்ள காராகவா லாக்வாட் மரங் களால் நன்கு அறியப்பட்டிருந்தது. ஒருமுறை உள்ளூர் வேளாண் கூட்டுறவுச் சங்க அலுவலர்களுடன் சேர்ந்து கிராமத்தைச் சுற்றி வந்தேன். ஒரு லாக்வாட் பழத்தோட்டத்தை நாங்கள் கடந்து வந்தபோது, யாரோ ஒருவர் சொல்லிக் கொண்டிருந்ததை நான் கேட்டேன் : "இந்த வருடம் லாக்வாட்கள் மீண்டும் குளிரால் தாக்கப்பட்டிருக்கின்றன. நன்றாக பூத்துக் குலுங்கவில்லை. இதைப் போலவே ஒவ்வொரு வருடமும் நடந்து கொண்டிருந்தால், லாக்வாட்களை வளர்ப்பதில் விவசாயிகள் ஆர்வம் குறைந்துவிடுவார்கள்.'' இதைக் கேட்ட வுடன் நான் சிறிதும் நம்ப முடியாமல், காரை நிறுத்தி அந்தப் பழத் தோட்டத் துக்கு சென்று பரிசோதித்தேன். அதிகமான மலர்களின் பூவிதழ் வட்டம் அழுகி இருந்ததையும், பாட்ரைடிஸ் காளான்களால் இது ஏற்பட்டிருப்பதையும் கவனித்தேன். இது குளிரால் ஏற்பட்ட சேதம் கிடையாது, பாட்ரைடிஸ் நோய் என்று கூறினேன். பூச்சிக்கொல்லி தெளிப்பதன் மூலமாக அந்தப் பிரச்சனை எப்படி சரிசெய்யப்பட வேண்டும் என்பதையும் விளக்கினேன். அதைச் செய்வதற்கான இரண்டு அல்லது மூன்று வழிகளையும் ஆலோசித்தேன். தோட்டக்கலை கூட்டுறவின் தலைமையாளர் வியப்படைந்து உடனடியாக உள்ளூர் வேளாண் சோதனை நிலையத்துடன் தொடர்பு கொண்டார். முழு கிராமத்தின் ஒத்துழைப்புடன் பூச்சிக்கொல்லி தெளிக்கும் திட்டம் செயல் படுத்தப்பட்டு அந்த உயிரினம் உடனடியாக கட்டுப்பாட்டுக்கு கொண்டு வரப் பட்டது.

படிப்படியாக லாக்வாட்கள் மீண்டும் வளர்ந்தன. எல்லாமும் மீண்டும் உற்சாகமூட்டுகிறதாக தோற்றமளித்தது. ஆனால் இத்தகைய வெடித்துப் பரவுதல் ஏன் முன்னர் தோன்றியது என்ற விடை தெரியாத ஒரு கேள்வி எஞ்சியி

ருந்தது. என்னுடைய கருத்து என்னவென்றால், போரைத் தொடர்ந்து சிட்ரஸ் நோய்களைக் கட்டுப்படுத்துவதற்கான முயற்சியில் திடீரென புதிய வகையான பூச்சிக்கொல்லிகளைத் தொடர்ந்து அடித்ததன் காரணமாக இது தூண்டப் பட்டது என்பதாகும்.

இதில் நான் எந்தவித ஆய்வக சோதனையும் நடத்தவில்லை என்பதால் இதைப் பற்றி என்னால் உறுதியாக சொல்ல முடியாது. ஆனால் உறுதியாக அடையாளம் காண முடியாததாக இருந்தபோதும் பாட்ரைடிஸ் காளான் என்ற உயிரினத்தின் விளைவாகவே அது ஏற்பட்டிருக்கும் என்று நம்புகிறேன். அது சிட்ரஸ் பழங்களில் சாம்பல் நிற மோல்ட்கள் ஏற்படக் காரணமாக இருக்கும் *பாட்ரைடிஸ் சினிரியா* வகையைச் சேர்ந்ததாக இருக்கலாம் அல்லது அதன் மாறுபட்ட உருவமாக இருக்கலாம். இந்த அனுமானத்தின் அடிப் படையில், சாம்பல் நிற மோல்ட்கள் கடுமையாக வெடித்துப் பரவுவதற்கு பின்வருபவை காரணமாக இருக்கலாம் :

1. சிட்ரஸ் உற்பத்தியில் கிராக்கி ஏற்பட்டதால் லாக்வாட் சோலையின் இடையே சிட்ரஸ் மரங்களைக் கலந்து பயிரிட்டது.

2. உள்நாட்டுப் பழத்தோட்டங்களைத் தெளிவான பயிர் செய்தல் முறையி லிருந்து பாதுகாப்பு தூவுதல் மற்றும் புல்பத்தை பயிர் செய்தல் முறைக்கு விரைவாக மாற்றியதானது மண்ணின் மேற்பரப்பை அதிக ஈரப்பதமாக்கியது. அது நுண்ணுயிரிகள் இனப்பெருக்கம் செய்ய ஏதுவான சூழ்நிலையாக இருந்தது.

3. பழத்தின் அடர்த்தியைக் குறைக்கும் பயிற்சி முறை முன்னேற்றப்பட்டது. இளம் பழங்கள் நிலத்தில் விழுந்தன; அவற்றில் காளான்கள் குடியேறின.

4. காளான்களுக்கு எதிராக திறன் வாய்ந்ததான போர்டியக்ஸ் கலவையை உபயோகிப்பதை நிறுத்திவிட்டு, அதன் இடத்தில் புதிய பூச்சிக்கொல்லிகள் உபயோகப்படுத்தியது போன்றவையாகும்.

இந்தக் காளான் புல்லுருவி போன்ற பூஞ்சையாகும்; அதிக எண்ணிக்கையில் இருக்கும்போது முக்கியமான சேதத்தை ஏற்படுத்துகிறது. பழத்தோட்டத்தின் மோசமான சுகாதாரம், அதிக ஈரப்பதம், மரத்தின் குறைவான திடம், கிளை களும் இலைத் தொகுப்பும் சிக்கலாக இருத்தல் போன்றவையே இது உடனடி யாக ஏற்படுவதற்கான வழக்கமான காரணங்களாகும். ஆயினும், இவற்றிலேயே மிகப் பெரிய காரணி எதுவென்றால் பழத்தோட்டத்தின் மிகச் சிறிய காலநிலை மாற்றமேயாகும். இந்தக் காளான் வெடித்துப் பரவுவதற்குத் தலையாய காரணமானது அநேகமாக அதிக ஈரப்பதமாக இருக்கும். விஷயம் இப்படி இருந்தால், அதன்பிறகு நான் சிறிதளவு நிந்திக்கப்பட வேண்டியவன் ஆவேன்.

போரின் முடிவுக்குப் பிறகு உடனடியாக, பரவலாக இருக்கும் போஷாக்கு பற்றாக்குறையை நீக்குவதற்கான பொது காரியத்தின் ஒரு பகுதியாக, சிட்ரஸ் பழத்தோட்டங்களிலும் பயனற்ற கிராம நிலங்களிலும் க்ளோவர் விதைக்கவும் ஆடுகளின் எண்ணிக்கையை உயர்த்தவும் நான் விவசாயிகளை ஊக்குவித்தேன்.

இந்தச் செயல்முறை முற்றிலும் நல்ல விளைவைத் தந்தது. புல்பத்தைப் பழத் தோட்டங்களில் பல விஷயங்களை ஏற்படுத்தியது. இந்தப் பழத்தோட்டங்களில் உள்ள அதிக ஈரப்பதமானது சாம்பல் நிற மோல்ட்கள் பன்மடங்கு வேகமாக பரவி, லாக்வாட்டின் புஷ்பங்கள் அழுகிப் போவதற்கு மிக முக்கிய காரணமாக இருக்கலாம். அப்படியிருந்தால், விவசாயிகள் அவர்களது சொந்த துரதிர்ஷ்டத்திற்கான விதைகளை அவர்களே விதைக்கிறார்கள். ஆனால் அதற்கு மிகவும் பொறுப்பான ஒருவர் நானாகக்கூட இருக்கலாம்.

விஷயம் இத்துடன் முடிவதில்லை. இந்தப் பிரச்சனையை பாட்ரைடிஸ் நோய் என்று அடையாளம் கண்டறிந்து ஜீனெப், ஆர்கானோ ஆர்செனிக் அல்லது ஆர்கானோ குளோரின் போன்ற கடுமையான பூச்சிக்கொல்லிகளைத் தெளித்தல் மற்றும் களைக்கொல்லிகளை உபயோகித்தல் மூலமாக, அந்த நோய் கட்டுப்பாட்டுக்கு கொண்டு வரப்பட்டது என விவசாயிகள் மகிழ்ச்சியடையலாம். ஆனால் அவர்களுடைய கொண்டாட்டத்திற்கு உண்மையிலேயே காரணம் இருக்கிறதா?

கீழே விழுந்த மலர்களின் பூவிதழ் வட்டத்தில் குளிர்காலம் முழுவதும் அந்தக் காளான் செயலற்றதாக இருக்கிறது. அதைத் தொடர்ந்து கசகசா செடியின் விதை அளவுக்கு செலரோடியமை உருவாக்குகிறது; இந்த செலரோடியமின் உள்ளே ஒரு சிறிய காளானை உருவாக்குகிறது. அந்தக் காளானுக்குள் அகோஸ்போரை அல்லது வித்துக்களை கொண்ட பையை உருவாக்குகிறது. குறுக்கு வெட்டில் 1 மி.மீ.க்குக் குறைவான அளவுடைய இந்தப் பையானது மரபு ரீதியாக முற்றிலும் வேறுபட்ட, எட்டு, சிறிய விதைகளை உள்ளடக்கியிருக்கிறது. இந்தக் காளானின் அகோஸ்போர்கள் ஆக்டோபோலராக இருந்தால், டெட்ராபோலர் ஷிடேக் காளான்களைவிட அதிக வேறுபட்ட வடிவிலான உருவங்களை உருவாக்கும் திறன் உடையவையாகும்.

இவை அனைத்திலிருந்தும் நான் எதைத் தெளிவுபடுத்த விரும்புகிறேனென்றால், மேம்படுத்தப்பட்ட விலங்குகள் மற்றும் தாவரங்களைப் புதிய முயற்சிகளின் மூலம் உருவாக்குவது அவ்வளவு எளிதானது இல்லை; என்றபோதும், பாக்டீரியாக்கள் குறைவாகவும் காளான்கள் மிக அதிகமாகவும் இருக்கும்போது இது நடைபெறுவதற்கு வாய்ப்புகள் இருக்கின்றன; இது அச்சுறுத்தக்கூடிய விளைவுகளை நோக்கி அழைத்துச் செல்லும். மாறுபட்ட நுண்ணுயிரிகளைத் தொந்தரவு அடையும்படி கேட்டு அவற்றின் மீது அதிகமான விஷத்தன்மை உடைய பூச்சிக்கொல்லிகளையும் மாறுபட்ட இரசாயனங்களையும் எளிதாகத் தெளிப்பதால் எந்த விதமான வித்தியாசமான மாறுதல் தோன்றக்கூடும் என்பதை யார் அறிவார்கள்.

அதன் விளைவாக பூச்சிக்கொல்லிகளைத் தடுக்கிற, புதிய நோய் மூலக்கிருமிகளும் புல்லுருவி போன்ற நுண்ணுயிரிகளும் தோன்றுகின்றன. இது எந்த அளவு சாத்தியமானது என்பதை எனது சொந்த அனுபவம் எனக்குக் காட்டியது. ஏனென்றால் பிசின் நோய் காளான்கள் அமெரிக்காவில் வளர்ந்திருக்கும் எலுமிச்சையையும் திராட்சையையும் தாக்கின; சாட்சுமா ஆரஞ்சையும்,

ஜப்பானில் இருந்த, பல்வேறு அறிவியல் பெயர்களைக் கொண்டிருந்த கோடைக் கால ஆரஞ்சுகளையும்கூட இந்தக் காளான்கள் தாக்கின. அவை வேறுபட்ட வகைகள் என்று நான் நினைக்கிறேன்; ஆனால் அவற்றைக் கலப்பினம் செய்ய முயன்றபோது, பூசணவலை இணைவுகள் ஏற்பட்டு அகோஸ்போர்கள் உருவாயின. இதில் எட்டு வித்துக்களை பல்வேறு வழிகளில் கலப்பினம் செய்தபோது, வேறுபட்ட ஜாதிகளை உருவாக்க என்னால் இயன்றது.

இயற்கையைத் தனியாக விட்டுவிடல்

புதிய நோய் மூலக் கிருமிகள் உருவாவதை மக்கள் ஆட்சேபிக்கக் கூடும்; ஆனால் அறிவியலறிஞர்களுக்கு இது மிகப் பெரிய கற்பனைகளுக்கான ஆதார மாகும். மாறாக, இன்று மனிதனுக்கு அனுகூலம் தருவதாக இருக்கும் ஒன்று திடீரென தீங்கு விளைவிக்கக் கூடியதாக ஆகுமா என்று சொல்வதற்கு எந்த வழியும் இல்லை. இயற்கையை எதிர்க்கக் கூடாது என்ற அடிப்படை மன சார்புக்கு அப்பால், எது நல்லது அல்லது எது கெட்டது, நன்மை தரக்கூடியது எது அல்லது சுமையானது எது எனத் தீர்மானிப்பதற்கு நமக்குத் தெளிவான அளவு ஏதும் கிடையாது. அந்தக் கணத்தின் தட்ட முடியாத தேவைகளின்கீழ், ஒவ்வொரு விஷயத்திலும் அத்தகைய தீர்வுகள் எடுக்கப்பட வேண்டும் என்பது பொதுவான விதியாக இருந்தபோதும், எதுவுமே அதிக ஆபத்தை ஏற்படுத்துவ தாக இருக்க முடியாது.

போரைத் தொடர்ந்து புதிய பூச்சிக்கொல்லிகளின் உபயோகம் பரவலாக வளர்ந்ததால், பூச்சிக்கொல்லிகளைத் தடை செய்கிற நோய் மூலக்கிருமிகளும் தொந்தரவு தரும் பூச்சிகளும் வெடித்துப் பரவுதல் திடீரென தோன்றத் தொடங்கின. இதில் தும்மிகள், வெட்டுக்கிளிகள், அரிசி துளைப்பான் புழுக்கள் மற்றும் வண்டுகள் உட்பட டஜன்கணக்கான உயிரினங்கள் சம்பந்தப்பட்டி ருந்தன. பூச்சிக்கொல்லிகளைத் தடை செய்கிற உயிரினங்கள் உயிர்த்திருப்பது ஒரு சாத்தியமான விளக்கமாக இருந்தபோதும், மற்றொரு சாத்தியக்கூறு எது வென்றால் பூச்சிக்கொல்லிகளைச் சார்ந்து திடமாக இருக்கும் உயிரினங்களும் தோன்றியதுதான் ஆகும். மேலும் அச்சுறுத்தக்கூடிய தெளிவான சாத்தியம் என்னவென்றால் பூச்சிக்கொல்லிகளை உபயோகிப்பது விஷத்தன்மை உள்ள புதிய உயிரினங்கள் தோன்றுவதை முடுக்கி விடுவதாக இருக்கலாம். பூச்சிகளால் "பழிக்குப் பழி" வாங்கப்படுவதற்கான வாய்ப்புகள் இருப்பதை எண்ணி சில அறிவியலறிஞர்கள் கவலை கொண்டார்கள். ஆனால் பாக்டீரியா, காளான்கள் மற்றும் வைரஸ்களிடமிருந்தே அத்தகைய பயங்கள் அதிகமாக இருக்கும் என நான் நம்புகிறேன்.

மனித உடலில் இருக்கும் விஷத்தன்மையின் அளவு பற்றிய விசாரணைகள், ஒளி ஊடுருவச் செய்தலின் மூலமாக புதிய தாவர வகைகளை உருவாக்குவதற் கான கலப்பின சோதனைகள்... என மாசுபடுதலுக்கான பிரச்சனையுடன் தற்போது தாங்கள் ஊக்கத்துடன் போராடிக் கொண்டிருப்பதாக அறிவியலறி ஞர்கள் நம்புகிறார்கள். ஆனால் உண்மையில் எதிர்கால மாசுபடுதலுக்கான

விதைகளையே அவர்கள் விதைத்துக் கொண்டிருக்கிறார்கள்.

நிலத்தில் உள்ள பல்வேறு பயிர்களின் மீது ஒளியை ஊடுருவச் செய்யும் போது, மண்ணிலும் காற்றால் பரவுகிற நுண்ணுயிரிகளிலும் அது ஏற்படுத்துகிற மாற்றங்களைப் பற்றி எதுவுமே சிந்திக்காமல் அறிவியலறிஞர்கள் அத்தகைய பரிசோதனைகளை நடத்துகிறார்கள். சில நாட்களுக்கு முன்பு அத்தகைய சோதனைகளைப் பற்றிய தொலைகாட்சி நிகழ்ச்சியை நான் பார்த்த போது என்ன வகையான, புதிய, நல்வழியிலிருந்து விலகிய தாவர வகைகள் தோன்றக்கூடும் என்று வியக்கவில்லை; அதைவிட, அத்தகைய நீர்ப்பாசனம் இல்லாத நிலத்தில் குறிப்பிட்ட காரணத்துடன் எழக்கூடும் என எதிர்பார்த்த சிறு உயிரினங்களையும் ஜீவ அணுக்களையும் எண்ணித்தான் மிகுந்த கவலை கொண்டேன். பிறர் உதவி இல்லாத கண்களுக்கு அந்த நுண்ணுயிரிகள் புலப் படாதவை என்பதால் ஏதாவது புதிய, அரக்கத்தனமான வகைகள் தோன்றி இருக்கிறதா என்பதைச் சொல்வது கடினமானதாகும்.

அரக்கர்கள் என்பது வேடிக்கை உலகத்திற்குச் சொந்தமானதாகும். ஆனால் அவை ஜீவ அணுக்களின் உலகில் நீடித்திருக்காதா? ராக்கெட்களையும் விண் கலங்களையும் அனுப்பும்போது, சந்திரனிலிருந்தோ அல்லது வேறு கிரகங் களிலிருந்தோ புவிக்குச் சம்பந்தமில்லாத, அபாயத்தை ஏற்படுத்தக்கூடிய நுண்ணுயிரிகள் எதுவும் புவிக்குக் கொண்டு வரப்படாது என்று எந்த ஓர் அறிவியலறிஞரும் உத்திரவாதம் தரவில்லை. எது தெரியாததாக இருக்கிறதோ அது தெரியாததாகவே இருக்கிறது. ஒரு நுண்ணுயிரி நீடித்திருந்தால், அடை யாளம் காணுதலுக்கான புவியியல் தொடர்பான முறைகளைக் கொண்டு அதைக் கண்டறிய முடியாது. அதன்பிறகு அதை தடை செய்வதற்கான வழி எதுவும் கிடையாது. வேற்றுக் கிரகத்திலிருந்து தோன்றிய ஓர் உயிரினம் புவியில் அபரிமிதமாகும் வரை அதை உறுதி செய்து கொள்ளுதல் என்பது நிகழாது. உயிர்க் கோளத்தில் நம்மைச் சுற்றி நிகழ்கிற விபத்துக்களையும், இயற்கையான சுழற்சிகளில் நாம் பார்த்துக் கொண்டிருக்கிற இயற்கைக்கு விரோதமான வற்றையும் சரிசெய்ய முடியும் என்று ஒரு மனிதன் எப்படி நம்ப முடியும்?

அதை உறுதியாக தெரிந்துகொள்ள எனக்கு வழி ஏதும் இல்லை என்ற போதும், பல்வேறு பாட்ரைடிஸ் காளான்களைத் தாக்குகிற நுண்ணுயிரிகள் காற்று மண்டல மாசுபாட்டால் கொல்லப்பட்டிருக்கலாம் என்பதே அதற்கான காரணமாக இருக்கும் என நான் சந்தேகப்படுகிறேன். ஆப்பிள், லாக்வாட், பிளம் புஷ்பங்கள் அழுகுவதையும், சிட்ரஸ் மரங்களில் சாம்பல் நிற மோல்ட்கள் மிக அதிகமாக வெடித்துப் பரவுவதையும் அது தூண்டி விடுகிறது. இந்த மோல்ட்கள் வெடித்துப் பரவுவதால் இவற்றை உட்கொள்கிற உருளைப் புழுக்கள் திடீரென அதிகரிக்க வழிவகுக்கிறது. அதன் விளைவாக இறந்த பைன் மரங்களின் எண்ணிக்கை மிகவும் அதிகரிக்கிறது. பைன் மரங்களின் வேர்களில் இருக்கிற, அதைச் சுரண்டி வாழ்கிற மாட்சுடேக் காளான்கள் அழிவதற்கும் இந்த மோல்ட்கள் அபரிமிதமாக பெருகுவதே காரணமாகிறது.

உண்மையான காரணம் என்பது தெளிவற்றதாக இருக்கலாம். ஆனால் ஒரு

விஷயம் தெளிவானது : ஜப்பானிய தீவுகளில் வாழ்வின் உறுதியான வடிவத்திலும் - ஜப்பானிய சிவப்புப் பைன் -, வாழ்வின் பலவீனமான வடிவத்திலும் - மாட்சுடேக் காளான் - அனுகூலம் இல்லாத மாற்றம் ஏற்படுகிறது.

2. இயற்கை வேளாண்மையும் இயற்கை உணவும்

மனிதன் உணவின்மீது கொண்டிருக்கும் அடங்காத ஆசையால் வேளாண்மை தோன்றியது. வேளாண்மையில் மேம்பாட்டை ஏற்படுத்துவதன் விளைவாக சுவையான மற்றும் அபரிமிதமான அளவு உணவு கிடைக்க வேண்டும் என்பது மனிதனின் விருப்பமாக இருந்தது. மனிதனின் வழக்கமான உணவு முறை மாற்றத்துக்கு ஏற்ப வேளாண் முறைகளும் தொடர்ந்து மாறிக் கொண்டிருந்தன. வழக்கமான உணவு என்பது அடிப்படையில் ஆரோக்கிய மானதாக இல்லாவிட்டால் வேளாண்மை என்பதுகூட இயல்பானதாக இருக்க முடியாது.

சமீபமாக, ஜப்பானில் வழக்கமான உணவு என்பது விரைவான முன்னேற்றத்தில் போய்க் கொண்டிருக்கிறது. ஆனால் இது உண்மையிலேயே நல்லதற்கா? இயல்பற்ற உணவுத் திட்டச் செயல்முறைகளிலும், மக்களிடையே உணவைப் பற்றி அடிமட்ட அளவிலான அடிப்படை விழிப்புணர்வை ஏற்படுத்துவதிலும் நவீன வேளாண்மையின் தோல்வி அதன் வேர்களை ஊன்றியிருக்கிறது.

வழக்கமாக உண்ணும் உணவு என்றால் என்ன?

வேளாண்மைக்கான தகுந்த மார்க்கத்தை அமைப்பதற்கு எடுக்க வேண்டிய மிக முக்கிய முதல் அடியானது "வழக்கமாக உண்ணும் உணவு" என்பது எதைக் குறிக்கிறது என்று மீண்டும் பரிசோதிப்பதுதான் ஆகும். இயற்கையான உணவு ஆகாரத்தை நிர்ணயிப்பதன் மூலமாக மனிதனின் உணவுப் பழக்கத்தை சரிப் படுத்துவதென்பது இயற்கை வேளாண்மையின் அடித்தளத்தை நிமிர்த்தும்.

மனிதன் அவனுடைய உணவுப் பழக்கத்தை அடிப்படையாகக் கொண்டு வேளாண்மைக்கான அமைப்பு முறையைச் சரியாக முன்னேற்றிக் கொண்டிருக் கிறானா அல்லது பெரிய தவறு எதுவும் நடந்து கொண்டிருக்கிறதா? உண்ணும் உணவுப் பொருட்களை முன்னேற்றுவதைப் பின்னோக்கி விரட்டுகிற விசை களைப் பற்றி பரிசோதிக்க நாம் இப்போது திரும்பிச் செல்வோம். மனிதனின் அடங்காத ஆசைகள், பட்டினி உணர்வு, உணவுப் பற்றாக்குறையாக இருக்கிறது என்று அறிக்கை செய்கிற உணர்ச்சிகள், போதுமானதற்குப் பிறகும் தேடுகிற விருப்பம் ஆகியவையே அந்த விசைகளாகும்.

பழங்கால மனிதன் அவனைச் சுற்றிலும் என்ன கிடைக்கிறதோ அதை உட் கொண்டான். காய்கறிகள், மீன் மற்றும் சிப்பி, கோழி மற்றும் விலங்குகள் என அனைத்துமே ஏதோ ஒரு உபயோகம் உடையதாக இருந்தன; எதுவுமே பயனற்ற தாக இல்லை. அதிகமான இயற்கைப் பொருட்கள் உணவாகவோ அல்லது மருந்தாகவோ பயன்பட்டன. பூமியில் உள்ள அனைத்து மனிதர்களின்

தேவைக்கும் அதிகமான அளவு உணவு இயற்கையில் நிச்சயமாக இருக்கிறது.

பூமி அபரிமிதமாக உற்பத்தி செய்கிறது; எல்லோரையும் திருப்தி செய்யும்படியாக போதுமான அளவு உணவை எப்போதுமே பெற்றிருக்கிறது. இப்படியிருக்கையில், மனிதன் உணவு உற்பத்திக்காக பூமியில் எதுவும் செய்ய வேண்டியதில்லை. சிறிய பூச்சிகளும் பறவைகளும் தாங்கள் பயிர் செய்யவோ அல்லது வளர்க்கவோ வேண்டும் என்ற அவசியமில்லாமல் தேவைக்கும் அதிகமான அளவு உணவைப் பெறுகின்றன. ஆனால் மனிதன் மட்டும் உணவை வேண்டி வீணாக அலைந்து திரிவதும், அவனது உணவுப் பொருள் சமநிலையின்றி இருப்பதற்காக எரிச்சலடைவதும் எவ்வளவு விந்தையானதாகும். சிறிய உயிரினங்கள் கூட முற்றிலும் நன்றாக உயிர்த்திருக்கும் இந்தச் சூழ்நிலைகளின்கீழ், மனிதன் மட்டும் உணவு உற்பத்தியை வளர்ச்சிபடுத்தவும் சீர்படுத்தவும் தான் கட்டாயப் படுத்தப்படுவதாக நினைத்துக் கவலை கொள்ளலாமா?

எதைச் சாப்பிடலாம் எதைச் சாப்பிடக் கூடாது என்பதைப் பிரித்தறியும் திறனை விலங்குகள் தங்களுடைய பிறப்பிலேயே பெற்றுள்ளன. அதனால் இயற்கையின் வளமான சேமிப்பை முழுமையாக எடுத்துக்கொள்ள அவற்றுக்கு இயல்கிறது. மனிதன் குழந்தைப் பருவத்தில் இருக்கும்போது அவன் இயற்கையாக உட்கொள்வது குறைவானதாக இருக்கும். ஆயினும் அவன் ஒருமுறை அவனது சுற்றுப்புறச் சூழ்நிலைக்குப் பழகிவிட்டால், உணர்ச்சி வேகத்துக்கும் மன விருப்பத்துக்கும் இணங்க தீர்மானித்து உணவைத் தேர்வு செய்து உட்கொள்கிறான். தன்னுடைய வாயைவிட தலையால் உணவு உண்கிற ஒரு மிருகம்தான் மனிதன்.

அறிவியல் ரீதியாக உணவுப் பொருட்களை இனிப்பு, புளிப்பு, கசப்பு, காரம், சுவையான, சுவையற்ற, போஷாக்கு உள்ள மற்றும் போஷாக்கு அற்ற என நாம் பலவகைப்படுத்துகிறோம். ஆனால் இனிப்பாக இருக்கிற ஏதோவொன்று எப்போதும் இனிப்பாகவே இருப்பதில்லை; சுவையாக இருக்கிற ஏதோவொன்று எப்போதும் சுவையாகவே இருப்பதில்லை. மனிதனது சுவையுணர்வும் அவனது மதிப்பிடலும் நேரத்துக்கும் சந்தர்ப்பநிலைக்கும் ஏற்ப மாறுபடுகிறது.

வயிறு நிரம்பியிருக்கும்போது மிகவும் சுவையான உணவுக்கூட நாவுக்கு சுவை இல்லாததாக இருக்கும்; நாம் பசியில் இருக்கும்போது மிக மோசமான சுவை உடைய உணவுக்கூட சுவை மிகுந்ததாக இருக்கும். நோயுற்ற மனிதனுக்கு எதுவுமே சுவையானதாக இருக்காது; ஆரோக்கியமற்ற மனிதனுக்கு எதுவுமே போஷாக்கு உடையதாக இருக்காது. சுவை என்பது தகுந்த உணவுடன் அல்லது சாப்பிடும் மனிதனுடன் தொடர்புடையதாக இருக்கிறதா என்பதைப் பற்றிக் கவலைப்படாமல், தனது சொந்த கைகளாலேயே உணவைத் தயார் செய்ய மனிதன் தேர்ந்தெடுக்கிறான். உணவுகளுக்கு இடையே வித்தியாசப்படுத்தி அவற்றை இனிப்பு அல்லது புளிப்பு, கசப்பு அல்லது காரம், சுவையான அல்லது சுவையற்ற என்று அழைக்கிறான். நாஅண்ணத்தை மகிழ்ச்சி அடையச் செய்யும் சுவையைத் தேடி அவன் போய்க் கொண்டிருக்கிறான்; அவனுக்குப் பிடித்ததைத் தேர்ந்தெடுக்க அவனது மனவிருப்பத்தை அனுமதிக்கிறான். இதன்

விளைவாக அவனுக்குச் சமநிலையற்ற, குறைபாடுள்ள உணவுப் பொருள் கிடைக்கிறது. மேலும், அவனது சுவைக்குத் தகுந்த உணவை அவன் தேர்ந்தெடுப்பதால், உண்மையில் அவனுக்கு என்ன தேவை என்பதில் அவனை ஈடுபடுத்துகிற அவனது இயல்பான புத்திசாலித்தனத்தை மனிதன் இழந்து விடுகிறான்.

ஏதோவொன்று இனிப்பாக இருக்கிறது என்று மனிதன் அதைச் சாப்பிட்டு விட்டதும், அந்த இனிப்பு, திகட்டிப் போகும்வரை அதை உண்கிறான். அறுசுவையான உணவை அவன் ஒருமுறை சுவைத்துப் பார்த்ததும், சாதாரண உணவு ஏற்றுக்கொள்ள முடியாததாக ஆகிவிடுகிறது. சமையல் அறை சம்பந்தமான ஊதாரித்தனத்தை தேடிக்கூட அவன் போய்விடுகிறான். இது உடம்புக்கு நல்லதா அல்லது கெட்டதா என்பதைப் பற்றிக்கூட யோசிக்காமல் அவனது நாஅண்ணம் சொல்வதற்கு இணங்க சாப்பிடுகிறான்.

விலங்குகள் தங்களது பிரித்தறியும் உணர்வால் உட்கொள்கிற உணவானது முழுமையான ஆகாரப் பொருளைப் பெற்றிருக்கிறது. ஆனால் மனிதன், அவனது சீர்தூக்கிப் பார்க்கும் அறிவில் உள்ள நம்பிக்கையால் முழுமையான ஆகாரப் பொருள் என்றால் என்ன என்று பார்ப்பதை இழந்துவிடுகிறான். சமநிலையற்ற ஆகாரப் பொருளால் ஏற்படுகிற தீங்கு தெளிவானது என்பதால் மனிதன் அவனது ஆகாரப் பொருளின் பூர்த்தியின்மையையும் மாறுபாடுகளையும் எண்ணி கவலை உடையவனாக இருக்கிறான். இதற்கு அறிவியல் மூலமாக தீர்வுக் காண முயற்சிக்கிறான்; ஆனால் அவனது பேராவல்களால் எழும்புகிற விருப்பங்களானது இத்தகைய முயற்சிகளைத் தாண்டி ஓர் அடி முன்னோக்கிச் சென்று பிரச்சனையை அதிகரிக்கிறது.

மனிதன் தன்னுடைய சமநிலையற்ற ஆகாரப் பொருளை சரிசெய்ய உழைக்கும்போது உணவைப் பகுத்தாய்ந்துப் படிக்கிறான்; இது போஷாக்கானது, இது கலோரிமிக்கது என்று கூறுகிறான். முழுமையான உணவுப் பொருள் என்பதன் கீழ் எல்லாவற்றையும் ஒன்றிணைக்க முயற்சிக்கிறான். இது அவனை அவனது குறிக்கோளுக்கு அருகே கொண்டு வருவதைப் போலத் தோன்றும்; ஆனால் அவனது முயற்சிகளிலிருந்து அவனுக்கு உண்மையில் கிடைப்பதெல்லாம் உணவுப் பொருளின் துணுக்குகளும், அதிகமான முரண்பாடுகளும்தான் ஆகும். முழுமையான உணவுப் பொருள் என்றால் என்னவென்று எந்த யோசனையும் இல்லாதவனால் சமநிலையற்ற உணவுப்பொருளை சீர்திருத்த முடியாது. அவனது முயற்சிகள் எல்லாம் தற்காலிகமான திருப்தியைத் தவிர அதிகமாக எதையும் தராது. இதற்கான சிறந்த தீர்வென்பது மனிதனுடைய பேராவலைத் திருப்தி செய்கிற, முழுமையான உணவுப் பொருளைக் கண்டறிவதேயாகும். ஆனால் இது ஒருபோதும் நடக்காது.

உணவைப் பற்றிய அறிவியல் விசாரணைகள் எல்லாம் பகுத்தாயும் ஆய்வுக்கு உட்பட்டே இருக்கின்றன. எண்ணற்ற வரிசையிலான அங்கங்களாக - ஸ்டார்ச், கொழுப்பு, புரதம், விட்டமின்கள் ஏ, பி, சி, டி, ஈ, எப், பி1, பி2 இன்னும் பல என - உணவுப் பொருள்கள் பிரிக்கப்படுகின்றன. ஒவ்வொன்றும் நிபுணர்களால்

தீவிரமாகப் படிக்கப்படுகிறது. ஆனால் இந்தச் செயல்முறையானது முடிவற்ற துணுக்குகளாக பிரித்தலிடமே கொண்டு செல்கிறது; அதைத் தவிர வேறெங்கும் அழைத்துச் செல்லவில்லை.

புராதன மனிதன் இயற்கையாக அமையப் பெற்ற முழுமையான உணவுப் பொருளாக எதை உட்கொண்டான் என்பதை நம்மால் நிச்சயமாக சொல்ல முடியும். மற்றொரு வகையில் நவீன அறிவியலானது முழுமையான உணவுப் பொருளை நோக்கி கொண்டு செல்வதற்கு மாறாக, மிகவும் தரம் கெட்ட, பூரணமற்ற உணவுப் பொருளையே கண்டறிகிறது. முழுமையான உணவுப் பொருளுக்கான மனிதனுடைய தேடலானது அவனை எதிர்த் திசையிலேயே அழைத்து செல்கிறது.

மனிதனது பேராவலைத் திருப்தி செய்கிற வகையில் புதிய உணவுகள் மேம் படுத்தப்படுதல் தொடர்கின்றன; என்றபோதும், அத்தகைய பேராவல்கள் எல்லாம் அதிசய தோற்றமுடைய உலகில் இருக்கும் பொருட்களின்மீது மனித னால் பொய்யாக சொல்லப்படுகிற மாயத் தோற்றங்களேயாகும். இத்தகைய மாயத் தோற்றங்கள் இதர மாயத் தோற்றங்களுக்கு வழிவகுக்கிறது; மனிதனது மாயத் தோற்றங்களின் வட்டத்தைப் பரந்ததாக்குகிறது. இந்தப் பேரா வல்களையெல்லாம் திருப்தி செய்கிற நாள் ஒருபோதும் வரப் போவதில்லை. உண்மையில், மனிதனது பேராவல்களும் விருப்பங்களும் வேகமாக முன்னே றுவது என்பது அவனுடைய ஏமாற்றங்களை மட்டுமே அதிகரிக்கும். கைக்கு அருகே இருக்கும் உணவை மட்டும் கொண்டு திருப்தி அடையாமல் திமிங்கலங் களைத் தேடி தெற்குக் கடல்களுக்கும், கடல் விலங்குகளைத் தேடி வடக்கேயும், அரிய பறவைகளைத் தேடி மேற்கேயும், இனிக்கும் பழங்களைத் தேடி கிழக்கேயும் என பயணம் செய்கிறான். மனிதன் அவனது நாஅண்ணத்தின் பேராவலைத் திருப்தி செய்ய முடிவில்லாமல் சென்று கொண்டிருக்கிறான்.

ஒரு சிறு துண்டு நிலத்தில் வேலை செய்வதன் மூலமாகவே அவனால் முற்றிலும் நன்றாக வாழ முடியும்; என்றபோதும், உணவு இல்லை அல்லது உணவுச் சுவை மோசமாக இருக்கிறது அல்லது உணவு வழக்கமற்றதாக இருக் கிறது என்று அவன் இப்போது பைத்தியக்காரத்தனமாக ஓடிக் கொண்டிருக் கிறான். இது எந்த அளவில் இருக்கிறதென்றால் முழு உலகத்தினரும் தங்க ளுக்குத் தேவையான உணவுப் பட்டியலை கையில் வைத்துக்கொண்டு விரைந் தோடிக் கொண்டிருக்கின்றனர்.

இவை உண்மையிலேயே நறுமணமும் சுவையும் உடையவையாக இருந்தால், அதன்பிறகு ஒருவர் அனைத்துச் செயல்களையும் புரிந்துகொள்ள முடியும்; உண்மையில் மது, சிகரெட் மற்றும் காபி போன்றவையும் நல்லவையாகவே அடையாளம் காணப்பட்டால், அதன்பிறகு அவற்றைப் பற்றி சொல்வதற்கு ஒன்றுமேயில்லை. ஆனால், இத்தகையவை எவ்வளவு மகிழ்ச்சியைத் தரக்கூடிய தாக இருக்கின்றன என்பது விஷயமில்லை; அவை மனித உடலுக்கு ஒருபோதும் தேவையானவை கிடையாது என்பதே எஞ்சியிருக்கும் உண்மையாகும். ஏதோ வொன்று சுவைப்பதற்கு நன்றாக இருக்கிறது என நம்புகிற மக்களின்

சிந்தனையில்தான் சுவை என்பது இருக்கிறது. சுவையான தின்பண்டங்கள் இல்லை என்பது "சுவை"யைப் பற்றிய உணர்வு எழுவதைத் தடை செய்யாது. சுவையான தின்பண்டங்களை உட்கொள்ளாத மக்களால் அவ்வப்போது சாப் பாட்டு மேசையில் இன்ப வெள்ளத்தை அனுபவித்திருக்க முடியாது. ஆனால் இதற்கான அர்த்தம் அவர்கள் வருத்தமாக இருக்கிறார்கள் என்பது கிடையாது. அது முற்றிலும் தலைகீழானதாகும்.

புகழ்பெற்ற புதிய உணவுகளையும், முழுமையான உணவுப் பொருட்களையும் உற்பத்தி செய்ய ஓய்வில்லாமல் உழைக்கும் உணவுத் தொழிற்சாலையைப் பார்ப்பதென்பது மனிதன் துரத்திச் செல்லும் செயலிலிருந்து வெளிவருகிற வற்றைப் பற்றி தெளிவான யோசனையைத் தரும். கடைகளில் நிரம்பியிருக்கும் அனைத்து உணவுப் பொருட்களையும் சற்றுப் பாருங்கள். இங்கே அனைத்து வகையான காய்கறி வகைகள் மட்டுமில்லாமல் அனைத்துப் பருவகாலங்களின் பழங்களும் இறைச்சியும் இருக்கின்றன; மேலும் முடிவற்ற வகையிலான டப்பாக்களில் அடைக்கப்பட்ட உணவுகள், பாட்டில் உணவுகள், காய்ந்த மற்றும் உறைந்த உணவுகள், பாலிதீன் பைகளில் அடைக்கப்பட்ட உடனடி உணவுப் பொருட்கள் போன்றவையும் இருக்கின்றன. பதப்படுத்தப்படாத உணவிலிருந்து உற்பத்தி செய்யப்பட்ட பல்வேறு வடிவிலான - திட, திரவ, பொடியாக்கப்பட்ட - இந்த உணவுப் பொருட்களானது மனிதனின் நாக்கை அவற்றின் சுவைக்கு அடிமையாக்குகின்றனவா? அவை உண்மையிலேயே மனிதனுக்கு அவசியமானவைதானா? அவை உண்மையிலேயே அவனது உணவுப் பொருளை சீர்படுத்துகின்றனவா?

நுகர்வோரின் பேராவல்களைப் பூர்த்தி செய்வதற்காக, மிகுந்த விவேகத் துடன் உருவாக்கப்பட்ட "உடனடி" உணவானது ஏற்கனவே அதனுடைய உண்மையான குறிக்கோளிலிருந்து விலகிச் சென்றுவிட்டது. இன்றைய நாளின் உணவென்பது மனிதனுடைய வாழ்வுக்கு ஆதாரத்தை வழங்குவதைவிட, மனிதனின் நாஅண்ணத்தை மகிழ்ச்சியூட்டுவதையும் உணர்வுகளை உவகை ஊட்டுவதையும் மட்டுமே அதிகமாக கருத்தில் கொண்டிருக்கிறது. ஏனென்றால் அது "சௌகரியமானதாக", "தயார் செய்ய எளிதானதாக" இருக்கிறது; அதிக மதிப்புடையதாக, பெரிய அளவில் உற்பத்தி செய்யப்படுகிறது.

தனக்கான நேரத்தையும் இடைவேளையையும் தன்னால் ஏற்படுத்திக் கொள்ள முடியும் என்று மனிதன் நினைக்கிறான்; ஆனால் இன்றைய மக்களுக்கு எதற்கும் நேரமில்லை. ஏனென்றால் உடனடி உணவுப் பொருட்களால் அவர்கள் மகிழ்ச்சியடைகிறார்கள். அதன் விளைவாக, உணவானது உண்மையான உணவாக அதன் சாரத்தை தொலைத்துவிட்டது; வெறுமனே பொய்க் கதை யாகவே இருக்கிறது. ஆயினும், உணவு தொழில்நுட்பத்தில் மேலும் முன்னேற் றங்கள் செய்வதன் மூலமாக, முழுமையான உடனடி உணவுப் பொருட்களை தொழிற்சாலைகளில் உற்பத்தி செய்வது இறுதியாக சாத்தியமாகக்கூடும்; உணவு உற்பத்தி செய்யும் களைப்பான வேலையிலிருந்து மனிதனை விடுவிக்கும் என்றுகூட சில மனிதர்கள் நம்புகிறார்கள். ஒரு சிறு உணவு மாத்திரையானது ஒருநாள் முழுக்க வயிற்றை நிரப்பவும் உடல் ஆரோக்கியத்தை தாங்கவும் கூடிய

நாளைக்கூட சிலர் எதிர்பார்த்திருக்கிறார்கள். இதெல்லாம் எவ்வளவு அபத்தமானது.

மனிதனுக்கான முழுமையான உணவு என்பது தேவையான அனைத்து போஷாக்குகளையும் போதுமான அளவில் கண்டிப்பாக கொண்டிருக்க வேண்டும். பூமியில் வளரும் தாவரங்களின் இலைகள், வேர்கள் மற்றும் பழங் களில் உள்ள சேர்க்கைப் பொருட்கள் அனைத்துடன் கூடுதலாக இவையும் சேர்ந்திருக்க வேண்டும்; பறவைகள் மற்றும் விலங்குகளின் சதையில் இருக்கிற கூட்டுப் பொருட்கள், மீன் மற்றும் சிப்பி, அனைத்துத் தானியங்கள் என இது வரை அறிந்திராத அனைத்துக் கூட்டுப் பொருட்களும் கண்டிப்பாக சேர்ந்த தாக இருக்க வேண்டும். அத்தகைய முழுமையான உணவுப் பொருளைப் பற்றிய ஆய்வு மற்றும் உற்பத்திக்கு நம்ப முடியாதபடி அளவுக்கு அதிகமான மூலதன செலவு தேவைப்படும்; மிக உயர்ந்த செயற்கைத் தரமுடைய தாவரங்களுக்கு நீண்ட நேரமும் அதிக வேலையாட்களும் தேவை என்பதைக் குறிப்பிட வேண்டியதில்லை. அதிலிருந்து கிடைக்கும் பொருளானது விலை உயர்ந்ததாக இருக்கக்கூடும். மருந்து மாத்திரையைப் போல கச்சிதமானதாக இருக்காது. அநேகமாக அது முற்றிலும் பருத்ததாக இருக்கும். அத்தகைய உணவைச் சாப்பிட கட்டாயப்படுத்தப்படுபவன் பின்வருமாறு புகார் கூறுவான்: “முழுமையான உணவை உற்பத்தி செய்ய அதிக நேரமும் வேலையாட்களும் தேவைப்படுகிறது. சூரியனுக்குக் கீழே தோட்டத்தில் வளர்கிற பச்சையான உணவைச் சாப்பிடுவது எவ்வளவு எளிதாக விலை குறைவாக, சுவையாக இருக்கிறது. இத்தகைய மோசமான மணமுடைய, விநோதமான உணவை எனது வயிற்றில் நிரப்பிக்கொள்ள செல்வதைவிட நான் இறந்தே போவேன்.”

மணமும் சுவையும் உள்ள அரிசியை சாப்பிடுவதைப் பற்றியும், பழங்களை வளர்ப்பதைப் பற்றியும் மக்கள் பேசுகிறார்கள். ஆனால் சுவையான அரிசி என்று எதுவும் ஒருபோதும் உலகத்தில் கிடையாது. சுவையான பழத்தை உற்பத்தி செய்வதென்பது அதிகமாக இருக்கும் வீண் வேலைகளில் ஒன்றாகவே சேர்க்கப்படுகிறது.

சுவையான அரிசி

இரண்டாம் உலகப் போரின் முடிவைத் தொடர்ந்து ஜப்பானில் பசியும் பட்டினியும் உடைய நாட்கள் கடந்து சென்று 30 வருடங்களுக்கும் அதிகமாக ஆகிறது. இன்று, அத்தகைய நேரங்கள் கடந்த காலத்தின் மோசமான கனவாக தோன்றுகிறது. கடந்த 12 வருடங்களாக அல்லது அதற்கும் மேலாக அதிக அளவிலான பயிர் தானியங்கள் இருப்பதை நாம் பார்த்துக் கொண்டு வருகிறோம். தேவைக்கு அதிகமான அளவு அரிசி பயிர் செய்யப்படுகிறது. இந்த அனைத்து பழைய தானியத்தையும் சேர்த்து வைக்க போதுமான பண்டக சாலைகள் எதுவும் இல்லை. அதிருப்தி அடைந்த நுகர்வோர்கள் கோபம் கொண்டு அரிசியின் விலை மிக அதிகமாக இருக்கிறது என்று புகார் கூறுகிறார்கள். “மோசமான சுவையுடைய அரிசியை” சாப்பிட வேண்டிய தேவை தங்களுக்கு இல்லை என்றும், “நல்ல சுவை” உடைய அரிசியை தாங்கள்

சாப்பிட வேண்டும் என்றும், நா சுவையுடைய புதிய அரிசி வகைகளை உற்பத்தி செய்வதே நல்லது என்றும் புகார் கூறுகிறார்கள். அதுபோன்ற கோபமான கூக்குரலுக்கு எதிராக, புத்திசாலித்தனமான 100 யோசனைகளுடன் விவசாயிகள் ஒன்றிணைந்து வந்து குவிய வேண்டும் என்று அரசியல்வாதிகளும், வர்த்தகர்களும், வேளாண் கூட்டுறவுச் சங்கங்களும் விவசாயிகளுக்கு எடுத்துச் சொல்கிறார்கள். விவசாயிகள் தங்களது புதிய நெல் நிலங்களை அமைத்தலைத் தக்க வைத்துக்கொள்ள வேளாண் தொழில் நிபுணர்கள் உத்தரவிட்டு கொண்டிருக்கிறார்கள். "மோசமான சுவையுடைய" அரிசியை வளர்ப்பதை நிறுத்திவிடவும், அதற்கு மாறாக "சுவையான" அரிசி வகைகளை உற்பத்தி செய்யவும் அல்லது வேறு பயிர்களுக்கு மாறிவிடவும் ஊக்குவிக்கப் படுகிறார்கள்.

ஆனால் உணவுப் பிரச்சனையின் உண்மையான இயற்கையைப் பற்றி மக்களுக்கு எந்தவித யோசனையும் இல்லை எனும்போது மட்டுமே இந்த வகையான வாக்குவாதங்கள் சாத்தியமானதாகும். "நல்ல சுவையான" அரிசி பற்றிய இந்த விவாதம் மட்டுமே மனிதன் வாழ்கிற விநோதமான உலகத்தைத் தெளிவாகக் காட்டக்கூடியதாகும். சுவையான அரிசி என்பது இந்த உலகத்தில் எப்போதும் நீடித்து இருக்கிறதா? அத்தகைய அரிசியைப் பாதுகாப்பதற்கான கோபமான செயலானது உண்மையில் மனிதனுக்கு சந்தோஷத்தையும் கேளிக்கையையும் கொண்டு வருகிறதா? அத்தகைய செயலைத் தொடங்குவது பயனுள்ளதா? என்பதையெல்லாம் பரிசீலிக்க இது உதவியாக இருக்கக்கூடும்.

"சுவையான" அரிசியும் "சுவையற்ற" அரிசியும் நீடித்திருக்கவில்லை என்று நான் மறுத்துக் கூறுவதாக அர்த்தம் கிடையாது; வேறுபட்ட வகைகளுக்கு இடையே உள்ள வித்தியாசங்கள் மிகச் சிறியது என்று மட்டுமே குறிப்பிடு கிறேன். உதாரணமாக, ஒரு விவசாயி நல்ல சுவையுள்ள அரிசி வகையைத் தேர்ந்தெடுப்பதற்காக மகசூலைத் தியாகம் செய்து, நல்ல சுவையான அரிசியை வளர்ப்பதற்கான தொழில்நுட்பங்களைச் செய்வதற்குத் தன்னை முழு மனதாக அர்ப்பணித்துக் கொள்ள விரும்பினாலும், அவன் வளர்க்கிற அரிசி எந்த அளவு சுவையாகவும் மணமாகவும் இருக்கக்கூடும்? மாதிரிப் பட்டியலில் எந்த அரிசியும் ஏகமனதாக பாராட்டைப் பெறாது. அப்படியே பெற்றாலும் இதர வகைகளில் உள்ள வித்தியாசமானது மிக மிகக் குறைவாகவே இருக்கும்.

சுவையான அரிசி என்பது எப்போதுமே சுவையான வகையிலிருந்தே உற்பத்தி செய்யப்படுவதில்லை. பல்வேறு வகை அரிசிகளுக்கு இடையேயுள்ள சுவையானது சாப்பாட்டு மேசைக்கு செல்லும் வரையாவது நிலைத்திருக்குமா என்று சிந்திப்பது மிக எளிதானதாகும். அரிசி வளரும் நிலம், பயிர் செய்யும் முறை, காலநிலை ஆகியவை சார்ந்து மோசமான அரிசி வகையானது நல்ல சுவையைத் தரலாம். சுவையான அரிசியானது மோசமான காலநிலையால் தாக்கப்படும் போதும், நோய் மற்றும் தொந்தரவு தரும் பூச்சியால் பாதிக்கப் படும்போதும், மோசமான சுவை உடைய அரிசியை விடவும் சுவையில் குறைந்து போய்விடுகிறது. வேறுபட்ட வகையிலான அரிசிகளுக்கு இடையேயுள்ள சிறிய வித்தியாசங்கள் எப்போதுமே தலைகீழானதாக இருக்கும். சுவையான அரிசி

உற்பத்தி செய்யப்படுவதைப் போல தோன்றுகிறபோதும்கூட, சுவையானது அறுவடை செயல்முறையின்போது சீர்கெட்டுப் போகலாம். ஓர் அரிசி அதன் இயற்கையாக அமையப் பெற்ற குணங்களைத் தாங்கியிருப்பதற்கான வாய்ப்புகள் பல நூறுகளில் ஒன்றுக்கும் குறைவானதே ஆகும்.

ஒரு விவசாயி சுவையான அரிசியை உற்பத்தி செய்ய என்னதான் முயற்சி செய்தாலும், அரிசி வியாபாரி அந்தத் தானியத்தைக் கையாளும் விதத்தைச் சார்ந்து அதன் சுவை அழியவோ அல்லது நீடித்திருக்கவோ கூடும். வியாபாரி அந்த அரிசியைப் பல்வேறு வேளாண் மாவட்டங்களில் தரம் பிரிப்பார். பல்வேறு அளவுகளில் அந்த அரிசியை அரைப்பார். குறிப்பிட்ட விகிதத்தில் அவற்றைக் கலந்து, அதன் விசேஷமான சுவை மற்றும் மணங்களின் அடிப் படையில் பல நூறு வகைகளாக பிரிப்பார். சுவையான அரிசியானது சுவையற்ற அரிசியாக மாற்றப்படலாம், சுவையற்ற அரிசி சுவையான அரிசியாக மாற்றப் படலாம். அதன்பிறகு மீண்டும், அரிசியை வீட்டில் சமைக்கும்போது, ஒருவர் இரவு முழுவதும் அதை நீரில் ஊறவைப்பார்கள், மூங்கில் கூடையில் காய வைப்பார்கள். ஒருவர் எந்த அளவு தண்ணீர் உபயோகிக்கிறார், எந்த அளவு தீ அதிகமாக இருக்கிறது, எரிபொருளின் வகை, அரிசி குக்கரின் தரம் ஆகிய வற்றைச் சார்ந்து கூட அரிசியின் சுவையில் விளைவுகள் ஏற்படுகின்றன.

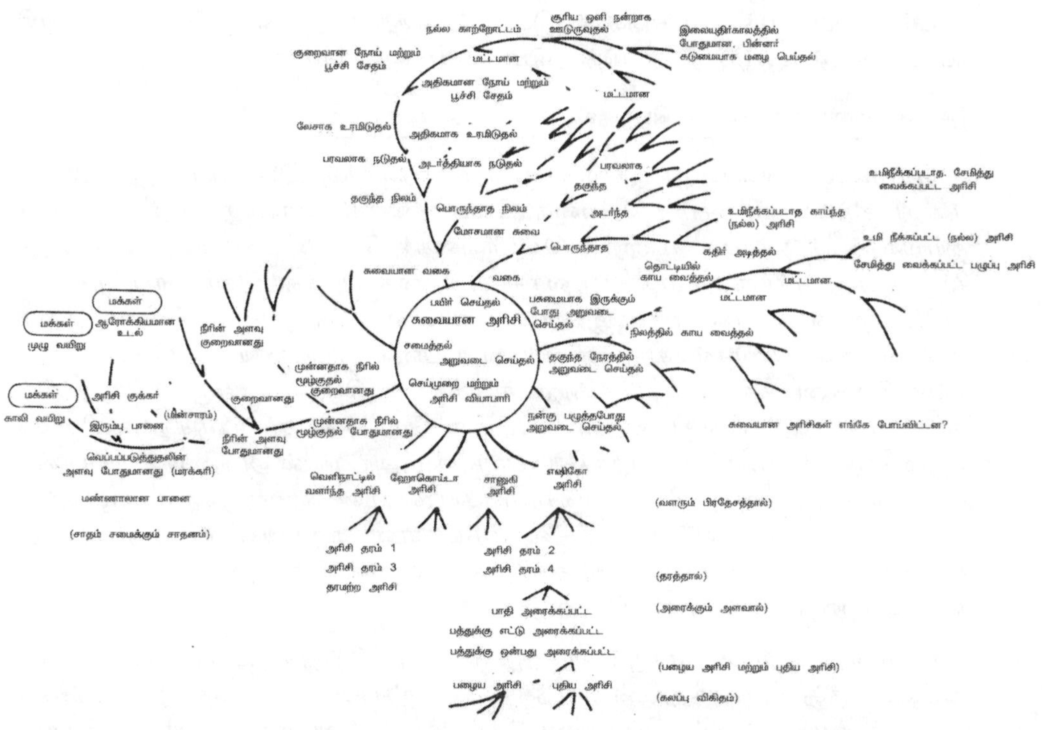

படம் 5.2 - நல்ல சுவையுள்ள அரிசி என்பது கற்பனையின் கட்டுக்கதை

சுவையுள்ள மற்றும் சுவையற்ற, பழைய மற்றும் புதிய அரிசி வகைகளுக்கு இடையே உள்ள வித்தியாசமானது எந்த அரிசி எப்படி நடத்தப்படுகிறது மற்றும் சமைக்கப்படுகிறது என்பதைச் சார்ந்தே இருக்கிறது. சுவையான அரிசியை உருவாக்குபவர்கள் விவசாயி, அரிசி வியாபாரி, இல்லத்தரசி ஆகியோரே என ஒருவர் சொல்லலாம்; ஆனால் உண்மையில் சுவையான அரிசியை யாராலும் உருவாக்க முடியாது.

உற்பத்திக்கான சில சூழ்நிலைகளை நாம் கருத்தில் கொண்டு, சுவையான அரிசி வளர்வதற்கான வாய்ப்புகளை சரியாக செயல்படுத்தி, முதல் தரமான சுவையைத் தருவதற்காக அதைத் திறமையாக சமைத்தாலும்கூட அது ஆயிரத்தில் ஒன்று என்பதற்கு அதிகமாக இருக்காது என்பதைப் படம் 5.2 காட்டுகிறது. இதற்கு அர்த்தம் என்னவென்றால் நல்லதிர்ஷ்டம் இருந்தால் மட்டுமே 2 அல்லது 3 ஆண்டுகளுக்கு ஒரு முறை சுவையான அரிசியை ஒருவர் பெற முடியும். அந்த மனிதன் அந்த நேரத்தில் மிகவும் பசியுடன் இல்லா விட்டால், அனைத்தும் விஷமத்தனமாகப் போய்விடும்.

சுவையான அரிசியைத் தர வேண்டும் என்ற இந்தச் சிரமமான காரியமானது விவசாயியின்மீது பெரிய சுமையாக வைக்கப்பட்டது; என்ன நடந்து கொண்டிருக்கிறது என்பதை அறியாமலே அதிக விலையுள்ள அரிசியை வாங்கும் நிலைக்கு இல்லத்தரசிகள் பலவந்தப்படுத்தப்பட்டார்கள். இதிலிருந்து அனுகூலம் பெறுகிற ஒரே ஒரு நபர் வணிகர் மட்டும்தான். சிறிது சுவையுடைய அரிசி என்ற மாயத் தோற்றத்தால் இன்றைய மக்கள் கடலளவு சேற்றில் இறங்கி கஷ்டப்பட்டு உழைத்து தட்டுத் தடுமாறி நடக்கிறார்கள்.

இயற்கையான உணவைப் பெறுதல்

இயற்கை உணவானது இயற்கை வேளாண்மைக்கு இணையானது என்பது எனது சிந்தனையாகும். இயற்கை வேளாண்மை என்பது உண்மையான இயற்கைக்குத் தக்கபடி மாற்றிக் கொள்வதைக் கொண்டிருக்கிறது. அதாவது, சீர்தூக்கிப் பார்க்கப்படாத அறிவால் இயற்கை புரிந்து கொள்ளப்படுகிறது. அதே வழியில், உண்மையான இயற்கை உணவு என்பது இயற்கை வேளாண்மையால் வளர்கிற பயிர்கள், காடுகளில் கிடைப்பவை, இயற்கையான மீன்பிடித்தல் முறையில் கிடைக்கிற மீன்கள் மற்றும் சிப்பிகள் ஆகியவற்றை ஒருவர் சீர்தூக்கிப் பார்க்காத மனப்பாங்குடன் மனம்போன போக்கில் சாப்பிடுகிற வழியைக் கூறுவதாகும். அதன்பிறகு சீர்தூக்கிப் பார்க்கும் அறிவியல் அறிவை அடிப்படையாக வைத்து உருவாக்கப்பட்ட செயற்கையான உணவை ஒருவர் கண்டிப்பாக கைவிட்டுவிட வேண்டும்; தத்துவ ரீதியிலான தடைகளிலிருந்து ஒருவர் தன்னைப் படிப்படியாக விடுவித்துக் கொள்ளவேண்டும்; இறுதியாக மறுத்துக் கூறி அவற்றைக் கடந்திருக்கவேண்டும்.

வாழ்வதற்கு உபயோகமுள்ள அறிவானது, சீர்தூக்கிப் பார்க்கப்படாத அறிவிலிருந்து காரணத்துடன் எழுந்ததாகக் கருதப்பட்டால் அது அனுமதிக்கப் படலாம். தீ மற்றும் உப்பைப் பயன்படுத்தியது கூட இயற்கையிலிருந்து விலகிய

தற்கான மனிதனது முதலடியாக இருக்கலாம்; ஆனால் புராதன மனிதன் இயற்கையின் அறிவை உற்று நோக்கியபோது அவை ஊக்குவிக்கப்பட்டு சமைப்பதற்காக முதலில் உபயோகிக்கப்பட்டன.

பல்லாயிரக்கணக்கான வருடங்களாக சுற்றுப்புறச் சூழ்நிலைக்குத் தக்கபடி அமைந்திருந்த வேளாண் பயிர்களானது, ஏதோ ஒரு புள்ளியில் இயற்கையான தேர்வின் மூலமாக உயிர்த்திருக்கின்றன; விவசாயியால் சீர்தூக்கிப் பார்க்கும் அறிவு உபயோகிக்கப்பட்டு அதிலிருந்து செயற்கையான உணவாக எழுவதை விட, மனித சமூகத்தின் அசையாத பொருளாகி இயற்கையாக எழுந்த உணவாக கருதப்படுகிறது. சமீபத்தில் கலப்பினத் திட்டங்கள் மூலமாக உருவாக்கப்பட்ட பயிர்களுக்கும் குறிப்பிடத்தக்க விதத்தில் இயற்கையிலிருந்து விலகியவற்றிற்கும் இவற்றை உபயோகிக்கக் கூடாது; செயற்கையாக வளர்க்கப்பட்ட மீன் மற்றும் கால்நடைகளுடனும், வழக்கமான ஆகாரத்திலிருந்தும் கண்டிப்பாக தவிர்க்க வேண்டும்.

இயற்கை உணவு என்பதும் இயற்கை வேளாண்மை என்பதும் தனித்தனியான, வேறுபட்ட சிந்தனைகள் கிடையாது; முழுமையாக, நெருக்கமாக ஒன்றிணைக்கப்பட்டதாகும். இயற்கையாக மீன்பிடித்தல் மற்றும் கால்நடை வளர்ப்புடன்கூட ஒன்றிணைக்கப்பட்டதாகும். மனிதனுடைய உணவு, உடை, உறைவிடம் மற்றும் அவனது ஆன்மிக வாழ்க்கை என அனைத்துமே பூரணமான இணக்கத்துடன் இயற்கையிலிருந்து பிரிக்க முடியாததாக கலந்திருக்கின்றன.

பருவக் காலங்களுக்கு இணங்க தாவரங்களும் விலங்குகளும் வாழ்கின்றன : மேற்கத்திய போஷாக்கு அறிவியலின் கருத்துக்கள் மற்றும் கிழக்கத்திய யுன் யாங் தத்துவம் ஆகியவற்றைச் சூழ்ந்தும், அவ்விரண்டைத் தாண்டியும் இருக்கிற இயற்கை உணவைப் புரிந்துகொள்ள ஒருவருக்கு உதவியாக இருக்கக்கூடும் என நினைத்து படம் 5.3ஐ நான் வடிவமைத்தேன்.

ஜார்ஜ் ஓஷாவாவின் யுன்-யாங் (இருள்-ஒளி) பயன்பாட்டை அடிப்படையாகக் கொண்டு, மாறிமாறி வருகிற நான்கு பருவக் காலங்களின் நிறங்களுக்கு இணங்க இங்கே பக்குவமற்ற வகையில் உணவுகளை நான் வரிசைப்படுத்துகிறேன். கோடை என்பது வெப்பமாகவும் ஒளியானதாகவும் இருக்கும்; குளிர் காலம் என்பது குளிராகவும் ஒளியற்றதாகவும் இருக்கும். ஒளிக்கு உரிய பாஷையில், கோடை என்பது சிவப்பு மற்றும் ஆரஞ்சால் குறிக்கப்படுகிறது. வசந்த காலம் என்பது பழுப்பு மற்றும் மஞ்சளாலும், இலையுதிர் காலமானது பச்சை மற்றும் நீலத்தாலும், குளிர்காலமானது இன்டிகோ மற்றும் ஊதா நிறத்தாலும் குறிக்கப்படுகின்றன. வழக்கமான ஆகாரம் என்பது ஒளிக்கும் இருளுக்கும் இடையே தக்க வைக்கப்படுகிற சமநிலையைப் போன்றதாக வேண்டும். குளிர் காலத்தில் (இருண்ட) ஒருவர் ஒளிமிகுந்த உணவுகளைச் சாப்பிட வேண்டும்.

உணவுகள் வேறுபட்ட வண்ணங்களால் குறிக்கப்படுகின்றன: காய்கறிகள் - பச்சை. கடற்பாசிகள் - நீலம். நவதானியங்கள் - மஞ்சள். இறைச்சி - சிவப்பு.

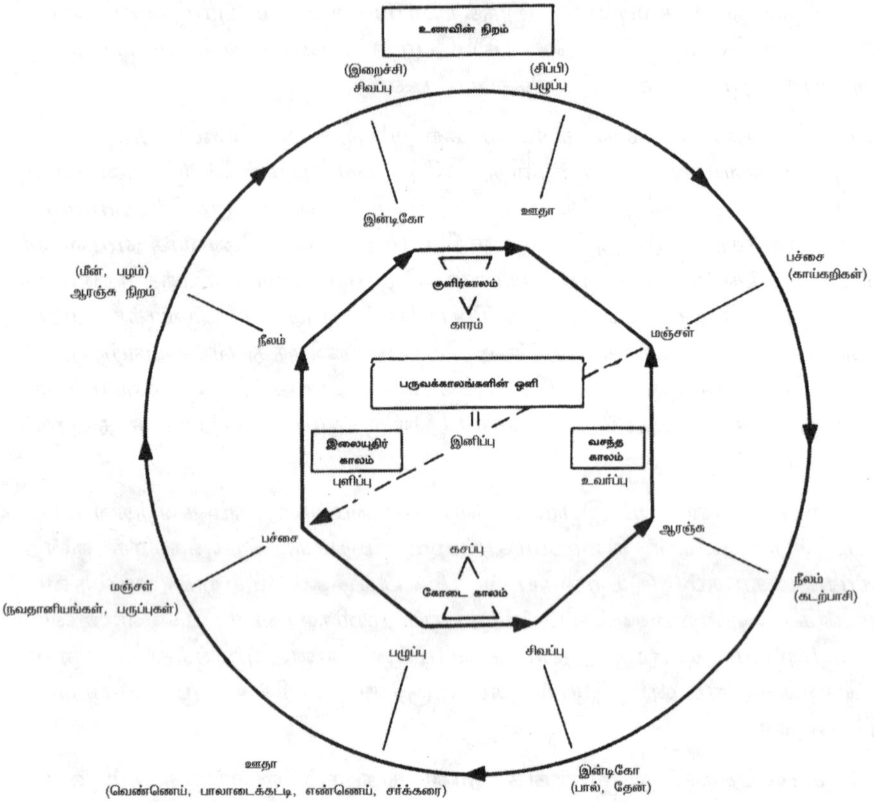

படம் 5.3 - இயற்கை உணவில் உள்ள இணக்கம்

இறைச்சி என்பது ஒளியானதும், காய்கறி என்பது இருண்டதும் ஆகும்; தானியங்கள் இதற்கிடையில் இருக்கும். ஏனென்றால் மனிதன் அனைத்து ஆகாரங்களையும் உண்ணும் உயிரினமாவான்; அதாவது ஒளியானவன் ஆவான். அவன் மத்தியில் உள்ள தானியத்தை உணவுப் பொருளாக உட்கொள்ளும் போது, இருண்ட காய்கறிகளை உட்கொள்ள வேண்டும்; இறைச்சியை (மிக ஒளியானது) - முக்கியமாக நர மாமிசத்தை உட்கொள்ளல் - கண்டிப்பாக தவிர்க்க வேண்டும் என்பதுபோன்ற கொள்கைகளை அமைக்க இது வழி நடத்திச் செல்கிறது.

இந்தக் கொள்கைகள் மருத்துவ ரீதியாக அல்லது நோய்க்கான சிகிச்சைக்கு முக்கியமானதாக இருந்தபோதும், ஏதோவொன்று இருண்டதா அல்லது ஒளியானதா, அமிலத்தன்மை அல்லது சுண்ணாம்புக் காரம் உடையதா, சோடியம், மெக்னீசியம், விட்டமின்கள் மற்றும் தாதுப்பொருட்கள் நிறைந்ததா என அதிகமாக கவனமும் கவலையும் கொள்வதென்பது ஒருவரை சீர்தூக்கிப் பார்க்கும் அறிவு உடைய அறிவியலின் பிரதேசத்திற்குள் திரும்பவும் செல்ல வைத்துவிடும்.

படம் 5.4 - இயற்கை உணவு மண்டலம் - தாவரங்கள் மற்றும் விலங்குகள்

படம் 5.4ல் உள்ள உணவு மண்டலம் மனிதன் உட்கொள்வதற்குத் தயாராக கிடைக்கிற உணவுகளின் முறையான வரிசைப்படுத்தலைத் தருகிறது. மனிதன் உயிர் வாழ்வதற்காக பூமியில் எந்த அளவு அதிக வகையான உணவுப் பொருட்கள் இருக்கின்றன என்பதைக் காட்டுகிறது. பௌதீக ஒளியின் சுற்றளவில் வாழும் ஒருவர் இந்த உலகில் உள்ள தாவரங்கள் அல்லது விலங்குகளுக்கிடையே எந்த ஒரு வித்தியாசப்படுத்தலையும் செய்யத் தேவையில்லை. அனைத்தும் நேர்த்தியாகவும் இனிய சுவையுடனும் உள்ள பரவசமான உலகமாகும். ஆயினும், துரதிர்ஷ்டவசமாக, மனிதன் இயற்கையிலிருந்து தன்னைப் பிரித்துக் கொண்டதால், அதன் வளத்தை நேரடியாக எடுத்துக்கொள்ள அவனால் முடியவில்லை. தன்னை முழுமையாக துறப்பதில் வெற்றி பெற்றவர்கள் மட்டுமே இயற்கையின் முழு பயன்களையும் பெற இயலும்.

ஒரு வருடத்தின் ஒவ்வொரு மாதத்திலும் கிடைக்கிற உணவுப் பொருட்களை படம் 5.5 காட்டுகிறது. பரிசுத்தமான பங்கிடுதலை மனிதன் ஏற்றுக் கொண்டு இணக்கத்துடன் வாழும்வரை, அவன் எதையும் தெரிந்துகொள்ள வேண்டும் என்ற தேவையில்லாமலே, ஒளி மற்றும் இருள் என்ற கொள்கையைப் பற்றிய கவலை எதுவும் கொள்ளாமலே, முழுமையான இயற்கையான ஆகாரம் தோன்றிவிடும். உட்கொள்ளப்படும் உணவானது ஆரோக்கியம் மற்றும் ஆரோக்கியமின்மையின் அளவுக்கேற்பவும் நேரம் மற்றும் சந்தர்ப்ப நிலைக்கு ஏற்பவும் மாறுபடும்.

பருவக்காலங்களுக்கு ஏற்ப உண்ணுதல் : விவசாயிகளும் மீனவர்களும் ஆயிரக்கணக்கான ஆண்டுகளாக உட்கொள்கிற உணவானது இயற்கையின் விதிகளுக்கு இணக்கமான இயற்கை உணவுக்கு மிகச் சிறந்த ஓர் எடுத்துக்காட்டாகும். ஏழு சிறு செடிகளானவை - ஜப்பானிய பார்ஸ்லி, ஷெப்பர்ட் பர்ஸ், நட்வீட், சிக்வீட், பீ நெடில், காட்டு சிவப்பு முள்ளங்கி மற்றும் காட்டு முள்ளங்கி - சோம்பலான பழுப்பு நிலத்தில் புது வருடத்தின் தொடக்கத்தில் தோன்றுகிறது. இந்தச் சிறுசெடிகளின் சுவையையும் மணத்தையும் அவன் அனுபவித்துக் கொண்டிருக்கும்போது, கொடூரமான குளிர்காலத்தில் தான் உயிர் வாழ்வதற்கு கிடைத்திருப்பவற்றைப் பற்றி மகிழ்ச்சியுடன் ஆழ்ந்து யோசிப்பான். இந்த ஏழு சிறுசெடிகளுடன் இருக்கும்போது இயற்கையானது சிப்பியைத் - ஒரு பழுப்பு உணவு - தருகிறது. வசந்த காலத்தின் தொடக்கத்தில் கிடைக்கிற உப்பும் காரமும் கலந்த சுவையுடையதான குளத்து நத்தைகள், தூய நீரில் உள்ள சிப்பியோடுகள் மற்றும் கடல் சிப்பியோடு போன்றவை சிறந்த விருந்தாகும்.

சிறிது காலத்திற்குப் பிறகு, பிரெக்கன் மற்றும் ஆஸ்மன்ட் போன்ற புகழ்பெற்ற, உண்பதற்குரிய காட்டுச் செடிகளுடன் கூடுதலாக கிட்டத்தட்ட எல்லாமே சாப்பிடுவதற்கான வகையாகிவிடும். இளம் செர்ரி, ஈச்சம்பழம், பீச், சீன கொடிவள்ளி இலைகள் என அனைத்துமே அதில் உட்பட்டிருக்கும். இவை எப்படிச் சமைக்கப்படுகின்றன என்பதைச் சார்ந்து ஊறுகாய் போட்டுக்கூட உபயோகிக்கப்படும். முதலாவது பிராட் பீன்கள் பறிப்பதற்குத் தயாராக இருக்கும்போது, நிலங்களில் இருக்கும் உண்ணத் தகுந்ததின் அளவு திடீரென அதிகரித்துவிடும். ராக்பிஷ் என்ற மீன்களுடன் சேர்த்துச் சாப்பிட மூங்கில்

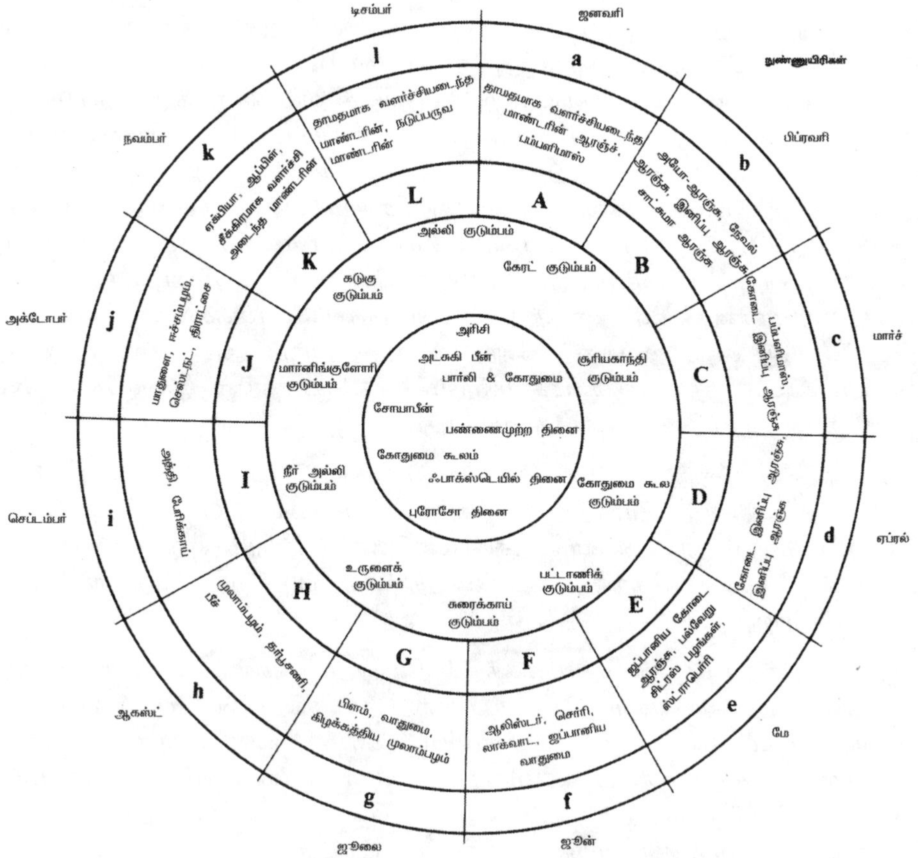

படம் 5.5 - இயற்கை உணவு மண்டலம் - பருவக் காலங்கள்

முளைகள் சுவையானதாகும். சிவப்புக் கடல் பிரிம் மற்றும் கிரன்ட் மீன்கள் அதிக அளவில் பிடிக்கப்பட்டன; வசந்த காலத்தின் இறுதியில் பார்லி அறுவடையின்போது இது சிறந்த உணவாக இருக்கும். ஸ்பானிய மாக்கரெல் ஷாசிமி என்பது வசந்த காலத்தில், உங்களது தட்டை நாக்கால் நக்கிச் சுத்தம் செய்ய நீங்கள் விரும்பும் அளவுக்கு மிக நன்றாக இருக்கும் உணவாகும். ஜப்பானிய ஐரிஸ் திருவிழாவின்போது ஹெர்டெயிலால் தயார் செய்யப்பட்ட உணவு காணிக்கையாக அளிக்கப்படுகிறது.

கடற்கரையில் பேசிக்கொண்டு நடந்து செல்வதற்கும் வசந்த காலம் ஏற்றதாகும். அங்கே கடற்பாசி - நீல உணவு - கிடைக்கும். தொடக்க கோடை மழையில் லாக்வாட் பழங்கள் மின்னுவது பார்ப்பதற்கு அழகாக இருப்பதோடு மட்டுமல்லாமல் உண்ணுவதற்கும் ஆவலை ஏற்படுத்தும். இதற்கு ஒரு காரணம் இருக்கிறது. வருடத்தின் சரியான நேரத்தில் அனைத்துப் பழங்களும் பழுக் கின்றன. அந்த நேரத்தில் அவை மிகவும் சுவையாகவும் மணமாகவும் இருக்கும்.

பச்சையான ஜப்பானிய வாதுமையை (ume) ஊறுகாய் போடுவதற்கு தகுந்த நேரமானது, ஊறுகாய் போட்ட சாம்பார் வெங்காயத்தின் சுவையை ஒருவர் அனுபவித்துக் கொண்டிருக்கும் அதே நேரமாகும். அது எப்போதென்றால் மழைக் காலம் விடைபெற்றுச் சென்று கோடை காலம் தொடங்கும் போதாகும். புத்துணர்வான அழகும் சுவையும் உடைய பீச், கசப்பு மற்றும் கார சுவையுடைய ஆலியஸ்டர் பெர்ரி, பிளம் மற்றும் வாதுமையைச் சுவைக்க ஒருவர் மிகவும் ஆர்வமாக இருப்பார். லாக்வாட் அல்லது பீச் பழத்தை உண்பதைத் தவிர்க்கும் ஒருவர், முழு தாவரத்தையும் உபயோகிக்கும் கொள்கையை மறந்திருக்கிறார். லாக்வாட்டின் சதை மட்டுமே சாப்பிடுவதற்கு உரியது கிடையாது. அதில் உள்ள பெரிய விதைகளை அரைத்துக் காபியாக உபயோகிக்கலாம். இலைகளை நீரில் போட்டு ஊற வைத்துத் தேநீராக அருந்தலாம். அது எல்லா மருந்து களையும் விட சிறந்ததாகும். பீச் மற்றும் ஈச்சம் பழத்தின் இலைகள் நீண்ட ஆயுளின் ஒரு பகுதியைத் தரக்கூடியதாகும்.

கோடை காலத்தின் மத்தியில் கொதிக்கும் வெயிலின்போது ஒருவர் மரத்தின் குளிர்ந்த நிழலின்கீழ் அமர்ந்து தர்பூசணி சாப்பிடலாம், பால் குடிக்கலாம், தேனை நக்கலாம். எண்ணெய்வித்து எண்ணெய் மற்றும் எள் எண்ணெயை உடம்பில் தேய்த்து கோடை உஷ்ணத்தில் ஏற்படுகிற காயங்களிலிருந்து புத்துயிர் பெறலாம்.

இலையுதிர் காலத்தின் தொடக்கத்தில் நிறைய பழங்கள் பழுக்கின்றன. அந்த நேரத்தில் நவதானியங்கள், சோயாபீன்ஸ், அட்சுகி பீன் போன்ற மஞ்சள் உணவுகளும்கூட கிடைக்கும். நிலவொளியின் கீழே தினைகள் அடைந்திருக்கும். சேம்பையினக் கிழங்குகளும் (taro) பச்சை சோயாபீன்களும் விதைப்பையில் உண்டாக்கப்படும். கார்ன்-ஆன்-தி-காப், சிவப்பு பீன்ஸ் மற்றும் அரிசி, மாட்சுடேக் காளான்கள் மற்றும் அரிசி, செஸ்ட்நட் மற்றும் அரிசி போன்றவை இலையுதிர் கால இறுதியில் கிடைக்கும் உணவுகளாகும். கோடையின் ஒளியை முழுமையாக உட்கிரகிக்கிற, குளிர்காலத்துக்கு தயார்படுத்துதலில் அதிகமான கலோரியை வழங்கும் ஆதாரப் பொருளாக இருக்கிற பக்குவமடைந்த அரிசி தானியங்களே அதிக வரவேற்பைப் பெறும்.

மற்றொரு ஆதார உணவுப் பொருளான பார்லி அரிசியைவிட சிறிது அதிக மாக இருளைப் பெற்றிருக்கிறது. இது வசந்த காலத்தில் அறுவடை செய்யப்படு கிறது. இதை அரிசியுடனோ அல்லது குளிர்ந்த அல்லது சூடான நூடுல்ஸ் உடனோ சேர்த்துச் சாப்பிட முடியும். கோடை வெப்பத்தில் பசி உணர்வு சோம்பியிருக்கும்போது. இது எப்படி நாஅண்ணத்திற்குத் தகுந்ததாக இருக்கிறது என்பது கிட்டத்தட்ட புரியாததாகும். கோடையின் இறுதியில் அறுவடை செய்யப்படுகிற கோதுமை கூல வகையானது (பக்வீட்) இலையுதிர் கால தொடக்கத்தில் உறுதியான, ஒளி மிகுந்த தானியமாக இருக்கிறது. ஆனால் இது கோடை காலத்தில்தான் மிக முக்கியமானதாகும்.

1. சாம்பார் வெங்காயம், கார்லன்ட் கிரைசான்திமம், பட்டர்பர் மலர், படரும் சாக்ஸி பெரஜ், அக்காரக்கிழங்கு, பச்சடிக்கீரை, இந்தியக் கடுகு, சீன

முட்டைக்கோஸ், பசலைக்கீரை, சிறிய சிவப்பு முள்ளங்கிகள், பர்டாக்.

2. ஜப்பானிய பார்ஸ்லி, ஹோன்வார்ட், செலரி, பட்டர்பர் மலர், டைகான், சீன முட்டைக்கோஸ், தோட்டக் காய்கறி கடுகு, வெல்ஷ் வெங்காயம்.

3. காட்டு வெள்ளைப் பூண்டு, லீக், பீல்டு ஹார்ஸ்டெயில், மக்வார்ட், வசந்த டைகான், ஸ்கேலியன், காம்ஃப்ரே, சார்ட், பச்சடிக்கீரை, இந்தியக் கடுகு, கேரட், வசந்த காலத்தின் ஏழு சிறுசெடிகள், ஷாலட்.

4. ஷிடேக், இலை மொட்டுகள், ஜப்பானிய மிளகு, ஜப்பானிய ஏன்ஜெலிகா மரத்தின் மொட்டுகள், யுடு, சீன பாக்ஸ்த்ரோன், ஆஸ்மன்ட், பிரேக்கன், ஜப்பானிய சிக்கலான களை, திஷில், வயலட், சீன மில்க் வெட்ச், அஸ்டர், மூங்கில் முளை, வசந்த கால வெங்காயம், சீன முட்டைக்கோஸ், கார்லன்ட் கிரைசான்திமம், பார்ஸ்லி, தோட்டத்துப் பட்டாணி.

5. காட்டு வெள்ளைப் பூண்டு, லீக், பெர்ரிலா முளைகள், சார்ட், முட்டைக்கோஸ், மிளகு, தோட்டத்துப் பட்டாணி, பராட் பீன், கிட்னி பீன், இளம் சிவப்பு முள்ளங்கி, மூங்கில் முளை, பட்டர்பர், அகர்-அகர், வாகமி.

6. ஸ்கேலியன், பிரேக்கன், பர்டாக் (இலைகள்), இஞ்சி (இலைகள்), ஹோன்வார்ட், பெர்ரிலா (இலைகள்), தோட்டத்துப் பட்டாணி, அஸ்பராகஷ், பூண்டு, சீக்கிரமாக வளர்ச்சியடையும் பச்சை சோயாபீன், வெங்காயம், இளம் உருளைக்கிழங்கு, கோடைக் கால டைகான், வசந்த காலத்தில் விதைக்கப்படும் கேரட், கத்தரிசெடி, வெள்ளரி.

7. இளம் சிவப்பு முள்ளங்கி, வெண்டைக்காய், லீக், ஜப்பானிய இஞ்சி (மலர்), பெர்ரிலா (கதிர்), ஸ்குவாஷ், கத்தரிச்செடி, வெள்ளரி, கோடைக் கால டைகான், எகிப்திய கிட்னி பீன், மையப் பருவக் கால பச்சை சோயாபீன், வெங்காயம், பசலைக் கீரை.

8. வெள்ளரி, ஸ்குவாஷ், இஞ்சி, சீன பாக்ஸ்த்ரோன், நாட்வீட், பெர்ரிலா (விதை), குளிர்கால முலாம்பழம், புளிக்கும் முலாம்பழம், தக்காளி, வசந்த காலத்தில் விதைக்கப்பட்ட பர்டாக், முட்டைக்கோஸ், பார்ஸ்லி, கிட்னி பீன், அஸ்பராகஷ் பீன், சீக்கிரமாக இனிக்கும் உருளைக்கிழங்கு.

9. சோளம், அரோ ஹெட், இலையுதிர்கால கத்தரிச்செடி, பச்சை சோயாபீன், சீக்கிரமாக பக்குவமடையும் சேம்பையினக் கிழங்கு, இஞ்சி, சிவப்பு மிளகு, ஹாட்சுடேக், ஷிமிஜி, நாட்வீட், எள் செடி.

10. காளான்கள், மாட்சுடேக், ஷிடேக், அல்லிப் பூண்டு, ஷாலட், ஹோன்வார்ட், கார்லன்ட் கிரைசான்திமம், இனிக்கும் உருளைக்கிழங்கு, சோயாபீன், நிலக்கடலை, சேம்பையினக் கிழங்கு, சீன கொடி வள்ளி, தாமரை வேர், பர்டாக், வெல்ஷ் வெங்காயம், சீன முட்டைக்கோஸ்.

11. ஜின்கோ கொட்டை, செலரி, கிரைசான்திமம், பச்சை லாவர், வாகமி, ஹிஜிகி, கெல்ப், இலையுதிர்கால டைகான், கோடையில் விதைக்கப்படும்

பர்டாக், இலையுதிர்கால உருளைக்கிழங்கு, இந்தியக் கடுகு, சீன முட்டைக்கோஸ், பசலைக்கீரை, தோட்டக் கடுகு.

12. சீன கொடிவள்ளி, சீன முட்டைக்கோஸ், இலை கடுகு, டைகான், சிவப்பு முள்ளங்கி, முட்டைக்கோஸ், கோடைக்காலத்தில் விதைக்கப்படும் பர்டாக், கோடைக் காலத்தில் விதைக்கப்படும் கேரட், வெங்காயம், வெங்காய வேர், அரோ ஹெட்.

அ) உண்ணத்தக்க கோழி, கடுகடுப்பான கடல் ஆமை, உண்ணத்தக்க தவளை, ஈரிதழ் சிப்பி, கடல் முள்ளெலி, கடல் வெள்ளரி, கிரே முல்லட் மீன், கார்ப், ஆற்று மீன், கடல் பிரிம், பறக்கும் மீன், ஹெர்ரிங் மீன்.

ஆ) குளத்து நத்தை, கடல் வெள்ளரி, ஸ்குயிட் மீன், மாக்கரெல் மீன், சார்டைன் மீன், ப்ளூ மீன், ஸ்பானிய மாக்கரெல், யெல்லோடெயில்.

இ) சிறிய கழுத்து உடைய சிப்பியோடு, சிப்பியோடு, தூய்மையான நீரில் உள்ள சிப்பியோடு, ஆற்று ட்ரோட், கோபி வித் ஸ்பான், ஒயிட் பெயிட், பெருங்கடல் நண்டு.

ஈ) ஸ்குயிட், மான்டிஸ் ஷிரிம்ப், பிளைய்ஸ், கடல் பிரிம், சிப்பியோடு, போனிடோ, மாக்கரெல், ரெயின்போ ட்ரோட், கான்கர் விலாங்கு மீன்.

உ) பிளாக் ராக் மீன், சிவப்புக் கடல் பிரிம், கிரன்ட், ஷிரிம்ப், ப்ளூ மீன், ஸ்பானிய மாக்கரெல்.

ஊ) தூய்மையான நீரில் இருக்கும் ஷிரிம்ப், கூர்மையான பற்களையுடைய விலாங்கு மீன், கடல் பாஸ் மீன், ப்ளூ மீன், இனிக்கும் மீன்.

எ) அபலோன், தூய்மையான நீரில் இருக்கும் ஷிரிம்ப், நண்டு, ஆக்டோபஸ், திருக்கை மீன், கிரன்ட், விலாங்கு மீன், கான்கர் விலாங்கு மீன், கூர்மையான பற்களையுடைய விலாங்கு மீன், பிளாண்டர், கடல் பாஸ் மீன்.

ஏ) டர்போ, அபலோன், இனிக்கும் மீன், ட்ரோட், லோச், பிளாண்டர், கடல் பாஸ் மீன், கடல் பிரிம்.

ஐ) கடல் பிரிம், இனிக்கும் மீன், ஜெல்லி மீன், கான்கர் விலாங்கு மீன், கடல் பாஸ் மீன், கூர்மையான பற்களையுடைய விலாங்கு மீன், சார்டைன் மீன்.

ஒ) மான்டிஸ் ஷிரிம்ப், மாக்கரெல், ட்ரோட், கிரன்ட், ஹேர்டெயில்.

ஓ) நண்டு, ஸ்குயிட், டைகர் ஷிரிம்ப், மாக்கரெல் பைக், தூனா, யெல்லோபிஷ்.

ஔ) தூய்மையான நீரில் இருக்கும் சிப்பியோடு, குளத்து நத்தை, கடல் முள்ளெலி, கடல் வெள்ளரி, ஸ்குயிட், பஃபர், யெல்லோடெயில், தூனா, வஞ்சிர மீன், கிரே முல்லட் மீன், காட்டுப் பன்றி, மாட்டிறைச்சி.

மாக்கரெல் நன்னீர் மீனை வீட்டில் சமைப்பதற்கு இலையுதிர்காலம் ஏற்ற பருவமாகும். முதல் பனியின்போது, ஒருவர் உள்ளூரில் உள்ள தீயில் வாட்டிச் சமைக்கப்படும் கோழிக்கறி கடைகளுக்கு செல்ல விரும்புவார். யெல்லோ

டெயில் மற்றும் தூனா போன்ற அதிக ஒளியுடைய மீன்களை அதிக அளவில் பிடிக்கும்போது, மற்ற எல்லா நேரத்தையும்விட இப்போது அவை அதிக சுவையுடையவையாக இருக்கும். யாங் மீனின் அற்புதமான சுவையானது, இருண்ட பருவ காலத்தின்போது, நிச்சயமாக இயற்கையின் அற்புதமான வடிவமைப்பில் ஒரு பகுதியாகும். இந்த மீன்களுடன் சேர்த்து சாப்பிடுவதற்கு, தோட்டத்திலிருந்து சேகரிக்க தயாராக இருக்கும் சீமை முள்ளங்கி மற்றும் இலையுள்ள காய்கறிகள் நன்றாக இருக்கும். உப்பிட்டு அல்லது தீயிலிட்டு இருண்ட மீனை ஒளி நிறைந்த உணவாக மாற்றுவது எப்படி என்பது மக்களுக்கு நன்றாக தெரிந்துகூட இருக்கும். அதனால் உணவுகளை சுவையானதாகவும், சிறப்பானதாகவும் உயர்த்த முடியும்.

கலை வனப்புடன் வீட்டில், சமையல் அறையில் தயாரிக்கப்படும் மிசோ மற்றும் டோஃபு-வை விட எதுவும் மிஞ்சியதாக இருக்காது. ஆற்றோரங்களில் கற்பாறைகளின்மீது சமைக்கப்படும் மீன் அல்லது

ஆற்றோரத்தில் உள்ள கற்பாறைகளில் சமைக்கப்பட்ட மீன் அல்லது நெருப்பருகே, சுள்ளிகளையும் கடற்பூண்டையும் கொண்டு எரித்து கடல் உப்பைத் தயார் செய்த பதப்படுத்தப்படாத, இயற்கையான உப்பால் சுவையூட்டப்பட்ட பிறகு.

புது வருடத்திற்காக தயார் செய்யப்படும் ஓசெஷி-ரியோரி உணவு வகை களுடனும். புது வருடத்தின் மகிழ்ச்சியைக் கொண்டாடுவதற்காக சமைக்கப்படுகிற, அதாவது உப்பிட்ட வஞ்சிர மீன் மற்றும் ஹெர்ரிங் (உணவுக்குப் பெரிதும் பயன்படும் வட அட்லாண்டிக் பெருங்கடல் மீன் வகை) மீனின் முட்டைகளுடன் கடற்பூண்டு மற்றும் கருப்பு சோயாபீன், கடல் பிரீம் (நன்னீர் வாழும் மஞ்சள் நிறமுடைய கூன்முதுகு வாய்ந்த மீன் வகை) மற்றும் கடல் நண்டை சேர்த்தல் என்ற அறிவுப்பூர்வமான இணையானது, மனிதன் மற்றும் இயற்கை என்ற பூரணமான இணையைத் தாண்டி செல்வதாகும்.

குளிர்கால மாதங்களின் கடுமையான குளிரின்போது காட்டுவாத்து, முயல் மற்றும் இதர வேட்டையாடுதலுடன் வேல்ஷ் நாடு வெங்காயங்கள், சமையற்பூண்டு, ஸ்பானிய நாட்டு வெள்ளைப் பூண்டு போன்றவை உடம்பை கதகதப்பாக்குகிறது. உணவு என்பது பற்றாக்குறையாக இருந்தபோதும், இலையுதிர் காலத்தில் சேர்த்து வைக்கப்பட்ட, ஊறுகாயிடப்பட்ட காய்கறிகளின் சுவையானது குளிர்கால உணவை நறுமணமானதாக முடித்து வைக்கும். விநோதமான சுவையுடைய ஈரிதழ்சிப்பி, கடல் ஊமத்தைகள், மற்றும் கடல் வெள்ளரிகளின் அற்புதமான சுவையை யாரால் விளக்கி சொல்ல முடியும்?

குளிர்காலத்தின் இறுதியில், வசந்த காலம் வருவதன் தொடக்கத்தில், சாப்பிடக் கூடிய பட்டர்பர் மலரானது நிரம்பிய பனியின் ஊடாக எட்டிப் பார்க்கும். பனிக்கு அடியே படர்ந்திருக்கும் சாக்சிபிரேஜ் (வெள்ளை அல்லது சிவப்பு மலர்களையுடைய பாறைச் செடி வகை) செடியின் இலைகள் சாப்பிடுவதற்கு தயாராக இருக்கும். ஆண்டு முழுவதும் வளரக்கூடிய பார்ஸ்லி,

சிக்வீட் போன்றவை வசந்த கால உறைபனியின் அடியில் காணப்படும். ஏன்ஜலிகா (சமையலுக்கும் மருந்துக்கும் பயன்படும் ஒரு வகை வாசனை செடி) மரத்தின் மொட்டுக்களை ஒருவர் பார்க்கும் போது ஒருவரின் ஜன்னலுக்கு கீழே வசந்த காலம் மீண்டும் தோன்றும்.

ஷிகோகுவில் வசந்த காலம் சீக்கிரமாக வந்துவிடும். சித்திரை விசுவில் குதிரை வால் போன்ற செடியின வகைத் தோன்றும். க்ளோவர் நிரம்பிய நிலத்தில் நடந்து சென்று பூக்களைப் பறிப்பதற்கான நேரம் இது. சிலர் அவர்களது சுகியாகியுடன் சூடான ஷேக் அருந்துவார்கள். சிலர் செர்ரி புஷ்பங்களின் இதழ்கள் மிதக்கிற தேநீரை உறிஞ்சி சுவைப்பதை விரும்புவார்கள்.

இந்த வழியில் ஜப்பானியர்கள் அந்தந்த பருவக் காலங்களில் அவர்களது கைக்கு அருகே என்ன உணவு கிடைக்கிறதோ அதை உட்கொள்கிறார்கள். அவர்களது அற்புதமான குறிப்பிடத்தக்க, சுவைகளை நன்றாக உணர்ந்து சுவைத்துக் கொண்டிருக்கும்போதே, அவர்கள் வாழ்ந்து கொண்டிருக்கிற நடுத்தரமான விலையிலேயே வானுலகங்களில் உள்ள கடவுளையும் அவர்களால் பார்க்க இயல்கிறது. அமைதியான வாழ்க்கை நிதானமாகவும் கலங்காதபடியும் கடந்து செல்கையில், இயற்கையின் சுழற்சிகளுக்கு இணங்க, மனித நாடகத்தின் பேரழகு அனைத்தும் மறைந்திருக்கும்.

விவசாயியின் ஆகாரம், தன்னுடைய உருளைக்கிழங்கு மற்றும் பார்லியுடன் சார்டைன் மீன்களைச் சாப்பிடுகிற, கடற்கரையில் வாழ்கிற மீனவனின் ஆகாரம் ஆகியவைதான் கிராமத்து மக்களின் பொதுவான ஆகாரங்களாகும். ஆமாம், எது சுவையும் மணமும் உடையது என்பதை அவர்கள் அறிந்திருக்கிறார்கள். ஆனால் இயற்கையின் ஆர்வத்திற்குரிய மற்றும் நுட்பமான சுவைகளை அவர்கள் தவிர்க்கவில்லை.

இயற்கையான ஆகாரமானது உனது காலுக்கு கீழேயே கிடக்கிறது - ஆகாயத்தின் விதிகளுக்கு கீழ்ப்படிகிற உணவு, இயற்கையாக பின்பற்றப்படுகிற உணவு, வேளாண் மற்றும் மீன்பிடி கிராமங்களின் மக்களுக்கு வேண்டாத உணவு.

உணவின் இயற்கை குணம்

உணவு என்பது பொதுவாக உயிர் வாழவும் வளரவும் தேவையான ஏதோவொன்று என்றுதான் நாம் பொதுவாக நினைத்துக் கொண்டிருக்கிறோம். ஆனால் மனித ஆன்மாவுக்கும் உணவுக்கும் இடையே என்ன தொடர்பு இருக்கிறது?

விலங்குகளுக்கு, விளையாடவும் உறங்கவும் உணவு உண்ணுவதும் மட்டும் போதுமானது. போஷாக்கான உணவு, ஆரோக்கியம், அமைதியான உறக்கம் ஆகியவற்றை அனுபவித்து திருப்தியான வாழ்க்கையை வாழ மனிதனால் இயன்றால் அதைவிட சிறந்தது எதுவும் இருக்க முடியாது. உணவு எடுத்துக்

கொள்வதில் மகிழ்ச்சி அடைவது அனுபவிப்பது என்றால் என்ன? போஷாக்கு மற்றும் ஆதாரத்துடன், உடல் மற்றும் ஆன்மா இரண்டுக்குமான கேள்வி அது.

புத்தர் கூறுகிறார் "உருவம் என்பது ஒன்றுமில்லாதது. காலியானது. காலியானதே உருவம்'' புத்தர்களின் குறியீட்டு சொற்களின்படி உருவம் என்பது "காலியிடத்தைக்'' குறிக்கிறது. பொருள் என்பது ஆன்மாவைக் குறிக்கிறது. ஆன்மாவும் பொருளும் ஒன்றே. பொருளுக்கு பல தோற்றங்கள் இருக்கிறது. நிறம், வடிவம், மற்றும் தரம் என. இதில் ஒவ்வொன்றும் ஆன்மாவைப் பல வழிகளில் தாக்குகின்றன இது ஆன்மா மற்றும் பொருளின் ஐக்கியத்தைக் குறிக்கிறது.

நிறம் : ஒளிச்சிதறலால் ஏற்படுகிற ஏழு நிறங்களைக் கொண்டு நிரம்பியது போல அந்த வார்த்தைக் காணப்படுகிறது. ஆனால் இந்த 7 நிறங்களையும் ஒன்று சேர்க்கும்போது வெள்ளையாகி விடுகிறது. ஒரு வகையில், ஒருவர் சொல்ல முடியும், இயற்கையில் வெள்ளை ஒளியாக இருக்கிற ஒன்று முப்பட்டகத்தின் வழியாகப் பார்க்கும்போது 7 நிறங்களாகப் பிரிகிறது. நடுநிலைமையுடன் பார்க்கும்போது, எல்லா விஷயங்களுமே நிறமற்றவை வெள்ளை. ஆனால் ஒன்று சிதறடிக்கப்படும்போது ஏழு விதமாக (ஆன்மா) ஏழு நிறங்களை (பொருளை) பிறப்பிக்கிறது. பொருள் என்பது ஆன்மா, ஆன்மா என்பது பொருள். இரண்டுமே ஒன்று.

தண்ணீர் எண்ணற்ற உருமாற்றங்களில் செல்கிறது. ஆனால் எப்போதும் தண்ணீராகவே எஞ்சியிருக்கிறது. அதே வழியில், முடிவற்ற வகையிலான படைப்புகளின் கீழே அனைத்து விஷயங்களும் பிரதானமாக ஒன்றே. அனைத்துப் பொருட்களும் அடிப்படையில் ஒரு வடிவத்தையே பெற்றிருக்கிறது. எல்லாவற்றையும் வகைப்படுத்த வேண்டும் என்ற தேவை மனிதனுக்கு ஒருபோதும் கிடையாது.

7 நிறங்களுக்கும் இடையே வித்தியாசங்கள் நீடித்து இருக்கலாம். என்றபோதும், அவை அனைத்தும் சமமான ஒரே மதிப்பைப் பெற்றிருக்கிறது. இத்தகைய 7 நிறங்களையும் சிதைவுறச் செய்வதென்பது அவற்றில் தொக்கி நிற்கிற ஆன்மாவையும் பொருளையும் பார்ப்பதில் தோற்றுவிடுகிறது. எதிர்பாராத நிகழ்வால் பாதை மாறிப் போகிறது.

உணவுக்கும் இதுவே உண்மையாகும். இயற்கை மனிதனுக்கு பரந்த வரிசையிலான உணவுகளை வழங்குகிறது. பகுத்தறிந்து, நல்ல மற்றும் மோசமான தரங்களுடையது என அவன் நினைத்து, அவன் பொறுக்கியெடுத்து, இணக்கமான சேர்க்கையிலான மற்றும் கலவையிலான நிறத்தை தன்னால் உருவாக்க முடியும் என்று அவன் நினைக்கிறான். அவனுடைய தவறுகளுக்கு இதுவே வேராக இருக்கிறது. இயற்கை ஒழுங்கின் பெருமையுடன் மனித அறிவை ஒருபோதும் ஒப்பிட முடியாது.

இயற்கையில் கிழக்கு அல்லது மேற்கு எது என ஒருபோதும் நாம் பார்த்திட முடியாது. வலது மற்றும் இடது எங்கிருக்கிறது. ஒளி மற்றும் இருள் இதில்

நீடித்திருக்காது. அந்த சரியானப் பாதை, மனிதனால் பார்க்கப்பட்ட மிதப்படுத்துதலின் பாதை, ஒருபோதும் அதுவாக இருப்பதில்லை. இயற்கையில் ஒளி மற்றும் இருள் இருக்கிறது. 7 நிறங்கள் நீடித்திருக்கின்றன என்று மக்கள் சொல்லக்கூடும். மனிதனது ஆன்மா மற்றும் பொருளுக்கு தக்கவாறு சிக்கலாகக் கூடிய பொருட்கள் மட்டுமே இது. நேரம் மற்றும் சந்தர்ப்ப நிலைக்கு தக்கவாறு அவை மாறிக்கொள்ளும்.

இயற்கையின் நிறங்கள் நிலையானதாக, மாறுபாடில்லாததாக எஞ்சியிருக்கிறது. ஹைட்ரான்ஜியா புஷ்பங்களைப் போல மாறுவதற்கு தயாராக இருப்பதைப் போல மனிதனுக்கு அவை தோன்றலாம். இயற்கை என்பது எப்போதுமே மாறக்கூடியதுபோல தோன்றலாம். ஆனால் இந்த இயக்கமானது சுழற்சியாகவும் முடிவற்றதாகவும் ஆகும். ஒரு வகையில் இயற்கை என்பது நிலையானது மற்றும் நகர முடியாதது. எந்த ஒரு காரணத்திற்காகவாவது மனிதன் இந்த பருவக் காலத்துக்குரிய உணவு சுழற்சியை நிறுத்துகிற அந்தக் கணம் இயற்கை அழிந்து போய்விடும்.

இயற்கை உணவின் நோக்கமானது, கற்றறிந்த தனி நபர்களை உருவாக்குவது இல்லை, அவர்களுடைய உணவுகளின் தேர்வை தெளிவான விளக்கங்களுடன் ஆதரிக்கிற, இயற்கையின் தோட்டத்திலிருந்து உணவை, ஆழ்ந்து யோசிக்கும் அடிப்படைக் காரணங்கள் இல்லாமல், சேகரிக்கிற படிப்பறிவில்லாத மனிதர்களை உருவாக்குவதுதான். இயற்கையின் வழியைத் தங்களது வழிகளாக ஏற்றுக்கொள்கிற, சொர்க்கத்திற்கு தங்களது முதுகை காட்டாதவர்களாக அவர்கள் இருத்தல்.

நிற பேதங்களை சிதைவுற செய்தலின் மூலமாக உண்மையான ஆதாரம் தொடங்குகிறது. வர்ணத்தை உண்மையான நிறமாக இல்லாமல் நிறங்களால் மகிழ்ச்சி அடைதல்.

சுவை : மக்கள் சொல்வார்கள் : “ஒன்றின் சுவை எப்படி இருக்கும் என்பது அதை நீங்கள் சுவைத்துப் பார்க்காவிட்டால் தெரியாது” என்று. ஒரு உணவு எங்கே, எப்போது எடுத்துக் கொள்ளப்படுகிறது என்பதைச் சார்ந்து அதன் சுவை நல்லதா அல்லது கெட்டதா என்பது இருக்கிறது. சுவை என்பது என்ன? சுவையைப் பற்றி ஒருவர் எப்படி தெரிந்துகொள்ள முடியும் என்று ஒரு அறிவியலறிஞரிடம் கேட்க வேண்டும். உணவின் சேர்க்கைப் பொருட்களை உடனடியாக பகுத்தாய தொடங்கிவிடுவார். தாதுப் பொருட்களுக்கு இடையேயுள்ள உறவையும் ஐந்து சுவைகளையும் பற்றி - இனிப்பு, கசப்பு, உப்பு, காரம் மற்றும் புளிப்பு - விசாரணை செய்யத் தொடங்குவார். நாக்கின் நுனியில் உள்ள உணர்வுகளாலோ அல்லது இரசாயன பகுத்தாய்வின் பதில்களை சார்ந்தோ சுவையைப் புரிந்துகொள்ள முடியாது.

5 சுவைகளானது 5 வேறுபட்ட உறுப்புகளால் பார்க்கப்பட்ட போதும்கூட, ஒரு மனிதனால் அவனது உள்ளுணர்வுகள் குழப்பமடைந்து விட்டால், உண்மையான சுவையை ஒரு மனிதனால் அறிந்துகொள்ள முடியாது. அறிவியலறிஞர்கள் தாதுப் பொருட்களை பிரித்தெடுத்து இதயத்தின்

இயக்கத்தைப் படித்து, (மகிழ்ச்சி மற்றும் சுவையும் மணமும் போன்ற உணர்வுகளைத் தொடர்ந்து, ஆனால் மகிழ்ச்சி மற்றும் துயரம் பற்றிய உணர்வுகளை அவர்களால் தெரிந்து கொள்ள முடியாது. இது கணினியால் தீர்க்கப்படக் கூடிய பிரச்சனை கிடையாது. மூளை செல்களை விசாரணை செய்வது அதற்கான விடையைத் தரும் என வைத்தியர் எண்ணுகிறார்.

உள்ளுணர்வானது உள்ளுணர்வை விசாரணை செய்யாது. அறிவு திரும்பி அதையே ஆழ்ந்து பரிசோதிக்காது. இந்த ஏழு சிறு செடிகளின் 7 சுவைகள் மனிதனின் சுவையுணர்வு மீது எப்படி செயல்படுகிறது என்பதை படிப்பது முக்கியமானது இல்லை. நாம் கண்டிப்பாக கருத வேண்டியது, மனிதன் ஏன் இன்று அவனது உள்ளுணர்வுகளுடன் பிரிந்து இருக்கிறான். 7 சிறு செடிகளையும் சேகரிக்கவோ உண்ணவோ ஒருபோதும் தேடவில்லை. அவனது கண்கள், காதுகள் மற்றும் வாய் ஒருபோதும் அவை செய்ய வேண்டிய வேலைகளை செய்யவில்லை. உண்மையான அழகைப் புரிந்துகொள்ளும் திறனை நமது கண்கள் இழந்துவிட்டனவா, அரிதான சத்தங்களை பற்றிக் கொள்வதை நமது காதுகள் இழந்துவிட்டனவா, மேன்மைப்பட்ட நறுமணங்களை உணர்வதை நமது மூக்கு இழந்துவிட்டதா, அற்புதமான சுவைகளை வேறுபடுத்துவதை நமது நாக்கு இழந்துவிட்டதா, உண்மையைப் பேசவும் பகுத்துணரவும் நமது இதயம் திறன் இழந்துவிட்டதா என்பது தான் நமது பிரதான கவனமாக இருக்கவேண்டும். குழப்பமான இதயத்துடனும் மரத்துப் போன உணர்வுகளுடனும் சுவைகளை உணர்ந்து கொள்வது என்பது அவற்றின் உண்மையான வடிவத்தை அறிந்துகொள்வதிலிருந்து தொலைவில் இருக்கும்.

மனிதனது சுவையுணர்வு கட்டுப்பாடு இழந்த நிலையில் போய் கொண்டிருப்பதற்கான சாட்சியத்தை கண்டறிவது கடினமானது. ஆனால் ஒரு விஷயம் உறுதியானது. மக்கள் இன்று சுவையை தேடி விரட்டுகிறார்கள். ஏனென்றால் அவர்கள் அதை இழந்துவிட்டார்கள். அந்த உணர்வு முழுமையானதாக இருந்தால், அவற்றைத் தாமாகவே துல்லியமாக தீர்வு செய்ய அவர்களால் இயலக்கூடும். இயற்கையான மனிதன் அவனது உணவை சீர்தூக்கிப் பார்க்காமல் சேகரிக்கிறபோதும், அவனது உள்ளுணர்வு முழுமையாக (கெடாமல்) இருப்பதால் இயற்கையின் விதிகளுக்கு இணங்க அவனால் தக்க விதத்தில் உண்ண முடிகிறது. எல்லாமும் சுவையும் மணமும் உடையதாகவும், ஊட்டசத்து மிக்கதாகவும், மருத்துவ சிகிச்சை சம்பந்தமானதாகவும் இருக்கும். நவீன மனிதன், மற்றொரு வகையில், தவறாக புரிந்துகொண்ட அறிவை அடிப்படையாக கொண்டிருக்கிறது. அவனது தீர்ப்புகள், தாறுமாறாக்கப்பட்ட அவனது 5 உணர்வுகளைக் கொண்டு பல விஷயங்களைத் தேடுகிறான். அவனது ஆகாரம் குழப்பமானதாக இருக்கும். அவனது விருப்புகளுக்கும் வெறுப்புகளுக்கும் இடையேயுள்ள இடைவெளி ஆழமாகிறது. மேலும் அதிகமான சமநிலையற்ற ஆகாரத்தை நோக்கி வீசி எறியப்படுகிறான். உண்மையான சுவையிலிருந்து வெகுதூரத்துக்கு அவனது இயற்கையான உள்ளுணர்வுகளை இழுக்கிறது. சுவையும் மணமும் மிகுந்த

உணவு அரிதாகவே அதிகரிக்கிறது. புதுமையான சமையல்களும் சுவைகளும் வெறுமனே குழப்பத்தையே சேர்க்கிறத.

அதன்பிறகு என்னால் பார்க்க முடிந்த பிரச்சனை எதுவென்றால் மனிதன் ஆத்மரீதியாக உணவிடம் விரோதம் செய்து கொண்டவன் ஆகிவிட்டான். 5 உணர்வுகள், மனம் மற்றும் ஆன்மாவின் மூலமாக மட்டுமே உண்மையான சுவையைப் பார்க்க முடியும். சுவை என்பது ஆன்மாவுடன் இசைவு உடையதாக இருத்தல் வேண்டும். உணவில் உற்பத்தியாகும் சுவையை நாக்கின் நுனியால் மட்டுமே உண்ண முடியும் என்று மக்கள் நினைத்துக் கொண்டிருக்கிறார்கள். அதனால் உடனடி உணவின் சுவையால் எளிதாக ஏமாற்றப்படுகிறார்கள்.

தனது இயற்கையான சுவையுணர்வை தொலைத்த ஒரு இளைஞர் ஒருபோதும் அரிசியின் சுவையை சரியாக உணர்ந்துகொள்ள முடியாது. அவன் இயல்பாக உமி நீக்கப்படுவதற்காக மெருகேற்றப்பட்ட பழுப்பு அரிசியை சமைத்து வெள்ளை சாதமாக உண்கிறான். சுவையில் ஏற்பட்ட குறைவை சரிசெய்ய அவர் இறைச்சி சாறை வெள்ளை சாதத்தில் சேர்ப்பார் அல்லது ஷாஷிமியுடன் அதைக் கலந்து சாப்பிடுவார். சுவையான அரிசியானது, இவ்வாறாக பருவக் காலத்துக்கும் சுவைக்கும் தகுந்ததாக ஆகிவிடுகிறது. மக்கள் வெள்ளை அரிசியைப் பற்றி யோசிப்பதிலேயே தங்களை ஏமாற்றிக் கொள்கிறார்கள். நறுமணமுடைய, வித்தியாசமான சுவை உடைய உயர் தர அரிசியைப் பற்றி யோசிப்பதில். அதிகமாக பளபளப்பாக்கப்பட்ட அரிசியிலிருந்து ஏதாவது ஊட்டசத்தைத் தேடி கசக்கிப் பிழிந்து முயற்சிப்பதைவிட நல்ல வளமான அரிசியை சாப்பிடுவதே நல்லது என சிலர் நினைக்கிறார்கள் என நான் கற்பனை செய்துகொண்டேன். அல்லது தேவையான போஷாக்குக்காக இறைச்சி அல்லது மீன் போன்ற இதர பதார்த்தங்களை அவர்கள் சார்ந்திருக்கிறார்கள். இன்றைய நாளில் புரதம் என்பது புரதம், விட்டமின் பி என்பது விட்டமின் பி என நம்பப்படுகிறது. அதுவே எங்கிருந்து வருகிறது என்பதைப் பற்றி பொருட்படுத்தாமல். ஆனால் சிந்திப்பதிலும் பொறுப்பிலும் பெரிய பிழை செய்வதன் மூலமாக இறைச்சியும் மீனும் அரிசியைப் போன்ற பாதையிலேயே சென்றது. இறைச்சி ஒருபோதும் இறைச்சியாக இருக்கவில்லை. மீன் ஒருபோதும் மீனாக இருக்கவில்லை. பெட்ரோலியத்திலிருந்து வருவிக்கப்பட்ட, சுத்தப்படுத்தப்பட்ட சுவையுடைய புரதசத்தானது மக்களை உருவாக்குகிறது. மக்கள் தங்களுடைய முழு உணவும் செயற்கையான உணவாக மாறி வருகிறது என்பதைப் பற்றி மக்கள் விழிப்புணர்வோ கவலையோ கொள்ளாதபடி உருவாக்கி வருகிறது.

இன்று, சுவையின் இருப்பிடம் உணவுப் பொருள். இவ்வாறாக மாட்டிறைச்சியும் கோழிக்கறியும் "சுவையும் மணமும் நிறைந்ததாக ஆகிவிட்டது'' ஆனால் நா அன்னத்தை திருப்திபடுத்துகிற "சுவையான'' ஏதோவொன்றை சாப்பிடுவது கிடையாது. ஒன்று சுவையானது என்பதை உணர்வதற்கு எல்லா சூழ்நிலைகளும் மிகச் சரியாக இருக்க வேண்டும். மாட்டிறைச்சியும் கோழிக்கறியும்கூட சுவையான உணவு கிடையாது. இறைச்சியைப் பற்றி மனதளவிலோ அல்லது உடலளவிலோ வெறுப்பு

கொண்டிருக்கும் மக்களுக்கு இது நாவிற்குப் பிடிக்காதது ஆகும்.

குழந்தைகள் மகிழ்ச்சியானவர்கள். ஏனென்றால் அவர்கள் மகிழ்ச்சியாக இருக்கிறார்கள். அவர்கள் விளையாடுவதாலோ அல்லது ஒன்றுமே செய்யாமல் இருப்பதாலோ கூட மகிழ்ச்சியாக இருக்க முடிகிறது. இளைஞர்கள் பிரத்தியேகமாக மகிழ்ச்சியாக இல்லாதபோதும்கூட ஆனால் அவர்கள் மகிழ்ச்சியாக இருப்பதாக நம்புகிறார்கள். டிவி பார்க்கும்போது அல்லது பேஸ்பால் விளையாட்டைப் பார்க்க போகும்போது, ஒரு மகிழ்ச்சியான மனநிலை படிப்படியாக அதன்பிறகு வந்துவிடும், அவர்கள் வாய்விட்டு உரக்க சிரிக்கக்கூட இயலும். அதேபோல, ஏதோவொன்று பசியைத் தூண்டாதது.

நரியால் ஏமாற்றப்பட்டு மக்கள் குதிரை சாணத்தை எப்படி தின்றார்கள் என்று சொல்கிற ஜப்பானிய நாட்டுப்புறக் கதை இருக்கிறது. ஆனால் அந்தக் கதை நாம் சிரிப்பதற்காக கிடையாது. இன்றைய நாளில் மக்கள் அவர்களது விருப்பத்திற்கேற்றபடிதான் சாப்பிடுகிறார்கள். உடலுக்கு ஏற்றதை சாப்பிடுவது இல்லை. அவர்கள் பிரட் (ரொட்டி) சாப்பிடும்போது அவர்கள் அனுபவிப்பது ரொட்டியின் சுவையை கிடையாது. ஆனால் அந்தப் பிரட்டில் சேர்க்கப்பட்டிருக்கும் தாளிப்பு சாமான்களின் சுவையைத்தான்.

இன்றைய நாட்களில் மக்கள் மூடுபனியால் மறைக்கப்பட்ட எண்ணங்களை உட்கொண்டு வாழ்வது போலத் தோன்றும். ஆரம்பத்தில் மனிதன் உயிருடன் இருந்ததால் சாப்பிட்டான். ஏனென்றால் ஏதோவொன்று சுவையும் மணமும் உடையதாக இருந்தது. ஆனால் நவீன மனிதன் வாழ்வதற்காக சாப்பிடுகிறான். அவன் தயாரிக்காவிட்டால் (சமையலறையில்) வேறுபட்ட வகையான உணவுகளை சாப்பிட முடியாது என்று எண்ணினான். சுவையும் மணமும் நிறைந்த உணவை அவனால் சாப்பிட முடியாது. ஏதாவது ஒன்றை சாப்பிட்டு மகிழ்ச்சியடைகிற மனிதர்களை உருவாக்க நாம் அதிக கவனம் செலுத்த வேண்டும் என்கிறபோதும், மனிதனைப் பற்றிய சிந்தனைகளை ஒரு பக்கமாக வைத்துவிட்டு சுவையும் மணமும் மிக்க உணவைத் தயாரிப்பதில் நமது எல்லா முயற்சிகளையும் செலவிடுகிறோம். இது நாம் சாப்பிடுகிற உணவின் சுவை மற்றும் மணத்தின் அளவைக் குறைத்தல் என்ற எதிர் விளைவை ஏற்படுத்துகிறது.

பிரட்டை சுவை மிகுந்ததாக மாற்றும் நமது முயற்சியில், நல்ல சுவையைத் தருவதை பிரட் நிறுத்திவிடுகிறது. மிதமிஞ்சிய சக்தியுடைய பயிர்கள், கால்நடைகள் மற்றும் கோழிகளை நாம் வளர்க்கிறோம், நிறைவான உலகத்தை உருவாக்குவதற்காக. மாறாக பஞ்சத்தையும் பட்டினியையும் தூண்டிவிடுகிறோம். இதெல்லாம் என்ன ஒரு முட்டாள்தனம். ஆனால் மனிதனது முயற்சிகளில் இருக்கும் இயற்கையாக அமையப் பெற்ற முட்டாள்தனத்தை அறிந்துகொள்ள திறனில்லாமையானது அவனை அதிகமான குழப்பத்திற்குள் தூக்கி எறிந்துவிடுகிறது. சுவையும் மணமும் உடைய அரிசி, பழம் மற்றம் காய்கறிகளை உற்பத்தி செய்வதற்கான அவனது கடினமான முயற்சிகள் எல்லாம் அவற்றை மிகவும் எட்டிபிடிக்க முடியாததாக ஆக்குவது

ஏன்? டோக்கியோவில் ஏன் சுவையான உணவு ஒருபோதும் கிடைக்கவில்லை என்று கேட்கும் மக்களிடம் நான் அடிக்கடி ஓடுவேன்.

சுவை மிகுந்த அரிசி அல்லது ஆப்பிள்களை உருவாக்க வேண்டிய அனைத்து சூழ்நிலைகளையும் அமைப்பதற்கான மனிதனது முயற்சிகளானது அவனை உண்மையான சுவையிலிருந்து தூரத்திலேயே தள்ளி வைத்திருக்கிறது என்பதை கவனிப்பதில் அவர்கள் தோற்றுவிடுகிறார்கள். நகரத்தில் வாழ்பவர்கள் உண்மையான சுவையுணர்வை இழந்திருப்பதென்பது துரதிர்ஷ்டவசமானதாக கூட இருக்கலாம். ஏதோவொன்றை சுவையுடையதாக ஆக்கும் கடினமான முயற்சி செய்கிறார்கள் எல்லோரும். சுவையின் உண்மையை நேரடியாக பார்ப்பதற்கு அதைப்பற்றி யோசிப்பதில் தங்களை ஏமாற்றிக்கொண்டு முடிகிறது. யாரும் முயற்சி செய்யவில்லை. இந்த ஏமாற்றங்களை சுயநலமாக உபயோகிப்பது அதில் வெற்றி பெறும் ஒரே ஒருவர் உற்பத்தியாளர்கள்தான்...

உண்மையான சுவையுடைய உணவை கொண்டுவர என்ன செய்ய வேண்டும்? நாம் செய்ய வேண்டியதெல்லாம் சுவையான உணவை உற்பத்தி செய்ய முயற்சிப்பதை நிறுத்த வேண்டும் அது நம்மை சூழ்ந்துவிடும். சமைப்பதும் சமையல் முறையும் பிரயோசனம் உள்ள முக்கியமான செயல்களாக கருதப்பட்ட போதும் அது எளிதானது கிடையாது - உணவு வளர்ச்சி (பண்பு ஒரு பகுதி - இறுதியாக உண்மையாக சமைப்பதும் உண்மை சுவையைப் பின்தொடர்வதும் இயற்கையின் நேர்த்தியான, நுட்பமான சுவைகளை அறிந்து கொள்வதிலேயே கிடைக்கிறது.

காட்டு சிறுசெடிகளில் இருக்கும் துவர்ப்பை நீக்காமல் சாப்பிட முடியாத மக்களால் இயற்கையின் சுவைகளை அனுபவிக்க இயலாது. வேர் காய்கறிகளை வெயிலில் காயவைத்து, அவற்றை உப்பில் ஊறுகாய் போட்டு மற்றும் அரிசி உமி அல்லது மிசோவுடன் சாப்பாட்டின் இறுதியில் அவற்றின் சிறப்பான சுவையையும் நறுமணத்தையும் அனுபவிக்கிற ஆரம்பக் கால மனிதனின் அறிவு. அற்புதமான சுவை மற்றும் உப்பிட்டு சமைக்கப்பட்ட உணவின் போஷாக்கு. ஒரு சமையலறை கத்தியை மட்டும் சார்ந்து உருவாக்கப்பட்ட நுட்பமான, புதுமையான சுவை... (தனிப்பட்ட) இத்தகையவை எல்லா இடத்திலும் எல்லோராலும் புரிந்துகொள்ளப்படும். ஏனென்றால் இயற்கை சுவைகளின் சாற்றை அவை தொடுகிறது.

நீண்ட காலங்களுக்கு முன், ஜப்பானில் உள்ள கௌரவமான வகுப்பு மக்கள் பன்கோ என்று அழைக்கப்படுகிற ஒரு விளையாட்டை விளையாடினார்கள். அதில் விளையாடுபவர்கள் பல்வேறு வகையான எரிந்த தூபங்களின் நறுமணத்தை ஊகிக்கும் ஒரு விளையாட்டு மூக்கால் நறுமணங்களை வேறுபடுத்தி அறிய இயலவில்லையென்றபோது விளையாடுபவர் தனது நுகரும் உணர்வை மீண்டும் பெறுவதற்காக டைகானின் வேரை சிறிது கடித்துக் கொள்வார்கள். புளிப்பான டைகானை சத்தமாக கடிக்கும் அவர்களின் முகத்தில் ஏற்படுகிற உணர்வுகளை நான் சிறிது கற்பனை செய்து பார்த்தேன். இது தெளிவாகக் காட்டுகிறது, சுவையும் நறுமணமும் இயற்கையிலிருந்து

கசிகிறது என்பதை.

சமைப்பதின் நோக்கமானது மக்களை மகிழ்ச்சிபடுத்துவதற்காக இயற்கையை மாற்றியமைத்து, இயற்கைக்கு புறம்பான இயற்கையை ஒத்திருக்கும் சுவை கொண்டு வருவதாக இருந்தால், ஆனால் இயற்கையில் உள்ள எதையும் போல இல்லாமல். அதன்பிறகு நாம் ஏமாற்றத்தை சமாளிக்க வேண்டியவர்களாக இருப்பர். சுழற்சாளைப் போல, சமையலறை கத்தி நல்லதையோ அல்லது கெட்டதையோ செய்யலாம், சந்தர்ப்ப நிலை மற்றும் அதை யார் உபயோகிக்கிறார்கள் என்பதை சார்ந்து. ஜென் பிரிவினரும் உணவும் ஒன்று. இயற்கையான ஆகாரத்தின் மகிழ்ச்சிகளை யார் மாதிரி பார்க்கிறார்களோ அவர்கள், அங்கே ஒரு சைவம், சமைக்கிற மற்றும் ஜப்பானிய...??? உயர்தர ரெஸ்டாரெண்டுகளில் இயற்கையற்ற மதிய நேர தேநீர் வழங்கப்படலாம்.

மனிதனுடைய புதிய கண்டுபிடிப்புகள் மூலமாக இயற்கையிடமிருந்து மனிதனைப் பிரித்து உருவாக்கி, தக்க வைக்கப்பட்டு, பண்படுத்தப்பட்ட மனிதப் பொருளாக பயிர்த்தொழில் பார்க்கப்படுகிறது. ஆயினும், பயிர்த்தொழில் என்பது தினப்படி வாழ்க்கையுடன் நெருக்கமாக இணைந்திருக்கிறதாயினும், மரபுரிமை வழியாக, வருங்கால தலைமுறையினருக்காக அழியாமல் காப்பாற்றப்பட வேண்டியது, எப்போதம் இயற்கையின் (கடவுள்) ஆதாரத்துக்கு திரும்பி செல்வதற்காகவே தொடங்கி, இயற்கையும் மனிதனும் ஒரு முழுமையில் ஒன்றுபடும்போது தானாக உருவாகும். மனிதனுடைய மறுஉருவாக்கல் மற்றும் தற்பெருமையிலிருந்து பிறந்த பயிர்த்தொழிலானது இயற்கையிலிருந்து விலகியதாகும். அதனால் உண்மையான பயிர்த்தொழில் ஆக முடியாது. உண்மையான பயிர்த்தொழில் என்பது இயற்கைக்குள்ளிருந்து எழுகிறது. அது தூய்மையானது, நடுத்தரமானது, எளிமையானது. இப்படி இல்லையென்றால், அதன்பிறகு மனிதன் அந்தப் பயிர்த்தொழிலால் நிச்சயமாக அழிக்கப்படுவான். மனிதவர்க்கம் முன்னேற்றப்பட்ட ஆகாரத்துக்காக இயற்கையான உணவை கைவிடும்போது, அவன் உண்மையான பயிர்த்தொழிலிலிருந்து விலகி, அழிவுக்கான சாலையில் செல்கிறான்.

சமையல்காரர் திறமையாக கையாள்கிற கத்தியானது இரு முனைகளை உடைய சுழற்வாள்கள் என்று நான் மேலே குறிப்பிட்டுள்ளேன். அது ஜென்னின் வழியை நோக்கி அழைத்துச் செல்லும். ஆனால் ஆகாரமே வாழ்க்கையானால், இயற்கையின் உண்மையான கொள்கைகளிலிருந்து விலகிய ஆகாரமானது மனிதனது வாழ்க்கையை கொள்ளையடிக்கிறது. அவனை தவறான பாதையில் கீழ்நோக்கி அனுப்புகிறது.

வாழ்க்கையின் ஆதாரம் : அற்புதமான சுவையும் மணமும் உடைய உணவை சாப்பிடுவதைவிட சிறந்தது வேறெதுவும் இருக்காது. ஆனால் உணவென்பது உடலுக்கு ஆதரவு வழங்கவும் போஷாக்கை அளிப்பதற்காகவுமே சாப்பிடப்படுகிறது என அடிக்கடி சொல்லப்படுவதை நாம் கேட்கிறோமா? அம்மா தனது குழந்தைகளிடம் அவர்களது உணவை சாப்பிடும்படி எப்போதும் சொல்லி கொண்டிருக்கிறார். அவர்களுக்கு அது

பிடிக்காவிட்டாலும்கூட அவர்களுக்கு "நல்லது" என்பதால்தான். மனித சிந்தனையில் உள்ள மறுப்புக்கு மற்றொரு உதாரணமும் நம்மிடம் இங்கே உள்ளது. நமக்கு நாம் போஷாக்கு அளிக்க வேண்டும். அப்போதுதான் நம்மால் கடுமையாக உழைக்க முடியும், நீண்ட நாட்கள் வாழ முடியும் என்று சொல்வதைப் போன்றதேயாகும்.

சுவையையும் போஷாக்கையும் பிரிக்கக்கூடாது. மனித உடலுக்கு நன்மையையும் போஷாக்கையும் வழங்குகிற ஒன்றே மனிதனது பசியையும் தனது சொந்த முயற்சியால் தூண்டி விடுகிறது. சுவையான உணவாகவும் வேலை செய்கிறது. சுவையும் போஷாக்கும் கண்டிப்பாக ஒன்றேயாகும்.

நீண்ட நாட்களுக்கு முன்பாகவே, இந்த இடத்தில் இருந்த விவசாயிகள் பார்லி மற்றும் அரிசியை பண்படுத்தப்படாத சோயா குழம்பு, ஊறுகாய் இடப்பட்ட காய்கறிகளுடன் சேர்த்து எளிமையான உணவை உட்கொண்டார்கள். இது அவர்களுக்கு வலிமையையும் நீண்ட வாழ்வையும் தந்தது. வேக வைக்கப்பட்ட காய்கறிகள் மற்றும் அட்சுகி பீன்ஸ் கலந்த அரிசியை சமைத்தல் என்பது ஒரு மாதத்திற்கு ஒருமுறை நடக்கும் விருந்தாக இருந்தது. அவர்களது போஷாக்கு தேவையை வழங்குவதில் இது எப்படி போதுமானதாயிருந்தது? "போஷாக்கைக் கவர்தல்" என்பதைப் பற்றி யோசிப்பதைவிட இன்னும் அதிக அர்த்தம் உள்ளதாக இருந்தது. அதாவது நிலத்தில் கடுமையாக உழைப்பதென்பது ஒருவருக்கு பசியை உண்டாக்கும் என்று சொல்வதாகும். அதனால்தான் பண்படாத உணவுகூட அபரிமிதமாக சுவைக்கிறது. மேலும், வலிமையான உடலால் எளிய உணவிலிருந்து கூட போஷாக்கைக் கவர முடியும்.

பழுப்பு அரிசி மற்றும் காய்கறிகள் என்ற எளிமையான கிழக்கத்திய உணவுக்கு மாறாக, உடம்புக்கு தேவையான அனைத்தையும் வழங்குகிற, ஸ்டார்ச், கொழுப்பு, புரதம், விட்டமின்கள், தாதுப் பொருட்கள் இன்னும் அதிகமான போஷாக்குகள் கலந்த சரிவிகித உணவை சாப்பிடாவிட்டால் ஒருவரால் உடல்நலத்தைப் பராமரிக்க முடியாது என மேற்கத்திய உணவு விதிமுறைகள் கூறுகிறது. அதன்பிறகு சில அம்மாக்கள் "போஷாக்கான உணவின்" சுவை நன்றாக இருக்கிறதா இல்லையா என்பதைப் பற்றி கவலைப்படாமல் தங்களுடைய குழந்தைகளின் வாயில் திணிப்பதில் வியப்பேதுமில்லை.

ஏனென்றால் உணவு விதிமுறைகளானது கவனமான அறிவியல் விளக்கங்கள் மற்றும் கணக்குகளின் அடிப்படையில் அமைந்திருக்கிறது. பொதுவான மண சார்பானது அதன் பிரகடனத்தை அதற்கு குறிக்கப்பட்ட விலையிலேயே ஏற்றுக் கொள்வதாகும். ஆனால் பேரழிவுக்கான சாத்தியத்தை அது சுமந்திருக்கிறது. எல்லாவற்றிலும் முதலாக, மனிதன் என்பவன் உயிருள்ள, சுவாசிக்கும் பிராணி என்பதைப் பற்றிய விழிப்புணர்வில் உணவு விதிமுறைகள் பற்றாக்குறையாக இருக்கிறது. வாழ்வின் ஆதாரத்திலிருந்து விலகிய, இயந்திரத்தனமான மனிதர்களுக்கு வெறுமனே, சக்தியை வழங்குகிற ஒன்று என்ற அபிப்பிராயத்தை

மட்டுமே உணவுப் பட்டியல் விட்டுச் சென்றது. இயற்கையான தொடர்ந்திருத்தலை நெருக்கமாக அணுகுவதற்கான எந்த முயற்சியைப் பற்றியும் சாட்சியம் எதுவுமில்லை, இயற்கையான சுழற்சிகளை உறுதி செய்வதற்காக. உண்மையில், அது மிக அதிகமாக மனித நுண்ணறிவைச் சார்ந்திருந்ததால், இயற்கையிலிருந்து பிரித்தெடுக்கப்பட்ட இயற்கையற்ற மனிதனை உருவாக்குவதைவிட உணவு விதிமுறைகள் பயனுள்ளதாக தோன்றியது.

இரண்டாவதாக, மனிதன் என்பவன் ஒரு மனத் தத்துவ மிருகம். அங்கக, இயந்திரத்தனமான, உடற்கூறு சாஸ்திரம் சம்பந்தமான வார்த்தைகளில் அதை முழுமையாக விளக்க முடியாது என்பதை நாம் கிட்டதட்ட மறந்துவிட்டதைப் போல அது தோன்றுகிறது. அவன் ஒரு மிருகம். அவனது உடலும் வாழ்க்கையும் மிக அதிகமாக நிலையற்றதாக மாறிக் கொண்டிருப்பதாகும். அது மிகச் சிறந்த உடலியல் மற்றும் மனவியல் சுக துக்கங்களை அடைக்கிறது. சோதனை பெருச்சாளிகளால் பேச முடிந்தால் நிகழ்வுகள் வித்தியாசமாக இருக்கும். ஆனால் குரங்குகள் மற்றும் சுண்டெலியிலிருந்து மனிதன் வரையிலான உணவு விதிமுறைகள் பரிசோதனைகளின் விளைவுகளை - அறிவியலறிஞர்கள் எவ்வளவு தூரம் செல்வார்கள் என்பதற்கு எல்லைகள் இருக்கின்றன. மனிதன் சாப்பிடுகிற உணவானது மனிதனுடைய உணர்வுகளுடன் நேரடியாக அல்லது மறைமுகமாக தொடர்புடையதாகும். அதனால் உணர்வுகள் இல்லாத ஆகாரமானது அர்த்தமற்றதாகும்.

மூன்றாவதாக, குறுகிய லௌகீக மற்றும் ஆகாயம் சம்பந்தமான திட்ட வரம்புக்குள் உள்ள நிகழ்வுகளை மட்டுமே மேற்கத்திய உணவு விதிமுறைகளால் புரிந்துகொள்ள முடியும். நிகழ்வுகளை அதன் பூரணத்துடன் அதனால் பற்ற முடியாது. பகுதிப் பொருட்களின் முழுமையான அணிவகுப்பை வரிசைப்படுத்த அறிவியலறிஞர் எப்படி முயற்சிக்கிறார் என்பது விஷயமில்லை, அது ஒருபோதும் முழுமையான உணவை நெருங்க முடியாது. இயற்கையிலிருந்து விலக்கப்பட்ட முழுமையற்ற ஆகாரத்தை உருவாக்குவதில் மட்டுமே நுண்ணறிவின் சக்திகளால் வெற்றி பெற முடியும். “முழுமை என்பது பகுதிகளை விடச் சிறந்தது” என்ற எளிமையான உண்மையை நினைவில் கொள்ளாமல் நவீன அறிவியல் மேலும் மேலும் பெருந்தவறுகளை செய்து கொண்டிருக்கிறது. மனிதன் ஒரு பட்டாம்பூச்சியை பிய்த்தெடுத்து மிக விவரமாக அதைப் பரிசோதிக்க முடியும். ஆனால் அதை மீண்டும் பறக்க செய்ய அவனால் முடியாது. அது சாத்தியமானாலும் பட்டாம்பூச்சியின் இதயத்தைப் பற்றி அவனால் தெரிந்துகொள்ள முடியாது.

மேற்கத்திய பாணியில் தினசரி உணவுகளை தயார் செய்வதற்கு என்ன நடக்கிறது என்பதைப் பற்றி நாம் இப்போது பார்ப்போம். இயற்கையாக, ஒருவரது வழியில் என்ன கிடைக்கிறதோ அதை அப்படியே சாப்பிட செய்யாது. ஒருவர் சரிவிகித உணவை அடைவதற்கு ஒவ்வொரு நாளும் என்ன சாப்பிட வேண்டும், எவ்வளவு சாப்பிட வேண்டும் என்பதைப் பற்றி யோசித்தே தினப்படி உணவுத் திட்டம் வரையப்பட்டது. ஜப்பானில் உள்ள காகாவா போஷாக்கு கல்லூரியில் உபயோகிக்கப்படும் நான்கு குழுக்கள் கணக்கீடு

முறையை எனது உதாரணமாக எடுத்துக்கொள்ள நான் விரும்புகிறேன். குழுக்கள் குறிக்கும் உணவு வகை, அவற்றுக்கு தினமும் ஒவ்வொன்றுக்கும் ஒதுக்கப்பட்ட புள்ளிகளின் அளவும் இங்கே தரப்படுகிறது.

குறிப்பு 1 : நல்ல புரதம், கொழுப்பு, கால்சியம், முழுமையான போஷாக்கிற்கான விட்டமின் உணவுகளான பால், முட்டை போன்றவை - 3 புள்ளிகள்.

குறிப்பு 2 : சதை மற்றும் இரத்தத்தை உருவாக்க போஷாக்கான ப்ளூஃபிரஷ், கோழிக்கறி மற்றும் டோஃபு ஆகியவை - 3 புள்ளிகள்.

குறிப்பு 3 : வெளிறிய நிறமுடைய காய்கறிகள், பச்சை மற்றும் மஞ்சள் நிற காய்கறிகள், உருளை மற்றும் மாண்டரின் ஆரஞ்சுகள், ஆரோக்கியமான உடலுக்குத் தேவையான விட்டமின்கள், தாதுப்பொருட்கள் மற்றும் நார்மத்தை வழங்க.

குறிப்பு 4 : வெள்ளை அரிசி, ரொட்டி, சர்க்கரை மற்றும் எண்ணெய், சர்க்கரை, புரதம், கொழுப்பு ஆகியவை உடம்பின் வெப்பநிலை மற்றும் சக்திக்காக - 11 புள்ளிகள்.

ஒவ்வொரு புள்ளிகளும் 80 கலோரிகளைக் குறிக்கிறது. ஒரு நாளின் சரிவிகித உணவானது 1,600 கலோரிகளை வழங்குகிறது. ஏனென்றால் அது 80 கலோரிகளை வழங்குகிறது. 80 கிராமம் மாட்டிறைச்சி என்பது 1 புள்ளிக்கு சமமாகிறது. 500 கிராம் பீன்ஸ் முளைகள், 200 கிராம் மாண்டரின் ஆரஞ்சு, 120 கிராம் திராட்சைகள் ஒவ்வொரு நாளும் 40 ஆரஞ்சுகள் அல்லது 20 திராட்சைக் கொத்துக்களை சாப்பிடுவது தேவையான கலோரியைத் தரும். ஆனால் சரிவிகித உணவாக இருக்காது. அதனால் நான்கு குழுக்களில் உள்ள உணவுகளையும் கலந்து சாப்பிட வேண்டும் என்ற யோசனை இங்கே தரப்படுகிறது.

இது முதல் தரமாக அறிவானதும் பாதுகாப்பனதுமாக தோன்றுகிறது. ஆனால் அதுபோன்ற அமைப்பு சீராக பெரிய அளவில் ஈடுபடும்போது என்ன நடக்கும்? உயர்தர இறைச்சி, முட்டைகள், பால், ரொட்டி, காய்கறிகள் மற்றும் இதர உணவு என அனைத்தும் வருடம் முழுவதற்கும் வழங்கப்படுவதற்கு தயார் செய்து வைக்கப்படுகிறது. அது பொருள் திணிவை உற்பத்தி செய்வதையும் நீண்ட கால சேமிப்பையும் அவசியமாக்குகிறது. குளிர்காலத்தில் விவசாயிகள் பச்சடிக்கீரை, வெள்ளரிகள், கத்தரிசெடி மற்றும் தக்காளிகளை ஏன் வளர்க்க வேண்டும் என்பதற்கான காரணமாக இது இருக்கலாம்.

சந்தேகமேயில்லை, விவசாயிகள் அவர்களது பசுக்களை குளிர்காலத்தில் பால் கறக்கும்படியும், கோடையின் தொடக்கத்தில் மாண்டரின் ஆரஞ்சுகளையும், வசந்த காலத்தில் ஈச்சம் பழம், இலையுதிர் காலத்தில் பீச் பழங்களையும் இறக்குமதி செய்யும்படியாக சொல்லப் போகிற காலம் வெகு தொலைவில் இல்லை. வருடத்தின் எல்லா நேரங்களிலும் வேறுபட்ட வகையான உணவுகளை சேகரிப்பதால் நாம் உண்மையிலேயே சரிவிகித

உணவைப் பெற்றிருக்க முடியுமா, பருவங்களே இல்லை என்பதுபோல? மலைகளிலும் ஓடைகளிலும் வளர்ந்திருக்கும் எப்போதுமே மரங்கள் வளர்ந்து பக்குவமடைகின்றன, அதே நேரத்தில் சாத்தியமான சிறந்த போஷாக்கு சமநிலையை தக்க வைக்கின்றன. பருவம் கடந்த காய்கறிகள் மற்றும் பழங்களானது செயற்கையானதாக, முழுமையற்றதாக இருக்கும். திறந்த சூரிய ஒளியின் கீழே இயற்கை வேளாண் முறைகளால் வளர்க்கப்பட்ட கத்தரி, தக்காளிகள், வெள்ளரிகள் போன்றவை 20 அல்லது 30 வருடங்களுக்கு முன்னர் கிடைத்த, இப்போது எங்குமே காணப்படுவதில்லை. தெளிவான இலையுதிர்காலம் அல்லது குளிர்காலம் இல்லாமல், கண்ணாடி வீடுகளில் பராமரிக்கப்படும் கத்தரிகள் மற்றும் தக்காளிகளால் அவற்றுக்கான சுவையோ அல்லது மணமோ இல்லை என்பது வியப்புக்குரியதாகும். இத்தகையவற்றை விட்டமின்கள் மற்றும் தாதுப்பொருட்களுடன் சேர்த்து அடைக்க வேண்டும் என்று ஒருவர் கண்டிப்பாக எதிர்பார்க்கக்கூடாது.

மக்கள் அவர்களுக்கு தேவையான போஷாக்கு அனைத்தையும் எந்த நேரத்திலும் எந்த இடத்திலும் பெறுகிறார்களா என்பதை உறுதிப்படுத்திக் கொள்வதற்காக அறிவியலறிஞர்கள் வேலை செய்கிறார்கள். ஆனால் இது எதிரான விளைவைக் கொண்டிருக்கிறது, போஷாக்கு எதுவும் கிடைப்பதை மிகவும் சிரமமாக்குகிறது. ஆனால் அதுவும் முழுமையற்ற போஷாக்காகும். இந்த முரண்பாட்டுக்கான மூலக் காரணம் என்ன என்பதை கண்டறிய போஷாக்கு நிபுணர்களால் முடியவில்லை. ஏனென்றால் இதற்கான முதல் காரணமானது போஷாக்கு பற்றிய பகுத்தாய்தலிலும் வேறுபட்ட போஷாக்குகளின் சேர்க்கையிலும் தான் கிடக்கிறது என்பதை அவர்கள் சந்தேகிக்கவில்லை.

ஒளி மற்றும் இருள் என்ற கொள்கைகளின்படி மேலே பட்டியலிடப்பட்ட இறைச்சி, பால், கோழிக்கறி மற்றும் ப்ளூபிஷ் போன்ற அடிப்படை உணவுகள் மிகவும் இருளானதும் அமிலத்தன்மை வாய்ந்ததாகும். அதேபோது உருளைக்கிழங்கு மிகவும் ஒளியான காய்கறியாகும். இத்தகையவற்றில் எதையும் ஜப்பானிய மக்கள் ஒத்துக்கொள்ளவில்லை. அதன்பிறகு இது மோசமான சாத்தியமுடைய உணவுகளின் பட்டியலாகும். இன்றைய நாளில் ஜப்பானில் அதிக அளவு அரிசியை நாம் பெற்றிருக்கிறோம்,.அதை என்ன செய்வதென்று அறிந்ததைவிட அதிகமாக பார்லி நிலையில்லால் போய்க் கொண்டிருக்கிறது. ஆனால் இந்த “பக்குவமடையும் தானியத்தின் நிலத்தின்” சீதோஷ்ண நிலைக்கு தகுந்த அரிசியை நாம் வளர்த்து, கோதுமை இறக்குமதி செய்வதை நிறுத்தி விட்டால், மே மாதத்தில் கோடை மழை தொடங்குவதற்கு முன்பாக அறுவடை செய்ய முடிகிற விரைவாக பக்குவமடையக்கூடிய அல்லியின பார்லி வளர்த்தல், விவசாயிகள் மற்றும் சாமுராய் இன முதியவர்களைப் போல பழுப்பு அரிசி, அரிசியும் பார்லியும் எனச் சாப்பிடும் செயல்முறைகளை புத்துயிர் பெற செய்தல், போன்ற இந்த செயல்களையெல்லாம் செய்தால் அதன்பிறகு ஜப்பானிய உணவு சூழ்நிலையிலும் அங்கு வசிக்கும் மக்களின் உடல்நலத்திலும் விரைவான முன்னேற்றம் ஏற்படுவதை நம்மால் பார்க்க முடியும். நவீன

மனிதனது பலவீனமான இதயத்துக்கும் வயிற்றுக்கும் இது அதிகமாக இருக்கும் என்று கேட்டால், அதன்பிறகு பழுப்பு அரிசியால் தயாரான ரொட்டி அல்லது அல்லியின பார்லியால் தயாரான சுவைமிகுந்த ரொட்டி போன்றவற்றையாவது அவன் குறைந்தபட்சம் எடுத்துக் கொள்ளலாம் என நான் பரிந்துரைக்கிறேன்.

விவசாயிகளும்கூட இயற்கையான உணவு அல்லது இயற்கையான வேளாண்மை என்பதன் அர்த்தத்திற்கு சிந்தனை எதுவும் தராமல், சந்தேகத்தைப் பற்றிய தடமே இல்லாமல் பருவம் கடந்த உணவுகளை உற்பத்தி செய்வதை உணவு வழங்குவதை அதிகரிப்பதற்கான முறையாகப் பார்க்கிறார்கள். அறிவியலறிஞர்களும் பொறியியலாளர்களும் தகுந்ததை பின்பற்றுகிறார்கள். புதிய உணவுப் பொருட்களை உருவாக்குவதற்காக உழைத்தல், உணவு உற்பத்திக்கான புதிய முறைகளில் ஆராய்ச்சி, அரசியல்வாதிகளும் விநியோக தொழிற்சாலையில் உள்ளவர்களும் நம்புகிறார்கள், முழுமையான பொருட்களின் நிரம்பிய சந்தை என்பதற்கு உணவு அபரிமிதமாக இருக்க வேண்டும். மக்கள் பாதுகாப்பாகவும் அமைதியாகவும் வாழ முடியும். ஆனால் அதுபோன்ற சிந்தனை, மக்களின் முட்டாள்தனங்கள், மனித வர்க்கத்தை அழிவின் நரகத்தை நோக்கி இழுத்து செல்கின்றன.

இயற்கையான ஆகாரங்களின் சாராம்சத்தை எடுத்துக்கூறல்

இந்த உலகில் நான்கு பெரிய வகையான உணவுகள் இருக்கின்றன.

1. கவனமில்லாத, சுய-தயையுள்ள ஆகார உணவானது வெளிப்புற உலகால் ஆதிக்கம் செலுத்தப்படுகிறது. அது அடங்காத ஆவலுக்கும் கற்பனையான மனத் தோற்றங்களுக்கும் அடங்குகிறது. சிந்தையால் நேரடியாக தூண்டப்படும் இந்த ஆகாரமானது காலியான (வெற்று ஆகாரம்) என அழைக்கப்படக் கூடும்.

2. உடலைத் தாங்குவதற்கு போஷாக்கான உணவு அழிக்கப்படுகிற இடமே, அதிகமான மக்களின் உடம்போடு மையமான ஆகாரமாக இருக்கும். இது அறிவியல் சார்ந்த ஆகாரமாகும். அது அதிகரித்துவரும் விருப்பங்களுடன் மையத்திலிருந்து விலகி வெளிப்புறமாக சுழலக் கூடியதாகும்.

3. இயற்கையான மனிதனின் ஆகாரமானது ஆன்மீக விதிகளின் அடிப்படையில் அமைந்திருக்கும். மேற்கத்திய அறிவியலுக்கு அப்பால் விரிவடைந்தும், கிழக்கத்திய தத்துவத்துக்கு மையமாகவும் அது உணவுகளின் மீது கட்டுப்பாடுகளை வைத்து, மையத்தை நோக்கி ஒடுங்கிப் போவதை குறிக்கோளாக கொண்டது. இது ஆகாரத்துக்கான கொள்கை என அழைக்க முடியும். பொதுவாக "இயற்கையான ஆகாரம்" என அழைக்கப்படுவதை உள்ளடக்கியிருக்கும்.

4. மனித அறிவுக்கு அப்பால் உள்ள மற்றும் புனிதமான விருப்பத்துக்கு இணங்க சீர்தூக்கிப் பார்க்காமல் ஒருவர் சாப்பிடுகிற ஆகாரம் ஒன்று இருக்கிறது. இது மிகச் சிறந்த இயற்கையான உணவாகும். "சீர்தூக்கிப் பார்க்காத உணவு" என்று நான் அழைக்கிற உணவை இது கொண்டிருக்கும்.

ஆயிரம் நோய்களுக்கு வேராக இருக்கும் காலியான சுய-தயையுள்ள ஆகாரங்களைத் தவிர்ப்பதிலிருந்து மக்கள் தொடங்க வேண்டும். ஒரு உயிரியின் வாழ்வைத் தாங்குவதை ஆகார கொள்கையை நோக்கி நகர்வதைத் தவிர வேறெதையும் செய்யாத அறிவியல் சார்ந்த ஆகாரத்தில் திருப்தியைக் கண்டறிவதில் தோற்றுப் போதல். ஆனால் அதன்பிறகு அவர்கள் அந்த தேற்றத்தைத் தாண்டிப் போக வேண்டும். உயர்ந்த இயற்கையான ஆகாரத்தை உட்கொள்கிற உண்மையான மனிதர்களின் உச்ச இலக்கை நோக்கி கஷ்டப்பட்டு முயற்சி செய்ய வேண்டும்.

சீர்தூக்கிப் பார்க்கப்படாத உணவு : மனிதன் அவனது சொந்த முயற்சிகளால் வாழ முடியாது. ஆனால் உருவாக்க முடியும். இயற்கையால் தாங்கப்படும் என்ற பார்வையில் இது ஏற்படுத்தப்பட்டது.

உண்மையான மனிதனின் ஆகாரம் என்பது ஆகாயத்தால் வழங்கப்பட்ட வாழ்க்கை மற்றும் ஆகாரப் பொருளாகும். உணவு என்பது இயற்கையின் உள்ளிருந்து மனிதன் தேர்வு செய்கிற ஏதோவொன்று கிடையாது. மேலிருந்து அவனிடம் பத்திரமாக கொடுக்கப்பட்ட ஒரு பரிசாகும். உணவாக அதன் குணமானது பூரண உரிமையுடன் தனக்குள்ளேயோ அல்லது மனிதனுக்குள்ளேயோ இல்லை. உண்மையான இயற்கை ஆகாரமாவது எப்போது சாத்தியமாகுமென்றால், உணவு, உடல் மற்றும் ஆன்மா மூன்றும் இயற்கையின் உள்ளே முழுமையாக ஒன்றுபடும் போதாகும். சீர் தூக்கிப் பார்க்கப்படாத உணவு என அழைக்கப்படுவதானது, இயற்கை மற்றும் மனிதனின் ஐக்கியத்தால் தானாக உருவாகிற ஆகாரப் பொருளால் அடையப்படுகிறது. அது உட்சுவாசிக்கப்பட்டு, ஆகாயத்தின் விருப்பத்துக்கு உருக் கொடுக்கிறது. உள்ளுணர்வால் எடுத்துக் கொள்ளப்படுகிறது.

உண்மையிலேயே ஆரோக்கியமான உடலும் சிந்தையும் உடைய உண்மை மனிதனானவன் சீர்தூக்கிப் பார்த்தல் அல்லது பிழை இல்லாமல் இயற்கையிலிருந்து சரியான உணவை எடுத்துக்கொள்ளும் திறனுடன் இயற்கையாகவே ஆயத்தமாக வேண்டும். உடம்பின் விருப்பத்தை பின்தொடர, சுதந்திரமாக விரும்ப, உணவு சுவையாக இருக்கும்போது உட்கொள்ளவும், சுவையில்லாதபோது பின்வாங்க, தடையில்லாமல் அதை உட்கொள்ள, திட்டமோ அல்லது எண்ணமோ இல்லாமல் மிகவும் நுட்பமான மற்றும் அபரிமிதமான சுவையை - மிகச் சிறந்த ஆகாரம் - அனுபவித்தல்.

சிறந்த இயற்கையான உணவு என்ற உச்ச இலக்கை நோக்கி சாதாரண மனிதன் கண்டிப்பாக உழைக்க வேண்டும். இந்த சிறப்பான என்பதைவிட ஒரு அடி குறைவான இயற்கையான உணவை முதலில் பழகுவதன் மூலமாக. இயற்கையான மனிதனாக ஆவதற்கு ஆர்வத்துடன் கஷ்டப்பட்டு முயற்சிக்க வேண்டும்.

கொள்கைப்படியான ஆகாரம் : இயற்கையில் அனைத்துப் பொருட்களும் இருக்கின்றன. எதுவும் பற்றாக்குறையாக இல்லை. எதுவும்

மிதமிஞ்சியதாகவும் இல்லை. இயற்கையின் உணவானது பூரணமாக, முழுமையாக, தாமாக இருக்கும். இயற்கை என்பது ஒருமையானது, முழுமையாக இணக்கமானது, எப்போதும் பூர்த்தியானது மற்றும் குற்றமற்றது என்பதையும் எப்போதும் நினைவில் வைத்துக் கொள்ள வேண்டும்.

இயற்கை என்பது மனிதனுடைய அலகுகளுக்கு உட்பட்டது கிடையாது என்பதே ஏற்றதாகும். அவனது தேர்வுகள் மற்றும் மறுப்புகள், அவனது சமைத்தல் மற்றும் இணைத்தல் என்ற அலகுகள். உலகத்தின் தோற்றம் மற்றும் வரிசை, இயற்கையில் சுழற்சிகள் பற்றி தன்னால் விவரிக்கவும் தெளிவுபடுத்தவும் தன்னால் முடியும் என மனிதன் நினைக்கிறான். ஒளி மற்றும் இருள் என்ற கொள்கையை உபயோகித்து, மனித உடம்பின் இணக்கத்தை அவனால் அடைய முடியும் என்பதை போல அது தோன்றுகிறது.

ஆனால் அவற்றினுடைய எல்லைகளை அறியாமல், இத்தகைய விதிகளாலும் அபிப்பிராயங்களாலும் பிடிக்கப்பட்டு, சீர்தூக்கிப் பார்க்காமல் மனித அறிவை உபயோகித்து, அதன் பெரிய தோற்றத்தைப் பார்க்காமல், சிறிய, அர்த்தமற்ற பகுதியை நெருக்கமாகப் பார்ப்பதன்மூலம் மிகப் பெரிய முட்டாள்தனத்தை செய்கிறான். இயற்கையின் அகன்ற தோற்றத்தைப் பார்க்க முயற்சித்து, அவனது காலுக்கு கீழே உள்ள தகவல்களைப் பார்ப்பதில் தோற்றுப் போய்விடுகிறான்.

இயற்கையின் ஒரு பகுதியைக் கூட மனிதனால் ஒருபோதும் புரிந்துகொள்ள முடியாது, முழுமையைவிட மிக சிறியதான. மனிதவர்க்கம், இயற்கையான உலகின் அனாதையாக அதை நினைத்துக் கொள்ளலாம். ஆனால் நீண்ட காலமாக இயற்கையான உணவின்மீது ஆர்வம் கொண்டிருந்தவர்களால் எடுக்கப்படும் நிலையானது, மனித அறிவை உதறித் தள்ள வேண்டும். ஒருவருடைய வந்தனத்தை ஆகாயத்தின் கடவுளுக்கு மீண்டும் உறுதி செய்வதன் மூலமாக இயற்கையின் விருப்பத்துக்கு அடங்குதல். சமைத்த மற்றும் உப்பிட்ட உணவைச் சாப்பிடுதல், நம்முடைய கையருகே வளர்ந்திருக்கிற பருவக் காலங்களுக்கு ஏற்ற உணவுகளைச் சேகரித்தல் போன்றவையெல்லாம் ஏற்கனவே போதுமானதாக இருக்கிறது. அதன்பிறகு ஒருவர் செய்ய வேண்டியது என்னவென்றால் ஹோலிசம் என்ற கொள்கைக்கு தன்னை முழுமையாக அர்ப்பணிக்க வேண்டும் என்பதுதான், நிலத்திலிருந்து உடம்பைப் பிரிக்க முடியாமை மற்றும் எளிமையான உள்நாட்டு ஆகாரங்கள்தான். தொலைவில் உள்ள நாடுகளிலிருந்து கிடைக்கும் உணவுகளைச் சார்ந்திருக்கும் மிதமிஞ்சிய உணவானது வீணாக அலைந்து திரியும் உலகுக்கே கொண்டு செல்லும். மனிதனுக்கு உடல்நலக் குறைவை உண்டாக்கும் என்பதை மக்கள் உணர வேண்டும்.

நோயாளியின் ஆகாரம் : சுவையைத் துரத்தி தேடி சென்று சுயதயையுள்ள வெற்று உணவை உண்பவர்களுக்கும் உணவு என்பது உயிர் வாழ்வதற்கு மட்டுமே தேவையான ஒரு பொருள் என்று நினைப்பவர்களுக்கும் இயற்கையான உணவு என்பது ஒவ்வாததாகவும், புராதனமானதாகவும்,

பண்படாததாகவும் தோற்றமளிக்கலாம். ஆனால் அவர்களின் உடல்நிலை மோசமாக இருப்பதை அவர்கள் உணர்ந்து கொண்டதும், அவர்கள் இயற்கையான உணவின்மீது ஆர்வம் காட்டத் தொடங்குவார்கள்.

மனிதன் இயற்கையிலிருந்து விலகி நகரும்போதுதான் உடல்நலக்குறைவு தொடங்குகிறது. அவனுக்கு உண்டான நோயின் கடுமையானது அவரது பேதப்படுத்தலுக்கு சரியான விகிதத்திலிருக்கும். இதனால்தான் இயற்கைக்கு திரும்பும்போது உடல்நலமற்ற ஒருவர் குணமடைகிறார். மனித வர்க்கம் இயற்கையிடமிருந்து தன்னை விலக்கிக் கொள்ளும்போது, உடல்நலம் குன்றிய மனிதர்களின் எண்ணிக்கை வேகமாக உயரும், இயற்கைக்கு திரும்ப வேண்டும் என்ற ஆவல்கள் தீவிரமாகும். ஆனால் மனிதர்களுக்கு இயற்கை என்றால் என்ன என்பதோ, இயற்கையான உடல் என்றால் என்ன என்பதோ அவர்களுக்கு தெரியாததால் இயற்கைக்கு திரும்பிச் செல்வதற்கான முயற்சிகள் தடைபடுகிறது.

மலைகளின் அடர்ந்த பகுதிகளில் புராதன வாழ்க்கை வாழும்போது, குறுக்கிடுதல் இல்லை என்றால் என்னவென்பதை ஒருவர் அறிந்து கொள்ளலாம். ஆனால் இயற்கையை அறிந்துகொள்ள முடியாது. அதற்காக எடுக்கப்படும் சில செயல்களும் செயற்கையாகவே இருக்கும்.

பின்னர், நகரங்களில் வாழும் மக்களில் பலர் இயற்கையான உணவைப் பெறுவதற்கு முயற்சிகள் செய்து கொண்டிருக்கிறார்கள். ஆனால் அதில் அவர்கள் வெற்றி பெற்றுவிட்டால், இயற்கையான உடலும் ஆன்மாவும் இல்லாமல் அதுபோன்ற ஒரு உணவைப் பெறத் தயரானால் வெறுமனே விழுங்கப்படுகிற அது இயற்கையான ஆகாரத்தை கொண்டிருக்காது. இன்றைய விவசாயிகள் வெறுமனே இயற்கையான உணவுகளை உற்பத்தி செய்யவில்லை. நகர்வாழ் மக்கள், இயற்கையான உணவை நிர்மாணிக்க விரும்பினாலும்கூட, எந்தப் பொருட்களும் கிடைக்காது. மேலும், அதற்கு கிட்டதட்ட அமானுஷ்யமான திறமைகளை எடுத்துக் கொள்ளக்கூடும் அநேகமாக. நகரத்தில் அதுபோன்ற சூழ்நிலையின்கீழ் முற்றிலும் இயற்கையான ஆகாரத்தில் வாழ்வதற்கான தீர்வுகளையும். ஒளி - இருள் என்ற சமநிலையுடன் உணவுகளைச் சாப்பிடுதல். இயற்கைக்குத் திரும்புதல் என்பதற்கும் அதிகமாக, இந்த வழியில் இயற்கையான ஆகாரத்தை உட்கொள்ளல் என்ற மிகவும் சிக்கலானத் தன்மையானது மக்களை இயற்கையிடமிருந்து விலக்கி துரத்தியடிக்கக்கூடும்.

வேறுபட்ட சுற்றுப்புற சூழ்நிலைகளில், வாழ்க்கைப் போக்கு மற்றும் மனோபாவத்தில் வாழ்வதற்கு மக்களை தள்ளும்போது கண்டிப்பான, ஒரே மாதிரியான இயற்கை உணவு என்பது சாத்தியமற்றதாகும். இதற்கு அர்த்தமானது, வேறுபட்ட வகையிலான இயற்கை உணவுகள் இருக்கின்றன என்பதாகும். உலகம் முழுவதிலும் ஆதரிக்கப்படும் வேறுபட்ட இயற்கை உணவு இயக்கங்களைப் பற்றிப் பார்க்கலாம்.

அதுபோன்ற இயக்கங்களில் ஒன்று உரிமை கோருகிறது, மனிதன் என்பவன் அடிப்படையில் ஒரு மிருகம் என்பதால் சமைக்கப்படாத உணவைத் தான்

அவன் சாப்பிட வேண்டும் என்று. பச்சை இலைகளைக் கொண்டு தயாரிக்கப்பட்ட கஞ்சியை மனிதன் குடிக்க வேண்டும் என்று சிலர் சொல்கிறார்கள். அதே நேரத்தில் பச்சையான ஆகாரம் என்ன செய்யும் என்பதைப் பற்றி முழுமையாக அறியாமல் அதை உட்கொள்வது ஆபத்தானது என்று சில மருத்துவர்கள் கூறுகிறார்கள்.

பழுப்பு அரிசியைச் சார்ந்தும், வெள்ளை அரிசியின் நன்மைகளைப் பற்றி அறிவியலறிஞர்கள் அறிவித்த கருத்தைச் சார்ந்தும் இயற்கையான உணவுகள் இருக்கின்றன. சமைத்த உணவானது மனிதனுடைய ஆகாரத்தை வளப்படுத்துகிறது, அது உடலுக்கு நல்லது என்று சிலர் கூறுகிறார்கள். அது நோயுற்ற மக்களை உருவாக்குவதற்கு மட்டும்தான் உதவுகிறது என்று மற்றவர்கள் விவாதம் செய்கிறார்கள். பச்சைத் தண்ணீர் நல்லது என்று சிலரும், நல்லதல்ல என்று மற்றவர்களும் கூறுகிறார்கள். உப்பு விலைமதிப்பு மிக்கது என்று சிலரும் கூறுகிறார்கள். அதிகமான உப்பை உட்கொள்வதுதான் அதிகமான நோய்களுக்கு காரணமாகிறது என மற்றவர்கள் கூறுகிறார்கள். பழங்கள் என்பது இருண்டது, அது குரங்குகளுக்கே ஏற்ற உணவு என்று ஒரு குழு கூறுகிறது. ஆனால் மனிதர்களுக்கு ஏற்றதல்ல. ஆரோக்கியமும் ஆயுளும் பெறுவதற்கு பழங்களும் காய்கறிகளுமே மிகச் சிறந்த சாத்தியமான உணவு என மற்றவர்கள் மறுத்துப் பேசுகிறார்கள்.

கொடுக்கப்பட்ட சரியான சந்தர்ப்பநிலைகளில், இத்தகைய காட்சிகளில் ஏதாவது ஒன்று சரியாக இருக்கும். அதனால் எது அதிகமான முரண்பட்ட கருத்துக்களை கொண்டதாக காட்சி அளிக்கிறதோ அதில் குழப்பமடைந்து பூரணமாக தொலைந்து விடுகிறார்கள். இயற்கை என்பது நிலையில்லாமல் மாறிக் கொண்டேயிருக்கிற ஒரு பொருளாகும். அது கணத்துக்கு கணம் மாறுபடக் கூடியது. ஏதோவொன்றின் சாற்றை மனிதனால் பற்ற இயலவில்லை. ஏனென்றால் இயற்கையின் உண்மையான வடிவமானது எங்குமே பற்ற முடியாதபடி விடப்பட்டுள்ளது. நிலையற்று மாறிக் கொண்டிருக்கிற இயற்கையை கட்டுப்படுத்துவதற்கு முயற்சித்து தேற்றங்களால் சூழப்படும்போது மக்கள் குழப்பமடைந்து விடுவார்கள். நம்ப முடியாத ஏதோவொன்றின் மீது அவன் நம்பிக்கை வைப்பதால் இலக்கைத் தவறவிடுகிறான். இயற்கையில் வலது மற்றும் இடது என்பது இல்லை. அதனால் மையம என்பதும் இல்லை, நல்லது மற்றும் கெட்டது இல்லை. ஒளி மற்றும் இருள் இல்லை. எந்தத் திட்டத்தையும் சார்ந்திருக்க வேண்டாம் என்ற தயையை இயற்கை தருகிறது???

நிலம் மற்றும் மக்களைச் சார்ந்திராமல், மனம்போன போக்கில் தீர்மானிக்கப்பதென்பது அறிவற்றதாகும். முக்கிய ஆகாரப் பொருள் மற்றும் இதர உணவுப் பொருட்கள் என்னவாக இருக்க வேண்டும் என. இது உண்மையான இயற்கையிலிருந்து மேலும் தூர விலக்கி நகர்த்த மட்டுமே செய்கிறது.

மனிதனுக்கு இயற்கையைத் தெரியாது. தான் எதை நோக்கி போகிறோம் என்பது பற்றி எந்தவித யோசனையும் இல்லாத குருட்டு மனிதனைப்

போன்றவன் அவன். தனது பயணத்திற்கான திசையை நிர்ணயிப்பதற்கு ஒளி மற்றும் இருள் கொள்கையைச் சார்ந்திருந்து, அறிவியல் அறிவு என்ற ஊன்றுகோலை கையிலெடுத்து தனது காலுக்கு கீழேயிருக்கும் சாலையைத் தட்டிப் பார்த்து அறிவதைத் தவிர அவனுக்கு வேறு வழியில்லை. இரவு நேர ஆகாயத்தில் இருக்கும் நட்சத்திரங்களைப் போல. அவன் எந்தவித திசையை எடுத்துக் கொண்டாலும், அவன் தனது தலையால் யோசிக்கிறான். வாயால் சாப்பிடுகிறான். நான் என்ன சொல்ல விரும்புகிறேன் என்றால் அவன் கண்டிப்பாக தன்னுடைய தலையால் சாப்பிடுவதை நிறுத்த வேண்டும். அவனுடைய எண்ணத்தையும் இதயத்தையும் தூய்மையாக வைத்துக் கொள்ள வேண்டும்.

படம் 5.4 மற்றும் 5.5ல் நான் வரைந்துள்ள உணவு மண்டலங்கள் மிகவும் விலை மதிப்பு மிக்கதாகும். மிகவும் நீளமான பாதையை விட. அதாவது, சந்தர்ப்பநிலை மற்றும் உடல் நலக்குறைவு அல்லது ஆரோக்கியத்தின் அளவுக்கு ஏற்ப, மையத்தை நோக்கி செல்கிற அல்லது மையத்திலிருந்து விலகுகிற ஆகாரத்திற்காக, ஒருவரது பாதையை நிர்மாணிப்பதற்கான திசைகாட்டும் கருவியாக இது உபயோகிக்கப்பட வேண்டும் என்று நான் கூறுகிறேன். ஆனால் இத்தகைய மண்டலங்கள் ஒருமுறை பரிசோதிக்கப்பட்டுவிட்டால், அவை கைவிடப்படலாம். இதன் மூலமாக, மனிதனின் நுண்ணறிவு மற்றும் செயலை அடிப்படையாகக் கொண்டு சாப்பிடக் கூடாது. ஆனால் இயற்கையில் எது வளர்ந்திருக்கிறதோ அதை நன்றியுடன் பெற்றுக் கொள்ள வேண்டும் என்று நான் கூறுகிறேன்.

இதை செய்வதற்கு முன்பாக, மக்கள் முதலில் இயற்கையான மக்களாக வேண்டும். உணவுகளை தேர்வு செய்வதற்கான உடம்பின் திறனும் அவற்றை சரியாக ஜீரணித்தலுக்கு திரும்ப வைக்கப்படவேண்டும். இதையும் அதையும் நியமிக்கிற இயற்கையான ஆகாரத்தைப் பின்பற்றுவதற்குப் பதிலாக, எதுவுமே இல்லாமல் திருப்தி அடைகிற இயற்கையான மக்கள் எழுந்தால், அதன்பிறகு எல்லாமே தீர்மானித்துவிடலாம். வியாதிகளை குணப்படுத்துகிற இயற்கையான உணவை துரத்தி செல்வதைவிட, இயற்கைக்கு திரும்புவதற்கும் ஆரோக்கியமான, இயற்கையான மனிதனுக்கு திரும்புவதற்கும் முதல் சலுகை தரப்படவேண்டும். இயல்பாக ஆரோக்கியமாக இருப்பதாக நினைத்துக் கொண்டிருக்கும் சில மக்களை நான் மோசமாக உடல்நலம் குன்றியவர்கள் என்று அழைக்கிறேன். அவர்களை காப்பாற்ற வேண்டியது மிகவும் முக்கியமானதாகும். நோயுற்ற மனிதர்களைக் காப்பாற்றுவதில் மருத்துவர்கள் சுறுசுறுப்பாக இருக்கிறார்கள். ஆனால் ஆரோக்கியத்தை காப்பாற்றுவதில் யாரும் வெற்றி அடையவில்லை. அதை செய்வதற்கு இயற்கையால் மட்டுமே முடியும். மக்களை இயற்கையின் திரும்பி செல்ல வைப்பதுதான் இயற்கையான ஆகாரத்தின் முக்கிய பங்காகும். மலையின்மீது பழத் தோட்ட குடிசைகளில் புராதன வாழ்க்கை வாழும் இளம் மக்கள், இயற்கையான ஆகாரத்தைச் சாப்பிடுகிறார்கள். இயற்கையான வேளாண்மையை பயிற்சி செய்கிறார்கள். மனித வர்க்கத்தின் உச்ச இலக்குக்கு மிக அருகே இருக்கிறார்கள்.

தீர்மானம் : இயற்கையான வேளாண்மை, இயற்கையான ஆகாரம், இயற்கையான குணப்படுத்துதல் ஆகிய மூன்றும் ஒரு முழுமையின் பகுதிகளேயாகும். நிர்மாணிக்கப்பட்ட இயற்கையான ஆகாரம் இல்லாமல், அவர்கள் உற்பத்தி செய்ய வேண்டியது என்ன என்பது பற்றி விவசாயிகளுக்கு எந்த யோசனையும் இருக்காது. அதன்பிறகு அதைவிட எதுவுமே தெளிவாக இல்லாதபோது, நிர்மாணிக்கப்பட்ட முறையிலான இயற்கையான உணவு இல்லாமல், உண்மையான இயற்கையான ஆகாரத்தைப் பிடித்து வைக்கவோ பரவ செய்யவோ முடியாது. இயற்கையான ஆகாரம் மற்றும் இயற்கையான வேளாண்மை என்ற இரண்டையுமே இயற்கையான மனிதர்களால் மட்டுமே அடைய முடியும். இந்த மும்மையானது உடனடியாக தொடங்கி, அறிந்து கொள்ளப்படுகிறது. மூன்று பொருட்களினுடைய இலக்கானது சிறந்த மனிதனை உருவாக்க வேண்டும் என்பதேயாகும்.

எனினும், மனிதனின் குறிக்கோள்கள் இன்றைய நாளில் குழப்பமான நிலையில் இருக்கிறது.

இயற்கையான ஆகாரம் மற்றும் இயற்கையான வேளாண்மைப் பற்றி நூறு பள்ளிகள் அளவிலான சிந்தனை நமது கவனத்துக்காக போட்டி போடுகிறது. இயற்கையான ஆகாரத்தைப் பற்றிய புத்தகங்கள் புத்தகக் கடைகளில் நிரம்பியிருக்கின்றன. அறிவியல் வேளாண்மையிலிருந்து பிரிந்துபோன அதிகமான செயல்முறைகளை பத்திரிக்கைகளும் செய்தித்தாள்களும் தாங்கியிருக்கின்றன. ஆனால் எனக்கு, இவையனைத்தும் மிகவும் ஒன்றாகவே காட்சியளிக்கிறது. அவை அனைத்தும் ஒரே அளவில் உள்ளன. அறிவியல் வேளாண்மையின் ஒரு துறை என்பதற்கு அதிகமான அளவில் இல்லை.

தொடர்ச்சியான கூச்சல்களுக்கும் குழப்பங்களுக்கும் இடையே உலகம் முன்னேறிக் கொண்டிருப்பதை பதட்டமில்லாமல் பார்க்கிறார்கள். ஆனால் குறிக்கோள் இல்லாத துண்டாக்கப்பட்ட முன்னேற்றமானத குழப்பமான யோசனையை நோக்கி மட்டுமே அழைத்துச் செல்ல முடியும். இறுதியாக, மனிதனுடைய் வாழ்க்கைப் போக்கை அழித்து விடும். இயற்கை என்றால் என்ன, மனிதன் எதை செய்ய வேண்டும், எதை செய்யக்கூடாது என்பவற்றையெல்லாம் விரைவில் தெளிவுபடுத்தி கொள்வதில் வெற்றி பெறாவிட்டால், திரும்பி செல்வதற்கு வழியே இல்லை.

3. அனைவருக்குமான விவசாயம்

இன்றைய புதிய நாகரீகத்தின் வளர்ச்சிகள் நமது வாழ்க்கை முறையை எளிதாகவும், வசதியுள்ளதாகவும் மாற்றியுள்ளது போலத் தோன்றுகிறது. வளர்ச்சி பெற்ற மேலை நாடுகளுக்கு ஒப்பாக ஜப்பானின் பெரிய நகரங்களில் செல்வச் செழிப்பு வளர்ந்திருக்கிறது. உரிமையைப் பெருமைப்படுத்தும் இளைஞர்கள் அனைத்தையும் எளிதாக எடுத்துக் கொள்கிறார்கள். ஆனால் வளர்ச்சி பெற்றிருப்பது பொருளாதார நிலைதான். மக்களின் உள்வாழ்க்கை வளர்ச்சி குன்றிவிட்டது. இயற்கையான மகிழ்ச்சி இல்லாது போயிற்று. அதிகம், அதிகமாக மக்கள் ஒரே மாதிரியான பொழுதுபோக்கைத்

தேடுகிறார்கள். தொலைக்காட்சி, பச்சின் கோ விடுதி, மா ஜோங் ஆகியவற்றில் மகிழ்ச்சி காண்கிறார்கள் அல்லது மதுவிலும், பாலியல் இன்பத்திலும் நிரந்தரமற்ற ஆறுதலைத் தேடுகிறார்கள்.

மக்கள் இப்போதெல்லாம் தரையில் நடப்பதில்லை. புல்லையும், மலர்களையும் அவர்களுடைய கரங்கள் தொடுவதில்லை. அவர்களுடைய கண்கள் வானத்தை அண்ணாந்து பார்ப்பதில்லை. அவர்களுடைய செவிகள் பறவைகளின் பாடலுக்குச் செவிடாகிவிட்டன. அவர்களது நாசிகள் சுற்றிலும் நிறைந்திருக்கும் மாசு வாயுக்களால் நுகர்வுணர்ச்சியை இழந்துவிட்டன. அவர்களது நாவுகள் இயற்கையின் இனிய சுவைகளை மறந்து மரத்துப் போய்விட்டன. ஐம்புலன்களும் இயற்கையிலிருந்து தனிமைப்படுத்தப்பட்டு விட்டன. காரில் தார்ச் சாலையில் போகின்ற ஒருவர் மண் தரையை விட்டு இரண்டு, மூன்று அடி தள்ளி இருப்பது போலவே, மக்கள் உண்மையான மனிதர்களிடமிருந்து இரண்டு, மூன்றடி விலகி இருக்கிறார்கள்.

மெய்ஜி மறுமலர்ச்சிக்குப் பின்னர் ஜப்பானில் ஏற்பட்ட முன்னேற்றம் பொருள் சார்ந்த குழப்பத்தையும், ஆன்மீகப் பேரழிவையும் ஏற்படுத்திவிட்டது. மருத்துவச் சோதனைக்கு உட்படுத்தப்பட்ட, பண்பாட்டு நோயால் உயிரிழந்து கொண்டிருக்கும் ஒரு நோயாளிக்கு ஜப்பானை ஒப்பிடலாம். மறுமலர்ச்சிக்குப் பின்னர் மெய்ஜி, தைகோ, ஷோவா காலங்களில், ஜப்பான் முழுவதும் பரவிய பண்பாட்டு மலர்ச்சியின் விளைவுதான் இந்த நிலைக்குக் காரணம். இந்த அழிவின் மலர்ச்சிக்கு இப்போது முற்றுப்புள்ளி வைக்க வேண்டும். என்னுடைய எதுவும் செய்யாதே தத்துவத்தின் நோக்கம் உண்மை மனிதனின் கிராமங்களை உயிர் பெறச் செய்வதுதான். அங்கே மக்கள் இயற்கையின் ஆரம்பத் தன்மைக்குத் திரும்பி உண்மையான மகிழ்ச்சியை அனுபவிக்க முடியும். இந்த நோக்கத்தை அடையும் செயல் திட்டத்தை ‘அனைவருக்குமான விவசாயம்’ என்று எளிமையாகக் குறிப்பிடுகிறேன்.

உண்மையான மக்களை உருவாக்குதல்

தவறான உலகளாவியப் பண்பாடும், உழவுத் தொழிலும் செய்தலில் தொடங்கி அதிலேயே முடிகின்றன. உண்மை மனிதனின் வழி எதுவும் செய்யாதேயில் தொடங்கி அதிலேயே முடிகிறது.

உண்மை மனிதனின் பாதை உள்ளே இருக்கும் பாதை. இதனை வெளியில் முன்னேறிப் பின்பற்ற முடியாது. நமக்குள் புதைந்து கிடக்கும் உண்மையின் மதிப்பு வாய்ந்த கருப்பொருளை எப்படி வெளிக் கொணர்வது? முதலில் நாம் அணிந்திருக்கும் மாயக்காட்சிகள் எனும் உடைகளைத் தூக்கி எறிய வேண்டும்.

எதுவும் செய்யாதே என்ற இயற்கையின் பாதை எத்தகையது? இயற்கையின் ஆழத்திற்கு, உடலையும் மனத்தையும் களைந்து விட்டுக் குதிக்க வேண்டும்; இந்தப் பாதையில் உண்மை மனிதன் நடக்க வேண்டும். உண்மை மனிதனின் நிலையை அடைய சிறந்த வழி எதுவென்றால் எளிய உடைகளோடும், எளிய உணர்வோடும், தரையை நோக்கியும், வானத்தை நோக்கியும் வணங்கும் திறந்த வாழ்க்கை வாழ்வதுதான்.

சாதாரணமாக எளிமையாக இருக்கும்போதுதான் உண்மையான சுதந்திரமான மகிழ்ச்சி வருகிறது. எந்த பாதையும், திசையுமாக இருந்தாலும் விவசாயியின் வழிமுறை எதுவுமில்லாதது, வழக்கத்திற்கு மாறான பாதையில் செல்லும் போதுதான் அது வயப்படும். மனிதம் என்ற இந்த சாலையிலிருந்து விலகிப் போனால் ஆன்மீக வளர்ச்சியும் மீட்பும் கிடைக்காது.

ஒரு வகையில் பார்க்கப் போனால் விவசாயம் ஒன்றுதான் மனிதனுக்குத் தரப்பட்ட மிக எளிமையான, அதே சமயம் மிகப் பிரம்மாண்டமான பணியாகும். ஏனெனில் அதில் செய்வதற்கு அவனுக்கு வேறொன்றும் இல்லை.

மனிதனின் உண்மையான மகிழ்ச்சியும் இன்பமும், இயற்கைப் பரவசமாகவே இருந்தது. இது இயற்கையில் மட்டுமே இருக்கிறது. இந்த நிலத்திற்கு அப்பால் அது மறைந்து விடுகிறது. இயற்கைக்கு அப்பால் மனிதச் சுற்றுச்சூழல் இருக்க முடியாது. எனவே உழவுத் தொழில்தான் உயிர் வாழ்க்கையின் அடித்தளமாக ஆக்கப்பட வேண்டும். ஊரகத்திற்கு மக்கள் அனைவரும் சென்று உழவுத் தொழிலில் ஈடுபட்டு உண்மையான மனிதர்கள் கொண்ட கிராமங்களை உருவாக்குவதுதான் சீர்மிகு நகரங்களையும், சீர்மிகு சமுதாய பங்கினையும், சீர்மிகு அரசையும் உருவாக்கும் பாதை.

இந்த உலகம் மண் மட்டும் இல்லை; வானம் காலியான வெளியும் இல்லை. உலகம் கடவுளின் தோட்டம். வான் அவரது இருக்கை. இறைவனின் தோட்டத்தில் அறுவடை செய்த தானியத்தை சுவாசிக்கும் உழவன் வானத்தை நோக்கி நன்றியுடன் முகத்தை நிமிர்த்துகிறான். சிறந்த, முழுமையான வாழ்க்கையை வாழ்கிறான்.

உழவர்களின் உலகம் எனும் எனது காட்சியில் எல்லா மனிதரும் விவசாயம் செய்யக் கடவுளின் தோட்டத்திற்குச் செல்வார்கள். நீலவானத்தைப் பார்த்து மகிழ்ச்சியின் பேற்றினைப் பெறுவார்கள் என்பதன் அடித்தளத்தில் கட்டப்பட்டிருக்கிறது. இது தொன்மையான நாகரீகமில்லாத சமுதாயத்திற்குத் திரும்பிப் போவது மட்டுமல்ல, உயிர் வாழ்க்கையின் ஊற்றை மீண்டும் உறுதிப்படுத்தும் வாழ்க்கை வழி. (இங்கு உயிர் வாழ்க்கை என்பது கடவுளின் மறுபெயர்). விரிவாக்கம், அழிந்தது போலானதான உலகிலிருந்து திரும்பி மனிதன் சுருக்குதல், மீட்டெடுத்தலில் தன்னுடைய நம்பிக்கையை வைக்க வேண்டும்.

உழவர்களின் இந்தச் சமூகம் விவசாயத்தின் ஒரு வகைதான். ஆனால் காலத்தைக் கடந்து, விவசாயத்தின் உயிர் ஊற்றைத் தேட இயற்கை விவசாயத்தைக் கொண்டிருக்க வேண்டும்.

உழவுத் தொழிலுக்கு மீண்டும் செல்லும் வழி

அண்மையில் நகர நாகரீகத்தால் விழுங்கப்பட்டுவிடுவோம் என்ற ஆபத்தைத் தெரிந்து கொண்ட சிலரால் வழி நடத்தப்பட்ட பெரு நகர மக்கள் இயற்கையின் தேவையினைத் தங்களுக்குள்ளேயே உணர்ந்து விவசாயத்திற்குத் திரும்பினார்கள். மக்களுடைய கனவுகளைத் தடுப்பவை அவர்களும், நிலமும்,

சட்டமும் தவிர வேறு ஏது? மக்கள் உண்மையில் இயற்கையை நேசிக்கிறார்களா? நிலத்திற்குத் திரும்ப, இங்கு அமைதியிலும் வசதியாகவும் வாழும் ஒரு சமுதாயத்தைக் கட்டி எழுப்ப உண்மையிலேயே விரும்புகிறார்களா? ஆனால் அப்படி இருப்பதாக எனக்குத் தோன்றவில்லை.

மக்களுடைய நம்பிக்கைகளும் எண்ணங்களும் சரியானவையாக இருந்தாலும், இறுதியில் இயலாமையும், தொலைதூர உணர்வும் அவர்களுக்கு இருப்பதாக என்னால் உணராமல் இருக்க முடியவில்லை. குளத்தில் மிதக்கும் பாசித் துளிகளைக் கையிலெடுத்து அவை விரல்களுக்குள் நழுவிப் போவதைப் போல இது இருக்கிறது. மக்களுக்கு இடையேயும், மனிதனுக்கும் இயற்கைக்கும் இடையேயும், மேலும், கீழும், இடப்புறத்திலும், வலப்புறத்திலும் தொடர்புகள் எவையும் இருப்பதாகத் தெரியவில்லை.

நகரத்து இளைஞனும், கிராமத்து இளைஞனும் ஒரே மாதிரியான இயற்கையைத்தான் சந்திக்கிறார்கள். ஆனால் நகரத்து இளைஞன் இயற்கை உலகை ஒரு காட்சி போல, கனவு போலக் காண்கிறான். கிராமத்து இளைஞன் மண்ணில்தான் உழைக்கிறான், நிலத்தில் இல்லை. உற்பத்தியாளரும், நுகர்வோரும் ஒரே மாதிரியான சிக்கல்களைத்தான் எதிர்கொள்கிறார்கள். இரு தரப்பினரும் சேர்ந்துதான் அவற்றைத் தீர்க்க வேண்டும். ஆனால் அவர்களுக்கு இடையில் பல அமைப்புகள், வணிகர்கள், அரசியல்வாதிகள் என்று பலதரப்பட்டோர் குறுக்கிடுகிறார்கள். இவர்களுக்கிடையே மேலோட்டமான உறவுகள் இருக்கின்றன என்பது உண்மைதான். ஆனால் இவர்களுக்கிடையே இடைவெளிகளும் இருக்கின்றன. ஒரே வேலையில்தான் பங்கு கொள்கிறார்கள். ஆனால் வெவ்வேறு கனவுகளில் வலம் வருகிறார்கள். ஒரே அலைகளின் மேல்தான் மிதக்கிறார்கள். ஆனால் ஒரே தண்ணீரைத்தான் குடிக்கிறோம் என்பதைக் கவனிப்பதில்லை.

நுகர்வோர் உணவு கெட்டுப் போய்விட்டது என்று குற்றம் சாட்டுவார்கள். ஆனால் அவர்களே மாசுபடுவதற்குக் காரணமாக இருப்பார்கள். விவசாய அறிவியல் வளர்ந்திருக்கிறது, ஆனால் விவசாயி நசிந்து வருகிறான் என்பது நுகர்வோருக்கு வியப்பாகத் தெரியவில்லை. இன்றைய விவசாயம் செல்கின்ற பாதையைப் பற்றி மனம் வருந்தும் அரசியல்வாதி, உழவர்களின் எண்ணிக்கை குறைந்து வருவது பற்றி மகிழ்ச்சி அடைகிறார். விவசாயத்தை அடிப்படையில் வைத்து பெரும் பணம் ஈட்டிய நிறுவனங்கள் விவசாயிகளின் அழிவிற்கு காரணமாகிவிட்டன.

நிலத்தைப் பாதுகாக்கப் பிரார்த்தனை செய்யும் விவசாயிகளே அதனை அழித்துவிட்டார்கள். மக்கள் இயற்கையை அழிப்பதை எதிர்க்கிறார்கள், ஆனால் அவர்களே வளர்ச்சியின் பெயரால் இயற்கை நாசமாவதை மன்னித்து விடுகிறார்கள். அமைதி, சமாதானத்தின் பெயரால் விட்டுக் கொடுத்து அடுத்த அழிப்பிற்கு தயராகிவிடுகிறார்கள்.

மனித சமுதாயத்திலுள்ள முரண்பாடுகளுக்கும், குழப்பங்களுக்கும் முதற் காரணம் சிறுநகரங்களிலும், பெரு நகரங்களிலுமுள்ள மக்கள் தன்னிச்சையாக,

தங்கள் நலனை மட்டுமே கருத்தில் கொண்டு தெளிவாக எதையும் பார்க்காமல் செயல்படுவதுதான். மக்கள் எல்லோரும் தாங்கள் இயற்கையை நேசிப்பதாக சொல்லிக் கொள்கிறார்கள், ஆனால் முரண்பாட்டைப் பற்றிக் கவலைப்படாமல், எந்த அக்கறையும் இல்லாமல் தங்கள் நலனையே முன்னிறுத்துகிறார்கள்.

இவ்வுலகில் ஒரு பொருளுள்ள இணக்கம் இல்லை. தொடர்பில்லாத இயக்கங்கள் ஒன்றை மட்டும் உறுதி செய்கின்றன. எல்லோரும் இயற்கையை இல்லை, தங்களயே நேசிக்கிறார்கள். ஓவியர் மலைகளையும், ஆறுகளையும் வண்ணத்தில் ஓவியமாகத் தீட்டுகிறார். அவர் இயற்கையை நேசிப்பதாகத் தோன்றுகிறது. ஆனால் அவருடைய உண்மையான அன்பு இயற்கையைத் தீட்டுவதுதான். விவசாயி நிலத்தில் உழைக்கும் போது அந்த உழைக்கும் எண்ணத்தைத்தான் நேசிக்கிறார். விவசாய அறிவியலாரும், ஆட்சியாளரும் தாங்கள் இயற்கையைப் படிப்பதை நேசிக்கின்றனர். மற்றவர் உழைக்கின்ற உழவனின் வேலையை ஆய்ந்து நல்லதையும், குற்றத்தையும் சொல்வதில் மகிழ்ச்சியடைகிறார். மனிதர்கள் இயற்கையின் ஒரு பகுதியைத்தான் பார்த்திருக்கிறார்கள். ஆனால் அதன் சாரத்தை புரிந்து கொள்வதாக நினைக்கிறார்கள். இயற்கையின்மீது அன்பு செலுத்துவதாக அவர்கள் நினைக்கத்தான் செய்கிறார்கள்.

சிலர் இயற்கையின்பாலுள்ள அன்பின் அடையாளமாக மலைகளிலிருந்து மரங்களைத் தங்கள் தோட்டங்களில் நடுகிறார்கள். வேறு சிலரோ மலைகளில் மரங்களை நடுகிறார்கள். மரங்களை நடுவதைவிட மலைகளுக்குப் போவது வேகமானது என்று சிலர் சொல்கிறார்கள். மலைகளுக்குப் போவதை எளிதாக்க சாலைகள் போட வேண்டுமென்று சிலர் கேட்கிறார்கள். சிலரோ காரில் மலைகளுக்குப் போவதைவிட நடப்பது நல்லது என்று கட்டாயப்படுத்துகிறார்கள். எல்லோரும் இயற்கையை ஒவ்வொரு முறையில் தொழுது கொண்டாட விரும்புகிறார்கள். ஆகவே எப்படியாவது ஓர் இயைபினைக் கொண்டு வரும் நிலைமையில் முன்னேறுவது ஒன்று தான் வழி என்று நம்புகிறார்கள். எப்படியிருப்பினும், அவர்களுடைய இயற்கை பற்றிய புலனறிவும், புரிதலும் மேலோட்டமாக இருப்பதால், இயற்கையைப் பாராட்டும் அவர்களுடைய வழிகள் ஒன்றுக் கொன்று முரண்படுகின்றன. ஆனால் ஒவ்வொருவரும் இயற்கையின் கருப்பொருளை நோக்கி ஊடுருவி அதன் சாரத்தைப் புரிந்து கொண்டால், கருத்து வேறுபாடு எழாது.

இயற்கையைக் காதலிக்க எந்த வழிமுறையும் தேவையில்லை இயற்கையை அடைய ஒரே பாதை செயல்படாமை. எந்த வழிமுறையும் இல்லாததுதான் வழிமுறை. செய்ய வேண்டியதெல்லாம், எதுவும் செய்யாமல் இருப்பதுதான். இதனால் வழி தானாகத் தெளிவாகும். இலக்கை மிக எளிதில் அடைந்துவிடலாம்.

இயற்கையை நோக்கித் திரும்ப விரும்புகிறோம் என்று சொல்பவர்களின் உறுதிப்பாட்டை சந்தேகிக்கிறேன் என்று நான் கூறியது இதைத்தான். அவர்கள்

உண்மையில் உழவுத் தொழிலால் ஈர்க்கப்படுகிறார்களா? அவர்கள் உண்மையில் இயற்கையைக் காதலிக்கிறார்களா? நீங்கள் இயற்கையின்பால் உண்மையான அன்பு கொண்டிருந்தால், விவசாயத்திற்குத் திரும்பிச் செல்ல விரும்பினால், உங்கள் முன்னால் வழி எளிதாகத் திறக்கும். ஆனால் இயற்கையின் பாலுள்ள உங்கள் அன்பு மேலோட்டமானதாக இருந்தால், விவசாயத்தை உங்கள் நோக்கங்களுக்காக பயன்படுத்துவதாக இருந்தால், பாதை உங்களுக்கு அடைக்கப்பட்டுவிடும். இயற்கைக்குத் திரும்புதல் நடக்க முடியாத அளவிற்கு கடினமாகிவிடும்.

நிலத்தை நோக்கிச் செல்வதைத் தடுக்கும் முதல் தடை மக்கள் தான், அது உங்களிடம் தான் உள்ளது.

எல்லோருக்கும் போதுமான நிலம்.

மக்கள் நிலத்திற்குத் திரும்பி வருவதைத் தடுக்கும் இரண்டாவது தடை விவசாய நிலம் இல்லாததுதான். ஒரு சிறிய தீவு நாட்டில் 120 மில்லியன் மக்கள் அடைந்து கிடக்கும்போது, நிலத்தின் விலை தொட முடியாத அளவிற்கு உயர்ந்து வரும் வேளையில், விவசாய நிலத்தை வாங்குவது குதிரைக் கொம்பாகிவிட்டது. அதனால் என்னுடைய திட்டத்திற்கு ‘அனைவருக்குமான விவசாயம்’ என்று பெயரிட்டிருக்கிறேன்.

ஜப்பானில் விளைநிலம் சுமார் 15 மில்லியன் ஏக்கர் இருக்கிறது. வயது வந்த ஒருவருக்கு கால் ஏக்கர் என்று கணக்காகிறது. ஜப்பானிலுள்ள நிலம் 20 மில்லியன் குடும்பங்களுக்குச் சமமாகப் பங்கிடப்பட்டால் ஒவ்வொரு குடும்பத்துக்கும் முக்கால் ஏக்கர் விளைநிலமும், இரண்டரை ஏக்கர் மலை மற்றும் மேய்ச்சல் நிலமும் கிடைக்கும். இயற்கை விவசாயத்தை முழுவதும் சார்ந்திருந்தால், பலர் உள்ள ஒரு குடும்பத்தைத் தாங்க கால் ஏக்கர் போதும். இந்த இடத்தில் ஒரு சிறிய வீடு கட்டிக் கொள்ளலாம். தானியங்களும், காய்கறிகளும் பயிரிடலாம். ஒரு ஆடு, கோழிகள், ஒரு தேன்கூடு கூட வைத்துக் கொள்ள முடியும்.

கால் ஏக்கர் விவசாய வாழ்க்கையில் ஒவ்வொருவரும் மனநிறைவு கொள்வதாக இருந்தால், இதனை அடைவது இயலாத ஒன்றில்லை. மிக முதன்மையான கருத்து என்னவென்றால், ஒவ்வொருவரும் குறுகிய எல்லைக்குள் வாழ உரிமையும் கடமையும் இருக்கும். சீர்மிகு வாழ்க்கையை அடைய இது அடிப்படை நிபந்தனை ஆகும்.

சட்டங்களாலும், வானளவிற்கு உயரும் நிலத்தின் விலைகளாலும் கட்டப்பட்டிருக்கும் மக்களுக்கு நிலத்தை உடமையாக்கிக் கொள்வது இயலாததாகத் தோன்றும். ஆனால் எல்லோருக்கும் தேவையான நிலம் இருக்கிறது. அடிப்படையில் சட்டம் சீர்மிகு சமுதாயம் ஒன்றைக் காப்பதற்காகவே இருக்கிறது. அப்படியானால் நிலத்தின் விலை நாட்டின் மக்கள் எட்ட முடியாத அளவு உயரத்திற்கு ஏன் அதிகரிக்க வேண்டும்?

முதலாவதாக, வீடு கட்டுவதற்கும், பொதுமக்கள் பயன்பாட்டுக்கும்

தேவையான நிலத்தைப் பெருமளவில் வாங்கியதாலேயே கடந்த பல ஆண்டுகளில் நிலத்தின் விலை உயர்ந்தது. இது இரண்டு காரணங்களால் ஏற்பட்டது. ஜப்பானில் நிலம் பற்றாக்குறை இருக்கிறது, குறைந்த அளவு நிலத்தை அதிகமாக்க வழியில்லை என்ற கருத்து பொது மக்களிடம் பிரச்சாரத்தின் உதவியுடன் ஏற்பட்டது ஒரு காரணம். இரண்டாவதாக, பொருளாதார வளர்ச்சி பற்றிய பொய்யான வதந்திகளால் மக்கள் நகரங்களில் குவிந்ததும் ஒரு காரணம். ஆனால் உண்மை என்னவென்றால், ஜப்பானில் எவ்வளவுதான் மக்கள் தொகை அதிகரித்தாலும், வீடுகள் கட்டப் போதுமான நிலம் இருக்கிறது என்பதுதான். நிலம் அதிகமிருக்கிறது. ஆனால் வீட்டுமனை நிலம் என்று அந்த நிலம் வகைப்படுத்தப்பட்டுவிட்டதால் அது உயிர் குடிக்கும் புற்றுநோய் போல ஆகிவிட்டது.

சட்டம் நிலத்தின் பயன்பாட்டின் அடிப்படையில் நிலத்தைப் பல மண்டலங்களாகப் பிரித்திருக்கிறது. அவை காடுகள், விவசாய நிலம், வீட்டுமனை முதலியனவாகும். நகரமைப்பு சட்டத்தின்படி கோடுகள் வரையப்பட்டன. நகரமைப்பு மண்டலங்கள், நில உட்பகுதி மண்டலங்கள், இந்த கோடுகளுக்கு வெளியிலுள்ள பகுதிகள் என்று விவசாய நிலம் பிரிக்கப்பட்டது. விவசாய நிலத்தை வீட்டு மனையாக மாற்றுவது தடை செய்யப்பட்டது. இதனால் வீட்டடி நிலத்தின் அளவு குறைய விலை ஏறிவிட்டது. தேசிய நிலப் பயன்பாட்டு சட்டத்தை நடைமுறைப்படுத்துவதால் அவர்களுக்கு வேண்டுமென்றால் நிலம் எளிதாக கிடைத்திருக்கலாம். ஆனால் சாதாரணக் குடிமகன் அணுக முடியாதபடி ஆகிவிட்டது.

சட்டங்கள் அதிகமாகும்போது, அவை நிறைவு நிலையை நோக்கிச் செல்வதாகத் தோன்றும். ஆனால் அவை குறைகள் மிகுந்தனவாக மாறி குழப்பத்தை விளைவித்து மனிதனையும் நிலத்தையும் பிரித்து விடுகின்றன. சட்ட நுணக்கம் நன்கு தெரிந்தவர்கள் மட்டுமே ஒருவகை நிலத்தை மாற்றி, விலைக்கு வாங்கி பிறகு அதை விற்றுவிடுகிறார்கள். வீட்டடி மனை கைமாறும் ஒவ்வொரு முறையும் விலையும் ஏறுகிறது. யாரும் எங்கேயாவது நிலம் வாங்கி ஒரு குடிசையையோ வீட்டையோ கட்டிக் கொள்ள எந்த சட்ட நடைமுறைகளையும் பின்பற்றாமல் முடியுமானால், வீட்டடி நிலம் குறைவில்லாமல் அனைவருக்கும் கிடைக்கும். ஆனால் ஏதோ ஒரு காரணத்தினால், வழக்கறிஞர்களும், சட்டம் இயற்றுபவர்களும் அத்தகைய வீடு சீர்மிகு வீடாக இருக்க முடியாது என்று நினைக்கிறார்கள்.

வீடு என்பதை சட்டப்படி உள்ள வரைமுறைப்படிக் கட்டுவது என்பது முடியாது; அப்படிப்பட்ட வீடே கட்ட முடியாது. ஒரு மரவெட்டியோ, விவசாயியோ அவருடைய வேலைக்காக மலையில் ஒரு குடிசையையோ, தொழிற்கூடத்தையோ கட்ட அனுமதி உண்டு. ஆனால் யாராவது வீடு கட்டி அதில் டட்டாமி பாய்களுடன், ஒரு விளக்கை தொங்கவிட்டு, தண்ணீர்க் குழாய்களைப் பதித்தால் அது வீட்டடி நிலத்தில்தான் கட்டப்பட முடியும். ஆனால் வீட்டடி நிலம் என்று அறிவிக்கப்பட்ட இடத்திற்கு 13 அடி அகல

சாலையும், தண்ணீர் மற்றும் சாக்கடை வசதியும் இருக்க வேண்டும். எனவே ஒரு வீட்டிற்குச் சொந்தக்காரராக ஒருவர் ஆக வேண்டுமென்றால், வீட்டடிக்கென்று திட்டமிடப்பட்ட ஒரு வீட்டுமனையை தரகரிடம் வாங்கி, எல்லா விதிமுறைகளையும் கடைப்பிடித்து விலை அதிகமுள்ள ஒரு வீட்டைக் கட்டுவதைத் தவிர வேறுவழியில்லை. இந்த சட்ட விதிகள் ஒரு எதிர்மறையான சுழற்சியை ஏற்படுத்தி வீட்டடி நிலத்தின் விலையை மிக உயர்த்திவிட்டன. இந்த சூழலைப் பயன்படுத்தும் நேர்மையற்ற தொழில் முறைகள் வீட்டு மனைச் சிக்கலை இன்னும் அதிகப்படுத்திவிட்டன. அவை இன்னும் விலையைக் கூட்ட நிலம் வாங்கி வீடு கட்ட நினைப்போர் பைத்தியம் பிடிக்கும் நிலைக்குத் தள்ளப்பட்டுவிட்டார்கள்.

கால் ஏக்கர் விவசாயிகளாக வேண்டும் என்று ஆசைப்படுகிறவர்கள் விளைநிலம் வாங்குவதையும் இது கடினமாக்கிவிட்டது. விவசாயத்திற்கான இடம் இல்லை என்று இதற்குப் பொருளில்லை. ஆனால் ஒருவர் விருப்பப்படி வேலை செய்யக் கூடிய நிலம் கிடைப்பதில்லை. இதற்கு எடுத்துக்காட்டுத் தேடி, அதிகம் மக்கள் நெருக்கமில்லாத மலைப்பகுதிக்குப் போக வேண்டியதில்லை. நகர பக்கம் வாங்கக்கூடிய விவசாய நிலம் ஒரு சதுர முழம் கூடக் கிடைக்காது. அப்படிப்பட்ட நிலத்தை விவசாயியைத் தவிர வேறு யாரும் வாங்க முடியாது. சட்டப்படி, விவசாயி என்பவர் குறைந்த அளவு 1 - 1/4 ஏக்கர் விவசாய நிலமாவது வைத்திருக்க வேண்டும். விவசாய நிலத்தை மாற்றுவதை விவசாய நிலச் சட்டம் தடுத்துவிட்டது.

நகரத்திலிருந்து ஒருவர் ஒரே நேரத்தில் 1 - 1/4 ஏக்கர் நிலத்தை வாங்காவிட்டால் அவர் விவசாயி ஆக முடியாது. உண்மையில் விவசாயி அல்லாத ஒருவர் நிலத்தை வாங்க முடியாது. குத்தகைக்கு எடுத்தும் விவசாயம் செய்ய முடியாது. ஆனால் சட்டத்தில் எப்போதும் ஓட்டைகள் இருக்கும். நிலத்தை படிப்படியாகச் சிட்டங்கியாக மாற்றிவிட்டாலும், மரங்களையும், பூச்செடிகளையும் நட்டுவிட்டாலும் இந்த நிலம் காலப்போக்கில் எதிலும் சேராத நிலம் என்று மாற்றப்பட்டுவிடும். இங்ஙனம் செய்துவிட்டால் அதை எளிதாக விற்றுவிடலாம் அல்லது அந்த இடத்தில் வீடு கட்டிவிடலாம். அப்படிச் செய்ய முடிந்தாலும் அதிக மக்கள் தொகை இல்லாத பகுதிகளில் பயன்படுத்தாத நிலத்தை அப்படியே விட்டுவிடுகிறார்கள். ஏனென்றால் அதன் வகையை மாற்ற முடியாததால் அதனை வேறு ஒருவர் பெயருக்கு மாற்றவோ, வேறு யாருக்கும் குத்தகைக்கு விடவோ முடியாது.

மலைகள், காடுகள், பிற காட்டு நிலங்கள் முதலியன ஜப்பானில் எண்பது சதவீதம் இருக்கும். இந்நிலங்கள் பயன்படுத்தப்பட முடியாத வகையில் சட்டப் பிரச்சனைகளால் முடங்கிக் கிடக்கின்றன. இதில் ஒரு சிறு பகுதியை விவசாயப் பயன்பாட்டுக்காக விடுவித்தாலும் போதும். உடனே விவசாயத்தைத் தொடங்கி விடலாம். இந்த விவசாய நிலங்களை விரிவாக்கம் செய்ய புதுச் சட்டங்கள் தேவையில்லை. தேவையற்ற சட்டங்களை நீக்கிவிட்டாலே போதும்.

விவசாய நிலத்தின் இப்போதைய விலை செயற்கையாக அதிகரிக்கத் தடுக்கப்படுகிறது. அண்மைக்காலம் வரையில் விவசாய நிலத்தின் விலை நிலையாகவே இருந்து வந்திருக்கிறது. மிக வளமான விவசாய நிலத்திற்கு உயர்ந்தபட்ச விலை கால் ஏக்கருக்கு 110 புஷல் அரிசியாக இருந்தது. ஒரு புஷல் அரிசி 20 அமெரிக்க டாலர் என்று வைத்துக் கொண்டால் கால் ஏக்கருக்கு 2,200 டாலர் விலையாகிறது. இதைக் காட்டிலும் விலை கூடினால் யார் நிலத்தை வாங்கினாலும் கட்டுபடியாகாது என்பதால் இந்த விலையையே நிலம் வாங்குவதற்கும் விற்பதற்கும் அளவு கோலாக வைத்திருந்தார்கள். இந்த அளவுகோலே நீடிக்க வேண்டும்.

ஆனால் அரசால் விளைநிலமும் வீட்டடி நிலம் போலக் கருதப்பட்டு நிர்ணயிக்கப்பட்டதால் விலைகளும், வரிகளும் அநியாயமாக உயர்ந்துவிட்டன. இது விவசாயிகள் தங்கள் நிலத்தில் கிடைக்கும் குறைந்த அளவு வருமானத்தைக் கொண்டு செலுத்த முடியாத அளவிற்கு வரிச்சுமையை ஏற்படுத்தி அவர்களை அவர்களுடைய நிலத்திலிருந்து விரட்டுவதற்காக ஏற்படுத்தப்பட்டது. விவசாய நிலம் வீடு கட்ட விடுவிக்கப்பட்டால், வீட்டடி மனைகள் அதில் கிடைக்கும், இதனால் விலை குறையும் என்று நகரவாசிகள் மத்தியில் ஆதரவு திரட்டப்பட்டது. ஆனால் இது நடைமுறையில் சாத்தியமில்லாது போயிற்று. இப்படி விடுவிக்கப்பட்ட நிலம் சாதாரண மனிதனுக்கு எட்டாக் கனியாகப் போய்விட்டது. சிறு நகரங்களிலும், பெரு நகரங்களிலும் இருந்த பசுமை நிலங்கள் விவசாய நிலங்களாக இல்லாது போய்விட்டன. அவை விவசாயியின் கையை விட்டுப் போய்விட்டன. இந்த அவலம் எல்லா விவசாயிகளையும் உறுதியாகத் தாக்கும். இப்போது உழவர்கள் அனுபவிக்கும் துன்பம் வழியாக நகரங்களில் வசிப்போரின் நலத்தையும் பாதிக்கும் அளவிற்கு அது அவர்களைத் தாக்கும்.

சிக்கல் இது தான். போக்கிரிகளும், கெட்டிக்காரர்களும், அதிகாரத்தில் உள்ளவர்களும் மட்டுமே இந்தச் சட்டங்களால் பயனடைவார்கள். முடிவு என்ன? நிலம் விவசாயிகளின் கையிலிருந்து பறிக்கப்பட்டுவிடும். விவசாய நிலச் சட்டம் குத்தகை விவசாயிகளைக் காப்பதற்காகப் போடப்பட்டது. ஆனால் இன்று அது விவசாயிகளாக ஆக விரும்புவோரின் நம்பிக்கைகளைத் தகர்த்துப் போடுகிறது.

விவசாய நிலம் பற்றி விவசாயிகளுக்குத்தான் தெரியும். அவர்கள் கையில் விட்டிருந்தால் சட்டங்களுக்கு அவசியமே இல்லை. விவசாயி நிலத்தை தனது குழந்தைகளுக்கும், பேரக் குழந்தைகளுக்கும் விட்டுச் சென்றிருப்பார். ஏதாவது ஒரு காரணத்தினால் சொத்துரிமையை வேறொருவருக்கு மாற்ற வேண்டிய அவசியம் ஏற்பட்டால், விவசாயி அதனை ஏற்றுக் கொண்டு தனது நிலத்தை பக்கத்துத் தோட்டக்காரருக்கு எந்த இக்கட்டும் இல்லாமல் எளிதாகக் கொடுத்துவிடலாம்.

ஒரு சட்டம் இல்லாமல் மக்கள் இருக்க முடியுமென்றால் அந்தச் சட்டம் இல்லாமல் இருப்பது நல்லது. சட்டங்கள் இல்லாமல் இயங்கும் ஒரு உலகத்தை

உண்டாக்க மிகத் தேவையான சட்டங்கள் மட்டுமே போதும். ஒரே ஒரு சட்டம் மட்டும் இருக்க வேண்டுமென்றால் அது இப்படித்தான் இருக்க வேண்டும் : ஒருவர் வீடு கட்ட வேண்டுமென்றால் அது அடுத்த வீட்டுக்கு 60 அடி இடைவெளியில்தான் இருக்க வேண்டும். மக்கள் இப்படிச் சிதறிக் கால் ஏக்கர் நிலத்தில் எங்கு வேண்டுமென்றாலும் வீடு கட்டிக் கொள்ளலாம் என்றால் உணவுப் பிரச்சனை தானாகத் தீர்ந்துவிடும். தண்ணீர் குழாய்கள் தேவைப்படாது. மாசுபடுவதும் தடுக்கப்படும். இது மட்டுமன்று, இந்த உலகில் நமது நிலங்களைச் சுவர்க்கமாக மாற்ற மிகச் சிறந்த வழி இதுதான்.

வீடு கட்டுவதற்கும், விவசாயத்திற்கும் நிலமில்லை என்று சொல்ல முடியாது. நிலத்தில் விவசாயம் செய்யவும், அடிப்படைத் திறன்களைக் கற்று கொள்ளவும் ஆர்வம் உடையவர்களுக்கு விவசாய நிலம் எங்குமிருக்கிறது. ஒருவர் வாழத் தேவையான இடங்களுக்கு எல்லையே இல்லை.

ஒரே பண்ணையை நடத்துவது

விவசாயம் செய்யும் ஆர்வம் உள்ளவர்கள் நிலத்தை வாங்க முடிந்தாலும் அவர்கள் தற்காப்புடையவர்களாக இருப்பார்கள் என்பது என்ன நிச்சயம்? பத்து இருபது ஆண்டுகளுக்கு முன்னர், ஜப்பானிய மக்களில் எழுபது முதல் எண்பது விழுக்காட்டினர் சிறு விவசாயிகள். ஏழை விவசாயிகளை ஒரு ஏக்கர் விவசாயிகள் என்று அழைத்தார்கள். ஒரு ஏக்கர் நிலத்தில் உழவு செய்த விவசாயிகளாலேயே வசதியான வாழ்க்கை வாழ முடியவில்லை என்றால், கால் ஏக்கர் நிலத்தில் விவசாயம் செய்யத் திட்டமிட்டவர்களுக்கு என்ன நம்பிக்கை இருக்க முடியும்?

ஆனால் அந்தக் காலத்து விவசாயிகள் ஏழைகளாகவும் பசி பட்டினியோடும் இருந்தார்கள் என்றால் அதற்குக் காரணம் நிலம் போதுமானதாக இல்லை என்பதில்லை. அவர்களுடைய ஏழ்மையை அவர்கள் உண்டாக்கிக் கொண்டதில்லை. வெளிச்சக்திகளால் பாதிக்கப்பட்டவர்கள் அவர்கள். அவர்களுடைய கட்டுப்பாட்டுக்குள் அடங்கா அடக்குமுறைகளும், சமுதாய அமைப்பும், அரசியல் பொருளாதார சக்திகளும்தான் அவர்களிடையே பாதிப்பை ஏற்படுத்தின.

ஒரு குடும்பத்தைக் காப்பாற்றுவதற்குத் தேவையான உணவைத்தர கால் ஏக்கர் நிலம் போதுமானது. ஒரு ஏக்கர் நிலம் என்றால் அது பெரியது. கருணையுள்ள அரசால் ஆளப்பட்டு மகிழ்ச்சியோடு இருந்திருந்தால் இந்த விவசாயிகள், அடிமட்ட ஏழ்மையில் உழலாமல் தங்களுடைய ஒரு ஏக்கர் நிலத்தில் இளவரசர்கள் போல வாழ்ந்திருப்பார்கள்.

அந்தக் காலத்தில் விவசாயிகள் நூறு வகைப் பயிர்களைப் பயிரிட்டார்கள். நெல் வயலிலும், காய்கறித் தோட்டங்களிலும் அவர்கள் நெல், பார்லி முதலான தானியங்களையும், வள்ளிக்கிழங்கு, காய்கறிகளையும் பயிரிட்டார்கள். பண்ணை வீட்டின் அருகில் மரங்களில் பழங்கள் பழுக்கும். பசு மாடு அங்கேயே வளர்த்தார்கள். கோழிகள் முற்றத்தில் ஓடித் திரியும்.

நாய் காவல் காக்கும். பரணிலிருந்து தேன்கூடு தொங்கும்.

எல்லா விவசாயிகளும் முழுவதுமாகத் தன்னிறைவுடன் இருந்தார்கள். சத்துள்ள, தீங்கு செய்யாத உணவை உண்டார்கள். அவர்கள் ஏழ்மையில் பசியுடன் இருந்தார்கள் என்று சொன்னால் அது இன்றைய மனிதன் அவர்கள் மேல் உள்ள பொறாமையால்தான். இன்றைக்கு மக்கள் யாரையும் சாராமல் தாங்களாகவே வாழும் அனுபவம் பெற்றதில்லை. எனவே அவர்களுக்கு ஆன்மிகம், வறுமை, செழிப்பு இவைகளைப் பற்றியெல்லாம் தெரியாது.

இதற்கு நம் முன்னால் ஆதாரம் இருக்கிறது. போருக்குப் பின்னர், விவசாய முறை மாறியதால், பண்ணைகளின் அளவும் அதிகரித்து, ஒரு ஏக்கர் இரண்டாக மாறி, நான்காக வளர்ந்துவிட்டது. பண்ணையின் அளவு அதிகரித்தாலும், உழவர்கள் பலரும் தங்கள் தொழிலை விட்டுவிட்டுப் போய்விட்டார்கள். இன்று ஜப்பானிய முழு நேரப் பண்ணைகள் மேலை நாடுகளைப் போல 15 முதல் 25 ஏக்கர் அளவில் இருக்கின்றன. அதேசமயம் அவற்றின் வளர்ச்சி நிரந்தரமில்லாமல் போய் பல வேளைகளில் அழிந்தே போகும் நிலையில் உள்ளன.

விவசாய செயல்முறைகள் பொருளாதார அடிப்படையில் இன்று விவாதிக்கப்படுகின்றன. பொருளாதார நிலையில் பெரிதாகத் தோன்றுவது உண்மையில் ஒரு மதிப்பும் இல்லாமல் இருக்கும். அதே சமயம் பொருளாதாரத்தில் சாதாரணமாகத் தோன்றும் ஒன்று மிகப் பெரிய முக்கியத்துவம் வாய்ந்ததாக இருக்கும்.

ஒரு எடுத்துக்காட்டைப் பார்த்தோமென்றால், விவசாயம் கட்டுபடியாகுமா என்பதை வருமானத்தின் அடிப்படையில் கணக்கிடுகிறோம். இதற்கு ஏதாவது பொருளுண்டா? விவசாய நிலத்தில் ஒரு அலகில் கிடைக்கும் மகசூலும், விளைச்சலும் ஜப்பானில் தான் உலகிலேயே மிக அதிகம். ஆனால் உழவுத் தொழிலில் வேலை செய்வோரின் வருவாய் மிகக் குறைவு. ஒரு ஏக்கருக்கு விளைச்சல் எவ்வளவு அதிகமாக இருந்தாலும், ஒரு தொழிலாளிக்குக் கிடைக்கும் ஊதியம் குறைவாக இருந்தால், அதனால் ஒரு பயனும் இல்லை என்று பொருளாதார வல்லுநர்கள் கூறுகிறார்கள். அவர்களுடைய வேலைத் தேவைகளை அதிகரித்து தொழிலாளரின் உற்பத்தி திறனைப் பெருக்கும் வழியைத் தேடுவதுதான் அவர்களுடைய குறிக்கோள். ஜப்பானிய விவசாயிகள் உலகத்திலேயே கடினமான உழைப்பாளிகளோடு வைத்து எண்ணத்தக்கவர்கள் என்று வைத்துக் கொள்வோம். அவர்களுடைய திறன்களாலும், புதிய யுத்திகளாலும் அதிகமான விளைச்சலைப் பெறுகிறார்கள் என்பதையும் ஏற்றுக் கொள்வோம். ஆனால் அவர்களுடைய நிலத்தின் அளவு குறைவாக இருப்பதால் குறைந்த செலவில் விவசாயம் செய்வது சாத்தியம் இல்லாமல் போகிறது. பொருளாதார அடிப்படையில் பார்க்கும் போது உழைப்பிற்குக் கிடைக்கும் உற்பத்தி குறைவாகவும், உற்பத்தி செய்யப்பட்ட பண்ணை விளைச்சல் விலை அதிகமாகவும் இருக்கிறது. இதனால் வெளிநாட்டு பொருட்களாடு போட்டி போட முடியவில்லை.

வெளிநாட்டு விளை பொருட்களின் உற்பத்தி செலவு குறைவாக இருக்கிறது. விலையும் குறைவு. எனவே வெளிநாட்டுக் காய்கறிகள், பழங்களை இறக்குமதி செய்து விற்பது வியாபார அடிப்படையில் விரும்பத்தக்கதாக இருக்கிறது. விவசாய அறிவியலாளரும், நிர்வாகிகளும் பார்ப்பது எப்படி என்றால், ஜப்பானில் விவசாயம் செய்வது பயனில்லை. ஆதலால் உணவு உற்பத்தியில் உழைப்பைப் பகிர்ந்து கொள்ளும் சித்தாந்தத்தை நோக்கிப் போக வேண்டும் என்றும் நமக்காக அமெரிக்கா உணவு உற்பத்தி செய்யலாம் என்றும் கருதுகிறார்கள். ஜப்பானின் இப்போதைய விவசாயக் கொள்கையாக இது இருக்கிறது.

எப்படி இருப்பினும் அதிகமான விளைச்சல் இருந்தாலும் தொழிலாளர் உற்பத்தி குறைவாக இருப்பது ஜப்பானுக்குப் பெருமையே தவிர அவமானம் இல்லை. இதிலிருந்து குறைந்த வருவாய் என்பது உற்பத்தி செய்யப்பட்ட பொருட்களின் விலைகள் மிகக் குறைவு அல்லது விவசாயக் கருவிகள், பொருட்களின் செலவினம் மிக அதிகம், அதனால் உற்பத்திச் செலவு அதிகம் என்று அறிகிறோம். விவசாய உற்பத்திப் பொருட்களின் விலையையோ, பயிர் செய்வதில் ஆகும் செலவினங்களையோ கட்டுப்படுத்தும் அதிகாரம் விவசாயிகளுக்கு இல்லை. நுகர்வோர்தான் உற்பத்தி செய்யப்பட்ட உணவுப் பொருட்களின் விலையை நிர்ணயிக்க வேண்டும். விவசாயிகள் தங்கள் உழைப்புக்கான ஊதியத்தைக் கணக்கில் எடுத்துக் கொள்வதில்லை. ஏனென்றால் பணத்திற்காக விவசாயம் செய்யப்படுவதில்லை.

அடிப்படையில் விவசாயத்திற்கும் ஆதாயத்திற்கும் தொடர்பில்லை. நிலத்தை எவ்வாறு பயன்படுத்துவது என்பதுதான் முதல் கவலை. உழவுத் தொழிலின் இலக்கு இயற்கையின் முழுச் சக்திகளையும் வெளிக்கொணர்ந்து நிறைந்த அறுவடை செய்வது தான். ஏனென்றால் இதுதான் இயற்கையைத் தெரிந்து கொள்ளவும், இயற்கையை அணுகவும் மிகக் குறுகிய வழி. உழவுத் தொழில் வருவாயையோ மனிதனையோ மையப்படுத்தவில்லை. அதன் கருவில் மனிதனையும் கடந்த இயற்கை வயல்கள் இருக்கின்றன. இயற்கையின் வயல் வெளிகள், இயற்கையின் கொடையாளர்கள், அவையே கடவுள். உழவன் கடவுளின் பணியில் இருக்கிறான். எனவே ஆதாயம் அல்லது இலாபம் என்பது இரண்டாம் நிலைதான். அவனுடைய நிலம் நல்ல விளைச்சலைத் தரும்போது அவன் மகிழ வேண்டும், நன்றி காட்ட வேண்டும்.

இதன்படி தனது சிறிய நிலத்தில் உழைத்து வாழ்ந்த ஜப்பானிய விவசாயி நிலத்திலிருந்தும், தன்னிடமிருந்தும் பிறந்ததை வெளிப்படுத்த உண்மையாக இருந்தான். ஒரு ஏக்கர் விவசாயிகளும், கால் ஏக்கர் விவசாயிகளும் உழவுத் தொழிலின் ஆதிப் படிமங்கள். கால் ஏக்கர் விவசாயத்திற்கான எனது முன்மொழிவு அச்சடித்த பணத்தை அடிப்படையாகக் கொண்ட பொருளாதாரத்திலிருந்து விடுபட விடுக்கும் அழைப்பு மற்றும் மனிதனின் உண்மையான நோக்கங்களை நிறைவேற்றுவதில் முழுவதுமாக ஈடுபட அழைக்கும் குரல்.

பயிர்களுக்கு, விளைச்சலுக்கு விலை வைக்கக் கூடாது என்று நான் சொல்லும்போது, அவற்றிக்கு விலை இருந்தாலும் இல்லாவிட்டாலும் இயற்கை விவசாயத்துக்குத் தன்னை அர்ப்பணித்துக் கொண்ட உழவனுக்கு எந்த வேறுபாடும் இருக்காது என்று சொல்ல வருகிறேன். ஏனென்றால் அவனுக்கு வேதிப் பொருட்களால் எந்தப் பயனுமில்லை. வீட்டு வேலையை செலவினங்களில் சேர்க்க மாட்டான். அப்போது உற்பத்தி விலை பூஜ்ஜியம்தான். இந்த வழிகளில் உலகத்திலுள்ள எல்லா விவசாயிகளும் சிந்தித்தால், உணவுப் பொருள்களின் உற்பத்தி விலை எல்லா இடங்களிலும் ஒரே அளவில் அமைந்துவிடும், அப்போது விளை பொருளுக்கு விலை தேவை இல்லாமல் போகும். விலைகள் என்பது மனிதன் அமைத்துக் கொண்டது. இயற்கையில் விலை என்று ஒன்றும் இல்லை. இயற்கை தொடக்கத்தில் இருந்தே சுதந்திரமான, வேறுபாடு பார்க்காத, நீதியுள்ள ஒன்றாகவே இருக்கிறது. இயற்கையின் விளைபொருள்களுக்கு முன்னால் பணம் என்பது ஒரு பொருட்டே அல்ல.

ஜப்பானிய அரிசியின் விலை, தாய்லாந்து நாட்டு அரிசியின் விலை, விவசாயியின் விலை அனைத்தும் ஒன்றாகவே இருக்க வேண்டும். வெள்ளரிக்காயின் வடிவம் அல்லது பழத்தின் அளவு பற்றி யாரும் குற்றம் சொல்லக் கூடாது. கசக்கும் வெள்ளரிக்காயும், புளிக்கும் பழமும் கூட அவற்றிற்குரிய மதிப்பை உடையவை.

அமெரிக்காவிலிருந்து ஆரஞ்சுகளை இறக்குமதி செய்து மான்டரின்களை (நாரத்தையை) ஏற்றுமதி செய்வதில் என்ன பொருளிருக்கிறது. மக்கள் தாங்கள் வாழும் இடத்திற்கருகில் விளையும் உணவை உண்டு மனநிறைவு கொள்ள வேண்டும். என்ன நடந்திருக்கிறது என்றால் பணப் பைத்தியம் கொண்ட பொருளாதாரம் உணவு உற்பத்தியில் போட்டியை வளர்த்துவிட்டது. அதனால் மனிதரின் உணவுப் பழக்கங்கள் தலைகீழாகிவிட்டன.

இயற்கை முறையில் விளைந்த விவசாயப் பொருட்கள் இயற்கைப் பொருளாதாரத்தின் அடிப்படையில் அளவிடப்பட வேண்டும். பணப் பொருளாதாரத்திற்கு அங்கே இடம் இருக்கக் கூடாது. இது நடக்க வேண்டுமென்றால் மு வை அடிப்படையாகக் கொண்ட புதிய பொருளாதார அமைப்பு உருவாக வேண்டும். மு பொருளாதாரத்தை ஏற்படுத்த வேண்டுமென்றால் தவறான மதிப்பீட்டு அமைப்புகளைத் தள்ளிவிட்டு உழவுத் தொழிலின் ஆதி உண்மை விழுமியத்தைத் தோண்டி எடுக்க வேண்டும். அதோடு, மு இயற்கை விவசாயம் மற்றும் மு பொருளாதாரம், மு ஆட்சி முறையின் துணையோடு நடைமுறைப்படுத்தப்படவேண்டும்.

சிறு பண்ணைகளையே ஒவ்வொருவரும் மேற்கொள்ளும் ஒரு நாட்டில் ஒப்பந்த அடிப்படையிலான பகிர்வு விவசாயம், கூட்டுறவு பயிர் செய்தல், இயற்கை விவசாயத்தில் விளைந்த பொருட்களை விற்றல் ஆகியவை சூழ்நிலைகளில் தேவைப்படுபவையாக இருக்கும். எனினும் அதிகப்படியான விளைச்சலை திறந்த சந்தைகளில் சிறிய அளவில் எப்போதாவது பண்டமாற்று

செய்வதாக இருக்கும்.

போர் முடிவினைத் தொடர்ந்து, ஜப்பானிய விவசாயம், பொருளாதாரச் செயலாகக் கருதப்பட்டு ஒரு தொழிலாக மாறிவிட்டது. இது ஒரு அழிவுப் பாதையை உருவாக்கி இன்றும் தொடர்கிறது. அடிப்படை அந்தத்தை இழந்துவிட்ட விவசாயம் அழிவுப்பாதையில் இப்போது நெருக்கடி நிலையை எட்டிவிட்டது. பொருளாதார மீட்பு முயற்சிகள் இப்போது மேற்கொள்ளப்படுகின்றன. ஆனால் நெல்லின் விலையை அதிகரிப்பது முக்கியமான தீர்வாக இருக்காது. அல்லது இடுபொருள்களின் விலையைக் குறைப்பதோ, உற்பத்திச் செலவைக் கட்டுப்படுத்துவதோ, உழைப்பைச் சேமிக்கும் யுத்திகளாலும், எந்திரங்களைப் பயன்படுத்தியும் உழைப்பு உற்பத்தித் திறனை உயர்த்துவதோ, விநியோக முறையை மாற்றியமைப்பதோ தீர்வாகாது. இவை எல்லாம் புரட்சிகரமான திட்டங்களாக இருக்காது. 'இவை எல்லாம் தேவை இல்லை, செயல்படாமல் செயல்படவேண்டும்' என்ற கண்ணோட்டத்திற்கு மக்கள் திரும்ப முடியுமா என்பதைப் பொறுத்துத்தான் அனைத்தும் இருக்கிறது. **மு** வின் மூலத்திற்குத் திரும்பிட போவதும் **மு** பொருளாதாரத்திற்கு நம்மை அர்ப்பணிப்பதும் எளிதில்லை. ஆனால் அது ஒன்றுதான் நம்முன் இருக்கும் ஒரே வழி.

நாட்டின் மக்களுக்கெல்லாம் கால் ஏக்கர் விவசாயத்தின் நோக்கம் இதுதான். மக்கள் மனம் மாறிவிட்டால், அவர்களின் இந்தப் புதுப்பிறப்பிற்கு விரிந்து பரந்த பச்சை வயல்கள் தேவைப்படாது. சிறிய தோட்டங்களே போதுமானதாக இருக்கும். நமது உலகம் குழப்ப நிலையில் விழுந்துவிட்டது, ஏனென்றால் மனிதன் அறிவினால் தவறாக வழி நடத்தப்பட்டுப் பயனற்ற வேலைகளில் தன்னை ஈடுபடுத்திக் கொண்டிருக்கிறான். நிலத்தை நோக்கிச் செல்லும் பாதை, தூய்மையான, மாசற்ற இயற்கையின் மடிக்குத் திரும்பும் பாதை இன்னும் நம்முன் திறந்தே இருக்கிறது.

முடிவுரை

கிணற்றுத் தவளை அண்ணாந்து தனது பிம்பத்தை கண்ணாடியில் பார்த்தால், கண்ணாடியின் இரகசியத்தைப் பார்க்காது, தன்னுடைய விகாரங்களையும், ஒழுங்கின்மைகளையும்தான் பார்க்கும். தன்னுடைய படிமம் கண்ணாடியில் பிரதிபலிக்கும் போது தன்னுடைய அழகின்மையையும் முட்டாள்தனத்தையும்தான் காணும்.

என்னுடைய கூட்டில் அடைபட்டுக் கிடந்து என்னுடைய விருப்பம் போல நடந்து கொண்டிருக்கலாம். ஆனால் உலகத்தின் காற்றை எதிர்கொண்டு எல்லோரிடமும் மனந்திறந்து பேசலாம் என்று நினைத்தேன். எனினும் நான் நகர முடியாததை உணர்ந்தேன்.

புத்தகக் கடைகளில் மலைபோல் அடுக்கி வைக்கப்பட்டிருக்கும் நூல்களைப் பார்க்கும்போது நூல்களின் மதிப்பைப் பற்றிய எனது உரைகள் காற்றாடிகளோடு போர் புரிவதாக உணர்கிறேன்.

என்னுடைய இளமைப் பருவத்திலிருந்து அனைத்தும் பயனற்றது என்று வாதிட்டு வந்திருக்கிறேன். என்னுடைய சிந்தனையை இயற்கை விவசாயம் மூலம் நடைமுறைப்படுத்த முயன்றேன். என்னுடைய சிந்தனை மக்களைப் புரிந்து கொள்வதை மறுக்கிறது. அறிவு இன்மை, மதிப்பின்மை, செயல்படாமை ஆகிய கொள்கைகளை முன் வைக்கிறது. என்னுடைய இலக்கு இயற்கை விவசாயத்தை அறிவியல் சார்ந்த விவசாயத்தோடு ஒப்பிடுவதில்லை. அதன் முடிவுகள் அனைவரும் பார்க்கும் வகையில் தெளிவாக இருக்கின்றன.

எதுவும் செய்யாமலேயே நல்ல நெல்லையும், பார்லியையும் பயிரிட முடியும் என்று உறுதியாக நம்பினேன். இவற்றைப் பயிரிடுவதே எனக்கும் போதுமானதாக இருந்தது. மக்கள் நான் இவ்வாறு இயற்கையாக நெல்லையும், பார்லியையும் விளைவிக்க முடியும் என்று பார்த்தால், அவர்கள் மனித அறிவு, அறிவியல் ஆகியவற்றின் பொருள் பற்றிச் சிந்திப்பார்கள் என்று உள்ளுக்குள் நம்பினேன்.

எனினும் இன்றைய உலகில் மக்கள் அறிவியல் அறிவிலும், துறை சார்ந்த அறிவிலும் மூழ்கிப் போயிருக்கிறார்கள். எளிமையான, நேரடியான விடைகளை அவர்கள் நம்பமாட்டார்கள் என்று எனக்கு தெரியாது. உழுகாத நிலத்தில் உரமோ, பூச்சிக்கொல்லியோ இல்லாமல் அருமையான அரிசியையும், பார்லியையும் விளைவிக்க முடியுமென்பதை மக்கள் பார்த்தாலும், இயற்கை விவசாயத்தின் சிறப்பினை நான் விளக்கினாலும் அவர்கள் வியப்படையவே இல்லை. இதுதான் என்னை ஆச்சரியத்தில் ஆழ்த்தியது.

மக்கள் ஒரு சிக்கலைத் தங்களுடைய குறுகிய கண்ணோட்டத்தோடு தான்

பார்ப்பார்கள். ஒரு துறையில் மட்டும் அவர்கள் தேர்ந்து விளங்கினால், அத்துறையில் பகுப்பாய்ந்து விளக்கம் தர முடியுமென்றால் அது பற்றி மட்டுமே அவர்கள் கருத்துத் தெரிவிக்கிறார்கள். மொத்தமான சுய சிந்தனையின் அடிப்படையில் அவர்கள் ஒரு முடிவுக்கு வருவதில்லை.

ஒரு நெல் பயிரிடும் முறை நல்ல அரிசியைக் கொடுத்தாலும், சில களைகளை விட்டு வைத்திருந்தால் அதைப் பெரும்பாலான விவசாயிகள் ஒட்டுமொத்தமாக நிராகரித்துவிடுவார்கள். பூச்சிக் கொல்லி நிபுணர்கள் ஒரு களைக் கொல்லி முழுவதுமாக வீரியமுள்ளதாக இல்லாவிட்டால் அதை ஏற்றுக் கொள்வதில்லை. இத்தகைய வீரியமிக்க வேதிப்பொருள்கள் ஆண்டு தோறும் மண்ணைத் தாக்கினால் என்ன ஆகும்? நோய் மற்றும் பூச்சிகளால் ஏற்படும் பாதகமும் மக்களுக்குக் கவலையைத் தருகின்றன.

மண் ஆய்வு அறிவியலாளர் ஒருவர் ஒருமுறை என்னுடைய வயல்களைப் பார்க்க வந்திருந்தார். அவருடன் பணியாற்றுபவர்களிடம் மண்ணில் ஏற்படும் மாற்றங்களை மட்டும் கவனிக்க வேண்டும் என்றும், வழக்கமான அறிவு கொண்டு குற்றம் காண்பதையும், கருத்துச் சொல்வதையும் தவிர்க்க வேண்டும் என்றும் கூறினார். அறிவியலாளர்கள் பணிவோடும், அமைதியாகவும் மாற்றங்களைக் கூர்ந்து கவனிக்க வேண்டும், வேறு ஒன்றும் செய்யக்கூடாது என்று அவர் கூறினார். அறிவியலின் எல்லைகளைத் தெரிந்து வைத்திருந்த விஞ்ஞானி அவர்.

இயற்கையின் சக்திகளால் மட்டுமே பயிரான நெல், பார்லியைப் பார்க்கிறார்கள். அதைப் பற்றி வியப்படையவில்லை. நான் கடந்து வந்த பாதையை அவர்கள் பார்ப்பதில்லை. நான் போக முயலும் திசை பற்றியும் ஆர்வம் காட்டுவதில்லை. அவர்கள் செய்வதெல்லாம் சாலையோரத்தில் இருக்கும் ஒன்றைப் பார்த்து இது நன்றாக இருக்கிறது, அதற்கு சிறிது முன்னேற்றம் வேண்டும் என்று கூறுவது மட்டும்தான்.

எனினும் இவர்களைக் குறை கூற முடியவில்லை. இயற்கையை விளக்கும் திறன் இந்த அறிவியலாளருக்கு உண்டு. ஆனால் இயற்கையை அணுகவும், அறியவும் அவர்களுக்குத் தெரிவதில்லை. அவர்களுக்கு இயற்கை விவசாயம் அறிவியல் விவசாயத்தைவிடச் சிறந்தது என்று விளக்க முயல்வது வீண்.

எது இயற்கையானது, எது இயற்கையானது இல்லை என்பது பற்றி மக்களுக்குத் தெளிவான கருத்து இல்லை. ஆகவேதான் அவர்கள் இயற்கை விவசாயம் மற்றும் அறிவியல் விவசாயம் ஆகியவற்றின் அமைப்பு, செயல்முறைகளின் வேறுபாடுகளைப் புரிந்து கொண்டாலும், இவை இரண்டும் வெவ்வேறு தளங்களில் செயல்படுகின்றன என்றும், ஒன்றுக்கொன்று நேர் எதிரானவை என்றும் அவர்களால் அறிய முடியவில்லை.

இத்தகைய விஞ்ஞானிகளுக்கு இயற்கை விவசாயத்தின் சிறப்பினை விளக்கி அறிவியலின் பொருள் பற்றி அவர்கள் சிந்திப்பார்கள் என்று எதிர்பார்ப்பது

என்னுடைய தவறு. அதற்குப் பதிலாக நகரத்தில் வாழும் ஒருவருக்கு இயற்கையாக வரும் குடிநீர், குழாயில் வரும் நீரைவிடச் சுவையாக இருக்கும் என்று விளக்க முயலாமல் அல்லது நோயுற்ற ஒருவரிடம் காரில் போவதைவிட நடப்பது எளிது என்று விளக்கி விடுவது எளிது. அவர்களுக்கு ஐம்பது அடியாக இருந்தாலும், நூறு அடியாக இருந்தாலும் இரண்டும் ஒன்றுதான். ஏனென்றால் தொடக்கம் எது, எந்தச் திசையில் பயணம் செய்கிறோம் என்பதே அவர்களுக்குத் தெரியாது.

மனிதனுக்கும் இயற்கைக்கும் இடையே உண்மையான உரையாடல் இருக்க முடியாது. மனிதன் இயற்கை முன் நின்று பேச முடியும். ஆனால் இயற்கை மனிதனை அழைக்காது. இயற்கையையும், கடவுளையும் தெரிந்து கொள்ள முடியும் என்று மனிதன் நினைக்கிறான். ஆனால் கடவுளுக்கும், இயற்கைக்கும் மனிதனைத் தெரியவும் தெரியும். அவனிடம் எதுவும் சொல்வதுமில்லை. மாறாக கடவுளும், இயற்கையும் வேறு திசையில் திரும்பிக் கொள்கின்றன.

கடவுளும், மனிதனும் எதிர் எதிர்த் திசையில் போகின்ற பயணிகள். அதேபோலத்தான் இயற்கை விவசாயமும், அறிவியல் விவசாயமும். ஒன்று இயற்கைக்கு நெருக்கமாகச் செல்ல முயல்கிறது; இன்னொன்று அதைவிட்டு விலகிச் செல்கிறது.

இயற்கை வெளிப்படையாக உண்மைகளை மட்டும் காட்டுகிறது; ஆனால் ஒன்றும் சொல்வதில்லை. ஆனால் இந்த உண்மைகள் வெளிப்படையாகத் தெளிவாக இருக்கின்றன. அவற்றிற்கு விளக்கம் தேவையில்லை. இந்த உண்மைகளை ஏற்க மறுப்பவர்களுக்கு நான் இதயத்தில் சொல்லிக் கொள்வேன். விவசாயி அதிக விளைச்சல் பற்றிய கோட்பாடுகளைப் பற்றியோ, விளக்கங்களைப் பற்றியோ கவலைப்படவில்லை. விளைச்சல் நன்றாக இருக்க வேண்டும், பயன்படுத்தும் முறைகளும் சிறந்தவையாக இருக்க வேண்டும் என்பது தான் முக்கியம். இதுவே போதுமானது. இயற்பியல், வேதியியல், உயிரியல் அறிஞர்களையும், பிற துறை வல்லுனர்களையும் நம்ப வைக்க நிரூபணத்தைத் தர வேண்டும் என்று உழவனைக் கேட்க முடியாது. நான் அப்படிச் செய்ய முயன்றிருந்தால், நீங்கள் இங்கே பார்க்கும் பார்லி வளர்ந்திருக்கவே முடியாது. ஆராய்ச்சி என்கிற ஆராய்ச்சி செய்ய எனக்கு நேரமில்லை. ஒருவருடைய வாழ்நாள் முழுவதையும் அப்படிப்பட்ட செயல்பாட்டில் செயல்படுவதை நான் ஏற்றுக் கொள்வதும் இல்லை.

சில விஞ்ஞானிகள் இயற்கை விவசாயத்தை எல்லோரும் ஏற்றுக் கொள்ள வேண்டுமென்பதற்காக அதனை அறிவியல் சொற்றொடர்கள் கொண்டும், கோட்பாட்டு வாதங்களுடனும் விளக்க முற்படுகிறார்கள். நல்ல மனம் கொண்டு அவர்கள் இதைச் செய்தாலும், இதனையும் நான் வரவேற்பதில்லை. அறிஞரின் அறிவின் விளைவு அல்ல இயற்கை விவசாயம். மனித அறிவையும், காரண காரியம் காணும் முறையையும், இயற்கை விவசாயத்திற்குப் பயன்படுத்துவது அதனை விகாரப்படுத்திவிடும், முன்னேற்றாது. இயற்கை விவசாயம் அறிவியல் விவசாயத்தைக் குற்றம் காணலாம். ஆனால் அதையே

அறிவியல் வழியில் மதிப்பிட முடியாது.

பத்தாண்டுகளுக்கு முன்னர், தெற்கு ஹோன்ஷூ, ஷிகோகு விவசாயச் சோதனை நிலையங்களிலிருந்து தொழில்நுட்ப அலுவலர்கள் உள்ளிட்ட நிபுணர்களும், விவசாய மற்றும் வனத்துறை அலுவலர்களும், கியோட்டா மற்றும் ஓசாகா பல்கலைக்கழக விஞ்ஞானிகளும் என்னுடைய பண்ணையைப் பார்வையிட வந்தார்கள். 25 ஆண்டுகளுக்கு மேலாக இந்த வயலை உழவே செய்யவில்லை. சென்ற இலையுதிர்காலத்தில், நான் நெற்பயிர்கள் மேல் மணப்புல் விதைகளையும், பார்லி விதைகளையும் தெளித்துவிட்டேன். நெல்லை அறுவடை செய்த பின் வெட்டாத வைக்கோலை மீண்டும் வயலில் பரப்பிவிட்டேன். பார்லியின் மேல் நெல் விதைகளை விதைத்திருக்க முடியும். ஆனால் சென்ற இலையுதிர் காலத்தில்தான் நெல்லை, பார்லி விதைகளாடு விதைத்தேன் என்று விளக்கினேன்.

அனைவரும் திகைத்துப் போனார்கள். 25 ஆண்டுகளாக எப்படி நான் தொடர்ச்சியாக நிலத்தை உழாமல் நேரடியாக விதைத்து நெல்லையும், பார்லியையும் பயிரிட்டேன், என்னுடைய நிலத்திற்கு உரமாக மேயும் வாத்துக்களையே நம்பியிருந்தேன், செயற்கை உரங்களைப் பயன்படுத்தியதே இல்லை, பூச்சிக் கொல்லிகளைப் பயன்படுத்தாமல் இவ்வளவு அருமையான பார்லியைப் பயிர் செய்தேன் என்று விளக்கினேன். கூடியிருந்த விஞ்ஞானிகள் வெளிப்படையாகவே அயர்ந்து போனார்கள்.

மேய்ப்புப் புல் பற்றிய நிபுணர் பேராசிரியர் காவாசே பசுமை உரத்தின் மத்தியில் அருமையான பார்லி வளர்ந்திருப்பதைப் பார்த்து வெளிப்படையாகப் பாராட்டினார். தாவரவியல் அறிஞர் பேராசிரியர் ஹிரோ பார்லியின் வேரில் வளர்ந்திருந்த வெவ்வேறு களைகளை மகிழ்ச்சியோடு சுட்டிக் காட்டினார். இவர்கள் காட்டிய ஆர்வம் என்னை மகிழ்ச்சியில் ஆழ்த்தியது.

கோழிகள் நாரத்தைத் தோட்டத்தில் ஓடியதைப் படம் எடுத்து ஒரு ஹைக்கூவையும் பார்த்தார்கள்.

அடர்த்தியாக வளரும் புல்
செழிப்பான நாரத்தை
இனிமையான நறுமணம்

பசுமையான பழத்தோட்டத்தைப் படம் வரைந்து கொண்டார்கள். அது எனக்கு மறக்க முடியாத நாள்.

தோட்டத்தில் மக்கள் வளர்க்கும் செடிகளில் மலரும் பூக்கள் கண்ணைக் கவர்ந்தாலும் எனக்கு அவற்றில் விருப்பமில்லை. மனித அறிவால் உண்டாக்கப்படும் மலர்களை இயற்கை மலர்களோடு ஒப்பிட்டபோது அவன் தவறு செய்துவிட்டான். சாலை ஓரங்களில் வளரும் களைகளுக்கும் முக்கியத்துவம் உண்டு, மதிப்பும் உண்டு. இதனை தோட்டத்திலுள்ள பூக்கள் குறைத்துவிட முடியாது. களைகள் களைகளாகவே இருக்கட்டும். மணப்புல்லான கிளாவர் புல்வெளிக்குச் சொந்தமானது. கிளாவருக்கு

கிளாவராகத்தான் மதிப்பு.

மலைப் பாதையில் மலரும் வயலட் மலர் தனிப்பட்ட யாருக்காகவும் பூக்கவில்லை. ஆனால் மக்கள் அதைக் கவனியாமல் இருக்க முடியாது, மறக்க முடியாது. அவற்றைப் பார்த்தவுடனே மக்களுக்குத் தெரியும். மக்கள் மாறாவிட்டால் உலகும் மாறாது. விவசாய முறைகளும் மாறாது.

நெல்லும், பார்லியும் பயிரிட்டது எனது நல்ல காலம். பார்லி இருக்குமிடத்தில் நின்று, கவனமாகக் கேட்பவனோடுதான் அது பேசும்.

இந்த மே மாத வானின் கீழ் என் முன்னால் இருக்கும் தங்கநிற பார்லியின் முதிர்ந்த கதிர்களைப் பார்க்கும் போது தெற்குத் தீவிலிருந்து வந்திருந்த ஒரு இளைஞன் கூறிய சொற்கள் நினைவிற்கு வருகின்றன. 'பூமியின் பிரமாண்ட சக்தியை நான் உணர்கிறேன், வேறென்ன சொல்ல?.'

அதே நாளில் ஒரு பல்கலைக்கழகப் பேராசிரியர், "அறிவியல் உலகிலிருந்து தத்துவத்தையும், மதத்தையும் தனியாக விட்டுவிடுவது நல்லது." என்றார். பார்லி இதைக் கேட்டிருந்தால், "பார்லி உலகத்திற்கு அறிவியலைக் கொண்டு வராதீர்கள்." என்று சொல்லி இருக்கும்.

அறிவியல், தெய்வீக உள்ளொளியால் பிறந்த கதைகளை எல்லாம் முன்னர் பொய்யாக்கிவிட்டதால் அது கர்வம் கொள்ள வேண்டாம். உண்மையான மதத்தை அறிவியல் தோற்கடிக்கவில்லை. அதை விளக்கக் கூட அதனால் முடியவில்லை. மதமும் தத்துவமும்தான் நமது உலகத்தில் இன்று ஆதிக்கம் செய்யும் தீயவற்றினை வெளிப்படுத்தி நீதித் தீர்ப்பிட வல்லவை என்று பார்லி நமக்கு சொல்லவில்லை.

வசந்த காலத்தில் டைக்கான், டர்னிப் ஆகியவை செர்ரி மரங்களுக்கு அடியில் பூப்பூக்கின்றன. பார்லி அறுவடையின் போது நாரத்தை மலர்களின் இனிய மணம் பார்லி வயலில் மிதந்து வந்து இன்லாண்ட் கடலுக்குச் செல்கிறது. அந்தப் பருவத்தில் எனது தோட்டம் சொர்க்கம்தான். நகரங்களிலிருந்து பண்ணைக்கு வரும் இளையோர் மலையில் உள்ள கரடுமுரடான குடிசைகளில் கோழிகளின் மத்தியில், பழத்தோட்டத்தில் ஆடுகள் ஓடுவதைப் பார்த்துக் கொண்டு வசிப்பார்கள். மாலைகளில் தீமூட்டிச் சுற்றி இருந்து பேசிச் சிரித்து மகிழ்வார்கள்.

இயற்கையின் இந்தக் காட்சியை, மக்களின் அரட்டையை விவசாயிகளின் மாலை உரையாடலுக்கு மாற்ற முயன்றேன். ஆனால் என்னுடைய முயற்சிகள் சோம்பேறி விளையாட்டாக முடிந்தன. விவசாயியின் முட்டாள்த்தனமான பேச்சைக் கேட்க வேகமாக மாறி வரும் உலகிற்கு நேரமில்லை.

பின்னிணைப்பு

பாலைவனங்களைப் பசுமையாக்கல் : இயற்கையிலிருந்து தொலை தூரத்திற்குப் போய்விட்ட மனிதனால், அவன் முன்னர் அறிந்திருந்த உலகிற்குத் திரும்பிப் போக முடியவில்லை. எனினும், நாம் நினைப்பதைவிட இயற்கைக்கு மீண்டு வரும் சக்திகள் அதிகம் மற்றும் அது விரைவாகவும் நடக்கும். பாலை நிலத்தை பயிர் செழிக்கும் நிலமாக மாற்றி அதை மீண்டு வரச்செய்வது மனித அறிவிற்கு எட்டாததாக இருக்கலாம். ஆனால் பசுமைத் தத்துவத்தின் அடிப்படையே இயற்கை எப்போதும் தன் முதல் நிலைக்குத் திரும்பி வரும் என்பதுதான்.

நான் செய்ய நினைப்பது செயற்கை நீர்ப்பாசனம் மூலம் பாலைவனங்களில் பசுமையான ஓயாசிஸ்களை உண்டாக்குவது இல்லை. மாறாக பாலைவனங்கள் முழுவதையும் அவற்றின் பழைய சொர்க்கமாக மாற்றுவதுதான். கடவுளிடமிருந்து மனிதன் பிறந்த போது பாலைவனங்கள் முதலில் தோன்றின என்றால், இயற்கை விவசாய முறைகளைப் பாலைவனங்களில் பின்பற்றினால் பழைய நிலைக்கு வந்து விடும். இயற்கைப் பண்ணைகளை பாலைவனங்களில் ஏற்படுத்திப் பசுமை ஆக்க வேண்டும் என்பது எனது முன்மொழிவு.

இயற்கைப் பண்ணையை வடிவமைக்க, அடிப்படைக் கருப்பொருளைப் புரிந்து கொள்ள இயற்கையின் உண்மையான படிமத்தை தேட வேண்டும். மலைகள், நீரோடைகள், புல்வெளிகள், மரங்கள் ஆகிய அனைத்தும் பண்ணையில் இடம் பிடிக்க அனுமதிக்க வேண்டும். இயற்கைப் பண்ணை என்பது வனங்கள், பழ மரங்கள், காய்கறிகள், தானியங்கள் அனைத்தும் உள்ள இயைபுடைய மொத்த உருவம்.

நீர்ப்பாசனக் கால்வாய்களை வெட்டி வயல்களில் ஆற்று நீரைப் பாய்ச்சி அங்கே குறிப்பிட்ட பயிர்களைப் பயிரிடுவது கூடாது. மாறாக ஆற்றோரமாக புதிய செடிகள் வளர அனுமதித்து அங்கே ஒரு வனத்தை ஏற்படுத்த வேண்டும். காட்டு மரங்களின் வேர்கள் வழியாக தண்ணீர் தரைக்குக் கீழ் ஊடுறுவிச் செல்ல வேண்டும். இந்தக் கொள்கை படத்தில் (பி 1, பி2) விளக்கப்ப ட்டிருக்கிறது. அதற்கு தாவர நீர்ப்பாசனம் என்று தற்காலிகமாகப் பெயரிட்டிருக்கிறேன். எடுத்துக்காட்டாக அக்காசியாவை நீரோடை அல்லது ஆற்றோரம் 60 அடி இடைவெளியில் நட வேண்டும். ஐந்தாண்டுகளில் மரம் 30 அடி உயரம் வளர்ந்து விடும். அதற்குள் வேர்கள் 120 சதுர அடி தூரம் பரவிவிடும். இது மண்ணின் சத்தை அதிகரிப்பதுடன், ஈரத்தை இழுத்து வைத்துக் கொள்ளும். அதாவது 60 அடிக்குத் தண்ணீரைக் கடத்தும். ஒரு மரம் 60 அடி வாய்க்காலுக்குச் சமமான வடிகாலை உண்டாக்கிவிடும்.

இந்த "தாவர நீர்ப்பாசனக்" கொள்கையைப் பயன்படுத்தி ஒரு நீரோடை அல்லது ஆற்று நீரை ஆதாரமாகக் கொண்டு இந்த இயற்கைக் காட்டை உருவாக்கிவிடலாம். தாவர நீர்ப்பாசன பசுமைப்பகுதி உருவாகும்.

வயல்களையும், தோட்டங்களையும் இந்தக் காட்டின் இரு பக்கங்களிலும் உண்டாக்கலாம். இது பசுமைப் போர்வையைத் தரும். பிறகு, இந்தக் காட்டை நீட்டுவித்து, பக்கத்திலுள்ள வயல்களையும் விரிவாக்கி பசுமைப் பகுதியைப் பெருக்கலாம்.

இந்தப் புத்தகத்தின் முன்னுரையில் நான் குறிப்பிட்டது போல, மனிதன் இந்தப் பூமி பாலைவனமாக மாறுவது கண்டு கவலை கொள்கிறான். உலக அளவில் பசுமை இழப்பிற்குக் காரணம் தவறான விவசாய முறைகள்தான் என்பதில் ஐயமில்லை. இது மனிதனின் அறிவு மற்றும் சாமார்த்தியத்தால் வந்தது. பாலைவனங்களில் நீர்ப்பாசன அமைப்புகளைக் கட்டி அவற்றில் பயிர் வளர்ப்பதைவிட "தாவர நீர்ப்பாசன" முறையைப் பின்பற்றி இயற்கைக் காடுகளையும், பண்ணைகளையும் உருவாக்க வேண்டும் என்று நான் உறுதியாக நம்புகிறேன். குறைந்த அளவு மனிதக் குறுக்கீட்டுடன், பாலைவனங்கள் பசுமைக்குத் திரும்பிப் போவதை இது ஊக்குவிக்கும்.

பாலைவனங்களில் விதைகள் முளைக்கும் என்று பலர் நம்புவதில்லை. ஆனால் விதைப்பதற்கு பல முறைகள் உள்ளன. அவற்றில் ஒன்று தகுந்த செடிகளின் விதைகளை களிமண்ணில் பொதித்து, இந்த உருண்டைகளை பாலைவனங்களில் தூவ வேண்டும். இது இயற்கை விவசாய யுக்தி. குறைந்த மழை கிடைக்கும் பகுதிகளில் வளரும் அக்காசியா, கிளாவர், ஆல்ஃபால்பா முதலான பசுமை உரச் செடிகளின் விதைகள் மற்றும் தானிய காய்கறி விதைகளின் கலவையை எடுத்துக் கொள்ள வேண்டும். இவற்றை மண், களி மண்ணால் இரட்டைப் பூச்சுக்குள் வைத்து உருண்டைகளாகத் தயாரிக்க வேண்டும். பிறகு இவற்றை பாலைவனத்திலும், காட்டிலும் தூவ வேண்டும். மேலே தரப்பட்ட பூச்சு விதைகளை பறவைகள் எலிகளிடமிருந்து காப்பாற்றும். இவை மழை வருவது வரையில் முளைக்காது. ஓராண்டு கழித்து, பல செடிகள் உயிருடன் இருக்கும். அவற்றைக் கொண்டு எப்படி நாம் விதைக்க வேண்டும் என்பது நமக்கு புரிந்துவிடும். எந்த வகையான தாவரமும் பயன்படும். நமக்கு வேண்டியது பாலைவனம் பசுமைத் தாவரங்களால் மூடப்பட வேண்டும். இந்த முறையால் மீண்டும் பாலைவனத்திற்கு மழை வரும்.

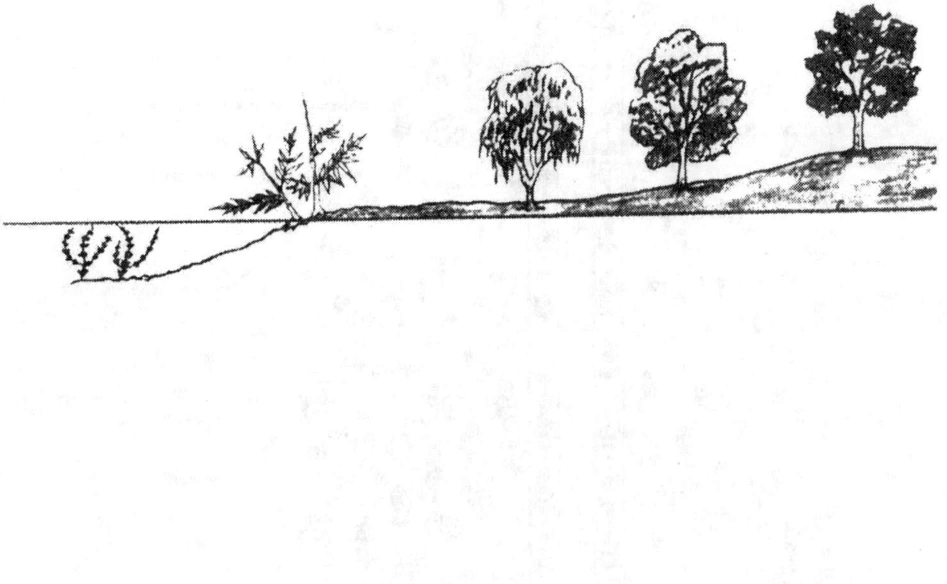

பி - 1

சமவெளியில் உள்ள இயற்கை பண்ணையின் வரைபடம்

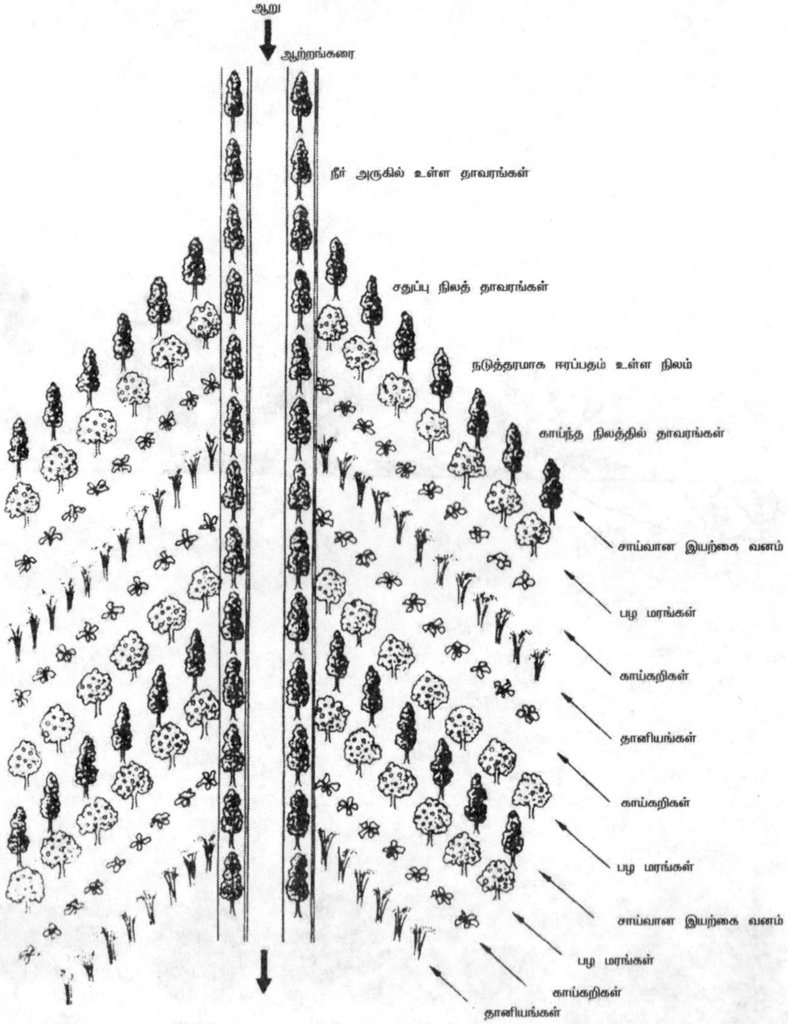

பி - 2

இயற்கையான பண்ணை மற்றும் பச்சை வளையம்

ஜப்பானிய கலைச் சொற்கள்

டைக்கான்	- பெரிய ஜப்பானிய முள்ளங்கி
கான்பி	- காகிதம் செய்ய பயன்படும் ஒரு வகை புதர்ச் செடி
ஹட்சுடேகே	- பைன் மரங்களின் நிழலில் வளரும் மனிதன் உண்ணக்கூடிய காளான்
ஹிஜிகி	- உண்ணத் தகுந்த பாசி
ஹிகியோகோஷி	- கசப்பான மருத்துவ குணமுடைய தாவரம்
கோஷிடா	- பெரணி
மாட்சுடேக்	- சிவப்புப் பைன் மரங்களின் நிழலில் வளரும் மனிதன் உண்ணக்கூடிய காளான்
மிசோ	- சோயாபீன் பசை
மு	- எதுவும் செய்யாதிருத்தல்
அசெகி-ரியோரி	- ஜப்பானிய புது வருட சமையல்
பாசினகோ	- ஒரு வகை விளையாட்டு
ஷாஷிமி	- பச்சை மீன்
ஷிகடேகே	- உண்ணக் கூடிய காளான்
ஷிமேஜி	- மணமுள்ள உண்ணத் தகுந்த பாசி
டாடாமி	- பாய்
உராஜிரோ	- பெரணி
வாகாமே	- உண்ணக் கூடிய கடற்பாசி

ஆங்கில மொழி பெயர்ப்பாளரின் குறிப்பு

இயற்கை வழி வேளாண்மை எனும் இந்நூல் 1976 ஆம் ஆண்டு முதலில் ஜப்பானில் வெளியிடப்பட்ட **ஷிசன் நோஹோ** என்ற நூலின் மொழி பெயர்ப்பாகும். இதில் ஜப்பானிய மூலத்தின் பொருளுக்கும், தொனிக்கும் உண்மையாக இருக்க முழு முயற்சி மேற்கொள்ளப்பட்டிருக்கிறது.

ஜப்பானிய விஷயங்களைப் பற்றி மட்டுமே இந்நூல் சொல்கிறது என்பதை வாசகர் கவனித்திருப்பர். ஜப்பானிய விவசாய முறை, பயிர்கள், களைகள், பூச்சிகள், விவசாய வரலாறு ஆகியவை இந்நூலில் கூறப்பட்டிருக்கின்றன. இவை ஜப்பானுக்கு வெளியே தெரியாமல் இருக்கும். இவை ஃபுகோகா அவர்களின் தனிப்பட்ட அனுபவங்கள். ஒரு ஜப்பானிய விவசாயி, ஜப்பானியத் தீவான ஷிக்கோகுவில் என்ன செய்ய முடியும்?, செய்திருக்கிறார் என்பதற்கு இது ஒரு எடுத்துக்காட்டு. நூலாசிரியர் நூலில் திரும்பத் திரும்பச் சொல்வது போல, இங்கே கூறப்பட்ட கோட்பாடுகள் மற்ற சூழல்களில் மாறுபடும். ஆனால் உள்ளூர்ச் சூழலில் இருப்பதால் செய்தியின் உலகளாவிய முக்கியத்துவம் மறைக்கப்படக்கூடாது.

இந்த மொழி பெயர்ப்பில் ஃபுகோகாவின் முதல் புத்தகமான **தி ஒன் ஸ்ட்ரா ரெவல்யூஷனை (ஒற்றை வைக்கோல் புரட்சி**) ஆங்கிலத்தில் மொழி பெயர்த்த போது பயன்படுத்திய சொற்றொடர்கள் பயன்படுத்தப்படுகின்றன. எடுத்துக்காட்டாக ஜப்பானிய சொல்லான முகி பார்லியையும், கோதுமையையும் குறிக்கும். அதனை “குளிர்கால தானியம்”, “பார்லி”, “பார்லியும் கோதுமையும்” என்று மொழி பெயர்த்திருக்கிறோம். பொதுவாக பார்லியைப் பற்றிச் சொன்னது கோதுமைக்கும் பொருந்தும், எனினும் பார்லி ஜப்பானில் அதிகமாகப் பயிரிடப்படுகிறது.

எதுவும் செய்யாத விவசாயம், பிரித்தறியும் அறிவு, பிரித்துணரா அறிவு, மு முதலிய சொற்கள் ஆங்காங்கு விளக்கப்பட்டுள்ளன.

ஆங்கிலச் சொற்கள் கிடைக்க தாவரங்களின் பெயர்களுக்கு ஜப்பானிய பெயர்கள் தரப்பட்டுள்ளன. இவற்றின் அறிவியல் பெயருக்கான விளக்கங்கள் இணைக்கப்பட்டுள்ளன. அவற்றோடு பிற ஜப்பானிய சொற்றொடர்களும் இடம் பெறுகின்றன.